ಮಂಜುನಾಥ್ ಕುಣಿಗಲ್

ತುಮಕೂರು ಜಿಲ್ಲೆಯ ಕುಣಿಗಲ್ ಪಟ್ಟಣದಲ್ಲಿ 1982ರಂದು ಜನನ. ಕನ್ನಡ ಮಾಧ್ಯಮದಲ್ಲಿ ಪ್ರಾಥಮಿಕ ಹಾಗು ಪ್ರೌಢಶಾಲಾ ಶಿಕ್ಷಣ ಆಗಿದ್ದು ಕುಣಿಗಲ್ಲಿನಲ್ಲಿಯೇ.

ವಿದ್ಯುತ್ ಮತ್ತು ವಿದ್ಯುನ್ಮಾನ ಇಂಜಿನಿಯರಿಂಗ್ ಡಿಪ್ಲೋಮಾ ವ್ಯಾಸಂಗ ತುಮಕೂರಿನ ಸರ್ಕಾರಿ ಪಾಲಿಟೆಕ್ನಿಕ್ ಕಾಲೇಜಿನಲ್ಲಿ ಆಗಿದೆ. 2001ನೆಯ ಇಸವಿಯಲ್ಲಿ ಬಳ್ಳಾರಿಯ ಜಿಂದಾಲ್ ವಿಜಯನಗರ ಉಕ್ಕಿನ ಕಾರ್ಖಾನೆಯಲ್ಲಿ (ಜೆಎಸ್‌ಡಬ್ಲ್ಯೂ) ಕಿರಿಯ ಇಂಜಿನಿಯರಾಗಿ ಕೆಲಸಕ್ಕೆ ಸೇರ್ಪಡೆ. ಅದಾದ ಐದು ವರ್ಷಗಳ ನಂತರ ಎಲ್&ಟಿ ಕಂಪನಿಗೆ ಸೇರಿ ಹೈದರಾಬಾದ್ ಅಂತಾರಾಷ್ಟ್ರೀಯ ವಿಮಾನ ನಿಲ್ದಾಣದ ನಿರ್ಮಾಣ ಕಾರ್ಯದಲ್ಲಿ ಎರಡು ವರ್ಷ ಇಂಜಿನಿಯರಾಗಿ ಕೆಲಸ. ಆ ನಂತರ ದುಬೈನಲ್ಲಿ ಕೆಲಸ ಮಾಡುವ ಅವಕಾಶ ಮತ್ತು ಅಲ್ಲಿ ಸುದೀರ್ಘ 10 ವರ್ಷಗಳ ಜೀವನ. ಯುದ್ಧಪೀಡಿತ ದೇಶಗಳಲ್ಲಿ ನ್ಯಾಟೋ ಮತ್ತು ವಿಶ್ವಸಂಸ್ಥೆಗೆ ನೆರವಾಗುತ್ತಿದ್ದ ಜರ್ಮನ್ ಮೂಲದ ಕಂಪನಿಯೊಂದರಲ್ಲಿ ಇಂಜಿನಿಯರಿಂಗ್ ವಿಭಾಗದ ಉಪ-ಮುಖ್ಯಸ್ಥನಾಗಿ ಕೆಲಸ. ನಂತರ ಸ್ವಲ್ಪ ಕಾಲ ನೆಲೆಸಿದ್ದು ಉತ್ತರ ಮೆಸಿಡೋನಿಯಾದಲ್ಲಿ. 2018ರಿಂದ ಈಚೆಗೆ ಮೈಸೂರಿನಲ್ಲಿ ನೆಲೆಸಿ ಸದ್ಯಕ್ಕೆ ಮನೆಯಿಂದಲೇ ಸಿಂಗಾಪುರಿನ ಕಂಪನಿಯೊಂದಕ್ಕೆ ಕನ್ಸಲ್ಟೆಂಟ್ ಇಂಜಿನಿಯರಾಗಿ ವೃತ್ತಿ. ಕೆಲಸದ ಸಲುವಾಗಿ ಯುದ್ಧಪೀಡಿತವಾಗಿದ್ದ ಆಫ್ಘಾನಿಸ್ತಾನ್ ಮತ್ತು ಇರಾಕ್ ಸೇರಿದಂತೆ, ಇತರೆ ಗಲ್ಫ್ ರಾಷ್ಟ್ರಗಳು, ಯುರೋಪ್ ಮತ್ತು ಅಮೇರಿಕ ದೇಶಗಳನ್ನು ಹಲವಾರು ಬಾರಿ ಸುತ್ತಿದ ಅನುಭವವಿದೆ.

ಕನ್ನಡ ಸಾಹಿತ್ಯ ಓದುವ ಹವ್ಯಾಸ ಚಿಕ್ಕಂದಿನಿಂದಲೇ ಇದ್ದು ಸಣ್ಣಪುಟ್ಟ ಲೇಖನಗಳು, ಕಥೆಗಳು, ಪ್ರವಾಸ ಮತ್ತು ಅನುಭವ ಕಥನ ಬರೆಯುವ ಹವ್ಯಾಸಿ ಬರಹಗಾರ. ವಿಜಯ ಕರ್ನಾಟಕ ಮತ್ತು ವೀರಲೋಕ ಪ್ರಕಾಶನ ಆಯೋಜಿಸಿದ್ದ 2022ರ ದೀಪಾವಳಿ ಕಥಾಸ್ಪರ್ಧೆಯಲ್ಲಿ ಇವರ ಕಥೆಗೆ ಮೆಚ್ಚುಗೆ ಬಹುಮಾನ ಬಂದಿದೆ.

ಮಂಜುನಾಥ್ ಕುಣಿಗಲ್
ಫ್ಲಾಟ್ ಬಿ 702, ಫೌಂಡೇಷನ್ ಸಿಲ್ವರ್ ಸ್ಪ್ರಿಂಗ್ಸ್
ಹೂಟಗಳ್ಳಿ, ಮೈಸೂರು-570018
ಫೋ: 7899315930
ಈಮೇಲ್: manjunath_kunigal@yahoo.co.in

ಕುಣಿಗಲ್ ಟು ಕಂದಹಾರ್

ಆಫ್ಘಾನ್ ಯುದ್ಧಭೂಮಿಯ ರೋಚಕ ಕಥೆಗಳು

ಮಂಜುನಾಥ್ ಕುಣಿಗಲ್

ವೀರಲೋಕ

ವೀರಲೋಕ ಬುಕ್ಸ್ ಪ್ರೈ.ಲಿ.
207, 2ನೇ ಮಹಡಿ, 3ನೇ ಮೇನ್, ಚಾಮರಾಜಪೇಟೆ
ಬೆಂಗಳೂರು-560018. ಮೊಬೈಲ್: 70221 22121
ಇಮೇಲ್: veeralokabooks@gmail.com
ವೆಬ್‌ಸೈಟ್: www.veeralokabooks.com

KUNIGAL TO KANDAHAR
The exciting experiences of Afghan battlefield
written by **Manjunath Kunigal**

Published by:
VEERALOKA BOOKS PVT. LTD.
207, 2nd Floor, 3rd Main
Chamarajpet, Bengaluru - 560018

Mobile : +91 7022122121
E-mail : veeralokabooks@gmail.com
Website: www.veeralokabooks.com

Price : Rs. 260/-
Pages : 224
First Impression : 2022
Second Edition : 2023

Paper used : 70 GSM NS Maplitho
Book size : 1/8th Demy

ISBN : 978-93-94942-28-8

Cover page illustration by : Prashanth Vitla
Inner pages illustration by : Vijaya Vikram

ಅರ್ಪಣೆ

ಚಿಕ್ಕಂದಿನಿಂದಲೇ ನಮ್ಮ ಮನಗಳಲ್ಲಿ ಕನ್ನಡದ
ಬೀಜ ಬಿತ್ತಿ ಪೋಷಿಸಿದ ಮತ್ತು ಅತೀವ ಅಭಿಮಾನ
ಮೂಡುವಷ್ಟು ಚೆಂದದ ಪಾಠ ಹೇಳುತ್ತಿದ್ದ ನನ್ನೂರಿನ
'ದೊಡ್ಡಪೇಟೆ ಸರ್ಕಾರಿ ಹಿರಿಯ ಪ್ರಾಥಮಿಕ ಶಾಲೆ
ಮತ್ತು ಮಹಾತ್ಮ ಗಾಂಧಿ ಸರ್ಕಾರಿ ಪ್ರೌಢಶಾಲೆಯ'
ಶಿಕ್ಷಕರುಗಳಿಗೆ...

ನನ್ನ ಕಾಲದ ಹುಡುಗರಿಗೆ ಕನ್ನಡ ಸಾಹಿತ್ಯದ ರುಚಿ
ಹತ್ತಿಸಿದ ನೆಚ್ಚಿನ ಸಾಹಿತಿ **'ಪೂಚಂತೇ'**ಗೆ...

ಪ್ರತಿಬಾರಿ ನಾನು ಅಫ್ಘಾನಿಸ್ತಾನಕ್ಕೆ ಹೊರಟಾಗ
ಧೃತಿಗೆಡದೆ ನನಗೆ ಸಹಕರಿಸಿದ, ಬರೆಯಲು
ಸೋಮಾರಿತನ ತೋರುತ್ತಿದ್ದ ನನ್ನನ್ನು
ಬರೆಯುವಂತೆ ಒತ್ತಾಯಿಸುತ್ತಿದ್ದ ಮತ್ತು ನಾನು
ಬರೆದದ್ದನ್ನು ಓದಿ ತಿದ್ದಿ ಸಲಹೆ
ಸೂಚನೆ ನೀಡಿದ ಕನ್ನಡ ಸಾಹಿತ್ಯದ ವಿದ್ಯಾರ್ಥಿ
ನನ್ನ ನೆಚ್ಚಿನ ಮಡದಿ ರೂಪಾಳಿಗೆ...

ಯುದ್ಧಭೂಮಿಗೆ ಹಾರುವ ಮುನ್ನ

ಕುಣಿಗಲ್ ಪಟ್ಟಣ ನಾನು ಹುಟ್ಟಿ ಬೆಳೆದ ಊರು. ಹೌದು, ಅದೇ 'ಮೂಡಲ್ ಕುಣಿಗಲ್ ಕೆರೆ' ಪ್ರಸಿದ್ಧ ಜನಪದ ಗೀತೆಯ ಕುಣಿಗಲ್ಲು. 2007ರಿಂದ 2017 ರವರೆಗೆ ದುಬೈನಲ್ಲಿನ ವಾಸವೇ ನನ್ನ ಆಫ್ಘಾನಿಸ್ತಾನದ ನಂಟಿಗೆ ನೇರ ಕಾರಣ. ಪೂರ್ಣ ಹೆಸರು 'ಮಂಜುನಾಥ ಕುಣಿಗಲ್ ರಂಗಪ್ಪ'. ವಿವಿಧ ದೇಶಗಳ ಸಹೋದ್ಯೋಗಿಗಳೊಂದಿಗೆ ಕೆಲಸ ಮಾಡುವಾಗ ಅವರು ನನ್ನನ್ನು 'ಕುಣಿಗಲ್' ಎಂದೋ ಇಲ್ಲವೇ 'ರಂಗಪ್ಪ' ಎಂದೋ ಕರೆಯುತ್ತಿದ್ದುದೂ ಉಂಟು. ಅದು ನನಗೆ ಆಪ್ಯಾಯವೂ, ಅಭಿಮಾನ ದ್ಯೋತಕವೂ ಎನಿಸುತ್ತಿತ್ತು. ಹಾಗಾಗಿ ಪುಸ್ತಕ ಶೀರ್ಷಿಕೆಯ 'ಕುಣಿಗಲ್' ನನ್ನ ಊರಷ್ಟೇ ಅಲ್ಲದೆ ಇಲ್ಲಿ ನನ್ನ ವ್ಯಕ್ತಿ ಪ್ರಾತಿನಿಧಿತ್ವ ಕೂಡ! ಆಫ್ಘಾನಿಸ್ತಾನದಲ್ಲಿನ ನನ್ನ ಹೆಚ್ಚಿನ ಸಮಯ 'ಕಂದಹಾರ್ ಏರ್‌ಬೇಸ್' ಮತ್ತು ಅದರ ಸುತ್ತ–ಮುತ್ತಲ ಕ್ಯಾಂಪುಗಳಲ್ಲೇ ಕಳೆದದ್ದರಿಂದ ಒಟ್ಟು ಆಫ್ಘಾನಿಸ್ತಾನ ನನಗೆ 'ಕಂದಹಾರ್'ನಲ್ಲೇ ಕೇಂದ್ರೀಕೃತವಾದಂತೆ.

ವಿಭಿನ್ನ ಕಾರಣಗಳಿಗಾಗಿ ಆಫ್ಘಾನಿಸ್ತಾನ ಎಂದಿಗೂ ಜಗತ್ತಿನ ಕೌತುಕ ರಾಷ್ಟ್ರವೇ! ಆಫ್ಘಾನಿಸ್ತಾನ ಮತ್ತು ಅಲ್ಲಿನ ಸಾಮಾಜಿಕ ಪರಿಸ್ಥಿತಿ, ಯುದ್ಧಗಳ ಬಗ್ಗೆ ಈಗಾಗಲೇ ಹಲವು ಪತ್ರಕರ್ತರು ಮತ್ತು ಲೇಖಕರು ತಮ್ಮದೇ ದೃಷ್ಟಿಕೋನದಲ್ಲಿ ಚಿತ್ರಿಸಿದ್ದಾರೆ. ಆದರೆ ಇವೆಲ್ಲಕ್ಕಿಂತಲೂ ಭಿನ್ನವಾಗಿ ನಿಲ್ಲುವ ಮತ್ತು ಹೊರಜಗತ್ತಿಗೆ ಅಷ್ಟು ಸುಲಭವಾಗಿ ನಿಲುಕದ ಅಲ್ಲಿನ ಮತ್ತೊಂದು ಮಜಲಿನ ಲೋಕವನ್ನು ನಾನಿಲ್ಲಿ ತೆರೆದಿಡುವ ಪ್ರಯತ್ನ ಮಾಡುತ್ತಿದ್ದೇನೆ. 2008ರಿಂದ 2020ರ ನಡುವೆ ನಾನು ಲೆಕ್ಕವಿಲ್ಲದಷ್ಟು ಸಲ ಆಫ್ಘಾನಿಸ್ತಾನಕ್ಕೆ ಹೋಗಿ ಬಂದಿದ್ದೇನೆ. ಹೆಚ್ಚಿನ ಭಾಗ ನ್ಯಾಟೊ ಮತ್ತು ಅಮೆರಿಕೆಯ ಮಿಲಿಟರಿ ಯುದ್ಧ ಶಿಬಿರಗಳಲ್ಲಿ ಕಳೆದಿದ್ದೆನಾದರೂ ಕೆಲವು ಸಲ ಸೇನಾ ಶಿಬಿರದ ಹೊರಗೂ ಅಸುರಕ್ಷಾ ವಲಯಗಳಲ್ಲಿ ಸುತ್ತಾಡಿದ್ದಿದೆ. ಎಲ್ಲವೂ ನನ್ನ ಕೆಲಸದ ಭಾಗವಾಗಿ ಮಾತ್ರ. ಆ 10–12 ವರುಷಗಳ ಕಾಲಘಟ್ಟದಲ್ಲಿ ಕಳೆದ ನನ್ನ ಅನುಭವಗಳನ್ನು ಇಲ್ಲಿ ಪ್ರಾಮಾಣಿಕವಾಗಿ ಯಾವುದೇ ಉತ್ಪ್ರೇಕ್ಷೆ ಇಲ್ಲದೆ ದಾಖಲಿಸಲು ಯತ್ನಿಸಿದ್ದೇನೆ. ಇಲ್ಲಿ ಬರುವ ಯುದ್ಧ ವಿಮಾನಗಳು, ವಾಹನಗಳು, ಯುದ್ಧಾಸ್ತ್ರಗಳು, ಮಿಲಿಟರಿ ಸಂಬಂಧಿತ ಇನ್ನಿತರೆ ವಸ್ತು ಮತ್ತು ವಿಷಯಗಳ ತೀರ ತಾಂತ್ರಿಕ ಹೆಸರನ್ನು ತುಂಬಾ ಸಾಮಾನ್ಯವಾಗಿಯೂ ಮತ್ತು ಅವುಗಳ ವಿವರಣೆಯನ್ನು ನನ್ನ ತಿಳಿವಳಿಕೆಯ ಮಿತಿಯಲ್ಲಿಯೂ ದಾಖಲಿಸಿದ್ದೇನೆ. ನಾನು ನೋಡಿದ, ಅನುಭವಿಸಿದ, ಅರ್ಥೈಸಿಕೊಂಡ ವಿಷಯಗಳನ್ನು ಹಾಗೆಯೇ ವಿವರಿಸಲು ಪ್ರಯತ್ನಿಸಿದ್ದೇನೆ. ಎಲ್ಲೋ ಕೆಲವು ಇನ್ನಿತರರಿಂದ ಕೇಳಿದ ವಿಷಯಗಳು ಮತ್ತು ಅವರ ಅನುಭವಗಳನ್ನು ಅವು ನಂಬಲರ್ಹ ಎನಿಸಿದ್ದನ್ನು ಮಾತ್ರ ಆರಿಸಿ ಸೇರಿಸಿದ್ದೇನೆ. ಇದರ ಹೊರತಾಗಿ ನಾನು ಯಾವುದೇ ಇತರೆ ಮೂಲಗಳ ಮೊರೆ ಹೋಗಿಲ್ಲ. ಯುದ್ಧದಂದಿನ ಮತ್ತು ಪ್ರಸ್ತುತ ಭೌಗೋಳಿಕ ವಿವರಗಳಲ್ಲೂ ಸಾಕಷ್ಟು ವ್ಯತ್ಯಾಸಗಳಾಗಿವೆ. ಅಂದಿದ್ದ ಮಿಲಿಟರಿ ಕ್ಯಾಂಪುಗಳು ಇಂದು ಹೇಳ ಹೆಸರಿಲ್ಲದೆ ಮರೆಯಾಗಿವೆ. ಅಂದಿನ ಎಷ್ಟೋ ಸಂಗತಿಗಳು ಮತ್ತು ವಿವರಗಳು ಇಂದು ಅಪ್ರಸ್ತುತ. ಇಲ್ಲಿ ಪ್ರಸ್ತುತಪಡಿಸಲಾದ ವಸ್ತು ವಿಷಯಗಳು ನನ್ನ ಗ್ರಹಿಕೆ ಮತ್ತು ತಿಳಿವಳಿಕೆ ಮಟ್ಟಕ್ಕಷ್ಟೇ ಸೀಮಿತ. ಹಾಗಾಗಿ ಆಯಾ ವಿಷಯಗಳ ತಜ್ಞರಿಗೆ ವ್ಯತ್ಯಾಸಗಳು ಕಂಡು ಬರುವ ಸಾಧ್ಯತೆಗಳನ್ನು ಅಲ್ಲಗಳೆಯುವುದಿಲ್ಲ.

ಕುಣಿಗಲ್ ನಂತಹ ಒಂದು ಸಣ್ಣ ಪಟ್ಟಣದಿಂದ ಕೆಲಸ ಅರಸಿ ದುಬೈಗೆ ಹೋದ ನನಗೆ ಆಫ್ಘಾನಿಸ್ತಾನದ ಯುದ್ಧಭೂಮಿಯಲ್ಲಿ ಕಾಲ ಕಳೆದು ಜೀವನಕ್ಕೆ ಸಾಕಾಗುವಷ್ಟು ರೋಚಕ ಅನುಭವ ಹೊತ್ತು ಬರುವೆನೆಂಬ ಕಲ್ಪನೆಯೇ ಇರಲಿಲ್ಲ. ಯುದ್ಧಶಿಬಿರವೆಂಬ ಹೊರ ಜಗತ್ತಿಗೆ ಅಷ್ಟು ಸುಲಭಕ್ಕೆ ನಿಲುಕದ ಈ ಅನೂಹ್ಯ ಲೋಕದಲ್ಲಿ ಹತ್ತಾರು ವರ್ಷಗಳು ಸಂಚಾರ ಮಾಡಿದ ವಿಶಿಷ್ಟ ಅನುಭವಗಳಿವೆ. ಮಾನವರಹಿತ ಡ್ರೋನ್ ಸೇರಿದಂತೆ ಅತ್ಯಾಧುನಿಕ ಯುದ್ಧವಿಮಾನ ಮತ್ತು ಚಾಪರುಗಳನ್ನು ಕೈಯಲ್ಲಿ ಮುಟ್ಟುವಷ್ಟು ಹತ್ತಿರದಿಂದ ನೋಡಿದ್ದಿದೆ. ಕೆಲವು ಅತ್ಯಾಧುನಿಕ ಶಸ್ತ್ರಗಳನ್ನು ಕೈನಲ್ಲಿ ಹಿಡಿದು ನೇವರಿಸಿದ್ದಿದೆ. ನನ್ನ ತೀರ ಹತ್ತಿರದಲ್ಲಿ ಗುಂಡಿನ ಮೊರೆತವಾಗಿದೆ, ರಾಕೆಟ್, ಷೆಲ್ ದಾಳಿಯಾಗಿದೆ. ಕಣ್ಮುಂದೆ ಚಾಪರ್ರುಗಳು ನೆಲಕ್ಕೆ ಬಿದ್ದಿವೆ, ಜನ ಸುಟ್ಟು ಕರಕಲಾಗಿದ್ದಾರೆ. ಮಿಲಿಟರಿ ಕ್ಯಾರವಾನಿನಲ್ಲಿ ಹೊರಟಾಗ ತಾಲಿಬಾನಿಗಳ ಜೊತೆ ಅಮೆರಿಕೆಯ ಪಡೆ ಮುಗಿಬಿದ್ದ ಘಟನೆಗೆ ಸಾಕ್ಷಿಯಾಗಿದ್ದಿದೆ. ತೀರ ಸಾಮಾನ್ಯ ಆಫ್ಘಾನಿ ಕೂಲಿಕಾರನಿಂದ ಹಿಡಿದು ಆಗರ್ಭ ಶ್ರೀಮಂತರವರೆಗೆ, ಸೈನಿಕನಿಂದ ಹಿಡಿದು ಅಮೆರಿಕ ಸೈನ್ಯದ ಕ್ಯಾಂಪ್ ಮುಖ್ಯಸ್ಥರನ್ನು ಭೇಟಿ ಮಾಡಿದಂತಹ ಅತಿ ವಿಶೇಷ ಘಳಿಗೆಗಳಿವೆ. ಸಾಮಾನ್ಯವಾಗಿ ಹೊರಜಗತ್ತಿಗೆ ನಿಲುಕದ ಅದೆಷ್ಟೋ ವಿಷಯ ಮತ್ತು ಘಟನೆಗಳ ಪರಿಚಯವಾಗಿದ್ದಿದೆ. ಅನಾಮಧೇಯನಂತೆ ಯಾವುದೇ ಸುರಕ್ಷೆ ಇರದೆ ಕಾಬೂಲ್ ನಗರವನ್ನು ಸುತ್ತಿದ್ದಿದೆ. ಕೇವಲ ಎಂಟು ಜನ ಕೂರುವ ಪುಟ್ಟ ಚಾರ್ಟರ್ ವಿಮಾನದಿಂದ ಹಿಡಿದು ಒಮ್ಮೆಗೆ ಹಲವು ನೂರು ಮಂದಿ ಕೂರುವ ಸಿ–17 ನಂತಹ ಬೃಹತ್ ಮಿಲಿಟರಿ ವಿಮಾನಗಳಲ್ಲಿ ಓಡಾಡಿದ್ದಿದೆ. ಜಗತ್ತಿನ ಅನೇಕ ದೇಶಗಳ ವಿವಿಧ ಸ್ತರದ ಜನರೊಟ್ಟಿಗೆ ಒಮ್ಮೆಲೇ ಒಂದೇ ಜಾಗದಲ್ಲಿ ಒಡನಾಡಿದ್ದಿದೆ. ಈ ನನ್ನ ಆಫ್ಘಾನಿಸ್ತಾನದ ನಂಟು ಅಮೇರಿಕ, ಯುರೋಪು ಮತ್ತು ಇತರೆ ಗಲ್ಫ್ ರಾಷ್ಟ್ರಗಳಿಗೆ ಆಗಾಗ ಹೋಗುವ ಅವಕಾಶದ ಬಾಗಿಲು ತೆರೆದಿಟ್ಟಿದ್ದಿದೆ.

ಬಹುಶಃ 2007–10ರ ನಡುವಿನ ವರ್ಷಗಳು. ಬ್ಲಾಗ್‌ಸ್ಪಾಟ್‌ಗಳೆಂಬ ಜಾಲತಾಣಗಳು ಉದಯೋನ್ಮುಖ ಬರಹಗಾರರಿಗೆ ಮತ್ತು ಓದುಗರಿಗೆ ಒಂದೊಳ್ಳೆಯ ಆನ್ಲೈನ್ ಪ್ಲಾಟ್‌ಫಾರ್ಮ್ ಒದಗಿಸುತ್ತಿದ್ದ ಕಾಲ ಅದು. ಸಾಹಿತ್ಯದ ವಿದ್ಯಾರ್ಥಿಯಲ್ಲದ ಆದರೆ ಓದುಗನ ತುಡಿತವಿದ್ದ ನನ್ನಲ್ಲೂ ತೋಚಿದ್ದನ್ನು ಗೀಚಲು ಅವಕಾಶ ಮಾಡಿಕೊಟ್ಟಿತ್ತು. ಅದೇ ಸಮಯದಲ್ಲಿ ಶ್ರೀಯುತ ಹರಿಪ್ರಸಾದ್ ನಾಡಿಗರು ಒದಗಿಸಿದ್ದ ಸಂಪದ ಡಾಟ್ ನೆಟ್ ಎಂಬ ಬರಹ ತಾಣ ನನ್ನಂತಹ ಮತ್ತೂ ಅನೇಕ ಕಿರಿಯ–ಹಿರಿಯ ಬರಹಗಾರರು, ಓದುಗರನ್ನು ಹತ್ತಿರಕ್ಕೆ ತಂದಿತ್ತು. ಆಗ ತಾನೇ ಕಂದಹಾರ್–ಕಾಬೂಲ್ ಎಲ್ಲಾ ಸುತ್ತಾಡಿ ಆ ರೋಚಕತೆಯನ್ನು ಅನುಭವಿಸಿ ಬಂದಿದ್ದ ನನಗೆ ಅದನ್ನು ದಾಖಲಿಸಲು ಸಂಪದ ಡಾಟ್ ನೆಟ್ ವರವಾಯ್ತು. ಇಂದಿಗೂ ಈ ತಾಣ ತನ್ನ ಅಸ್ತಿತ್ವವನ್ನು ಕಾಪಿಟ್ಟುಕೊಂಡು ಮುಂದೆ ಹೋಗುತ್ತಿದೆ ಎನ್ನುವುದು ಸಂತೋಷದ ಬೆಳವಣಿಗೆ. ಅಲ್ಲಿ ನನಗೆ ಸಿಕ್ಕ ಪ್ರೋತ್ಸಾಹ ಬರೆಯಲು ಮತ್ತಷ್ಟು ಹುರಿದುಂಬಿಸಿತು. ಸಂಪದಕ್ಕೆ ನಾನು ಕೃತಜ್ಞ, ಪ್ರತ್ಯಕ್ಷವಾಗಿಯೂ ಪರೋಕ್ಷವಾಗಿಯೂ ನನ್ನನ್ನು ಮೆಚ್ಚಿ ಮುಂದೆ ಬರೆಯಲು ಪ್ರೋತ್ಸಾಹಿಸಿದ ಸಂಪದದ ಎಲ್ಲ ಗೆಳೆಯರಿಗೂ ಆಭಾರಿ. ಮೊದಲ ಮೂರ್ನಾಲ್ಕು ಅಧ್ಯಾಯಗಳನ್ನು ಮಾತ್ರ ಸಂಪದದಲ್ಲಿ ಬರೆದು ನಂತರ ಕೆಲಸ ಮತ್ತು ಜೀವನದ ಒತ್ತಡಕ್ಕೆ ಸಿಲುಕಿ ಬರೆಯುವುದನ್ನು ನಿಲ್ಲಿಸಿಬಿಟ್ಟಿದ್ದೆ. ಇನ್ನೂ ಬರೆಯದ ವಿಷಯುಗಳನ್ನು ಒಂದು ಕಡೆ ತೀರ ಸಂಕ್ಷಿಪ್ತವಾಗಿ ದಾಖಲಿಸಿ ಜೋಪಾನವಾಗಿಟ್ಟಿದ್ದೆ. ಒಂದೊಂದು ಬಾರಿ ಆಫ್ಘಾನಿಗೆ ಹೋದಾಗಲೂ ಹಿಂದೆ

ನೋಡಿದ ಮತ್ತು ಅನುಭವಿಸಿದ ವಿಷಯಗಳು ಸ್ವಲ್ಪ ಏನೋ ಬದಲಾದಂತೆ ಮತ್ತು ವಿಷಯಗಳು ಮತ್ತಷ್ಟು ಮೊನಚಾದಂತೆ ಅನಿಸುತ್ತಿತ್ತು. ನನ್ನ ಅನುಭವ ಮತ್ತು ಬರವಣಿಗೆ ಪಕ್ವವಾಗಲಿ ಎಂದು ಕಾದದ್ದು ಕೂಡ ನಿಜವೇ.

ಹತ್ತು ವರುಷಗಳ ದುಬೈ ಜೀವನ ಮುಗಿಸಿ 2017ರಲ್ಲೇ ನಾನು ಊರಿಗೆ ವಾಪಸ್ಸಾದೆ. ಅದೇ ಕಂಪನಿಗೆ ಮನೆಯಿಂದಲೇ ಕನ್ಸಲ್ಟೆಂಟ್ ಇಂಜಿನಿಯರ್ ಆಗಿ ಕೆಲಸ ಮಾಡುತ್ತಿದ್ದೆ. ಅವಶ್ಯವಿದ್ದಾಗ ದುಬೈ, ಯೂರೋಪು, ಅಮೆರಿಕ, ಆಫ್ಘಾನಿಸ್ತಾನ್, ಇರಾಕ್ ಹಾಗೂ ಇನ್ನಿತರೆ ಮಧ್ಯಪ್ರಾಚ್ಯ ರಾಷ್ಟ್ರಗಳಿಗೆ ಕೆಲಸದ ನಿಮಿತ್ತ ಓಡಾಡುತ್ತಲೇ ಇದ್ದೆ. ಆಫ್ಘಾನಿಸ್ತಾನದ ನಂಟು 2020ರವರೆಗೆ ಇದ್ದೇ ಇತ್ತು. ಬರಹ ಮುಂದುವರೆಸಲು ಸಾಕಷ್ಟು ಸಮಯ ಕೂಡ ಸಿಗುತ್ತಿತ್ತು. ಆದರೂ ಸೋಮಾರಿತನದ ಕಾರಣಕ್ಕೋ ಅಥವಾ ಉತ್ಸಾಹದ ಕೊರತೆಗೋ ಬರೆಯಲು ಆಗಲಿಲ್ಲ. ಕೋವಿಡ್ ಮಾರಿಯ ಕಾರಣಕ್ಕೆ ನನ್ನ ಓಡಾಟ ಸಂಪೂರ್ಣ ನಿಂತಿತು. 2021ರಲ್ಲಿ ಆಫ್ಘಾನಿಸ್ತಾನದಲ್ಲಿದ್ದ ನ್ಯಾಟೊ ಮತ್ತು ಅಮೆರಿಕೆಯ ಸೈನ್ಯ ಹೊರಹೋಗಿ ತಾಲಿಬಾನಿಗಳ ಆಡಳಿತ ಶುರುವಾಯ್ತು. ಆ ಹೊತ್ತಿನ ತುರ್ತು ಪರಿಸ್ಥಿಯಲ್ಲಿ ಉದ್ವೇಗಗೊಂಡ ಜನರು ತಮ್ಮ ದೇಶದಿಂದ ಪಲಾಯನಗೊಳ್ಳಲು ಕಾಬೂಲ್ ಏರ್ಪೋರ್ಟಿನಲ್ಲಿ ಮಿಲಿಟರಿಯ ಸಿ–17 ವಿಮಾನದ ರೆಕ್ಕೆಯ ಆಸುಪಾಸು, ಲ್ಯಾಂಡಿಂಗ್ ಗೇರ್ ಜಾಗ ಮತ್ತು ಎಲ್ಲೆಲ್ಲಿ ಕೂರಲು ಸಾಧ್ಯವೋ ಅಲ್ಲೆಲ್ಲಾ ಕೂತು ಆ ವಿಮಾನ ಮೇಲೇರುವಾಗ ಹುಳುಗಳಂತೆ ಕೆಳಗೆ ಬೀಳುತ್ತಿದ್ದ ಭೀಕರ ದೃಶ್ಯವನ್ನು ಟಿವಿಯಲ್ಲಿ ನೋಡಿ ಗಾಬರಿಯಾದೆ. ನೆನಪಿನ ಸುರುಳಿ ಬಿಚ್ಚಿಕೊಂಡು ಹಾಗೇ ಕಣ್ಣೆದುರಿಗೆ ಹಾದುಹೋದಂತೆ ಅನಿಸಿತ್ತು. ಅದೇ ಜಾಗದಲ್ಲಿ ಲೆಕ್ಕವಿಲ್ಲದಷ್ಟು ಬಾರಿ ಓಡಾಡಿದ್ದೇನೆ. 'ಅದೆಂತಹ ಮಿಲಿಟರಿಯ ಶಿಸ್ತಿನ ತಾಣವಾಗಿತ್ತು ಅದು? ಕಾಬೂಲ್ ನಗರದಿಂದ ವಿಮಾನ ನಿಲ್ದಾಣಕ್ಕೆ ತಲುಪಲು ಅದೆಷ್ಟು ತಪಾಸಣಾ ಕೇಂದ್ರಗಳು, ಅದೆಷ್ಟು ಸುರಕ್ಷಾ ಕ್ರಮಗಳಿದ್ದವು?' ಎಂದು ನೆನೆದು ಹಲುಬಿದ್ದೇನೆ. ಈಗ ಅದೇ ಜಾಗದಲ್ಲಿ ಜನರು ಜಾತ್ರೆಗೆ ಸೇರಿದಂತೆ ಸೇರಿದ್ದಾರೆ. ಅಷ್ಟು ಅರಾಜಕತೆಯನ್ನು ಊಹಿಸಿಕೊಳ್ಳಲೂ ಅಸಾಧ್ಯ ನನಗೆ. ನನ್ನದೇ ಕಂಪನಿಯ ಕೆಲಸಗಾರರು ಅದರಲ್ಲೂ ಮಂಗಳೂರಿನ ಕೆಲ ಹುಡುಗರು ಅಲ್ಲಿ ಸಿಕ್ಕಿಹಾಕಿಕೊಂಡು ಒದ್ದಾಡಿದ್ದನ್ನು ಸುದ್ದಿಯಲ್ಲಿ ನೋಡಿ ಮರುಗಿದೆ. ಮತ್ತೆ ನೆನಪುಗಳು ತೀವ್ರವಾಗಿ ಕಾಡಲಾರಂಭಿಸಿದವು. ನಾನು ನೋಡಿದ, ಅನುಭವಿಸಿದ ಆಫ್ಘಾನಿಸ್ತಾನವನ್ನು ಎಲ್ಲರಿಗೂ ಹೇಳಬೇಕೆನ್ನುವ ತೀವ್ರತೆ ಕಾಡತೊಡಗಿ ಬರೆಯಲು ಮತ್ತೆ ಆರಂಭಿಸಿದೆ.

ಎಷ್ಟೋ ಮಂದಿ ಜಗತ್ತಿನ ಮೂಲೆ ಮೂಲೆ ಸುತ್ತಿರಬಹುದು. ಆದರೆ ನನಗೆ ಸಿಕ್ಕ ಈ ವಿಶಿಷ್ಟ ಅನುಭವ ಸಾಮಾನ್ಯವಾಗಿ ಇತರರಿಗೆ ದುರ್ಲಭ ಎಂದು ನನ್ನ ಭಾವನೆ. ಆಫ್ಘಾನಿಸ್ತಾನದಲ್ಲಿನ ಅನುಭವವಷ್ಟೇ ಅಲ್ಲದೆ ನಾರ್ಥ್ ಮೆಸಿಡೋನಿಯ, ಇರಾಕ್ ಮತ್ತು ಸೌದಿ ಅರೇಬಿಯಾದಲ್ಲಿ ನನಗಾದ ವಿಶಿಷ್ಟ ಅನುಭವವನ್ನೂ ಇಲ್ಲಿ ಚಿಕ್ಕದಾಗಿ ಬರೆಯುವ ಪ್ರಯತ್ನ ಮಾಡಿದ್ದೀನಿ. ಕನ್ನಡ ಸಾಹಿತ್ಯ ಪ್ರೇಮಿಯಾದ ನಾನು ನನಗೆ ಗೊತ್ತಿರುವ ಸರಳ ಭಾಷೆಯಲ್ಲಿ ಈ ವಿಶಿಷ್ಟ ಅನುಭವವನ್ನು ಪ್ರಸ್ತುತ ಪಡಿಸಲು ಪ್ರಯತ್ನಿಸಿದ್ದೇನೆ. ಕನ್ನಡ ಸಾಹಿತ್ಯ ಸಾಗರಕ್ಕೆ ಈ ಕೃತಿ ಒಂದು ಸಣ್ಣ ನೀರ ಹನಿಯೋ, ಮರಳಿನ ಒಂದು ಸಣ್ಣ ಕಣವೋ ಆಗಿ ಸೇರಿದರೆ ನಾನು ಧನ್ಯ.

ಪುಸ್ತಕ ಬರೆದು ಮುಗಿಸಿ ಯಾವ ಪ್ರಕಾಶಕರನ್ನು ಹೇಗೆ ತಾಗಬೇಕು ಎಂಬ ಕಿಂಚಿತ್ ಜ್ಞಾನ ಇಲ್ಲದ, ಸಾಹಿತಿ ಅಥವಾ ಲೇಖಕ ಬಳಗದ ಪರಿಚಯವಿರದಿದ್ದ ನನ್ನಂತಹವನಿಗೆ ಶ್ರೀ ವೀರಕಪುತ್ರ ಶ್ರೀನಿವಾಸ ಅವರು ಅಗತ್ಯ ವೇದಿಕೆ ಕಲ್ಪಿಸಿ

ಸರಿಯಾದ ಸಮಯದಲ್ಲಿ ಜಟಿಲ ಕೆಲಸವನ್ನು ಸಲೀಸು ಮಾಡಿದ್ದಾರೆ. ನಾನು ಎಂದಿಗೂ ಶ್ರೀನಿವಾಸ ಅವರಿಗೆ ಅಭಾರಿ. ವೀರಲೋಕ ಸಂಸ್ಥೆಯ ಪುಸ್ತಕ ಪ್ರಕಾಶನದ ವೈಖರಿ ನೋಡಿ ಅಚ್ಚರಿಗೊಂಡಿದ್ದೇನೆ. ಈ ವಿಶಿಷ್ಟ ಬಗೆಯ ಕನ್ನಡ ಸಾಹಿತ್ಯ ಪ್ರಚುರ ಸಾಹಸದಲ್ಲಿ ನನಗೂ ಒಂದು ಸಣ್ಣ ಭಾಗವಾಗಲು ಅವಕಾಶ ಕೊಟ್ಟಿರುವುದು ನನ್ನ ಸೌಭಾಗ್ಯವೇ ಸರಿ. ಸಾಹಿತ್ಯ ಕ್ಷೇತ್ರಕ್ಕೆ ಹೊಸಬನಾದ ನನಗೆ ಪ್ರಕಾಶನದ ಹಾದಿಯಲ್ಲಿ ಅಗತ್ಯ ಪರಿಷ್ಕರಣೆಯ ಸಲಹೆ ಸೂಚನೆಯನ್ನಿತ್ತು ಸಹಕರಿಸಿದ ವೀರಲೋಕ ಪ್ರಕಾಶನಕ್ಕೆ ನಾನು ಚಿರಋಣಿ. ನಿಮಗೆ ಮತ್ತು ನಿಮ್ಮ ಕನ್ನಡದ ಕೆಲಸಕ್ಕೆ ತುಂಬುಹೃದಯದ ಅಭಿನಂದನೆಗಳು ಮತ್ತು ಅಭಿವಂದನೆಗಳು. ಶುಭವಾಗಲಿ.

ನನ್ನೀ ರೋಚಕ ಪಯಣದ ವಿಶಿಷ್ಟ ಅನುಭವ ಕಥನಕ್ಕೆ ನಿಮಗೆ ಸ್ವಾಗತ.

–ಮಂಜುನಾಥ್ ಕುಣಿಗಲ್

ಮೈಸೂರು

23.11.2022

ಎರಡನೇ ಮುದ್ರಣಕ್ಕೆ ನನ್ನೆರೆಡು ನುಡಿ

ಪುಸ್ತಕ ಬಿಡುಗಡೆಯಾಗಿ ಇಷ್ಟು ಬೇಗ ಮರುಮುದ್ರಣಗೊಳ್ಳುತ್ತಿರುವುದು ನನಗಂತೂ ಎಣೆಯಿಲ್ಲದ ಸಂತೋಷವೇ! ಹೊಸಬನೊಬ್ಬನ ಚೊಚ್ಚಲ ಕೃತಿಯನ್ನು ಜನರು ಇಷ್ಟೊಂದು ಪ್ರೀತಿಯಿಂದ ಓದಿ ಪ್ರೋತ್ಸಾಹಿಸುತ್ತಾರೆ ಎನ್ನುವುದು ಇನ್ನಷ್ಟು ಖುಷಿಯ ವಿಚಾರ. ಎಲ್ಲಾ ಓದುಗರಿಗೂ ಅಕ್ಕರೆಯ ಅಭಿವಂದನೆಗಳನ್ನಲ್ಲದೆ ಇನ್ನೇನು ಹೇಳಲಿ?

ಸಾಮಾನ್ಯ ಕನ್ನಡಿಗನೊಬ್ಬ ತಾನು ಕಂಡನುಭವಿಸಿದ ಯುದ್ಧ ಹಾಗೂ ಯುದ್ಧಭೂಮಿಯ ಇನ್ನೊಂದು ಮಗ್ಗುಲಿನ ಪರಿಚಯವನ್ನು ಮಾಡಿಸುವ ಇಂತಹ ಸಂಕೀರ್ಣ ಕೃತಿಯನ್ನು ಓದುಗರು ಹೇಗೆ ಸ್ವೀಕರಿಸುವರೋ ಎಂಬ ಅಳುಕು ಇಂದಿಗೆ ಮುಗಿದಿದೆ. ಇಲ್ಲಿಯವರೆಗೆ ಈ ಕೃತಿಯ ಬಗ್ಗೆ ಎಲ್ಲಾ ವಯೋಮಾನದ ಓದುಗರಿಂದ ಧನಾತ್ಮಕ ಅಭಿಪ್ರಾಯಗಳೇ ಹರಿದುಬಂದಿದೆ. ಅದೆಷ್ಟೋ ಮಂದಿ ಓದುಗರು ನನ್ನ ಫೋನ್ ನಂಬರ್ ಹುಡುಕಿ ಕರೆಮಾಡಿ ಪುಸ್ತಕದ ಬಗ್ಗೆ ಅತ್ಯಂತ ಪ್ರೀತಿಯ ಮಾತುಗಳನ್ನಾಡಿದ್ದಾರೆ. ಅದರ ಪಟ್ಟಿ ಕೊಡಲು ಇನ್ನಷ್ಟು ಪುಟಗಳೇ ಆದೀತು. ಇಲ್ಲಿಂದ ಈ ಕೃತಿ ಇನ್ನಷ್ಟು ಜನರನ್ನು ತಲುಪಲಿ ಎಂಬ ಸದಾಶಯವಷ್ಟೇ ಕೊನೆಗೆ!

ಮುದ್ರಣ ಪೂರ್ವದಿಂದಲೂ ಇಲ್ಲಿಯವರೆಗೆ ಎಲ್ಲ ರೀತಿಯಲ್ಲೂ ಹೆಗಲಿಗೆ-ಹೆಗಲಾಗಿ ನಿಂತ ವೀರಕಪುತ್ರ ಶ್ರೀನಿವಾಸರಿಗೆ ನಾನು ಎಂದೆಂದಿಗೂ ಋಣಿ. ಕನ್ನಡ ಪುಸ್ತಕ-ಪ್ರಪಂಚದಲ್ಲಿ ಕ್ರಾಂತಿಯನ್ನೇ ಮಾಡಹೊರಟಿರುವ ವೀರಲೋಕದ ಸಣ್ಣ ಭಾಗವಾದ ಈ ನನ್ನ ಕೃತಿ ಮತ್ತು ನಾನು ಧನ್ಯ!

ನನ್ನ ಪುಸ್ತಕದ ಕರಡು ತಿದ್ದುವಾಗ ನಾನು ಮಾಡಿದ್ದ ಅಸಂಖ್ಯಾತ ತಪ್ಪುಗಳನ್ನು ತಿದ್ದಿತೀಡಿದ್ದ ನಿವೇದಿತ ಮೇಡಂರನ್ನು ನಾನು ಪ್ರೀತಿಯಿಂದ ನೆನೆಯಲೇಬೇಕು. ಕರಡು ತಿದ್ದುವಿಕೆ ಮುಗಿದ ಮೇಲೆ ನನಗೆ ನೇರ ಕರೆಮಾಡಿ ಪುಸ್ತಕದ ಬಗ್ಗೆ ನಾಲ್ಕು ಒಳ್ಳೆಯ ಮಾತನಾಡಿದ್ದು ಈ ಪುಸ್ತಕದ ಮೊದಲನೆಯ ವಿಮರ್ಶೆಯಷ್ಟೇ ಅಲ್ಲ, ನನಗೆ ಸಿಕ್ಕ 'ಮಾರಲ್-ಬೂಸ್ಟ್' ಕೂಡ.

ನನ್ನೆಲ್ಲಾ ಕಿರುಕುಳವನ್ನು ಸಹಿಸಿಕೊಂಡು ಸಹಕರಿಸಿದ ಬೆಟ್ಟದಷ್ಟು ತಾಳ್ಮೆಯ ಅದ್ಭುತ ಒಳಪುಟ ವಿನ್ಯಾಸಕಾರ ವಿಜಯ ವಿಕ್ರಮರಿಗೆ ಪ್ರೀತಿಯ ಅಭಿವಂದನೆ.

ಪುಸ್ತಕದ ತಿರುಳಿಗೆ ಚಿತ್ರದ ಆಯಾಮ ಕೊಟ್ಟು ಒಂದೊಳ್ಳೆ ಮುಖಪುಟ ರಚಿಸಿದ ಪ್ರಶಾಂತ್ ವಿಟ್ಲರಿಗೆ ಆಭಾರಿ.

ಪುಸ್ತಕ ಮುದ್ರಣವಾಗುವವರೆಗೂ ಮಾರ್ಗದರ್ಶಕಿಯಂತೆ ನಿಂತು ಎಲ್ಲಾ ಹಂತದಲ್ಲೂ ಸಹಕರಿಸಿದ ಕೌಸ್ತುಭಾ ಮೇಡಂರಿಗೆ ನಮಸ್ಕಾರ.

ಸಿನೆಮಾ ಟ್ರೈಲರ್ ಮಟ್ಟಕ್ಕೆ ನನ್ನ ಪುಸ್ತಕದ ಟ್ರೈಲರನ್ನು ಕಟ್ಟಿಕೊಟ್ಟ ಪ್ರತಿಭಾವಂತ ಸಾಹಿತಿ, ನಿರ್ದೇಶಕ ಮಳವಳ್ಳಿ ಪ್ರಸನ್ನರಿಗೆ ಆಭಾರಿ. ಈ ಪ್ರಕ್ರಿಯೆಯಲ್ಲಿ ನೆರವಾದ ರಾಜ್-ವಿಷ್ಣು, ಆನಂದ್, ಗೋವಿಂದ್ ಮತ್ತು ಎಲ್ಲಾ ವೀರಲೋಕದ ಫ್ಯಾಮಿಲಿಗೆ ಅತ್ಯಂತ ಪ್ರೀತಿಯ ಧನ್ಯವಾದ.

ಪುಸ್ತಕ ರಾತ್ರಿಯೆಂಬ ವಿನೂತನ ಪುಸ್ತಕ ಬಿಡುಗಡೆಯ ಕಾರ್ಯಕ್ರಮದಲ್ಲಿ ನನ್ನ ಈ ಕೃತಿ ಬಿಡುಗಡೆ ಮಾಡಿ, ವಿಶ್ವವಾಣಿ ಕ್ಲಬ್-ಹೌಸಿನಲ್ಲಿ ಮಾತನಾಡಲು ಅವಕಾಶ ಮಾಡಿಕೊಟ್ಟು, ಪತ್ರಿಕೆಯಲ್ಲೂ ಅದರ ವಿವರಗಳನ್ನು ಪ್ರಕಟಿಸಿ ಪ್ರೋತ್ಸಾಹಿಸಿದ ಹಿರಿಯ ಪತ್ರಿಕಾ ಸಂಪಾದಕರಾದ ವಿಶ್ವೇಶ್ವರ ಭಟ್ಟರಿಗೆ ಪ್ರೀತಿಯ ಧನ್ಯವಾದ.

ಸಾಹಿತ್ಯ ವಲಯದ ಕಿಂಚಿತ್ ಪರಿಚಯವಿಲ್ಲದ ನಾನು ಪುಸ್ತಕ ಹೊರಬಂದ ಮೇಲೆ ಪ್ರಚಾರದ ಸಲುವಾಗಿ ಯಾರನ್ನು ಹೇಗೆ ತಾಗುವುದು ಎಂಬ ಜಿಜ್ಞಾಸೆಯಲ್ಲಿ ಬಿದ್ದಾಗ ನನಗೆ ಮೊದಲು ಹೊಳೆದ ಹೆಸರು ರಂಗಸ್ವಾಮಿ ಮೂಕನಹಳ್ಳಿ ಎಂಬ ಸಹೋದರ ಸಜ್ಜನ. ರಂಗಣ್ಣ ನನ್ನನ್ನು ಮನೆಗೆ ಪ್ರೀತಿಯಿಂದ ಬರಮಾಡಿಕೊಂಡು ನನ್ನ ಪುಸ್ತಕದ ಪರಿಚಯದ ಚೆಂದನೆಯ ವೀಡಿಯೋವೊಂದನ್ನು ಮಾಡಿದ್ದು ಶುಭಾರಂಭ. ತನ್ನ ಆಪ್ತವಲಯಕ್ಕೆಲ್ಲಾ ನನ್ನ ಪುಸ್ತಕ ಪರಿಚಯ ಮಾಡಿಸಿ ಸಾಕಷ್ಟು ಜನರಿಗೆ ತಲುಪುವಂತೆ ಮಾಡಿ, ಈ ನನ್ನ ಕೃತಿಯನ್ನು ತನ್ನದೇ ಕೃತಿ ಎಂಬಷ್ಟು ಪ್ರೀತಿಹರಿಸಿದ ರಂಗಣ್ಣನಿಗೆ ಪ್ರೀತಿಯ ಧನ್ಯವಾದ.

ವಿಸ್ತಾರ ನ್ಯೂಸ್ ಬುಕ್-ಟಾಕ್ ಕಾರ್ಯಕ್ರಮದಲ್ಲಿ ಅವಕಾಶ ಕೊಟ್ಟು ಪ್ರೋತ್ಸಾಹಿಸಿದ ಕುಸುಮ ಆಯರಹಳ್ಳಿ ಎಂಬ ಸ್ನೇಹಜೀವಿ, ಸಹಾಯಜೀವಿಗೆ ಎಂದಿಗೂ ಆಭಾರಿ.

ನನ್ನಂತಹ ಹೊಸಬನ ಕೃತಿಯನ್ನು ಓದಿ ಒಂದೊಳ್ಳೆಯ ವಿಮರ್ಶೆಯನ್ನು ಮತ್ತು ಸಲಹೆ ಸೂಚನೆಗಳನ್ನೂ ಕೊಟ್ಟು ಪ್ರೋತ್ಸಾಹಿಸಿದ ಹಿರಿಯ ಸಾಹಿತಿಗಳಾದ ಅರವಿಂದ ಚೊಕ್ಕಾಡಿ, ವಸುಧೇಂದ್ರ ಮತ್ತು ಕೇಶವ ಮಳಿಗಿಯವರಿಗೆ ವಿನಮ್ರ ನಮನಗಳು.

ಗೌರೀಶ್ ಅಕ್ಕಿ ಸ್ಟುಡಿಯೋದ 'ಹೊಸ ಪುಸ್ತಕ' ಎಂಬ ಕಾರ್ಯಕ್ರಮದಲ್ಲಿ 'ಕುಣಿಗಲ್ ಟು ಕಂದಹಾರ್' ಬಗ್ಗೆ ಒಂದು ವಿಶೇಷ ಸಂಚಿಕೆಯನ್ನೇ ಮಾಡಿ ಪುಸ್ತಕವು ಇನ್ನಷ್ಟು ಜನರಿಗೆ ತಲುಪಲು ಅನುವು ಮಾಡಿಕೊಟ್ಟ ಗೌರೀಶ್ ಅಕ್ಕಿಯವರ ಸಾಹಿತ್ಯ ಪ್ರೀತಿಗೆ ಆಭಾರಿ.

ದಿನಪತ್ರಿಕೆಗಳಲ್ಲಿ ನನ್ನ ಕೃತಿಯ ಬಗ್ಗೆ ಪರಿಚಯಿಸಿದ ಸಾಹಿತಿ ಮತ್ತು ಹಿರಿಯ ಪತ್ರಕರ್ತರಾದ ಎ ಆರ್ ಮಣಿಕಾಂತ್ ಮತ್ತು ವಿದ್ಯಾರಶ್ಮಿ ಪೆಲ್ಲತಡ್ಕ ಮೇಡಂರಿಗೆ ಪ್ರೀತಿಯ ನಮಸ್ಕಾರ.

ಬುಕ್-ಬ್ರಹ್ಮದ 'ಝೂಮ್' ಎಂಬ ಕಾರ್ಯಕ್ರಮದಲ್ಲಿ ನನ್ನನ್ನು ಮತ್ತು ನನ್ನ ಕೃತಿಯನ್ನು ಪರಿಚಯಿಸಿದ ಬುಕ್-ಬ್ರಹ್ಮ ತಂಡದ ವಿಶಿಷ್ಟ ಸಾಹಿತ್ಯ ಸೇವೆಗೆ ಆಭಾರಿ.

ಪುಸ್ತಕ ಓದಿ ಚೆಂದದೊಂದು ವಿಮರ್ಶಾ ಬರಹ ಕೊಟ್ಟಿದ್ದಲ್ಲದೇ, ಗೌರೀಶ್-ಅಕ್ಕಿ ಸ್ಟುಡಿಯೋದಲ್ಲಿನ ಮಹಾಭಾರತ ಸರಣಿಯಲ್ಲಿ ಕುರುಕ್ಷೇತ್ರದ ವರ್ಣನೆ ಮಾಡುವಾಗ ನನ್ನ ಪುಸ್ತಕದಲ್ಲಿನ ಕಂದಹಾರ್ ಯುದ್ಧಭೂಮಿಯ ಸಾಮ್ಯತೆಗಳ ಉಲ್ಲೇಖ ಮಾಡಿದ ವಿದ್ವಾನ್ ಜಗದೀಶ್ ಶರ್ಮ ಸಂಪರವರಿಗೆ ನಲ್ಮೆಯ ನಮನ.

ಇನ್ನಷ್ಟು ಬರೆಯಲು ಉತ್ತೇಜಿಸುವಂತಹ ಉತ್ತಮ ವಿಮರ್ಶೆಗಳನ್ನು ಬರೆದು ಪ್ರೋತ್ಸಾಹಿಸಿದ ಸಹಲೇಖಕರು ಮತ್ತು ಪ್ರೀತಿಯ ಓದುಗರಿಗೆ ಧನ್ಯವಾದಗಳು.

ಪ್ರತ್ಯಕ್ಷವಾಗಿ ಇಲ್ಲವೇ ಪರೋಕ್ಷವಾಗಿ ಪ್ರೋತ್ಸಾಹಿಸಿದ, ಸಹಕರಿಸಿದ, ಹರಸಿದ, ತಿದ್ದಿದ, ಸಲಹೆ-ಸೂಚನೆ ನೀಡಿದ ಎಲ್ಲಾ ಪ್ರೀತಿಯ ಜೀವಗಳನ್ನು ಅದಮ್ಯ ಪ್ರೀತಿಯಿಂದ ನೆನೆಯುತ್ತೇನೆ.

'ಕುಣಿಗಲ್ ಟು ಕಂದಹಾರ್' ಎಂಬ ಈ ವಿಶಿಷ್ಟ ಪುಸ್ತಕದ ಓದಿನ ಸುಖ ಮತ್ತೆಮತ್ತೆ ನಿಮ್ಮದಾಗಲಿ.

ನಿಮ್ಮ ಅಭಿಪ್ರಾಯಗಳನ್ನು ದಯವಿಟ್ಟು ಬರೆದು ಕಳುಹಿಸಿ.

ವಂದನೆಗಳೊಂದಿಗೆ,

–ಮಂಜುನಾಥ್ ಕುಣಿಗಲ್

ಮೈಸೂರು

ಪ್ರಕಾಶಕರ ಮಾತು

ಪ್ರಿಯ ಓದುಗ ದೊರೆಗಳೆ, ಅತ್ಯಂತ ಪ್ರಾಚೀನ ಭಾಷೆಗಳಲ್ಲಿ ಒಂದಾದ ಕನ್ನಡಕ್ಕೆ ಭಾರತೀಯ ಭಾಷೆಗಳಲ್ಲೇ ವಿಶೇಷ ಸ್ಥಾನವಿದೆ. ಈ ನೆಲದ ಮಣ್ಣಿನ ಕಣಕಣದಲ್ಲೂ ಸಾಹಿತ್ಯದ ಘಮಲಿದೆ. ಸಾಂಸ್ಕೃತಿಕ ಹುಡಿಯಿದೆ. ಎಂಟು ಜ್ಞಾನಪೀಠ ಪ್ರಶಸ್ತಿಗಳನ್ನು ಪಡೆದ ಹೆಮ್ಮೆಯೂ ಜತೆಗಿದೆ. ಆದರೆ, ಸಾಹಿತ್ಯವನ್ನು ದಾಟಿಸುವ ವಿಷಯದಲ್ಲಿ ನಾವು ಹಿಂದೆ ಇದ್ದೇವೆ. ಸಂಕಟ ಪಡುವಷ್ಟು ಓದುಗರ ಸಂಖ್ಯೆಯನ್ನು ಹೊಂದಿದ್ದೇವೆ. ಕನ್ನಡದಲ್ಲಿ ವರ್ಷಕ್ಕೆ ಸಾವಿರಾರು ಶೀರ್ಷಿಕೆಯ ಪುಸ್ತಕಗಳು ಮುದ್ರಣವಾದರೂ ಕೆಲವೇ ಕೆಲವು ಸಾಹಿತಿಗಳನ್ನು ಹೊರತುಪಡಿಸಿ, ಹೆಸರಾಂತ ಸಾಹಿತಿಗಳ ಪುಸ್ತಕಗಳ ಪ್ರತಿಗಳು ಖರ್ಚಾಗುವುದು ಕೇವಲ ಐನೂರು, ಸಾವಿರ ಮಾತ್ರ. ಹೊಸಬರದ್ದು ಇನ್ನೂ ಘೋರ. ಕರ್ನಾಟಕದ ಏಳೂವರೆ ಕೋಟಿ ಜನಸಂಖ್ಯೆಯಲ್ಲಿ, ಒಬ್ಬ ಲೇಖಕನ ಪುಸ್ತಕವು ಸಾವಿರ ಜನರಿಗೂ ತಲುಪುತ್ತಿಲ್ಲ ಎನ್ನುವುದು ಖೇದಕರ. ಆದರೆ, ಇದನ್ನು ನಂಬಲು ಸಾಧ್ಯವಾ?

ನಿಜವಾಗಿಯೂ ಓದುಗರು ಇಲ್ಲವಾ? ಅಥವಾ ಓದುಗರಿದ್ದರೂ ಅವರಿಗೆ ಕೃತಿಗಳನ್ನು ತಲುಪಿಸುವಲ್ಲಿ ಸೋಲುತ್ತಿದ್ದೇವಾ? ಎನ್ನುವ ಪ್ರಶ್ನೆಯೊಂದಿಗೆ ನಾನು ನಿಮ್ಮಂಥ ಓದುಗರ ಬೆನ್ನುಹತ್ತಿದೆ. ಲಕ್ಷಾಂತರ ಓದುಗರಿದ್ದಾರೆ. ಆದರೆ ಅವರನ್ನು ತಲುಪುವಲ್ಲಿ ನಾವು ಸೋಲುತ್ತಿದ್ದೇವೆ ಎಂಬುದು ನನಗೆ ಮೇಲ್ನೋಟಕ್ಕೆ ಹೊಳೆದ ಸತ್ಯ. ಆ ಕಾರಣದಿಂದಲೇ ನಾನೀಗ ಓದುಗ ಮತ್ತು ಲೇಖಕರ ನಡುವಿನ ಸೇತುವೆಯೊಂದರ ನಿರ್ಮಾಣಕ್ಕೆ ಮುಂದಾಗಿದ್ದೇನೆ. ಆ ಸೇತುವೆಯ ಹೆಸರು 'ವೀರಲೋಕ ಬುಕ್ಸ್'.

ಕುಗ್ರಾಮವೊಂದರಲ್ಲಿ ತಯಾರಾದ ಮಡಕೆಯೊಂದು ಇವತ್ತು ಕಾರ್ಪೊರೇಟ್ ಅಂಗಳದಲ್ಲಿ ಮಾರಾಟಕ್ಕಿದೆ. ಪದವಿ, ಪುರಸ್ಕಾರಗಳನ್ನು ಪಡೆದುಕೊಂಡ ಬರಹಗಾರನೊಬ್ಬನ ಕೃತಿಯು ಸುಸಜ್ಜಿತ ಪುಸ್ತಕ ಮಳಿಗೆಯನ್ನು ತಲುಪುವಲ್ಲಿ ಸೋತಿದೆ. ಹಾಗಾಗಿ 'ವೀರಲೋಕ ಬುಕ್ಸ್' ಕನ್ನಡ ಪುಸ್ತಕ ಲೋಕಕ್ಕೆ ಕಾರ್ಪೊರೇಟ್ ಟಚ್ ನೀಡುವ ಉದ್ದೇಶ ಹೊಂದಿದೆ. ಕೇವಲ ಪಟ್ಟಣದಲ್ಲಿ ಮಾತ್ರವಲ್ಲ, ಹಳ್ಳಿಗಾಡಿನ ಕಟ್ಟಕಡೆಯ ಓದುಗನಿಗೂ ಕನ್ನಡ

ಪುಸ್ತಕವನ್ನು ತಲುಪಿಸುವ ದೃಢ ಸಂಕಲ್ಪ ನಮ್ಮದಾಗಿದೆ. ಒಬ್ಬ ಓದುಗ ತಾನು ಇಷ್ಟಪಡುವ ಪುಸ್ತಕ ಕೊಳ್ಳಬೇಕಾದರೆ ನಿಗದಿತ ಪುಸ್ತಕದ ಅಂಗಡಿಗೆ ಬಂದರೆ ಮಾತ್ರ ಸಿಗುತ್ತದೆ ಎಂಬುದು ನಿಜಕ್ಕೂ ಓದುಗನಿಗೆ ಮಾಡುತ್ತಿರುವ ಮೋಸ. ಆದ್ದರಿಂದ ಅವನಿರುವ ಕಡೆಯೇ ಪುಸ್ತಕ ಸಿಗುವಂತೆ ಮಾಡುವ ಉದ್ದೇಶ ನಮ್ಮ ಪ್ರಕಾಶನದ್ದು. ಅದಕ್ಕಾಗಿ ಒಂದು ದೊಡ್ಡ ನೆಟ್‌ವರ್ಕ್ ಸಿದ್ಧ ಮಾಡಿದ್ದೇವೆ. ಊರೂರಲ್ಲಿ ಪುಸ್ತಕ ಸಿಗುವಂತೆ ಮಾಡುತ್ತಿದ್ದೇವೆ. ಇನ್ನೂ ಏನೇನೋ ಯೋಜನೆಗಳಿವೆ...

ಈ ಹೊಸ ರೀತಿಯ ಕಾರ್ಯಶೈಲಿಯ ಮೂಲಕ ನಾವು ನಮ್ಮ ವೀರಲೋಕ ಪ್ರಕಾಶನವನ್ನು ಆರಂಭಿಸಿದ್ದೇವೆ. ಇದಕ್ಕೆ ಉದಯೋನ್ಮುಖ ಲೇಖಕರಾದ ಶ್ರೀ ಮಂಜುನಾಥ್ ಕುಣಿಗಲ್ ಹಾಗೂ ನಾಡಿನ ಖ್ಯಾತ ಸಾಹಿತಿಗಳಾದ ಶ್ರೀ ವಿಶ್ವೇಶ್ವರ ಭಟ್, ಶ್ರೀ ಕುಂ. ವೀರಭದ್ರಪ್ಪ, ಶ್ರೀ ಜೋಗಿ, ಶ್ರೀ ರವಿ ಕೃಷ್ಣಾರೆಡ್ಡಿ, ಶ್ರೀ ರಂಗಸ್ವಾಮಿ ಮೂಕನಹಳ್ಳಿ, ಶ್ರೀಮತಿ ದೀಪಾ ಹಿರೇಗುತ್ತಿ, ಶ್ರೀ ಗಣೇಶ್ ಕಾಸರಗೋಡು, ಅನಂತ ಹುದೆಂಗಜೆ, ಡಾ. ಶರಣು ಹುಲ್ಲೂರು, ಶ್ರೀ ಸಂತೋಷಕುಮಾರ ಮೆಹೆಂದಳೆ, ಎನ್. ಧನಂಜಯ, ಡಾ. ಡಿ.ಎಸ್. ಶ್ರೀನಿವಾಸ ಪ್ರಸಾದ್, ಡಾ. ಗವಿಸ್ವಾಮಿ ಎನ್., ನರೇಂದ್ರ ರೈ ದೇರ್ಲ, ಶ್ರೀ ಮಂಜುನಾಥ್ ಚಾಂದ್, ಶ್ರೀಮತಿ ಶುಭಶ್ರೀ ಭಟ್ಟ, ಶ್ರೀಮತಿ ನಾಗವೇಣಿ ವೆಂ. ಹೆಗಡೆ ಹೆಗ್ಗರ್ಸಿಮನೆ, ಶ್ರೀ ರಾಘವ್, ಡಾ. ವಾಸುದೇವ ಶೆಟ್ಟಿ, ಶ್ರೀ ಸದಾಶಿವ್ ಸೊರಟೂರು, ಶ್ರೀ ರಾಜೀವ ನಾರಾಯಣ ನಾಯಕ, ಶ್ರೀ ಶಶಿಧರ ಹಾಲಾಡಿ, ಶ್ರೀ ಎಸ್.ವಿ. ಶ್ರೀನಿವಾಸಮೂರ್ತಿ, ಶ್ರೀ ನೌಶಾದ್ ಜನ್ನತ್ತ್, ಶ್ರೀ ಜಯರಾಮಾಚಾರಿ, ಶ್ರೀಮತಿ ಗಾಯತ್ರಿ ರಾಜ್ ಮತ್ತು ಖ್ಯಾತ ಕಲಾವಿದರಾದ ಶ್ರೀ ರಮೇಶ್ ಅರವಿಂದ್ ಅವರು ವೀರಲೋಕಕ್ಕೆ ತಮ್ಮ ಕೃತಿಗಳನ್ನು ಕೊಟ್ಟು ಪ್ರೋತ್ಸಾಹಿಸುತ್ತಿದ್ದಾರೆ. ಓದುಗನಿರುವ ಕಡೆಯೇ ಪುಸ್ತಕಗಳನ್ನು ಒದಗಿಸುವ ಈ ಮಹತ್ಕಾರ್ಯಕ್ಕೆ ನಿಮ್ಮ ಬೆಂಬಲವೂ ಇರಲೆಂದು ಪ್ರಾರ್ಥಿಸುವೆ.

'ಕುಣಿಗಲ್ ಟು ಕಂದಹಾರ್' ಕೃತಿ ಓದುವ ಸುಖ ನಿಮ್ಮದಾಗಲಿ.

ನಿಮ್ಮ,

–ವೀರಕಪುತ್ರ ಶ್ರೀನಿವಾಸ

ವೀರಲೋಕ ಬುಕ್ಸ್

ಪರಿವಿಡಿ

1

ದುಬೈ ಟು ಕಂದಹಾರ್

2007–8ರ ವರ್ಷ ಅದು. ಜಗತ್ತಿನೆಲ್ಲೆಡೆ ರಿಸೆಶನ್ ಭೂತ ಆವರಿಸುತ್ತಿದ್ದ ಕಾಲ. ಸದ್ದಾಂ ಹುಸೇನ್‌ನನ್ನು ಹಣಿಯಲು ಇರಾಕಿನಲ್ಲಿ ಭೀಕರ ಯುದ್ಧ ನಡೆಸಿ, 11ನೇ ಸೆಪ್ಟೆಂಬರ್ 2001ರಲ್ಲಿ ನಡೆದ ಅಮೇರಿಕಾದ ವರ್ಲ್ಡ್ ಟ್ರೇಡ್ ಸೆಂಟರ್ ಮೇಲಿನ ಭಯೋತ್ಪಾದನಾ ದಾಳಿಗೆ ಒಸಾಮಾ–ಬಿನ್–ಲಾಡೆನ್ ಕಾರಣ ಎಂದು ಭೂಗತನಾಗಿದ್ದ ಅವನನ್ನು ಹುಡುಕುತ್ತಾ ಆಫ್ಘಾನಿಸ್ತಾನದವರೆಗೆ ಬಂದ ಅಮೆರಿಕಾ, ನ್ಯಾಟೋ ಜೊತೆಗೂಡಿ ತಾಲಿಬಾನಿ ಉಗ್ರರ ಜೊತೆ ಸಂಘರ್ಷಕ್ಕೆ ಇಳಿದು ಯುದ್ಧ ತೀವ್ರತೆಯನ್ನು ಹೆಚ್ಚಿಸಿತ್ತು. ಜಗತ್ತಿನ ದೊಡ್ಡ ದೊಡ್ಡ ಮಿಲಿಟರಿ ಶಕ್ತಿಗಳು ಆಫ್ಘಾನಿಸ್ತಾನದೆಲ್ಲೆಡೆ ಬೀಡು ಬಿಟ್ಟಿದ್ದವು.

ಇರಾಕ್ ಮತ್ತು ಆಫ್ಘಾನಿಸ್ತಾನದಲ್ಲಿ ನಡೆಯುತ್ತಿದ್ದ ಆ ಯುದ್ಧಗಳಲ್ಲಿ ಭಾಗಿಯಾಗಿದ್ದ ನ್ಯಾಟೊ ಸದಸ್ಯ ರಾಷ್ಟ್ರಗಳು ಮತ್ತು ಅಮೆರಿಕೆಯ ಸೈನಿಕರಿಗೆ ಅಲ್ಲಿನ ಯುದ್ಧಭೂಮಿಗಳಲ್ಲಿ ಎಲ್ಲಾ ತೆರನಾದ ಸೌಕರ್ಯವನ್ನೊದಗಿಸುವ ಅತೀವ ಕುತೂಹಲಕಾರಿ ಹಾಗೂ ಅಷ್ಟೇ ಅಪಾಯಕಾರಿ ಕೆಲಸ ನಾನು ಕಾರ್ಯ ನಿರ್ವಹಿಸುತ್ತಿದ್ದ ಕಂಪನಿಯದು. ಆಗಷ್ಟೇ ಅಮೆರಿಕಾ ದೇಶವು

ಇರಾಕ್‌ನಲ್ಲಿನ ತನ್ನ ಬಹುತೇಕ ಯೋಧರನ್ನು ಹಿಂದಕ್ಕೆ ಕರೆಸಿಕೊಂಡು ಆಫ್ಘಾನಿಸ್ತಾನದ ಮಿಲಿಟರಿ ಕ್ಯಾಂಪ್‌ನೊಳಗೆ ತಳ್ಳುತ್ತಿತ್ತು. ಅತ್ಯಂತ ಕಡಿಮೆ ಅವಧಿಯಲ್ಲಿ ಅಮೆರಿಕಾದ ಸೈನಿಕರಿಗೆ ವಸತಿ ಕ್ಯಾಂಪ್ ಸೇರಿದಂತೆ ಮತ್ತೂ ಕೆಲ ಏರ್‌ಬೇಸ್‌ಗಳನ್ನು ನಿರ್ಮಾಣ ಮಾಡುವ ಕಾಂಟ್ರ್ಯಾಕ್ಟ್ ನಮ್ಮ ಕಂಪನಿಗೆ ದೊರಕಿತ್ತು. ನಿರ್ಮಾಣ ಹಂತದಲ್ಲಿದ್ದ ಕಂದಹಾರ್ ಏರ್‌ಬೇಸಿನಲ್ಲಿನ ಒಂದು ಹೊಸ ಪ್ರಾಜೆಕ್ಟಿನಲ್ಲಿದ್ದ ಯಾವುದೋ ತಾಂತ್ರಿಕ ದೋಷದ ನೆಪವೊಡ್ಡಿ ನನ್ನನ್ನು ಅಲ್ಲಿಗೆ ತತ್‌ಕ್ಷಣವೇ ಹೊರಡಲುನುವಾಗುವಂತೆ ಆದೇಶ ಹೊರಬಿದ್ದಿತ್ತು. ತೀರ ಅವಶ್ಯಕತೆ ಬಿದ್ದಾಗ ವರ್ಷಕ್ಕೆ ಕನಿಷ್ಟ ಇಂತಿಷ್ಟು ದಿನಗಳ ಮಟ್ಟಿಗಾದರೂ ಯುದ್ಧ ಪೀಡಿತ ಪ್ರದೇಶಗಳಲ್ಲಿನ ನಮ್ಮ ಕಂಪನಿಯ ಕ್ಯಾಂಪಿನಲ್ಲಿ ಉಳಿಯಬೇಕಾಗಿಬರಬಹುದು ಎಂಬ ಒಪ್ಪಂದಕ್ಕೆ ಈ ಮೊದಲೇ ಒಪ್ಪಿದ್ದ ಕಾರಣ ಆ ಆದೇಶಕ್ಕೆ ತಲೆ ಬಾಗಿಸಲೇಬೇಕಾಗಿ ಬಂದಿತ್ತು.

'ಹಗಲು ಕಂಡ ಬಾವಿಗೆ ಹಗಲೇ ಬಿಳೋಕ್ಕಾಗುತ್ಯೇ? ಆ ಭಯಂಕರ ಗುಂಡಿನ ಮೊರೆತವನ್ನ ಕೇಳಿದರೇ ಕಿವಿ ತೂತಾಗುತ್ತಂತೆ! ರಾಕೆಟ್, ಶೆಲ್ ಅಥವಾ ಬಾಂಬ್‌ಗಳ ಆ ನಿರಂತರ ದಾಳಿಗಳನ್ನೆಲ್ಲಾ ಅನುಭವಿಸೋ ಕೆಟ್ಟ ಧೈರ್ಯವದೇಕೆ? ಅದರಲ್ಲೂ ಹೊರಗಿನವರನ್ನು ಹುಡುಕಿ ಹುಡುಕಿ ಕೊಲ್ತಾರಂತೆ ಅಲ್ಲಿ! ಬದುಕಿದ್ದರೆ ಎಲ್ಲಾದರೂ ಹೇಗೋ ಬದುಕಿಕೊಳ್ಳಬಹುದು ಅಲ್ವಾ?' ಹೀಗೇ ನೂರಾರು ಹಿತ ವಚನಗಳು ಸ್ನೇಹಿತ ವಲಯದಿಂದ ಧಾರಾಕಾರವಾಗಿ ಹರಿದು ಬಂದಿತ್ತು. ನನ್ನ ಕುಟುಂಬಕ್ಕೆ ನಾನು ಟರ್ಕಿ ದೇಶಕ್ಕೆ ಹೋಗುತ್ತಿರುವೆನೆಂದು ಸುಳ್ಳು ಹೇಳಬೇಕಾಯಿತು. ನಾನು ಅಲ್ಲಿಗೆ ಹೋಗುತ್ತಿರುವ ವಿಷಯ ತಿಳಿದು ಮೊದಮೊದಲಿಗೆ ಸಹಜವಾಗಿ ಭಯವಾಗುತಿತ್ತು. ನನ್ನ ಸಹೋದ್ಯೋಗಿಗಳ ಅನುಭವಗಳನ್ನ ಕೇಳಿ ಇನ್ನೂ ಗಾಬರಿ ಹೆಚ್ಚಾಗಿತ್ತು. ಇನ್ನೊಂದು ರೀತಿಯಲ್ಲಿ ನನಗೂ ಒಂದು ಕೆಟ್ಟ ಕುತೂಹಲ. ಒಮ್ಮೆಯಾದರೂ ರಣರಂಗದ ಅನುಭೂತಿ ಪಡೆಯಬೇಕೆಂಬ ಹುಚ್ಚು ಆಸೆ. ಇತಿಹಾಸ ಪ್ರೇಮಿಯಾದ ನನಗೆ ಮಹಾಭಾರತ ಕಾಲದ ಗಾಂಧಾರ ರಾಜ್ಯವೆಂಬ ಸೆಂಟಿಮೆಂಟೂ ಅತ್ತ ದೂಡುತ್ತಿತ್ತು ಅನ್ನುವುದರಲ್ಲಿ ಆಶ್ಚರ್ಯವೇನಿಲ್ಲ. ತಿಂಗಳ ಹಿಂದೆ ಆಫ್ಘಾನಿಸ್ತಾನಕ್ಕೆ ಹೊರಡಬೇಕಿದ್ದ ನನ್ನಿಬ್ಬರು ಸಹೋದ್ಯೋಗಿಗಳು ಏನೇನೋ ಸಬೂಬು ಹೇಳಿ ತಪ್ಪಿಸಿಕೊಳ್ಳುವ ನಾಟಕ ಮಾಡಿದ್ದರಿಂದ ಅವರನ್ನು ಮುಲಾಜಿಲ್ಲದೆ ಕೆಲಸದಿಂದ ತೆಗೆದು ಹಾಕಲಾಗಿತ್ತು ಎಂಬ ಭಯ ಕೂಡ ನನ್ನನ್ನು ಕಂದಹಾರ್ ಕಡೆಗೆ ದೂಕಿತ್ತು.

ದುಬೈ ಏರ್‌ಪೋರ್ಟ್ ಟರ್ಮಿನಲ್ 2, ನೆರೆಯ ಅರಬ್ ಹಾಗೂ ಇತರೆ ಸಮೀಪ ರಾಷ್ಟ್ರಗಳಿಗೆ ಸಂಪರ್ಕ ಕಲ್ಪಿಸೋ ನಿಲ್ದಾಣ. ಟರ್ಮಿನಲ್ 1 ಮತ್ತು 3 ಕ್ಕೆ ಹೋಲಿಸಿದರೆ ತುಂಬಾನೆ ಚಿಕ್ಕದು. ನಮ್ಮ ದುಬೈ ಕಛೇರಿಯಿಂದ

ಕೂಗಳತೆ ದೂರದಲ್ಲಿದೆ. ಬೆಳಗ್ಗೆ 8.30ಕ್ಕೆ ಕಂದಹಾರ್ ಕಡೆಗೆ ಹಾರಲು 'ಆಫ್ಘನ್-ಅರಿಯಾನ' ವಿಮಾನ ಸಿದ್ಧವಾಗಿ ನಿಂತಿತ್ತು. ಚೆಕ್-ಇನ್ ಆಗಲು ಸರತಿ ಸಾಲಿನಲ್ಲಿ ನಿಂತಿದ್ದೆ. ಆಫ್ಘಾನ್ ಪಠಾಣ್‌ಗಳಿಂದ ಸಾಲು ತುಂಬಿ ಹೋಗಿತ್ತು. ಅವರೊಡನೆ ಕೆಲವೇ ಬಿಳಿ ತೊಗಲಿನ ಮಂದಿ, ಕೆಲ ಭಾರತೀಯ ಕೆಲಸಗಾರರು ಮತ್ತು ನಾನು ಸಾಲಿನಲ್ಲಿ ನಿಂತು ನಮ್ಮ ಸರದಿಗೆ ಕ್ಷಣ ಎಣಿಸುತ್ತಿದ್ದೆವು. ಆಫ್ಘಾನಿಗಳ ನೀಳವಾದ ಮಾಸಲು ಬಟ್ಟೆಯ ಕಮಟು ವಾಸನೆ ಸಹಿಸಲಿಕ್ಕೆ ತುಸು ಕಷ್ಟವೆನಿಸುತ್ತಿತ್ತು. ದುಬೈನಲ್ಲಿ ಆಫ್ಘಾನಿ ಕೆಲಸಗಾರರ ಬೃಹತ್ ಸಮುದಾಯವೇ ಇತ್ತು. ಆಫ್ಘಾನಿ ಶ್ರೀಮಂತ ಕುಟುಂಬವೊಂದು ನಮ್ಮ ಪಕ್ಕದ ಸಾಲಿನಲ್ಲಿ ನಿಂತಿತ್ತು. ರಜೆಗಾಗಿ ಹೊರಟಿದ್ದರೇನೋ? ತಿಳಿಯದು. ನಲವತ್ತರ ಆಸು ಪಾಸಿನಲ್ಲಿದ್ದ ಗಂಡ ಹೆಂಡತಿ, ಹರೆಯದ ಮಗಳು ಮತ್ತು ಅಳಿಯ. ಮನೆಯನ್ನ ಪೂರ ಖಾಲಿಮಾಡಿ ಹೊರಟಿದ್ದಾರೇನೋ ಎಂಬಷ್ಟು ಲಗೇಜು. ನನ್ನ ಹಿಂದಿದ್ದ ಕೆಲ ಪಠಾಣ್ ಯುವಕರು ಮಗಳನ್ನ ಕಿಚಾಯಿಸುತ್ತಿದ್ದರು. ಮುಖವನ್ನ ಮುಚ್ಚಿಕೋ (ನಿಕಾಬ್) ಎಂದು ಅವಳ ಅಮ್ಮ ಅಪ್ಪ ರೇಗುತ್ತಿದ್ದರು. ಇವರೆಲ್ಲರೂ ಇಂಗ್ಲಿಷಿನಲ್ಲಿ ಮಾತನಾಡುತ್ತಿದ್ದರು. ಕುಟುಂಬದ ಎಲ್ಲರೂ ಪಾಶ್ಚಿಮಾತ್ಯ ಪೋಷಾಕುಗಳನ್ನೇ ಧರಿಸಿದ್ದರು. ಕಟ್ಟಾ ಸಂಪ್ರದಾಯಿ, ಧರ್ಮಬೀರು ದೇಶದ ಈ ಜನರ ಉಡುಪು ನನಗೆ ತುಸು ಆಶ್ಚರ್ಯವೇ ಅನಿಸಿತ್ತು! ರೇಜಿಗೆ ಬಿದ್ದ ಮಗಳ ಗಂಡ, ಕೀಟಲೆ ಯುವಕರೊಡನೆ ಜೋರು ಮಾತಿಗಿಳಿದಿದ್ದ. ತಾರಕಕ್ಕೇರುವಷ್ಟರಲ್ಲಿ ತಮ್ಮಷ್ಟಕ್ಕೆ ತಾವೇ ತಹಬಂದಿಗೆ ಬಂದರು. ದುಬೈನ ವೈಶಿಷ್ಟ್ಯಗಳಲ್ಲಿ ಇದೂ ಒಂದು. ಬಾಯ್-ಕೈ ಮೊದಲಾದರೆ ಮರು ದಿನವೇ ಜೈಲಿನ ದರ್ಶನ ಎಂದು ಅಲ್ಲಿನೆಲ್ಲರಿಗೂ ವೇದ್ಯ.

ವಿಮಾನದಲ್ಲಿ ಮಧ್ಯದ ಆಸನ ನನಗೆ ಕೊಡಲಾಗಿತ್ತು. ಅಕ್ಕ-ಪಕ್ಕದಲ್ಲಿ ಇಬ್ಬರು ಪಠಾಣ್‌ಗಳು. ಅದಾಗಲೇ ಆಸೀನರಾಗಿದ್ದ ಅವರ ದೇಹಗಾತ್ರಕ್ಕೆ ಸೋತ ಅವರವರ ಆಸನಗಳು ಮಧ್ಯದ ಆಸನದೊಟ್ಟಿಗೆ ರಾಜಿ ಮಾಡಿಕೊಂಡು ತನ್ನ ಅಂಚಿನ ಒಂದಷ್ಟು ಭಾಗವನ್ನು ಕೊಡಿರೆಂದು ಹೇಳಿದಂತಿತ್ತು ಅವರು ಕುಳಿತಿದ್ದ ರೀತಿ. ವಿನಯದಿಂದ ಅವರಿಬ್ಬರ ಮಧ್ಯೆ ನುಸುಳಿ ಕುಳಿತ ನನಗೆ ಉಸಿರಾಡಲು ಕಷ್ಟವಾಗಿತ್ತು. ನಾನೇನೂ ಕಡಿಮೆ ತೂಕದವನಾಗಿರಲಿಲ್ಲ! ನಿಜ ಹೇಳಬೇಕೆಂದರೆ ರಾಜಹಂಸ ಬಸ್ಸು ಈ ವಿಮಾನಕ್ಕಿಂತ ನೂರು ಪಾಲು ಉತ್ತಮ. ಎಲ್ಲರೂ ಮನೆಯಿಂದ ತಂದ ತಿಂಡಿಯ ಪೊಟ್ಟಣ ಬಿಚ್ಚಿ ತಿನ್ನಲಾರಂಭಿಸಿದ್ದರು. ಲೋಬಾನದಂತೆ ಹೊಗೆಯಾಡುತ್ತಿದ್ದ ಅದೇನನ್ನೋ ಹಿಡಿದು ಅತ್ತಿಂದಿತ್ತ ಓಡಾಡುತ್ತಿದ್ದ ಗಗನಸಖಿ. ಸಹಿಸಲಾಗದ ಕಮಟು ವಾಸನೆಯೊಟ್ಟಿಗೆ ತಿಂಡಿಯ ವಾಸನೆ ಮತ್ತು ಅತ್ತರಿನ ಹೊಗೆ ಸೇರಿ ವಿಚಿತ್ರ ವಾಸನೆ ವಿಮಾನದಲ್ಲೆಲ್ಲಾ! ಬೆಳಗಿನ ಜಾವ, ಹೊಟ್ಟೆ ಚುರ್ ಅನ್ನುತ್ತಿತ್ತು. ಇತ್ತ ಎರಡೂ ಬದಿಯಿಂದ ಒತ್ತಡ.

ಆಕಾಶದೊಡಲು ಸೀಳಿ ರನ್‌ವೇಯಿಂದ ನುಗ್ಗಿದ ವಿಮಾನ ದುಬೈಗೆ ವಿದಾಯ ಹೇಳಿತು. ತಲೆ ಗಿರ್ರ್ ಅನ್ನಲು ಶುರುವಾಯಿತು. ಹೊಟ್ಟೆಯಲ್ಲಿದ್ದ ಎಲ್ಲವೂ ಹೊರಬರುವ ಮುನ್ಸೂಚನೆ ಬೇರೆ! ಎಲ್ಲವನ್ನೂ ಬಿಗಿ ಹಿಡಿದು ಕಣ್ಮುಚ್ಚಿ ಕುಳಿತೆ.

ಕೇವಲ ಒಂದೂವರೆ ಗಂಟೆಯ ಪ್ರಯಾಣವದು ಬಹು ಆಯಾಸಕರವಾಗಿ ಸಾಗಿತ್ತು. ಈ ಮಧ್ಯೆ ವಿನಂತಿಸಿಕೊಂಡು ನಾನು ಕಿಟಕಿಯ ಪಕ್ಕದ ಆಸನಕ್ಕೆ ವರ್ಗಾಯಿತನಾದೆ. ಅರಬ್ ಒಕ್ಕೂಟ ರಾಷ್ಟ್ರದ ಸಮುದ್ರ ತೀರ ದಾಟಿ ಇರಾನಿನ ಭೂಭಾಗದ ಮೇಲೆ ಹಾರಾಟ ಸಾಗಿತ್ತು. ಎಲ್ಲೆಲ್ಲೂ ಒಣ ಭೂಮಿಯ ಅಗಾಧ ವಿಸ್ತಾರ. ಬೆತ್ತಲೆ ಬೆಟ್ಟಗಳ ಸಾಲು ಸಾಲು. ಬೆಟ್ಟಗಳ ಮಧ್ಯೆ ಅಲ್ಲಲ್ಲಿ ಅಂಕು ಡೊಂಕಾಗಿ ನಡೆಯುವ ಸಿಂಹಕಟಿ ವಯ್ಯಾರಿ ನದಿಗಳು ವಿಸ್ತಾರವಾದ 'ನದಿ ಮುಖಜ ಭೂಮಿ' ಯನ್ನೇನೂ ಸೃಷ್ಟಿಸಿರಲಿಲ್ಲ. ನದಿ ನೀರು ನೆಲವನ್ನ ಹಸಿರಾಗಿಸಲು ಸೋತಿತ್ತೇನೋ ಎಂಬಂತಿತ್ತು ಆ ಬಂಜರು ಭೂಮಿಯ ವಿಸ್ತಾರ. ಆ ಎತ್ತರಕ್ಕೆ ಎಲ್ಲಿಯೂ ಜನವಸತಿ ಪ್ರದೇಶಗಳು ಕಾಣಬರುತ್ತಿರಲಿಲ್ಲ, ಬೇಸಿಗೆಯ ತಿಂಗಳದು. ಅಂತಹ ಒಣ ಪ್ರದೇಶದಲ್ಲೂ ಎತ್ತರದ ಕೆಲವು ಬೆಟ್ಟಗಳ ತುದಿಯಲ್ಲಿ ಬಿಳಿ ಟೋಪಿ ಹಾಕಿದಂತೆ ಹಿಮ ತೆಳ್ಳನೆ ಆವರಿಸಿದ್ದುದು ಸೋಜಿಗವೇ ಸರಿ. ಅಲ್ಲಲ್ಲಿ ಚದುರಿದ ಮೋಡಗಳ ರಾಶಿ ಮತ್ತು ಅದು ಸೃಷ್ಟಿಸಿದ ಆ ನಿರ್ದಿಷ್ಟ ಭಾಗದ ನೆರಳು. ಮೊದಲ ಬಾರಿ ನೋಡುವವವರ ಕಣ್ಣಿಗೆ ಹಬ್ಬವದು. ಎತ್ತರಕ್ಕೆ ಏರಿದಂತೆ ಮೋಡಗಳ ಕೋಟೆ ಭೇದಿಸಿ ನುಗ್ಗಿದ ಅನುಭೂತಿ. ಮೋಡಗಳ ಮೇಲೆ ನಡೆಯುವ ದೇವರ ಜಾಗವಿದೇನೋ ಎಂಬ ಶಂಕೆಯಾಗುವಷ್ಟು ಸುಂದರ ಮೇಘ ಲೋಕವದು. ಆಯಾಸ ಮರೆಯಾಗಿ ಹೋಗಿತ್ತು.

ವಿಮಾನವನ್ನಿಳಿಸಲು ಸಕಲ ಸಿದ್ಧತೆಗಳು ಜರುಗುತ್ತಲಿದ್ದವು. ವಿಮಾನವು ತನ್ನ ಎತ್ತರವನ್ನು ತಗ್ಗಿಸುತ್ತಾ ಭೂಮಿಯ ಆಲಿಂಗನಕ್ಕೆ ಧಾವಿಸುತ್ತಿತ್ತು. 'ಕಂದಹಾರ್ ಏರ್‌ಬೇಸ್' ಎಂಬ ಮಿಲಿಟರಿ ನಗರದ ಅಗಾಧತೆ ಕಣ್ಣಿಗೆ ಗೋಚರವಾಗುತ್ತಿತ್ತು. ಸುತ್ತ ಮುತ್ತಲೂ ಆಟಿಕೆಯಂತೆ ಸಮನಾಗಿ ಜೋಡಿಸಿಟ್ಟ ವೈವಿಧ್ಯಾಕಾರದ ಹೆಲಿಕಾಪ್ಟರುಗಳು, ಯುದ್ಧ ವಿಮಾನಗಳು ಯುದ್ಧಕ್ಕೆ ಸೈ ಎಂದು ಶಿಸ್ತಿನ ಸಿಪಾಯಿಗಳಂತೆ ನಿಂತಿದ್ದವು. ವಿವಿಧಾಕಾರದ ವಿವಿಧ ಗಾತ್ರದ ಮಿಲಿಟರಿ ಟೆಂಟುಗಳನ್ನ ಮನೆಗಳಂತೆ ಕಟ್ಟಿ ಜೋಡಿಸಿಟ್ಟಿದ್ದ ಪರಿ ನಗರದ ಬಡಾವಣೆಗಳ ಶೈಲಿಯನ್ನ ಹೋಲುತ್ತಿತ್ತು.

ನಾವೆಲ್ಲರೂ ವಿಮಾನದಿಂದ ಕೆಳಗಿಳಿದೆವು. ಇನ್ನು ಕೆಲವರು ಒಳಗೇ ಕುಳಿತಿದ್ದರು. ವಿಮಾನ ಕಾಬೂಲಿನೆಡೆಗೆ ಹೋಗುವುದಿತ್ತು. ಕಂದಹಾರ್ ಮೊದಲನೇ ನಿಲುಗಡೆಯಾಗಿತ್ತಷ್ಟೆ. ಮೈ ಪದರವೆಲ್ಲಾ ಒಣಗಿ ಸೀಳು ಬಿಟ್ಟುಕೊಂಡು ಹರಡಿಕೊಂಡಿದ್ದ ಡಾಂಬರಿನ ನೆಲದ ಅತ್ಯಂತ ನಿಕೃಷ್ಟ

ಸ್ಥಿತಿಯದು. ಅಲ್ಲಲ್ಲಿ ತೇಪೆ ಹಾಕಿದ್ದರು. ಎದುರಿದ್ದ ಕಮಾನಾಕಾರದಲ್ಲಿ ಕಟ್ಟಿದ್ದ ಕಟ್ಟಡಗಳ ಸಮುಚ್ಚಯವೇ ನಿಲ್ದಾಣ ಎಂದು ಅರಿವಾಗುತ್ತಿತ್ತು. ಗಾರೆ ಗಾಜುಗಳಿಂದ ನಿರ್ಮಿತವಾದ ಕಟ್ಟಡದ ವಿನ್ಯಾಸ ಆಕರ್ಷಣೀಯವಾಗೇನೋ ಇತ್ತು ಆದರೆ ಸುಣ್ಣ ಬಣ್ಣ ಕಂಡು ಅದೆಷ್ಟು ವರುಷಗಳು ಕಳೆದಿದ್ದವೋ? ಯಾವ ದಿಕ್ಕಿನಿಂದ ನೋಡಿದರೂ ಅಂತಾರಾಷ್ಟ್ರೀಯ ವಿಮಾನ ನಿಲ್ದಾಣಕ್ಕಿರಬೇಕಾದ ಯಾವ ಅರ್ಹತೆಗಳು ಕಾಣುತ್ತಿರಲಿಲ್ಲ. ನೀಳ ಉಡುಗೆಯ ಗಡ್ಡಧಾರಿಗಳಾದ ಒಂದಷ್ಟು ಮಂದಿ ನಮ್ಮನ್ನೆದುರು ನೋಡುತ್ತಾ ನಿಂತಿದ್ದರು. ಅವರು ಕೂಲಿಗಳೆಂದು ಅರಿವಾಗುತ್ತಿತ್ತು. ಅವರು ನಿಲ್ದಾಣದೊಳಗೆ ಅದೂ ರನ್‌ವೇಯ ಅಂಚಿಗೆ ಹೇಗೆ ಬಂದರು? ಇಲ್ಲೇನೋ ಸರಿಯಿಲ್ಲ ಎಂದೆನಿಸುತ್ತಿತ್ತು! ವಿಮಾನದ ಹೊಟ್ಟೆಯಲ್ಲಿ ಹೊಕ್ಕ ಕೆಲ ಮಂದಿ ನಮ್ಮ ಲಗೇಜುಗಳನ್ನ ಅನಾಮತ್ತಾಗಿ ಕೆಳಗೆ ಎಸೆಯುತ್ತಿದ್ದರು. ಅವನ್ನು ಆಯ್ದ ಕೆಲವರು ಎಳೆದು ತಂದು ಗೋಡೆಯೊಂದರ ಮಗ್ಗುಲಿಗೆ ಎಸೆಯುತ್ತಿದ್ದರು, ಅನಾಥ ಹೆಣವನ್ನೆಳೆದು ನಿಟ್ಟುಸಿರು ಬಿಟ್ಟಂತೆ! ಈ ಮಧ್ಯೆ ಇವರ ಶಕ್ತಿಪ್ರದರ್ಶನದ ಹೊಡೆತಕ್ಕೆ ನನ್ನ ಲಗೇಜು ಬ್ಯಾಗಿನ ಗಾಲಿಗಳು ಸಂಪೂರ್ಣ ನಜ್ಜುಗುಜ್ಜಾಗಿದ್ದವು.

ವಿಮಾನ ನಿಲ್ದಾಣದ ಕನಿಷ್ಠ ಸೌಲಭ್ಯಗಳು ಅಲ್ಲಿರಲಿಲ್ಲ. ಅಲ್ಲೇನು ನಡೆಯುತ್ತಿದೆ ಎಂಬ ಗಾಢ ಗೊಂದಲ, ಆತಂಕ! ಮುಂದೆ ಏನು ಎಂಬ ಸ್ಪಷ್ಟತೆ ಇಲ್ಲದೆ ನಿಂತಲ್ಲೇ ನಿಂತಿದ್ದೆ. ಇವೆಲ್ಲಾ ಸಾಮಾನ್ಯವೆಂಬಂತೆ ತಮ್ಮ ಪಾಡಿಗೆ ತಾವು ಸಾಮಾನು ಗುಡ್ಡೆಯಲ್ಲಿದ್ದ ತಮ್ಮವುಗಳನ್ನು ಹೆಕ್ಕಿ ತೆಗೆದು ಕಟ್ಟಡದೊಳಗೆ ರಭಸದಿಂದ ನುಗ್ಗುತ್ತಿದ್ದ ದೇಸೀ ಮಂದಿಯನ್ನ ಎಲ್ಲರೂ ಅನುಕರಿಸುತ್ತಿದ್ದರು. ಸುಧಾರಿಸಿಕೊಂಡ ನಾನೂ ಹಾಗೇ ಮಾಡಿದೆ. ಒಳಗೆ ದೊಡ್ಡದೊಂದು ಸಾಲು. ನಾನು ಬಹುತೇಕ ಕೊನೆಯಲ್ಲಿದ್ದೆ. ಇಲ್ಲಿನ ರೀತಿ ರಿವಾಜುಗಳ ಸ್ಪಷ್ಟತೆಯಿದ್ದ ದೇಸೀ ಮಂದಿ ಧಾವಂತದಿಂದ ನುಗ್ಗಿ ಸಾಲಿನ ಮುಂದೆ ಇದ್ದರು. ಹಲವಾರು ವರುಷ ತಮ್ಮವರಿಂದ ದೂರ ಇದ್ದು ಅನುಭವಿಸಿದ ಸಂಕಟ ಇನ್ನು ಕೆಲವೇ ನಿಮಿಷಗಳಲ್ಲಿ ದೂರವಾಗುವುದರಲ್ಲಿತ್ತು. ಆ ಸ್ಥಿತಿ ಕೊಡುವ ಉನ್ಮಾದ, ಸಿಹಿ ಆತಂಕ ನನಗೆ ತುಂಬಾ ಚೆನ್ನಾಗಿ ಗೊತ್ತಿತ್ತು. ನ್ಯೂಯಾರ್ಕಿನ ಅವಳಿ ಕಟ್ಟಡಗಳುರುಳಿದ ಬಳಿಕ ಅಮೆರಿಕೆಯವರು ಸಾರಿದ ಕದನದ ಅಂತಿಮ ಘಟ್ಟ ಕಾಲವದು. ಸ್ಥಳೀಯ ಸರ್ಕಾರ/ತಾಲಿಬಾನಿಗಳ ಹಿಡಿತದಲ್ಲಿದ್ದ ನಿಲ್ದಾಣ ಅಮೆರಿಕ ಮತ್ತು ನ್ಯಾಟೋ ಸೈನ್ಯದ ಅಧೀನಕ್ಕೆ ಬಂದು ನಂತರ ಈ ನಿಲ್ದಾಣವನ್ನು ಸಾರ್ವಜನಿಕರಿಗಾಗಿ ತೆರೆಯಲಾಗಿತ್ತು. ಕೆಲವಾರು ವರುಷ ತನ್ನ ನೆಲದಿಂದ ದೂರವಿದ್ದ ಆ ಜನಕ್ಕೆ ಆಗುತ್ತಿರುವ ಆನಂದ ಅವರ ಮುಖಗಳಲ್ಲಿ ಸ್ಪಷ್ಟವಾಗಿ ಕಾಣುತ್ತಿತ್ತು. ನಾನೋ ಕೆಲಸದ ಸಲುವಾಗಿ ಇಲ್ಲಿಗೆ ಬಂದಿರುವುದು. ನನಗೆ ಯಾವ ಧಾವಂತ? ಇಲ್ಲಿಗೆ ಬರುವ ಮೊದಲು ನನ್ನದೇ ಆದ ಕೆಲ

ಕಲ್ಪನೆಗಳಿದ್ದವು. ಎಷ್ಟೇ ಬಡ ದೇಶವಾದರೂ ಅಂತಾರಾಷ್ಟ್ರೀಯ ವಿಮಾನ ನಿಲ್ದಾಣವೆಂದರೆ ಕನಿಷ್ಠ ಸೌಲಭ್ಯಗಳು ಇರಲೇಬೇಕು. ಲಗೇಜನ್ನಿಟ್ಟು ತಳ್ಳುವ ಗಾಡಿ, ಬ್ಯಾಗನ್ನು ಹೊತ್ತು ತರುವ ಕನ್ವೇಯರ್ ಪಟ್ಟಿ, ನುಣುಪಾದ ನೆಲ, ಜಗ-ಮಗ ದೀಪ, ಹೊತ್ತೊಯ್ಯುವ ಲಿಫ್ಟ್, ಮಾರ್ಗ ಸೂಚಕ ಪಟ್ಟಿ, ಅಂಗಡಿಗಳು, ರೆಸ್ಟೋರೆಂಟ್, ಸಿಬ್ಬಂದಿ ವರ್ಗ... ಹೀಗೆ ಕೆಲವನ್ನ ಪಟ್ಟಿ ಮಾಡಬಹುದು. ಇವ್ಯಾವುವೂ ಇಲ್ಲಿ ಇರಲಿಲ್ಲ ಅಂದರೆ ನಂಬಲೇಬೇಕು. ಅದಿರಲಿ ಕಸವನ್ನು ಗುಡಿಸಿ ಅದೆಷ್ಟೋ ಕಾಲವಾಗಿತ್ತು. ಎಲ್ಲೆಲ್ಲೂ ಸ್ಮಶಾನ ಕಳೆ. ಅಲ್ಲಿ ನನಗೆ ಆಶ್ಚರ್ಯ, ಆತಂಕ, ಕುತೂಹಲ. ಭಯ. ಭಾವನೆಗಳ ಕಲಸು ಮೇಲೋಗರ! ಅದ್ಯಾವುದೋ ಅನ್ಯ ಗ್ರಹಕ್ಕೆ ಬಂದೆನೆಂಬ ಭಾಸ.

ಅಲ್ಲೊಂದು ಆಶ್ಚರ್ಯ! ಆಜಾನುಬಾಹು ಪಂಜಾಬಿ ಸರ್ದಾರ್ಜಿಯೊಬ್ಬ ಕೆನಡ ದೇಶದ ಮಿಲಿಟರಿ ಸಮವಸ್ತ್ರದಲ್ಲಿ ಖಡಕ್ಕಾಗಿ ನಿಂತಿದ್ದ. ನನ್ನ ದೇಶ ಬಾಂಧವನೊಬ್ಬ ಇನ್ಯಾವುದೋ ದೇಶದ ಸಮವಸ್ತ್ರ ಹೊದ್ದು ಬೇರಿನ್ಯಾವುದೋ ದೇಶಕ್ಕೆ ಕಾದಾಡಲು ಬಂದಿರುವುದು ನನಗೆ ವಿಚಿತ್ರವೇ ಎನಿಸಿತ್ತು! ಸೊಂಟಕ್ಕೆ ಬಿಗಿದ ಗೇಣುದ್ದದ ಪಿಸ್ತೂಲು, ಕೈನಲ್ಲಿ ಅತಿ ಸುಧಾರಿತ ನೀಳ ಬಂದೂಕಿನ ಅಲಂಕಾರ ಅವನಿಗೆ ಹೊಂದುತ್ತಿತ್ತು. ಮುಖ ಬಿಗಿದಿತ್ತು. ಸುಮಾರು ಹೊತ್ತು ಆತನನ್ನೇ ದಿಟ್ಟಿಸುತ್ತಾ ನಿಂತಿದ್ದೆ. ಅವನ ತುಟಿ ಅಲುಗಾಡುತ್ತಲೇ ಇರಲಿಲ್ಲ. ಅಲ್ಲಿನ ಜನರೊಟ್ಟಿಗೆ ಏನು ಮಾತನಾಡಿಯಾನು? ಸಾಲಿನಲ್ಲಿ ನೂಕುತ್ತಿದ್ದವರನ್ನ ಕೊನೆ ಪಕ್ಷ ಸುಮ್ಮನಿರಿ ಎಂದು ಗದರಿಸಿಯಾನೆ? ಉಹೂಂ... ಅವ ಶಿಲೆಯಾಗಿದ್ದ. ಆತನನ್ನು ನಿಲ್ದಾಣದ ಭದ್ರತೆಗಾಗಿಯೇ ನಿಯೋಜಿಸಲಾಗಿತ್ತು. ಅವನೊಡನೆ ಮತ್ತೊಬ್ಬ ಬಿಳಿ ತೊಗಲಿನ ಸಹವರ್ತಿಯೂ ಇದ್ದ. ಪರಸ್ಪರ ಅವರಿಬ್ಬರೂ ಮಾತಾಡಿದ್ದನ್ನ ನಾನು ಗಮನಿಸಲಿಲ್ಲ. ಅದು ಸೈನಿಕ ಶಿಸ್ತಿನ ಒಂದು ಆಯಾಮವೇನೋ?

ಒಂದು-ಒಂದೂವರೆ ಗಂಟೆಗಳಾದವು. ಸಾಲು ತುಂಬಾ ನಿಧಾನವಾಗಿ ಕರಗುತ್ತಿತ್ತು. ನನ್ನ ಪಾಳಿ ಬರಲು ಇನ್ನೆಷ್ಟು ಹೊತ್ತು ಬೇಕೋ ಏನೋ ಎಂಬ ಆತಂಕ ಶುರುವಾಯ್ತು. ನನ್ನಂತೆಯೇ ಕಂಗಾಲಾಗಿದ್ದ ಕೆಲ ಬಿಳಿ ತೊಗಲಿನ ಮಂದಿ ಆ ನ್ಯಾಟೋ ಸೈನಿಕರಿಗೆ ತಮ್ಮನ್ನು ಮುಂದೆ ಹೋಗಲು ಅನುವು ಮಾಡಿಕೊಡಲು ಸಾಧ್ಯವೇ ಎಂದು ಕೇಳಿಕೊಳ್ಳುತ್ತಿದ್ದರು. ಅವರೋ ತಲೆಯಾಡಿಸಿ ಸುಮ್ಮನೆ ನಿಂತು ಬಿಟ್ಟರು. ನ್ಯಾಯ ಎಲ್ಲರಿಗೂ ಒಂದೇ ಎಂದೋ? ಗೊತ್ತಿಲ್ಲ. ಇನ್ನೂ ನಮ್ಮವನೆಂದು ನಾನೇನಾದರೂ ಕೇಳಿದರೆ ಇದೇ ಉತ್ತರ ಎಂದುಕೊಂಡು ಸುಮ್ಮನಾದೆ. ಸಮಯವನ್ನ ಬಲವಂತವಾಗಿ ತಳ್ಳುವುದು ತ್ರಾಸದಾಯಕ. ಸುತ್ತಲೂ ಕಣ್ಣಾಡಿಸುತ್ತಾ ನಿಂತೆ. ಕಟ್ಟಡದ ಒಳಮೈ ಕೂಡ ಮಾಸಿದೆ. ಅಲ್ಲಲ್ಲಿ ಗಾರೆ ಕಿತ್ತುಬಂದು ಗಾಯಗಳಾಗಿವೆ. ವಿಚಿತ್ರವೆಂದರೆ

ಅಲ್ಲಿ ವಿದ್ಯುತ್ ಸೌಲಭ್ಯ ಅಲಭ್ಯ! ಎಂದೋ ಏನೋ ಅಲ್ಲೆಲ್ಲೋ ಹೊರಗಿಂದ ಎರಡು ವಿದ್ಯುತ್ ತಾರನ್ನು ಎಳೆದು ಬಿಟ್ಟಿದ್ದಾರೆ, ಬಟ್ಟೆ ನೇತು ಹಾಕಲು ಹಗ್ಗ ಕಟ್ಟಿದಂತೆ! ಎಂದೋ ಅಲ್ಲಿ ವಿದ್ಯುತ್ ದೀಪವಿದ್ದ ಕುರುಹಂತೂ ಇತ್ತು. ಅಂದರೆ ಇಲ್ಲಿ ರಾತ್ರಿ ಹೊತ್ತಿನಲ್ಲಿ ವಿಮಾನಗಳು ಬರುವುದಿಲ್ಲ. ಇನ್ನೊಂದು ಹೇಳಲೇಬೇಕಾದ ಪ್ರಮುಖ ಅಂಶವಿದೆ. ಅದು ಆ ವಿಮಾನ ನಿಲ್ದಾಣ ಕಟ್ಟಡದ ಗೋಡೆ. ಸಾಮಾನ್ಯವಾಗಿ ಗೋಡೆಯ ದಪ್ಪ ಹೆಚ್ಚೆಂದರೆ 8ರಿಂದ 12 ಅಂಗುಲಗಳಿರುವುದನ್ನು ಗಮನಿಸಿದ್ದೇನೆ. ಇಲ್ಲಿನ ಗೋಡೆಗಳು ಸಾಮಾನ್ಯಕ್ಕಿಂತ ಮೂರು ಪಾಲು ದಪ್ಪ! ಹಿಂದೆಂದೋ ಯುದ್ಧ ಕಾಲದಲ್ಲಿ ಜಪಾನಿಗಳು ಬಂಕರುಗಳಂತೆ ಕಟ್ಟಿದ್ದ ನಿಲ್ದಾಣವಂತೆ ಇದು. ಇತ್ತೀಚಿನ ಯುದ್ಧಗಳಲ್ಲೂ ಇದನ್ನು ಬಂಕರಿನಂತೆ ಬಳಸಿದ್ದರು ಎಂಬ ಮಾಹಿತಿ ಸಿಕ್ಕಿತ್ತು.

ಸರತಿ ಕರಗುತ್ತಿದ್ದಂತೆ ಇಬ್ಬರು ಆಫ್ಘನ್ ಸೈನಿಕರು ಪಾಸ್‌ಪೋರ್ಟ್ ಮತ್ತು ವೀಸಾಗಳನ್ನು ಗಾಢವಾಗಿ ಪರಿಶೀಲಿಸಿ ಒಬ್ಬೊಬ್ಬರನ್ನೇ ಬಿಡುತ್ತಿದ್ದುದು ಕಾಣಿಸಿತು. ಅದಾಗಲೇ ಅಲ್ಲಿಗೆ ನಾನು ಬಂದು ಎರಡು ಗಂಟೆಗಳಾಗಿತ್ತು. ಅಲ್ಲಿಯವರೆಗೆ ಅವರು ನನ್ನ ದೃಷ್ಟಿಗೆ ನಿಲುಕಿರಲಿಲ್ಲ. ಗಾಢ ಹಸಿರು ಬಣ್ಣದ ಸೈನಿಕ ಸಮವಸ್ತ್ರಧಾರಿ ಭೀಷ್ಮ ಕುಲದವರು ಅವರು! ಗಡ್ಡದವರು. ಅವರಲ್ಲೊಬ್ಬ ಬಿಳಿಯನೊಬ್ಬನ ಪಾಸ್‌ಪೋರ್ಟನ್ನು ಹಿಂದು ಮುಂದು ತಿರುಗಿಸಿ ಏನನ್ನೋ ಹುಡುಕುತ್ತಿದ್ದಾನೆ. ಏಕೆ? ಅರ್ಥವಾಗಲಿಲ್ಲ. ಅವನೊಡನೆ ಇಂಗ್ಲಿಷ್ ಭಾಷೆಯಲ್ಲಿ ಮಾತಾಡಲು ಪ್ರಯತ್ನಿಸುತ್ತಿದ್ದಾನೆ ಈತ. ಅತ್ತ ಕಡೆಯಿಂದ ಪ್ರತಿಕ್ರಿಯೆ ಬರಲಿಲ್ಲ. ಅವನಿಗೆ ದರೀ ಮತ್ತು ಪಷ್ತೋನ್ ಭಾಷೆ ಬಿಟ್ಟು ಇನ್ಯಾವ ಭಾಷೆಯೂ ಗೊತ್ತಿರಲಿಲ್ಲ ಅನಿಸುತ್ತೆ. ಸಹವರ್ತಿಯೊಡನೆ ಚರ್ಚಿಸತೊಡಗಿದ. ಅದೇನು ನಿಲುವಿಗೆ ಬಂದರೋ ಅರ್ಥವಾಗಲಿಲ್ಲ. ಪಾಸ್‌ಪೋರ್ಟಿನಲ್ಲಿದ್ದ ಆತನ ಹೆಸರನ್ನು ಒಂದೊಂದೇ ಅಕ್ಷರವನ್ನ ಕಾಪಿ ಮಾಡುವವನಂತೆ ಜಾಗರೂಕತೆಯಿಂದ ಅವನ ಹಾಳೆಯ ಮೇಲೆ ಚಿತ್ರ ಬಿಡಿಸುವ ರೀತಿ ಬಿಡಿಸುತ್ತಿದ್ದಾನೆ. ನನಗೆ ಪೂರ್ಣವಾಗಿ ಅರ್ಥವಾಗಿಬಿಟ್ಟಿತ್ತು. ಇವರೀರ್ವರಿಗೂ ಇಂಗ್ಲಿಷಿನ ಗಂಧ ಗಾಳಿ ಗೊತ್ತಿಲ್ಲ. ಇಲ್ಲಿಯವರೆಗೂ ಸರತಿಯಲ್ಲಿದ್ದ ಜನ ಸ್ಥಳೀಯರು. ಹಾಗಾಗಿ ಎಲ್ಲವೂ ಸಲೀಸಾಗಿತ್ತು. ಈಗ ಸ್ವಲ್ಪ ಫಜೀತಿ! ನನ್ನ ಮುಂದೆ ನಾಲ್ವರು ಬಿಳಿಯರು, ಹಿಂದೆ ಮೂರು ಜನ. ಇವರ ಪೇಚಾಟ ನೋಡಿ ಎಲ್ಲರಿಗೂ ಸುಸ್ತು. ಅದೇನನ್ನು ಅವರು ನಮೂದಿಸಿಕೊಂಡರೋ ಕಾಣೆ! ನನ್ನ ಸರತಿ ಬರಲು ನಲವತ್ತು ನಿಮಿಷಗಳಾಯ್ತು. ಮುಖ ನೋಡಿದವನೊಬ್ಬ 'ಹಿಂದೂಸ್ತಾನಿ?' ಉದ್ಗರಿಸಿದ. ನಾನು ಮುಗುಳ್ನಕ್ಕೆ. ನನ್ನ ಕೆಲಸ ಮುಗಿಸಲು ಮತ್ತೆ ಹತ್ತು-ಹನ್ನೆರಡು ನಿಮಿಷಗಳು. ಒಂದು ಮರದ ಮೇಜು (ಕುಳಿತುಕೊಳ್ಳಲು ಖುರ್ಚಿಯಿಲ್ಲ), ಶಾಲೆಯಲ್ಲಿನ ಹಾಜರಿ ಪುಸ್ತಕದಂತಹ ವಸ್ತು, ಒಂದು ಪೆನ್ನು, ಶಾಯಿ ಒತ್ತುಡಬ್ಬ,

ತ್ರಿಕೋನಾಕೃತಿಯ 'ಕಂದಹಾರ್ ಇಂಟರ್‌ನ್ಯಾಷನಲ್ ಏರ್‌ಪೋರ್ಟ್' ಎಂದು ಬರೆದ ಸ್ಟಾಂಪ್ ಮತ್ತು ಆ ಇಬ್ಬರು ಮುಗ್ಧ ಆಫ್ಘನ್ ಸೈನಿಕರು, ಇವಿಷ್ಟೇ ಅಂದು ಇದ್ದ ಕಂದಹಾರ್ ಇಂಟರ್ನ್ಯಾಷನಲ್ ಏರ್‌ಪೋರ್ಟಿನ ಆಸ್ತಿ!

ಒಂದು ಡಾಲರ್ ಕೊಟ್ಟರೆ ಲಗೇಜು ಬ್ಯಾಗನ್ನು ಹೊರಗೆ ತಂದು ಕೊಡುತ್ತಾರೆ ಅಲ್ಲಿನ ಕೂಲಿಗಳು. ನಾನು ಡಾಲರ್ ತರುವುದನ್ನ ಮರೆತಿದ್ದೆ. ದಿರ್ಹಾಮ್ ಕೊಡುವೆನೆಂದರೆ ಬೇಡವೆಂದರು. ಅಥವಾ ಅವರಿಗೆ ನಾನು ಹೇಳಿದ್ದು ಅರ್ಥ ಆಗಲಿಲ್ಲವೋ ಏನೋ? ನನ್ನ ಬ್ಯಾಗಿನ ಗಾಲಿಗಳು ಮುರಿದಿದ್ದವು. ಸುಮಾರು ಮೂವತ್ತು ಕೆಜಿ ಭಾರವಿದ್ದ ಬ್ಯಾಗನ್ನ ಕೈಯಲ್ಲಿ ಎತ್ತಿ ಕೊಂಡು ಹೋಗುತ್ತಿದ್ದ ಆ ನನ್ನ ಸ್ಥಿತಿಗೆ ಯಾರನ್ನು ಶಪಿಸುವುದು? ಸುಮಾರು ಹತ್ತಿಪ್ಪತ್ತು ಮೀಟರುಗಳ ದೂರ ಕ್ರಮಿಸಿ ಕಟ್ಟಡದ ಹೊರ ಪ್ರದೇಶಕ್ಕೆ ಬಂದೆ. ಒಣ ಭೂಮಿಯ ವಿಸ್ತಾರವದು. ಸಿಮೆಂಟಿನಂತಹ ಮಣ್ಣಿನ ಧೂಳು. ಅಲ್ಲಲ್ಲಿ ಕುರುಚಲು ಗಿಡಗಳು, ಆಳೆತ್ತರದ ಮರಗಳು ತೀವ್ರ ಬಿಸಿಲಿಗೆ ಸೊರಗಿದಂತೆ ನಿಂತಿದ್ದವು. ಯಾವುದೇ ಅಂಗಡಿ ಮುಂಗಟ್ಟುಗಳಿಲ್ಲ. ಆಳೆತ್ತರದ ಸಿಮೆಂಟಿನ ಗೋಡೆ ತಂತಿ ಬೇಲಿಯನ್ನು ತಲೆಗೆ ಸುತ್ತಿಕೊಂಡು ಕಟ್ಟಡದ ಹಿಂದಿನ ಎರಡೂ ಬದಿಯನ್ನು ಆವರಿಸಿಕೊಂಡಿತ್ತು. ಎರಡು ಮಣ್ಣಿನ ದಾರಿಯಿತ್ತು. ಯಾವ ದಾರಿ ಹಿಡಿಯುವುದು? ಗೊತ್ತಿಲ್ಲ. ನನ್ನ ಬರ ಮಾಡಿಕೊಳ್ಳಲು ಯಾರೂ ಬಂದ ಕುರುಹಿಲ್ಲ. ಮಣ್ಣನ್ನೇ ಮೈತುಂಬಾ ಹೊದ್ದ ಕೆಲ ಮಿನಿ ಬಸ್ಸುಗಳು ಸ್ಥಳೀಯರನ್ನ ತುಂಬಿಕೊಂಡು ಕಂದಹಾರ್ ನಗರದೆಡೆಗೆ ಹೊರಟಿತ್ತು. ಕಂದಹಾರ್ ನಗರ ಇಲ್ಲಿಂದ ಸುಮಾರು 15–20 ಕಿ.ಮೀ. ದೂರವಂತೆ. ಕೆಲ ಪುಟ್ಟ ವಾಹನಗಳು ಬಿಳಿಯರನ್ನು ಕೂರಿಸಿಕೊಂಡು ಇನ್ನೆಲ್ಲಿಗೋ ಹೊರಟಿದ್ದವು. ಮರದ ನೆರಳಿಗೆ ನಿಂತು ಮೊಬೈಲ್ ಫೋನ್ ತೆಗೆದು ಕರೆ ಮಾಡಲು ಪ್ರಯತ್ನಿಸಿದೆ. ಫಲ ನೀಡಲಿಲ್ಲ. ಕಾಯುವುದನ್ನ ಬಿಟ್ಟು ಇನ್ಯಾವ ದಾರಿ ಇರಲಿಲ್ಲ.

ಅಕ್ಷರಶಃ ನಾನು ಸುರಕ್ಷಿತ ಪ್ರದೇಶದ ಹೊರಗಿದ್ದೆ. ಈ ರೀತಿ ಮಿಲಿಟರಿ ಕ್ಯಾಂಪಿನ ಹೊರಗೆ ಇರುವುದು ಯಾವ ಕೋನದಿಂದಲೂ ಸುರಕ್ಷಿತವಲ್ಲ. ನಮ್ಮ ಕಂಪನಿಯ ಕೆಲವಾರು ಕೆಲಸಗಾರರನ್ನ ದುಡ್ಡಿಗಾಗಿ ಅಪಹರಿಸಿ ಕೊಂಡಂತಹ ನಿದರ್ಶನಗಳು ನನಗೆ ತಿಳಿಯದ ವಿಷಯವೇನೂ ಆಗಿರಲಿಲ್ಲ. ವಿಮಾನ ನಿಲ್ದಾಣ ಮಿಲಿಟರಿ ಆಡಳಿತಕ್ಕೆ ಒಳಪಟ್ಟಿರುತ್ತದೆ ಎಂಬ ನನ್ನ ನಂಬಿಕೆ ಹುಸಿಯಾಗಿತ್ತು. ವಾಸ್ತವ ಏನೆಂದರೆ ಮಿಲಿಟರಿಗಾಗಿಯೇ ಇನ್ನೊಂದು ನಿಲ್ದಾಣ ಇದರ ಕೂಗಳತೆ ದೂರದಲ್ಲೇ ಇತ್ತು. ಅಲ್ಲಿಂದ ನೇರ ಕಂದಹಾರ್ ಬೇಸಿನೊಳಗೆ ಪ್ರವೇಶ. ಆದರೆ ಅಲ್ಲಿ ನಿರ್ದಿಷ್ಟ ವಿಶೇಷ ಖಾಸಗಿ ವಿಮಾನಗಳಿಗೆ ಮಾತ್ರ ನಿಲ್ಲುವ ಅವಕಾಶವಿತ್ತು. ದುಬೈನ ಕೆಲ ಖಾಸಗಿ ವಿಮಾನ ಕಂಪನಿಗಳು ಮಿಲಿಟರಿ ಆಡಳಿತದ ನಿರ್ದೇಶನಕ್ಕನುಗುಣವಾಗಿ ದುಬೈನಿಂದ ಆಫ್ಘಾನಿನ

ಕೆಲ ಸೂಚಿಸಲ್ಪಟ್ಟ ನಿಲ್ದಾಣಗಳಿಗೆ ಮಾತ್ರವೇ ಹಾರಾಡುತ್ತಿದ್ದವು. ಸೈನಿಕರು ಹಾಗೂ ಕ್ಯಾಂಪಿನೊಳಗಿನ ಕೆಲಸಕ್ಕೆ ಬರುವ ನನ್ನಂತಹ ಮಂದಿ ಈ ವಿಶೇಷ ವಿಮಾನಗಳಲ್ಲಿನ ಸಾಮಾನ್ಯ ಪ್ರಯಾಣಿಕರು. ಸಾಮಾನ್ಯಕ್ಕಿಂತ ಮೂರು ಪಟ್ಟು ಬೆಲೆ ತೆರಬೇಕು. ಖಾಸಗಿ ಕಂಪನಿಗಳು ಮತ್ತು ಮಿಲಿಟರಿ ಆಡಳಿತದ ಪರಸ್ಪರ ಒಪ್ಪಂದವಿದ್ದಲ್ಲಿ ಉಚಿತವಾಗಿ ಪ್ರಯಾಣ ಮಾಡಲೂಬಹುದು ಎಂದು ಕೇಳಿ ತಿಳಿದಿದ್ದೆ. ನಾನು ಬಂದದ್ದು ಸಾಮಾನ್ಯ ಪ್ರಯಾಣಿಕ ವಿಮಾನದಲ್ಲಿ ಹಾಗೂ ಇದು ಎಲ್ಲರಿಗೂ ಮುಕ್ತ. ನನ್ನನ್ನು ಇಷ್ಟೊಂದು ಕತ್ತಲಲ್ಲಿ ಇಟ್ಟ ನಮ್ಮ ಕಂಪನಿಯ ಅಧಿಕಾರಿಗಳ ಮೇಲೆ ಅತೀವ ಸಿಟ್ಟು ಬಂತು. ಕೇವಲ ದುಡ್ಡಿನ ಮುಖ ನೋಡಿ ನನ್ನನ್ನು ಈ ರೀತಿ ನಡು ನೀರಲ್ಲಿ ನಿಲ್ಲಿಸಿದ್ದಾರಲ್ಲ. ವಾಪಸ್ಸು ಹೋಗಿ ಮುಖದ ಮೇಲೆ ರಾಜಿನಾಮೆ ಬಿಸಾಕಬೇಕು. ಒಂದು ಜೀವದೊಂದಿಗೆ ಹೀಗೆಲ್ಲ ಆಟ ಆಡುವುದೇ? ಸಿಟ್ಟಿಗೋ ಅಥವಾ ಭಯಕ್ಕೋ ಹೀಗೆಲ್ಲಾ ಯೋಚನೆ ಹರಿಯುತ್ತಿತ್ತು.

ನನಗೆ ಬಲವಾದ ನಡುಕ ಶುರುವಾಗುವ ಹೊತ್ತದು. ಯಾವ ಸ್ಥಳೀಯನನ್ನು ನೋಡಿದರೂ ಎಂತದೋ ಅನುಮಾನ. ಕ್ಷಣ ಯುಗವಾಗುತ್ತಿತ್ತು. ಗಾಳಿಯ ಸದ್ದೂ ಅಸಹನೀಯ ಮತ್ತು ಭಯ ಹುಟ್ಟಿಸಿ ನಡುಕ ಹೆಚ್ಚುತ್ತಿತ್ತು. ಸ್ವಲ್ಪ ಹೊತ್ತಿಗೇ ಮಾರುತಿ ವ್ಯಾನ್ ನಂತಹ ಬೂದು ಬಣ್ಣದ ವಾಹನವೊಂದು ನನ್ನ ಹತ್ತಿರ ಬಂದು ನಿಂತಿತು. ಧೂಳಲ್ಲಿ ಅದ್ದಿ ತೆಗೆದಂತಿತ್ತು. ಒಳಗೆ ಇಬ್ಬರಿದ್ದರು. ಒಬ್ಬ ಶ್ರೀಲಂಕಾದ ದಿಲ್ಷನ್, ಇನ್ನೊಬ್ಬ ಪಂಜಾಬಿನ ಹುಡುಗ. ಅವನ ಹೆಸರು ನೆನಪಿಲ್ಲ. ಪರಸ್ಪರ ಪರಿಚಯವಾಯಿತು. ಇಬ್ಬರೂ ನಮ್ಮ ಕಂಪೆನಿಯ ಆಡಳಿತ ವಿಭಾಗದವರು. ಒಳ್ಳೆಯ ಜನ ಎಂದು ಮಾತಿನಲ್ಲೇ ತೋರುತ್ತಿದ್ದರೂ ಅಗತ್ಯಕ್ಕಿಂತ ಹೆಚ್ಚಿಗೆ ಕಾಳಜಿ ತೋರುತ್ತಿದ್ದುದು ನನಗೆ ಸ್ವಲ್ಪ ಮುಜುಗರವೆನಿಸುತ್ತಿತ್ತು.

'ವೆಲ್ಕಮ್ ಸರ್, ಐ ಯಾಮ್ ಹೆಟ್ಟಿ ಹೆವೇಜ್ ದಿಲ್ಷನ್, ಪರ್ಸನಲ್ ಅಡ್ಮಿನಿಸ್ಟ್ರೇಟರ್ ಫಾರ್ ಕಂದಹಾರ್ ಆಫೀಸ್' ಹೊಸದಾಗಿ ಕಂದಹಾರ್ ಏರ್‌ಬೇಸಿಗೆ ಬರುವವರೆಲ್ಲರೊಡನೆಯೂ ಈ ಪ್ರವರವನ್ನು ಪಠಿಸಿಯೇ ತನ್ನನ್ನು ಪರಿಚಯಿಸಿಕೊಳ್ಳುತ್ತಿದ್ದ ದಿಲ್ಷನ್. ಆಗ ಇಪ್ಪತ್ತಾರರ ಹರೆಯ ಆತನದು. ಸ್ವಲ್ಪ ಚಂಚಲ ಸ್ವಭಾವದ ವ್ಯಕ್ತಿತ್ವ. ಕೊಲಂಬೊ ಬಳಿಯ ಯಾವುದೋ ಚಿಕ್ಕ ಪಟ್ಟಣದವನಂತೆ. ಅವನ ಅಸ್ಖಲಿತ ಇಂಗ್ಲಿಷ್ ಭಾಷೆ ಕೇಳುವುದಕ್ಕೆ ತುಂಬಾ ಚೆಂದ. ಅಷ್ಟೇ ಸೊಗಸಾಗಿ ತಮಿಳು ಮಾತನಾಡಬಲ್ಲ. ಇಲ್ಲಿಗೆ ಬಂದು ಎರಡೂವರೆ ವರ್ಷವಾಗಿತ್ತು ಎಂದು ಅವನ ಮಾತಿನ ಮೂಲಕ ತಿಳಿಯಿತು. ಇಲ್ಲಿನ 25–30 ಚದರ ಕಿಲೋಮೀಟರ್ ವಿಸ್ತಾರದ ಮೂಲೆ ಮೂಲೆಯೂ ಅವನಿಗೆ ಪರಿಚಿತ. ಒಮ್ಮೆಯಾದರೂ ಭಾರತಕ್ಕೆ ಬರಬೇಕೆಂಬ ಹಂಬಲ

ಆತನದು. ಬಹುಶಃ ಅವನೊಬ್ಬನೇ ಶ್ರೀಲಂಕಾ ಪ್ರಜೆ ನಮ್ಮ ಕಂಪನಿಯಲ್ಲಿದ್ದದ್ದು. ಮಾರ್ಕೆಟಿಂಗ್‌ನಲ್ಲಿ ಕೆಲಸ ಅರಸಿ ದುಬೈಗೆ ಬಂದ ಆತ ಈಗ ಇಲ್ಲಿದ್ದಾನೆ. ಅದ್ಯಾವ ಶಕ್ತಿ ಅವನನ್ನ ಇಲ್ಲಿಗೆ ಕರೆ ತಂದಿತ್ತೋ ಗೊತ್ತಿಲ್ಲ. 'ಇನ್ನೆರಡು ವರ್ಷ ಸಾಕು. ಅಕಸ್ಮಾತ್ ಬದುಕುಳಿದರೆ, ಕೊಲಂಬೋಗೆ ಹೊರಟು ಹೋಗ್ತೀನಿ ಸಾಕು ದುಡಿದದ್ದು' ಅನ್ನುತ್ತಿದ್ದ. ಅದೇನೋ ಗೊತ್ತಿಲ್ಲ, ಅಲ್ಲಿನ ವಿಶೇಷ ಅಂದರೆ ಯಾರನ್ನೂ ಕೇಳಿದರೂ ಒಂದೆರಡು ವರ್ಷ ಸಾಕು, ಆಮೇಲೆ ಹೊರಟು ಹೋಗೋದೇ ಅನ್ನುತ್ತಿದ್ದರು ಆದರೆ ಆ ರೀತಿ ಹೋದವರು ಕಡಿಮೆಯೇ.

ನನ್ನ ಲಗೇಜನ್ನು ವಾಹನದ ಹಿಂದೆ ಒಗೆದು ಮುಂದಿನ ಸೀಟಿನಲ್ಲಿ ಕೂರೆಂದರು. ಸುತ್ತಲೂ ಧೂಳೆಬ್ಬಿಸಿ ಹೊರಟ ವಾಹನ ಒಂದರ್ಧ ಫರ್ಲಾಂಗು ಚಲಿಸಿ ಗಕ್ಕನೆ ನಿಂತಿತ್ತು. ಲಗೇಜು ಬ್ಯಾಗನ್ನು ಎಳೆದು ಕೆಳಗೆ ಹಾಕಿದ ದಿಲ್ಷನ್ ನನ್ನ ಜೊತೆ ಬಾ ಎಂದು ಆದೇಶಿಸಿದ. ಪಂಜಾಬಿ ಹುಡುಗ ಧೂಳೆಬ್ಬಿಸುತ್ತಾ ವಾಹನದೊಟ್ಟಿಗೆ ಮುಂದುವರೆದ. 'ವಾಹನಗಳಿಗಾಗಿಯೇ ಬೇರೊಂದು ದ್ವಾರವಿದೆ. ಅವ ನಮಗಾಗಿ ಒಳಗೆ ಕಾಯುತ್ತಿರುತ್ತಾನೆ, ನಡಿ ಹೋಗೋಣ' ಅಂದ ದಿಲ್ಷನ್. ಇಬ್ಬರು ಆಫ್ಘಾನೀ ಸೈನಿಕರು 'ಕಲಾಶ್ನಿಕೋವ್' ರೀತಿ ಇದ್ದ ಬಂದೂಕು ಹಿಡಿದು ಕಾವಲು ನಿಂತಿದ್ದರು. ಅವರ ಹಿಂದೆ ಚಕ್ರದಂತೆ ಸುತ್ತಲೂ ತಿರುಗುವ ಕಬ್ಬಿಣದ ಪ್ರವೇಶ ದ್ವಾರವಿತ್ತು. ಆ ಕಿರಿದಾದ ಕಬ್ಬಿಣದ ತಿರುಗು ದ್ವಾರದ ಮೈಯೆಲ್ಲಾ ಚೂಪು ಕಬ್ಬಿಣದ ಸಲಾಕೆಗಳನ್ನು ಸಿಕ್ಕಿಸಲಾಗಿತ್ತು. ಅತೀ ಧಾವಂತದಿಂದ ನುಗ್ಗಲು ಸಾಧ್ಯವಾಗದಂತೆ ವಿನ್ಯಾಸ ಮಾಡಿದ್ದ ದ್ವಾರ ಅದು. ಅವರಿಗೆ ಕೆಲ ದಾಖಲೆಗಳನ್ನು ಮತ್ತು ನನ್ನ ಪಾಸ್‌ಪೋರ್ಟನ್ನು ತೋರಿಸಿದ ದಿಲ್ಷನ್. ಒಬ್ಬ ನಮ್ಮಿಬ್ಬರ ಮೈಯೆಲ್ಲಾ ತಡಕಾಡಿದ. ಮತ್ತೊಬ್ಬ ನನ್ನ ಬ್ಯಾಗಿನ ಇಂಚೆಂಚೂ ಪರೀಕ್ಷಿಸಿ ಕೊನೆಗೆ 'ಹ್ಞೂ...' ಎಂದು ತಲೆಯಾಡಿಸಿದ. ಕಿಷ್ಕಿಂಧೆಯಂತಿದ್ದ ದ್ವಾರದಲ್ಲಿ ನನ್ನ ಟೊಣಪ ದೇಹ ಮತ್ತು ಲಗೇಜು ಬ್ಯಾಗು ನುಗ್ಗಲು ಸಲೀಸೇನೂ ಆಗಿರಲಿಲ್ಲ. ದ್ವಾರದ ಹಿಂದೆ ಒಂದಷ್ಟು ಬಿಳಿ ತೊಗಲ ಮಿಲಿಟರಿ ಪಡೆ ಶಸ್ತ್ರಸಜ್ಜಿತವಾಗಿ ನಿಂತಿತ್ತು.

ಇಲ್ಲೊಂದು ಪ್ರಮುಖ ಅಂಶ ಉಲ್ಲೇಖಿಸಬೇಕು. ಆಫ್ಘಾನಿನ ಯಾವುದೇ ಯುದ್ಧ ಶಿಬಿರಗಳ ಪ್ರಮುಖ ದ್ವಾರಗಳ ಮುಂದಿನ ಕಾವಲು ಆಫ್ಘಾನ್ ಸೈನಿಕರದ್ದು. ನಂತರ ಬೇರೆ ಬಿಳಿಯ ಸೈನಿಕರದ್ದು. ಅಂದರೆ ಯಾವುದೇ ಧಿಡೀರ್ ದಾಳಿಗೆ ಮೊದಲು ತುತ್ತಾಗುವುದು ಸ್ಥಳೀಯ ಸೈನಿಕರು ಹಾಗೂ ಉಗ್ರರೇ. ನಾನು ಇಲ್ಲಿಗೆ ಬರುವ ಕೆಲ ದಿನಗಳ ಹಿಂದೆ ಇದೇ ಮುಖ್ಯ ದ್ವಾರದ ಬಳಿ ಆತ್ಮಾಹುತಿ ದಾಳಿಯೊಂದು ನಡೆದಿತ್ತು. ಸುಮಾರು ಹದಿನಾರು ಸ್ಥಳೀಯ ಕೆಲಸಗಾರರು ಮತ್ತು ಸೈನಿಕರು ಪ್ರಾಣ ಬಿಟ್ಟಿದ್ದರು. ಕೆಲವರಿಗೆ ಮಾರಣಾಂತಿಕ ಸುಟ್ಟಗಾಯಗಳಾಗಿದ್ದವು. ಮಿಲಿಟರಿ ಶಿಬಿರದೊಳಗೆ ಕೆಲಸಕ್ಕೆ ಬರುವ ಸ್ಥಳೀಯ

ಜನರನ್ನೇ ಗುರಿಯಾಗಿಸಿಕೊಂಡು ನಡೆದ ದಾಳಿಯದು. ಕಾರಣ ಸ್ಪಷ್ಟ. ಯಾವ ಆಫ್ಘಾನಿಯೂ ಇಲ್ಲಿನ ಸೈನಿಕರ ಕೆಲಸ ಮಾಡಬಾರದೆಂಬುದು. ದಾಳಿಯ ಏನೊಂದು ಕುರುಹೂ ಸಿಗದಂತೆ ಗುಡಿಸಿಹಾಕಿಬಿಟ್ಟಿದ್ದರೋ ಏನೋ? ನನಗೆ ಅದರ ಕಿಂಚಿತ್ ಗುರುತು ಸಿಗಲಿಲ್ಲ.

ದಿಲ್ಷನ್ ನ್ಯಾಟೋ ಸೈನಿಕರಿಗೂ ನನ್ನ ಪಾಸ್‌ಪೋರ್ಟ್ ಮತ್ತು ಒಂದಷ್ಟು ದಾಖಲೆಗಳನ್ನು ತೋರಿಸಿದ. ಅವು LOA (Letter of Authority) ಅಂತ. ನಾನು ಮಿಲಿಟರಿ ಕ್ಯಾಂಪಿನೊಳಗೆ ಬರುವ ಮೊದಲು ನಮ್ಮ ಕಂಪನಿಯವರು ನನ್ನ ಪಾಸ್‌ಪೋರ್ಟ್ ಕಾಪಿಯನ್ನು ಮಿಲಿಟರಿ ಆಡಳಿತಾಧಿಕಾರಿಗಳಿಗೆ ಸಲ್ಲಿಸಿ ಪ್ರವೇಶ ಅನುಮತಿಗೆ ಅರ್ಜಿ ಗುಜರಾಯಿಸಬೇಕು. ಯಾವುದೇ ಅಪರಾಧ ಹಿನ್ನೆಲೆಯಿಲ್ಲ ಎಂದು ಖಾತ್ರಿಪಡಿಸಿಕೊಳ್ಳಲು ಆ ಅರ್ಜಿ ನಮ್ಮ ರಾಯಭಾರ ಕಚೇರಿ ಅಲೆದು ನ್ಯಾಟೋ ಅಥವಾ ಅಮೆರಿಕೆಯ ರಕ್ಷಣಾ ವಿಭಾಗಕ್ಕೆ ತಲುಪಿ ಅಲ್ಲಿ ಮುದ್ರೆಯೊತ್ತಿದರೆ ಆರು ತಿಂಗಳಿನ ಅವಧಿಗೆ ಈ LOA ಸಿಗುತ್ತೆ. ದಿಲ್ಷನ್ನಿನ ದೈನಂದಿನ ಕೆಲಸ ಅದೇ ಆದ್ದರಿಂದ ಅಲ್ಲಿನ ಮಿಲಿಟರಿ ಪಡೆಯ ಪರಿಚಯ ಸಾಕಷ್ಟಿತ್ತು. ಬಹುಪಾಲು ಎಲ್ಲರೂ ಅವನನ್ನು ಗುರುತಿಸಿ ಶುಭಾಶಯ ವಿನಿಮಯ ಮಾಡಿಕೊಳ್ಳುತ್ತಿದ್ದರು.

ಅಲ್ಲಿಂದ ಮುಂದುವರೆದೆವು. ಬಲು ಎತ್ತರದ ಕಾಂಕ್ರೀಟಿನ ಟಿ-ಗೋಡೆಗಳ ಸಾಲಿನ ಮಧ್ಯೆ ಒಬ್ಬ ನಡೆಯಲು ಅನುವಾಗುವಷ್ಟು ಕಿರಿದಾದ ದಾರಿ. 'T' ಅಕ್ಷರವನ್ನು ತಲೆಕೆಳಗೆ ಮಾಡಿದಾಗ ಕಾಣುವ ಆಕಾರದ ಅತಿ ಬಲಿಷ್ಠ ಪ್ರಿ-ಫ್ಯಾಬ್ರಿಕೇಟೆಡ್ ಕಾಂಕ್ರೀಟ್ ಗೋಡೆ ಅದು. ನನ್ನ ಬಳಿ ಇದ್ದ ಹೆಣಭಾರದ ಲಗೇಜು ಬ್ಯಾಗು ಆ ಕ್ಷಣದಲ್ಲಿ ಕೊಟ್ಟ ಸಮಸ್ಯೆ ಅಷ್ಟಿಷ್ಟಲ್ಲ. ಒಮ್ಮೆ ತಲೆಯ ಮೇಲೆ ಇನ್ನೊಮ್ಮೆ ಹೆಗಲ ಮೇಲೆ ಬದಲಾಯಿಸುತ್ತಾ ಆ ಸಂದಿಯಲ್ಲಿ ನಡೆದೆ. ಪ್ರತಿ ಕೋನದಲ್ಲಿಯೂ ಒಂದೊಂದು ಮುಗಿಲೆತ್ತರದ ಗಾರ್ಡ್ ಟವರ್ ಇತ್ತು. ತರಗಿನೆಲೆಯಂತಿದ್ದ ಬಟ್ಟೆಯನ್ನು (camouflage net) ಅದಕ್ಕೆ ಸುತ್ತಿದ್ದರು. ನೆರಳಿಗೋ ಅಥವಾ ಶತ್ರುವಿನಿಂದ ತಮ್ಮನ್ನು ಮರೆ ಮಾಚಿಕೊಳ್ಳಲಿಕ್ಕೋ ಇರಬೇಕು. ಎತ್ತರದಲ್ಲಿ ಕುಳಿತ ಒಬ್ಬ ಬಿಳಿ ಸೈನಿಕ ಬಂದೂಕು ಗುರಿಯಿಟ್ಟು ನಮ್ಮತ್ತಲೇ ನೋಡುತ್ತಿದ್ದ. ಅವನ ದೃಷ್ಟಿಗೆ ಹತ್ತಿರವಾದಂತೆ ಏನನ್ನೋ ಹೇಳುತ್ತಿರುವಂತೆ ಜೋರಾಗಿ ಕಿರುಚಿದ. ಅವನು ಕುಳಿತಿದ್ದ ಎತ್ತರದಲ್ಲೇ ಅವನ ಶಬ್ದಗಳು ತೇಲಿಹೋಗಿ ನನಗೆ ಏನು ಹೇಳಿದನೆಂದು ತೋಚದೆ ಅರೆ ವಿಚಲಿತನಾದ ನಾನು ಮುಂದೆ ನಡೆಯುತ್ತಲೇ ಇದ್ದೆ. ಅವನ ಬೊಬ್ಬೆ ತಾರಕಕ್ಕೇರಿತು. ಬಂದೂಕಿನ ನಳಿಗೆಯನ್ನ ನನ್ನತ್ತ ತಿವಿಯುವಂತೆ ಜೋರು ಮಾಡುತ್ತಿದ್ದಾನೆ. ಪಕ್ಕದಲ್ಲಿದ್ದ ದಿಲ್ಷನ್ ಸಾವರಿಸಿಕೊಂಡು ನನಗೆ ನಿಲ್ಲು ಎಂದ. ಗಕ್ಕನೆ ನಿಂತೆ. ಎದೆ ಬಡಿತ ಜೋರಾಯ್ತು. ದಿಲ್ಷನ್ ತನ್ನ ಅಂಗಿಯನ್ನು

ಅನಾಮತ್ತಾಗಿ ಮೇಲೆತ್ತಿ ಅವನಿಗೆ ಹೊಟ್ಟೆ ತೋರಿಸುತ್ತಿದ್ದಾನೆ. ನನಗೂ ಹಾಗೆ ಮಾಡಬೇಕು ಎಂದು ನಿರ್ದೇಶನವಿತ್ತ. ಬ್ಯಾಗನ್ನು ಮುಂದೆ ಕೆಳಗೆ ಹಾಕಿ ನಾನೂ ಅವನನ್ನು ಅನುಸರಿಸಿದೆ. ನನ್ನ ಉಬ್ಬು ಹೊಟ್ಟೆಯನ್ನು ನೋಡಿ ಪುನೀತನಾದನೋ ಏನೋ 'ಸರಿ ಎಂಬಂತೆ' ತಲೆಯಾಡಿಸಿದ. ದಿಲ್ಷನ್ ಅಂಗಿ ಇಳಿಬಿಟ್ಟು ಮುಂದುವರೆದ. ನಾನೂ ಅವನ ಹಿಂದೆ ನಡೆದೆ. ಇದೊಂದು ಅಲ್ಲಿನ ಸುರಕ್ಷತಾ ತಪಾಸಣಾ ಕ್ರಿಯೆಯಾಗಿತ್ತಷ್ಟೆ ಎಂದು ನಂತರ ತಿಳಿಯಿತು!

ಮುಂದೆ ಸಾಗಿದಂತೆ ಚಕ್ರವ್ಯೂಹಕ್ಕೆ ನುಗ್ಗಿ ಬಂದ ಅನುಭವ. ಪ್ರತಿ 10–15 ಮೀಟರುಗಳಷ್ಟು ದೂರಕ್ಕೆ ಒಂದು ಕಬ್ಬಿಣದ ತಿರುಗು ದ್ವಾರ. ಮೊದಲಿನಂತೆ ಇಲ್ಲಿ ಯಾರೂ ಕಾವಲು ಇರುವುದಿಲ್ಲ. ಆದರೆ ಅಲ್ಲಿ ನುಗ್ಗುವ ಕಷ್ಟ ಮೊದಲಿನಂತೆಯೇ. ಎತ್ತರದಲ್ಲಿದ್ದ ಕಾವಲು ಪಡೆ ನಮ್ಮ ಮೇಲೆ ನಿಗಾ ಇಟ್ಟೇ ಇದ್ದರು. ಸುಮಾರು ದೂರ ಹೀಗೆಯೇ ಕ್ರಮಿಸಿದೆವು. ಕಟ್ಟಿಗೆಗಳಿಂದ ನಿರ್ಮಿತ ಕೊಠಡಿಯೊಂದರಲ್ಲಿ ನಮ್ಮ ಪ್ರವೇಶವಾಯಿತು. ಅಲ್ಲಿಬ್ಬರು ಬಿಳಿ ಸೈನಿಕರು ಮತ್ತು ದಿಲ್ಷನ್ ಪರಸ್ಪರ ಶುಭಾಶಯ ವಿನಿಮಯಿಸಿಕೊಂಡರು. ನಾನೂ ಸಣ್ಣಗೆ ನಕ್ಕು ಶುಭಾಶಯಗೈದೆ. ಒಬ್ಬ ನನ್ನ ಬ್ಯಾಗನ್ನು ಸ್ಕ್ಯಾನಿಂಗ್ ಯಂತ್ರಕ್ಕೊಡ್ಡಿದ. ಮತ್ತೊಬ್ಬ ನನ್ನ ದಾಖಲೆಗಳನ್ನ ಪರೀಕ್ಷಿಸಿ ಮುದ್ರೆಯೊಂದನ್ನು ಒತ್ತಿ ತಲೆಯಾಡಿಸಿದ. ಅಲ್ಲಿಗೆ ಸುರಕ್ಷಾ ತಪಾಸಣೆಯ ಒಂದು ಹಂತ ಮುಕ್ತಾಯವಾಯಿತು. ಒಂದು ವೇಳೆ ಚಕ್ರವ್ಯೂಹದ ಆಚೆ ಬಂದಿದ್ದರೆ ಅಭಿಮನ್ಯುವಿಗೆ ಆಗಬೇಕಿದ್ದ ಆನಂದ ಅಂದು ನನಗಾಗಿತ್ತು.

ಹೊರಗೆ ಬಂದಾಯ್ತು. ಹಲವಾರು ಆಫ್ಘಾನಿ ಪ್ರಜೆಗಳು ನೆರಳಿನಲ್ಲಿ ಕೂತು ಹರಟೆಯಲ್ಲಿ ಮಗ್ನರಾಗಿದ್ದರು. ಕೆಲವರು ತಮ್ಮ ಬುತ್ತಿ ಬಿಚ್ಚಿ ಊಟ ಮಾಡುತ್ತಿದ್ದರು. ದೈನಂದಿನ ಕೂಲಿ ಪಾಸು ಪಡೆಯಲು ಇಲ್ಲಿ ಕಾಯುತ್ತಿದ್ದಾರೆ ಎಂದು ಗೊತ್ತಾಯಿತು. ಇವರ ಪ್ರವೇಶ ಮತ್ತು ನಿರ್ಗಮನದ ಸಮಯದಲ್ಲಿ ತೀಕ್ಷ್ಣ ತಪಾಸಣೆಗೊಳಗಾಗಿ ಒಂದಷ್ಟು ಕಾಯ್ದು ಮೇಲೆ ಇವರಿಗೆ ಪ್ರವೇಶ ಇಲ್ಲವೇ ನಿರ್ಗಮನದ ದೈನಂದಿನ ಪಾಸ್ ನೀಡಲಾಗುತ್ತದೆ. ಇವರ ಒಟ್ಟು ಕೆಲಸದ ಸಮಯಕ್ಕಿಂತ ತಪಾಸಣಾ ಸಮಯವೇ ಹೆಚ್ಚು. ಇವರ ಕೆಲಸ ಇಲ್ಲಿನ ಕಂಪನಿಗಳಿಗೇನೂ ಅವಶ್ಯವಿಲ್ಲ. ಆದರೆ ಇಲ್ಲಿನ ಸರ್ಕಾರದೊಂದಿಗಿನ ಒಡಂಬಡಿಕೆಯ ಪ್ರಕಾರ ಇಂತಿಷ್ಟು ಜನರಿಗೆ ಉದ್ಯೋಗ ನೀಡಲೇಬೇಕು. ನಮ್ಮ ಕಂಪನಿಯಲ್ಲೂ ಕೆಲವಾರು ಕೆಲಸಗಾರರಿದ್ದರು. ನಾನು ಅವರನ್ನು ಮಾತಾಡಿಸಲು ಪ್ರಯತ್ನಿಸಿ ಗೆದ್ದದ್ದೂ ಇದೆ. ಬೆರಳೆಣಿಕೆಯ ಕೆಲವರು ಅಸ್ಪಷ್ಟವಾಗಿಯಾದರೂ ಉರ್ದು ಮಾತಾಡಬಲ್ಲರು. ಮುಗ್ಧತೆ ಮತ್ತು ಲೋಕದ ಅರಿವಿನ ಕೊರತೆ ಪ್ರತಿಯೊಬ್ಬರಲ್ಲೂ ಸಮನಾಗಿ ಹಂಚಿಹೋದಂತೆ ಇದ್ದ ಜನರಿವರು. ಶತಮಾನಗಳಿಂದ ನಡೆದ ಹಾಗೂ ಇಂದಿಗೂ ನಡೆಯುತ್ತಲೇ

ಇರುವ ಸಂಘರ್ಷ ಅವರನ್ನ ಜಗತ್ತಿಗೆ ತಮ್ಮನ್ನು ತೆರೆದುಕೊಳ್ಳಲಾಗದಂತೆ ಮುಚ್ಚಿಹಾಕಿಬಿಟ್ಟಿದೆ ಎನ್ನುವುದನ್ನು ಪ್ರತ್ಯಕ್ಷ ಕಂಡೆ. ನನ್ನನ್ನು ನೋಡಿ ಕೆಲವರು ಮುಖ ಅರಳಿಸಿ ತಮ್ಮಲ್ಲೇನೋ ಗುಸುಗುಸುಗೈದು, ಅವರಲ್ಲಿ ಕೆಲವರು 'ಹಿಂದೂಸ್ತಾನಿ' ಎಂದು ಉದ್ಗರಿಸಿ ತಮ್ಮಲ್ಲೇ ಅದೆಂತದೋ ಅವ್ಯಕ್ತ ಆನಂದ ಅನುಭವಿಸುತ್ತಿದ್ದರು. ಸಣ್ಣ ನಗೆಯಷ್ಟೇ ನಾನು ಅವರಿಗೆ ಕೊಡಬಹುದಾಗಿದ್ದ ಪ್ರತ್ಯುತ್ತರ. ಪಂಜಾಬಿ ಹುಡುಗ ನಮಗಾಗಿ ಕಾಯುತ್ತಿದ್ದ. ಅನತಿ ದೂರದಲ್ಲಿ ಇನ್ನೊಂದು ಕಟ್ಟಡಕ್ಕೆ ಬಂದೆವು. ನನ್ನ ಅಕ್ಷಿಪಟಲದ ಚಿತ್ರ ತೆಗೆದು, ಬೆರಳಚ್ಚು ಹಿಡಿದು, ಪಾಸ್‌ಪೋರ್ಟನ್ನು ತಮ್ಮ ಬಳಿ ಇಟ್ಟುಕೊಂಡು ಕುತ್ತಿಗೆಗೊಂದು 'ವಿಸಿಟರ್' ಎಂಬ ಗುರುತು ಚೀಟಿ ನೇತು ಹಾಕಿ ಹೋಗೆಂದರು.

ಅಲ್ಲಿಂದ ವಾಹನ ನಮ್ಮ ವಸತಿ ಸಮುಚ್ಚಯದೆಡೆಗೆ ಮುಖ ಮಾಡಿತು. ಇಲ್ಲಿನ ದೈನಂದಿನ ಜೀವನದ ಬಗ್ಗೆ ಕುತೂಹಲದಿಂದ ಅವರಿಬ್ಬರನ್ನು ಪ್ರಶ್ನೆಗೈಯುತ್ತಿದ್ದೆ. ಬಹು ಉತ್ತೇಜಿತರಾಗಿಯೇ ಮಾರುತ್ತರಿಸುತ್ತಿದ್ದರು. ವಿಷಯ 'ಎಷ್ಟು ಸುರಕ್ಷಿತವಿಲ್ಲಿ?' ಎಂಬಲ್ಲಿಗೆ ಬಂತು. ಮೊದಲೇ ಹೇಳಿದ ಮುಖ್ಯ ದ್ವಾರದ ದಾಳಿಯಿಂದ ಹಿಡಿದು ದಿನ ನಿತ್ಯ ಬಂದು ಮೇಲೆರಗುವ ರಾಕೆಟ್ ದಾಳಿಯವರೆಗೆ ಏನನ್ನೂ ಮರೆಯದೆ ಹಾಗೆ ಒಪ್ಪಿಸಿಬಿಟ್ಟರು. ಆಗಾಗೊಮ್ಮೆ ಸಣ್ಣ-ಪುಟ್ಟ ಶೆಲ್ ದಾಳಿ ಆಗೋದು, ಎಲ್ಲರೂ ಬಂಕರಿನೊಳಗೆ ಓಡಿ ಅವಿತುಕೊಳ್ಳುವುದು ಎಂದು ಇಲ್ಲಿಗೆ ಬರುವ ಮುಂಚೆ ಸಹೋದ್ಯೋಗಿಗಳಿಂದ ಕೇಳಲ್ಪಟ್ಟಿದ್ದೆ. ಇವರೇನೋ ನಿತ್ಯ ದಾಳಿ ಎನ್ನುತ್ತಿದ್ದಾರೆ. ಎದೆ ಬಡಿತ ಜೋರಾಗಹತ್ತಿತು!

2

ಕಂದಹಾರ್ ಏರ್‌ಬೇಸ್ ಎಂಬ ಯುದ್ಧ ನಗರಿ ಮತ್ತು ಸಂಜೆಯ ರಾಕೆಟ್ ದಾಳಿ

ಕಂದಹಾರ್ ಏರ್‌ಬೇಸಿನ ಅಲ್ಲಿನ ಚಾಲ್ತಿಯಲ್ಲಿದ್ದ ಇನ್ನೊಂದು ಹೆಸರು 'ಕಾಫ್' (KAF) ಎಂದು. ಕಂದಹಾರ್ ಏರ್ ಫೀಲ್ಡ್ ಎಂಬುದರ ಹ್ರಸ್ವ ರೂಪ. ಸುಮಾರು ನಲವತ್ತು ಸಾವಿರ ಜನರು ವಾಸಿಸುತ್ತಿದ್ದ ಬಹು ದೊಡ್ಡ ಮಿಲಿಟರಿ ಯುದ್ಧ ಕ್ಯಾಂಪ್ ಆ ಕಂದಹಾರ್ ಏರ್‌ಬೇಸ್. ಅಂದಾಜು, ಪ್ರತಿಶತ 70ರಷ್ಟು ಮಿಲಿಟರಿಯವರು ಹಾಗೂ 30ರಷ್ಟು ಇತರೆ ನಾಗರೀಕರು. ಏರ್‌ಬೇಸಿನ ಆಡಳಿತ ಜವಾಬ್ದಾರಿ ನ್ಯಾಟೊ ಪಡೆಯದಾದ್ದರಿಂದ ನ್ಯಾಟೊ ಪಡೆಯ ಸೈನಿಕರೇ ಹೆಚ್ಚು. ಬಹುತೇಕ ಯೂರೋಪಿನ ಎಲ್ಲಾ ರಾಷ್ಟ್ರಗಳೂ ಸೇರಿದಂತೆ, ಆಸ್ಟ್ರೇಲಿಯ, ಕೆನಡ, ಕೆಲ ಗಲ್ಫ್ ರಾಷ್ಟ್ರಗಳು ಹಾಗೂ ಅಮೆರಿಕೆಯ ಸೈನಿಕ ಪಡೆಗಳು ಅಲ್ಲಿದ್ದ ನ್ಯಾಟೊ ಪಡೆಯ ಸದಸ್ಯರು. ಆದಾಗ್ಯೂ ಅಲ್ಲಿ ಅಮೆರಿಕೆಯ ಸೈನಿಕರ ಪ್ರಭಾವ ಹೆಚ್ಚೆಂದೇ ನನ್ನ ಅನುಭವಕ್ಕೆ ಬಂದ ವಿಚಾರ. ಆಗ ತಾನೇ ಇರಾಕಿನ ಯುದ್ಧ ಮುಗಿಸಿ ಆಫ್ಘಾನಿನೆಡೆಗೆ ಸಮರೋಪಾದಿಯಲ್ಲಿ ಸಮರ ಸನ್ನದ್ಧತೆಗೆ ಆಗಮಿಸುತ್ತಿದ್ದರು. ಇವರಿಂದಾಗಿಯೇ ತಾನೇ ನಾನಿಲ್ಲಿಗೆ ಬರುವ ಪ್ರಮೇಯವೊದಗಿ ಬಂದದ್ದು! ಸೈನಿಕರಲ್ಲಿ ಮಹಿಳೆಯರೂ ಇದ್ದದ್ದು

ನನಗೆ ತಕ್ಕ ಮಟ್ಟಿಗಿನ ಆಶ್ಚರ್ಯವೇ ಸರಿ. ಮತ್ತೆಲ್ಲಾ ದೇಶಗಳಿಗೆ ಹೋಲಿಸಿದರೆ ಅಮೆರಿಕೆಯ ಮಹಿಳಾ ಸೈನಿಕರ ಸರಾಸರಿ ಹೆಚ್ಚು. ಕೆಲ ಮಹಿಳಾ ಕೆಲಸಗಾರರೂ ಅಲ್ಲಿ ಇದ್ದದ್ದು ಅವರ ಗಂಡೆದೆಗೆ ಸಾಕ್ಷಿಯೇನೋ! ಮಿಲಿಟರಿ ಪಡೆಗಳ ಪ್ರತಿಯೊಂದು ಸೇವೆಗೂ ಹಲವಾರು ಖಾಸಗಿ ಕಂಪನಿಗಳ ಕೆಲಸಗಾರರು ಹಗಲು-ರಾತ್ರಿಯೆನ್ನದೆ, ವಾರಂತ್ಯದ ವಿಶ್ರಾಂತಿಯಿಲ್ಲದೆ ದುಡಿಯುತ್ತಿದ್ದ ಪರಿ ಅಚ್ಚರಿಯೇ ಸರಿ. ಬಹುತೇಕ ಕೆಲಸಗಾರರು ಭಾರತ, ನೇಪಾಳ, ಶ್ರೀಲಂಕಾ, ಫಿಲಿಪಿನ್ಸ್, ಕೀನ್ಯ, ಉಗಾಂಡ, ಟರ್ಕಿ ಹಾಗೂ ಯೂರೋಪಿನ ಕೆಲ ಬಡ ರಾಷ್ಟ್ರದವರು. ನನ್ನಂತೆ ಕಾರ್ಯಾಧಾರಿತ, ನಿಯಮಿತ ಅಥವಾ ನಿಗದಿತ ಭೇಟಿಗೆಂದು ಬರುತ್ತಿದ್ದವರೂ ವಿಧವಿಧ ದೇಶದ ಅನೇಕ ಮಂದಿ. ಕೇವಲ ಇಪ್ಪತ್ತೈದು ಚದರ ಕಿಲೊಮೀಟರ್ ವ್ಯಾಪ್ತಿಯಲ್ಲಿ ಪ್ರಪಂಚದ 54ಕ್ಕೂ ಹೆಚ್ಚು ರಾಷ್ಟ್ರದ ನಲವತ್ತು ಸಾವಿರ ಮಂದಿ ಬದುಕುತ್ತಿದ್ದಾರೆಂದರೆ, ನನಗಂತೂ ಅದೊಂದು ನಿಜವಾದ 'ಗ್ಲೋಬಲ್ ವಿಲೇಜ್' ಅನಿಸುತ್ತಿತ್ತು.

ಹದಿನೈದರಿಂದ ಇಪ್ಪತ್ತು ಅಡಿಗಳಷ್ಟು ಎತ್ತರದ ಎರಡು ಸುತ್ತಿನ ಸುರುಳಿ ಮುಳ್ಳು ತಂತಿ ಬೇಲಿಯ ಕೋಟೆ ಕ್ಯಾಂಪಿನ ಗಡಿಯನ್ನು ಆವರಿಸಿತ್ತು. ಎರಡು ಬೇಲಿಗಳ ಮಧ್ಯೆ ಹತ್ತಾರು ಮೀಟರ್ ಅಗಲದ ಬಹು ಆಳ ಕಂದಕ. ಆ ಬೇಲಿಯನ್ನು ಹಾರುವುದು ಎಂಥವರಿಂದಲೂ ಅಸಾಧ್ಯ. ಆಗ ಬೇಸಿಗೆ ಪ್ರಖರವಾಗಿತ್ತು. ಗಡಿ ಬೇಲಿಗೆ ಹೊಂದಿಕೊಂಡಂತೆ ಸಮಾನಾಂತರವಾಗಿದ್ದ ಒಳ ರಸ್ತೆಯುದ್ದಕ್ಕೂ ಕಂಪನಿಯ ಕಾರಿನಲ್ಲಿ ಒಮ್ಮೆ ಸುತ್ತು ಬಂದಿದ್ದೆ. ಅರ್ಧ ರಸ್ತೆಗೆ ಡಾಂಬರೀಕರಣವಾಗಿತ್ತು. ಮತ್ತರ್ಧ ರಸ್ತೆಯ ಸವಾರಿ ಸಿಮೆಂಟ್ ನಂತಹ ಒಣ ಧೂಳಿನೊಂದಿಗೆ ಸರಸವಾಡುತ್ತಾ ಮಾಡಬೇಕಿತ್ತು. ಅಲ್ಲಿಯ ವಾತಾವರಣ ಹಾಗೂ ರಸ್ತೆಗಳೊಟ್ಟಿಗೆ ಹಲವಾರು ವರ್ಷ ಜಿದ್ದಿಗೆ ಬಿದ್ದಿದ್ದ ಕಾರಿನ ಹವಾ ನಿಯಂತ್ರಣ ಸಾಧನ ನಿಯಂತ್ರಿಸಲಾಗದಂತಹ ಸ್ಥಿತಿ ತಲುಪಿತ್ತು. ಕಿಟಕಿ ಮೇಲೇರಿಸಿದರೂ ಕಷ್ಟ, ಇಳಿಸಿದರೂ ಕಷ್ಟ! ಹತ್ತಾರು ಮೈಲು ದೂರ ಸಾಗುವಷ್ಟರಲ್ಲಿ ಮಣ್ಣಿನ ಮಗನಾಗಿಬಿಟ್ಟಿದ್ದೆ. ಬೇಲಿಯ ಹೊರಗೆ ವಿಶಾಲ ಹೊಲದಲ್ಲಿ ಕಲ್ಲಂಗಡಿ ಬೆಳೆಯಲಾಗಿತ್ತು. ಅನತಿ ದೂರದಲ್ಲಿ ಮಣ್ಣಿನ ಮನೆಗಳು ಗೋಚರಿಸುತ್ತಿದ್ದವು. ಅಲ್ಲಿ ಮನುಷ್ಯ ವಾಸವಿರುವ ಲಕ್ಷಣ ಕಾಣಿಸುತ್ತಿರಲಿಲ್ಲ. ಮಣ್ಣಿನ ಗೋಡೆಗಳು ಬಹುತೇಕ ಕರಗಿಹೋಗಿದ್ದವು. ನೀಲಿ ಬುರ್ಖಾದಲ್ಲಿದ್ದ ಕೆಲ ಮಹಿಳೆಯರು ಕಲ್ಲಂಗಡಿ ಕುಯ್ಲಿನಲ್ಲಿ ತಲ್ಲೀನರಾಗಿದ್ದರು. ಅದು ಅಲ್ಲಿನ ಬಹು ಮುಖ್ಯ ಬೆಳೆಯೆಂದು ನನಗೆ ಕಾಬೂಲಿನಲ್ಲಿದ್ದಾಗ ಆದ ಅನುಭವ. ಭಾಗಶಃ ಒಣಭೂಮಿಯದು. ಬಟಾ ಬಯಲಿನ ದಿಗಂತ ಅನತಿ ದೂರದಲ್ಲಿನ ಬೆತ್ತಲೆ ಬೆಟ್ಟಗಳ ಸಾಲುಗಳನ್ನ ತಬ್ಬಿಕೊಂಡಿತ್ತು. ಅಲ್ಲಿ ವ್ಯವಸಾಯಕ್ಕೆ ನೀರು ಹೇಗೆ ಒದಗಿಬರುತ್ತದೋ ಗೊತ್ತಿಲ್ಲ. ನೀರಿನ ಮೂಲ, ಕಾಲುವೆ, ಬೋರ್‌ವೆಲ್ ನಂತಹ

ವ್ಯವಸ್ಥೆ, ಯಾವ ಕಾಲದಲ್ಲಿ ಯಾವ್ಯಾವ ಬೆಳೆ? ಇನ್ನೆಷ್ಟೋ ವಿಷಯಗಳನ್ನ ತಿಳಿಯಬೇಕೆಂಬ ಹಂಬಲವಿತ್ತು. ಆ ಕ್ಷಣ ಅದು ದುಸ್ಸಾಧ್ಯವೇ ನಿಜ. ಇದು ಕಂದಹಾರ್ ಏರ್‌ಬೇಸಿನ ಒಂದು ಮಗ್ಗುಲಿನ ಚಿತ್ರಣವಾದರೆ, ಇನ್ನೊಂದು ಮಗ್ಗುಲು ಅತೀ ಭಯಂಕರ. ಗಡಿ ಸರಹದ್ದಿನ ಒಳ-ಹೊರ ವಲಯಗಳಲ್ಲಿ ಬರೀ ಧ್ವಂಸದ ಕುರುಹುಗಳು. ಅರ್ಧಂಬರ್ಧ ಸುಟ್ಟು ಕರಕಲಾದ ವಿಮಾನಗಳ ರೆಕ್ಕೆಗಳು, ರಾಕೆಟ್‌ನ ಲೋಹದ ಹೊರ ಕವಚಗಳು, ಗುರುತು ಸಿಗದಂತಹ ಅದೇನೇನೋ ವಸ್ತುಗಳ ರಾಶಿ. ಬಹು ದೊಡ್ಡ ಸಂಗ್ರಾಮ ಏರ್ಪಟ್ಟದ್ದಕ್ಕೆ ಇದ್ದ ಸಜೀವ ನಿದರ್ಶನವದು. ಯುದ್ಧಶೇಷವೆಲ್ಲವನ್ನೂ ಅಲ್ಲಲ್ಲಿ ಅವ್ಯವಸ್ಥಿತವಾಗಿ ಸುರಿಯಲಾಗಿತ್ತೋ ಅಥವಾ ಅವನ್ನು ಇದ್ದಲ್ಲಿಯೇ ಹಾಗೆಯೇ ಬಿಟ್ಟಿದ್ದಾರೆಯೇ ತಿಳಿಯದು.

ಅರೆ ಕ್ಷಣವೂ ಶಾಂತಿಯಿಂದಿರದ ವಾತಾವರಣವದು. ಗಾಳಿಯನ್ನು ಸೀಳಿ 'ಸುಯ್...' ಎನ್ನುವ ಯುದ್ಧ ವಿಮಾನಗಳ ಕಿವಿಗಡಚಿಕ್ಕುವ ಸದ್ದು. ಕಟ-ಕಟ ಎನ್ನುವ ಹೆಲಿಕಾಪ್ಟರುಗಳ ಗಿರಗಿಟ್ಲೆಯ ಸದ್ದು. ಇದ್ದಕ್ಕಿದ್ದಂತೆ ಹಾರುತ್ತಿದ್ದವು! ಇದ್ದಕ್ಕಿದ್ದಂತೆ ಇಳಿಯುತ್ತಿದ್ದವು! ಬಾನೆತ್ತರಕ್ಕೆ ಚುಂಬಿಸುತ್ತಿದ್ದಂತೆಯೇ 'ಮತ್ತು ಬಂದಂತೆ' ಡೋಲಾಯಮಾನವಾಗಿ ಓಲಾಡುತ್ತಾ ಎತ್ತೆತ್ತಲೋ ತಿರುಗಿ ಕ್ಷಣವೊಂದರಲ್ಲಿ ದಿಗಂತದಲ್ಲಿ ಲೀನವಾಗುವ ಪರಿ ನಿಮಿಷಕ್ಕೊಮ್ಮೆ ಲಭ್ಯ. ಅವೆಲ್ಲಿಗೆ ಹೋಗುತ್ತವೋ? ಯಾವ ಜಾಗದಲ್ಲಿ ಧ್ವಂಸ ಮಾಡಬೇಕೋ? ನನ್ನಂತಹ ಸಾಮಾನ್ಯನ ಅರಿವಿಗೆ ಸುಲಭವಾಗಿ ಬರುವಂತಹುದಲ್ಲ. ಜೀವನದಲ್ಲೆಂದೂ ನೋಡಿರದ ವಿಚಿತ್ರ ಯುದ್ಧ ವಿಮಾನಗಳು. ಕೆಲವು ಗಾತ್ರದಲ್ಲಿ ಅತ್ಯಂತ ಹಿರಿದಾದರೆ, ಕೆಲವಂತೂ ಕೇವಲ ಒಬ್ಬ ಕುಳಿತು ಚಲಾಯಿಸಬಹುದಾದ ಅತೀ ಸಣ್ಣ ಯುದ್ಧ ವಿಮಾನಗಳು. ಚಾಲಕ ರಹಿತ 'ಡ್ರೋನ್' ಯುದ್ಧ ವಿಮಾನವಂತೂ ದೈತ್ಯ ಏರೊಪ್ಲೇನ್ ಚಿಟ್ಟೆಯಂತೆ ಕಾಣಿಸುತ್ತಿತ್ತು. ಎರಡೆರಡು ಬೃಹತ್ ತಿರುಗು ಚಕ್ರಗಳನ್ನು ತನ್ನ ತಲೆಯ ಮೇಲೆ ಸಿಂಗರಿಸಿಕೊಂಡಿದ್ದ ಅಗಾಧ ಗಾತ್ರದ ಹೆಲಿಕಾಪ್ಟರುಗಳು ನನಗೆ ಡೈನೋಸಾರ್‌ನಂತೆ ಭಾಸವಾಗುತ್ತಿತ್ತು. ಬಹುತೇಕ ವಿಮಾನಗಳು ಹಾಗೂ ಹೆಲಿಕಾಪ್ಟರುಗಳನ್ನು ರನ್‌ವೇಯ ಸಮಾನಾಂತರವಾಗಿ ಅದರುದ್ದಕ್ಕೂ ನಿಲ್ಲಿಸಲಾಗಿತ್ತು. ವಿಮಾನಗಳಿಗಿಂತಲೂ ಬೃಹತ್ತಾದ ಹ್ಯಾಂಗರುಗಳನ್ನು(ತಾತ್ಕಾಲಿಕ ವಿಮಾನಾಶ್ರಯ ತಾಣ) ರನ್‌ವೇಯ ಇಕ್ಕೆಲಗಳಲ್ಲಿ ಜೋಡಿಸಿಟ್ಟಂತೆ ಕಾಣುತ್ತಿತ್ತು. ಕಂದಹಾರ್ ವಿಮಾನ ನಿಲ್ದಾಣದಲ್ಲಿ ಇಳಿಯುವಾಗ ಅಥವಾ ಹಾರುವಾಗ ಸುತ್ತಮುತ್ತಲಿನ ದೃಶ್ಯಾವಳಿಗಳನ್ನು ನೋಡಬೇಕು, ಸಾವಿರ ಸಾವಿರ ಯುದ್ಧ ವಿಮಾನಗಳು ಆಟಿಕೆ ಜೋಡಿಸಿಟ್ಟ ಹಾಗೆ ಕಾಣುತ್ತವೆ. ತನ್ನ ಸಾಲಿನಿಂದ ವಿಮುಖವಾಗಿ ರನ್‌ವೇಯತ್ತ ಧಾವಿಸುತ್ತಿದ್ದ ವಿಮಾನಗಳು ಕೆಲವಾದರೆ, ಎಲ್ಲಿಂದಲೋ ರೊಯ್ಯನೆ ಇಳಿದು ಕೆಲವು ನಿಗದಿತ

ಸಾಲಿನಲ್ಲಿ ಸೇರಿಕೊಳ್ಳಲು ಧಾವಿಸುತ್ತಿದ್ದ ದೃಶ್ಯ ಅಲ್ಲಿನ ಸೇನಾ ಶಿಸ್ತಿನ ಒಂದು ಮುಖವಷ್ಟೆ.

ಅದೊಂದು ಪೂರ್ವನಿಯೋಜಿತವಾಗಿ ಕಟ್ಟಲ್ಪಟ್ಟ ತಾತ್ಕಾಲಿಕ ಯುದ್ಧ ನಗರಿ. ಕೆಲವು ಯೋರೋಪಿಯನ್ ಮಾದರಿ ಶೈಲಿಯ ವಸತಿ ಸಮುಚ್ಚಯಗಳನ್ನು ಕಾಣಬಹುದಾಗಿತ್ತು. ಎರಡರಿಂದ ಮೂರಂತಸ್ತಿನ ಕಟ್ಟಡಗಳವು. ಸೈನಿಕರಿಗೆ ಬಂಕರುಗಳಂತೆ ಸುರಕ್ಷೆಯನ್ನೊದಗಿಸಲು ಸಂಪೂರ್ಣ ಕಾಂಕ್ರೀಟಿನಿಂದ ಇಂತಹ ಕಟ್ಟಡಗಳನ್ನು ನಿರ್ಮಿಸಿದ್ದರು. ಹೊರಗಿನ ಗೋಡೆಯ ಕವಚವನ್ನು ಕಡು ಕೆಂಪು ಬಣ್ಣದ ಸಣ್ಣ-ಸಣ್ಣ ಟೈಲ್ ನಂತಹ ಇಟ್ಟಿಗೆಗಳಿಂದ ಸಿಂಗರಿಸಿದ್ದರು. ಹೊರಗಿನಿಂದ ಇದು ಸಾಮಾನ್ಯ ಕಟ್ಟಡದಂತೆ ಕಾಣುತ್ತಿತ್ತು. ಈ ಮಾದರಿಯ ಒಂದು ಕಟ್ಟಡವನ್ನು ಸೈನಿಕ ಆಸ್ಪತ್ರೆಗೆ ಮೀಸಲಿಡಲಾಗಿತ್ತು. ಅದೊಂದು ಸುಸಜ್ಜಿತ ಮಲ್ಟಿ ಸ್ಪೆಶಾಲಿಟಿ ಆಸ್ಪತ್ರೆ. ಸೈನಿಕರಿಗಷ್ಟೇ ಅಲ್ಲದೆ ಅಲ್ಲಿರುವ ಪ್ರತಿಯೊಬ್ಬರಿಗೂ ಒಂದೇ ತೆರನಾದ ಚಿಕಿತ್ಸೆ ಲಭ್ಯ. ಅಮೆರಿಕೆಯ ಸೈನ್ಯದ ಉಸ್ತುವಾರಿಯಲ್ಲಿದ್ದ ಆಸ್ಪತ್ರೆಯದು. ಅಲ್ಲಿರುವ ವೈದ್ಯ, ಶುಶ್ರೂಷಕರೆಲ್ಲರೂ ಅಮೆರಿಕೆಯವರು.

ಬೆಂಕಿಪೊಟ್ಟಣಗಳನ್ನು ಅಡ್ಡ-ಉದ್ದಕ್ಕೆ ಸಾಲಾಗಿ ಜೋಡಿಸಿದಂತೆ ಕಾಣುವ ಪುಟ್ಟಪುಟ್ಟ ಸೈನಿಕರ ವಸತಿ ಸಮುಚ್ಚಯಗಳೂ ಹೇರಳವಾಗಿ ಅಲ್ಲಿದ್ದವು. ಇವು ಉಕ್ಕಿನ ತಗಡು ಮತ್ತು ಫೈಬರ್ ಸಿಮೆಂಟಿನಿಂದ ತಯಾರದ ತಾತ್ಕಾಲಿಕ ಶೆಡ್ ನಂತಹ ಕಟ್ಟಡಗಳು. ಅಲ್ಲಿ ವಾಸಿಸುತ್ತಿರುವ ಎಲ್ಲಾ ಕೆಲಸಗಾರರಿಗೂ ಇಂತಹುದೇ ಮಾದರಿಯ ಕಟ್ಟಡಗಳನ್ನು ನಿರ್ಮಿಸಲಾಗಿತ್ತು. ಹಗುರ ಉಕ್ಕಿನ ಹಾಳೆಗಳು ಮತ್ತು ಗ್ಲಾಸ್‌ವೂಲ್ ಇನ್ಸುಲೇಶನ್ ಎಂಬ ವಸ್ತುವಿನ ಸ್ಯಾಂಡ್ವಿಚ್ ಪ್ಯಾನೆಲ್ಲಿನಿಂದ ತಯಾರಾದ 20x8 ಅಡಿ ವಿಸ್ತೀರ್ಣದ ಕಂಟೈನರ್ ಮಾದರಿ ಕೊಠಡಿಗಳನ್ನು ಒಂದಕ್ಕೊಂದರಂತೆ ಬಗ್ಗುಲಿಗೆ ಮತ್ತು ನೆತ್ತಿಯ ಮೇಲೆ ಸಾಲಾಗಿ ಜೋಡಿಸಿ ನಿರ್ಮಿಸಲಾಗಿದ್ದ ಕಟ್ಟಡಗಳವು. ಆಯಾ ಕಂಪನಿಗಳ ಅಗತ್ಯಕ್ಕೆ ತಕ್ಕಂತೆ ಒಂದರಿಂದ ಗರಿಷ್ಟ ಮೂರು ಅಂತಸ್ತಿನವರೆಗೆ, 40ರಿಂದ 120 ಮೀಟರ್‌ಗಳವರೆಗೆ ಹರಡಿಕೊಂಡಿದ್ದವು. ಇಂತಹ ಕಟ್ಟಡಗಳು ಅಲ್ಲಿ ಅಷ್ಟೊಂದು ಸುರಕ್ಷಿತವಲ್ಲ. ಆದರೆ ಇವುಗಳ ಸುತ್ತ ಮೂರ್ನಾಲ್ಕು ಮೀಟರ್ ಎತ್ತರದ ಬಲಿಷ್ಠ ಕಾಂಕ್ರೀಟಿನ 'ಟಿ-ವಾಲ್'ಗಳನ್ನು ಒಂದರ ಮಗ್ಗುಲಿಗೊಂದರಂತೆ ಜೋಡಿಸಿರಲಾಗುತ್ತದೆ. ಯಾವುದೇ ತೆರನಾದ ನಿರ್ದಿಷ್ಟ ಎತ್ತರದ ಪಾರ್ಶ್ವ ಧ್ವಂಸವನ್ನು ಮಾತ್ರ ತಡೆಯಬಲ್ಲವು. ಆದರೆ ರಾಕೆಟ್ ದಾಳಿ ಸ್ವಲ್ಪ ಎತ್ತರದಲ್ಲಿ ಅಥವಾ ಚಾವಣಿ ಮೇಲೆಯೇ ಆದಲ್ಲಿ ಅದೆಷ್ಟು ಪ್ರಾಣಗಳು ಮುಕ್ತಿ ಹೊಂದುತ್ತವೋ ಗೊತ್ತಿಲ್ಲ. ನನಗೆ ಇಂತಹುದೇ ಕಟ್ಟಡದಲ್ಲಿ ನೆಲ ಅಂತಸ್ತಿನ ಕೋಣೆಯನ್ನು ನೀಡಲಾಗಿತ್ತು. ಮೊದಲೇ ಹೇಳಿದ ಹಾಗೆ

ಅಮೆರಿಕೆಯ ಸೈನಿಕರು ತಂಡೋಪತಂಡವಾಗಿ ಇಲ್ಲಿಗೆ ಬರುತ್ತಿದ್ದರಾದ್ದರಿಂದ ಅವರ ಸೇವೆಗೆ ನಿಯೋಜಿಸಿದ್ದ ಕೆಲಸಗಾರರೂ ದುಪ್ಪಟ್ಟಾಗುತ್ತಿದ್ದ ಸಮಯ. 20x8 ಅಡಿ ವಿಸ್ತೀರ್ಣದ ಕಂಟೈನರ್ ಮಾದರಿ ಕೊಠಡಿಗಳಲ್ಲಿ ಹೆಚ್ಚೆಂದರೆ ಇಬ್ಬರು ಇರಬಹುದೆನ್ನುವ ನ್ಯಾಟೊ ನಿಯಮವಿದೆ. ಅದೆಲ್ಲವನ್ನೂ ಗಾಳಿಗೆ ತೂರಿದ್ದ ಕಂಪನಿಗಳು ನಾಲ್ಕು ಐದು ಜನರನ್ನು ಕುರಿ ರೊಪ್ಪಕ್ಕೆ ದೂಡಿದ ಹಾಗೆ ತುಂಬುತ್ತಿದ್ದವು. ಅಲ್ಪ ಕಾಲದ ಅತಿಥಿಯಾಗಿದ್ದ ನನಗೆ ವ್ಯವಸ್ಥಿತವಾದ ಸಕಲ-ಸೌಕರ್ಯಗಳನ್ನೊದಗಿಸಲು ಅಲ್ಲಿನ ನಿರ್ವಾಹಕರಿಗೆ ಅಸಾಧ್ಯದ ಮಾತೇ ಸರಿ. ನಾನೂ ಪರಿಸ್ಥಿತಿಗೆ ತಲೆ ಬಾಗಿ ಹೊಂದಿಕೊಳ್ಳುವುದರ ಹೊರತು ಮತ್ಯಾವ ದಾರಿಯಿರಲಿಲ್ಲ. ನಾಲ್ಕನೇ ಕುರಿಯಾಗಿ ಅಲ್ಲಿಗೆ ನಾನೂ ನುಗ್ಗಿದ್ದೆ.

ಆ ಪುಟ್ಟ ಕಂಟೈನರ್ ಕೊಠಡಿಯ ಒಂದಂಚಿನ ಭಾಗದಲ್ಲಿದ್ದ ಮಂಚದ ಜಾಗವಷ್ಟೇ ನನ್ನ ವಿಶ್ರಾಂತಿ ಸ್ಥಳ. ನನ್ನದೂ ಸೇರಿ ಒಟ್ಟು ಮೂರು ಮಂಚಗಳಿದ್ದವು ಅಲ್ಲಿ. ಮೂವರು ನೇಪಾಳಿ ಹುಡುಗರು ಎರಡು ಮಂಚಗಳನ್ನು ಹಂಚಿಕೊಳ್ಳಬೇಕಿತ್ತು. ನನ್ನ ತಾತ್ಕಾಲಿಕ ಪ್ರವೇಶ ಒಬ್ಬನ ಮಲಗುವ ಸ್ಥಳವನ್ನೇ ಕಸಿದುಕೊಂಡದ್ದು ನನಗೆ ಸರಿ ಬರಲಿಲ್ಲ. ಅಲ್ಲಿನ ವ್ಯವಸ್ಥಾಪಕರೊಡನೆ ಮಾತಾಡಿ ಅವನಿಗೆ ಬೇರೆಯ ರೂಮಿನ ವ್ಯವಸ್ಥೆ ಮಾಡುವಂತೆ ಒತ್ತಾಯಿಸಿ ಸಫಲನಾದೆ. ಕೆಲವು ದಿನಗಳಾದ ಮೇಲೆ ಗೊತ್ತಾಯ್ತು ಅವ ಇನ್ನೊಂದು ಕೊಠಡಿಯಲ್ಲಿ ನೆಲದ ಮೇಲೆ ಮಲಗುತ್ತಿದ್ದನೆಂದು! ಮತ್ತೆ ವ್ಯವಸ್ಥಾಪಕರೊಡನೆ ಮಾತು-ಕತೆಯಾಗಿ ಅವರು ಅಲ್ಲಿನ ಕ್ಲಿಷ್ಟ ಪರಿಸ್ಥಿತಿಯ ಚಿತ್ರಣವನ್ನ ವಿವರಿಸಿ ನನ್ನನ್ನ ಸಮಾಧಾನ ಮಾಡಿದರು. ಕೆಲ ದಿನದ ಅತಿಥಿಯಾದ ನಾನು ಅಸಹಾಯಕನಾಗಿದ್ದೆ.

ನಾನು ಕಂದಹಾರ್ ಏರ್‌ಬೇಸಿಗೆ ಬಂದ ದಿನದ ಸಂಜೆ ಒಂದು ಗಮ್ಮತ್ತಿಗೆ ಸಾಕ್ಷಿಯಾಯ್ತು! ಮಧ್ಯಾಹ್ನದಿಂದ ಸಂಜೆವರೆಗಿನ ಅಲ್ಲಿಯ ವಾತಾವರಣ ನನಗೆ ರೇಜಿಗೆ ಹತ್ತಿಸಿತ್ತು. ಖಾಸಗಿತನವಿಲ್ಲದ ಕೊಠಡಿ, ನೆತ್ತಿಸುಡು ಬಿಸಿಲು, ಗಾಳಿಧೂಳಿನ ನಿರಂತರ ಹೊಯ್ದಾಟ, ಯಾವ ಕಡೆಯಿಂದ ಶೆಲ್ ದಾಳಿಯಾಗಲಿದೆಯೋ ಎಂಬ ಅವ್ಯಕ್ತ ಭೀತಿ. ಇಷ್ಟು ಸಾಕಾಗಿತ್ತು ಅಲ್ಲಿನ ವಾತಾವರಣ ನನಗೆ ರೇಜಿಗೆ ಹತ್ತಿಸಲಿಕ್ಕೆ. 'ಇಬ್ರೈಮಿ ಬೆಸ್ನಿಕ್' ಎಂಬಾತ ಅಲ್ಲಿನ ನನ್ನ ತಕ್ಷಣದ ರಿಪೋರ್ಟಿಂಗ್ ಆಫೀಸರ್. ಅವನೊಡನೆ ನನ್ನ ಸಂಪರ್ಕ, ಸಂಬಂಧ ಚೆನ್ನಾಗಿತ್ತು. ಇನ್ನು ಸಾಧ್ಯವಿಲ್ಲ ಎಂದು ನನ್ನಲ್ಲೇ ನಿಶ್ಚಯಿಸಿಕೊಂಡು ಅವನ ಕೊಠಡಿಗೆ ಎಡತಾಕಿದೆ. 'ನೋಡಿ ಸಾರ್, ನೀವು ನನ್ನ ಕೆಲಸದಿಂದ ಕಿತ್ತುಹಾಕಲಿಕ್ಕೆ ಶಿಫಾರಸ್ಸು ಮಾಡಿದರೂ ಚಿಂತೆಯಿಲ್ಲ, ನಾನು ನಾಳೆ ದುಬೈಗೆ ವಾಪಸ್ಸು ಹೋಗಬೇಕಷ್ಟೇ. ನನಗೆ ಇಲ್ಲಿನ ವಾತಾವರಣ ಸ್ವಲ್ಪವೂ ಹೊಂದುತ್ತಿಲ್ಲ. ಗಾಬರಿ ಜಾಸ್ತಿಯಾಗಿದೆ. ನೀವು ತಕ್ಷಣ ಸಂಬಂಧಪಟ್ಟವರಿಗೆ ವಿಷಯ ಮುಟ್ಟಿಸಿ ವಾಪಸ್ಸು ಹೋಗುವ

ವ್ಯವಸ್ಥೆ ಮಾಡಿರಿ' ಎಂದಿದ್ದೆ. ಅದು ವಿನಂತಿಸಿಕೊಂಡದ್ದಲ್ಲ, ಒಂದು ರೀತಿ ಆಜ್ಞೆ, ನನ್ನ ಮನಸ್ಸಿನ ತುಮುಲ ಅವನಿಗೆ ಬೇಗ ಅರ್ಥವಾಗಿತ್ತು. ನನ್ನನ್ನು ಅಷ್ಟೊಂದು ಸಲೀಸಾಗಿ ಬಿಟ್ಟುಕೊಡದೆ ಉಡಪಟ್ಟು ಪ್ರದರ್ಶಿಸತೊಡಗಿದ. ನನ್ನ ಹೊಗಳಿದ, ಆಮಿಷವೊಡ್ಡಿದ, ನಯವಾಗಿ ರೇಗಿದ. ನನ್ನ ಪ್ರತಿ ಸವಾಲಿಗೂ ಸಮಾಧಾನದ ಸೂಕ್ತ ಉತ್ತರ ಸಿದ್ಧಪಡಿಸಿಕೊಂಡವನ ಹಾಗೆ ನೀಡುತ್ತಿದ್ದ. ಮಾತು ಶೆಲ್ ದಾಳಿಯೆಡೆಗೆ ಹೊರಳಿತು. 'ಅಲ್ಲಯ್ಯಾ... ನಲವತ್ತು ಸಾವಿರ ಜನ ಇಲ್ಲಿ ಬದುಕುತ್ತಿದ್ದಾರೆ. ಮಿಲಿಟರಿಯವರನ್ನು ಬಿಡು, ಅದು ಅವರ ಕರ್ಮ. ಅವರ ಹೊರತು ಶೇಕಡಾ 30-40ರಷ್ಟು ಮಂದಿ ನನ್ನ-ನಿನ್ನಂತೆ ಹಲವಾರು ವರುಷಗಳಿಂದ ಇಲ್ಲಿದ್ದಾರೆ. ಎಲ್ಲರೂ ಸತ್ತೇ ಹೋಗಿದ್ದಾರ? ನೀನು ಕೆಲ ದಿನಗಳಷ್ಟೇ ಇಲ್ಲಿರೋದು, ಭಯ ಯಾಕೆ? ಸಾಯೋದಿದ್ರೆ ಎಲ್ಲಿದ್ರೂ ಸಾಯ್ತೀವಿ, ದುಬೈನಲ್ಲಿ ಸಾವು ಬರಲ್ಲ ಅಂತ ಹೇಳೋಕೆ ಆಗುತ್ಯೇ? ಇದು ನರಕ ಹೌದು, ಆದ್ರೆ ನಮಗೆಲ್ಲಾ ಬಾಳು ಕಟ್ಟಿಕೊಟ್ಟಿದೆ. ನನ್ನ ನಂಬಿದವರು ಚೆನ್ನಾಗಿದ್ದಾರೆ. ಇನ್ನೆಷ್ಟು ದಿವಸ, ನಾನೂ ನನ್ನೂರಿಗೆ ಶಾಶ್ವತವಾಗಿ ಹೋಗಿಬಿಡ್ತೀನಿ. ಬೇರೆ ಮಿಲಿಟರಿ ಕ್ಯಾಂಪುಗಳಿಗೆ ಹೋಲಿಸಿದರೆ ನಾವು ಇಲ್ಲಿ ಸ್ವಲ್ಪ ಸುರಕ್ಷಿತವೇ. ಶೆಲ್ ದಾಳಿಯೂ ಕಡಿಮೆಯೇ...' ಅವನ ಮಾತು ಮುಗಿದಿರಲಿಲ್ಲ. ಕಾಕತಾಳಿಯವೋ ಎನ್ನುವಂತೆ ಹೊರಗೆ ಸೈರನ್ನುಗಳು ರಚ್ಚೆ ಹಿಡಿದವರಂತೆ ಕೂಗಲಾರಂಭಿಸಿದವು, ಕಿವಿ ಹರಿದುಹೋಗುವುದೇನೋ ಅನ್ನಿಸುತ್ತಿತ್ತು. ಧಡಾರನೆ ಹಾಸಿಗೆಯಿಂದೆದ್ದವನೇ ನನ್ನನ್ನು ಹಿಂಬಾಲಿಸುವಂತೆ ಕೂಗುತ್ತಾ ಹೊರಗೆ ಓಡತೊಡಗಿದ. ಅವನ ಆತಂಕ ನನಗೆ ಗಾಬರಿಯನ್ನುಂಟುಮಾಡಿತ್ತು. ಅವನ ಹಿಂದೆ ಓಡಿದೆ. ಬರೀ ಒಳ ಚೊಣ್ಣ, ಬನಿಯನ್ನಿನಂತಿದ್ದ ಶರ್ಟ್ ಅವನ ದೇಹವನ್ನಾವರಿಸಿದ್ದದ್ದು. ಯಾವುದರ ಪರಿವೇ ಇಲ್ಲದೆ ಏದುಸಿರುಬಿಡುತ್ತಾ ಓಡುತ್ತಿದ್ದಾನೆ. ಹೊರಗೆ ಕಣ್ಣಳತೆಗೆ ಸಿಕ್ಕ ಕೆಲ ಮಂದಿ ನೆಲಕ್ಕೆ ಬೋರಲಾಗಿ ತಲೆಯ ಹಿಂಬದಿಗೆ ಕೈಗಳನ್ನ ಒತ್ತಿ ಹಿಡಿದು ಮಲಗಿಬಿಟ್ಟಿದ್ದಾರೆ. ಏನೊಂದೂ ಅರ್ಥವಾಗದ ಗಾಬರಿಯ ಕ್ಷಣಗಳವು! ಹತ್ತಿರದಲ್ಲಿದ್ದ ಬಂಕರಿನೊಂದರ ಒಳಗೆ ನುಗ್ಗಿದೆವು.

ಅದಾಗಲೇ ಹತ್ತಿಪ್ಪತ್ತು ಜನ ಅದರೊಳಗೆ ಕುಳಿತು ಗುಸುಗುಸು ಆಡುತ್ತಾ ಮಾತಿನ ಸಂತೆ ತೆರೆದಿದ್ದರು. ನನಗಿದೆಲ್ಲಾ ಹೊಸದು, ನೂರಾರು ಪ್ರಶ್ನೆಗಳು ಮನದಲ್ಲಿ. ಸೈರನ್ನು ನಿಂತು ಹೋಗಿ 'ರಾಕೆಟ್ ಅಟ್ಯಾಕ್, ರಾಕೆಟ್ ಅಟ್ಯಾಕ್' ಎಂಬ ವಿದ್ಯುನ್ಮಾನ ಮುದ್ರಿತ ಹೆಣ್ಣಿನ ದನಿಯೊಂದು ಸಾವಕಾಶವಾಗಿ ಯಾರಿಗೂ ಗಾಬರಿಯಾಗದಂತೆ ಕಿರುಚುತ್ತಿದೆ. ಪರಿಸ್ಥಿತಿಯ ವ್ಯಂಗ್ಯವದು! ನಾನು ಎಲ್ಲರ ಮುಖವನ್ನೊಮ್ಮೆ ಅವಲೋಕಿಸಿದೆ. ಯಾರೊಬ್ಬರೂ ಗಾಬರಿಯಾದಂತಿಲ್ಲ. 'ಹತ್ತಾರು ಕಿಲೋಮೀಟರುಗಳಿಂದ ಹಾರಿ ಬಂದು ಉಸ್ಸೆನ್ನುವ ಆ ಪುಟ್ಟ ಶೆಲ್

ದಾಳಿ ಈ ಗಜಗಾತ್ರ ಬಂಕರಿನ ಕಾಂಕ್ರೀಟ್ ಗೋಡೆಯನ್ನು ಭೇದಿಸಲಾದೀತೇ?' ಯಾರೋ ಒಬ್ಬಾತ ತನ್ನವರಿಗೆ ವಿವರಿಸುತ್ತಿದ್ದ. ಒಂದೊಮ್ಮೆ ಶೆಲ್ ದಾಳಿ ಬಂಕರಿನ ಮೇಲೆ ಆದರೂ ನಾವು ಸುರಕ್ಷಿತ ಎಂದು ಗೊತ್ತಾಯ್ತು. ಬೆಸ್ನಿಕ್ ನನ್ನ ಮುಖ ನೋಡಿ ಪ್ರಯತ್ನಪೂರ್ವಕವಾಗಿ ಮುಖ ಬಿಗಿಹಿಡಿದವನಂತೆ ನಗುತ್ತಿದ್ದ, ನನ್ನನ್ನು ಸಂತೈಸಲೆತ್ನಿಸುತ್ತಿದ್ದವ ಇವನೇನಾ ಎಂಬ ಪ್ರಶ್ನೆ ಉದ್ಭವ ಹಾಗೋ ಹಾಗೆ. ಬರೋಬ್ಬರಿ ಇಪ್ಪತ್ತೈದು ನಿಮಿಷಗಳು ಆದ ನಂತರ 'ಎವೆರಿಥಿಂಗ್ ಕ್ಲಿಯರ್, ಎವೆರಿಥಿಂಗ್ ಕ್ಲಿಯರ್' ಎಂಬ ಮತ್ತದೇ ಕಂಪ್ಯೂಟರ್ ಹೆಣ್ಣಿನ ಉಲಿಕೆ. ಎಲ್ಲರೂ ಗುಸುಗುಸು ಜೋರು ಮಾಡಿಕೊಂಡು, ಸಿನೆಮಾ ಮುಗಿದು ಟಾಕೀಸಿನ ಹೊರಹೋಗುವಂತೆ ಬಂಕರಿನ ಹೊರ ಹೋಗುತ್ತಿದ್ದರು. ಪೈಶಾಚಿಕ ಇರಾಕ್ ಯುದ್ಧ ಕಾಲದಲ್ಲಿ, ಅಲ್ಲಿನ ದೀರ್ಘ ಐದು ವರ್ಷಗಳನ್ನು ಕಳೆದ ಎದೆಗಾರಿಕೆ ಬೆಸ್ನಿಕ್‌ನದು. ಇಂತಹ ಅದೆಷ್ಟು ಘಟನೆ ನೋಡಿದ್ದಾನೋ? ಅವನಿಗೆ ಇದು ಗೌಣ ಆದರೆ ನನಗಲ್ಲವಲ್ಲ.

ರಾಕೆಟ್ ಎಲ್ಲಿ ಬಿತ್ತು? ಯಾರಾದರೂ ಗಾಯಗೊಂಡರೆ? ಅಥವಾ ಸತ್ತರೇ? 'ಎವ್ರಿಥಿಂಗ್ ಕ್ಲಿಯರ್' ಏನದು? ಯಾವುದನ್ನ ಕ್ಲಿಯರ್ ಮಾಡಿದರು? ತಕ್ಷಣಕ್ಕೆ ಉತ್ತರ ಸಿಗುತ್ತಿರಲಿಲ್ಲ. ಅತ್ಯಂತ ದೂರದಲ್ಲಿ ಹಾರಿಬರುತ್ತಿರುವ ರಾಕೆಟ್ಟುಗಳನ್ನು ಕ್ಷಣ ಮಾತ್ರದಲ್ಲಿ ಗುರುತಿಸಿ ಸಂದೇಶ ರವಾನಿಸುವ ಅತ್ಯಾಧುನಿಕ ರಾಡಾರ್ ತಂತ್ರಜ್ಞಾನ ಇಲ್ಲಿದೆ. ರಾಕೆಟ್ಟುಗಳನ್ನು ಗಾಳಿಯಲ್ಲಿ ಹೊಡೆದುರುಳಿಸುವ ಯುದ್ಧ ವ್ಯವಸ್ಥೆಯೂ ಇದೆಯಂತೆ. ಆದರೆ ಆ ತರಹದ ಗಾಳಿಯುದ್ಧ ನನ್ನ ಗಮನಕ್ಕೆ ಬಂದಿಲ್ಲ. ಅತ್ತ ಬದಿಯಿಂದ ಒಂದು ಬಂದರೆ ಇತ್ತ ಕಡೆಯಿಂದ ಎರಡು ಎಂಬ ಪ್ರತಿಕ್ರಿಯಾತ್ಮಕ ರಾಕೆಟ್ ಉಡಾವಣಾ ದಾಳಿಯನ್ನು ಕಣ್ಣಾರೆ ನೋಡಿದ್ದೆನಷ್ಟೇ. ಕೆಲವೊಂದು ರಾಕೆಟ್ಟುಗಳು ಚಕ್ರವ್ಯೂಹ ಭೇದಿಸಿದ ಹಾಗೆ ಒಳ ನುಗ್ಗಿ ಅಪಾರ ನಷ್ಟ ಮಾಡುತ್ತಲೇ ಇದ್ದವು. ಸುತ್ತುವರೆದ ಆ ಬೋಳು ಬೆಟ್ಟಗಳ ಕಡೆಯಿಂದ ಬರುತ್ತಿದ್ದ ರಾಕೆಟ್ಟುಗಳು ಸಾಮಾನ್ಯವಾಗಿ ಕ್ಯಾಂಪಿನ ಸುತ್ತಲಿನ ನಿರ್ಜನ ಪ್ರದೇಶದಲ್ಲಿ ಬಿದ್ದದ್ದೇ ಹೆಚ್ಚಂತೆ. ಹಲವಾರು ಬಾರಿ ಗುರಿ ತಲುಪಿ ಸಾಕಷ್ಟು ಆಸ್ತಿ ಅಥವಾ ಜೀವ ನಷ್ಟವಾದದ್ದು ಇದೆ. ಈ ತರಹದ ದಾಳಿಯನ್ನೆದುರಿಸಲು ಮಿಲಿಟರಿಯ ಒಂದು ನಿರ್ದಿಷ್ಟ ತುಕಡಿಯೇ ಇದೆ. ಕ್ಯಾಂಪಿನ ಒಳಗೆ ರಾಕೆಟ್ಟು ಬಿದ್ದ ಜಾಗಕ್ಕೆ ತಕ್ಷಣ ಧಾವಿಸಿ ಅಲ್ಲಿನ ಪರಿಸ್ಥಿತಿಯನ್ನ ನಿಯಂತ್ರಣಕ್ಕೆ ತಂದು ಎಲ್ಲವೂ ಸರಿಯಾಯ್ತು ಎಂದ ತಕ್ಷಣವೇ 'ಎವ್ರಿಥಿಂಗ್ ಕ್ಲಿಯರ್' ಎಂಬ ಮುದ್ರಿತ ಧ್ವನಿ ಬಿತ್ತರವಾಗೋದು. ತೆರೆದ ಪ್ರದೇಶದಲ್ಲಿ ಬಿದ್ದ ರಾಕೆಟ್ಟಿನ ಭಾಗಗಳು, ಬೂದಿಯಂತಹ ಅವಶೇಷಗಳನ್ನ ಗುರುತೇ ಸಿಗದ ಹಾಗೆ ತತ್‌ಕ್ಷಣದಲ್ಲೇ ಗುಡಿಸಿಹಾಕಿಬಿಡುತ್ತಾರೆ. ಒಂದೊಮ್ಮೆ ಜನನಿಬಿಡ ಪ್ರದೇಶದಲ್ಲಿ ಬಿದ್ದರೆ ಸುತ್ತಮುತ್ತಲಿನ ರಸ್ತೆಯನ್ನ ಬ್ಲಾಕ್ ಮಾಡಿ ಅವಶೇಷಗಳ ತೆರವು

ಕಾರ್ಯಾಚರಣೆ ನಡೆಸುತ್ತಾರೆ. ಅಲ್ಲಿ ಏನಾಗುತ್ತಿದೆ ಎಂದು ಯಾರಿಗೂ ಸುಳಿವು ಸಿಗೋದಿಲ್ಲ. ಕಾರಣ ಒಂದೋ ಜನರು ಬಂಕರಿನಲ್ಲಿ ಅಡಗಿ ಕೂತಿರುತ್ತಾರೆ ಇಲ್ಲಾ ಬೋರಲಾಗಿ ಇದ್ದ ಜಾಗದಲ್ಲಿ ಮಲಗಿರುತ್ತಾರೆ. ಅಂತಹ ಸಮಯದಲ್ಲಿ ಅಪ್ಪಿತಪ್ಪಿಯೂ ಯಾರೂ ಹೊರಗೆ ನಡೆದಾಡುವ ಹಾಗಿಲ್ಲ. ಎಲ್ಲವೂ ತೆರವಾದ ಮೇಲೆಯೇ ಎಂದಿನ ದಿನಚರಿ ಪುನರಾರಂಭ. ಈ ಕ್ರಿಯೆ ಸಾಮಾನ್ಯವಾಗಿ ಕೆಲ ನಿಮಿಷಗಳಲ್ಲಿ ಮುಗಿದುಬಿಡುತ್ತೆ. ಒಮ್ಮೊಮ್ಮೆ ಹಲವಾರು ಘಂಟೆಗಳ ದೀರ್ಘವೂ ಹೌದು. ಎಲ್ಲವೂ ಶೆಲ್ ದಾಳಿಯ ತೀವ್ರತೆ ಹಾಗೂ ಅದರ ಪರಿಣಾಮದ ಮೇಲೆ ಅವಲಂಬಿತ. ಒಮ್ಮೆ ನಾನು ಬಂಕರಿನೊಳಗೆ ಸತತ ಆರು ಘಂಟೆ ಕಳೆದಿದ್ದಿದೆ! ಇಂತಹ ದೀರ್ಘ ಕಾರ್ಯಾಚರಣೆಯ ಸಮಯದಲ್ಲಿ ನೆಲದಲ್ಲಿ ಬೋರಲು ಬಿದ್ದವರು ಹತ್ತಿರದಲ್ಲಿರುವ ಯಾವುದಾದರೂ ಬಂಕರಿನತ್ತ ಓಡುವುದು ಸಾಮಾನ್ಯ ಮತ್ತು ಸುರಕ್ಷಿತ.

ಕೆಲವು ರಾಕೆಟ್ಟುಗಳು ಇಲ್ಲಿನ ರಾಡಾರ್ ವ್ಯವಸ್ಥೆಗೂ ಚಳ್ಳೆಹಣ್ಣು ತಿನ್ನಿಸಿ ಒಳ ನುಗ್ಗುವುದಿದೆ. ಒಮ್ಮೊಮ್ಮೆ ರಾಕೆಟ್ಟುಗಳ ಒಳಬರುವಿಕೆಯನ್ನ ಪತ್ತೆಹಚ್ಚಲೋ ಅಥವಾ ವಿದ್ಯುನ್ಮಾನ ಸಂದೇಶ ರವಾನಿಸಲೋ ರಾಡಾರ್ ಯಂತ್ರ ಸೋಲುತ್ತದೆ ಎಂದು ಕಾಣುತ್ತದೆ. ಅಂತಹ ಒಂದು ಘಟನೆ ನಾನು ಕ್ಯಾಂಪಿನ ಒಳಗಿದ್ದಾಗ ನನ್ನ ಕಣ್ಣ ಮುಂದೆಯೇ ನಡೆದು ಹೋಯ್ತು. ಈ ಕರಾಳ ಘಟನೆ ನನ್ನ ಜೀವನದಲ್ಲಿ ಮರೆಯಲಾಗದ ಹಾಗೆ ಅಚ್ಚೊತ್ತುಬಿಟ್ಟಿದೆ! ಬೆಳಗ್ಗೆ 6 ಘಂಟೆಗೆ ಕ್ಯಾಂಪಿನ ದೈನಂದಿನ ಚಟುವಟಿಕೆಗಳು ಶುರುವಾಗಿ ಬಿಡುತ್ತವೆ. ಬೆಳಗ್ಗೆ 9ರ ಸಮಯ. ನಾನು ಆಫೀಸಿನಲ್ಲಿದ್ದೆ. 'ಬ್ಲಾಂ...' ಭಯಂಕರ ಶಬ್ದ! ಕಾಲಡಿಯಿರುವ ಭೂಮಿ ಅದುರಿಹೋದ ಅನುಭವ. ಒಳಗಿದ್ದವರೆಲ್ಲಾ ಎದ್ದು ಹೊರಗೆ ಓಡಿದೆವು. 'ಹೋ...' ಎಂಬ ಆರ್ತನಾದ ಲಾಂಡ್ರಿಯ ದಿಕ್ಕೊಂದರಿಂದ ಕೇಳಿಬರುತ್ತಿತ್ತು. ಎಲ್ಲರೂ ಲಾಂಡ್ರಿಯೊಳಗೆ ನುಗ್ಗಿದೆವು. ಸಣ್ಣ ಫ್ಯಾಕ್ಟರಿಯಂತೆ ಇರುವ ಆ ಲಾಂಡ್ರಿಯಲ್ಲಿ ನೂರಾರು ಕೆಲಸಗಾರರಿದ್ದರು. ಆ ಕ್ಷಣ ಯಾವೊಬ್ಬನೂ ಅಲ್ಲಿರಲಿಲ್ಲ, ಎಲ್ಲರೂ ದಿಕ್ಕಾಪಾಲಾಗಿ ಹೊರ ಓಡಿಬಿಟ್ಟಿದ್ದರು. ಒಂದು ಮೂಲೆಯಲ್ಲಿ ಕೆಲವರ ಗುಂಪು ಗಲಾಟೆ ಎಬ್ಬಿಸಿತ್ತು. ಎಂಥದೋ ಅಚಾತುರ್ಯ ನಡೆದ ವಾಸನೆ ಅಲ್ಲಿನ ಸುಟ್ಟ ವಾಸನೆ ಸಮೇತ ಮೂಗಿಗೆ ಬಡಿದಿತ್ತು. ಲಾಂಡ್ರಿಯ ತಾರ್ಸಿಯನ್ನು ಸೀಳಿ ಮೂಲೆಯೊಂದರಲ್ಲಿ ಕೆಲಸ ನಿರತನಾಗಿದ್ದ ರಾಜಸ್ತಾನದ ಹಳ್ಳಿ ಹುಡುಗನೊಬ್ಬನ ಎಡ ಭುಜದ ಮೇಲೆ ಸರಿಯಾಗಿ ರಾಕೆಟ್ಟು ಬಿದ್ದಿತ್ತು. ಲಾಂಡ್ರಿಯ ತೂತು ಚಾವಣಿಯಿಂದ ಬೆಳಗಿನ ಸೂರ್ಯನು ಸೂತಕ ರಶ್ಮಿಯನ್ನ ಒಳಗೆಲ್ಲಾ ಹಾಸುತ್ತಿದ್ದ ಆ ಕ್ಷಣ ಅಸಹನೀಯ. ಅಕ್ಷರಶಃ ರಕ್ತದ ಮಡುವು! ಮಾಂಸ ಹರಿದು ಆತನ ಎಡಗೈನ ಮೂಳೆ ಸ್ಪಷ್ಟವಾಗಿ ಕಾಣುತ್ತಿತ್ತು. ಮುಖದ ಒಂದು ಪಾರ್ಶ್ವ ಮತ್ತು ಎಡ ದೇಹದ

ಬದಿ ಸುಟ್ಟು ಕರಕಲಾಗಿ ರಕ್ತಸ್ರಾವವಾಗುತ್ತಿತ್ತು. ಎಂತಹವರ ಎದೆಯನ್ನೂ ನಡುಗಿಸಿಬಿಡುವ ದೃಶ್ಯವದು! ಆ ಭಯಂಕರ ನೋವನ್ನುಂಡ ಆ ಹುಡುಗನ ಪ್ರಜ್ಞೆ ಹಾರಿಹೋಗಿತ್ತು. ಮೂಗಿನ ಹೊರಳೆಗೆ ಮೆತ್ತಿದ್ದ ರಕ್ತದ ಹೆಪ್ಪು ಅವನ ಉಸಿರಾಟಕ್ಕೆ ಕ್ರಮವಾಗಿ ಅಲುಗುತ್ತಿದ್ದದ್ದು ಅವ ಬದುಕಿದ್ದಾನೆನ್ನುವುದಕ್ಕೆ ಸಾಕ್ಷಿಯಾಗಿತ್ತು. ನಾವು ಏನು ಮಾಡಲೂ ತೋಚದೆ ಸ್ತಬ್ಧರಾಗಿ ನಿಂತಿದ್ದೆವು. ಎಲ್ಲರ ಮುಖದಲ್ಲೂ ಆತಂಕ, ಭಯ. ಕೆಲ ಹುಡುಗರು ಅಳುತ್ತಿದ್ದರು. ವಿಚಿತ್ರವೆಂದರೆ ಘಟನೆ ನಡೆದು ಹಲವಾರು ನಿಮಿಷಗಳು ಕಳೆದರೂ ರಕ್ಷಣಾ ತಂಡ ಧಾವಿಸಿರಲಿಲ್ಲ. ಅಲ್ಲಿದ್ದ ಕೆಲ ಮಿಲಿಟರಿ ಜನರು ನಮ್ಮನ್ನೆಲ್ಲಾ ದೂರ ಸರಿಯುವಂತೆ ಹೇಳಿ ಪರಿಸ್ಥಿತಿಯ ನಿಯಂತ್ರಣಕ್ಕೆ ಮುಂದಾದರು. ಆದರೆ ಗಾಯಾಳುವನ್ನು ತಕ್ಷಣ ಮಿಲಿಟರಿ ಆಸ್ಪತ್ರೆಗೆ ಸಾಗಿಸುವ ವ್ಯವಸ್ಥೆ ಮಾಡಬೇಕೆಂಬ ಕನಿಷ್ಠ ಪ್ರಜ್ಞೆ ಅವರಿಗಿಲ್ಲವಾಗಿತ್ತು. ಇಂತಹ ಪರಿಸ್ಥಿಯಲ್ಲಿ ಏನು ಮಾಡಬೇಕೆಂಬ ಅರಿವು ಇಲ್ಲದಿರುವ ಅವರು ಅದ್ಯಾವ ಶೈಲಿಯ ಸೈನಿಕರೋ ದೇವರೇ ಬಲ್ಲ ಎಂದು ಶಪಿಸಿಕೊಂಡು ನಿಂತಿದ್ದೆ. ಅಥವಾ ರಕ್ಷಣಾ ತಂಡದ ಹೊರತು ಅಲ್ಲಿ ಮತ್ತ್ಯಾರೂ ಏನನ್ನೂ ಮಾಡದಿರುವ ನಿಯಮವಿದೆಯೇನೋ? ಗೊತ್ತಿಲ್ಲ. ನಂತರ ಬಂದ ರಕ್ಷಣಾ ಪಡೆಯ ತಂಡ ಕಾರ್ಯೋನ್ಮುಖರಾದರು. ಬಾಂಬ್ ನಿಷ್ಕ್ರಿಯ ದಳದವರಂತಿದ್ದ, ಮೈ-ಮುಖ ಆವರಿಸಿಕೊಂಡ ಜಾಕೆಟ್ ಉಡುಪು ಧರಿಸಿದ್ದ ಕೆಲವರು ಸಾವಧಾನವಾಗಿ ತಮ್ಮ ಹತಾರಗಳೊಡನೆ ಅಲ್ಲಿ ತಲಾಶ್ ಶುರುವಿಟ್ಟುಕೊಂಡರು. ಗಾಯಾಳುವಿನ ಹತ್ತಿರ ಹೋಗಲು ಸುಮಾರು ಏಳೆಂಟು ನಿಮಿಷ ತೆಗೆದುಕೊಂಡ ಅವರು ನಮ್ಮನ್ನು ಹೊರ ದೂಡಿದರು. ಆಂಬುಲನ್ಸ್ ಬಂದು ಅವನನ್ನು ಹೊತ್ತೊಯ್ದದ್ದು ಕಾಣಿಸಿತು.

ನಮ್ಮ ಕಂಪನಿಯ ಕೆಲಸಗಾರರಿಗೆ ವೈದ್ಯಕೀಯ ನೆರವೊದಗಿಸಲು ನಮ್ಮದೇ ಆದ ಕ್ಲಿನಿಕ್ ಒಂದಿತ್ತು. ಡಾ.ರಮೇಶ್ ಕಿರ್ಕಿ ಇಲ್ಲಿನ ಡಾಕ್ಟರು. 35-36ರ ಹರೆಯದ ನೇಪಾಳಿ. ಎರಡು ವರ್ಷಗಳಿಂದ ಕಂದಹಾರ್ ಕ್ಯಾಂಪಿನಲ್ಲಿ ಸೇವೆ ಸಲ್ಲಿಸುತ್ತಿದ್ದಾನೆ. ಶೀತ-ಕೆಮ್ಮು-ಜ್ವರದ ಸ್ಪೆಷಲಿಸ್ಟ್ ಈತ. ಇದರ ಹೊರತು ಈತನಿಗೆ ಮತ್ತಿನ್ನೇನೂ ತಿಳಿದಿಲ್ಲ ಎಂದು ಅಲ್ಲಿ ಅವನ ಬೆನ್ನ ಹಿಂದೆ ಹುಡುಗರು ಆಡಿಕೊಳ್ಳುತ್ತಿದ್ದ ಮಾತು. 2000 ಡಾಲರ್ ಸಂಬಳ. ಇಷ್ಟು ಕಡಿಮೆ ಸಂಬಳಕ್ಕೆ ಡಾಕ್ಟರ್ ಒಬ್ಬ ಯುದ್ಧಭೂಮಿಗೆ ಬರುತ್ತಾನ್ಯೇ? ಸಾಮಾನ್ಯ ಕೆಲಸಗಾರನಿಗೆ 800ರಿಂದ 1000 ಡಾಲರ್ ಸಂಬಳ ಸಿಗುವ ಜಾಗ ಅದು. ಅವ ನೇಪಾಳದಲ್ಲಿ ಕಾಂಪೌಂಡರ್ ಅಂತೆ, ಒಬ್ಬ ಡಾಕ್ಟರನ್ನು ಇಲ್ಲಿಗೆ ಕರೆತರುವುದು ನಮ್ಮ ಕಂಪನಿಗೆ ಅಸಾಧ್ಯ ಅಂತ ಚೀಪಾಗಿ ಸಿಕ್ಕ ಇವನನ್ನು ತಂದು ಕೂರಿಸಿ ಎಲ್ಲರಿಗೂ ಶೀತ-ಕೆಮ್ಮಿನ ಔಷಧಿ ಕೊಡಿಸುತ್ತಿದ್ದಾರೆ ಅಂತ ಅಲ್ಲಿನ ಜನರ ಗುಸುಗುಸು. ತುಂಬಾ ಜನಕ್ಕೆ ಅದೇ ಅನುಮಾನ. ನನಗೂ ಅವ ಡಾಕ್ಟರ್ ಅನಿಸಲಿಲ್ಲ. ಯಾವ

ಹುತ್ತದಲ್ಲಿ ಯಾವ ಹಾವೋ ಯಾರಿಗೆ ಗೊತ್ತು? ನಾನೆಂದೂ ಅವನ ಬಳಿ ಶೀತ-ಕೆಮ್ಮಿನ ಮಾತ್ರೆ ತೆಗೆದುಕೊಳ್ಳುವ ಸಾಹಸವನ್ನೂ ಮಾಡಲಿಲ್ಲ. ನನ್ನ ಕಂಡರೆ ಅದೇನೋ ಭಕ್ತಿ-ಗೌರವ ಡಾಕ್ಟರಿಗೆ. ಇಷ್ಟೆಲ್ಲಾ ಪೀಠಿಕೆ ಯಾಕೆಂದರೆ ಈ ಆಧುನಿಕ ಸುಶ್ರುತ ಕೂಡ ಆ ಗಾಯಾಳುವಿನ ಜೊತೆ ಆಂಬುಲನ್ಸ್ ಹತ್ತಿದ್ದ. 'ಆ ಹೊಡೆತಕ್ಕೆ ಹೃದಯಾಘಾತವಾಗಿದೆ! ತುಂಬಾ ರಕ್ತಸ್ರಾವವಾಯ್ತು. ಆಸ್ಪತ್ರೇಲಿ ರಕ್ತ ಕೊಡ್ತಿದ್ದಾರೆ. ಉಳಿಯೋದು ಕಷ್ಟಾನೇ... ಶಸ್ತ್ರಚಿಕಿತ್ಸೆ ಆಗಬೇಕಿದೆ. ತಕ್ಷಣ ದುಬೈಗೆ ತೆಗೆದುಕೊಂಡು ಹೋಗಬೇಕಂತೆ' ಡಾಕ್ಟರ್ ಕಿರ್ಕ ಒಂದೇ ಸಮನೆ ಹೇಳುತ್ತಿದ್ದ. ಕುತೂಹಲದಿಂದ ನೆರೆದಿದ್ದ ಕಚೇರಿಯಲ್ಲಿರುವ ಜನರ ಮುಖ ಬಾಡಿದ ಹಾಗಾಯ್ತು. ಕಂಪನಿ ಮೇಲಧಿಕಾರಿಗಳು ಮತ್ತು ಮಿಲಿಟರಿ ಅಧಿಕಾರಿಗಳ ಕೆಲವಾರು ಘಂಟೆಗಳ ನಿರಂತರ ಮಾತುಕತೆ, ಒಪ್ಪಂದ, ಒತ್ತಡ, ನಿರ್ಧಾರಗಳ ನಂತರ ನಮ್ಮ ಕಂಪನಿಯು ನುರಿತ ಡಾಕ್ಟರು ಸಮೇತ ಚಾರ್ಟರ್ಡ್ ಆಂಬುಲನ್ಸ್ ವಿಮಾನವನ್ನ ದುಬೈನಿಂದ ಕರೆಸಿ ದುಬೈನಲ್ಲಿನ ಪ್ರತಿಷ್ಠಿತ ಆಸ್ಪತ್ರೆಗೆ ಸಾಗಿಸಲಾಯ್ತು. ನಂತರ ತಿಳಿದ ಮಾಹಿತಿಯಂತೆ ಶಸ್ತ್ರಚಿಕಿತ್ಸೆ ನಡೆದು ಅವ ಬದುಕುಳಿದ. ಕೆಲ ವಾರಗಳ ನಂತರ ಅವನೂರಿಗೆ ಸಾಗಿಸಲಾಯ್ತು. ಖರ್ಚು-ವೆಚ್ಚವನ್ನೆಲ್ಲಾ ಕಂಪನಿ ಭರಿಸಿತು. ಆದರೆ ಅವನೆಂದೂ ಮೇಲೆದ್ದು ಓಡಾಡದಂತಾದ. ಮಾನವೀಯತೆ ಮೆರೆದ ನಮ್ಮ ಕಂಪನಿಯು ಪ್ರತಿ ತಿಂಗಳ ಪೂರ ಸಂಬಳವನ್ನು ಅವನ ಕುಟುಂಬಕ್ಕೆ ತಲುಪುವಂತೆ ವ್ಯವಸ್ಥೆ ಮಾಡಿತು. ಆರೇಳು ತಿಂಗಳ ನಂತರ ಅವ ತೀರಿಕೊಂಡ, ಸಂಬಳವೂ ಕೂಡ!

ಅಫ್ಘಾನಿಸ್ತಾನದ ಇತರೆ ಎಲ್ಲಾ ಮಿಲಿಟರಿ ಕ್ಯಾಂಪುಗಳಿಗೆ ಹೋಲಿಸಿದರೆ ಕಂದಹಾರ್ ಏರ್‌ಬೇಸ್ ರಾಕೆಟ್ಟು-ಶೆಲ್ ದಾಳಿಗೆ ಅತಿ ಹೆಚ್ಚಿನದಾಗಿಯೇ ಅನ್ನುವಷ್ಟು ಮೈಯೊಡ್ಡಿದ ಜಾಗ ಎನ್ನುವುದು ಇಲ್ಲಿನೆಲ್ಲರ ಅಂಬೋಣ. ತಾಲಿಬಾನಿಗಳ ಮೂಲಸ್ಥಾನ ಕಂದಹಾರ್ ಎಂದೇ ಹೇಳಲಾಗುತ್ತದೆ. ಕಂದಹಾರ್ ಪ್ರಾಂತ್ಯದ ಬಹು ಪಾಲು ಭಾಗ ಬೆಟ್ಟಗಳಿಂದಾವೃತವಾಗಿದ್ದು, ಮಿಕ್ಕ ಭೂಭಾಗ ಕೆಂಪು ಮರಳಿನ ರೇಗಿಸ್ತಾನ್ ಮರುಭೂಮಿ. ಆ ಬೆಟ್ಟಗಳೆಡೆಯಿಂದಲೇ ಬಹುಪಾಲು ರಾಕೆಟ್ಟುಗಳ ದಾಳಿಯಾಗುತ್ತಿದ್ದುದು. ಏರ್‌ಬೇಸಿನ ಗಡಿಯಲ್ಲಿ ಆ ಬೆಟ್ಟಗಳ ನೆತ್ತಿಗೆ ತಾಗಿಕೊಂಡಂತೆ ವಿಮಾನದಾಕೃತಿಯಲ್ಲಿ ನಾಲ್ಕು ಬೃಹತ್ ಬಲೂನುಗಳನ್ನು ಹಾರಿಬಿಡಲಾಗಿತ್ತು. ಸೂಕ್ಷ್ಮ ಸಂವೇದಿ ಕ್ಯಾಮೆರ ಮತ್ತು ರಾಡಾರ್ ಸಂದೇಶ ವ್ಯವಸ್ಥೆಯುಳ್ಳ ಇವುಗಳು ಅತ್ಯುತ್ತಮ ಅಮಾನವ ಪಹರೆಕಾರರು. ಕಾಬೂಲ್ ಏರ್‌ಬೇಸಿನಲ್ಲೂ ಇದೇ ತೆರನಾದ ವ್ಯವಸ್ಥೆಯನ್ನು ನಾನು ನೋಡಿದ್ದೆ. ಇವುಗಳು ಅದೆಷ್ಟೋ ಬಾರಿ ತಾಲಿಬಾನಿಗಳ ರಾಕೆಟ್ ದಾಳಿಗೆ ತುತ್ತಾಗಿ ಸೂತ್ರ ಹರಿದು ಆಕಾಶದಲ್ಲೆಲ್ಲೋ ಮರೆಯಾಗುತ್ತಿದ್ದುದು ಸಾಮಾನ್ಯ ಸಂಗತಿ. ತಾಲಿಬಾನಿಗಳಿಗೆ ಇದೊಂದು ಮನರಂಜನೆಯ ಆಟ.

ಗುರಿಗಾರಿಕೆಯ ಅಭ್ಯಾಸ ಕೂಡ! ಬೇಸಿಗೆ ಕಾಲದಲ್ಲಿ ರಾಕೆಟ್ ದಾಳಿ ಅಧಿಕ. ಚಳಿಗಾಲದಲ್ಲಿ ಅತಿ ಕಡಿಮೆಯೇ ಎಂದು ಹೇಳಬೇಕು. ಅಫ್ಘಾನಿಸ್ತಾನದ ಚಳಿಗಾಲದ ಚಳಿ ಮೂಳೆಯನ್ನು ತಲುಪುವಷ್ಟು ತೀವ್ರ. ತಾಲಿಬಾನಿಗಳು ಈ ಸಮಯದಲ್ಲಿ ತಮ್ಮ ಅಡಗು ತಾಣ ಗುಹೆಗಹ್ವರಗಳಿಂದ ಹೊರ ಬರುವುದು ಕಡಿಮೆ, ಹಾಗೆಯೇ ಉಡಾವಣಾ ಬಂದೂಕಿನಿಂದ ರಾಕೆಟ್ಟು ಕೂಡ. ಮತ್ತೊಂದು ಪ್ರಮುಖ ಅಡಚಣೆ ಕಣ್ಣು ಕಟ್ಟಿಸುವ ದಟ್ಟ ಮಂಜು. ಇಂತಹ ಕಾಲದಲ್ಲಿ ಉಡಾಯಿಸಿದ ರಾಕೆಟ್ಟು ಒಮ್ಮೊಮ್ಮೆ ಗುರಿ ತಪ್ಪಿಯೋ ಅಥವಾ ಅಗತ್ಯ ಶಕ್ತಿ ಸಾಲದೆಯೋ ಪಕ್ಕದ ಹಳ್ಳಿಗಳಲ್ಲಿ ಬಿದ್ದ ಉದಾಹರಣೆಗಳಿವೆ. ನಾನು ಕಂದಹಾರ್ ಬೇಸಿನಲ್ಲಿದ್ದದ್ದು ಕಡು ಬೇಸಿಗೆಯ ದಿನಗಳಂದು. ದಿನಕ್ಕೆ ಕನಿಷ್ಠ ಒಂದಾದರೂ ರಾಕೆಟ್ಟು ಬೀಳಲೇಬೇಕು. ಒಮ್ಮೊಮ್ಮೆ ಒಂದೇ ಬಾರಿಗೆ ಒಂದರ ಹಿಂದೆ ಒಂದರಂತೆ ಹಲವಾರು ಶೆಲ್ ದಾಳಿಯಾದದ್ದಕ್ಕೆ ನಾನು ಪ್ರತ್ಯಕ್ಷ ಸಾಕ್ಷಿ. ದೀಪಾವಳಿ ಹಬ್ಬ ಮತ್ತು ಆಸುಪಾಸಿನ ದಿನಗಳಲ್ಲಿ ಪಟಾಕಿಗಳನ್ನು ನಾವು ಹಗಲಿನ ಹೊತ್ತೂ ಸುಡುತ್ತಾ ಶಬ್ದವನ್ನು ಆನಂದಿಸುತ್ತಿದ್ದ ನಮ್ಮ ಬಾಲ್ಯದ ಚಿತ್ರಣದ ನೆನಪು ತರುತ್ತಿತ್ತು. ಇಲ್ಲಿನ ವ್ಯತ್ಯಾಸವೆಂದರೆ ಪ್ರತಿಸಾರಿ ದಾಳಿಯಾದಾಗಲೂ ಪಾದದಡಿಯ ನೆಲ ಜುಮ್ಮೆನಿಸುವಂತೆ ಅದುರುತ್ತಿತ್ತು. ಅಂತಹ ಸಮಯದಲ್ಲಿ ಸಾಮಾನ್ಯ ಚಟುವಟಿಕೆಗಳು ಸಂಪೂರ್ಣ ಬಂದ್ ಆಗಿ, ಎಲ್ಲರೂ ಬಂಕರಿನೊಳಗೆ ಸೇರಿಕೊಂಡು ಬಿಡುತ್ತಿದ್ದರು. ದಾಳಿ ನಿಲ್ಲುವ ಸೂಚನೆಯೇ ಇಲ್ಲ ಎಂದಾದರೆ, ಅತೀ ಅಗತ್ಯವಿರುವವರು ಯಮ ಭಾರದ ಗುಂಡು ನಿರೋಧಕ ಎದೆಗವಸು ಮತ್ತು ಹೆಲ್ಮೆಟ್ಟನ್ನು ಧರಿಸಿಯೇ ಹೊರಬರಬೇಕು. ಹೆಚ್ಚು ಹೊತ್ತು ಹೊರಗಿರುವ ಹಾಗಿಲ್ಲ. ಇಂತಹ ಘಟನೆಗಳು ಇಲ್ಲಿ ಮಾಮೂಲಿ. ಇಲ್ಲಿನ ಎಲ್ಲರೂ ಒಗ್ಗಿಕೊಂಡುಬಿಟ್ಟಿದ್ದರು. ನನಗೆ ಉಸಿರು ಕಟ್ಟಿದ ಹಾಗೆ ಆಗುತ್ತಿತ್ತು, ಭಯ ಇಲ್ಲದೇನು ಇರಲಿಲ್ಲ. ಒಮ್ಮೊಮ್ಮೆ ಹೃದಯ ಬಡಿತದ ಶಬ್ದ ಪಕ್ಕದವನಿಗೂ ಕೇಳಿಸುವಷ್ಟು ಜೋರಾಗುತ್ತಿತ್ತು.

ಕಂದಹಾರ್-ಕಾಬೂಲ್-ಕಂದಹಾರ್ ಕ್ಯಾಂಪಿನ ಓಡಾಟ ನಿರಂತರವಾಗಿದ್ದ ಸಮಯವದು. ಒಮ್ಮೆ ನಾನು ಕಾಬೂಲಿಗೆ ಹೋಗಲೆಂದು ಮಿಲಿಟರಿ ವಿಮಾನ ನಿಲ್ದಾಣ ಹೊಕ್ಕೆ. ಅದ್ಯಾವ ಘಳಿಗೆಯಲ್ಲಿ ಶುರುವಾಯಿತೋ ದಾಳಿ, ಯಾವೊಂದೂ ವಿಮಾನವೂ ಅಲುಗಾಡುವಂತಿರಲಿಲ್ಲ. ಆರೂವರೆ ತಾಸಿಗಿಂತ ಹೆಚ್ಚೇ ಸಮಯ ಬಂಧಿಯಂತೆ ನಾನು ಅಲ್ಲಿ ಕಾಯಬೇಕಾಗಿದ್ದನ್ನ ಮರೆಯಲು ಅಸಾಧ್ಯ. ಬಂಕರಿಗಿಂತಲೂ ಮೂರು ಪಟ್ಟು ಸುರಕ್ಷಾ ಜಾಗವದು. ಒಬ್ಬ ಆಳು ತಬ್ಬಿಕೊಳ್ಳಲು ತಿಣುಕಬೇಕಾದಷ್ಟು ಗಾತ್ರದ ಗೋಡೆಗಳವು. ಛಾವಣಿಯೂ ಅದೇ ಗಾತ್ರದ್ದು! ಸುರಕ್ಷತೆಯೇನೋ ಹೌದು ಸಮಯ ದೂಡುವುದು ಹೇಗೆ? ಅಲ್ಲಿದ್ದ ಕೆಲ ಇಂಗ್ಲಿಷ್ ಪುಸ್ತಕಗಳನ್ನು ಅತ್ತಿಂದಿತ್ತ ತಿರುವಿದೆ. ಇಂಗ್ಲಿಷ್ ಪುಸ್ತಕ ಓದುವ

ಗೀಳಿಲ್ಲವಾದ್ದರಿಂದ ರುಚಿಸಲಿಲ್ಲ. ಟಿವಿಯಲ್ಲಿ ಅಮೆರಿಕಾದ ಯಾವುದೋ ಒಂದು ಚಾನಲ್‌ನ ಕಾರ್ಯಕ್ರಮ ಪ್ರಸಾರವಾಗುತ್ತಿತ್ತು. ಹಿಡಿದು ಕೂರಿಸುವಂತ ಕಾರ್ಯಕ್ರಮವಲ್ಲವದು. ಸ್ಯಾಂಡ್ವಿಚ್ ತುಂಬಿದ ಒಂದು ಬುಟ್ಟಿಯನ್ನು ತಂದು ಅಲ್ಲಿಟ್ಟರು. ಹೆಚ್ಚಿನವು ದನದ ಮಾಂಸದಿಂದ ತಯಾರಿಸಿದ ಸ್ಯಾಂಡ್ವಿಚ್‌ಗಳು. ಬೇರೆ ಇಲ್ಲವೇ ಎಂದು ಅಲ್ಲಿನ ಮೇಲ್ವಿಚಾರಕರನ್ನ ಪ್ರಶ್ನಿಸಿದರೆ ನನಗೆ ಮೀನಿನ ಸ್ಯಾಂಡ್ವಿಚ್ ಒಂದನ್ನು ಹೆಕ್ಕಿ ಕೊಟ್ಟರು. ಬ್ರೆಡ್ಡಿನ ಮಧ್ಯೆ ಸ್ವಲ್ಪ ಸೊಪ್ಪು, ಟೊಮ್ಯಾಟೋ ತುಂಡು, ಚೀಸ್ ಮತ್ತು ಹಸಿ ಸಾಲ್ಮಾನ್ ಮೀನಿನ ಹಾಳೆಯನ್ನ ತುರುಕಿ ತಯಾರಿಸಿದ ಸ್ಯಾಂಡ್ವಿಚ್ ಅದು. ಹಸಿದ ಹೊಟ್ಟೆ ಚುರ್ ಎನ್ನುವ ಹೊತ್ತು. ಅದೇನೆಂದೂ ಲೆಕ್ಕಿಸದೆ ಬಾಯ್ ಹಾಕಿದೆ. ಹಸಿ ಮೀನಿನ ಹೊಲಸು ಮೂಗಿಗೆ ತಟ್ಟುತ್ತಿತ್ತು. ಗತಿಯಿರಲಿಲ್ಲ, ತಿಂದು ಮುಗಿಸಿ ಇನ್ನೊಂದು ಸಿಗುವುದೇ ಎಂದು ಕೇಳಿ ಪಡೆದು ತಿಂದೆ.

ತಾಲಿಬಾನಿಗಳ ಪ್ರಮುಖ ಉದ್ದಿಶ್ಯ ಅತೀ ಹೆಚ್ಚು ಜನರಿರುವ ಕಡೆಗೆ ಶೆಲ್ ದಾಳಿ ಮಾಡುವುದು ಮತ್ತು ಆದಷ್ಟೂ ಹೆಚ್ಚು ಹಾನಿಯಾಗುವಂತೆ ನೋಡಿಕೊಳ್ಳುವುದು. ಒಮ್ಮೆಗೇ ನೂರಾರು ಜನ ಸೇರುವ ಊಟದ ಸಭಾಂಗಣ, ಅದರ ಪಕ್ಕದ ಆಹಾರ ಸಂಗ್ರಹದ ಗುಡಾಣಗಳು, ಡಿಸೇಲ್ ಸಂಗ್ರಹ ಟ್ಯಾಂಕುಗಳು, ವಿದ್ಯುತ್ ತಯಾರಿಕಾ ಘಟಕಗಳು ಮತ್ತು ಸಂಜೆಯ ಹೊತ್ತು ಜನಸಂದಣಿಯಿಂದ ಕೂಡುವ ಅಂಗಡಿ ಮುಂಗಟ್ಟುಗಳಂತಹ ಪ್ರದೇಶಗಳು ಇವರ ಪ್ರಮುಖ ಗುರಿ. ಅದೆಷ್ಟೋ ಬಾರಿ ದಾಳಿ ಸಫಲವಾಗಿದ್ದಿದೆ. ರಸ್ತೆಬದಿಯಲ್ಲಿ ನಡೆದು ಹೋಗುತ್ತಿದ್ದ ಕೆನಡಾ ಮೂಲದ ಹುಡುಗಿಯೊಬ್ಬಳ ತಲೆ ಮೇಲೆ ಸರಿಯಾಗಿ ಬಿದ್ದ ರಾಕೆಟ್ಟಿನ ಹೊಡೆತಕ್ಕೆ ಆಕೆ ಅಲ್ಲಿಯೇ ಕರಕಲಾಗಿ ಸತ್ತು ಬಿದ್ದದ್ದು ನಾನು ಅಲ್ಲಿದ್ದಾಗ ನಡೆದ ಮನ ಕದಡಿದ ಘಟನೆಯಲ್ಲೊಂದು. ಇಂತಹವು ಹಲವಾರಿವೆ. ಕೆಲವು ಕಡಿಮೆ ತೀವ್ರತೆಯ ನೋವಿನದ್ದಾದರೆ ಮತ್ತೆ ಕೆಲವು ಒಮ್ಮೆಗೇ ಒಂದಷ್ಟು ಜನರನ್ನು ಆಹುತಿ ತೆಗೆದುಕೊಂಡು ಹೋಗುವ ಯಮಸ್ವರೂಪಿ ದಾಳಿಗಳು. ನಮ್ಮ ಕಂಪನಿಯ ವಸತಿ ಸಮುಚ್ಚಯದ ಪಕ್ಕದಲ್ಲೇ ಇರುವ ವಿದ್ಯುತ್ ತಯಾರಿಕಾ ಘಟಕದ ಮೇಲೆ ದಾಳಿಯಾಗುವುದು ಸಾಮಾನ್ಯ. ಪ್ರತಿ ದಾಳಿಗೂ ಒಂದಲ್ಲ ಒಂದು ಬೃಹತ್ ಜನರೇಟರುಗಳು ಸುಟ್ಟು ಹೋಗುತ್ತವೆ. ರಾಕೆಟ್ಟಿನ ಗುರಿ ಹತ್ತು-ಹದಿನೈದು ಮೀಟರು ಅತ್ತಿತ್ತಲಾದರೂ ನಮ್ಮ ಕಂಪನಿಯ ವಸತಿ ಸಮುಚ್ಚಯದ ತಾರಸಿಗೆ ಬಂದು ತಟ್ಟುತ್ತದೆ. ನಾನು ಕಂದಹಾರಿಗೆ ಹೋದರೆ ಮೊದಲ ಮಹಡಿಯ ರೂಮಿನಲ್ಲಿ ಉಳಿಯಲು ಹಿಂದೇಟು ಹಾಕುತ್ತೇನೆ. ಗತಿಯೇ ಇಲ್ಲ ಎಂದಾಗ ಸಾವಿಗೆ ಎದೆಕೊಟ್ಟು ನಿದ್ರೆಗೆ ಜಾರಬೇಕು! ನಾನು ಅಲ್ಲಿದ್ದಾಗಲೇ ಬಗ್ರಾಮ್ ಏರ್‌ಬೇಸಿನ ಬಹು ದೊಡ್ಡ ಆಹಾರ ಉಗ್ರಾಣದ ಮೇಲಾದ ದಾಳಿ ಸಂಪೂರ್ಣ ಕಚ್ಚಾ-ಆಹಾರ ಸಂಗ್ರಹವನ್ನ

ಆಹುತಿ ತೆಗೆದುಕೊಂಡುಬಿಟ್ಟಿತ್ತು. ನಲವತ್ತು ಸಾವಿರ ಸೈನಿಕರ ನಾಲ್ಕಾರು ತಿಂಗಳ ಆಹಾರ ಸಂಗ್ರಹವದು! ಕಾಬೂಲ್, ಕಂದಹಾರ್ ಬೇಸ್‌ನಂತೆ ದೊಡ್ಡ ಮಿಲಿಟರಿ ಕ್ಯಾಂಪ್ ಅದು. ಕಾಬೂಲಿನಿಂದ 15–20 ಕಿ.ಮೀ ದೂರದಲ್ಲಿದೆ.

ರಾಕೆಟ್ ಅಟ್ಯಾಕ್‌ನಂತೆ 'ಗ್ರೌಂಡ್ ಅಟ್ಯಾಕ್' ಎನ್ನುವುದು ಇಲ್ಲಿ ಬಹಳ ಜನಪ್ರಿಯ ಪದಗಳಲ್ಲೊಂದು. ರಾಕೆಟ್ ಅಟ್ಯಾಕ್ ಅಥವಾ ಗ್ರೌಂಡ್ ಅಟ್ಯಾಕ್ ಆದ ಸಂದರ್ಭಗಳಲ್ಲಿ ಅನುಸರಿಸಬೇಕಾದ ಸುರಕ್ಷಾ ನಿಯಮಗಳ ಸೂಚನಾ ಫಲಕ ಎಲ್ಲೆಂದರಲ್ಲಿ ಕಾಣಸಿಗುತ್ತಿದ್ದದು ಅಲ್ಲಿ ಸರ್ವೇಸಾಮಾನ್ಯ. ನಾನು ಕಂಡಂತೆ ಒಮ್ಮೆಯೂ ನೆಲದ ದಾಳಿಯಂತಹ ಘಟನೆ ಘಟಿಸಿಲ್ಲ ಆದರೆ ಮುಖ್ಯ ದ್ವಾರದ ಬಳಿಗೆ ಶಸ್ತ್ರಾಸ್ತ್ರಗಳನ್ನೊಳಗೊಂಡ ವಾಹನವನ್ನೋ ಇಲ್ಲಾ ಆತ್ಮಾಹುತಿ ದಳವನ್ನೋ ನುಗ್ಗಿಸಿ ದಾಳಿ ಮಾಡುವ ಪರಿ ನಡೆದೇ ಇತ್ತು. ನಾನು ಕ್ಯಾಂಪಿನೊಳಗೆ ಬರುವ ಮುನ್ನಾದಿನ ಜರುಗಿದ್ದ ಘಟನೆ ಈಗಾಗಲೇ ಹೇಳಿದ್ದೇನೆ. ಚಕ್ರವ್ಯೂಹದಂತಿರುವ ಸೈನಿಕ ಜಾಲವನ್ನ ಭೇದಿಸಿ ಕ್ಯಾಂಪಿನ ಒಳ ಬಂದು ದಾಳಿಗೈಯುತ್ತಿದ್ದ ತಾಲಿಬಾನಿಗಳ ಸಾಹಸ ಮೆಚ್ಚಲೇಬೇಕು. ಯುದ್ಧ ತೀವ್ರತೆಯ ಸಮಯದಲ್ಲಿ ಈ ರೀತಿಯ ಘಟನೆಗಳು ಹೆಚ್ಚು ಸಂಭವಿಸುತ್ತಿದ್ದವಂತೆ. ಒಳ ಬಂದವರೇ ಹುಚ್ಚೆದ್ದವರಂತೆ ಸಿಕ್ಕಸಿಕ್ಕವರನ್ನು ಗುಂಡಿಕ್ಕಿ ಕೊಲ್ಲುವುದಷ್ಟೇ. ಪ್ರಾಣದ ಹಂಗು ಅದೆಂದೋ ಬಿಟ್ಟವರವರು. ಪರಿಸ್ಥಿತಿ ಅರಿತು ಸೈನಿಕರು ಪ್ರತಿ ದಾಳಿ ನಡೆಸುವಷ್ಟರಲ್ಲಿ ಅದೆಷ್ಟು ಜೀವಗಳು ಬಲಿಯಾಗುತ್ತವೆಯೋ? ಹಾಗಾಗಿಯೇ ಇರಬೇಕು, ಇಲ್ಲಿನ ಸೈನಿಕ ಮಂದಿ ಎಂತಹುದೇ ಸಂದರ್ಭದಲ್ಲಾದರೂ ತಮ್ಮ ಹೆಗಲಿಗೇರಿಸಿಕೊಂಡ ಬಂದೂಕನ್ನ ಕೆಳಗಿಳಿಸುವುದಿಲ್ಲ. ಅವರು ಊಟ ಮಾಡುವ ಸಮಯದಲ್ಲಾಗಲೀ, ಅಥವಾ ಇತರೆ ಬಿಡುವಿನ ವೇಳೆಯಲ್ಲಾಗಲೀ ಅತ್ಯಾಧುನಿಕ ಬಂದೂಕು ಅವರ ಹೆಗಲಿನಲ್ಲಿ ನೇತಾಡುತ್ತಲೇ ಇರುತ್ತದೆ. ಬೆಳಗಿನ ಜಾಗಿಂಗ್ ಸಮಯದಲ್ಲೂ ಒಂದು ಸ್ಟೆನ್ಗನ್ ಅವರ ಸೊಂಟಪಟ್ಟಿಯಲ್ಲಿ ಇರಲೇಬೇಕು. ಇಂತಹ ನೆಲದ ದಾಳಿಯ ಸಂದರ್ಭದ ಎಚ್ಚರಿಕೆ ಸಂದೇಶ ಬಿತ್ತರವಾದ ತಕ್ಷಣವೇ ನನ್ನಂತ ಪ್ರತಿಯೊಬ್ಬರೂ ಬೋರಲಾಗಿ ನೆಲದ ಮೇಲೆ ಬಿದ್ದು ತಮ್ಮ ಕುತ್ತಿಗೆಯಲ್ಲಿನ ಗುರುತು ಪಟ್ಟಿಯನ್ನು ಬೆನ್ನ ಮೇಲೆಳೆದುಕೊಳ್ಳಬೇಕು. ಇಲ್ಲದಿದ್ದರೆ ಸೈನಿಕರೆ ಗುಂಡು ಹೊಡೆದು ನಮ್ಮನ್ನು ಸಾಯಿಸುವ ಅವಕಾಶ ಹೆಚ್ಚು. ಅಂತಹ ಸನ್ನಿವೇಶದಲ್ಲಿ ಯಾರು ಯಾರಿಗೆ ಗುಂಡು ಹಾರಿಸುವರೋ ಯಾರಿಗೆ ಗೊತ್ತು? ಬಹುತೇಕ ಯುದ್ಧ ಸಂದರ್ಭಗಳಲ್ಲಿ ತಮ್ಮವರನ್ನೇ ಗುರುತಿಸಲಾಗದೆ ಕೊಂದುಕೊಳ್ಳುವ ಪ್ರಕ್ರಿಯೆ ಸಾಮಾನ್ಯ. ಮಹಾಭಾರತ ಯುದ್ಧ ಇದಕ್ಕೊಂದು ಒಳ್ಳೆಯ ನಿದರ್ಶನವೂ ಹೌದು. ಎಲ್ಲಾ ಕ್ಲಿಯರ್ ಎನ್ನುವ ಸಂದೇಶ ಬಿತ್ತರವಾಗುವವರೆಗೆ ಹಾಗೆಯೇ ಬಿದ್ದುಕೊಂಡಿರಬೇಕು. ಒಂದೊಮ್ಮೆ

ಬದುಕಿದ್ದರೆ ಮೇಲೆದ್ದು ತಮ್ಮ ಪಾಡಿಗೆ ತಾವು ಹೋಗಬಹುದು. ಒಮ್ಮೊಮ್ಮೆ ಕಂದಹಾರ್ ಕ್ಯಾಂಪಿನ ಸರಹದ್ದಿನ ಬೇಲಿಯ ಆಚೆ ಕಲ್ಲಂಗಡಿ ಹೊಲಗಳ ನಡುವೆ ಹಿಂಡುಗಟ್ಟಲೆ ಒಂಟೆಗಳು, ಕತ್ತೆಗಳು ಮತ್ತು ಕುರಿಗಳು ಮೇಯಲು ಬರುತ್ತಿದ್ದುದನ್ನು ಗಮನಿಸಿದ್ದೆ. ವಾಚ್‌ಟವರ್ ಮೇಲೆ ಕುಳಿತಿರುತ್ತಿದ್ದ ಸೈನಿಕರು ಅವುಗಳನ್ನು ಹೆದರಿಸಿ ಓಡಿಸಲು ಗಾಳಿಯಲ್ಲೋ ಅಥವಾ ನೆಲಕ್ಕೋ ಗುಂಡು ಹಾರಿಸುತ್ತಿದ್ದುದೂ ಹೌದು. ಆ ಒಂಟೆಗಳ ಮಧ್ಯೆ ನುಸುಳಿ ಬಂದೋ ಅಥವಾ ಒಂಟೆ, ಕುರಿಗಾಹಿ ಹುಡುಗರ ಹಾಗೆ ಬಂದೋ ದಾಳಿ ಮಾಡಬಹುದೆನ್ನುವ ಸಾಧ್ಯತೆಗಳನ್ನೂ ಮಿಲಿಟರಿಯವರು ಊಹಿಸಿದ್ದರು ಎನ್ನುವುದು ನನ್ನ ಗಮನಕ್ಕೆ ಬಂದ ವಿಷಯ.

3

ಕಂದಹಾರ್ ಕ್ಯಾಂಪಿನ ಡಿಫ್ಯಾಕ್ ಮತ್ತು ಮಿಲಿಟರಿ ಮುಖ್ಯಸ್ಥನ ಭೇಟಿ

ಹೊಸ ಜಾಗ, ಹೊಸ ವಾತಾವರಣವಾದ್ದರಿಂದ ನಿದ್ದೆ ಅಷ್ಟು ಬೇಗ ಹತ್ತಲಿಲ್ಲ. ಮಾರನೆ ದಿನ ಬೆಳಗ್ಗೆ ಆರಕ್ಕೆಲ್ಲ ಎದ್ದು ಸ್ನಾನದ ಮನೆ ಕಡೆ ಹೋದೆ. ವಸತಿಗೃಹದ ಮೂಲೆಯೊಂದರಲ್ಲಿ ಎರಡು ಸಾರ್ವಜನಿಕ ಸ್ನಾನ-ಶೌಚಾದಿ ಕೊಠಡಿಗಳಿವೆ. ಆ ಪ್ರತಿ ಕೊಠಡಿಯ ಅರ್ಧ ಭಾಗವನ್ನ ಮೂರು ಕಕ್ಕಸ್ಸು ಕ್ಯಾಬಿನ್‌ಗಳನ್ನಾಗಿಯೂ, ಇನ್ನರ್ಧ ಭಾಗವನ್ನು ಮೂರು ಸ್ನಾನದ ಕ್ಯಾಬಿನ್‌ಗಳನ್ನಾಗಿಯೂ ಪರಿವರ್ತಿಸಲಾಗಿತ್ತು. ಒಳಗೋ ನೊಣಗಳಂತೆ ಜನರು! ಸರತಿ ಬೇರೆ ಏರ್ಪಟ್ಟಿದೆ. ಬೆಳಗ್ಗೆ 6ರಿಂದ 7ರ ಸಮಯ 'ಪೀಕ್ ಹವರ್'. ನೂರಾರು ಜನರು ವಾಸಿಸುವ ಸಮುಚ್ಚಯವಾದ್ದರಿಂದ ಇಂತಹ ಇನ್ನೊಂದು ಸ್ನಾನ-ಶೌಚ ಗೃಹದ ಅವಶ್ಯಕತೆಯಿತ್ತು ಎಂದೆನಿಸುತ್ತಿತ್ತು. ಸ್ವಲ್ಪ ಸಮಯದ ನಂತರ ಬರೋಣವೆಂದು ವಾಪಸ್ಸಾದೆ. ನಾನು ತಯಾರಾಗಿ ಹೊರ ಬಂದಾಗ 7:30ರ ಸುಮಾರು. ಕ್ಯಾಂಪಿನ ಚಟುವಟಿಕೆಗಳು ಅದಾಗಲೇ ಶುರುವಾಗಿದ್ದವು. ಪೇಟೆಯಲ್ಲಿ ತಿರುಗುವಂತೆ ನ್ಯಾಟೋ ಸೈನಿಕರು ತಮ್ಮಷ್ಟಕ್ಕೆ ತಾವು ಅತ್ತಿಂದಿತ್ತ ಓಡಾಡುತ್ತಿದ್ದರು. ಕಚ್ಚಾ ರಸ್ತೆಗಳಲ್ಲಿ ವಾಹನಗಳು

ಧೂಳನ್ನೆಬ್ಬಿಸುತ್ತಾ ಮೆಲ್ಲಗೆ ಹೊರಟಿದ್ದವು. ಯಾರ ಮುಖದಲ್ಲೂ ಸೈನಿಕ ಶಿಸ್ತಿನ ಅಭಿವ್ಯಕ್ತಿಯ ಕುರುಹೂ ಇರಲಿಲ್ಲ. ಬಹುತೇಕ ಮಂದಿ ಬೆಳಗಿನ ಜಾಗಿಂಗ್ ದಿರಿಸಿನಲ್ಲಿದ್ದರು. ನನ್ನನ್ನ ಯಾರೂ ಗಮನಿಸುವ ಪ್ರಯತ್ನ ಮಾಡುತ್ತಿರಲಿಲ್ಲ. ಇಲ್ಲಿ ಅವರಿಗದು ಅವಶ್ಯವೂ ಇಲ್ಲ. ಎಲ್ಲವೂ ಸಹಜದಂತೆ ವರ್ತಿಸುತ್ತಿದ್ದರು. ಅಕಸ್ಮಾತ್ ಯಾರಾದರೂ ಪರಸ್ಪರ ಮುಖ ನೋಡಿದರೆ 'ಹಾಯ್' ಇಲ್ಲಾ 'ಹಲೋ' ಎನ್ನುತ್ತಿದ್ದರು, ಇಲ್ಲವೇ ಸಣ್ಣ ನಗೆ ನಕ್ಕು ತಮ್ಮ ಪಾಡಿಗೆ ತಾವು ಮುಂದುವರೆಯುತ್ತಿದ್ದರು. ಅದೂ ಕೇವಲ ಅಮೆರಿಕನ್ನರು ಮಾತ್ರ. ಬೇರೆ ದೇಶದ ಸೈನಿಕರಾಗಲೀ ಇಲ್ಲವೇ ಇತರೆ ಜನರಾಗಲೀ ಪರಸ್ಪರ ಮುಖ ಮಾಡುವುದಕ್ಕೂ ಸಮಯ ಇಲ್ಲದಂತೆ ತಮ್ಮಷ್ಟಕ್ಕೆ ತಾವಿರುತ್ತಿದ್ದರು. ಹಾಗಾಗಿ ಅಮೆರಿಕನ್ನರ ಮುಗುಳ್ನಗೆ, 'ಹಲೋ' ಇಲ್ಲಾ 'ಹಾಯ್' ಎನ್ನುವ ಅವರ ಕನಿಷ್ಠ ಸೌಜನ್ಯ ಆಪ್ಯಾಯ ಎನಿಸುತ್ತಿತ್ತು.

ಯಾವುದೋ ಪಟ್ಟಣಕ್ಕೆ ಬಂದ ಅನುಭೂತಿಯಾಗಿತ್ತು. ಯುದ್ಧ ನಗರಿಯ ಒಂದು ಪಾರ್ಶ್ವ ಮೆಲ್ಲನೆ ತೆರೆದುಕೊಳ್ಳುತ್ತಿತ್ತು. ಪೂರ್ವಯೋಜಿತ ನಿರ್ಮಾಣ ನಗರವಿದು. ಕನಿಷ್ಠ ಹತ್ತು ವರ್ಷದ ಅವಧಿಗಾಗಿ ಕಟ್ಟಿದ ತಾತ್ಕಾಲಿಕ ನಗರ. ಆದರೆ ಅದರ ಗಡಿ ದಿನೇ-ದಿನೇ ಹೊರಚಾಚುತ್ತಲೇ ಇತ್ತು, ಇಲ್ಲಿಂದ ಮತ್ತಿನ್ನೆಂದೂ ಸೈನಿಕರು ಹೋಗಲಾರರೇನೋ ಎನ್ನುವಷ್ಟರಮಟ್ಟಿಗೆ! ಎಲ್ಲೆಲ್ಲೂ ಕಚ್ಚಾ ರಸ್ತೆಗಳು. ಸಾಲು ಸಾಲು ನಿಂತಿರುವ ಬೆಂಕಿ ಪೊಟ್ಟಣದಂತಹ ತಾತ್ಕಾಲಿಕ ಕಟ್ಟಡಗಳ ಹರವು. ಅಲ್ಲಲ್ಲಿ ಎತ್ತರದ ತಂತಿ ಬೇಲಿ, ಕೆಲವೆಡೆ ಮತ್ತಷ್ಟು ಖಾಸಗಿತನಕ್ಕಾಗಿ ಬೇಲಿಯನ್ನೂ ಸುತ್ತುವರೆದ ಹಸಿರು ಬಟ್ಟೆ (sniper screen fabric). ಧೂಳೆಬ್ಬಿಸುತ್ತಾ ಹೊರಟ ಬೃಹತ್ ಮಿಲಿಟರಿ ವಾಹನಗಳು. ದೊಡ್ಡದಾದ ತಗಡಿನ ಶೆಡ್ಡಿನ ತರಹದ ಕಟ್ಟಡಗಳು. ತಲೆಯ ಮೇಲೆ ಸ್ವಲ್ಪ ಎತ್ತರದಲ್ಲಿ ಹಾದುಹೋದ ವಿದ್ಯುತ್ ತಾರುಗಳ ದಟ್ಟಣೆ. ಹೆಗಲಿಗೆ ಬಂದೂಕನ್ನೇರಿಸಿ ಗುಂಪು ಗುಂಪಾಗಿ ಅಲೆಯುತ್ತಿದ್ದ ಸೈನಿಕ ಪಡೆ. ಎಲ್ಲೋ ಅಲ್ಲಲ್ಲಿ ಕಾಣ ಸಿಗುವ ನನ್ನಂತ ಕೆಲ ಮಂದಿ. ನಿಮಿಷಕ್ಕೊಮ್ಮೆ ಗಗನ ಬಿರಿದು ಅರಚುತ್ತಾ ಸುಯ್ಯನೆ ಹಾರುತ್ತಿದ್ದ ಯುದ್ಧ ವಿಮಾನಗಳ ದೊಡ್ಡ ಸದ್ದು. ಇವು ಆ ಕ್ಷಣದಲ್ಲಿ ನನಗೆ ಅನುಭವಕ್ಕೆ ಬರುತ್ತಿದ್ದ ದೃಶ್ಯಗಳ ವಿಸ್ತೃತ ರೂಪ.

ಅಲ್ಲಿನ ಜಾಗವೆಲ್ಲ ಹೊಸದು. ಮನಸ್ಸಿಗೆ ಬಂದ ಹಾಗೆ ಎಲ್ಲೆಂದರಲ್ಲಿ ತಿರುಗಾಡುವಂತಿಲ್ಲ. ನನಗೆ ಹರಿಯಾಣವಿ ಎಸ್ಕಾರ್ಟ್ ಹುಡುಗನೊಬ್ಬನನ್ನು ಜೊತೆಯಾಗಿಸಿದ್ದರು. ಲವಲವಿಕೆಯ ಹುಡುಗನಾತ. ತಿಂಡಿ ತಿಂದು ನೇರ ಆಫೀಸ್ ಕಡೆ ಹೋಗುವುದು ಎಂದಾಯ್ತು. ಬಹು ದೊಡ್ಡ ಊಟದ ಛತ್ರದ ಹಾಗಿದ್ದ ಕಟ್ಟಡದೊಳಗೆ ಹೋದೆವು. ಒಟ್ಟಿಗೆ ಸಾವಿರದಷ್ಟು ಜನ ಕೂರಬಹುದಾದ ಬೃಹತ್ ಹಾಲ್ ಅದು. ಕೈಗಳನ್ನು ತೊಳೆಯಲು ಸಾಲು ಸಾಲು ಬೇಸಿನ್ನುಗಳು.

ಕೈಯನ್ನು ಸರಿಯಾಗಿ ತೊಳೆಯುವ ವಿಧಾನದ ಪೋಸ್ಟರುಗಳು ಅಲ್ಲಲ್ಲಿ. ಆಹಾರ ಅಪವ್ಯಯ ಮಾಡಬೇಡಿರೆಂಬ ನೀತಿ ಉಕ್ತಿಗಳ ಪೋಸ್ಟರುಗಳು. ಕಳೆದ–ಸಿಕ್ಕ ವಸ್ತುಗಳ ಮಾಹಿತಿಯ, ಕೆಲವು ಶಿಸ್ತಿನ ವಿವರಗಳ, ಸೆಲ್ ಫೋನ್ ಉಪಯೋಗಿಸಬಾರದೆಂಬ ಮತ್ತು ಅಂತಹವರು ಸಿಕ್ಕರೆ ಇಂತಲ್ಲಿಗೆ ತಿಳಿಸಿರೆಂಬ ಪೋಸ್ಟರುಗಳು ಕೂಡ ಅಲ್ಲಿತ್ತು. ಏನೋ ಅಪರಾಧವೆಸಗಿ ತಪ್ಪಿಸಿಕೊಂಡು ಹೊರ ಹೋದವರ 'ವಾಂಟೆಡ್' ಎಂಬ ತುಂಬಾ ಗಂಭೀರವಾದ ಜಾಹಿರಾತುಗಳು ಕೂಡ ಅಲ್ಲಿ ಪೋಸ್ಟರುಗಳಾಗಿ ಇದ್ದದ್ದನ್ನು ಗಮನಿಸಿದ್ದೇನೆ. ಕೇವಲ ಆಫ್ಘಾನ್ ಜನರಲ್ಲದೆ, ನನ್ನ ಹಾಗೆ ಅಲ್ಲಿರುವ ಜನ ಮತ್ತು ಮಿಲಿಟರಿಯವರೂ ಕೂಡ ಆ ವಾಂಟೆಡ್ ಜಾಹೀರಾತಿನಲ್ಲಿದ್ದದ್ದು ನನಗೆ ಅತೀವ ಅಚ್ಚರಿ. ರಿಸೆಪ್ಷನ್ ಕೌಂಟರ್ನಲ್ಲಿ ಆಫ್ರಿಕಾ ಮೂಲದ ಸ್ವಾಗತಕಾರಿಣಿ ನನ್ನ ಜೊತೆ ಇದ್ದ ಹುಡುಗನ ಪರಿಚಯವಿದ್ದಿದ್ದರಿಂದಲೋ ಏನೋ ನಕ್ಕು ನನ್ನ ಮುಖ ನೋಡಿ 'ಇವರು?' ಎಂದಳು. ಆತ ಒಂದು ಮ್ಯಾಗ್ನೆಟಿಕ್ ಸ್ವೈಪ್ ಕಾರ್ಡ್ ಕೊಟ್ಟು ಇದು ಇವರ ಲೆಕ್ಕಕ್ಕೆ ಎಂದ. ಎಲ್ಲರೂ ಆ ರೀತಿ ಕಾರ್ಡನ್ನು ಒಂದು ಯಂತ್ರದ ಮೂತಿಗೆ ಹಿಡಿದು ಅದು ಬೀಪ್ ಎಂದ ಮೇಲೆ ಮುಂದೆ ಹೋಗುತ್ತಿದ್ದರು. ನಾವೂ ಒಳಗೆ ಹೋದೆವು. ದೊಡ್ಡದಾದ ಪ್ಲಾಸ್ಟಿಕ್ ಟ್ರೇ ಒಂದರಲ್ಲಿ ಎರಡು ಪೇಪರ್ ಪ್ಲೇಟ್‌ಗಳು, ಚಮಚ, ಫೋರ್ಕ್ ಮತ್ತು ನ್ಯಾಪ್ಕಿನ್, ಟ್ರೇ ಹಿಡಿದು ಸಾಲಿನಲ್ಲಿ ನಿಂತೆವು.

ಸುಪ್ರೀಂ ಎಂಬ ಜರ್ಮನ್ ಮೂಲದ ಕಂಪನಿಯೊಂದು ಕ್ಯಾಟರಿಂಗ್ ವ್ಯವಸ್ಥೆಯನ್ನು ನೋಡಿಕೊಳ್ಳುತ್ತಿತ್ತು. ನಾವು ಇದ್ದದ್ದು ಏಶಿಯನ್ ಡಿಫ್ಯಾಕ್ (DFAC). ಅಲ್ಲಿ ಎಲ್ಲರ ಬಾಯಲ್ಲಿ ಆಡು ಮಾತಾಗಿದ್ದ 'ಡಿಫ್ಯಾಕ್' ಎನ್ನುವುದು 'ಡೈನಿಂಗ್ ಫೆಸಿಲಿಟಿಯ' ಲಘು ರೂಪ. ಬ್ರಿಟಿಷ್, ಅಮೆರಿಕನ್, ಕಾಂಟಿನೆಂಟಲ್ ಮತ್ತು ಮೆಡಿಟರೇನಿಯನ್ ಎಂಬ ಮತ್ತೂ ಹಲವು ಡಿಫ್ಯಾಕ್‌ಗಳಿದ್ದವು. ಎಲ್ಲ ಡಿಫ್ಯಾಕ್‌ಗಳಲ್ಲೂ ಬಹುಪಾಲು ಒಂದೇ ರೀತಿಯ ಆಹಾರ ಮೆನುವಿದ್ದರೂ ಆಯಾ ಡಿಫ್ಯಾಕ್ ಹೆಸರಿಗೆ ತಕ್ಕಂತೆ ಕೆಲ ಆಹಾರ ಪದಾರ್ಥಗಳು ಮಾತ್ರ ಭಿನ್ನವಾಗಿರುತ್ತಿದ್ದವು. ಉದಾಹರಣೆಗೆ ನಾವಿದ್ದ ಡಿಫ್ಯಾಕ್‌ನಲ್ಲಿ ಮಾತ್ರ ಭಾರತೀಯ ಮತ್ತು ಚೈನೀಸ್ ನಂತಹ ಕೆಲವು ಪದಾರ್ಥಗಳು ಸಿಗುತ್ತಿತ್ತು. ಸ್ಟೇಕ್ ಅಥವಾ ಬರ್ಗರ್ ತಿನ್ನಬೇಕೆನಿಸಿದರೆ ಮತ್ತೊಂದು ಡಿಫ್ಯಾಕ್. ನಾವು ಇಂತಹುದ್ದೇ ಜಾಗದಲ್ಲಿ ತಿನ್ನಬೇಕೆಂಬ ನಿರ್ಬಂಧ, ನಿಯಮವಿರಲಿಲ್ಲ. ಮಿಲಿಟರಿಯವರಂತೆಯೇ ಅವರ ಜೊತೆಗೆ ಕೂತು ಅವರು ತಿನ್ನುವ ಆಹಾರವೇ ನಾವು ತಿನ್ನುವುದಾಗಿತ್ತು. ಮೇಲು ಕೀಳುಗಳಿಲ್ಲದ ಊಟದ ವ್ಯವಸ್ಥೆ! ಬರುಬರುತ್ತಾ ನನಗೆ ಡಿಫ್ಯಾಕ್‌ಗಳಿಗೆ ಹೋಗುವುದು ಮನಸ್ಸಿಗೆ ಮತ್ತು ದೇಹಕ್ಕೆ ಅತಿ ಖುಷಿ ಕೊಡುವ ಸಂಗತಿಯಾಯ್ತು. ಅಲ್ಲಿನ ಬಹುತೇಕ ಎಲ್ಲರಿಗೂ ಸಹ.

ಅಲ್ಲಿನ ಡಿಫ್ಯಾಕ್ ವ್ಯವಸ್ಥೆಯನ್ನು ವಿವರಿಸೋಕೆ ಒಂದು ಪ್ರತ್ಯೇಕ ಪುಸ್ತಕ ಬೇಕು. ಸಾಧ್ಯವಾದಷ್ಟು ಮುಖ್ಯ ವಿವರಗಳನ್ನು ಹೇಳಿ ಮುಗಿಸುತ್ತೇನೆ. ಮೊದಲೇ ಹೇಳಿದ ಹಾಗೆ ಸಾವಿರ ಜನ ಒಮ್ಮೆಗೆ ಕೂರಬಹುದಾದ ದೊಡ್ಡ ಊಟದ ಮನೆ ಅದು. ಅದಕ್ಕೆ ತಕ್ಕುದಾದ ಆಧುನಿಕ ಅಡುಗೆ ಮನೆ ಮತ್ತು ವ್ಯವಸ್ಥೆ. ನಾಲ್ಕಾರು ತಿಂಗಳಿಗಾಗುವಷ್ಟು ಆಹಾರ ಸಾಮಗ್ರಿಗಳ ದೊಡ್ಡ ಭಂಡಾರವೇ ಇತ್ತು. ಒಣಗಿದ ಆಹಾರ, ಶೀತಲ ಮತ್ತು ಹಿಮಗಟ್ಟಿದ ಆಹಾರಕ್ಕೆ ಪ್ರತ್ಯೇಕ ಉಗ್ರಾಣಗಳು. ಅಂತಾರಾಷ್ಟ್ರೀಯ ಮಟ್ಟದ, ಯಾವ ಸ್ಟಾರ್ ಹೋಟೆಲುಗಳಿಗೂ ಕಮ್ಮಿಯಿಲ್ಲದ ಗುಣಮಟ್ಟ ನಿಯಂತ್ರಣ. ಈ ಆಹಾರ ಉಗ್ರಾಣಗಳು ಸಾಮಾನ್ಯವಾಗಿ ಉಗ್ರರ ಗುರಿ. ಇವನ್ನು ಉಡಾಯಿಸಿಬಿಟ್ಟರೆ ಮಿಲಿಟರಿ ಪಡೆಯ ಜಂಘಾಬಲವೇ ಉಡುಗಿಹೋದಂತೆ. ಒಂದು ವೇಳೆ ಡಿಫ್ಯಾಕ್ ಮೇಲೆ ರಾಕೆಟ್ ಬಿದ್ದರೆ ಕೆಲವು ನೂರಕ್ಕೂ ಹೆಚ್ಚು ಸಾವು-ನೋವಿನ ಅಪಾಯ. ಹಾಗಾಗಿ ಇಂತಹ ಕಟ್ಟಡಗಳ ಸುತ್ತ ಅತ್ಯಂತ ಬಲಿಷ್ಠವಾದ ಮತ್ತು ಎತ್ತರದ ಕಾಂಕ್ರೀಟ್ ಟಿ-ವಾಲ್‌ಗಳನ್ನು ಯಾವುದೋ ಯುದ್ಧ ವ್ಯೂಹದಂತೆ ರಚಿಸಿದ್ದರು. ಎಷ್ಟೋ ಬಾರಿ ನಾನು ಅಲ್ಲಿ ದಾರಿ ತಪ್ಪಿದ್ದೂ ಉಂಟು. ಕಾಲಾನಂತರದಲ್ಲಿ ನಾನು ಸ್ವತಃ ಇಂತಹ ಹಲವು ಡಿಫ್ಯಾಕ್‌ಗಳನ್ನು ಮತ್ತು ಆಹಾರ ಉಗ್ರಾಣಗಳನ್ನು ನಿರ್ಮಿಸುವ ಜವಾಬ್ದಾರಿ ಹೊತ್ತಾಗ ಆ ಬೃಹತ್ ವ್ಯವಸ್ಥೆಯ ಆಳ-ಅಗಲದ ಪರಿಚಯವಾಯ್ತು. ಮುಂದೆ ಮತ್ತೊಂದು ವಿಶಿಷ್ಟ ಕ್ಯಾಂಪ್ 'ಲೆದರ್ನೆಕ್ ಏರ್‌ಬೇಸ್' ಬಗ್ಗೆ ವಿವರವಾಗಿ ಬರೆಯುವಾಗ ಇದರ ಕೆಲ ವಿವರಗಳು ಸಿಕ್ಕೀತು. ಪ್ರಿ-ಎಂಜಿನಿಯರ್ಡ್ ಮತ್ತು ಪ್ರಿ-ಫ್ಯಾಬ್ರಿಕೇಟೆಡ್ ಸ್ಟೀಲ್ ತಂತ್ರಜ್ಞಾನ ಬಳಸಿ ಕಟ್ಟಿದ ಬೃಹತ್ ಕಟ್ಟಡ ಅದು. ಒಳಗೆ ರಂಗುರಂಗಿನ ಗೋಡೆಗಳು ಮತ್ತು ಗೋಡೆಗಳ ಮೇಲೆ ನಾನು ಹಿಂದೆಂದೂ ನೋಡಿರದ ಚಿತ್ರ-ವಿಚಿತ್ರ ಪೋಸ್ಟರುಗಳು. ಹೆಚ್ಚಿನವು ಮಿಲಿಟರಿ ಸಂಬಂಧಿತ. ನಾಲ್ಕಾಳೆತ್ತರದ ಛಾವಣಿಯಿಂದ ಸಾಲಾಗಿ ಇಳಿಬಿಟ್ಟ ಅಮೆರಿಕ ಸೇರಿದಂತೆ ಎಲ್ಲ ನ್ಯಾಟೊ ದೇಶಗಳ ದೊಡ್ಡ ದೊಡ್ಡ ಬಾವುಟಗಳು ಮತ್ತು ತೋರಣದಂತೆ ಕಾಣುವ ಹಲವು ಬಣ್ಣಗಳ ಬಟ್ಟೆಯ ಸರಮಾಲೆಗಳು ಒಳಾಂಗಣದ ನೋಟವನ್ನು ರಂಗಾಗಿಸಿದ್ದವು. ಅತ್ಯುತ್ತಮ ಬೆಳಕು ಮತ್ತು ಹವಾನಿಯಂತ್ರಿತ ವ್ಯವಸ್ಥೆ. ಅಲ್ಲಲ್ಲಿ ಬೃಹತ್ ಪರದೆಯ ಟಿವಿಗಳು. ಹೆಚ್ಚಿನವು ಅಮೆರಿಕೆಯ ವಾರ್ತಾ ವಾಹಿನಿಗಳು ಇಲ್ಲವೇ ಸಂಗೀತದ ವಾಹಿನಿಗಳು. ಸಣ್ಣದಾಗಿ ಬರುತ್ತಿದ್ದ ಶಬ್ದ ಕಿವಿಗೆ ಅಷ್ಟೇನೂ ತಾಕುತ್ತಿರಲಿಲ್ಲವಾದ್ದರಿಂದ ಮೂಕಿ ದೃಶ್ಯ ನೋಡಿದಂತೆ ಅನಿಸುತ್ತಿತ್ತು.

ಬಹುತೇಕ ಎಲ್ಲಾ ಕೌಂಟರುಗಳಲ್ಲೂ ಉದ್ದುದ್ದ ಸಾಲು. ಬಿಸಿಯಾದ ಮುಖ್ಯ ಆಹಾರ ಬಡಿಸುವ ಕೌಂಟರುಗಳಿದ್ದವು. ಇನ್ನುಳಿದ ಎಲ್ಲ ಕೌಂಟರುಗಳಲ್ಲಿ ಸ್ವ-ಬಡಿಸಿಕೊಳ್ಳುವ ವ್ಯವಸ್ಥೆ ಇತ್ತು. ಅಲ್ಲಿದ್ದ ಬಹುತೇಕ

ಅಡುಗೆ ಸಂಬಂಧಿತ ಸಿಬ್ಬಂದಿಗಳು ನಮ್ಮವರೇ, ಅದರಲ್ಲೂ ಮಂಗಳೂರು ಮೂಲದವರೇ ಹೆಚ್ಚು. ಅಲ್ಲಲ್ಲಿ ಕೆಲ ನೇಪಾಳಿಗಳು, ದಕ್ಷಿಣ ಏಶಿಯದವರು ಮತ್ತು ಆಫ್ರಿಕನ್ನರು. ವ್ಯವಸ್ಥಾಪಕ ಶ್ರೇಣಿಯಲ್ಲಿ ಎಲ್ಲೋ ಕೆಲ ಅಮೆರಿಕೆಯ ಅಥವಾ ಯುರೋಪಿಯನ್ನರು. ಅಲ್ಲಿದ್ದ ವಿವಿಧ ಭಕ್ಷ್ಯಗಳನ್ನು ಒಮ್ಮೆಲೇ ನಾನು ನನ್ನ ಜೀವನದಲ್ಲಿ ನೋಡಿಲ್ಲ. ಮುಂದೆಯೂ ನೋಡುವ ಸಾಧ್ಯತೆ ತೀರ ಕಡಿಮೆಯೇ. ಹಲವಾರು ದೇಶ ಹಾಗೂ ಅಲ್ಲಿನ ಅತಿ ದೊಡ್ಡದು ಎನಿಸಿರುವ ಹೋಟೆಲುಗಳನ್ನು ಸುತ್ತಿಬಂದಿದ್ದರೂ ಇಂತಹ ನೋಟ ಎಲ್ಲಿಯೂ ನೋಡಿಲ್ಲ. ಪ್ರಪಂಚದ ಬಹುತೇಕ ಎಲ್ಲ ಮುಖ್ಯ ದೇಶಗಳ ಪ್ರಧಾನ ಆಹಾರ ಅಲ್ಲಿ ಸಿಗುತ್ತಿತ್ತು. ವೈವಿಧ್ಯದ ಸಲಾಡುಗಳ ಸಾಲಂತೂ ಅದ್ಭುತ. ವಿಧವಿಧ ಬ್ರೆಡ್ಡುಗಳು, ಬೇಯಿಸಿದ ಮೊಟ್ಟೆಗಳ ರಾಶಿ, ಹಲವು ಬಗೆ ಸಾಸೆಜುಗಳು, ತರಹೇವಾರಿ ಸೂಪುಗಳು, ಹಣ್ಣುಗಳು, ಹಣ್ಣಿನ ರಸ, ಲೆಮೊನೆಡ್ ರೀತಿಯ ಕ್ರೀಡಾಪಟುಗಳ ಪಾನೀಯಗಳು, ವಿಧವಿಧ ಕೇಕುಗಳು, ಸ್ಯಾಂಡ್‌ವಿಚ್ ತಯಾರಿಸಿಕೊಳ್ಳಲು ಬೇಕಾದ ಎಲ್ಲ ಸಸ್ಯ ಮತ್ತು ಪ್ರಾಣಿಜನ್ಯ ಪದಾರ್ಥಗಳು, ಹಬೆಯಲ್ಲಿ ಬೇಯಿಸಿಟ್ಟ ಅತಿ ದುಬಾರಿ ಬೆಲೆಯ 'ಲಾಬ್‌ಸ್ಟರು'ಗಳ ಗಾತ್ರವಂತೂ ಆಶ್ಚರ್ಯ ಎನಿಸುವಷ್ಟು, ಶಕ್ತಿವರ್ಧಕ ಚಾಕೋಲೇಟ್ ನಂತಿರುವ ಬಾರ್‌ಗಳು, ಬಗೆಬಗೆಯ ಕಸ್ಟರ್ಡ್ ನಂತಹ ಸಿಹಿ ಪದಾರ್ಥಗಳು, ಕೊನೆಯದಾಗಿ ಅತಿ ದೊಡ್ಡ ವೈವಿಧ್ಯಮಯ ಐಸ್‌ಕ್ರೀಂ ವಿಭಾಗ. ಹೇಳುತ್ತಾ ಹೋದರೆ ಮುಗಿಯದ ಇನ್ನೂ ದೊಡ್ಡ ಪಟ್ಟಿಯೇ ಆದೀತು.

ಪ್ರಧಾನವಾಗಿ ಕೆಂಪುಮಾಂಸದ ತಿನಿಸುಗಳನ್ನು ಅಲ್ಲಿನವರು ಸೇವಿಸುತ್ತಿದ್ದರು. ಅದೆಷ್ಟು ವೈವಿಧ್ಯದ ಮಾಂಸದ ಭಕ್ಷ್ಯಗಳೋ! ಕೆಲವು ವಿಶೇಷ ಸಂದರ್ಭಗಳಲ್ಲಿ ಗ್ರಿಲ್ ಮಾಡಿದ ಇಡೀ ಹಂದಿಯನ್ನು ಕಬ್ಬಿಣದ ಸರಳುಗಳಿಗೆ ಚುಚ್ಚಿ ದೊಡ್ಡ ಹರಿವಾಣದ ಮೇಲೆ ನೇತುಹಾಕಿ ಯಾರಿಗೆ ಎಷ್ಟು ಬೇಕೋ ಅಷ್ಟನ್ನೂ ಕತ್ತರಿಸಿ ಅವರವರ ತಟ್ಟೆಗಳಿಗೆ ಬಡಿಸುತ್ತಿದ್ದರು. ಏನು ಬೇಕು, ಎಷ್ಟು ಬೇಕು? ಕಣ್ಣಿಗೆ ಮತ್ತು ಹೊಟ್ಟೆಗೆ ದಿನವೂ ಹಬ್ಬ. ನಾವೇನೋ ಮದುವೆಯಲ್ಲಿ ಬಿಟ್ಟಿ ಬಾರಿಸಿದಂತೆ ಗಡದ್ದಾಗಿ ತಿನ್ನುತ್ತಿದ್ದೆವು. ಕಾರ್ಮಿಕ ವರ್ಗಕ್ಕಂತೂ ದಿನವೂ ಔತಣ. ಎಷ್ಟೋ ಬಾರಿ ಯಾವ ತಿನಿಸಲ್ಲಿ ನಮಗೆ ವರ್ಜ್ಯವಾದ ಮಾಂಸವಿದೆ ಎಂದು ಯಾರೋ ಹೇಳಿ ಗೊತ್ತಾಗುವಷ್ಟರಲ್ಲಿ ನಾವು ಅದನ್ನು ಚಪ್ಪರಿಸಿಯಾಗಿರುತ್ತಿತ್ತು. ನಾನು ಗಮನಿಸಿದ ಒಂದು ವಿಷಯ, ಆಫ್ಘಾನ್ ಪ್ರಜೆಗಳಿಗೆ ಡಿಫ್ಯಾಕ್ ಮುಕ್ತವಾಗಿರಲಿಲ್ಲ. ದಿನಗೂಲಿಗೆ ಬರುವ ಬಹುತೇಕರು ಮನೆಯಿಂದ ಬುತ್ತಿಗಳನ್ನು ತರುತ್ತಿದ್ದರು. ನಾವು ಊಟವಾದ ಮೇಲೆ ಆಗಾಗ ಹೊರಗೆ ತೆಗೆದುಕೊಂಡು ಹೋಗುತ್ತಿದ್ದ ಹಣ್ಣು, ಜ್ಯೂಸ್ ಪಾಕೆಟ್ಟು, ಚಾಕೋಲೇಟ್ ಬಾರ್‌ಗಳು ಹೀಗೆ ಕೆಲವು ತಿನಿಸುಗಳನ್ನು ಅವರಿಗೆ

ಕೊಡುತ್ತಿದ್ದೆವು. ಕೆಲವು ಆಫ್ಘಾನ್ ಸೈನಿಕರು ಮಾತ್ರ ಇಲ್ಲಿ ಉಂಡದ್ದನ್ನು ನಾನು ನೋಡಿದ್ದೇನೆ. ಹಲಾಲ್ ವಿಷಯಕ್ಕೆ ಸಂಬಂಧಿಸಿದ ಹಾಗೆ ಅನಿಸುತ್ತೆ, ಕೆಲವು ಮುಸ್ಲಿಂ ಸೈನಿಕರು ವ್ರತದಂತೆ ತಾವೇ ಅಡುಗೆ ಮಾಡಿಕೊಂಡು ಉಣ್ಣುತ್ತಾರೆ ಎಂಬ ವಿಷಯ ಕೂಡ ಗಮನಕ್ಕೆ ಬಂದಿತು. ಮುಂದೆ ಎಂದೋ ಒಮ್ಮೆ ಯುನೈಟೆಡ್ ಅರಬ್ ಎಮಿರೇಟ್ಸ್ ದೇಶದ ಸೈನಿಕ ಕಾಂಪೌಂಡ್ ಒಳಗೆ ಹೋದಾಗ ಅವರು ತಾವೇ ಅಡುಗೆ ಮಾಡಿಕೊಳ್ಳುತ್ತಿದ್ದದ್ದು ಸ್ವತಃ ನನ್ನ ಕಣ್ಣಿಗೆ ಬಿದ್ದಿತ್ತು. ಅಷ್ಟೇ ಅಲ್ಲದೆ ಜೋರ್ಡಾನ್, ಟರ್ಕಿ ಹಾಗೂ ಇನ್ನೂ ಕೆಲವು ಅರಬ್ ದೇಶಗಳು ಕೂಡ ಈ ಯುದ್ಧದಲ್ಲಿ ಭಾಗಿಯಾಗಿದ್ದುದು ನನಗೆ ಅಚ್ಚರಿಯೇ ಸರಿ. ಕಾರ್ಮಿಕ ವರ್ಗದಲ್ಲಿ ಕೂಡ ಹತ್ತಾರು ದೇಶಗಳ ಅನೇಕ ಮುಸ್ಲಿಮರಿದ್ದರು. ಅವರೆಲ್ಲರೂ ಸಹಜವಾಗಿ ಡಿಫ್ಯಾಕಿನಲ್ಲಿಯೇ ಊಟ ಮಾಡುತ್ತಿದ್ದರು. ಅಮೆರಿಕೆಯ ಸೈನಿಕರಲ್ಲೂ ಕೆಲವರು ಮುಸ್ಲಿಂ ಸೈನಿಕರಿದ್ದರು. ಬಹುತೇಕರು ಪಾಕಿಸ್ತಾನ ಇಲ್ಲವೇ ಭಾರತ ಮೂಲದವರು. ಒಬ್ಬಾಕೆ ತಮಿಳು ಮಾತಾಡುತ್ತಿದ್ದ ಅಮೆರಿಕೆಯ ಸೈನಿಕಳು. ಅವರನ್ನು ನಾನು ಡಿಫ್ಯಾಕ್ನಲ್ಲಿಯೇ ಊಟ ಮಾಡುತ್ತಾ ಕುಳಿತು ಮಾತನಾಡಿಸಿದ್ದಿದೆ. ಮಾತಾಡುವಾಗ ತಮ್ಮ ಮೂಲ ಸ್ಥಳದವರು ಎಂಬ ಕಕ್ಕುಲಾತಿ ಅವರ ಮಾತಿನಲ್ಲಿ ನನಗೆ ಗಾಢವಾಗಿ ತೋರುತ್ತಿತ್ತು. ಆದರೆ ಸೈನ್ಯ-ಸೈನಿಕ-ಯುದ್ಧ ವಿಷಯ ಬಂದಾಗ ಸಣ್ಣ ಮಾತಾಡಲೂ ಹಿಂದೇಟು ಹಾಕುತ್ತಿದ್ದರು.

ದಿನದ ಮೂರು ಹೊತ್ತು ಮಾತ್ರವಲ್ಲದೆ ಸಂಜೆಯ ಸಪ್ಪರ್ ಮತ್ತು ಮಧ್ಯರಾತ್ರಿಯ ಸ್ನ್ಯಾಕ್ ಕೂಡ ಅಲ್ಲಿ ಸಿಗುತ್ತಿತ್ತು. ರಾತ್ರಿ ಪಾಳಿಯ ಜನ ಅದರ ಉಪಯೋಗ ಪಡೆದುಕೊಳ್ಳುತ್ತಿದ್ದರು. ಮಿಲಿಟರಿಯವರ ಊಟದಲ್ಲಿ ತುಂಬಾ ಶಿಸ್ತು. ಊಟದ ಹಾಲಿನಲ್ಲಿ ಅಲ್ಲಲ್ಲಿ ಇಟ್ಟ ತೂಕದ ಯಂತ್ರದಲ್ಲಿ ಆಗಾಗ ತಮ್ಮ ತೂಕ ನೋಡಿ ತಿನ್ನುವ ಯೋಚನೆ ಮಾಡುತ್ತಿದ್ದುದು ನನಗೆ ಕಾಣುತ್ತಿತ್ತು. ಬಹುತೇಕ ಕಡೆ 'ನಿಮ್ಮ ತೂಕ ಮತ್ತು ನಿಮ್ಮ ಊಟ ನಿಯಂತ್ರಣದಲ್ಲಿರಲಿ' ಎಂದು ಕಣ್ಣಿಗೆ ರಾಚುವಂತೆ ಬರೆಯಲಾಗಿತ್ತು. ಆಹಾರ ಅಪವ್ಯಯ ಮಾಡಬೇಡಿರೆಂಬ ಪೋಸ್ಟರುಗಳನ್ನು ಕೂಡ ಅಲ್ಲಲ್ಲಿ ದೊಡ್ಡದಾಗಿ ಕಾಣುವಂತೆ ನೇತು ಹಾಕಿದ್ದರು. ವಿಪರ್ಯಾಸವೆಂದರೆ ಅದೇ ಸಮಯದಲ್ಲಿ ನಮ್ಮ ದೇಶದಲ್ಲಿ ಮಿಲಿಟರಿಯವರಿಗೆ ದಿನಕ್ಕೆ ಒಂದು ಮೊಟ್ಟೆ ಕೊಡಬೇಕೋ ಅಥವಾ ಎರಡೋ ಎಂದು ವ್ಯಾಪಕ ಚರ್ಚೆ ನಡೀತಿತ್ತು!

ಡಿಫ್ಯಾಕ್‌ನಿಂದ ಹೊರಬಂದು ನಮ್ಮ ಕಚೇರಿ ತಲುಪಿದೆವು. ನನಗಾಗಿಯೇ ಕಾಯುತ್ತಾ ಕುಳಿತಿದ್ದ 'ಆಂಟೊನಿಯೋ ಸ್ಯಾಂಟೋಸ್' ಅವಸರದಲ್ಲಿ ನನ್ನನ್ನು ಅವನ ಕಾರಿನಲ್ಲಿ ಕೂರಿಸಿಕೊಂಡು ಅದೆಲ್ಲಿಗೋ ಕರೆದುಕೊಂಡು ಹೊರಟ. ಏನಾಯ್ತು? ಎಲ್ಲಿಗೆ? ಎಂಬ ಯಾವ ಪ್ರಶ್ನೆಗಳಿಗೂ ಅವನಿಂದ ಉತ್ತರ

ಸಮರ್ಪಕವಾಗಿರಲಿಲ್ಲ. ಅವನು ಹಾಗೆಯೇ. ನೇರವಾಗಿ ಯಾವ ವಿಷಯವನ್ನೂ ಹೇಳುವುದಿಲ್ಲ. ನನಗೋ ಏನೊಂದೂ ಅರ್ಥವಾಗದು. ಬಲು ವಿಚಿತ್ರ ಮನುಷ್ಯ ಆತ. ಪೋರ್ಚುಗೀಸ್ ಮೂಲದವನಾದರೂ ಕೆನಡಿಯನ್ ಹೆಂಗಸನ್ನು ಮದುವೆ ಆಗಿ ಈಗ ಕೆನಡ ನಾಗರಿಕತೆ ಪಡೆದಿದ್ದಾನೆ. ಅವನ ಸಂಸಾರ ಮಕ್ಕಳು ಎಲ್ಲ ಆ ದೇಶದಲ್ಲೇ. ಇವ ಇಲ್ಲಿ ಕಂದಹಾರ್ ಮಿಲಿಟರಿ ಏರ್‌ಬೇಸಿನಲ್ಲಿ ನಮ್ಮ ಕಂಪನಿಯ ಆಪರೇಷನ್ ವಿಭಾಗದ ಮುಖ್ಯ ಆಡಳಿತಾಧಿಕಾರಿ. ಇರಾಕ್, ಆಫ್ರಿಕಾ ಮತ್ತು ದಕ್ಷಿಣ ಅಮೆರಿಕದ ಗಲಭೆಯುಕ್ತ ಹಾಗೂ ಯುದ್ಧ ಪೀಡಿತ ದೇಶಗಳಲ್ಲಿ ಕೆಲಸ ಮಾಡಿದ ಸಾಕಷ್ಟು ಅನುಭವ ಇತ್ತು. ಕಳೆದ ವರ್ಷದಿಂದ ಇಲ್ಲಿಗೆ ನಿಯೋಜಿತಗೊಂಡಿದ್ದ. ಬಾಯಿ ಬಿಟ್ಟರೆ ಹೊಲಸು! ಸೊಂಟದ ಕೆಳಗಿನ ಮಾತುಗಳೇ ಅವನ ಮೂಲ ಭಾಷೆಯಾಗಿಬಿಟ್ಟಿತ್ತು. ಹಲವಾರು ಮಂದಿಗೆ ಇದರಿಂದ ಕಿರಿಕಿರಿಯಾಗಿ ಅತಿ ತೀವ್ರ ಅನ್ನುವಷ್ಟರಮಟ್ಟಿಗೆ ಜಗಳವಾಗುತ್ತಿತ್ತು. ಅವನನ್ನು ಒಪ್ಪುವ ಹಾಗೂ ಓಲೈಸುವ ಮಂದಿಗೂ ಕಡಿಮೆಯಿರಲಿಲ್ಲ. ಅವನ ಸ್ಥಾನಕ್ಕೆ ಬೆಲೆಕೊಟ್ಟು ಅವನಾಡಿದ್ದಕ್ಕೆಲ್ಲ ತಲೆಯಾಡಿಸುತ್ತಿದ್ದವರೆ ಹೆಚ್ಚು. ಮೊದಲ ಕೆಲವು ದಿನಗಳು ನನಗೆ ಅವ ಅರ್ಥ ಆಗಲಿಲ್ಲ. ನನಗೂ ಕೂಡ ಅವನ ಬಾಯಿ ಭಾಷೆ ಹಾಗೂ ದೇಹ ಭಾಷೆ ಕಸಿವಿಸಿ ಅನ್ನಿಸುತ್ತಿತ್ತು. ಆದಷ್ಟು ಅವನಿಂದ ದೂರ ಕಾಯ್ದುಕೊಳ್ಳುತ್ತಿದ್ದೆ. ಅವನ ವಯಸ್ಕರ ಜೋಕುಗಳು ಚೆನ್ನಾಗಿರುತ್ತಿದ್ದವಾದರೂ ಅವುಗಳ ವ್ಯಂಗ್ಯ ನಮ್ಮ ಬುಡಕ್ಕೆ ಬಂದು ನಾವು ಕಿರಿಕಿರಿ ಅನುಭವಿಸಬೇಕಿತ್ತು. ಹೀಗೆ ಒಂದು ಬಾರಿ ನಾವು ಜೋರಾಗಿ ಕಿತ್ತಾಡಿಕೊಂಡಿದ್ದೆವು ಕೂಡ.

ಕಾರು ಎತ್ತರದ ಮುಳ್ಳುತಂತಿ ಬೇಲಿಯ ದ್ವಾರದ ಬಳಿ ನಿಂತಿತು. ಭದ್ರತಾ ತಪಾಸಣೆಗೊಂಡು ಬಂಕರ್‌ನಂತಿದ್ದ ಕಟ್ಟಡದ ಬಳಿ ಬಂದೆವು. ಅದ್ಯಾವುದೋ ಗುಹೆಯ ಒಳಹೊಕ್ಕ ಅನುಭವ. ಒಳಗೆ ಹೋದಷ್ಟೂ ಆಳವಾದ ನಿಶಬ್ದ. ಮಿಲಿಟರಿ ಬಾವುಟ, ಬ್ಯಾಡ್ಜ್, ಆಫ್ಘಾನಿಸ್ತಾನದ ವಿವಿಧ ಮ್ಯಾಪುಗಳು, ವಿಶೇಷ ಚಿತ್ರಗಳು ಮತ್ತು ಅಲ್ಲಿನ ವಾತಾವರಣ ಇದು ಮಿಲಿಟರಿ ಕಚೇರಿ ಎಂದು ಊಹಿಸಲು ನನಗೆ ಬಹು ಸಮಯ ಹಿಡಿಯಲಿಲ್ಲ. ವಿಚಿತ್ರ ನಡುಕ ಶುರುವಾಗಹತ್ತಿತು. ಈತನೇನಾದರೂ ಮಿಲಿಟರಿ ಪೊಲೀಸ್ ಬಳಿ ನನ್ನ ಬಗ್ಗೆ ದೂರು ನೀಡಿದ್ದಾನೆಯೇ? ಕ್ಯಾಂಪ್ ಒಳಗೆ ಯಾವುದೇ ತೆರನಾದ ಜಗಳ ಅಥವಾ ಕಾನೂನು ಬಾಹಿರ ಚಟುವಟಿಕೆಗಳು ಮಿಲಿಟರಿ ಪೊಲೀಸ್ ಅಡಿಯಲ್ಲಿ ಬರುತ್ತವೆ ಎನ್ನುವ ಅರಿವಿತ್ತು 'ಛೇ,ಛೇ.. ಇಷ್ಟು ಸಣ್ಣ ವಿಷಯವನ್ನು ಇವ ದೊಡ್ಡದು ಮಾಡಿರಲಿಕ್ಕಿಲ್ಲ, ಅದೂ ಅಲ್ಲದೆ ಅದು ನಮ್ಮ ಆಂತರಿಕ ವಿಷಯ. ಹೆಚ್ಚೆಂದರೆ ಕಂಪನಿಯ ಮೇಲಧಿಕಾರಿಗಳಿಗೆ ದೂರು ನೀಡಬಹುದು. ಮಿಲಿಟರಿ ಪೊಲೀಸ್ ಬಳಿ ದೂರು ನೀಡುವುದು ದೂರದ ಮಾತು' ಎಂದೆಲ್ಲಾ ಯೋಚನೆಗಳು ಮೂಡುತ್ತಿದ್ದವು.

'ವೆಲ್ಕಮ್ ಜೆಂಟಲ್ಮೆನ್...' ಎಂಬ ಅತಿ ದೊಡ್ಡ ಉದ್ಗಾರ ಕಿವಿಗೆ ಇಂಚು ದೂರದಲ್ಲಿ ಘಂಟೆ ಹೊಡೆದಂತೆ ಕೇಳಿಸಿತು. ಸುಮಾರು ಹನ್ನೆರಡು ಜನ ಸೈನ್ಯಾಧಿಕಾರಿಗಳು ಸುತ್ತಲೂ ಕುಳಿತಿದ್ದ ದುಂಡು ಮೇಜಿನ ಸಭೆ ಅಲ್ಲಿ ನಡೆಯುತ್ತಿತ್ತು. ಮಧ್ಯದಲ್ಲಿ ಬಲು ಆಕರ್ಷಕ ಎನ್ನುವ ಮಿಲಿಟರಿ ಉಡುಗೆ ತೊಟ್ಟ ಹಿರಿಯ ಅಧಿಕಾರಿ ನಮ್ಮನ್ನುದ್ದೇಶಿಸಿ ಸ್ವಾಗತಿಸಿದ ಪರಿ ಆಪ್ಯಾಯವೂ ಶಿಸ್ತುಬದ್ಧವಾಗಿಯೂ ಹಾಗೂ ನನ್ನಂತಹ ಅಪರಿಚಿತನಿಗೆ ಹೆದರಿಕೆ ಬರಿಸುವ ಹಾಗೆಯೂ ಇತ್ತು. ಆಂಟೊನಿಯೋ ಅವರಿಗೆಲ್ಲರಿಗೆ ಪರಿಚಿತನಾಗಿದ್ದ. ಎಲ್ಲರ ಕಡೆಗೂ ಒಮ್ಮೆ ನೋಡಿ ಶುಭಕೋರಿದ. ನಾನೂ ಕೂಡ ಅವನನ್ನನುಸರಿಸಿದೆ. 'ಯಾರು ಈ ಸಣ್ಣ ಹುಡುಗ, ಇಂಡಿಯನ್ ಹೌದೇ?' ಆ ಹಿರಿಯ ಅಧಿಕಾರಿ ಆಂಟೊನಿಯೋನನ್ನು ಕೇಳಿದರು. ನೀವೇ ಹೇಳಿದಿರಲ್ಲ ಜನರಲ್ NEC (National Electric Code) ಪ್ರಮಾಣಪತ್ರ ಇರೋ ಎಲೆಕ್ಟ್ರಿಕಲ್ ಇಂಜಿನಿಯರ್ ಕರೆತನ್ನಿ ಅಂತ. ಇವರೇ ನೋಡಿ ನಮ್ಮ ಕಂಪನಿಯ ಇಂಜಿನಿಯರ್' ಎಂದ. 'ಹೌದು ಸಾರ್, ನಾನು ಇಂಡಿಯನ್' ಎಂದೆ. 'ನೀವು ಇಂಡಿಯನ್ಸ್ ತುಂಬಾ ಬುದ್ಧಿವಂತರು, ಹೌದಲ್ವಾ?...' ನನ್ನ ಮುಖ ದಿಟ್ಟಿಸುತ್ತಾ ಪ್ರಶ್ನೆ ಮಾಡಿದರು. ನಕ್ಕು ಸುಮ್ಮನಾದೆ.

'ನೋಡಪ್ಪ ಯಂಗ್ ಇಂಜಿನಿಯರ್... ನಾವು ಇರಾಕ್‌ನಲ್ಲಿದ್ದಾಗ ನಮ್ಮ ಕೆಲವು ಸೈನಿಕರು ಸ್ನಾನ ಮಾಡುವಾಗ ಇಲ್ಲಾ ಎಲೆಕ್ಟ್ರಿಕ್ ರೇಜರ್‌ನಿಂದ ಷೇವ್ ಮಾಡುವಾಗ ವಿದ್ಯುತ್ ಶಾಕ್‌ನಿಂದ ಸತ್ತಿದ್ದಾರೆ. ಸೈನಿಕರು ಹೀಗೆ ಸಾಯುವುದು ಅತ್ಯಂತ ಅವಮಾನಕಾರಿ!' ಅವರ ಮಾತು ಗಡುಸಾಗಿತ್ತು ಮತ್ತು ನನಗೆ ಭಯವಾಗುವಂತಹ ಏರಿಳಿತ ತಾಗುತ್ತಿತ್ತು. 'ನೋಡಿಲ್ಲಿ, ನಿಮ್ಮ ಕಂಪನಿಯು ಕಳುಹಿಸಿರುವ ಮಾಡ್ಯುಲರ್ ಷವರ್ ಕ್ಯಾಬಿನ್‌ಗಳು ಟರ್ಕಿ ದೇಶದಿಂದ ಬಂದಿವೆ, ಅವುಗಳು ಅಮೆರಿಕೆಯ ವಿದ್ಯುತ್ ಸ್ಟ್ಯಾಂಡರ್ಡ್ಸ್ ಅನುಸಾರ ಇಲ್ಲ. ಶಾರ್ಟ್ ಸರ್ಕ್ಯೂಟ್ ಸುರಕ್ಷೆ ಯಾವ ಮಟ್ಟಕ್ಕಿದೆ ಗೊತ್ತಿಲ್ಲ. ನೀನು ದಯವಿಟ್ಟು ಅವುಗಳ ಪರಿಶೀಲನೆ ಮಾಡಿ ನಮಗೆ ವರದಿ ಸಲ್ಲಿಸಬೇಕು ಮತ್ತು ಅಗತ್ಯಬಿದ್ದಲ್ಲಿ ಸೂಕ್ತ ಕ್ರಮಗಳನ್ನ ಆದಷ್ಟು ಬೇಗ ತೆಗೆದುಕೊಳ್ಳಬೇಕು' ಗಟ್ಟಿ ದನಿಯ ಆದೇಶ ಅದು! ಆ ಒಂದು ಕ್ಷಣ ನಾನು ಸೈನಿಕನಾಗಿ ನನ್ನ ಮೇಲಧಿಕಾರಿಯ ಆಜ್ಞೆ ಸ್ವೀಕರಿಸುತ್ತಿದ್ದೇನೆನೋ ಎನ್ನುವ ಭಾವ ಬಂದು 'ಖಂಡಿತ ಸಾರ್' ಅಂತ ಹೇಳಿ ನಿಟ್ಟುಸಿರುಬಿಟ್ಟೆ.

ಅಷ್ಟೇ.. ನೀವು ಹೋಗಬಹುದು ಎಂದರು. ನನ್ನ ಜೊತೆ ಮಾತಾಡಿದ್ದು ಕಂದಹಾರ್ ಕ್ಯಾಂಪಿನ ಅಮೆರಿಕಾ ಮಿಲಿಟರಿ ಉನ್ನತ ಅಧಿಕಾರಿ. ಅವರೊಟ್ಟಿಗೆ ನಾನು ಮಾತನಾಡಿದೆನೇ? ನನಗೆ ನಂಬಲು ಕಷ್ಟವಾಗುತ್ತಿತ್ತು. ಅದೇನೋ ದೊಡ್ಡ ಸಾಧನೆ ಮಾಡಿದ ಹಾಗಿನ ಅಹಂಭಾವ ಹೊತ್ತು ಹೊರಗೆ ಬಂದೆ.

ಮನಸ್ಸಿನಲ್ಲೇ ಆಂಟೊನಿಯೋಗೆ ಧನ್ಯವಾದ ಹೇಳಿದೆ. ಹೊರಗೆ ಮಾತ್ರ ನೀನು ಇದೆಲ್ಲ ನನಗೆ ಮೊದಲೇ ಏಕೆ ಹೇಳಲಿಲ್ಲ, ನಾನು ಸ್ವಲ್ಪ ತಯಾರಿ ಮಾಡಿಕೊಂಡು ಬರುತ್ತಿದ್ದೆ ಎಂದು ದಬಾಯಿಸಿದೆ. ಆತ ನನಗೂ ಏನು ಗೊತ್ತಿರಲಿಲ್ಲ ಎಂದು ಹೇಳಿ ಸುಮ್ಮನಾದ. ಕೆಲ ದಿನಗಳ ಅವಿರತ ಪ್ರಯತ್ನದಿಂದ ಮಿಲಿಟರಿ ಸ್ನಾನಗೃಹದಲ್ಲಾಗುತ್ತಿದ್ದ ಅವಘಡಗಳಿಗೆ ಉತ್ತಮ ಪರಿಹಾರ ಕಂಡುಕೊಂಡೆವು. ಇದರಿಂದ ನಮ್ಮ ಕಂಪನಿಗೆ ಮತ್ತು ವಿಶೇಷವಾಗಿ ಆಂಟೊನಿಯೋಗೆ ಒಂದೊಳ್ಳೆ ಹೆಸರು ಬಂದಿತು ಜೊತೆಗೆ ಮತ್ತಷ್ಟು ಕಾಂಟ್ರ್ಯಾಕ್ಟ್‌ಗಳು ಕೂಡ. ಅವನಿಗೆ ನನ್ನ ಮೇಲಿದ್ದ ಗೌರವ ಸ್ವಲ್ಪ ಹೆಚ್ಚಾದಂತೆ ಅನಿಸುತ್ತಿತ್ತು. ಅಂದಿನಿಂದ ನನ್ನ ಮಾತನ್ನು ತೆಗೆದು ಹಾಕಲು ಅವನಿಗೆ ಕಷ್ಟವಾಗುತ್ತಿತ್ತು. ಇನ್ನೂ ನನ್ನೊಡನೆ ಜಗಳ ಆಡಲು ಅವನಿಗೆ ಕಾರಣಗಳು ಇರಲಿಲ್ಲ. ನಾವು ಒಳ್ಳೆಯ ಸ್ನೇಹಿತರಾದೆವು.

ಕಂದಹಾರ್ ಯುದ್ಧ ನಗರಿಯ ಅಗಾಧತೆಯನ್ನ ಪೂರಾ ಕಟ್ಟಿಕೊಡಲು ಅಸಾಧ್ಯ. ಮಿಲಿಟರಿ ಯುದ್ಧ ಕಾರ್ಯಾಚರಣೆಗೆ ಅಗತ್ಯವಾದ ಮೂಲ ಸೌಕರ್ಯವನ್ನು ಹೊರತುಪಡಿಸಿಯೂ ಕೂಡ ಒಂದು ನಗರ ಎಂದು ಹೇಳಲು ಬೇಕಾದ ಎಲ್ಲ ರೀತಿಯ ಭೌಗೋಳಿಕ ವ್ಯವಸ್ಥೆ ಮತ್ತು ಸೌಲಭ್ಯಗಳು ಅಲ್ಲಿದ್ದವು. ಎಲ್ಲವೂ ತಾತ್ಕಾಲಿಕ ವ್ಯವಸ್ಥೆ. ಮನೆಗಳು, ಆಸ್ಪತ್ರೆ, ರೆಸ್ಟೋರೆಂಟ್, ಕಾಫೀ ಶಾಪ್ಸ್, ಪಿಜ್ಜಾ-ಬರ್ಗರ್ ಶಾಪ್, ಅಗತ್ಯ ಸಾಮಾನುಗಳ ಅಂಗಡಿಗಳು, ಕೇಸರಿ ಸೇರಿದಂತೆ ಇತರೆ ಆಫ್ಘಾನಿ ದೇಸೀ ಉತ್ಪನ್ನಗಳ ಶಾಪ್‌ಗಳು, ಪೋಸ್ಟ್ ಆಫೀಸು, ಪೊಲೀಸು-ಜೈಲು, ಲಾಂಡ್ರಿ, ಜಿಮ್ಮು, ಮನರಂಜನೆಗೆ ಒಳಾಂಗಣ ಕ್ರೀಡೆ ಆಡುವ ಜಾಗ, ವಿಮಾನ ಸಂಸ್ಥೆಗಳ ಕಚೇರಿ, ವಿಮಾನ ನಿಲ್ದಾಣ, ರಸ್ತೆ ಸಂಪರ್ಕಗಳು, ವಿದ್ಯುತ್ ಹಾಗೂ ನೀರಿನ ವ್ಯವಸ್ಥೆ, ಕೊಳಚೆ ನೀರನ್ನು ಸಂಗ್ರಹಿಸಿ ಶುದ್ಧೀಕರಿಸುವ ವ್ಯವಸ್ಥೆ, ಇನ್ನೂ ಮತ್ತಷ್ಟು.

ಜಗತ್ತಿನ ಹಲವಾರು ದೇಶದ ಮಿಲಿಟರಿಯವರು ನ್ಯಾಟೊ ಅಧೀನದಲ್ಲಿ ಯುದ್ಧ ಮಾಡಲು ಇಲ್ಲಿಗೆ ಬಂದಿದ್ದರು. ಪ್ರತಿ ದೇಶದ ಸೈನ್ಯಕ್ಕೆ ಒಂದೊಂದು ನಿರ್ದಿಷ್ಟ ಕಾಂಪೌಂಡುಗಳನ್ನು ರಚಿಸಿ ಅಲ್ಲಿ ಅವರ ವಾಸ್ತವ್ಯವನ್ನು ಇರಿಸಲಾಗಿತ್ತು. ಹಾಗೆಯೇ ಹತ್ತಾರು ಕಂಪನಿಗಳು ಇವರಿಗೆ ಕೆಲಸ ಮಾಡುತ್ತಿದ್ದರು. ಅವರಿಗೂ ಕೂಡ ಇಂತಿಷ್ಟು ಜಾಗದಲ್ಲಿ ಕಾಂಪೌಂಡ್ ಹಾಕಿ ಕಂಪನಿಗಳ ಕೆಲಸಗಾರರಿಗೆ ಉಳಿದುಕೊಳ್ಳಲು ವ್ಯವಸ್ಥೆ ಇತ್ತು. ಸಾಮಾನ್ಯವಾಗಿ ಪ್ರಿ-ಫ್ಯಾಬ್ರಿಕೇಟೆಡ್ ಸ್ಟೀಲ್ ಕಟ್ಟಡಗಳು. ಕೆಲವು ಟೆಂಟುಗಳೂ ಇದ್ದವು. ಪ್ರತಿಯೊಂದು ಕಾಂಪೌಂಡ್ ಕೂಡ ಸುತ್ತುವರೆದ ಎತ್ತರದ ಕಾಂಕ್ರೀಟ್ ಟಿ-ವಾಲ್ ಗೋಡೆಗಳು ಮತ್ತು ಗೇಟುಗಳ ಮಧ್ಯೆ ಮತ್ತಷ್ಟು ಖಾಸಗಿಯಾಗಿಯೂ ಹಾಗೂ ಸುರಕ್ಷಿತವಾಗಿಯೂ ಇದ್ದವು. ಆ ಕಾಂಪೌಂಡುಗಳಿಗೂ ಚಿತ್ರ-ವಿಚಿತ್ರ ಹೆಸರನ್ನಿಟ್ಟಿದ್ದರು. ಕೆಲವು ಅಲ್ಲಿ ಸತ್ತ ಸೈನಿಕರದ್ದು, ಅವರಿಗೆ ವಿಶೇಷ ಶ್ರದ್ಧಾಂಜಲಿ ಆ ಮೂಲಕ. ಆಯಾ ದೇಶದ ಧ್ವಜವನ್ನು ಗುರುತಿಸಿ ಇಂಥವರು ಎಂದು ಗುರುತಿಸಬಹುದಿತ್ತು. ಆ ನಗರದ

ಹೃದಯ ಭಾಗದಲ್ಲಿ ಕೆಲವು ಮಿಲಿಟರಿ ಬ್ಯಾರಕ್ಕುಗಳು ಹೊರಗಿನಿಂದ ನೋಡಲು ಆಧುನಿಕ ಕಾಂಕ್ರೀಟ್ ಕಟ್ಟಡಗಳಂತೆ ರಂಗು-ರಂಗಾಗಿ ಕಂಡರೂ ಒಳಗೆ ಮಾರಗಲ ಗೋಡೆಗಳ ಬಂಕರುಗಳಂತೆ ಇದ್ದವು. ಅವುಗಳ ಆಸುಪಾಸಿನಲ್ಲಿಯೇ ಬಹುತೇಕ ರೆಸ್ಟೋರೆಂಟ್‌ಗಳು ಮತ್ತು ಅಂಗಡಿ ಮುಂಗಟ್ಟುಗಳಿದ್ದವು. ದಿನಾಲೂ 'ಡಿಫ್ಯಾಕ್' ಊಟದಿಂದ ರೋಸಿ ಹೋದ ಕೆಲವರು ಒಮ್ಮೊಮ್ಮೆ ಆ ರೆಸ್ಟೌರೆಂಟುಗಳಿಗೆ ಮತ್ತು ಕಾಫೀ ಶಾಪ್‌ಗಳಿಗೆ ಎಡತಾಕುವುದಿತ್ತು. ಕಂದಹಾರ್ ಕ್ಯಾಂಪ್ 'ಡೌನ್‌ಟೌನ್' ಮತ್ತು 'ವಾಕ್‌ವೇ' ಎಂದು ಖ್ಯಾತಿ ಆ ಪ್ರದೇಶಕ್ಕೆ.

ಅಲ್ಲಿದ್ದ ಮತ್ತೊಂದು ಅಚ್ಚರಿ ಎಂದರೆ ನೀರು ಮತ್ತು ವಿದ್ಯುತ್ತಿನ ಸರಬರಾಜು ಹಾಗೂ ನಿರ್ವಹಣಾ ವ್ಯವಸ್ಥೆ. ಕೊಳಚೆಯ ನಿರ್ವಹಣೆಯೂ ಒಂದು ವಿಚಿತ್ರವೇ ಸರಿ. ಕುಡಿಯಲು ಪ್ಯಾಕೇಜ್ಡ್ ನೀರಿನ ಬಾಟಲುಗಳನ್ನೇ ಉಪಯೋಗಿಸುತ್ತಿದ್ದದ್ದು. ಮೊದಲು ನೀರಿನ ಬಾಟಲುಗಳ ರಾಶಿ ದುಬೈ ಇಲ್ಲವೇ ಇತರೆ ಅರಬ್ ದೇಶಗಳಿಂದ ಆಹಾರ ಸಾಮಗ್ರಿಗಳ ಜೊತೆಗೆ ಕಂಟೈನರುಗಳಲ್ಲಿ ಬರುತ್ತಿತ್ತು. ಅಲ್ಲಿಗೆ ಬರುವ ಹೊತ್ತಿಗೆ ನೀರಿನ ಬೆಲೆ ಹಾಲಿನ ಬೆಲೆಗಿಂತಾ ಹೆಚ್ಚಾಗುತ್ತಿತ್ತು. ಅಲ್ಲಿನ ಬಿಸಿಲಿನ ಝಳಕ್ಕೋ ಅಥವಾ ಕಂಡ ಜಾಗದಲ್ಲೆಲ್ಲಾ ಸಿಗುತ್ತಿದ್ದವು ಎಂಬ ಕಾರಣಕ್ಕೋ ನೀರಿನ ಬಾಟಲುಗಳ ಬಳಸುವ ಪ್ರಮಾಣ ಒಂದಕ್ಕೆ ಎರಡರಷ್ಟಿತ್ತು ಎಂದು ನನಗೆ ಗೊತ್ತಾದ ಮಾಹಿತಿ. ಅರ್ಧ ಕುಡಿದು ಬಿಸಾಡುವ ಬೇಜವಾಬ್ದಾರಿ ಜನಗಳಿಗೆ ಕೊರತೆ ಇರಲಿಲ್ಲ. ಕೆಲಸದ ಸಮಯದಲ್ಲಿ ತಮ್ಮ ವಸತಿ ಕಾಂಪೌಂಡುಗಳ ಆಚೆ ಇದ್ದಾಗ ಅಲ್ಲಲ್ಲಿ ರಸ್ತೆ ಮಗ್ಗಲುಗಳಲ್ಲಿ ಇಟ್ಟಿರುತ್ತಿದ್ದ ಪೋರ್ಟಬಲ್ ಕಂಟೇನರ್ ಟಾಯ್ಲೆಟ್ಟುಗಳಲ್ಲಿ ಅಂಡು ತೊಳೆಯಲು ಕೂಡ ನೀರಿನ ಬಾಟಲುಗಳನ್ನು ಉಪಯೋಗಿಸುತ್ತಿದ್ದರು. ಕೆಲ ವರ್ಷಗಳಾದ ಮೇಲೆ ಅಲ್ಲಿಯೇ ನೀರಿನ ಶುದ್ಧೀಕರಿಸುವ 'RO' ಘಟಕಗಳನ್ನು ಸ್ಥಾಪಿಸಿದರು. ಬಹುತೇಕ ಎಲ್ಲ ಮುಖ್ಯ ಕ್ಯಾಂಪುಗಳಲ್ಲಿ ಶುದ್ಧೀಕರಣ ಘಟಕ ಸ್ಥಾಪಿಸಲಾಯ್ತು. ಅಲ್ಲಿ ನೀರಿಗೆ ತತ್ವಾರ ಎಂದು ನಾನು ಕೇಳಿಯೇ ಇಲ್ಲ.

ಕ್ಯಾಂಪಿನಲ್ಲಿ ಹತ್ತಾರು ಬೋರುವೆಲ್ಲುಗಳಿದ್ದವು. ಸ್ವಲ್ಪ ಗಡಸು ನೀರಾದರೂ ಬಳಸಲು ಯೋಗ್ಯ. ಪ್ರತಿ ಕಾಂಪೌಂಡ್‌ಗಳಿಗೂ ನೀರಿನ ಸರಬರಾಜು ಟ್ರಕ್ಕುಗಳ ಮೂಲಕ. ದಿನ ಬೆಳಗಾದರೆ ನೀರಿನ ಟ್ರಕ್ಕುಗಳ ಓಡಾಟ ತೀರ ಸಾಮಾನ್ಯ. ಹಾಗೆಯೇ ಬಳಸಿದ ನೀರನ್ನು ಸಿವೇಜ್ ಟ್ರಕ್ಕುಗಳಲ್ಲಿ ಹೀರಿಕೊಂಡು ಹೋಗಿ ಕ್ಯಾಂಪಿನ ಮೂಲೆಯಲ್ಲಿದ್ದ ಹೊಂಡಕ್ಕೆ ಸುರಿದು ಬರುತ್ತಿದ್ದರು. ಆ ಸಣ್ಣ ಹೊಂಡ ಕೆಲವು ವರ್ಷಗಳಲ್ಲಿ ಕೆರೆಯಾಗಿ ನಿಂತಿತ್ತು. ಸುತ್ತಲಿನ ಎಲ್ಲರೂ ಮೂಗು ಮುಚ್ಚಿಕೊಂಡು ಓಡಾಡಬೇಕು. ನಮ್ಮ ಕಂಪನಿಯ ಆಡಳಿತ ಮುಖ್ಯ ಕಚೇರಿ ಅದರ ಕೂಗಳತೆ ದೂರದಲ್ಲಿ! ಇನ್ನೂ ಕೆಲ ವರ್ಷಗಳ ತರುವಾಯ ಆ ಕೆರೆಯ ಮಗ್ಗುಲಲ್ಲಿ ಕೊಳಚೆ ನೀರು ಶುದ್ಧೀಕರಿಸುವ ಒಂದು ಬೃಹತ್ ಘಟಕ ಸ್ಥಾಪನೆಯಾಯ್ತು. ಮೊದಲೇ ಹೇಳಿದ ಹಾಗೇ ವಸತಿ ಕಾಂಪೌಂಡಿನಲ್ಲಿದ್ದ

ಟಾಯ್ಲೆಟ್ಟುಗಳ ಹೊರತಾಗಿ ಕ್ಯಾಂಪಿನ ರಸ್ತೆಗಳ ಪಕ್ಕದಲ್ಲಿ ಇಂತಿಷ್ಟು ಎನ್ನುವ ದೂರದ ಲೆಕ್ಕಾಚಾರದಲ್ಲಿ ಮತ್ತು ಪ್ರಮುಖ ಸ್ಥಳಗಳ ಆಜುಬಾಜಿನಲ್ಲಿ ಪೋರ್ಟಬಲ್ ಟಾಯ್ಲೆಟ್ಟುಗಳನ್ನು ಇಟ್ಟಿರುತ್ತಿದ್ದರು. ಅದರೊಳಗೆ ನೀರಿನ ವ್ಯವಸ್ಥೆಯಿಲ್ಲ. ಆದರೆ ಕೈ ತೊಳೆಯಲು ಒಂದು ಪೋರ್ಟಬಲ್ ವಾಷ್ ಬೇಸಿನ್ ಇರುತ್ತಿತ್ತು. ಅಂಡು ಒರೆಸಿಕೊಳ್ಳಲು ಸಾಕಷ್ಟು ಪ್ರಮಾಣದ ಪೇಪರ್ ರೋಲುಗಳನ್ನು ಇಟ್ಟಿರುತ್ತಿದ್ದರು. ಮೊದಲಿಗೆ ಆಶ್ಚರ್ಯ, ಅಸಹ್ಯ ಎಲ್ಲಾ ಆಯಿತು. ಬಹುತೇಕ ಬಿಳಿ ಮಂದಿಗೆ ಅದು ಸಾಮಾನ್ಯ. ನಾವುಗಳು ಬಾಟಲುಗಳನ್ನು ಹಿಡಿದೇ ಹೋಗುತ್ತಿದ್ದುದು. ಆ ಟಾಯ್ಲೆಟ್ ಕ್ಯಾಬಿನ್ನುಗಳಲ್ಲಿ ಗಲೀಜು ಶೇಖರಿಸಲು ಇದ್ದ ತಳ ಟ್ಯಾಂಕುಗಳಲ್ಲಿ ಬ್ಲೂ ವಾಟರ್ ಎಂಬ ರಸಾಯನಿಕಯುಕ್ತ ನೀರನ್ನು ಒಂದರ್ಧ ಅಡಿಯಷ್ಟು ತುಂಬಿಸಲಾಗುತ್ತಿತ್ತು. ಹಾಗಾಗಿ ಕೆಟ್ಟ ವಾಸನೆಯು ಅಷ್ಟಾಗಿ ಹರಡುತ್ತಿರಲಿಲ್ಲ. ಪ್ರತಿನಿತ್ಯ ಬೆಳಗ್ಗೆ ಇಲ್ಲ ಸಂಜೆ ಸಂಗ್ರಹವಾದ ಆ ಗಲೀಜು ನೀರನ್ನು ಸಿವೇಜ್ ಟ್ರಕ್ಕುಗಳು ಬಂದು ಶೇಖರಿಸಿ ಆ ಕೆರೆಗೆ ಸುರಿಯುತ್ತಿದ್ದವು. ಈ ಕೆಲಸದ ಜವಾಬ್ದಾರಿ ಕೂಡ ನಮ್ಮ ಕಂಪನಿಯದೇ.

ನಲವತ್ತು ಸಾವಿರಕ್ಕೂ ಮಿಗಿಲಿದ್ದ ಅಷ್ಟು ದೊಡ್ಡ ಪಟ್ಟಣಕ್ಕೆ ವಿದ್ಯುತ್ ಸರಬರಾಜು ಮಾಡುವುದು ಸಹ ಸವಾಲಿನ ಕೆಲಸ. ಅಲ್ಲಿ ಯಾವುದೇ ಸ್ಥಳೀಯ ಪವರ್ ಗ್ರಿಡ್ ಇರಲಿಲ್ಲ. ಎಲ್ಲವೂ ಡೀಸೆಲ್ ಜೆನರೇಟರುಗಳಿಂದ ತಯಾರಿಸಿದ್ದೇ. ಸಾಲುಸಾಲಾಗಿ ಜೋಡಿಸಿಟ್ಟಿದ್ದ ನೂರಾರು ಜೆನರೇಟರುಗಳು ಒಂದಾದರೊಂದಂತೆ ನಿತ್ಯವೂ ನಿಮಿಷ ನಿಲ್ಲದೆ ನಡೆಯುತ್ತಿದ್ದವು. ದಿನಾಲೂ ಅದೆಷ್ಟು ಸಾವಿರ ಲೀಟರುಗಳ ಡೀಸೆಲ್ ಬೇಕಿತ್ತೋ ಲೆಕ್ಕವಿಟ್ಟವರು ಯಾರು? ಕ್ಯಾಂಪಿನ ಮೂಲೆ ಮೂಲೆಗೂ ವಿದ್ಯುತ್ ತಾರಿನ ಜಾಲ ಹರಡಿತ್ತು. ಕೆಲವು ಕಾಂಪೌಂಡುಗಳಲ್ಲಿ ಅವರದ್ದೇ ಆದ ಜೆನರೇಟರುಗಳನ್ನು ಬಳಸುತ್ತಿದ್ದರು. ಅಷ್ಟು ದೊಡ್ಡ ನಗರದ ವಿದ್ಯುತ್ ನಿರ್ವಹಣಾ ಕೆಲಸ ಅಷ್ಟು ಸುಲಭದ್ದಲ್ಲ. ಕೆಲವು ವರ್ಷಗಳ ನಂತರ ಈ ಕೆಲಸದ ಜವಾಬ್ದಾರಿ ಕೂಡ ನಮ್ಮ ಕಂಪನಿಯದೇ ಆಯ್ತು.

ತುಂಬಾ ಜಾಗಗಳಿಗೆ ಕಾರಣವಿಲ್ಲದೆ ನಾವು ಅಷ್ಟು ಸಲೀಸಾಗಿ ಹೋಗುವುದು ಕಷ್ಟ. ನಾನು ಇಲ್ಲಿಗೆ ಬಂದ ಕೆಲವು ವರ್ಷಗಳ ನಂತರ ನಮ್ಮ ಕಂಪನಿಯ ಬಳಿ ಪೂರಾ ಕ್ಯಾಂಪಿನ ತಾಂತ್ರಿಕ ನಿರ್ವಹಣೆಯ ಗುತ್ತಿಗೆ ದೊರಕಿ ನಾನು ಅಲ್ಲಿಗೆ ಹೋದಾಗಲೆಲ್ಲ ನನಗೆ ಕಂಡ ಕಡೆ ತಿರುಗಾಡುವ ಅಧಿಕೃತ ಪರವಾನಗಿ ಸಿಕ್ಕದ್ದು ನನ್ನ ಸಂಶೋಧಕ ಬುದ್ಧಿಗೆ ಮತ್ತಷ್ಟು ವೇಗ ಸಿಕ್ಕಂತಾಯ್ತು. ತಾಂತ್ರಿಕ ದೋಷಗಳ ಕಾರಣಗಳೋ ಇಲ್ಲಾ ನಿರ್ವಹಣಾ ಕೆಲಸದ ನೆಪಕ್ಕೋ ಹಲವಾರು ಬಾರಿ ಮಿಲಿಟರಿಯವರ ಕ್ಯಾಬಿನ್ ಒಳಗೆ ಹೋಗುವ ಅವಕಾಶ ಸಿಗುತ್ತಿತ್ತು. ಅಪಾಪೋಲಿ ಕಾಲೇಜು ಹುಡುಗರ ಹಾಸ್ಟೆಲಿನ ರೂಮಿಗೆ ಒಳಹೊಕ್ಕ

ಅನುಭವ ಅದು. ಹೊರಗೆ ಎಷ್ಟು ಶಿಸ್ತಿನ ಸಿಪಾಯಿಗಳೋ ಅಷ್ಟೇ ಒಳಗೆ ಅಶಿಸ್ತಿನ ಮೂಟೆಗಳು. ಅಲ್ಲಿದ್ದ ಎಲ್ಲ ವಸ್ತುಗಳೂ ಅಸ್ತವ್ಯಸ್ತ. ಅಡ್ಡಾದಿಡ್ಡಿಯಾಗಿ ಬಿದ್ದಿದ್ದ ಕೆಟ್ಟ ಕೊಳಕು ವಾಸನೆಯುಕ್ತ ಶೂಗಳು. ಕೆಲವು ರೂಮುಗಳ ಹೊರತಾಗಿ ಎಲ್ಲವೂ ಒಂದೇ ರೀತಿಯಾಗಿ ಇದ್ದವು. ಒಂದೊಮ್ಮೆ ನಾನು ಅರಬ್ ಸೈನ್ಯದ ಕಾಂಪೌಂಡ್ ಒಳಗೆ ಹೋಗಿದ್ದೆ. ಅದು 'ಯುಎಇ' ಸೈನಿಕ ಕಾಂಪೌಂಡ್ ಎಂದು ತಿಳಿದು ಆಶ್ಚರ್ಯದೊಟ್ಟಿಗೆ ಅದೆಂತಹುದೋ ಅವ್ಯಕ್ತ ಖುಷಿ. ಬಹುಶಃ ನಾನು ನೆಮ್ಮದಿಯಾಗಿ ಬದುಕುತ್ತಿದ್ದ ದೇಶವೆಂಬ ಸೆಂಟಿಮೆಂಟು ಇರಬೇಕು. ಇವರೂ ಯುದ್ಧದಲ್ಲಿ ಸದ್ದಿಲ್ಲದೇ ಸೇರಿಕೊಂಡಿದ್ದಾರೆ ಎಂಬ ಸುಳಿವು ಕೂಡ ಇದುವರೆಗೆ ನನಗೆ ಸಿಕ್ಕಿರಲಿಲ್ಲ. ಅವರೆಂದೂ ಹೊರಗೆ ಕಾಣಿಸಿಕೊಂಡದ್ದು ನನ್ನ ಗಮನಕ್ಕೆ ಬಂದಿರಲಿಲ್ಲ. ಎಲ್ಲಿಯೂ ನೋಡ ಸಿಗದಿದ್ದರೂ ಕನಿಷ್ಟ 'ಡಿಫ್ಯಾಕ್'ಗಳಲ್ಲಿ ಸಿಗುವುದು ಸಾಮಾನ್ಯ ಸಂಗತಿ. ಅಲ್ಲಿಯೂ ನಾನು ಅವರನ್ನು ಗಮನಿಸಿಲ್ಲ. ಸಂಖ್ಯೆಯಲ್ಲಿ ನೂರಕ್ಕಿಂತ ಹೆಚ್ಚೇನೂ ಇರಲಿಲ್ಲ ಅವರು. ಅಂದು ಮಧ್ಯಾಹ್ನದ ಊಟಕ್ಕೆ ತಯಾರಿ ನಡೆಯುತ್ತಿತ್ತು. ಮಾಂಸದ ರಾಶಿ ಅಗಲವಾದ ಪಾತ್ರೆಯಲ್ಲಿ ಮಸಾಲೆಯೊಂದಿಗೆ ಬೇಯುತ್ತಿತ್ತು. ಬಹುಶಃ 'ಮಂದಿ' (ಅರಬ್ಬರ ಬಿರಿಯಾನಿ ರೀತಿಯ ಭಕ್ಷ್ಯ) ತಯಾರಾಗುತ್ತಿತ್ತು. ಸೈನಿಕ ದಿರಿಸಿನಲ್ಲೇ ಇದ್ದ ಕೆಲವರು ಅಡುಗೆ ಮಾಡುತ್ತಿದ್ದರೆ ಕೆಲವರು ಜೂಜಿನಂತಹ ಆಟವಾಡುತ್ತಾ ಸಿಗರೇಟು ಸೇದುತ್ತಾ ಹರಟೆ ಹೊಡೆಯುತ್ತಿದ್ದರು. ಮತ್ತೂ ಕೆಲವರು ತಮ್ಮ ಕ್ಯಾಬಿನ್ನುಗಳಲ್ಲಿ ಗಡದ್ದಾಗಿ ಮಲಗಿದ್ದರು. ಯುದ್ಧಕ್ಕೆ ಬಂದ ಸೈನಿಕರ ಯಾವುದೇ ಉತ್ಸಾಹ ಹುರುಪು ಇದ್ದಂತೆ ಕಾಣಿಸಲಿಲ್ಲ ಅಲ್ಲಿ. ಯಾವುದೋ ಪಿಕ್ನಿಕ್ಕಿಗೆ ಬಂದವರಂತೆ ಇಲ್ಲಿದ್ದ ಸ್ವಲ್ಪ ದಿನಗಳಲ್ಲಿ ಮಜಾ ಉಡಾಯಿಸಿ ಹೋದರೆ ಆಯ್ತೆಂಬಂತೆ ಇತ್ತು ಅವರ ಮಾತುಗಳು ಮತ್ತು ಮನಸ್ಥಿತಿ. ಬಹುಶಃ ಅವರಿಗೆ ನಮ್ಮ ಇರುವಿಕೆ ಅಲ್ಲಿ ಕಷ್ಟವಾಗ್ತಾ ಇತ್ತು ಎಂದನಿಸುತ್ತದೆ, 'ನಿಮ್ಮ ಕೆಲಸ ಮುಗಿಸಿಕೊಂಡು ಬೇಗನೆ ಹೊರಡಿರಿ' ಎಂದು ಎರಡೆರಡು ಬಾರಿ ಜೋರಾಗಿ ಕಿರುಚಿ ಹೇಳಿದರು. ನಮಗೆ ಅದು ಸ್ವಲ್ಪ ಕಸಿವಿಸಿಯೇ. ಹೇಗೋ ಕೆಲಸಕ್ಕೆ ಬೇಗಬೇಗ ತೇಪೆ ಹಾಕಿ ಅಲ್ಲಿಂದ ನುಣುಚಿಕೊಂಡೆವು.

ಆ ಕಂದಹಾರ್ ಕ್ಯಾಂಪಿನಲ್ಲಿ ಆಫ್ಘಾನ್ ಸೈನಿಕರೂ ಕೂಡ ಸಾವಿರಕ್ಕಿಂತ ಹೆಚ್ಚು ಸಂಖ್ಯೆಯಲ್ಲಿದ್ದರು. ಆದರೆ ಅವರು ಎಲ್ಲರ ಹಾಗೆ ಹೊರಗೆ ತಿರುಗಾಡುತ್ತಿದ್ದುದು ಕಡಿಮೆಯೇಕೋ ಗೊತ್ತಾಗಲಿಲ್ಲ. ಆಫ್ಘಾನ್ ಸೈನಿಕರಿಗೆ ಒಂದು ವಿಶಾಲವಾದ ಕಾಂಪೌಂಡ್ ಇತ್ತು. ಅವರಿಗೆ ಅವರ ಕಾಂಪೌಂಡಿನಲ್ಲಿಯೇ ಡಿಫ್ಯಾಕ್ ಇತ್ತು ಎಂದು ಬಲ್ಲೆ. ಆದರೂ ತುಂಬಾ ಸೈನಿಕರು ನ್ಯಾಟೋ ಡಿಫ್ಯಾಕುಗಳಿಗೆ ಬರುತ್ತಿದ್ದುದು ಹೌದು. ಬಹುಶಃ ಇಲ್ಲಿ ಸಿಗುತ್ತಿದ್ದ ವೈವಿಧ್ಯ ಭಕ್ಷ್ಯಗಳು ಅಲ್ಲಿರಲಿಲ್ಲವೋ ಏನೋ? ಹೆಚ್ಚಿನವರು ಯಾವಾಗಲೂ ಕೊಂಚ ಗಾಬರಿಯಾದಂತೆ ವರ್ತಿಸುತ್ತಿದ್ದುದು ಆಶ್ಚರ್ಯವೆನಿಸುತ್ತಿತ್ತು. ಬಹುತೇಕರಿಗೆ

ಇಂಗ್ಲಿಷ್ ಬಾರದೆ ಸಂವಹನ ಕೊರತೆ ಢಾಳವಾಗಿತ್ತು. ಮಿಲಿಟರಿಯ ಗತ್ತು ಗಾಂಭೀರ್ಯ ತುಂಬಾ ಕಡಿಮೆಯೇ. ಪ್ರಪಂಚದ ಇಂತಹ ದೈತ್ಯ ಮಿಲಿಟರಿ ಪಡೆಯ ಜೊತೆ ನಾವು ಕೂಡ ಇದ್ದೇವೆ ಎಂಬ ಒಂದು ರೀತಿಯ ಕೀಳರಿಮೆ ಅವರಲ್ಲಿತ್ತೇ ಎನ್ನುವ ಹಾಗೆ ಅವರ ವರ್ತನೆ ಇರುತ್ತಿತ್ತು. ಡಿಫ್ಯಾಕಿನಲ್ಲಿ ಸಿಕ್ಕ ಕೆಲವರನ್ನು ನಾನು ಮಾತಿಗೆಳೆಯುತ್ತಿದ್ದೆ. ಕೊಂಚ ಉರ್ದು ಬಲ್ಲ ಮಂದಿ ಅಷ್ಟಿಷ್ಟು ಮಾತನಾಡುತ್ತಿದ್ದರು. ಕೆಲವರು ನಕ್ಕು ಸುಮ್ಮನಾಗುತ್ತಿದ್ದರು. ಮತ್ತೂ ಕೆಲವರು ದುರುಗುಟ್ಟಿ ನೋಡಿ ಏನನ್ನೂ ಮಾತನಾಡದೆ ಸರಿದುಬಿಡುತ್ತಿದ್ದರು. ಯಾರೊಬ್ಬರೂ ಮಿಲಿಟರಿ ಕಾರ್ಯಾಚರಣೆಯ ಬಗ್ಗೆ ತುಟಿಕ್ ಪಿಟಿಕ್ ಎನ್ನುತ್ತಿರಲಿಲ್ಲ. ಬಹುಶಃ ಅದು ಮಿಲಿಟರಿಯ ಶಿಷ್ಟಾಚಾರವೆನಿಸುತ್ತೆ. ಬಹುತೇಕರು ಈಗಷ್ಟೇ ಕೆಲಸಕ್ಕೆ ಸೇರಿದ ಮೀಸೆ ಚಿಗುರುತ್ತಿದ್ದ ನವ ತರುಣರು. ತುಂಬಾ ವಯಸ್ಸಾದ ಕೆಲ ಹಿರಿಯರೂ ಸೈನ್ಯದಲ್ಲಿದ್ದರು, ಆದರೆ ಅವರಿನ್ನೂ ಕೆಳಹಂತದ ಸೈನಿಕ ಹುದ್ದೆಯಲ್ಲೇ ಇದ್ದರು ಎನ್ನುವ ವಿಷಯ ನನಗೆ ವಿಚಿತ್ರವೆನಿಸುತ್ತಿತ್ತು. ಗಾಢ ಹಸಿರುಬಣ್ಣದ ಅವರ ಮಿಲಿಟರಿ ದಿರಿಸು ಅವರ ಸ್ಫುರದ್ರೂಪಿ ಕೆಂಪನೆ ಮುಖಗಳಿಗೆ ಒಪ್ಪುತ್ತಿರಲಿಲ್ಲ ಎಂದು ನಾನು ಅದೆಷ್ಟೋ ಸಲ ಅಂದುಕೊಂಡಿದ್ದು ನಿಜ. ಬಹುತೇಕ ಆಫ್ಘಾನಿ ಸೈನಿಕರು ತಮ್ಮ ದಿರಿಸನ್ನು ಸರಿಯಾಗಿ ಇಸ್ತ್ರಿ ಮಾಡದೇ ಧರಿಸಿಕೊಂಡು ಬರುತ್ತಿದ್ದುದು ನನಗೆ ಇದು ಅಶಿಸ್ತೇನೋ ಎಂಬ ಕಸಿವಿಸಿ ಭಾವ. ಮಿಲಿಟರಿ ವಿಮಾನಗಳಲ್ಲಿ ಓಡಾಡುವಾಗ ಈ ಜನರು ಸೀಟ್ ಬೆಲ್ಟನ್ನು, ದೇಹಗವಸು ಮತ್ತು ಶಿರಸ್ತ್ರಾಣಗಳನ್ನು ಸರಿಯಾಗಿ ಧರಿಸಲು ಒದ್ದಾಡುತ್ತಿದ್ದುದನ್ನು ಗಮನಿಸಿದ್ದೇನೆ. ಇವರೆಲ್ಲಾ ನಿಜವಾಗಿಯೂ ಯುದ್ಧ ಮಾಡುವವರೇ ಅಥವಾ ಗತಿಯಿಲ್ಲದೆ ಇಲ್ಲಿ ಬಂದು ಸಿಕ್ಕಿಹಾಕಿಕೊಂಡಿದ್ದಾರೆಯೇ ಎಂದು ಕ್ಯಾಂಪಿನಲ್ಲಿ ನಾವು ಹುಡುಗರು ಅದೆಷ್ಟೋ ಬಾರಿ ಮಾತನಾಡಿದ್ದಿದೆ.

ಒಂದು ದಿನ ಇನ್ನೊಂದು ವಿಶೇಷ ಕಾಂಪೌಂಡ್ ಒಳಹೊಕ್ಕೆವು. ಫೈರ್ ಅಲಾರಂ ವ್ಯವಸ್ಥೆಯಲ್ಲಿದ್ದ ತಾಂತ್ರಿಕ ಸಮಸ್ಯೆಯನ್ನು ನೋಡೋಣವೆಂದು ಅಲ್ಲಿನ ಅಗ್ನಿಶಾಮಕ ದಳದ ಸಿಬ್ಬಂದಿಯೊಂದಿಗೆ ಹೋಗಿದ್ದೆವು. ಸಾಮಾನ್ಯಕ್ಕಿಂತ ಹೆಚ್ಚು ಸುರಕ್ಷಾ ವ್ಯವಸ್ಥೆ ಇತ್ತು. ಗೇಟಿನಲ್ಲಿ ನಮ್ಮನ್ನು ತೀಕ್ಷ್ಣವಾಗಿ ತಡಕಾಡಿ, ಕೆಲವು ಸೂಚನೆಗಳನ್ನು ನೀಡಿ ಒಳ ಬಿಟ್ಟರು. ಇದ್ದಕ್ಕಿದ್ದ ಹಾಗೆ ನಾಯಿಗಳ ಬೊಗಳುವಿಕೆ ಶುರುವಾಗಿ ಕೆಲವೇ ಕ್ಷಣಗಳಲ್ಲಿ ತೀವ್ರವಾಯಿತು. ಅಲ್ಲಿಯವರೆಗೂ ನಾವು ಮಿಲಿಟರಿ 'ಡಾಗ್ ಕೆನ್ನೆಲ್' ಒಳಗೆ ಹೋದೆವೆಂದು ಅರಿವಿರಲಿಲ್ಲ. ಅಬ್ಬಬ್ಬಾ... ಅದೆಂತಹ ತರಹೇವಾರಿ ನಾಯಿಗಳು?! ಹೆಚ್ಚಿನದಾಗಿ ಜರ್ಮನ್ ಷೆಪರ್ಡ್‌ನಂತೆ ಕಾಣುವ ತಳಿಗಳು. ನುರಿತ ಮಿಲಿಟರಿ ನಾಯಿಗಳ ದೊಡ್ಡ ಪಡೆ ಅಲ್ಲಿತ್ತು. ಎಲ್ಲವೂ ಸಾಲು ಸಾಲು ಬೋನುಗಳಲ್ಲಿ ನಿಂತು ನಮ್ಮ ಕಡೆ ದುರುಗುಟ್ಟುತ್ತಾ ಒಂದೇ ಸಮನೆ ಭೋರ್ಗರೆಯುವಂತೆ ಬೊಗಳುತ್ತಿದ್ದವು.

ಕೆಲವಂತೂ ಮುಂಗಾಲುಗಳನ್ನು ಪರಪರ ಎಂದು ಬೋನಿನ ಕಂಬಿಗಳಿಗೆ ಗೀರುತ್ತಾ ಜೊಲ್ಲು ಸುರಿಸುತ್ತಾ ಕುಯ್ ಎಂದು ತಮ್ಮ ಅಸಹನೆಯನ್ನು ಪ್ರದರ್ಶಿಸುತ್ತಿದ್ದವು. ಒಂದಿಬ್ಬರು ಅಮೆರಿಕೆಯ ಸೈನಿಕರು ಬಂದು ಅವುಗಳಿಗೆ ಅದೇನೋ ಹೇಳಿದ ಕೆಲ ಸಮಯದ ನಂತರ ಸುಮ್ಮನಾದವು. ಒಂದೆರಡು ನಾಯಿಗಳು ನಾವು ಅಲ್ಲಿದ್ದಷ್ಟು ಹೊತ್ತೂ ನಮ್ಮನ್ನು ಕಳ್ಳರಿಗಿಂತ ಮಿಗಿಲಾಗಿ ಮರ್ಯಾದೆ ಕೊಡುತ್ತಲೇ ಬೊಗಳುವುದನ್ನು ಜಾರಿಯಲ್ಲಿಟ್ಟಿದ್ದವು. ಒಂದು ವೇಳೆ ಯಾವುದಾದರೂ ಬೋನಿನ ಬಾಗಿಲು ತೆರೆದು ಅವು ನಮ್ಮನ್ನು ಆಕ್ರಮಿಸಿದರೆ ಗತಿ ಮುಗಿಯಿತು ಎನ್ನುವ ಭೀತಿ ಒಂದು ಕಡೆ. ಅಲ್ಲಿನ ವಾಸನೆಯೂ ಸಹ್ಯವಾಗಿರಲಿಲ್ಲ. ಅದು ಹೇಗೆ ಈ ಸೈನಿಕ ಜನ ಇಲ್ಲಿ ಈ ಪ್ರಾಣಿಗಳ ಜೊತೆ ಏಗುತ್ತಾರೋ? ಅನಿಸುತ್ತಿತ್ತು. ನನಗಂತೂ ಅದೊಂದು ಅಚ್ಚರಿಯ ರೋಮಾಂಚಕ ಅನುಭವ.

ವಿಮಾನದಿಂದ ಇಳಿಯುವಾಗ ಇಲ್ಲವೇ ಏರುವಾಗ ಕಂದಹಾರ್ ಏರ್‌ಬೇಸ್ ರನ್‌ವೇ ಆಸುಪಾಸಿನ ರಮಣೀಯ ದೃಶ್ಯ ಬಲು ರೋಚಕ. ರನ್‌ವೇಯ ಅಷ್ಟೂ ಉದ್ದಕ್ಕೆ ಎರಡೂ ಬದಿಯಲ್ಲಿ ನಿಂತಿರುವ ಹಲವಾರು ಬಗೆಯ ಮತ್ತು ವಿವಿಧ ಗಾತ್ರದ ಯುದ್ಧ ವಿಮಾನಗಳ ಸಾಲು. ಎರಡು ರೆಕ್ಕೆಯ ಮತ್ತು ನಾಲ್ಕು ರೆಕ್ಕೆಯ ಅಗಾಧ ಗಾತ್ರದ ಹೆಲಿಕಾಪ್ಟರುಗಳ ಸಾಲು. ಚಿಟ್ಟೆಯಂತೆ ಕಾಣುವ ಡ್ರೋನ್‌ಗಳ ಸಾಲು. ಅಲ್ಲಲ್ಲಿ ಒಂದೆರಡು ಸಿ–17 ಮಾದರಿಯ ಡೈನೋಸಾರ್ ಗಾತ್ರದ ವಿಮಾನಗಳು. ಕೆಲವು ಖಾಸಗಿ ಕಾರ್ಗೋ ವಿಮಾನಗಳು. ಇವುಗಳ ಸಮಾಂತರವಾಗಿ ಕಟ್ಟಿದ್ದ ವಿಮಾನಗಳ ಟೆಂಟ್ ಅಥವಾ ಸ್ಟೀಲ್ ಹ್ಯಾಂಗರು ಕಟ್ಟಡಗಳ ಬೃಹತ್ ಸಾಲು. ಸಣ್ಣ ಯುದ್ಧ ವಿಮಾನಗಳಂತೂ ನಿಮಿಷಕ್ಕೊಂದರಂತೆ ಭರ್ರನೆ ಗಾಳಿ ಸೀಳಿಕೊಂಡು ಗುಡುಗು ಬಂದಂತೆ ಕಿವಿಗಡಚಿಕ್ಕುವ ಶಬ್ದ ಮಾಡುತ್ತಾ ಮೇಲೇರುವುದು ಕೆಳಗಿಳಿಯುವುದು ಸಾಮಾನ್ಯ ದೃಶ್ಯ. ನಾಲ್ಕು ರೆಕ್ಕೆಯ ಆ ದೈತ್ಯ ಚಾಪರಿನ ರೆಕ್ಕೆಗಳು ತಿರುಗುತ್ತಿದ್ದರೆ ಬಿರುಗಾಳಿ ಬಂತೇನೋ ಎಂಬಂತೆ ಭಾಸ. ನಿರಂತರ ಚಟುವಟಿಕೆಯ ಜಾಗ. ನಾನು ಹಲವು ಬಾರಿ ರನ್‌ವೇ ಮಗ್ಗುಲಲ್ಲಿ ಓಡಾಡಿ ಕೆಲಸ ಮಾಡಿದ್ದಿದೆ ಆದರೆ ವಿಮಾನ, ಚಾಪರ್ ಹಾಗೂ ಡ್ರೋನ್‌ಗಳ ತೀರ ಹತ್ತಿರಕ್ಕೆ ನಮ್ಮನ್ನು ಬಿಟ್ಟುಕೊಳ್ಳುತ್ತಿರಲಿಲ್ಲ. ಸಿ–17 ದೈತ್ಯ ವಿಮಾನದಲ್ಲಿ ಹಲವಾರು ಬಾರಿ ಓಡಾಡಿದ್ದೇನಾದರೂ ಫೈಟರ್ ಜೆಟ್ ತರದ ವಿಮಾನಗಳ ಹತ್ತಿರ ಸುಳಿದಿರಲಿಲ್ಲ. ನನಗೆ ಆ ವಿಮಾನಗಳನ್ನು ಹತ್ತಿರದಿಂದ ನೋಡಬೇಕು ಮತ್ತು ಮುಟ್ಟಬೇಕು ಎನ್ನುವ ಅತಿಯಾದ ಕುತೂಹಲ. ಆಗ ನನಗೆ ಆಗುವ ರೋಮಾಂಚನವನ್ನು ನೆನೆದು ಒಳಗೊಳಗೆ ಪುಳಕಿತನಾಗುತ್ತಿದ್ದೆ.

ಕೆಲವು ವರ್ಷಗಳ ನಂತರ ಆ ಸೌಭಾಗ್ಯದ ದಿನವೂ ಬಂದಿತು. 'ಕಿಕು ಮೆಫೈಲ್' ಹೊಸದಾಗಿ ನೇಮಕವಾಗಿದ್ದ ಕಂದಹಾರ್ ಕ್ಯಾಂಪಿನ ಮೆಯಿಂಟೆನೆನ್ಸ್

ವ್ಯವಸ್ಥಾಪಕ. ಅದಾಗಲೇ 60–65ರ ಆಸುಪಾಸು. ಇಂತಹ ಇಳಿವಯಸ್ಸಲ್ಲಿ ಇಲ್ಲಿಗೆ ಕೆಲಸ ಮಾಡಬಂದಿರುವ ಆತನ ಜೀವನೋತ್ಸಹಕ್ಕೆ ನಾನು ಮಾರುಹೋಗಿದ್ದೆ. ಅದೊಂದು ದಿನ ಇಬ್ಬರೂ ಪಿಕ್‌ಅಪ್ ಗಾಡಿಯಲ್ಲಿ ಹೊರಟು ಕೆಲವು ಸುರಕ್ಷಾ ತಪಾಸಣಾ ಕೇಂದ್ರದಲ್ಲಿ ತೀಕ್ಷ್ಣ ಪರೀಕ್ಷೆಗಳಿಗೊಳಪಟ್ಟು ರನ್‌ವೇಯ ತುದಿಗೆ ಬಂದೆವು. ವಿಮಾನದ ಒಂದು ಹ್ಯಾಂಗರಿನಲ್ಲಿ ಶಾರ್ಟ್–ಸರ್ಕ್ಯೂಟ್ ಆಗಿತ್ತು. ಸ್ವತಃ ಆತ ವಿದ್ಯುತ್ ಇಂಜಿನಿಯರ್. ನಮ್ಮ ಕಂಪನಿಯಲ್ಲಿ ಅಮೆರಿಕದ NEC ಸರ್ಟಿಫಿಕೇಟ್ ಪಡೆದ ಅಧಿಕೃತ ಎಂಜಿನಿಯರ್ ನಾನೊಬ್ಬನೇ ಆದ ಕಾರಣ ನನ್ನನ್ನು ಅಲ್ಲಿನ ಕೆಲಸಕ್ಕೆ ಸಾಕ್ಷೀಕರಿಸಲೋಸುಗ ಕರೆದೊಯ್ದಿದ್ದ. ರನ್‌ವೇ ತುದಿಯಲ್ಲಿ ಯುದ್ಧ ವಿಮಾನಗಳ ಮತ್ತು ಚಾಪರುಗಳ ಅವಶೇಷಗಳ ರಾಶಿಯೇ ಬಿದ್ದಿತ್ತು. ಅಲ್ಲಿ ಈಗಾಗಲೇ ನಡೆದಿರುವ ಆಘಾತ, ಅಪಘಾತಗಳ ಯುದ್ಧ ಕುರುಹಗಳು ಅವು. ಅವನ್ನೆಲ್ಲ ಅಷ್ಟು ಹತ್ತಿರದಿಂದ ನೋಡಿ ಅವಾಕ್ಕಾದೆ. ಅಲ್ಲಿಂದ ಮುಂದೆ ಒಂದು ಹ್ಯಾಂಗರ್ ಬಳಿ ಬಂದು ನಿಂತೆವು. ನನಗೆ ಸ್ವರ್ಗ ಕೈಗೆ ಸಿಕ್ಕಿತೆಂಬ ಭಾವ. ನಾನು ಅಕ್ಕರೆಯಿಂದ ಆಗಸದ ಚಿಟ್ಟೆಗಳು ಎಂದು ಕರೆಯುವ ಪೈಲಟ್ ರಹಿತ ಡ್ರೋನ್ ವಿಮಾನಗಳು ಸಾಲು ಸಾಲಾಗಿ ನಿಂತಿವೆ. ನೋಡಲು ಫೈಟರ್ ಜೆಟ್ಟುಗಳ ಪುಟ್ಟ ಮಾಡೆಲ್ಲುಗಳು ಅನಿಸುತಿತ್ತು. ಅಂದು ಅಕ್ಷರಶಃ ಅವುಗಳನ್ನು ಕೈನಲ್ಲಿ ಸವರಿ ಅದೆಷ್ಟು ಖುಷಿ ಪಟ್ಟೆನೋ. ಅಷ್ಟು ಪುಟ್ಟ ವಿಮಾನಗಳು ಅದೆಷ್ಟು ನಿಖರವಾಗಿ ವಿಧ್ವಂಸಕ ದಾಳಿ ಮಾಡುತ್ತವೆ? ಎಂಬ ಅಚ್ಚರಿ ನನಗೆ ಇಂದೂ ಕಾಡುತ್ತದೆ. ಅನತಿ ದೂರದಲ್ಲಿ ಒಂದು ವಿಶಿಷ್ಟ ವಿನ್ಯಾಸದ ಫೈಟರ್ ಜೆಟ್ಟಿಗಿಂತ ಹಲವು ಪಟ್ಟು ದೊಡ್ಡದಿದ್ದ ವಿಮಾನವೊಂದು ನಿಂತಿತ್ತು. ಅದೇ ಬೂದು ಬಣ್ಣ. ಇನ್ನೂ ಆಶ್ಚರ್ಯ ಎಂದರೆ ಅದರ ಮೇಲೆ ನಾಸಾ (NASA) ಎಂದು ಬರೆದಿತ್ತು. ಈ ಯುದ್ಧದಲ್ಲಿ ತನ್ನ ದೇಶದ ಸೈನ್ಯಕ್ಕೆ ಅಗತ್ಯವಿರುವ ತಂತ್ರಜ್ಞಾನ ಸಹಾಯ ಮಾಡುವ ಸಲುವಾಗಿ ಒಂದು ತಂಡವೇ ಇಲ್ಲಿ ಬೀಡುಬಿಟ್ಟಿದೆ ಎಂದು ನನಗೆ ಆಗ ತಿಳಿದು ಬಂದ ಮಾಹಿತಿ. ಮಾನವ ರಹಿತ ಡ್ರೋನುಗಳು, ಕ್ಷಿಪಣಿಗಳು, ಯುದ್ಧ ವಿಮಾನಗಳು ಮತ್ತು ರಡಾರ್ ಜಾಲ ವ್ಯವಸ್ಥೆಯಲ್ಲಿ ನಾಸಾದ ಪಾತ್ರ ಪ್ರಮುಖವಿರಬಹುದು ಎಂದು ನಾನು ಆ ಕ್ಷಣ ಗ್ರಹಿಸಿದ ಸಂಗತಿ. ಅಲ್ಲಿ ನಾಸಾದ ಒಂದು ಸಣ್ಣ ನಿಯಂತ್ರಣ ಕಟ್ಟಡ ಇತ್ತು. ನಾನು ಇದುವರೆವಿಗೂ ನೋಡಿರದ ವಿಶಿಷ್ಟ ವಿನ್ಯಾಸದ, ತುಂಬಾ ಅಗಲವಾದ ವೃತ್ತಾಕಾರದ ಆಂಟೆನಾಗಳು ಅಲ್ಲಿ ಹಲವು ಇದ್ದವು. ನನ್ನನ್ನು ಗಮನಿಸುತ್ತಿದ್ದ ಒಬ್ಬ ಅಮೆರಿಕೆಯ ಸೈನಿಕ ಬಂದು ಹೀಗೆಲ್ಲಾ ಹೊರಗೆ ತಿರುಗಾಡುವ ಹಾಗಿಲ್ಲ, ನಿಮ್ಮ ಕೆಲಸ ಎಷ್ಟಿದೆ ಅಷ್ಟು ನೋಡಿ ಎಂದು ಸಣ್ಣದಾಗಿ ಗದರಿಸಿ ನಮ್ಮನ್ನು ಹ್ಯಾಂಗರಿನ ಒಳಗೆ ಕಳುಹಿಸಿದ.

4

ಕಂದಹಾರ್ ಏರ್‌ಬೇಸಿನ ಮಿಲಿಟರಿ ಪೊಲೀಸ್ ಮತ್ತು ಶಿಸ್ತು

ಅದೊಂದು ದಿನ ವಿಚಿತ್ರ ಘಟನೆ ಜರುಗಿತು. ಆಜಾನುಬಾಹುವಿನಂತಿದ್ದ ಒಬ್ಬ ಪಂಜಾಬಿ ಹುಡುಗ ಮುಖ ಸಿಂಡರಿಸಿಕೊಂಡು ಆಂಟೊನಿಯೋ ಮುಂದೆ ನಿಂತು ಏನನ್ನೋ ಅಲವತ್ತುಕೊಳ್ಳುತ್ತಿದ್ದ, ಆಂಟೊನಿಯೋ ಮುಖವನ್ನು ಮತ್ತಷ್ಟು ಕೆಂಪಗೆ ಮಾಡಿಕೊಂಡು ಕಿರುಚಾಡುತ್ತಿದ್ದ. ಅವರಿಬ್ಬರ ಮಧ್ಯೆ ಸಂವಹನ ಕೊರತೆಯಾಗುತ್ತಿದ್ದದ್ದು ನನ್ನನ್ನು ಮೂಗು ತೂರಿಸುವಂತೆ ಮಾಡಿತು. ಇಬ್ಬರನ್ನೂ ವಿಚಾರಿಸಲಾಗಿ ನನಗೆ ಕಂಡು ಬಂದ ವಿಷಯ ಹೀಗಿತ್ತು...

ಕಂದಹಾರ್ ಏರ್‌ಬೇಸಿನಲ್ಲಿ ಇದ್ದ ಮಿಲಿಟರಿ ಮತ್ತು ಇತರೆ ಕಾರ್ಯನಿರ್ವಹಿಸುತ್ತಿದ್ದ ಎಲ್ಲಾ ಮಹಿಳೆಯರು ಕೂಡ ಬಟ್ಟೆಗಳನ್ನು ಲಾಂಡ್ರಿಗೆ ಕೊಡುವುದು ದಿನನಿತ್ಯದ ಪ್ರಕ್ರಿಯೆ. ಅಮೆರಿಕಾದ ಮಿಲಿಟರಿ ಹುಡುಗಿಯೊಬ್ಬಳ ಒಳ ಉಡುಪಿನ ಮೇಲೆ ಸಣ್ಣದಾಗಿ 'ಐ ಲವ್ ಯು' ಎಂದು ಪೆನ್ನಿನಲ್ಲಿ ಬರೆಯಲಾಗಿದೆ ಎನ್ನುವುದು ದೂರು. ಸ್ವತಃ ಆ ಹೆಣ್ಣುಮಗಳು ಆಂಟೊನಿಯೋಗೆ ದೂರು ಕೊಟ್ಟಿದ್ದಾಳೆ. ಮಿಲಿಟರಿ ಪೊಲೀಸಿಗೆ ದೂರು ಕೊಡುವುದಾಗಿ

ಬೆದರಿಕೆಯನ್ನೂ ಹಾಕಿದ್ದಾಳೆ. ವಿಷಯ ಮಿಲಿಟರಿ ಪೋಲೀಸು ಬಳಿ ಹೋದರೆ ಇನ್ನಷ್ಟು ಜಟಿಲವಾಗುವುದಷ್ಟೇ ಅಲ್ಲ, ಕಂಪನಿಗೂ ಕೂಡ ಕೆಟ್ಟ ಹೆಸರು. ನಮ್ಮ ಕಂಪನಿ ನಡೆಸುತ್ತಿದ್ದ ಬೃಹತ್ ಲಾಂಡ್ರಿಯಲ್ಲಿ ಒಂದೊಂದು ವಿಭಾಗದಲ್ಲಿ ಹಲವಾರು ಹುಡುಗರು ಕೆಲಸ ಮಾಡುತ್ತಿದ್ದರು. ಇಸ್ತ್ರಿ ವಿಭಾಗದಲ್ಲಿ ಕೆಲಸ ಮಾಡುತ್ತಿದ್ದ ಆ ಪಂಜಾಬಿ ಹುಡುಗ. ಸರಣಿ ತನಿಖೆ ಮತ್ತು ಹಲವಾರು ಸುತ್ತು ವಿಚಾರಣೆಗಳ ನಂತರ ಈ ಹುಡುಗನದೇ ಕೃತ್ಯ ಎಂದು ಆಂಟೋನಿಯೋಗೆ ಮನದಟ್ಟಾಗಿತ್ತು. ನಾನು ಇಬ್ಬರ ಮಧ್ಯೆ ಸಂವಾಹಕನಾದೆ. ಸಾಕ್ಷಿ ಸಮೇತ ಆಂಟೋನಿಯೋ ಇವನೇ ಅಪರಾಧಿ ಅಂತ ನಿರೂಪಿಸಿದ್ದ. ಈ ಹುಡುಗನೂ ತನ್ನ ತಪ್ಪನ್ನು ಒಪ್ಪಿಕೊಂಡು ಇದೊಂದು ಸಲಕ್ಕೆ ಮನ್ನಿಸಿಬಿಡಿರೆಂದು ಅಲವತ್ತುಕೊಂಡ. ಅವನ ವಕಾಲತ್ತು ವಹಿಸುವ ದರ್ದು ನನಗೆ ಬೇಕಿರಲಿಲ್ಲ. 'ಯಾಕಯ್ಯ ನಿನಗೆ ಇಂತಹ ಚೇಷ್ಟೆ' ಎಂದರೆ ನೆಲ ನೋಡುತ್ತಾ ನಿಂತು ಕ್ಷಮಿಸಿ ಅಂದನಷ್ಟೇ. ಆಂಟೋನಿಯೋಗೆ ಶಿಫಾರಸ್ಸು ಮಾಡಿ ಮಿಲಿಟರಿ ಪೋಲೀಸಿನವರೆಗೆ ವಿಷಯ ಹೋಗದಂತೆ ನೋಡಿಕೊ ಎಂದಷ್ಟೇ ನಾನು ಮಾಡಬಹುದಾಗಿದ್ದ ಕೆಲಸ, ಅಷ್ಟನ್ನೂ ಮಾಡಿದ್ದೆ. ಅವನನ್ನು ಕೆಲಸದಿಂದ ವಜಾ ಮಾಡಲಾಯ್ತು, ಮತ್ತೆಂದೂ ಅವನು ಮಿಲಿಟರಿ ಕಾರ್ಯಕ್ಷೇತ್ರದಲ್ಲಿ ಕೆಲಸ ಮಾಡದ ಹಾಗೆ ನಿರ್ಬಂಧಿಸಲಾಯ್ತು ಎಂದು ತಿಳಿಯಿತು. ಮನೆಗೆ ಹೊರಡುವ ದಿನ ನನ್ನನ್ನು ಕಾಣಲು ಬಂದಿದ್ದ. ನಮ್ಮವನಾಗಿ ನೀನು ನನಗೆ ಸಹಾಯ ಮಾಡಲಿಲ್ಲವಲ್ಲ ಎಂದು ರೇಗಿದ. ನಿನ್ನ ವಿಕೃತ ಅಪರಾಧಕ್ಕೆ ಅದೂ ಇಂತಹ ಶಿಸ್ತಿನ ಜಾಗದಲ್ಲಿ ಜೈಲಿಗೆ ಹೋಗದಿದ್ದುದೇ ನಿನ್ನ ಅದೃಷ್ಟ ಎಂದು ಹೇಳಿ ಅವನನ್ನು ಬಿಡಿಸಿಕೊಂಡು ಹೋದೆ.

ಕಂದಹಾರ್ ಮಿಲಿಟರಿ ಬೇಸಿನಲ್ಲಿ ಸಣ್ಣಪುಟ್ಟ ಲೈಂಗಿಕ ಅಪರಾಧಗಳಿಗೆ ಕೊರತೆ ಇರಲಿಲ್ಲ. ಪ್ರತಿ ಕಟ್ಟಡದ ಮುಂಭಾಗದಲ್ಲಿ 'ಲೈಂಗಿಕ ಅಪರಾಧ ಅಕ್ಷಮ್ಯ, ಅಂತಹುದ್ದೇನಾದರೂ ಕಂಡು ಬಂದರೆ ಇಂತಹ ಕಚೇರಿಯನ್ನು ಸಂಪರ್ಕಿಸಿ' ಎಂಬ ಚಿತ್ರ-ಮಾಹಿತಿಯ ಸೂಚನೆಯನ್ನು ಲಗತ್ತಿಸುತ್ತಿದ್ದುದು ಸರ್ವೇ ಸಾಮಾನ್ಯ. ಹೊರ ಪ್ರಪಂಚದಲ್ಲಿ ಇದ್ದ ಹಾಗೆ ಇಲ್ಲಿನ ಮಿಲಿಟರಿ ಕ್ಯಾಂಪಿನಲ್ಲಿ ಕೂಡ ಉನ್ನತಾಧಿಕಾರಿ ಅಥವಾ ಸಹೋದ್ಯೋಗಿಗಳಿಂದ ಕಿರುಕುಳವಾಗುತ್ತಿದ್ದವು. ಮಿಲಿಟರಿಯವರಲ್ಲಿ ಶಿಸ್ತು ಕಾಪಾಡಲೋಸುಗ ಲಿವ್‌ಇನ್ ಸಂಬಂಧಗಳಿಗೆ ಅತಿ ಕಠಿಣ ನಿರ್ಬಂಧನೆಗಳಿದ್ದವು. ಆದಾಗ್ಯೂ ನಾನು ನೋಡಿದಂತೆ ಮತ್ತು ಇತರರಿಂದ ಕೇಳಿದಂತೆ ಒಪ್ಪಿತ ಸಂಬಂಧಗಳು ಅಲ್ಲಿ ಸಾಮಾನ್ಯವಾಗಿದ್ದವು. ಎಲ್ಲೋ ಕೆಲವು ಪ್ರಕರಣಗಳನ್ನು ಹಿಡಿದು ಸಣ್ಣ ಶಿಕ್ಷೆಗಳನ್ನು ಕೊಟ್ಟು ಬಿಟ್ಟು ಬಿಡುತ್ತಿದ್ದರು. ಪುನರಾವರ್ತನೆಯಾದಲ್ಲಿ ಬೇರೆ ಇನ್ಯಾವುದೋ ದೂರದ ಇಲ್ಲವೇ ಅಪಾಯಕಾರಿ ಕ್ಯಾಂಪುಗಳಿಗೆ

ಕಳುಹಿಸಿಬಿಡುತ್ತಿದ್ದರು. ಕೆಲ ಗಂಭೀರ ಅಪರಾಧಕ್ಕೆ ಅಲ್ಲಿಯೇ ಕೋರ್ಟ್-ಜೈಲು ವಿಧಾನಗಳೂ ಇದ್ದವು. ಕ್ಯಾಂಪಿನ ಮಧ್ಯಭಾಗದಲ್ಲಿ ಸಾಮಾನ್ಯಕ್ಕೆ ದೊಡ್ಡದಾದ ಜೈಲಿದೆ. 'ಇಂದು ಆ ದೊಡ್ಡ ಭಯೋತ್ಪಾದಕ ಸೆರೆ ಸಿಕ್ಕನಂತೆ, ಈ ದೊಡ್ಡ ಅಪರಾಧಿ ಸಿಕ್ಕನಂತೆ, ಅವರೆಲ್ಲ ಈ ಜೈಲಿನಲ್ಲೇ ಇರೋದು, ನಾನು ನೋಡಿದೆ, ಇವ ನೋಡಿದನಂತೆ' ಇಂತಹವೇ ಅನೇಕ ರೋಮಾಂಚನಕಾರಿ ಊಹಾಪೋಹ ಮಾತುಗಳಿಗೆ ಅಲ್ಲಿ ಕಮ್ಮಿಯಿರಲಿಲ್ಲ. ಸತ್ಯವಿರಲೂಬಹುದು, ಏಕೆಂದರೆ ಅಲ್ಲಿ ಸ್ವಚ್ಛತಾ ಕಾರ್ಯದಿಂದ ಹಿಡಿದು ತಾಂತ್ರಿಕ ನಿರ್ವಹಣೆವರೆಗೆ ನಮ್ಮದೇ ಹುಡುಗರು ನೋಡಿಕೊಳ್ಳುತ್ತಿದ್ದರು. ಕೆಲವು ಸಣ್ಣದಾದರೂ ಗಂಭೀರ ಎನ್ನಿಸುವ ಪ್ರಕರಣಗಳಿಗೆ ಜೈಲುವಾಸವಾಗುತ್ತಿತ್ತು. ಸ್ಥಳೀಯರಿಗೆ ಕ್ಯಾಂಪ್ ಒಳಗೆ ಕೆಲಸ ಮಾಡಲು ಮೀಸಲಾತಿ ರೂಪದಲ್ಲಿ ಉದ್ಯೋಗ ನೀಡಲಾಗಿತ್ತು. ಕಂದಹಾರ್ ನಗರದಿಂದಲೋ ಇಲ್ಲ ಆಸುಪಾಸಿನ ಹಳ್ಳಿಗಳಿಂದಲೋ ಕ್ಯಾಂಪಿನ ಒಳಗೆ ಕೆಲಸಕ್ಕೆ ಬರುತ್ತಿದ್ದ ಅವರು ತಾಲಿಬಾನಿಗಳ ನೇರ ಗುರಿಯಾಗಿದ್ದರು. ಹಾಗಾಗಿ ಕೆಲವರು ತಮ್ಮ ಸ್ವಯಂ ಸುರಕ್ಷತೆ ದೃಷ್ಟಿಯಿಂದ ಚಾಕು-ಚೂರಿಗಳನ್ನು ಮತ್ತು ದೇಸಿ ಖಟ್ಟಾದಂತಹ ಬಂದೂಕುಗಳನ್ನು ಸೊಂಟಕ್ಕೆ ಇರಿಸಿಕೊಂಡು ಬರುವುದು ಸಾಮಾನ್ಯವಾಗಿತ್ತು. ದಿನಕ್ಕೆ ನೂರಾರು ಚಾಕು-ಚೂರಿ-ಬಂದೂಕುಗಳು ಪ್ರವೇಶ ನಿಯಂತ್ರಣ ದ್ವಾರದಲ್ಲಿ ಜಮೆಯಾಗುತ್ತಿತ್ತು. ಅವರಲ್ಲಿ ಮತ್ತೂ ಕೆಲವರು ಗೊತ್ತೋ ಗೊತ್ತಿಲ್ಲದೆಯೋ ಮೊಬೈಲ್ ಫೋನ್‌ಗಳನ್ನು ಕಳ್ಳತನದಲ್ಲಿ ಒಳತಂದು ಛಾಯಾಚಿತ್ರಗಳನ್ನು ತೆಗೆದುಕೊಳ್ಳುವುದನ್ನು ರೂಢಿಸಿಕೊಂಡಿದ್ದರು. ತಾಲಿಬಾನಿಗಳ ರಹಸ್ಯ ಗೂಢಚಾರರು ಕೂಡ ಅವರಲ್ಲಿ ಸೇರಿಕೊಂಡುಬಿಡುತ್ತಿದ್ದರು ಎಂಬುದು ಅಲ್ಲಿ ಗುಸುಗುಸು. ಫೋಟೊ ತೆಗೆಯುವುದು ಗಂಭೀರ ಅಪರಾಧ ಅಲ್ಲಿ. ಅಂತಹವರನ್ನು ಜೈಲಿಗೆ ಹಾಕಿ ವಿಚಾರಣೆ ಮಾಡಲಾಗುತಿತ್ತು. ನಮ್ಮ ಕಂಪನಿಗೆ ಕಂದಹಾರ್ ಸಿಟಿಯಿಂದ ಸಾಮಾನು-ಸರಂಜಾಮು ಸರಬರಾಜು ಮಾಡುತ್ತಿದ್ದ ಅಫ್ಘಾನಿನ ಒಬ್ಬ ವ್ಯಾಪಾರಿ ಹೇಳಿದ್ದು 'ಇಂತಹ ಅನೇಕ ಮುಗ್ಧ ಸ್ಥಳೀಯರು, ಒಳಗೆ ಬಂದವರು ಮನೆಗೆ ಇನ್ನೂ ಹೋಗಿಲ್ಲ, ಅದೆಲ್ಲಿ ಹೋದರೋ? ಕೆಲವರಂತೂ ವರ್ಷಗಳಿಂದ ಪತ್ತೆಯಿಲ್ಲ, ಅವರ ಮನೆಯವರ ಗೋಳು ಕೇಳುವವರ್ಯಾರು?' ಅವನಿಗೆ ಅಲ್ಪ-ಸ್ವಲ್ಪ ಮಾಹಿತಿಯಿದೆ ಆದರೆ ಗಾಳಿಯಲ್ಲಿ ಮಾತನ್ನು ತೇಲಿಸಿಬಿಡುತ್ತಾನೆ, ನನಗ್ಯಾಕೆ ಬೇಡದ ಉಸಾಬರಿಯೆಂದು. ಬಹುತೇಕ ಅಫ್ಘನ್ನರಂತೆ ಈ ಮಿಲಿಟರಿಯವರು ಇಲ್ಲಿಂದ ಹೋದರೆ ಸಾಕು ಎನ್ನುವವನಲ್ಲ. ಇವರಿದ್ದಷ್ಟೂ ದಿನ ಅವ ಶ್ರೀಮಂತ. ಒಂದಕ್ಕೆ ನಾಲ್ಕು ಲಾಭ. ಯುದ್ಧ ಒಂದಷ್ಟು ಜನರನ್ನು ಬೀದಿಗೆ ತಂದರೆ ಇನ್ನೊಂದಷ್ಟು ಜನರನ್ನು ಶೀಘ್ರ ಶ್ರೀಮಂತಗೊಳಿಸಿಬಿಡುತ್ತದೆ!

ಮತ್ತೊಂದು ವಿಲಕ್ಷಣ ಘಟನೆ ನಮ್ಮ ಕಚೇರಿಯಲ್ಲೇ ನಡೆಯಿತು. ದಿಲ್ಷನ್ ಬಗ್ಗೆ ಈ ಮೊದಲು ಹೇಳಿದ್ದೆ. ಆತ 'ಪಬ್ಲಿಕ್ ರಿಲೇಷನ್ ಆಫೀಸರ್' ಕೆಲಸವನ್ನೂ ನೋಡಿಕೊಳ್ಳುತ್ತಿದ್ದನಾದ್ದರಿಂದ ನಮ್ಮಲ್ಲಿ ಯಾರಾದರೂ ಕ್ಯಾಂಪಿನ ಒಳಗೋ ಅಥವಾ ಹೊರಗೋ ಹೋಗಬೇಕಾದಾಗ ಎಸ್ಕಾರ್ಟ್ ಮಾಡಲು ಏರ್‌ಪೋರ್ಟ್ ಟರ್ಮಿನಲ್ಲಿನಲ್ಲಿದ್ದ ಪಾಸ್‌ಪೋರ್ಟ್ ನಿಯಂತ್ರಣ ಕಚೇರಿಗೆ ಪ್ರತಿನಿತ್ಯ ಓಡಾಡುವುದು ಅವನ ಕೆಲಸದ ಒಂದು ಭಾಗ. ಕೆನಡಾದ ಒಂದು ಕಂಪನಿ ಪಾಸ್‌ಪೋರ್ಟ್ ಕಂಟ್ರೋಲ್ ವ್ಯವಸ್ಥೆಯ ಕಾರ್ಯ ನಿರ್ವಹಿಸುತ್ತಿತ್ತು. ಅಲ್ಲಿ 'ಕೆಲ್ಲಿ' ಎಂಬಾಕೆ ಕೆನಡಿಯನ್ ನಿಯಂತ್ರಣಾಧಿಕಾರಿಯಾಗಿ ಕೆಲಸ ಮಾಡುತ್ತಿದ್ದಳು. ಹೆಚ್ಚಿನ ಸಂಬಳಕ್ಕಾಗಿ ಇಲ್ಲಿ ಬಂದು ದುಡಿಯುತ್ತಿದ್ದಾಳೆ. 'ಹೆಚ್ಚಿನ ಸಂಬಳ!' ಇದೊಂದೇ ಇಲ್ಲಿನ ಬಹುತೇಕರಿಗೆ ಇಲ್ಲಿಗೆ ಬರಲು ಕಾರಣ. ಬಹುಶಃ ನನಗೂ! ವರ್ಷಗಳ ಪರಸ್ಪರ ಒಡನಾಟ ಅವರಿಬ್ಬರಿಗೂ ಪ್ರೀತಿ ಅಂಕುರಿಸಿದೆ. ಆಕೆ ತೊಂಭತ್ತಕ್ಕೂ ಹೆಚ್ಚು ತೂಗುತ್ತಿದ್ದ ಟೊಣಪ ಹೆಂಗಸು. ಮೂವತ್ತೈದರ ಆಸುಪಾಸಿನ ವಯಸ್ಸು, ತೊನ್ನು ಹಿಡಿದಂತ ಬಿಳುಪು. ಇವ ಪೀಚಲು ದೇಹದ ಕರಿಯ. ವಯಸ್ಸು, ಬಣ್ಣ, ದೇಹ, ದೇಶ ಯಾವುದರಲ್ಲೂ ಸಾಮ್ಯತೆಯಿಲ್ಲ. ಕದ್ದುಮುಚ್ಚಿ ಒಟ್ಟಿಗೆ ಇರಲು ಶುರು ಮಾಡಿದರು. ಎಲ್ಲರೂ ಮಲಗಿದ ಮೇಲೆ ಅವನು ಇವಳ ಕೊಠಡಿಗೋ ಇಲ್ಲಾ ಇವಳು ಅವನ ಕೊಠಡಿಗೋ ಹೋಗುವುದು. ಕೆಲವರು ಗೊತ್ತಿದ್ದೂ ಗೊತ್ತಿಲ್ಲದವರಂತೆ ಸುಮ್ಮನಿದ್ದರು. ಆಕೆ ಬಸುರಾಗಿ ವಿಷಯ ತಾನೇ ತಾನಾಗಿ ಜಗಜ್ಜಾಹೀರಾಯ್ತು. ಇಬ್ಬರನ್ನೂ ಕ್ಯಾಂಪಿನಿಂದ ಹೊರ ಹಾಕಲಾಯ್ತು. ಶ್ರೀಲಂಕಾದಲ್ಲಿ ಮದುವೆ ಆಗಿ ಕೆನಡಾಗೆ ಹೋಗಿ ಈಗ ನೆಲೆಸಿದ್ದಾರೆ. ಪ್ರೀತಿ ಕುರುಡು ಎಂದುಕೊಂಡೆವು ಆದರೆ ಆತನ ಸಹೋದ್ಯೋಗಿಗಳು ಹೇಳುವಂತೆ ಅವನಿಗೆ ಕೆನಡಾದ ನಾಗರಿಕತ್ವಕ್ಕೆ ಈ ಹೆಣ್ಣು ಹೆದ್ದಾರಿಯಾಯ್ತು ಅಷ್ಟೇ ಎಂದು. ನಿಜವೇ ಇರಬೇಕು, ಅವನ ಮಹತ್ವಾಕಾಂಕ್ಷೆಯ ಪರಿಚಯ ನನಗಿತ್ತು!

ಕಂದಹಾರ್ ಏರ್‌ಬೇಸಿನಲ್ಲಿನ ನಮ್ಮ ಕಚೇರಿಯಲ್ಲಿ 'ಝುಲದನಿ ರಿಯಾದ್' ಹಾಗೂ 'ಉಮರ್ ಇಸ್ಸಿ' ಎನ್ನುವ ಇಬ್ಬರು ಆಲ್ಬೇನಿಯನ್ ಸೂಪರ್‌ವೈಸರ್‌ಗಳಿದ್ದರು. ಲಂಕೆಯ ದಿಲ್ಷನ್ ಜೊತೆಗೆ ಇನ್ನಿಬ್ಬರು ಪಂಜಾಬಿ ಹುಡುಗರು ಆಂಟೋನಿಯೋನ ಕೆಳಗೆ ಕೆಲಸ ಮಾಡುತ್ತಿದ್ದರು. ಬಹುತೇಕ ಇವರೆಲ್ಲರಿಗೂ ಇರಾಕಿನ ಮಿಲಿಟರಿ ಕ್ಯಾಂಪುಗಳಲ್ಲಿ ಕೆಲಸ ಮಾಡಿದ ಅನುಭವ ಇವರನ್ನು ಇಂತಹ ಪ್ರಮುಖ ಆಯಕಟ್ಟಿನ ಜಾಗದಲ್ಲಿ ಕೂರಿಸಿದೆ. ವಿವಿಧ ದೇಶಗಳ, ಸಂಸ್ಕೃತಿಯ ಹುಡುಗರು ಸೇರಿದ ಆ ಜಾಗ ಸಾಕಷ್ಟು ಸಂಘರ್ಷ, ತಾಕಲಾಟ–ಪೀಕಲಾಟಗಳಿಗೆ ಸಾಕ್ಷಿಯಾಗಿತ್ತು. ಒಬ್ಬರ ಕಾಲನ್ನು ಮತ್ತೊಬ್ಬರು ಎಳೆಯುವುದು, ಒಮ್ಮೊಮ್ಮೆ ಜೋರಾಗಿ ಬೈದಾಡಿಕೊಳ್ಳೋದು ಸಾಮಾನ್ಯವಾಗಿತ್ತು.

ಇವರ ಜಗಳಗಳಲ್ಲಿ ಆಂಟೋನಿಯೋ ಕೂಡ ಸೇರಿಕೊಂಡು ಗಬ್ಬೆಬ್ಬಿಸಿಬಿಡುತ್ತಿದ್ದ, ಪರೋಕ್ಷವಾಗಿ ಇಬ್ಬರ ಜಗಳದ ಮಜಾ ನೋಡುತ್ತಿದ್ದ. ಪರಸ್ಪರ ದೇಶಗಳ ಬಡತನ, ರಾಜಕೀಯಗಳನ್ನು ಹಿಡಿದುಕೊಂಡು ವಾಗ್ವಾದ ನಡೆಸುತ್ತಿದ್ದರು. ರಿಯಾದ್ ಒಮ್ಮೆ ಜಗಳದಲ್ಲಿ ಪಾಕಿಸ್ತಾನವನ್ನು ವಹಿಸಿಕೊಂಡು ನನ್ನ ದೇಶದ ಬಗ್ಗೆ ಕೆಟ್ಟ ಮಾತನ್ನಾಡಿಬಿಟ್ಟ. ಈ ಪಂಜಾಬಿ ಹುಡುಗರೋ 'ನೀವು ಸ್ಲಾವಿಕ್ ಜನರಿಂದ ಹೊಡೆಸಿಕೊಂಡು ಓಡಿದ್ದು ನೆನಪಿಲ್ಲವೇ, ತಿನ್ನಲೂ ಗತಿಯಿಲ್ಲದ ಜನ ನೀವು' ಎಂದ ರೇಗಿಸಿಬಿಟ್ಟರು. ಅವರು ಮತ್ತಷ್ಟು ರೇಗಿ ವಿಷಯ ಇನ್ನೆಲ್ಲಿಗೋ ಹೋಗುತ್ತಿದೆ ಎನ್ನುವಷ್ಟರಲ್ಲಿ ನಾನು ಮಧ್ಯ ಪ್ರವೇಶಿಸಬೇಕಾಯ್ತು. ಅವರ ಗೊತ್ತುಗುರಿಯಿಲ್ಲದ ಜಗಳದಲ್ಲಿ ನಾನೂ ಗೊತ್ತಿಲ್ಲದೆ ಭಾಗಿಯಾದೆ. ಜಗಳಕ್ಕೋಸ್ಕರವೇ ಜಗಳ ಆಡುತ್ತಿದ್ದ ಉನ್ಮಾದ ಸ್ಥಿತಿಯಲ್ಲಿದ್ದ ಅಲ್ಲಿ ಎಲ್ಲರಿಗೂ ಸತ್ಯ, ವಾಸ್ತವ ಸ್ಥಿತಿಗಳ ವಿವರಣೆಗಳ ಅವಶ್ಯಕತೆ ಇರಲಿಲ್ಲ. ನಾನು ನನ್ನ ದೇಶದ ಪರಾಕ್ರಮ, ಒಳಿತು, ಸಂಸ್ಕೃತಿ, ಸೌಂದರ್ಯ ಮತ್ತೊಂದನ್ನು ನನಗೆ ತಿಳಿದ ಮಟ್ಟಿಗೆ ಬಿಡಿಸಿ ಹೇಳಿದರೂ ಕೇಳುವಷ್ಟು ವ್ಯವಧಾನ ಅಲ್ಲಿಲ್ಲ ಎಂದು ಅರಿವಾಗಿ ಹೊರಬಂದುಬಿಟ್ಟೆ. ಅದೆಷ್ಟೋ ಬಾರಿ ನನ್ನ ಬಳಿ 'ಅವ ಹಾಗಂದ, ಇವ ಹೀಗಂದ' ಎಂದು ದೂರುಗಳು ಬರುತ್ತಲೇ ಇದ್ದವು. ನಾನು ನಿಮ್ಮ ಕೆಲಸವಷ್ಟೆ ನೋಡಿಕೊಳ್ಳಿರೆಂದು ಅವರನ್ನು ಉಪೇಕ್ಷೆ ಮಾಡಲು ರೂಢಿಸಿಕೊಂಡೆ.

ಕೆಲವು ತಿಂಗಳುಗಳ ನಂತರ ಮತ್ತೊಮ್ಮೆ ಕಂದಹಾರ್ ಕ್ಯಾಂಪಿಗೆ ಬಂದಾಗ ಸಿಕ್ಕ ವಿಷಯ ರೋಚಕವಾಗಿತ್ತು. ಆ ಇಬ್ಬರೂ ಆಲ್ಬೇನಿಯನ್ ಸೂಪರ್‌ವೈಸರುಗಳನ್ನು ತಾತ್ಕಾಲಿಕವಾಗಿ ಮಿಲಿಟರಿ ಜೈಲಿನಲ್ಲಿರಿಸಲಾಗಿತ್ತು. ಪಂಜಾಬಿ ಹುಡುಗರೊಟ್ಟಿಗೆ ದೊಡ್ಡ ಜಗಳವಾಗಿ ಬಡಿದಾಡಿಕೊಂಡರೇನೋ ಎಂದುಕೊಂಡೆ. ಆದರೆ ವಿಷಯ ಅದರ ಹೊರತಾಗಿ ಗಂಭೀರವಾಗಿತ್ತು. ನಮ್ಮ ಕಂಪನಿ ನಡೆಸುತ್ತಿದ್ದ ಲಾಂಡ್ರಿಯ ರಿಸೆಪ್ಷನ್ ಡೆಸ್ಕಿನಲ್ಲಿ ಕೆಲಸ ಮಾಡುತ್ತಿದ್ದ ಫಿಲಿಪ್ಪೀನ್ಸ್ ದೇಶದ ಹುಡುಗಿಯರೊಟ್ಟಿಗೆ ಇದ್ದಾಗ ಅವರ ರೂಮಿನಲ್ಲಿ ರಾತ್ರೋರಾತ್ರಿ ಮಿಲಿಟರಿ ಪೊಲೀಸರು ಬಂಧಿಸಿದ್ದರು. ಬಹುಶಃ ವಿಷಯ ಅಷ್ಟೊಂದು ಗಂಭೀರವಾಗುತ್ತಿರಲಿಲ್ಲವೋ ಏನೋ? ನಮ್ಮನ್ನು ಬಲವಂತವಾಗಿ ಹೆದರಿಸಿ ಬಳಸಿಕೊಳ್ಳುತ್ತಿದ್ದಾರೆ ಎಂದು ಆ ಹುಡುಗಿಯರು ಅಲವತ್ತುಕೊಳ್ಳಲು ಶುರು ಮಾಡಿದರು. ಆದಾಗ್ಯೂ ಆ ಹುಡುಗಿಯರನ್ನು ಕ್ಯಾಂಪಿನಿಂದ ಹೊರದೂಡಲಾಯ್ತು. ಪಂಜಾಬಿ ಹುಡುಗರೇ ಪೊಲೀಸರಿಗೆ ರಹಸ್ಯವಾಗಿ ದೂರನ್ನಿತ್ತಿದ್ದಾರೆ ಎನ್ನುವುದು ಅಲ್ಲಿದ್ದ ಎಲ್ಲ ಆಲ್ಬೇನಿಯನ್ ಕೆಲಸಗಾರರ ಆಕ್ಷೇಪ. ಕೆಲ ತಿಂಗಳ ನಂತರ ಅವರ ಬಿಡುಗಡೆಯಾಗಿ ಕ್ಯಾಂಪಿನಿಂದ ಹೊರದಬ್ಬಲಾಯ್ತು, ಪರ್ಯಾಯ ವ್ಯವಸ್ಥೆ ಆದ ಮೇಲೆ ಆ ಪಂಜಾಬಿ ಹುಡುಗರನ್ನು ಕೂಡ ಹೊರಗೆ ದೂಡಿದರು ಎಂದು ಗೊತ್ತಾಯ್ತು!

ಕಂದಹಾರ್ ಕ್ಯಾಂಪಿನ ನಮ್ಮ ಮುಖ್ಯ ಕಚೇರಿಯ ಅನತಿ ದೂರದಲ್ಲಿ ಬ್ಯೂಟಿ ಸಲೂನ್ ಸೆಂಟರ್ ಒಂದಿತ್ತು. ಅಜರ್‌ಬೈಯಾನ್ ದೇಶದ ಸ್ನಿಗ್ಧ ಸುಂದರಿಯರಿಯರಿಬ್ಬರು ನಡೆಸುತ್ತಿದ್ದ ಪುಟ್ಟ ಶಾಪ್ ಅದು. ಕೂದಲು ಕತ್ತರಿಸಿ ತಿಂಗಳಾಗುತ್ತಿರಲಿಲ್ಲ, ನಮ್ಮ ಹುಡುಗರು ಅಲ್ಲಿಗೆ ಹಾಜರ್. ಅವರಿಗೆ ಇಂಗ್ಲಿಷ್ ಭಾಷೆ ಅಷ್ಟಕ್ಕಷ್ಟೆ ಆದರೂ ತಮ್ಮ ಸನ್ನೆ ಅಭಿನಯಗಳಿಂದ ವ್ಯವಹಾರ ನಡೆಸುತ್ತಿದ್ದರು. ಕೆಲಸ ಮತ್ತು ಆದಾಯ ಹೆಚ್ಚೇ ಇತ್ತು. ಅದ್ಯಾವ ಘಟನೆ ನಡೆಯಿತೋ ಗೊತ್ತಿಲ್ಲ ಅಂಗಡಿ ಇದ್ದಕ್ಕಿದ್ದ ಹಾಗೆ ಮುಚ್ಚಿ ಹೋಯ್ತು. ಅವರನ್ನು ಮಿಲಿಟರಿ ಪೊಲೀಸರು ಅರೆಸ್ಟ್ ಮಾಡಿದರು ಅನ್ನೋ ಸುದ್ದಿ ಹರಿದಾಡಿತು. ಗಾಳಿ ಸುದ್ದಿಗಳಿಗೆ ಕಡಿಮೆ ಇರಲಿಲ್ಲ. ಕೆಲವರು ಅವರು ರಷ್ಯಾದ ಗೂಢಚಾರರೆಂದೂ ಮತ್ತು ಕೆಲವರು ಅವರು ಮಾಂಸದ ದಂಧೆಗಿಳಿದಿದ್ದರು ಎಂದೂ ಆಡಿದರು. ಪೂರ್ಣ ಸತ್ಯ ಯಾರಿಗೂ ಗೊತ್ತಾಗಲಿಲ್ಲ, ಕೊನೆಗೂ! ಮಿಲಿಟರಿ ಜಾಗದಲ್ಲಿನ ವಿಚಿತ್ರ ಗೌಪ್ಯಗಳು ನಮಗೆ ಎಂದೂ ತಿಳಿಯುತ್ತಿರಲಿಲ್ಲ. ಮಿಲಿಟರಿಯವರು ತಮ್ಮ ಕೂದಲನ್ನು ತಾವೆಯೇ ಅಥವಾ ತಮ್ಮ ಸಹೋದ್ಯೋಗಿಗಳಿಂದಲೋ ಕತ್ತರಿಸಿಕೊಳ್ಳುತ್ತಿದ್ದರು. ಟ್ರಿಮ್ಮರಿನಿಂದ ನುಣ್ಣಗೆ ತಲೆಯನ್ನು ಸವರಿಕೊಳ್ಳುವುದಷ್ಟೆ ಆದ್ದರಿಂದ ಸಲೂನ್ ಸೆಂಟರಿನ ಅಗತ್ಯ ಮಿಲಿಟರಿಯವರಿಗಿರಲಿಲ್ಲ.

ಕ್ಯಾಂಪಿನೊಳಗೆ 'ಸಲಿಂಗಕಾಮ' ಸಂಬಂಧಗಳಿಗೆ ಕಡಿಮೆಯಿರಲಿಲ್ಲ ಎಂದು ಅಲ್ಲಿ ನನಗೆ ತಿಳಿದು ಬಂದ ಮಾಹಿತಿ. ಯಾರೇ ಇಬ್ಬರು ಹೆಗಲ ಮೇಲೆ ಕೈ ಹಾಕಿ ನಡೆದುಕೊಂಡು ಹೋಗುತ್ತಿದ್ದರೂ ಸಾಕು, ಅವರನ್ನು ಜೋಡಿ ಎಂದು ನಿರ್ಧರಿಸಲಾಗುತ್ತಿತ್ತು ಅಲ್ಲಿ. ಅದು ಎಷ್ಟು ನಿಜವೋ–ಸುಳ್ಳೋ ದೇವರೇ ಬಲ್ಲ. ಸೈನಿಕರಲ್ಲಿ ಈ ರೀತಿಯ ಜೋಡಿಗಳು ಹೆಚ್ಚೇ ಎನ್ನಬಹುದು. ಮೊದಮೊದಲು ನನಗೆ ಈ ವಿಷಯಗಳು ತೋಚುತ್ತಿರಲಿಲ್ಲ. ಕೆಲವರು ಇಂತಹುದೇ ವಿಷಯಗಳನ್ನು ಹಿಡಿದು ತಮಾಷೆ ಮಾಡುತ್ತಾ ಕಾಲ ಕಳೆಯುತ್ತಿದ್ದರು. ಪದೇಪದೇ ಕೈ ಹಿಡಿದು ಮಾತನಾಡಿಸಿದರೂ ಏನೆಲ್ಲಾ ಸಂಬಂಧ ಕಲ್ಪಿಸಿ ಮಾತನಾಡುತ್ತಿದ್ದುದು ನನಗೆ ಕಸಿವಿಸಿ ಎನಿಸುತ್ತಿತ್ತು. ವಿಷಯ ತಿಳಿದ ಮೇಲೆ ಯಾರೇ ಎಷ್ಟು ಆಪ್ತರಾಗಿದ್ದರೂ ಅವರಿಂದ ನಾನು ಆದಷ್ಟು ದೂರದಿಂದಲೇ ವ್ಯವಹರಿಸುತ್ತಿದ್ದೆ. ನ್ಯಾಟೋ ಇಂಜಿನಿಯರಿಂಗ್ ವಿಭಾಗದ ಮುಖ್ಯನೊಬ್ಬನಿದ್ದ. 'ಥಾಮಸ್' ಎಂಬ ಅವನ ಮೊದಲ ಹೆಸರಷ್ಟೇ ಜ್ಞಾಪಕ. ಸುಮಾರು ನಲವತ್ತೈದು–ಐವತ್ತರ ಪ್ರಾಯದವ. ಕಟ್ಟುಮಸ್ತಾದ ಆಳು. ಮಾಜಿ ಜರ್ಮನ್ ಸೈನಿಕ ಕೂಡ. ಅವನು ನಮ್ಮ ಕ್ಲೈಂಟ್ ಮೇಲಧಿಕಾರಿಯಾದ್ದರಿಂದ ಅವನಿಗೆ ನಮ್ಮಲ್ಲಿ ವಿಶೇಷ ಗೌರವವಿತ್ತು. ಪ್ರತಿನಿತ್ಯ ಬೆಳಗ್ಗೆ ಹತ್ತರ ಹೊತ್ತಿಗೆ ನಮ್ಮ ಕಚೇರಿಗೆ ಬಂದು ದಿನನಿತ್ಯ ಕೆಲಸದ ಆಗುಹೋಗುಗಳ ವರದಿ ಪಡೆದು, ಚಹಾ ಹೀರುತ್ತಾ, ಸಿಗರೇಟು ಎಳೆಯುತ್ತಾ, ಒಂದಷ್ಟು ಹರಟೆ ಹೊಡೆದು ಕೊನೆಯಲ್ಲಿ

'ಡಾಕ್ಟರ್ ಎಲ್ಲಿ?' ಎಂದು ಕೇಳುವುದು ಅವನ ದಿನಚರಿ. ಅಷ್ಟರಲ್ಲಾಗಲೇ ಡಾಕ್ಟರ್ ಕಿರ್ಕಿ ಅಲ್ಲಿ ಹಾಜರ್. ಅವನಿಗೂ ಅದು ಅಭ್ಯಾಸವಾಗಿಬಿಟ್ಟಿತ್ತು. ಆ ನಂತರ ಅವರಿಬ್ಬರೂ ಕೈಹಿಡಿದು ಅಲ್ಲಿಂದ ಜತೆಯಾಗಿ ಹೋಗುತ್ತಿದ್ದರು. ಎಲ್ಲಿಗೆ? ಯಾರಿಗೂ ಗೊತ್ತಿಲ್ಲ. ಥಾಮಸ್ಸಿಗೆ ಮಸಾಜ್ ಮಾಡಲು ಹೋಗ್ತಾನೆ ಎಂದು ಕೆಲವರೆಂದರು. ಮಸಾಜಿನ ಜೊತೆಗೆ 'ಹ್ಯಾಪಿ ಎಂಡಿಂಗ್' ಕೂಡ ಎಂದು ಇನ್ನೂ ಕೆಲವರು ಆಡಿದಾಗ ಅಲ್ಲಿ ನಗು ಸ್ಫೋಟವಾಗುತ್ತಿತ್ತು. ಥಾಮಸ್, ಡಾಕ್ಟರ್ ಕಿರ್ಕಿಯ 'ಶ್ರೇಯೋಭಿಲಾಷಿ' ಎಂದೇ ಎಲ್ಲರೂ ಮಾತನಾಡಿಕೊಳ್ಳುತ್ತಿದ್ದದ್ದು. ನಮ್ಮ ಆ ಅರೆಕುಶಲ ಡಾಕ್ಟರ್ ಇನ್ನೂ ತನ್ನ ಅಸ್ತಿತ್ವವನ್ನು ಇಲ್ಲಿ ಕಾಪಾಡಿಕೊಂಡಿದ್ದರ ಹಿಂದೆ ಇಷ್ಟೆಲ್ಲಾ ರಹಸ್ಯಗಳಿವೆಯೇ ಎಂದು ತಿಳಿದಾಗ ಆಶ್ಚರ್ಯವೇ ಆಗಿತ್ತು.

ಅಲ್ಲಿನ ಮತ್ತೊಂದು ಅಚ್ಚರಿಯೆಂದರೆ ಟ್ರಾಫಿಕ್ ವ್ಯವಸ್ಥೆ ಮತ್ತದರ ಶಿಸ್ತು. ಇದು ಮಿಲಿಟರಿ ಪೋಲೀಸರ ನೇರ ಅಧಿಕಾರ ವ್ಯಾಪ್ತಿಗೆ ಬರುತ್ತಿತ್ತು. ಸಣ್ಣ ನಗರವೇ ಆಗಿದ್ದ ಕಂದಹಾರ್ ಏರ್‌ಬೇಸ್ ಕಿಲೋಮೀಟರುಗಟ್ಟಲೆ ರಸ್ತೆಗಳನ್ನು ತನ್ನೊಳಗೆ ಜಾಲದಂತೆ ಹರಡಿಕೊಂಡಿತ್ತು. ನಾನು ಅಲ್ಲಿಗೆ ಹೋದ ಸಮಯದಲ್ಲಿ ಬಹುಭಾಗ ಮಣ್ಣಿನ ಕಚ್ಚಾರಸ್ತೆಗಳೇ ಇದ್ದದ್ದು. ಕಾಲಾನಂತರ ಕೆಲವು ಮುಖ್ಯ ರಸ್ತೆಗಳು ಡಾಂಬರೀಕರಣಗೊಂಡವು. ಒಳಗೆ ದೂರದ ಜಾಗಗಳಿಗೆ ಹೋಗಬೇಕಾದಾಗ ಪಿಕ್‌ಅಪ್ ರೀತಿಯ ವಾಹನಗಳನ್ನು ಹೆಚ್ಚಾಗಿ ಉಪಯೋಗಿಸುತ್ತಿದ್ದೆವು. ತಮ್ಮ ದೇಶಗಳ ಡ್ರೈವಿಂಗ್ ಲೈಸೆನ್ಸ್ ಇರುವ ಯಾರು ಬೇಕಾದರೂ ಅದರ ಒಂದು ಪ್ರತಿಯನ್ನು ಮಿಲಿಟರಿ ಆಫೀಸಿಗೆ ಒಪ್ಪಿಸಿ ಅಲ್ಲಿನ ತಾತ್ಕಾಲಿಕ ಲೈಸೆನ್ಸ್ ಪಡೆಯಬಹುದಾಗಿತ್ತು. ನನಗೆ ತಿಳಿದ ಹಾಗೆ ನಮ್ಮ ಜನರಲ್ಲಿ ಕೆಲವರು ಫೋರ್ಜರಿ ಮಾಡಲಾದ ಪ್ರತಿಯನ್ನು ಸಲ್ಲಿಸಿದ್ದರು. ಈ ವಿಷಯದಲ್ಲಿ ಅಂತಹ ಕಠಿಣ ಪರಿಶೀಲನೆ ಇರದ ಕಾರಣ ಅದು ಅವರಿಗೆ ಸಮಸ್ಯೆ ಅಲ್ಲ. ಒಂದು ವೇಳೆ ಸತ್ಯ ಗೊತ್ತಾದರೆ ಅವರು ಅಲ್ಲಿಂದ ತಕ್ಷಣ ಹೊರಗೆ ಅನ್ನುವುದಂತೂ ಖಾತ್ರಿ. ಆಗಾಗ ಅತಿಥಿಯಂತೆ ಹೋಗಿ ಒಂದಷ್ಟು ದಿನಗಳೋ, ವಾರಗಳೋ ಇದ್ದು ಬರುತ್ತಿದ್ದ ನನಗೆ ಅದರ ಅವಶ್ಯಕತೆ ಬರಲಿಲ್ಲ. ನನ್ನ ಜೊತೆ ಇರುತ್ತಿದ್ದ ಯಾರಾದರೂ ವಾಹನ ಚಲಾಯಿಸುತ್ತಿದ್ದರು. ಜನ ನಿಬಿಡ ರಸ್ತೆಗಳಲ್ಲಿ 10–20 ಕಿ.ಮೀ ವೇಗ ಮತ್ತು ಹೊರವಲಯದಲ್ಲಿ 20–30ಕಿ.ಮೀ ವೇಗದ ಅತ್ಯಂತ ಕಠಿಣ ನಿರ್ಬಂಧ. ನಿಯಮ ಮೀರಿದರೆ ಮುಲಾಜಿಲ್ಲದೆ ಜೈಲುವಾಸ. ಕೂಡುರಸ್ತೆಗಳಲ್ಲಿ ಕಡ್ಡಾಯವಾಗಿ ನಿಂತು ಅಕ್ಕ–ಪಕ್ಕ ಹಾಗೂ ಎದುರು ಗಾಡಿಗಳನ್ನು ನೋಡಿ ಪರಸ್ಪರ ಸನ್ನೆಭಾಷೆಯಲ್ಲಿ ಸಂವಹಿಸಿಕೊಂಡು ಒಪ್ಪಿಗೆ ಮೇರೆಗೆ ದಾಟುವುದಾಗಿತ್ತು. ಮಿಲಿಟರಿ ವಾಹನಗಳೂ ಕೂಡ ಈ ಶಿಸ್ತಿಗೆ ಹೊರತಾಗಿರಲಿಲ್ಲ. ಅದೊಂದು ತೆರನಾದ ವಿಚಿತ್ರ ಯಾಂತ್ರಿಕ ಶಿಸ್ತು.

ಪ್ರತಿನಿತ್ಯ ನೂರಾರು ವಾಹನಗಳ ಓಡಾಟ ಇದ್ದರೂ ಅಲ್ಲಿದ್ದಾಗ ಒಮ್ಮೆಯೂ ಸಣ್ಣದಾದ ಅಪಘಾತವಾದ ಸುದ್ದಿ ಕಿವಿಗೆ ಬೀಳಲಿಲ್ಲ. ಇದು ಅಗತ್ಯಕ್ಕಿಂತ ಅತಿಯಾದ ಶಿಸ್ತು ಎಂದು ಕೆಲವರು ಗೊಣಗಿಕೊಳ್ಳುತ್ತಿದ್ದರು. ಅದರಲ್ಲೂ ದುಬೈ ಮುಖ್ಯ ಕಚೇರಿಯಲ್ಲಿನ ಜರ್ಮನ್ ಮೂಲದ ನನ್ನ ಮೇಲಧಿಕಾರಿ 'ಸ್ಟೆಫನ್ ಬೈಯಸ್' ಅಲ್ಲಿಗೆ ಬಂದಾಗಲೆಲ್ಲ ಇವರ ಟ್ರಾಫಿಕ್ ಶಿಸ್ತನ್ನು ವಾಚಾಮಗೋಚರ ಬೈಯುತ್ತಿದ್ದ. ಇವರೆಲ್ಲಾ ನಾಟಕ ಆಡ್ತಾ ಇದ್ದಾರೆ ಎಂದು ತನಗೆ ತಾನೇ ಏನೋ ಗೊಣಗಿ ರೇಗುತ್ತಿದ್ದ. ನನ್ನ ದೇಶ ನೋಡಿ ಕಲಿಯಬೇಕು ಇವರು ಎನ್ನುತ್ತಿದ್ದ. ಅತಿಯಾದ ದೇಶಪ್ರೇಮಿ. ಅದೃಷ್ಟವಶಾತ್ ಜರ್ಮನ್ ಸೈನಿಕರು ಕಂದಹಾರ್ ಕ್ಯಾಂಪಿನಲ್ಲಿರಲಿಲ್ಲ. ಕುಂದೂಜ್, ಕಾಬೂಲ್ ಮತ್ತು ಮಝರ್-ಇ-ಶರಿಫ್ ಕ್ಯಾಂಪುಗಳಲ್ಲಿ ಅವರು ಹೆಚ್ಚಿನ ಸಂಖ್ಯೆಯಲ್ಲಿದ್ದರು. ದುಬೈನಲ್ಲೂ ಈತ ಹೀಗೆಯೇ. 'ಎಂಥಹ ಕೆಟ್ಟ ಟ್ರಾಫಿಕ್ ವ್ಯವಸ್ಥೆ ಇದು, ಇಲ್ಲಿನ ಜನರಿಗೆ ರಸ್ತೆಯ ಶಿಸ್ತು ಗೊತ್ತಿಲ್ಲ, ಅನಾಗರಿಕರು' ಎಂದು ಪದೇಪದೇ ಬೈಯ್ಯುವುದು ಅವನ ಚಾಳಿ ಎಂದು ನನಗೆ ಗೊತ್ತಿತ್ತು. ದುಬೈನಲ್ಲಿನ ಅಷ್ಟು ಉತ್ತಮ ಟ್ರಾಫಿಕ್ ವ್ಯವಸ್ಥೆಯನ್ನೇ ಬೈಯ್ಯುವ ಇವ ನಮ್ಮ ದೇಶದಲ್ಲಿನ ಅಪ್ರತಿಮ ಡ್ರೈವರುಗಳನ್ನು ಅವರ ಚಾಲನಾ ಕೌಶಲವನ್ನು ನೋಡಿದರೆ ಅಲ್ಲಿಯೇ ಎದೆ ಒಡೆದು ಸತ್ತಾನು! ಎಂದುಕೊಂಡು ಸಣ್ಣಗೆ ನಕ್ಕು ಹಗುರಾಗುತ್ತಿದ್ದೆ.

5

ಕಂದಹಾರ್ ಏರ್‌ಬೇಸಿನ ಅಪಾಯಕಾರಿ ಉಪ-ಕ್ಯಾಂಪ್‌ಗಳು

ಪ್ರತಿದಿನ ಬೆಳಗ್ಗೆ, ಮಧ್ಯಾಹ್ನ ಮತ್ತು ಸಂಜೆಯ ಪಾಳಿಯಂತೆ ಮಿಲಿಟರಿ ಪಡೆಯ ಕ್ಯಾರವಾನು ಹತ್ತಿರದ ಕಂದಹಾರ್ ಪಟ್ಟಣದ ಕಡೆಗೋ, ಸುತ್ತ-ಮುತ್ತಲ ಹಳ್ಳಿಗಳ ಕಡೆಗೋ ಅಥವಾ ತಮಗೆ ಆದೇಶ ಬಂದ ಕಡೆಗೋ ಹೊರಡುತ್ತಿತ್ತು. ಮುಂದೆ ಹತ್ತು ಮಾರುದ್ದದ ತ್ರಿಕೋಣಾಕಾರದ ಮೂತಿಯಿದ್ದ, ಆ ಮೂತಿಯ ತುದಿಗೊಂದು ಚಕ್ರ ಅಳವಡಿಸಿದ್ದ ಬಾಂಬ್ ಡಿಟೆಕ್ಟರ್ ವಾಹನ. ವಿಶೇಷ ಎಂದರೆ ಅದೇ ರೀತಿಯಿದ್ದ ಮತ್ತೊಂದು ವಾಹನಕ್ಕೆ ಬೆಂಕಿಯನ್ನು ನೂರು ಮಾರು ದೂರಕ್ಕೆ ಉಗುಳುವ ಸಾಮರ್ಥ್ಯವಿದ್ದದ್ದು. ಅದರ ಹಿಂದೆ ನೋಡಲು ಯುದ್ಧಟ್ಯಾಂಕಿನಂತಿದ್ದ ಆಧುನಿಕ ಶಸ್ತ್ರಸಜ್ಜಿತವಾದ ಹತ್ತಾರು ಆರ್ಮಡ್ ಮಿಲಿಟರಿ ವಾಹನಗಳು. ಶಸ್ತ್ರ-ಸಲಕರಣೆಗಳನ್ನು ತಮ್ಮ ವಾಹನಗಳಿಗೆ ಅಳವಡಿಸುತ್ತಿದ್ದ ರೀತಿ, ತಾವೇ ಯಂತ್ರಗಳಂತೆ ಅವರು ತಯಾರಾಗುತ್ತಿದ್ದ ಶಿಸ್ತು ನನ್ನನ್ನು ಬೆರಗುಗೊಳಿಸುತ್ತಿತ್ತು. ತುಂಬಾ ಹೊತ್ತು ನಿಂತು ನೋಡಿದರೆ ಅಲ್ಲಿಂದ ಜಾಗ ಖಾಲಿ ಮಾಡಿರೆಂದು ಮೆಲ್ಲನೆ ಗದರುತ್ತಿದ್ದರು. ಅವರ ಪಾಳಿಯು ಮುಗಿದು ಸಮಯಕ್ಕೆ ಸರಿಯಾಗಿ ಅದೇ ಶಿಸ್ತಿನ ಸಾಲು ಧೂಳನ್ನೆಬ್ಬಿಸಿ

ಹಿಂತಿರುಗುತ್ತಿದ್ದದ್ದನ್ನು ನಾನು ಹಲವು ಬಾರಿ ಗಮನಿಸಿದ್ದೇನೆ. ಇದು ಅವರ ದೈನಂದಿನ ಕೂಂಬಿಂಗ್ ಮತ್ತು ಪ್ಯಾಟ್ರೋಲ್ ವ್ಯವಸ್ಥೆ!

ಅದೆಲ್ಲಿ ಹೋಗಿ ಯುದ್ಧ ಮಾಡಿ ಬರುತ್ತಾರೋ? ಇಷ್ಟೇ ಜನ ಸಾಕೇ? ದಿನಾಲೂ ಯುದ್ಧ ಇರುತ್ತದೆಯೇ? ಅಥವಾ ಸುಮ್ಮನೆ ಊರು ಸುತ್ತಾಡಿ ಬರುತ್ತಾರೋ ಏನೋ? ಹೀಗೆ ಎಲ್ಲರಂತೆ ನನಗೂ ಪ್ರಶ್ನೆಗಳು. ಹೊರಗೆ ಅದೆಲ್ಲಿ, ಅದೇನು ಘರ್ಷಣೆಗಳು ನಡೆಯುತ್ತಿದ್ದವೋ ಕಾಣೆ? ಆಗಾಗ್ಗೆ ಮಿಲಿಟರಿ ಆಫೀಸುಗಳ ಮೇಲೆ ಎತ್ತರಕ್ಕೆ ಹಾರುತ್ತಿದ್ದ ಧ್ವಜಗಳು ಅರ್ಧಕ್ಕೆ ಜಾರುತ್ತಿದ್ದವು, ಊಟದ ಹಾಲಿನಲ್ಲಿ ಮಿಲಿಟರಿ ಜನರ ದೇಹ ಭಾಷೆ ಬೇರೆ ಕಥೆ ಏನನ್ನೋ ಹೇಳುತ್ತಿದ್ದವು. ಆ ಸಮಯದಲ್ಲಿ ಗಾಳಿಗೂ ಕೇಳದ ಪಿಸುಮಾತಿನಲ್ಲೋ ಅಥವಾ ಸಂಜ್ಞೆಗಳಲ್ಲೋ ಪರಸ್ಪರ ಸಂವಹನ. ಅಪ್ಪಿತಪ್ಪಿಯೂ ಯಾರೂ ಸಹ ಘಟಿಸಿದ ವಿಷಯವನ್ನು ಬಾಯಿ ಬಿಡುತ್ತಿರಲಿಲ್ಲ. ನನಗೆ ಪರಿಚಿತ ಮಿಲಿಟರಿ ಇಂಜಿನಿಯರುಗಳೂ ಸಹ ಏನೂ ಕೇಳಬೇಡಿರೆಂದು ಖಡಕ್ಕಾಗಿ ಹೇಳಿಬಿಡುತ್ತಿದ್ದರು. ಸಾವು-ನೋವುಗಳು ಅಲ್ಲಿ ವಿಶೇಷವೇನಲ್ಲ. ಆದರೆ ಅವರು ಅದನ್ನು ಗೌಪ್ಯವಾಗಿ ಕಾಪಾಡಿಕೊಳ್ಳುತ್ತಿದ್ದ ರೀತಿ, ಗಾಯಾಳುವಾದ ಇಲ್ಲಾ ಗತಿಸಿದ ತನ್ನ ಸಹ ಯೋಧನಿಗೆ ಅವರದೇ ರೀತಿಯಲ್ಲಿ ಸಲ್ಲಿಸುತ್ತಿದ್ದ ಗೌರವ ನನಗೆ ಅತೀವ ಹೆಮ್ಮೆ ಅನಿಸುತ್ತಿತ್ತು.

ಪ್ರಮುಖ ಮಿಲಿಟರಿ ಬೇಸ್‌ಗಳಿಂದ ಸೈನಿಕರು ಏರ್‌ಸ್ಟ್ರಿಪ್ ಇಲ್ಲದ ಯಾವುದೇ ಉಪ-ಕ್ಯಾಂಪುಗಳಿಗೆ ಸಾಮಾನ್ಯವಾಗಿ ಚಾಪರುಗಳಲ್ಲಿ ಹೋಗುತ್ತಿದ್ದುದನ್ನು ಗಮನಿಸಿದ್ದೇನೆ. ಇಂತಹ ಮಿಲಿಟರಿ ಚಾಪರುಗಳಲ್ಲಿ ಕ್ಯಾಂಪಿನಲ್ಲಿದ್ದ ನನ್ನಂತಹ ಸಿವಿಲಿಯನ್ಸ್‌ಗಳನ್ನೂ ಅಗತ್ಯಕ್ಕೆ ತಕ್ಕಂತೆ ತಮ್ಮೊಡನೆ ಕರೆದುಕೊಂಡು ಹೋಗುತ್ತಿದ್ದುದೂ ಹೌದು. ಒಂದು ವೇಳೆ ಸರಕು-ಸರಂಜಾಮು ಹೆಚ್ಚಿದ್ದರೆ ಅಥವಾ ಬೇರಾವುದೇ ಕಾರಣಗಳಿದ್ದಲ್ಲಿ ಮಾತ್ರ ಮಿಲಿಟರಿ ಕಾರವಾನ್ ರಸ್ತೆಯಲ್ಲಿ ಹೋಗುತ್ತಿತ್ತು. ಇದೊಂದು ತುಂಬಾ ಅಪಾಯಕಾರಿ ಪ್ರಯಾಣವೇ! ಅಂತಹ ಒಂದು ಅಪಾಯಕಾರಿ ಸನ್ನಿವೇಶಕ್ಕೆ ನಾನು ಸಾಕ್ಷಿಯಾಗುತ್ತೇನೆಂದು ಗೊತ್ತಿದ್ದರೆ ಅದೆಷ್ಟೇ ಡಾಲರುಗಳ ಸಂಬಳ ಕೊಟ್ಟಿದ್ದರೂ ನಾನಿಲ್ಲಿಗೆ ಬರುವ ಯೋಚನೆಯನ್ನೂ ಮಾಡುತ್ತಿರಲಿಲ್ಲವೇನೋ? ಮಿಲಿಟರಿ ಚಾಪರುಗಳಷ್ಟೇ ಅಲ್ಲದೆ ಕೆಲವು ಖಾಸಗಿ 'ಚಾರ್ಟರ್ ಚಾಪರುಗಳು' ಕೂಡ ಉಪ-ಕ್ಯಾಂಪುಗಳಿಗೆ ಜನರನ್ನು ತೆಗೆದುಕೊಂಡು ಹೋಗುತ್ತಿದ್ದವು. ಇದರ ಪ್ರಯಾಣ ವೆಚ್ಚ ಕೂಡ ಸಾಮಾನ್ಯಕ್ಕಿಂತ ಹತ್ತಾರು ಪಟ್ಟು ಹೆಚ್ಚು. ತುಂಬಾ ಅಗತ್ಯವಿದ್ದಲ್ಲಿ ಕಂಪನಿಗಳ ಕೆಲಸಗಾರರಿಗಾಗಿ ಮಾಡಿದ್ದ ಪರ್ಯಾಯ ವ್ಯವಸ್ಥೆಯದು. ಒಮ್ಮೆಗೆ 10ರಿಂದ 30ಕ್ಕೂ ಹೆಚ್ಚು ಜನರನ್ನು ಕೂರಿಸಿಕೊಂಡು ಹೋಗುವ ದೊಡ್ಡ ಚಾಪರುಗಳವು. ಕಂದಹಾರ್ ಕ್ಯಾಂಪಿನಲ್ಲಿ ಒಮ್ಮೆ ಜನ ತುಂಬಿದ್ದ ಇಂತಹ ಒಂದು ಚಾಪರ್

ನೆಲಕ್ಕೆ ಬಿದ್ದ ಘಟನೆಗೆ ನಾನು ಪ್ರತ್ಯಕ್ಷ ಸಾಕ್ಷಿಯಾದದ್ದು ನನ್ನನ್ನು ಎಷ್ಟೋ ವರ್ಷಗಳವರೆಗೆ ತೀವ್ರವಾಗಿ ಕಾಡಿಬಿಟ್ಟಿತ್ತು.

ಅಂದು ಬಹುಶಃ ಬೆಳಗ್ಗೆ 11ರ ಸಮಯ. ದಿನನಿತ್ಯದ ಕೆಲಸದ ಭಾಗವಾಗಿ, ಕಂದಹಾರ್ ಕ್ಯಾಂಪಿನ ಏರ್‌ಸ್ಟ್ರಿಪ್ ಬಳಿಯ ನಿರ್ಮಾಣ ಹಂತ ಮುಕ್ತಾಯದಲ್ಲಿದ್ದ ಎರಡಂತಸ್ತಿನ ಕಟ್ಟಡದ ಮೇಲೆ ನ್ಯಾಟೋ ಮಿಲಿಟರಿ ಇಂಜಿನಿಯರ್ ಜೊತೆ ನಾನು ನಿಂತು ತಾಂತ್ರಿಕ ವಿಷಯಗಳ ಬಗ್ಗೆ ವಿವರಣೆ ನೀಡುತ್ತಿದ್ದೆ. ನಮ್ಮೊಡನೆ ಕೆಲವು ಆಲ್ಬೇನಿಯನ್ ಕಾರ್ಮಿಕರಿದ್ದರು. ನಾವಿದ್ದ ಕಟ್ಟಡದ ಒಂದು ಸಮಾನಾಂತರ ಪಾರ್ಶ್ವಕ್ಕೆ ಏರ್‌ಸ್ಟ್ರಿಪ್ ಕಾಣಿಸುತ್ತಿತ್ತು. ಏರ್‌ಸ್ಟ್ರಿಪ್ಪಿನಲ್ಲಿ ಅಂತಿಂದಿತ್ತ ಇಳಿಯುವ ಮತ್ತು ಮೇಲೇರುವ ಯುದ್ಧ ವಿಮಾನಗಳು, ಎಂದಿನಂತೆ ಕ್ಷಣಕ್ಕೊಮ್ಮೆ ಆ ವಿಮಾನಗಳ ಹಾರಾಟದ ಅದೇ ಕಿವಿಗಡಚಿಕ್ಕುವ ಸದ್ದಿನ ಏಕತಾನತೆ! ಈ ಮಧ್ಯೆ ಏರ್‌ಸ್ಟ್ರಿಪ್ಪಿನ ಪಕ್ಕದ ಚಾಪರುಗಳ ನಿಲ್ದಾಣದ ಜಾಗದಲ್ಲಿ ದೈತ್ಯ ಚಾರ್ಟರ್ ಚಾಪರೊಂದು ನಾಲ್ಕು ರೆಕ್ಕೆಗಳನ್ನು ಸುತ್ತಲೂ ರಭಸದಿಂದ ಆಡಿಸುತ್ತಾ ನಿಧಾನವಾಗಿ ಆನೆಯಂತೆ ಮೆಲ್ಲನೆ ಏಳುತ್ತಿದ್ದುದು ತುಂಬಾ ಹತ್ತಿರದಲ್ಲಿ ಕಾಣಿಸುತ್ತಿತ್ತು. ಇವೆಲ್ಲ ಅಲ್ಲಿ ಉಸಿರಾಟದಷ್ಟೇ ಸಾಮಾನ್ಯ ಸಂಗತಿಗಳಾದರೂ ನಾನಿದ್ದ ಎತ್ತರದಲ್ಲಿ ಏರ್‌ಸ್ಟ್ರಿಪ್ಪಿನಲ್ಲಿ ಕಾಣುತ್ತಿದ್ದ ಆ ಸ್ಪಷ್ಟ ದೃಶ್ಯಗಳು ಅಪರೂಪವೇನೋ ಎಂದು ನನಗೆ ಅನಿಸುತ್ತಿತ್ತು. ಮೆಲ್ಲನೆ ಮೇಲೇರಿದ್ದ ಆ ಚಾಪರ್ ಕೆಲವು ನೂರಡಿಗಳ ಮೇಲೇರಿರಬಹುದಷ್ಟೇ. ಏನಾಯಿತೆಂದು ಗೊತ್ತಿಲ್ಲ, ಇದ್ದಕ್ಕಿದ್ದ ಹಾಗೆ ರೆಕ್ಕೆಯ ವೇಗ ಕಡಿಮೆಯಾದಂತೆ ಕಾಣಿಸಿತು. ಕೆಲವೇ ಕ್ಷಣಗಳಲ್ಲಿ ಅಲ್ಲಿಂದ ಒಂದಿಬ್ಬರು ಕೆಳಗೆ ಧುಮುಕಿದ್ದು ಮತ್ತು ಬೀಳುವಾಗ ಪ್ಯಾರಾಚೂಟ್ ತೆರೆದಿದ್ದು ಕಾಣಿಸಿತು. ನನ್ನ ಜೊತೆ ಇದ್ದ ಮಿಲಿಟರಿ ಇಂಜಿನಿಯರ್ ಕೂಡ 'ಹೋ...' ಎಂದು ಉದ್ಗಾರ ತೆಗೆದು ಅವಾಕ್ಕಾಗಿ ನಿಂತುಬಿಟ್ಟ! 'ಎಂಥದೋ ಅವಘಡ ಘಟಿಸಲಿಕ್ಕಿದೆ!' ತಣ್ಣಗೆ ಅವ ಹೇಳಿದ್ದಷ್ಟೇ. ಜೊತೆಗಿದ್ದ ಕೆಲಸಗಾರರೂ ಅಪರೂಪದ ದೃಶ್ಯವೇನೋ ಎಂಬಂತೆ ಕಣ್ಣಗಲಿಸಿ ಅತ್ತಲೇ ನೋಡುತ್ತಾ 'ಹಾಯ್ದೆ.. ಹಾಯ್ದೇ...' ಎಂದು ಅವರ ಭಾಷೆಯಲ್ಲಿ ಜೋರಾಗಿ ಕಿರುಚುತ್ತಾ ನಿಂತರು. ಹಿಂದೆಯೇ ಮತ್ತೊಂದಷ್ಟು ಜನ ತಮ್ಮ ಹಿಂದೆ ಬ್ಯಾಗುಗಳಂತಹ ವಸ್ತುಗಳನ್ನು ನೇತುಹಾಕಿಕೊಂಡು ಧುಮುಕುವ ದೃಶ್ಯ ಕಣ್ಣಿಗೆ ಕಟ್ಟಿದಂತೆ ಕಾಣುತ್ತಿತ್ತು. ಇವರ ಪ್ಯಾರಾಚೂಟ್ ತೆರೆದುಕೊಳ್ಳಲಿಲ್ಲವೋ ಅಥವಾ ಇರಲೇ ಇಲ್ಲವೋ ಗೊತ್ತಾಗಲಿಲ್ಲ. ನಾವಿದ್ದ ದೂರಕ್ಕೆ ಅವರು ನೆಲಕ್ಕೆ ತೊಪ್ಪೆಯಂತೆ ಬಿದ್ದಂತೆ ಕಾಣಿಸಿತಷ್ಟೆ ಹೊರತು ಯಾವ ಶಬ್ದವೂ ಕೇಳುತ್ತಿರಲಿಲ್ಲ. ನೋಡನೋಡುತ್ತಿದ್ದ ಹಾಗೆ ಚಾಪರ್ ನಿಧಾನಕ್ಕೆ ಕುಸಿಯುತ್ತಿತ್ತು. ನಮಗೆ ಅಪಾಯದ ಅರಿವಾಗಿಹೋಯ್ತು! ಅದಿನ್ನೂ ಕೆಳಗೆ ಬರುತ್ತಿದ್ದಂತೆ ಮತ್ತೊಂದಷ್ಟು ಜನ ಧುಮುಕಿ ಕೆಳಗೆ ಧೊಪ್ಪನೆ ಬಿದ್ದರು. ಆಗ ಪ್ಯಾರಾಚೂಟ್

ತೆರೆದುಕೊಳ್ಳುವ ಎತ್ತರ ಮತ್ತು ಸಾಧ್ಯತೆ ಅಲ್ಲಿರಲಿಲ್ಲ. ಜನ ಬೀಳುತ್ತಲೇ ಇದ್ದರು. ರೆಕ್ಕೆಗಳ ವೇಗ ತುಂಬಾ ನಿಧಾನವಾಗಿಬಿಟ್ಟಿತ್ತು. ನಿಯಂತ್ರಣ ಕಳೆದುಕೊಂಡು ಗಾಳಿಯಲ್ಲಿ ಡೋಲಾಯಮಾನವಾಗಿ ಹೊಯ್ದಾಡುತ್ತಲೇ ನೆಲಕ್ಕೆ ರೊಪ್ಪನೆ ಬಿದ್ದ ತಕ್ಷಣವೇ ಬಾಂಬು ಹಾಕಿದ ಹಾಗೆ 'ಬ್ಲ್ಯಾಮ್' ಎನ್ನುವ ಶಬ್ದದೊಂದಿಗೆ ಬೆಂಕಿಯ ವಿಸ್ಫೋಟವಾಯ್ತು. ಇವೆಲ್ಲಾ ಕೆಲವೇ ನಿಮಿಷಗಳಲ್ಲಿ ಆಗಿಹೋಗಿತ್ತು. ನಾವು ಅಲ್ಲಿಗೆ ಓಡಿಹೋಗಿ ನೋಡುವಂತಹ ಸಾಮಾನ್ಯ ಪ್ರದೇಶವಲ್ಲ ಅದು. ಸ್ವಲ್ಪ ಕಾಲ ಅಲ್ಲಿಯೇ ನಿಂತು ನೋಡುತ್ತಿದ್ದೆವು. ಆಗ ಒಮ್ಮೆಗೇ 'ಎಮರ್ಜೆನ್ಸಿ' ಎನ್ನುವ ಸೈರನ್ ಕೂಗಲು ಶುರುವಾಯ್ತು. ಅಂತಹ 'ತುರ್ತು ಘೋಷಣೆ ಸಂದರ್ಭ'ಗಳಲ್ಲಿ ಯಾರೂ ಕೂಡ ಹೊರಗೆ ಬರಬಾರದು ಎನ್ನುವುದು ಅಲ್ಲಿನ ಶಿಷ್ಟಾಚಾರಗಳಲ್ಲೊಂದು. ಕೆಲವು ಅಗ್ನಿಶಾಮಕ ಟ್ರಕ್ಕುಗಳು ಅತ್ತ ಹೋಗುತ್ತಿದ್ದುದು ಕಾಣಿಸುತ್ತಿತ್ತು. ಅಲ್ಲಿ ಇನ್ನೇನು ನಡೆಯುತ್ತದೆಯೋ ನೋಡಲಿಕ್ಕೆ ನನಗೆ ಇಷ್ಟವಿರಲಿಲ್ಲ. ಎದೆ ಗಟ್ಟಿಯಾಗಿ ಕಟ್ಟಿಕೊಂಡ ನೋವಾಗಿ ದುಃಖ ಉಮ್ಮಳಿಸಿ ಬಂದಂತಾಯ್ತು. ಅವರೆಲ್ಲರ ಮುಂದೆ ಅಳಲು ನಾಚಿಕೆಯಾಗಿ ಬಿಗಿಹಿಡಿದುಕೊಂಡೆ. ನಾವೆಲ್ಲರೂ ಕೆಳಗೆ ಇಳಿದು ಆ ಕಟ್ಟಡದ ನೆಲ ಅಂತಸ್ತಿನ ಒಳ ಹೊಕ್ಕೆವು. ಏನಾಗುತ್ತಿದೆಯೆಂಬ ಸ್ಪಷ್ಟ ಅರಿವಿಲ್ಲದ ಕ್ಯಾಂಪಿನ ಇತರೆ ಜನರಲ್ಲಿ ಕೆಲವರು ಬಂಕರಿನತ್ತಲೋ ಇನ್ನು ಕೆಲವರು ಹತ್ತಿರವಿದ್ದ ಕಟ್ಟಡದ ಒಳಗೋ ಓಡುತ್ತಿದ್ದರು.

ಕಚೇರಿಗೆ ಬಂದಾಗ ಡಾಕ್ಟರ್ ಕಿರ್ಕಿಗೆ ಕರೆ ಬಂದು ಅಗತ್ಯ ವೈದ್ಯಕೀಯ ನೆರವಿಗಾಗಿ ಅವಘಡ ನಡೆದ ಜಾಗಕ್ಕೆ ಹೋದನೆಂದು ಗೊತ್ತಾಯ್ತು. ಇಂತಹ ಪ್ರಮುಖ ಅವಘಡಗಳಾದಾಗ ಕ್ಯಾಂಪಿನಲ್ಲಿನ ಇಂತಹ ಖಾಸಗಿ ವೈದ್ಯರನ್ನು ಘಟನೆಯ ಜಾಗಕ್ಕೆ ನೆರವಿಗಾಗಿ ಕರೆಸಲಾಗುತ್ತದೆ. ನಾನು ನೋಡಿದ ವಿವರಗಳನ್ನು ಆಂಟೋನಿಯೋ ಮತ್ತು ಅಲ್ಲಿದ್ದ ಇತರೆ ಆಲ್ಬೇನಿಯನ್ ಜನರಿಗೆ ವಿವರಿಸಿದೆ. ಎಲ್ಲರೂ ಆಘಾತಕ್ಕೊಳಗಾದಂತೆ ದೊಡ್ಡ ನಿಟ್ಟುಸಿರುಬಿಟ್ಟರು. ಆಂಟೋನಿಯೋ ಮಾತ್ರ ತುಂಬಾ ಕಂಗಾಲಾದವನಂತೆ ತಲೆಮೇಲೆ ಕೈಹೊತ್ತು ಏನೇನೋ ಮನಸ್ಸಿಗೆ ಬಂದಂತೆ ಅವನ ಭಾಷೆಯಲ್ಲಿ ಗೊಣಗಲು ಶುರುಮಾಡಿದ. ಅಂದು ಆ ಚಾಪರಿನಲ್ಲಿ ನಮ್ಮ ಕಂಪನಿಯ ನಾಲ್ಕು ಹುಡುಗರೂ ಕೂಡ ಇದ್ದರು ಎಂದು ಆ ನಂತರವೇ ಗೊತ್ತಾಗಿದ್ದು! ಆಂಟೋನಿಯೋ ಗಾಡಿಯನ್ನು ಚಲಾಯಿಸಿ ಮಿಲಿಟರಿ ಆಸ್ಪತ್ರೆ ಕಡೆ ಹೊರಟ. ನಾನೂ ಬರಲೇ ಅಂದದ್ದಕ್ಕೆ ಬೇಡ ಎಂದ. ಸಂಜೆ ಆಂಟೋನಿಯೋ ಮತ್ತು ಕಿರ್ಕಿ ಒಟ್ಟಿಗೇ ಬಂದಾಗ ನಮಗೆ ಸಿಕ್ಕ ವಿವರವಿಷ್ಟು... 'ಆ ಚಾಪರಿನಲ್ಲಿ ಅಗತ್ಯಕ್ಕಿಂತ ಹೆಚ್ಚು ಜನರನ್ನು ತುಂಬಲಾಗಿತ್ತು. ಸರಿಯಾದ ತಾಂತ್ರಿಕ ನಿರ್ವಹಣೆಯಿಲ್ಲದ ಹಳೆಯ ಚಾಪರಂತೆ ಅದು. ಪ್ಯಾರಾಚೂಟುಗಳು ಸಮಯಕ್ಕೆ ಸರಿಯಾಗಿ ತೆರೆದುಕೊಳ್ಳಲಿಲ್ಲ. ಕೆಳಗೆ

ಧುಮುಕಿದವರಲ್ಲಿ ಕೆಲವರು ಮಾತ್ರ ಕೈಕಾಲು ಸೊಂಟ ಮುರಿದುಕೊಂಡು ಜೀವಂತವಾಗಿದ್ದಾರಷ್ಟೇ. ಮಿಕ್ಕವರೆಲ್ಲಾ ದೇವರ ಪಾದಕ್ಕೆ! ಬಹುತೇಕ ಎಲ್ಲರೂ ಸುಟ್ಟು ಕರಕಲಾಗಿದ್ದಾರೆ. ಉಳಿದ ನಾಲ್ಕೈದು ಜನ ಅದ್ಯಾವ ಪವಾಡ ನಡೆದು ಬದುಕಿದರೋ ಗೊತ್ತಿಲ್ಲ. ಪ್ಯಾರಾಚೂಟ್ ಜೊತೆ ಹಾರಿದ ಪೈಲಟ್ ಬದುಕಿಕೊಂಡ. ನಮ್ಮ ಕಂಪನಿಯ ಕೆಲಸಗಾರರು ಗುರುತು ಸಿಗದ ಹಾಗೆ ಸೀದುಹೋಗಿದ್ದಾರೆ. ಶವಗಳನ್ನು ಅವರ ಮನೆಗಳಿಗೆ ತಲುಪಿಸುತ್ತಾರಂತೆ'. ಅಂದು ಸುಟ್ಟು ಕರಕಲಾದ ನಮ್ಮ ಕಂಪನಿಯ ಆ ನಾಲ್ಕು ಜನರೂ ಸೇರಿ ಇತರೆ ಎಲ್ಲರ ಬಗೆಗಿನ ಯಾವ ವಿಷಯವನ್ನೂ ಹೊರಗೆ ಬಿಟ್ಟುಕೊಡದೆ ರಹಸ್ಯವಾಗಿ ಇಟ್ಟುಬಿಟ್ಟರು. ಸತ್ತವರು ಯಾರು? ಯಾವ ದೇಶದವರು? ಯಾವ ವಿವರಗಳೂ ಸಿಗಲಿಲ್ಲ. 'ಅವರೆಲ್ಲರೂ ಆಫ್ಘಾನಿ ಕೆಲಸಗಾರರಂತೆ' ಎಂದು ಅಲ್ಲಿ ಕೆಲವರು ಮಾತಾಡಿಕೊಂಡರು. ಹೌದು, ಇಲ್ಲಿ ಎಲ್ಲರಿಗೂ ಎಲ್ಲಾ ಮಾಹಿತಿಗಳು ಸುಲಭಕ್ಕೆ ಎಟಕುವಂತದ್ದಲ್ಲ ಎಂಬುದು ನನಗೆ ಅನೇಕ ಸಂದರ್ಭಗಳಿಂದ ವೇದ್ಯವಾಗಿತ್ತು!

ನನ್ನಂತಹ ಕೆಲಸಗಾರ ಜನಗಳಿಗೆ ಮಿಲಿಟರಿ ಕ್ಯಾರವಾನಿನೊಡನೆ ಹೋಗುವ ಕೆಲ ವಿಶೇಷ ಸಂದರ್ಭಗಳು ಉಂಟು. ಆ ವಿಶೇಷ ದಿನವೂ ಬೇಗನೇ ಬಂದಿತು. ಕಂದಹಾರ್, ಕಾಬೂಲ್ (HKIA), ಬಗ್ರಾಮ್, ಮಝರ್–ಇ–ಶರಿಫ್, ಕ್ಯಾಂಪ್ ಬ್ಯಾಷನ್ ಮತ್ತು ಹೇರತ್ ನಂತಹ ಏರ್‌ಬೇಸುಗಳು ಆಫ್ಘಾನಿಸ್ತಾನದ ಪ್ರಮುಖ ಯುದ್ಧ ನಗರಿಗಳು. ಈ ಯುದ್ಧಕೇಂದ್ರ ನಗರಗಳ ಸುತ್ತ ಮಿಲಿಟರಿಯವರ ಜಾಲ ಇನ್ನೂ ಆಳ ಮತ್ತು ಅಗಲವಾಗಿ ಹಳ್ಳಿ–ಪಟ್ಟಣ, ಬೆಟ್ಟ–ಗುಡ್ಡ, ಮರುಭೂಮಿ–ಗೊಂಡಾರಣ್ಯ ಹೀಗೆ ಎಲ್ಲಾ ಕಡೆಗೂ ವ್ಯವಸ್ಥಿತವಾಗಿ ಹರಡಿಕೊಂಡಿತ್ತು. ಪ್ರತಿ ಪ್ರಮುಖ ಯುದ್ಧಕೇಂದ್ರ ಮಿಲಿಟರಿ ಕ್ಯಾಂಪುಗಳಿಗೆ ಹೊಂದಿಕೊಂಡಂತೆ ಹಲವಾರು ಉಪಕ್ಯಾಂಪುಗಳು. ಅತಿ ಅಪಾಯಕಾರಿ ಎಂದೂ, ಯೋಧರೂ ಸಹ ಅಲ್ಲಿಗೆ ಹೋಗಲು ಹಿಂದೇಟು ಹಾಕುತ್ತಾರೆ ಎಂದೂ ಕುಖ್ಯಾತಿ ಗಳಿಸಿದ್ದ ಪಾಕಿಸ್ತಾನದ ಗಡಿಗೆ ಹೊಂದಿಕೊಂಡ 'ಸ್ಪಿನ್ ಬೋಲ್ಡಾಕ್' ಪ್ರಾಂತ್ಯದ 'ಕ್ಯಾಂಪ್ ಡ್ವಯರ್' ನೆಡೆಗೆ ನಾವು ಹೋಗಬೇಕಿತ್ತು. ಜಲಾಲಾಬಾದ್, ನಂಗಹಾರ್ ಮತ್ತು ಸ್ಪಿನ್ ಬೋಲ್ಡಾಕ್ ಪ್ರಾಂತ್ಯಗಳು ಆಫ್ಘಾನಿಸ್ತಾನದಲ್ಲೇ ಅತಿ ಹೆಚ್ಚು ಸಾವು ನೋವು ಘಟಿಸುವ ಪ್ರದೇಶಗಳು. ಕಂದಹಾರ್ ಕ್ಯಾಂಪಿಗೆ ಕೆಲವೇ ಮೈಲುಗಳ ಸಮೀಪದಲ್ಲಿದ್ದ 'ಹೌಸ್–ಇ–ಮದದ್' ಎನ್ನುವ ಉಪ ಕ್ಯಾಂಪಿಗೆ ಹೋಗಿ ಕೆಲವರನ್ನು ಅಲ್ಲಿ ಇಳಿಸಿ ಅಲ್ಲಿಂದ 'ಕ್ಯಾಂಪ್ ಡ್ವಯರ್' ಕಡೆಗೆ ನಮ್ಮ ಪ್ರಯಾಣದ ರೂಪುರೇಷೆಗಳು ಸಿದ್ಧವಾದವು. ದಕ್ಷಿಣಕ್ಕಿದ್ದ ಕ್ಯಾಂಪ್ ಡ್ವಯರ್‌ಗೆ ಹೋಗಲು ಇವರು ಉತ್ತರಕ್ಕಿದ್ದ ಕಂದಹಾರ್ ಕಡೆ ಹೋಗಿ ಅದೇಕೆ ಸುತ್ತು ಬಳಸಿ ಬರುತ್ತಾರೋ? ಎಂದು 'ಅಮೀರ್

ಅರಿಫಿ' ಗೊಣಗುತ್ತಿದ್ದ. ನನಗೆ ಇದ್ಯಾವುದರ ಭೌಗೋಳಿಕ ಜ್ಞಾನವಿರಲಿಲ್ಲ. ಅಮೀರ್ ಅರಿಫಿ ಎನ್ನುವ ಆಲ್ಬೇನಿಯನ್ ಕ್ಯಾಂಪ್ ಮ್ಯಾನೇಜರ್ ನಮ್ಮ ನೇತೃತ್ವ ವಹಿಸಿದ್ದ ಆಗ. ಆತ ಮತ್ತು ನಾನೂ ಸೇರಿದಂತೆ ಒಟ್ಟು ಎಂಟು ಜನರು ಮಿಲಿಟರಿ ಕ್ಯಾರವಾನಿನಲ್ಲಿ ಹೊರಟೆವು. ನನ್ನನ್ನು ಅಲ್ಲಿಗೆ ಹೊರಡಿಸಲು ಆಂಟೋನಿಯೋ ಪಟ್ಟ ಪರಿಪಾಟಲು ಅಷ್ಟಿಷ್ಟಲ್ಲ. ನನ್ನನ್ನು ಹೆಣವಾಗಿಸಿಯೇ ಊರಿಗೆ ಕಳಿಸಬೇಕೆಂದು ತೀರ್ಮಾನಿಸಿದ್ದೀಯಾ ಎಂದು ನಾನು ವಾಗ್ವಾದಕ್ಕಿಳಿದಿದ್ದೆ. ನಾನು ಹೋಗಲೇಬೇಕೆಂದೂ, ಅದರ ಅನುಭವ ನನಗೆ ಆಗಬೇಕೆಂದೂ ನಮ್ಮ ದುಬೈ ಕಚೇರಿಯ ಮುಖ್ಯಸ್ಥ ತೀರ್ಮಾನಿಸಿಯಾಗಿತ್ತು. ಅಂದು ನಾನು ಹೊರಡದಿದ್ದಿದ್ದರೆ ಜೀವನದ ಅತಿ ವಿಶೇಷ ಅನುಭವದಿಂದ ವಂಚಿತನಾಗುತ್ತಿದ್ದೆ.

ಮಿಲಿಟರಿಯವರು ಸುಮಾರು 44 ಜನರಿದ್ದರು. ನಾವು ಹೊರಟಿರುವ ಉದ್ದೇಶವಿಷ್ಟೆ, ಕ್ಯಾಂಪ್ ಡ್ವಾಯರಿನ ಸಮೀಪ ಇನ್ನೊಂದು ಉಪ-ಕ್ಯಾಂಪಿನ ನಿರ್ಮಾಣ. ಹತ್ತಾರು ಯುದ್ಧಟ್ಯಾಂಕ್ ನಂತಹ ವಾಹನಗಳು ಮತ್ತು ಮಿಲಿಟರಿ ಟ್ರಕ್‌ಗಳು ಸಾಮಾನು ಸರಂಜಾಮುಗಳನ್ನು ಹೇರಿಕೊಂಡು ಹೊರಡಲು ಸಿದ್ಧವಾದವು. ನಮ್ಮನ್ನೆಲ್ಲ ಯುದ್ಧಟ್ಯಾಂಕಿನಂತಿದ್ದ ಗಾಡಿಗಳಲ್ಲಿ ತುರುಕಿದರು. ಒಳಗೆ ಅದೆಂತಹುದೋ ವಿಚಿತ್ರ ಘಾಟು. ಮೊದಮೊದಲು ಉಸಿರಾಡಲು ಕಷ್ಟವಾಯ್ತು. ಹೊರಗೆ ಇಣುಕಲು ಕಾಲು-ಚದುರ ಅಡಿಯಷ್ಟು ಕಿರಿದಾದ ಎರಡು ಪುಟ್ಟ ಗುಂಡು ನಿರೋಧಕ ಕಿಟಕಿಗಳು. ಒಳಗೆ ಸಾವಿರ ಜನರನ್ನು ಕೆಡವಬಹುದಾದಷ್ಟು ಅಧುನಿಕ ಶಸ್ತ್ರಗಳು. ನೀಳವಾದ ದೂರಗ್ರಾಹಿ ಯಂತ್ರಗಳು, ಒಂದಷ್ಟು ಆಹಾರ ಪೊಟ್ಟಣಗಳು, ನೀರಿನ ಬಾಟಲ್‌ಗಳು. ಬಂಕರುಗಳಲ್ಲಿ ಕುಳಿತಾಗಲೂ ಇಷ್ಟು ಕುಬ್ಜರಾದೆವೆಂದು ಅನಿಸಿರಲಿಲ್ಲ, ಕಿಷ್ಕಿಂಧೆಯಂತಹ ಜಾಗ. ಅಮೀರ್ ಅರಿಫಿ, ನಾನು ಮತ್ತು ಇನ್ನಿಬ್ಬರು ಮಿಲಿಟರಿಯವರೊಡನೆ ಒಂದು ವಾಹನದಲ್ಲಿ ಕುಳಿತೆವು. ಮಿಕ್ಕವರು ಅದೆಲ್ಲಿ ಹೇಗೆ ಜಾಗ ಮಾಡಿಕೊಂಡರೋ ಏನೋ ಗಮನಕ್ಕೆ ಬಾರಲಿಲ್ಲ. ವಿಚಾರಿಸೋಣವೆಂದರೆ ಆ ಮಿಲಿಟರಿಯವರೋ ಬಾಯಿ ಬಿಟ್ಟು ನಾಲ್ಕು ಮಾತನಾಡಲು ತಯಾರಿಲ್ಲ, ವಿಚಿತ್ರ ಶಿಸ್ತು ಮಾರಾಯ ಇವರದ್ದು ಎಂದು ಗೊಣಗಿ ಕೂತದ್ದಷ್ಟೇ.

ನಮ್ಮ ವಾಹನಗಳ ಸಾಲು ಕ್ಯಾಂಪಿನ ಚಕ್ರವ್ಯೂಹದಂತಿದ್ದ ಬಾಗಿಲುಗಳನ್ನು ನಿಧಾನವಾಗಿ ಭೇದಿಸಿ ಹೊರಬಂದಿತು. ಹೊರ ಹೊರಟ ಮಿಲಿಟರಿ ವಾಹನಕ್ಕೂ ಅದೆಂತಹ ತಪಾಸಣೆ? ಅರ್ಧ ತಾಸಿಗೂ ಹೆಚ್ಚಾಯ್ತು ಅನಿಸಿತ್ತು. ನಾನಂತೂ ಆ ಸಣ್ಣ ಕಿಟಕಿಯಲ್ಲಿ ಪಿಳಿಪಿಳಿ ಕಣ್ಣು ಬಿಟ್ಟು ಹೊರನೋಟವನ್ನು ಆಸ್ವಾದಿಸುತ್ತಿದ್ದೆ. ಇದೇ ಮೊದಲ ಬಾರಿಗೆ ಕಂದಹಾರ್ ಕ್ಯಾಂಪಿನ ಸುರಕ್ಷಿತ ವಲಯದಿಂದ ಬಹುದೂರ ಆಚೆಗೆ ಕಂದಹಾರ್ ಪಟ್ಟಣದ ಕಡೆ ಹೊರಟಿದ್ದೆ. ನಾವಿದ್ದ

ವಾಹನದ ಚಾವಣಿಯ ಸಣ್ಣ ಭಾಗವನ್ನು ಸರಿಸಿದ ಒಬ್ಬ ಮಿಲಿಟರಿಯವ ಸರಪಟಾಕಿಯಂತಿದ್ದ ಗುಂಡುಗಳ ಸರವನ್ನು ಮಶೀನ್ ಗನ್ನಿಗೆ ಪೇರಿಸಿ ಗಕ್ಕನೆ ಅರ್ಧ ಮೇಲೇರಿ ತಲೆಹೊರಹಾಕಿ ನಿಂತುಬಿಟ್ಟ! ರಸ್ತೆ ಉತ್ತಮವಾಗಿಯೇ ಇತ್ತು. ನಮ್ಮ ಮುಂದೆ ನಮ್ಮದೇ ರೀತಿಯ ವಾಹನಗಳು ಸಾಲಾಗಿ ನಿಧಾನವಾಗಿ ಚಲಿಸುತ್ತಿದ್ದವು. ಇಕ್ಕೆಲಗಳಲ್ಲಿ ದಿಗಂತದವರೆಗೂ ಬರಡು ನೆಲದಂತೆ ಕಂಡರೂ ಕಲ್ಲಂಗಡಿ ಬಳ್ಳಿಯ ಹಸಿರು ಹಾಸು ಅಲ್ಲಲ್ಲಿ. ದೂರದಲ್ಲೆಲ್ಲೋ ಕುರಿಗಳು, ಒಂಟೆಗಳು ಮೇಯುತ್ತಿದ್ದವು. ರಸ್ತೆಯಲ್ಲಿ ಟ್ರಕ್ಕುಗಳು, ಮೋಟಾರು ಬೈಕುಗಳು, ಜನರನ್ನು ತುಂಬಿಕೊಂಡ ಪಿಕ್‌ಅಪ್ ನಂತಹ ವಾಹನಗಳು ಮಿಲಿಟರಿ ಕ್ಯಾರವಾನ್ ಬರುವುದನ್ನು ಗಮನಿಸಿ ಆಂಬುಲೆನ್ಸ್ ಗಾಡಿಗೆ ಜಾಗ ಬಿಡುವವರಂತೆ ಪಕ್ಕಕ್ಕೆ ಸರಿದುಬಿಡುತ್ತಿದ್ದರು. ಇವರೆಲ್ಲಾ ಇಂತಹದಕ್ಕೆ ಸಾಕಷ್ಟು ಪಳಗಿದ್ದಾರೆ ಅನಿಸುತ್ತಿತ್ತು. ಅದು ಭಯಪೂರ್ವಕ ಶಿಸ್ತಿನ ಅಭಿವ್ಯಕ್ತಿಯೇನೋ ಎಂಬಂತಿತ್ತು. ಕೆಲ ಹೊತ್ತಿನ ನಂತರ ಇದಕ್ಕೆಲ್ಲ ಕಾರಣ ನನಗೆ ಸ್ಪಷ್ಟವಾಯ್ತು ಕೂಡ.

ಬೆಳಗ್ಗೆ ಹತ್ತು-ಹನ್ನೊಂದರ ಸಮಯವಿದ್ದಿರಬಹುದು. ಕಂದಹಾರ್ ಪಟ್ಟಣದ ತುಂಬಾ ಕಿಕ್ಕಿರಿದ ಜನ. ರಸ್ತೆಯ ಎರಡೂ ಬದಿಯಲ್ಲಿ ಸಂತೆ ನಡೆಯುತ್ತಿದೆಯೇನೋ ಎಂಬ ನೋಟ. ನೋಟ-ವಿನ್ಯಾಸದಲ್ಲಿ ಕಾಬೂಲ್ ನಗರಕ್ಕಿಂತ ಕೊಂಚ ವಿಭಿನ್ನ ಷಹರವಾದರೂ ಬೇರೆಯ ವ್ಯತ್ಯಾಸವೇನೂ ಇರಲಿಲ್ಲ. ಜನರೂ ಕೂಡ ಅಲ್ಲಿಯ ಹಾಗೆಯೇ. ಕಾಬೂಲಿನಲ್ಲಿ ನೋಡಿದಂತಹುದೇ ರೊಟ್ಟಿ, ತರಕಾರಿ, ಹಣ್ಣು, ಮಾಂಸದಂಗಡಿಗಳ ಸಾಲು. ಬಿಸಿಲು ಮತ್ತು ಧೂಳಿನ ಪರಕಾಷ್ಠೆ. ಕ್ಯಾರವಾನಿನತ್ತ ಬೆರಗುಗಣ್ಣಿಂದ ನೋಡುತ್ತಿದ್ದ ಮುಗ್ಧ ಜನಗಳು. ಪ್ರತಿನಿತ್ಯದ ಗೋಳಿದು ಎಂದೋ, ನಮಗೂ ಅದಕ್ಕೂ ಸಂಬಂಧವೇ ಇಲ್ಲವೇನೋ ಎಂಬಂತಿದ್ದ ಜನಗಳೂ ಕಮ್ಮಿಯಿರಲಿಲ್ಲ ಅಲ್ಲಿ. ರಸ್ತೆಯ ಮೇಲಿದ್ದ ಎಲ್ಲರೂ ಗಾಬರಿಗೊಂಡವರಂತೆ ಪಕ್ಕಕ್ಕೆ ಸರಿದುಬಿಡುತ್ತಿದ್ದರು. ಕಂದಹಾರ್ ನಗರದ ಹೊರವಲಯಕ್ಕೆ ಬಂದಿದ್ದೆವು. ರಸ್ತೆಯ ಮುಂದೆ ಅದೇನೋ ಢಾಂ ಎನ್ನುವ ಶಬ್ದ ದಿಢೀರನೆ ಬಂದು ಬೆಂಕಿಯ ಉರಿ ಒಮ್ಮೆಗೆ ಒಂದಷ್ಟು ಜಾಗದಲ್ಲಿ ಆವರಿಸಿಕೊಂಡಿತು. ಇದ್ದಕ್ಕಿದ್ದ ಹಾಗೆ ಗುಂಡಿನ ಮೊರೆತ ಶುರುವಾಯ್ತು. ವಾಕೀ-ಟಾಕಿಯಂತಿದ್ದ ರೇಡಿಯೋ ಸಾಧನದಲ್ಲಿ ಅದೇನೇನೋ ಶಬ್ದವಾಗಿ ಗೊಂದಲದ ಗೂಡಾಗಿತ್ತು. ನಮ್ಮ ವಾಹನದಲ್ಲಿದ್ದ ಸೈನಿಕನೂ ಅದೆಲ್ಲಿಗೋ ಗುರಿಯಿಟ್ಟು ಗುಂಡಿನ ಸುರಿಮಳೆಗೈಯುತ್ತಿದ್ದ. ಒಮ್ಮೆಲೇ ಗುಂಡಿನ ಜೋರು ಮೊರೆತ. ನನಗಂತೂ ಕಿವಿ ಕಿತ್ತು ಹೋಯ್ತೆನೋ ಅನ್ನುವಷ್ಟು ಭೀಕರ ಶಬ್ದ. ಇಷ್ಟು ಹತ್ತಿರದಿಂದ ಗುಂಡಿನ ಮೊರೆತ ಎಂದೂ ಕೇಳಿರಲಿಲ್ಲ. ಏನೋ ಅಚಾತುರ್ಯವಾಗ್ತಿದೆ ಎಂದು ಎದೆ ಬಡಿತ ಎರಡಷ್ಟಾಗಿತ್ತು. ನನ್ನ

ಪುಕ್ಕಲುತನವನ್ನ ಮೊಂಡುಧೈರ್ಯಕ್ಕೆ ತಿರುಗಿಸುವ ವಿಫಲ ಯತ್ನ ಮಾಡುತ್ತಿದ್ದೆ. ಅಪಾಯ ಅದೇನು ಎಂದು ಗೊತ್ತಾದಾಗ ಮೊಂಡು ಧೈರ್ಯದ ವಿವೇಚನೆ. ಆದರೆ ಹೊರಗೆ ಆದೇನಾಗುತ್ತಿದೆಯೋ ಒಂದೂ ಸುಳಿವಿಲ್ಲ. ಒಬ್ಬ ಬಂಡಿಯನ್ನು ಓಡಿಸುತ್ತಿದ್ದ ಮತ್ತೊಬ್ಬ ಮದ್ದುಗುಂಡಿನ ಯಂತ್ರವನ್ನು! ನಾನು ಮತ್ತು ಅಮೀರ್ ಅರಿಫಿ ನಮ್ಮ ಸೋತ ಮುಖಗಳನ್ನು ನೋಡಿಕೊಂಡು ಬೆಪ್ಪರಂತೆ ಕೂತಿದ್ದೆವು. ಹೆದರಿಕೆಯಿಂದ ನಾನು ಬೆವರಿನ ತೊಪ್ಪೆಯಾಗಿದ್ದೆ!

ಇದೆಲ್ಲಾ ಮುಗಿದು ತಣ್ಣಗಾಗಲು ಸುಮಾರು ಇಪ್ಪತ್ತು ನಿಮಿಷಗಳು ಬೇಕಾದವು. ಎಲ್ಲರಿಗಿಂತ ಮುಂದಿದ್ದ ವಾಹನ ದೂರ ದೂರಕ್ಕೆ ಬೆಂಕಿಯನ್ನುಗುಳುತ್ತಾ ಹೊರಟಿತ್ತು. ಎಲ್ಲವೂ ನಿಶಬ್ಧವಾಗಿರಲಿಲ್ಲ! ಸಣ್ಣ ಸಣ್ಣ ಊರು ಸಮೀಪಿಸಿದಾಗಲೆಲ್ಲಾ ಆಗಾಗ ಸಣ್ಣ ಸುತ್ತಿನ ಗುಂಡಿನ ಮೊರೆತ ಚಾಲ್ತಿಯಲ್ಲಿತ್ತು. ವಾಹನ ಚಲಾಯಿಸುತ್ತಿದ್ದ ಸೈನಿಕನನ್ನು ಅಮೀರ್ ಇಷ್ಟವಿಲ್ಲದಿದ್ದರೂ ಮಾತಿಗೆಳೆದ. 'ಏನು ನಡೆದದ್ದು? ನಮಗೆ ತುಂಬಾ ಗಾಬರಿಯಾಗಿದೆ' ಎಂದ. 'ಇದೆಲ್ಲಾ ಮಾಮೂಲಿ, ನೀವು ಇದೇ ಮೊದಲ ಬಾರಿಗೆ ಕ್ಯಾರವಾನಿನಲ್ಲಿ ಹೊರಟಿರುವುದೋ' ಎಂದು ಕೇಳಿದ ಸೈನಿಕ. ಅಮೀರ್ ಹೌದೆಂದು ಹೂಂಗುಟ್ಟಿದ. 'ಆದದ್ದು ಏನು?' ಮತ್ತೆ ಅಮೀರ್ ಕುತೂಹಲ ಪ್ರಶ್ನೆ. ಗಂಭೀರವಾಗಿಯೇ ಮಾತು ಶುರುಮಾಡಿದ ಆ ಸೈನಿಕ 'ಯಾವುದೋ ಎಳಸು ಹುಡುಗ ನಮ್ಮ ಕಡೆ ಪೆಟ್ರೋಲ್ ಬಾಂಬ್ ಎಸೆದ. ಹಾಗಾಗಿ ಇಷ್ಟೆಲ್ಲಾ! ಅವ ಸರಿಯಾಗಿ ಗುರಿ ಬೀಸಲಿಲ್ಲ. ಗುರಿ ತಲುಪಿದ್ದರೂ ನಮಗೆ ಏನೂ ಆಗುತ್ತಿರಲಿಲ್ಲ. ಭಯ ಪಡುವಂತಹುದ್ದು ಏನೂ ಇಲ್ಲ, ಇದೆಲ್ಲ ನಮಗೆ ದಿನನಿತ್ಯದ ಅನುಭವ'. ಇಷ್ಟೇ ಹೇಳಿದ್ದು.

ತಾಲಿಬಾನಿಗಳು ಈ ಹುಡುಗರನ್ನು ಮುಂದೆ ಬಿಟ್ಟು ಮಿಲಿಟರಿ ಪಡೆಯನ್ನು ಗೊಂದಲಗೊಳಿಸಿ ಆಕ್ರಮಣ ಮಾಡುವುದು ಅವರ ಗೆರಿಲ್ಲಾ ಯುದ್ಧ ನೀತಿಗಳಲ್ಲಿ ಒಂದು. ಪೆಟ್ರೋಲ್ ಬಾಂಬುಗಳನ್ನೋ, ಗ್ರೇನೆಡ್‌ಗಳನ್ನೋ ಇಲ್ಲ ಅಂದರೆ ಕಲ್ಲುಗಳನ್ನೋ ತೂರಿ ಇವರ ಸೇನಾ ವಾಹನ ಸಾಲನ್ನು ಧೃತಿಗೆಡಿಸಲು ಪ್ರಯತ್ನಿಸುವುದು ಸಾಮಾನ್ಯವಂತೆ. ಅಂದು ಪೆಟ್ರೋಲ್ ಬಾಂಬ್ ಎಸೆದು ಓಡಿ ಹೋದ ಸಣ್ಣ ಹುಡುಗರ ಹಿಂದೆ ಮರೆಯಲ್ಲಿ ಅವಿತು ಕುಳಿತ ದೊಡ್ಡ ಉಗ್ರಗಾಮಿ ಪಡೆಯೇ ಇತ್ತಂತೆ. ಭಾರೀ ಗುಂಡಿನ ಚಕಮಕಿಯಲ್ಲಿ ಆ ಕಡೆ ಹಲವು ಹೆಣಗಳು ಉರುಳಿ, ಇನ್ನುಳಿದವರು ಓಡಿಹೋದ ಮೇಲೆ ಇವರು ಮುಂದೆ ಹೋದರಂತೆ. ಮಿಲಿಟರಿಯವರ ಕಡೆ ಏನೊಂದೂ ಸಾವು–ನೋವು ಆಗಲಿಲ್ಲ ಎಂದು ಗೊತ್ತಾಯ್ತು. ಇವೆಲ್ಲ ಸಂಘರ್ಷಗಳ ವಿವರಣೆಯನ್ನು ಮಿಲಿಟರಿಯವರು ಕೊಡುವುದಿಲ್ಲ. ನಮ್ಮ ಹಾಗೆ ಬೇರೆ ವಾಹನಗಳಲ್ಲಿ ಕುಳಿತಿದ್ದ ನಮ್ಮ ಹುಡುಗರು ತಾವು ಕಿಟಕಿಯಲ್ಲಿ ಇಣುಕಿ ನೋಡಿದ ವಿವರಗಳನ್ನು

ಹೇಳುತ್ತಿದ್ದರು. ನಾವು ಇದ್ದ ಜಾಗದಿಂದ ಇಷ್ಟೆಲ್ಲ ನಡೆದಿರುವುದು ಕಾಣಲಿಲ್ಲ. ನನಗಂತೂ ಇದನ್ನೆಲ್ಲ ಕೇಳಿ ಎದೆ ಧಸಕ್ಕನೆ ಬಿದ್ದ ಹಾಗಾಯ್ತು! ಆ ಕ್ಷಣದಲ್ಲಿ ಎಲ್ಲ ದೇವರೂ ಒಮ್ಮೆ ಕಣ್ಮುಂದೆ ಬಂದು ಹೋಗಿದ್ದರು! ನೆನೆಸಿಕೊಂಡರೆ ಇಂದಿಗೂ ಎದೆ ಬಡಿದುಕೊಳ್ಳುವಂತಹ ಅನುಭವ ಅದು. ನಾವು ಹೋದ ನಂತರ ಆ ಜಾಗಕ್ಕೆ ಮತ್ತೊಂದು ಕೂಂಬಿಂಗ್ ತಂಡ ಬಂದಿತ್ತು ಎಂದು ತಡವಾಗಿ ಗೊತ್ತಾದದ್ದು.

'ಹೌಸ್-ಇ-ಮದದ್' ದಾಟಿ ಕ್ಯಾಂಪ್ ಡ್ವಾಯರನ್ನು ತಲುಪುವ ಹೊತ್ತಿಗೆ ಸಂಜೆ 4 ಅನಿಸುತ್ತೆ. ಆ ರಾತ್ರಿ ಅಲ್ಲಿ ತಂಗಿದ ನಂತರ ಬೆಳಗ್ಗೆ ಎದ್ದು ಅಲ್ಲಿಂದ ಹತ್ತು ಮೈಲುಗಳು ದಾಟಿ ಒಂದು ನಿರ್ಜನ ಪ್ರದೇಶದಲ್ಲಿ ಹೊಸ ಉಪಕ್ಯಾಂಪ್ ನಿರ್ಮಿಸುವ ಕೆಲಸ ನಮ್ಮದು. ಕೇವಲ 4 ದಿನಗಳಲ್ಲಿ ಮುಗಿಸುವ ತೀವ್ರತರವಾದ ಜವಾಬ್ದಾರಿ. ಆ ರಾತ್ರಿ ನಮ್ಮೆಲ್ಲ 8 ಜನಕ್ಕೂ ಮಿಲಿಟರಿ ಟೆಂಟಿನಲ್ಲಿ ವಾಸ. ಸುರೇಶ್ ಎನ್ನುವ ಅತ್ಯಂತ ನುರಿತ ಎಲೆಕ್ಟ್ರಿಷಿಯನ್ ರಾಜಸ್ಥಾನದವ. ಈಗಾಗಲೇ 6-7 ವರ್ಷಗಳ ಸುದೀರ್ಘ ಅನುಭವ ಇರಾಕ್ ಮತ್ತು ಇಲ್ಲಿನ ರಣಭೂಮಿಗಳಲ್ಲಿ. ಒಂದು ಕ್ಯಾಂಪಿನಿಂದ ಇನ್ನೊಂದು ಕ್ಯಾಂಪಿಗೆ ಹಲವಾರು ಬಾರಿ ಈ ರೀತಿ ಓಡಾಡಿದ ಅನುಭವವಿದೆ. ಕೆಲವು ಬಾರಿ ಮಿಲಿಟರಿ ಚಾಪರ್‌ನಲ್ಲಿ ಓಡಾಡಿದ್ದನ್ನು ಹೇಳಿದ್ದಾನೆ. ಆ ದಿನ ನಡೆದ ಪುಟ್ಟ ಯುದ್ಧದ ಘಟನೆಯನ್ನು ಎಲ್ಲರ ಬಾಯಲ್ಲಿ ಅವರವರಿಗೆ ಇಣುಕಿದಷ್ಟನ್ನೂ ಕೇಳಿ ಹೀಗೆಯೇ ಆಗಿದೆ ಎಂದು ಕರಾರುವಾಕ್ಕಾಗಿ ವಿವರಿಸಿದ್ದೂ ಈತನೇ. ಹೀಗೆ ಹೆಲಿಕಾಪ್ಟರುಗಳಲ್ಲಿ ಓಡಾಡುವಾಗ ಬಾಗಿಲಿಗೆ ಆತುಕೊಂಡು ದುರ್ಬೀನಿನಲ್ಲಿ ಕೆಳಗೆ ನೋಡುತ್ತ ನಿಲ್ಲುವ ಮಿಲಿಟರಿಯವರು ಕಾರಣವಿಲ್ಲದೆ ಕೆಳಗೆ ಕಾಣುವ ಊರಿನೆಡೆಗೋ ಅಥವಾ ಜನ ಹೆಚ್ಚು ಸೇರಿದ್ದ ಜಾಗದೆಡೆಗೋ ಗುರಿಯಿಟ್ಟು ಗುಂಡಿನ ಮೊರೆತವನ್ನು ಮಾಡುತ್ತಾರೆ, ಕೆಟ್ಟ ಮಾತುಗಳಲ್ಲಿ ಬೈಯುತ್ತಾರೆ ಎಂದು ಹೇಳಿದ್ದು ನನಗೆ ವಿಪರೀತ ನೋವನ್ನೂ ಗೊಂದಲವನ್ನೂ ಉಂಟುಮಾಡಿತ್ತು. ಅದೆಂತಹ ಚೇಷ್ಟೆ ಇದು ಎನಿಸಿತ್ತು. ಒಂದು ವೇಳೆ ಗುಂಡು ತಗುಲಿ ಅಮಾಯಕರು ಸತ್ತರೆ? ನೂರಾರು ದಿನಗಳು ಮನೆಯ ಸೌಖ್ಯದಿಂದ ಹೊರ ಇದ್ದು ಇಷ್ಟೊಂದು ಅಪಾಯವನ್ನು ಎದುರಿಸುತ್ತಿರುವ ಇವರ ಮನಸ್ಥಿತಿ ಹೀಗಾಗಿದೆಯೇ? ಅಥವಾ ಅದು ಅವರ ಯುದ್ಧ ನೀತಿಯ ಭಾಗವೇ? ಯುದ್ಧಭೂಮಿಯ ಕರಾಳ ಸತ್ಯಗಳು ಇನ್ನೂ ನೂರಾರಿವೆಯೇನೋ? ನನಗೆ ಕೊನೆಯಿಲ್ಲದ ಪ್ರಶ್ನೆಗಳು ಮನದಲ್ಲಿ.

ರಾತ್ರಿ ಸರಿಯಾಗಿ ನಿದ್ದೆ ಹತ್ತಲಿಲ್ಲ. ಏನೇನೋ ತಾತ್ವಿಕ ಯೋಚನೆಗಳು ಮನಸ್ಸಿನಲ್ಲಿ ಹಾಯ್ದು ಹೋಗುತ್ತಿದ್ದವು. ಮಧ್ಯರಾತ್ರಿ 'ರಾಕೆಟ್ ಅಟ್ಯಾಕ್' ಎಂದು ಸ್ಪೀಕರ್ ಕಿರುಚಿ ಇನ್ನಷ್ಟು ಗಾಬರಿ ಮಾಡಿಟ್ಟಿತ್ತು. ಬಂಕರ್‌ನೆಡೆಗೆ ಓಡುವುದೇ

ಆಯ್ತು ರಾತ್ರಿಪೂರ. ಬೆಳಗ್ಗೆ ಆದರೆ ಸಾಕು ಎಂದುಕೊಂಡೆ. ಬೆಳಗ್ಗೆ ಬೇಗ ತಿಂಡಿ ತಿಂದು ಹೊರಟು ನಿಂತೆವು. ಈಗ ನಮ್ಮ ಸಂಖ್ಯೆ ಸ್ವಲ್ಪ ಕರಗಿತ್ತು. ಕೆಲವರು 'ಹೌಸ್-ಇ-ಮದದ್' ಕ್ಯಾಂಪಿನಲ್ಲಿ ಉಳಿದರೆ ಮತ್ತೊಂದಷ್ಟು ಜನ ಕ್ಯಾಂಪ್ ಡ್ವಾಯರಿನಲ್ಲಿ ಉಳಿದುಕೊಂಡರು. ಈಗ ನಾವು 8 ಜನ ಮತ್ತು ಮಿಲಿಟರಿಯ 28 ಜನರು. ನಮ್ಮ ಕ್ಯಾರವಾನ್ ಹೊರಟಿತು. ಸ್ಪಿನ್ ಬೋಲ್ಡಾಕ್ ಪ್ರಾಂತ್ಯ ಅತ್ಯಂತ ಅಪಾಯಕಾರಿ ಎಂದು ಗೊತ್ತಿದ್ದರಿಂದಲೇ ಅತೀವ ಭಯ ಮನದಲ್ಲಿ. ಯಾವಾಗ ಹೇಗೆ ದಾಳಿಯಾಗಬಹುದೋ ಎಂಬ ಭಯ ತೀವ್ರ ಕಾಡತೊಡಗಿತು. ನಾವು ಹೊರಟಿರುವುದು ಯಾವುದೇ ಮಿಲಿಟರಿ ಸುರಕ್ಷಾ ವ್ಯವಸ್ಥೆಯಿರದ ತೆರೆದ ಬಯಲು ಪ್ರದೇಶ. ಅದೂ ಕೂಡ ಸುತ್ತ ಬೆಟ್ಟ ಗುಡ್ಡಗಳಿಂದ ಆವೃತ ಜಾಗ. ಯಾವ ಬೆಟ್ಟದ ಕಡೆಯಿಂದ ರಾಕೆಟ್ ನುಗ್ಗಿ ಬರುವುದೋ, ಯಾವ ಭಾಗದಿಂದ ನೂರಾರು ಉಗ್ರರು ನುಗ್ಗಿ ಬಂದಾರೋ ಎಂಬ ಭಯ.

ಕೇವಲ 30–40ನಿಮಿಷಗಳ ಪ್ರಯಾಣ ಅಷ್ಟೇ. ರಸ್ತೆ ಕಡಿದಾಗಿತ್ತು ಮತ್ತು ಕೆಟ್ಟದಾಗಿತ್ತು. ಬರೀ ಧೂಳು. ಮೊದಲು ಶಸ್ತ್ರ-ಸಜ್ಜಿತ ಮಿಲಿಟರಿಯವರು ಕೆಳಗೆ ಇಳಿದು ಸುತ್ತಮುತ್ತ ಓಡಾಡುತ್ತಿದ್ದುದು ಒಳಗಿಂದಲೇ ನೋಡುತ್ತಿದ್ದೆವು. ಸುಮಾರು ಹೊತ್ತಿನ ನಂತರ ನಮ್ಮನ್ನು ಕೆಳಗಿಳಿಯಲು ಸೂಚಿಸಿದರು. ಮೊದಲು ಹತ್ತು ನಿಮಿಷಗಳು ನಮಗೆ ಸೂಚನೆಗಳನ್ನು ಹೇಳಿಕೊಡಲು ಆಯ್ತು. ನಾವು ಅಲ್ಲಿ ಯಾವ ಸಂದರ್ಭಗಳಲ್ಲಿ ಹೇಗೆ ನಡೆದುಕೊಳ್ಳಬೇಕೆಂಬ ವಿಶದವಾದ ವಿವರಣೆಗಳು ಮತ್ತು ನಮಗೆ ಯಾವುದೇ ಅಪಾಯವಾಗದಂತೆ ನಮ್ಮನ್ನು ನೋಡಿಕೊಳ್ಳುವರೆಂಬ ಅಭಯ. ಇಲ್ಲಿ ಕೆಲಸ ಮುಗಿಸಿ ಆದಷ್ಟು ಬೇಗ ಹೊರಡಬೇಕು, ನಿಗದಿಗಿಂತ ಇನ್ನೂ ಬೇಗ ಮುಗಿದರೆ ಒಳ್ಳೆಯದೇ ಎಂದೆಲ್ಲಾ ನಮ್ಮನ್ನು ನಾವು ಹುರಿದುಂಬಿಸಿಕೊಂಡೆವು. ಅವರೆಲ್ಲ ನಮ್ಮ ಸುತ್ತ ಪಹರೆಗೆ ನಿಂತರು. ಕೆಲಸ ಶುರುವಾಯ್ತು. ನಾನು, ಅಮೀರ್ ಮತ್ತು ಆ ಮಿಲಿಟರಿ ಪಡೆಯ ಮುಖ್ಯಸ್ಥ 'ಸಾರ್ಜಂಟ್ ಜೆಫ್' ಯೋಜಿಸಿದಂತೆ ಮೊದಲ ದಿನ ಅಗತ್ಯವಿರುವ ಟೆಂಟುಗಳನ್ನು ಜೋಡಿಸಿ ನಿಲ್ಲಿಸಿ ವಿದ್ಯುತ್ ಮತ್ತು ನೀರಿನ ಸಂಪರ್ಕ ವ್ಯವಸ್ಥೆ ಕಲ್ಪಿಸುವುದು. ಎರಡನೇ ದಿನ ಅಡುಗೆ ಮಾಡುವ ಮಾಡ್ಯುಲರ್ ಕ್ಯಾಬಿನ್, ಲಾಂಡ್ರಿ ಕ್ಯಾಬಿನ್ ಮತ್ತು ಇತರೆ ಅಗತ್ಯ ವ್ಯವಸ್ಥೆ. ಮೂರನೇ ದಿನ ಕ್ಯಾಂಪಿನ ಸುತ್ತ ತಂತಿ ಸುರುಳಿ ಬೇಲಿಯನ್ನು ಹಾಕುವುದು. ಅಷ್ಟರಲ್ಲಿಯೇ ಪಕ್ಕದ ಕ್ಯಾಂಪ್ ಡ್ವಾಯರಿನಿಂದ ಕಾಂಕ್ರೀಟ್ ಟಿ-ವಾಲ್‌ಗಳು ಬಂದಿರುತ್ತೆ. ಅವನ್ನು ಅಂದೇ ಸುತ್ತ ಜೋಡಿಸುವುದು ಎಂದು. ಅಂದುಕೊಂಡ ಹಾಗೆ ಮೊದಲ ದಿನದ ಕೆಲಸ ಮುಗಿಯಿತು, ಟೆಂಟ್ ವ್ಯವಸ್ಥೆಯಾಯ್ತು. ಒಂದು ಪುಟ್ಟ ಮಾಡ್ಯುಲರ್ ಜೆನರೇಟರ್ ಮತ್ತು ನೀರಿನ ಟ್ಯಾಂಕುಗಳನ್ನು

ಕ್ಯಾರವಾನಿನಲ್ಲಿ ಈಗಾಗಲೇ ತಂದಿದ್ದೆವು. ಹಲವಾರು ತಿಂಗಳಿಗೆ ಸಾಕಾಗುವಷ್ಟು ಟ್ರಕ್ಕುಗಟ್ಟಲೆ ಕುಡಿಯುವ ನೀರಿನ ಬಾಟಲುಗಳು. ಬಳಸುವ ನೀರನ್ನು ಹತ್ತಿರದ ಕ್ಯಾಂಪ್ ಡ್ವಾಯರಿನಿಂದ ಟ್ಯಾಂಕರಿನಲ್ಲಿ ಪ್ರತಿನಿತ್ಯ ತಂದು ಟ್ಯಾಂಕುಗಳಿಗೆ ತುಂಬಿ ಹೋಗುತ್ತಿದ್ದರು. ಸ್ನಾನಕ್ಕೆ ಮತ್ತು ಮುಖ ತೊಳೆಯಲು ಬಳಸಿದ ನೀರು ಅಲ್ಲಿಯೇ ತೆಗೆದ ಇಂಗುಗುಂಡಿಗೆ ಹೋಗುತ್ತಿತ್ತು. ಕಕ್ಕಸ್ಸು ಕ್ಯಾಬಿನ್ನುಗಳಿಂದ ಶೇಖರವಾದ ಗಲೀಜನ್ನು ತೆಗೆಯಲು ದಿನಾಲೂ ಸಿವೇಜ್ ಟ್ರಕ್ಕುಗಳು ಬರುತ್ತಿದ್ದವು. ಒಂದು ಕ್ಯಾಂಪಿನಿಂದ ಇನ್ನೊಂದು ಕ್ಯಾಂಪಿಗೆ ಬರುವ ಆಹಾರ, ನೀರು ಮತ್ತು ಸಿವೇಜ್ ಟ್ರಕ್ಕುಗಳನ್ನು ರಸ್ತೆ ಮಧ್ಯದಲ್ಲಿ ಉಗ್ರರು ಉಡಾಯಿಸಿಬಿಡುತ್ತಿದ್ದರು ಇಲ್ಲವೇ ಟ್ರಕ್ ಸಮೇತ ಅಪಹರಿಸಿಬಿಡುತ್ತಿದ್ದರು. ಹಾಗಾಗಿ ಮಿಲಿಟರಿ ಎಸ್ಕಾರ್ಟ್ ಜೊತೆಯಲ್ಲೇ ಸರಬರಾಜಿನ ಸಾಗಣೆ ಮಾಡುತ್ತಿದ್ದರು.

ಅಂದು ರಾತ್ರಿ ತೀವ್ರ ಚಳಿಯಿತ್ತು. ಯುದ್ಧಟ್ಯಾಂಕ್ ವಾಹನಗಳನ್ನು ಟೆಂಟುಗಳ ಸುತ್ತ ವೃತ್ತಾಕಾರವಾಗಿ ನಿಲ್ಲಿಸಿ ಸುರಕ್ಷಾ ಕವಚವನ್ನು ನಿರ್ಮಿಸಿದ ರೀತಿ ನನಗೆ ತುಂಬಾ ಇಷ್ಟವಾಯ್ತು. ತಂದಿದ್ದ ಆಹಾರ ಪೊಟ್ಟಣಗಳನ್ನು ಬಿಚ್ಚಿ ತಿಂದೆವು. ಕೆಲವು ಪ್ರೊಟೀನ್ ಬಾರ್‌ಗಳನ್ನು ತಿಂದು ಅದೆಂತಹುದೋ ಸೂಪಿನ ಪೌಡರನ್ನು ನೀರಿಗೆ ಬೆರೆಸಿ ಕುಡಿದೆವು. ಮೊದಲ ಬಾರಿಗೆ ಆ ತರಹದ ಊಟ, ವಿಚಿತ್ರ ಅನಿಸಿತ್ತು. ಕೆಲವರು ಟೆಂಟಿನೊಳಗೆ, ಕೆಲವರು ವಾಹನದೊಳಗೆ ಮಲಗಿದರು. ಪಾಳಿಯಂತೆ ಕೆಲವರು ರಾತ್ರಿಯೆಲ್ಲ ಪಹರೆ ಕಾಯ್ದರು. ನಿಜವಾಗಿಯೂ ನಾವು ಅತಿ ಅಪಾಯದ ಜಾಗದಲ್ಲಿದ್ದೆವು. ನಮ್ಮ ದುರಾದೃಷ್ಟಕ್ಕೆ ಉಗ್ರರಿಗೆ ಈ ವಿಷಯ ತಿಳಿದಿದ್ದರೆ ನಮ್ಮ ಮೇಲೆ ದಾಳಿ ಖಂಡಿತ ಎಂದು ಮಾತಾಡಿಕೊಂಡೆವು. ಸರ್ವಸಜ್ಜಿತ ಮಿಲಿಟರಿ ಕ್ಯಾಂಪಿನೊಳಗೆ ಕೆಲಸ ಮಾಡುವುದು ಹೆಚ್ಚುಗಾರಿಕೆಯೇನಲ್ಲ. ಇಂತಹ ಹೊಸ ಕ್ಯಾಂಪ್ ನಿರ್ಮಾಣ ಅತಿ ಅಪಾಯಕಾರಿ ಹಾಗೂ ಚಾಲೆಂಜ್‌ನಿಂದ ಕೂಡಿದ್ದು. ಹೆಚ್ಚು ದಾಳಿಗಳು ಇಂತಹ ಸಂದರ್ಭದಲ್ಲೇ ಆಗುವುದು ಎಂದು ನಂತರ ನನಗೆ ಹಲವರು ಹೇಳಿದರು. ಕೆಲವರು ತುಂಬಾ ಹೆದರಿದ್ದರು. ಆ ರಾತ್ರಿ ಕೂಡ ನಿದ್ದೆ ಹತ್ತಲಿಲ್ಲ.

ಬೆಳಗ್ಗೆಯಾಗಿತ್ತು. ಇನ್ನೂ ಬದುಕಿದ್ದೀವಿ ಎಂದು ವಿಚಿತ್ರ ಖುಷಿಯಿಂದ ನಾವೆಲ್ಲ ಪರಸ್ಪರ ನಕ್ಕು ಶುಭಾಶಯ ವಿನಿಮಯ ಮಾಡಿಕೊಂಡೆವು. ಇನ್ನೆರಡು ದಿನ ಅಷ್ಟೇ, ವಾಪಸ್ ಹೊರಡೋಣ ಎಂದೆಲ್ಲಾ ಮಾತಾಡಿದೆವು. ಪಕ್ಕದ ಕ್ಯಾಂಪ್ ಡ್ವಾಯರಿನಿಂದ ಆಹಾರ ಸಾಮಗ್ರಿಯಿದ್ದ ಒಂದು ಸಣ್ಣ ಕಂಟೈನರ್ ಬಂದಿತ್ತು. ನಮ್ಮಲ್ಲಿದ್ದ ಒಬ್ಬ ಅಡುಗೆಯವ ಅಂದು ಅಡುಗೆ ಮಾಡಿದ. ದೇವರಿಗೆ ಕೃತಜ್ಞತೆ ಸಲ್ಲಿಸುತ್ತಾ ಹರಟುತ್ತಾ ಬಿಸಿ ಊಟವನ್ನು ಸವಿದೆವು. ಇನ್ನೊಂದು ರಾತ್ರಿ ಕೂಡ ಹೀಗೆಯೇ ಕಳೆಯಿತು. ಅಂದು ಗಡದ್ದಾಗಿ ನಿದ್ದೆ ಹೋದೆವು. ಕೊನೆಯ ದಿನವೂ ಎಲ್ಲ ಅಂದುಕೊಂಡಂತೆ ಆಯ್ತು. ಬಹು ಶಿಸ್ತಿನ ಪೂರ್ವ

ಸಿದ್ಧತೆಯ ಹಾಗೂ ಅಚ್ಚುಕಟ್ಟಾದ ವ್ಯವಸ್ಥೆ ಆದ್ದರಿಂದ ಏನೊಂದೂ ಸಮಸ್ಯೆ ಆಗಲಿಲ್ಲ. ಮೂರನೇ ರಾತ್ರಿಯೂ ಹೀಗೇ ಕಳೆಯಿತು. ನಾಲ್ಕನೆಯ ದಿನ ಮಧ್ಯಾಹ್ನ ನಮ್ಮನ್ನು ಕ್ಯಾಂಪ್ ಡ್ವಾಯರಿಗೆ ತಂದು ಇಳಿಸಿದರು. ಅಡುಗೆಯವ ಸೇರಿ ಒಂದಿಬ್ಬರು ಅಲ್ಲೇ ಉಳಿದರು. ಕ್ಯಾಂಪ್ ಡ್ವಾಯರ್ ಏರ್‌ಸ್ಟ್ರಿಪ್ ಹೊಂದಿರುವ ಸುಸಜ್ಜಿತ ಮಿಲಿಟರಿ ಕ್ಯಾಂಪ್. ಯೂಎಸ್ ಮರೀನ್ಸ್ ಪಡೆ ಆ ಕ್ಯಾಂಪನ್ನು ನಿರ್ವಹಿಸುತ್ತಿತ್ತು. ಅಮೆರಿಕೆಯ ಸೇನೆಯಲ್ಲೇ ಅತಿ ಸಮರ್ಥ ಪಡೆಯೆಂಬ ಹೆಗ್ಗಳಿಕೆ ಅವರದ್ದು. ಈ ಶಿಸ್ತಿನ ಸಿಪಾಯಿಗಳೇ ಪ್ರಧಾನವಾಗಿ ಇದ್ದ ಇನ್ನೊಂದು ಕ್ಯಾಂಪ್ 'ಲೆದರ್ನೆಕ್' ಬಗ್ಗೆ ಮುಂದೆ ಸಾಕಷ್ಟು ಅತಿ ವಿಶೇಷವಾದ ವಿಷಯಗಳನ್ನು ತಿಳಿಸುವುದಿದೆ. ಅಲ್ಲಿಂದ ನಾವು ಕಂದಹಾರ್ ಕ್ಯಾಂಪ್ ಕಡೆಗೆ ಮಿಲಿಟರಿ ವಿಮಾನದಲ್ಲಿ ವಾಪಸಾದೆವು. ಕಂದಹಾರಿನಿಂದ ಯಾಕೆ ನಮಗೆ ವಿಮಾನದಲ್ಲೇ ಕಳುಹಿಸಲಿಲ್ಲವೋ ಎಂದು ಗೊಣಗಿದ್ದೂ ಕೂಡ ನಿಜ. ಇನ್ನೊಂದೆಡೆ ನಾವೇ ಯುದ್ಧ ಜಯಿಸಿದ ಹಾಗೆ ಬೀಗಿ ಪ್ರಾಣ ಉಳಿಸಿಕೊಂಡು ಬಂದೆವಲ್ಲ ಎನ್ನುವ ಸಂತೋಷ.

6

ಕಂದಹಾರ್ ಟು ಕಾಬೂಲ್

ಕಂದಹಾರ್ ಕ್ಯಾಂಪಿನಲ್ಲಿನ ಕೆಲವು ಪ್ರಾಜೆಕ್ಟಿಗೆ ಅಗತ್ಯವಿದ್ದ ಕೆಲ ತಾಂತ್ರಿಕ ಬಿಡಿ ಸರಕುಗಳು ಕಾಬೂಲಿನ ಮಾರುಕಟ್ಟೆಯಲ್ಲಿಯಷ್ಟೇ ಲಭ್ಯವಿದ್ದರಿಂದ ಕಂದಹಾರ್ ಏರ್‌ಬೇಸಿನಿಂದ ಕಾಬೂಲಿನಲ್ಲಿದ್ದ ನಮ್ಮ ಕಂಪನಿಯ ವಿಭಾಗ ಕಛೇರಿಗೆ ಬಂದಿಳಿದಿದ್ದೆ. ನಿನ್ನೆಯ ಆ ದೈತ್ಯ ಸಿ–17 ಮಿಲಿಟರಿ ವಿಮಾನ ಪ್ರಯಾಣದ ಆಯಾಸ ಇನ್ನೂ ತಗ್ಗಿರಲಿಲ್ಲವಾದ್ದರಿಂದ, ಹಾಸಿಗೆಯಿಂದ ಏಳಲಾಗದ ವಿಪರೀತ ಆಲಸ್ಯ. ಇನ್ನೂ ಕೋಳಿ ನಿದ್ದೆಯಲ್ಲಿಯೇ ಇದ್ದೆ. ಕರೆಗಂಟೆ ಕಿರ್ರ್ ಅನ್ನುತ್ತಿತ್ತು. ಅರೆಗಣ್ಣಿಂದಲೇ ಸುತ್ತ ಕತ್ತಾಡಿಸಿದೆ. ಗೋಡೆ ಗಡಿಯಾರ ಅದಾಗಲೇ ಎಂಟು ಗಂಟೆ ತೋರಿಸುತ್ತಿತ್ತು. ದಿಗ್ಗನೆದ್ದು ಬಾಗಿಲು ತೆರೆದೆ. ಆರಡಿ ಎತ್ತರದ ಆಜಾನುಬಾಹು ದೇಹ ತನ್ನ ಋಷಿಗಡ್ಡಮೀಸೆಯ ನಡುವಿನ, ಹಳದಿ ಹಲ್ಲಿನ ಸಾಲಿನ ಪ್ರದರ್ಶನ ಮಾಡುತ್ತಿತ್ತು ತಲೆಯಿಂದ ಪಾದದವರೆಗೆ ಕಂದು ಬಣ್ಣದ ವಸ್ತ್ರದಲ್ಲಿ ಸುತ್ತುವರೆದಿದ್ದ ಅಪ್ಪಟ ದೇಸಿ ಉಡುಗೆಯ ರೂಪದರ್ಶಿಯಂತಿದ್ದ ಆತ. ಆದರೆ ಬಟ್ಟೆ ಒಗೆದು ಅದೆಷ್ಟು ದಿವಸಗಳಾಗಿತ್ತೋ ಅನಿಸುತ್ತಿತ್ತು. ಅತ್ತರಿನ ವಾಸನೆಯ ಜೋರುಘಾಟು ತಂಡಿ

ಹವೆಯೊಡನೆ ತೇಲಿ ಬಂದು ಇನ್ನೇನು ನನಗೆ ವಾಂತಿ ಬಂದೇಬಿಟ್ಟಿತು ಅನ್ನುವಷ್ಟರಲ್ಲಿ, 'ಸಾಬ್.. ಮಾರ್ಕೆಟ್ ಜಾಯೆಂಗೆ?' ಎನ್ನುವ ಉರ್ದು ವಾಣಿ! ಹೊರಬರಬೇಕಿದ್ದ ವಾಂತಿ ಗಕ್ಕನೆ ನಿಂತುಬಿಟ್ಟಿತ್ತು. ನಾನು 'ಅರೆ..!ಏ ತೊ ಕಮಾಲ್ ಹೋಗಯಾ, ಆಪ್ಕೊ ಉರ್ದು ಆತೀ ಹೈ ಕ್ಯಾ?' ಎಂದೆ. ಹ್ಹೀ... ಎಂದು ಹಲ್ಲನ್ನು ಗಿಂಜುತ್ತಲೇ 'ಕುಚ್ ಕುಚ್... ಸಾಬ್' ಅಂದ. ಆತನಿಗೆ ಸುಮಾರು ಐವತ್ತರ ಪ್ರಾಯ ಇರಬಹುದು. ಹೆಸರು ಹಾಜಿ ಮೊಹಮ್ಮದ್. ವ್ಯವಹಾರದ ಸಲುವಾಗಿ ಇದುವರೆಗಿನ ತನ್ನ ಜೀವನ ಕಾಲದಲ್ಲಿ ಕೆಲವಾರು ಬಾರಿ ಪಾಕಿಸ್ತಾನಕ್ಕೆ ಹೋಗಿಬಂದದ್ದರಿಂದ ಸ್ವಲ್ಪ ಉರ್ದು ಕಲಿತಿದ್ದನಂತೆ. ದರಿ-ಉರ್ದು-ಇಂಗ್ಲಿಷ್ ಭಾಷೆಗಳ ಭಯಾನಕ ಕಾಕ್ಟೈಲ್ ಉಲಿಕೆ ಆತನದು. ದುಭಾಷಿಯಾಗಿಯೂ, ಭದ್ರತಾ ಸಲಹಗಾರನಾಗಿಯೂ ಅಲ್ಲಿನ ಎಲ್ಲರಿಗೂ ಚಿರಪರಿಚಿತ ಆತ. ತುಸು ಹೊತ್ತಿನಲ್ಲಿ ಬರುವೆನೆಂದು ಆತನಿಗೆ ಕೂರಲು ಹೇಳಿ ಸ್ನಾನದ ಕೋಣೆಯ ಕಡೆ ನಡೆದೆ.

ಕಂದಹಾರಿನಲ್ಲಿನ ಮಿಲಿಟರಿ ಕ್ಯಾಂಪಿನಂತೆ ಕಾಬೂಲ್ ನಗರ ಅಂದುಕೊಂಡಷ್ಟು ಸುರಕ್ಷಿತವಿರಲಿಲ್ಲ. ನಾನೂ ಸೇರಿದಂತೆ ನಾವು ಒಟ್ಟು ನಾಲ್ಕು ಜನರಿದ್ದೆವು ಆ ಕಾರಿನೊಳಗೆ. ಸ್ಥಳೀಯ 'ಹಾಜಿ ಮೊಹಮ್ಮದ್', 'ಇರ್ಘಿತ್ ರ್‍ಘ್ಯುಮಿ' ಹಾಗೂ 'ಗಾರ್ಘ್ಮುಂಡ್ ಸೆಕ' ಎಂಬ ಹೆಸರಿನ ಇಬ್ಬರು ಯೂರೋಪಿಯನ್ನರು. ಕಾಬೂಲಿನ ವಿಭಾಗ ಕಚೇರಿಯಲ್ಲಿ ಕ್ರಮವಾಗಿ ಇಂಜಿನಿಯರಾಗಿಯೂ, ವ್ಯವಸ್ಥಾಪಕನಾಗಿಯೂ ಕಾರ್ಯ ನಿರ್ವಹಿಸುತ್ತಿದ್ದರು. ಅವಶ್ಯ ದಾಖಲೆಗಳನ್ನು ಸರಿಯಾಗಿದೆಯೇ ಎಂದು ಜೋಡಿಸಿಕೊಳ್ಳುವಲ್ಲಿ ನಾನು ಮಗ್ನನಾಗಿದ್ದೆ. ಹಾಜಿ ಮೊಹಮ್ಮದ್ ಮಿನರಲ್ ವಾಟರ್ ಬಾಟಲ್‌ಗಳನ್ನು ಕಾರಿನಲ್ಲಿ ತುಂಬುತ್ತಿದ್ದ. ಇನ್ನಿಬ್ಬರು ಕೈ-ಬಂದೂಕುಗಳನ್ನು ತಮ್ಮ ಸೊಂಟಪಟ್ಟಿಗೆ ಸಿಕ್ಕಿಸಿಕೊಳ್ಳುತ್ತಿದ್ದರು. ಇದು ನನಗೆ ಗಾಬರಿ ಹುಟ್ಟಿಸುವ ವಿಷಯವಾಯ್ತು. ಸೂಕ್ಷ್ಮ ವಿಷಯಗಳ ಬಗ್ಗೆ ಪ್ರಶ್ನೆ ಕೇಳುವಷ್ಟು ಅವರಲ್ಲಿ ಸಲುಗೆ ಮೂಡಿರಲಿಲ್ಲವಾಗಿ ಸುಮ್ಮನೆ ಕೂತೆ. ಕಾರಿನ ಇಂಜಿನ್ ಚಾಲನೆಯಲ್ಲಿತ್ತು. ಕುತೂಹಲ ತಡೆಯಲಾಗದೆ 'ಇಷ್ಟೊಂದು ನೀರಿನ ಡಬ್ಬಿಗಳ ಅವಶ್ಯಕತೆಯೇನಿದೆ?' ಎಂದೆ. ನನ್ನನ್ನು ನೋಡಿ ಮುಗುಳ್ನಕ್ಕ ಮೊಹಮ್ಮದ್ 'ಅವಶ್ಯಕತೆ ಇದೆ' ಎಂಬರ್ಥದಲ್ಲಿ ತಲೆಯಾಡಿಸಿದನಷ್ಟೆ. ಕೈನಲ್ಲಿ ಒಂದಷ್ಟು ಗುಂಡುಗಳನ್ನು ಹಿಡಿದ ಆ ಯೂರೋಪಿಯನ್ನರು 'ಆಲ್ಬೇನಿಯಾ' ಭಾಷೆಯಲ್ಲಿ ಅದೇನನ್ನೋ ಮಾತನಾಡಿಕೊಳ್ಳುತ್ತಿದ್ದರು. ಸುತ್ತಲೂ ಕಣ್ಣಾಡಿಸಿದೆ. ವಸತಿಗೃಹದ ನಾಲ್ಕೂ ದಿಕ್ಕುಗಳನ್ನೂ ಸುತ್ತುವರಿದಿದ್ದ ಮೂರಾಳೆತ್ತರಕ್ಕೂ ಮಿಗಿಲಾದ ಸಿಮೆಂಟಿನ ಗೋಡೆಯ ಮೇಲೆ ಮುಳ್ಳುತಂತಿಯ ಸುರುಳಿಯನ್ನು ಹರವಿದ್ದರು. ಎಂತಹ ಚಾಕಚಕ್ಯನಿಗೂ ಆ ಗೋಡೆಯ ಲಂಘನ ಸುಲಭ ಸಾಧ್ಯವಿರಲಿಲ್ಲ ಎಂದೇ ಹೇಳಬೇಕು. ಗಾರ್ಘ್ಮುಂಡ್ ಸೆಕನ ಮೌಖಿಕ ಅಪ್ಪಣೆ

ಪಡೆದ ಮೊಹಮ್ಮದ್ ಕಾರನ್ನು ಚಲಾಯಿಸುತ್ತಾ ಮುಖ್ಯದ್ವಾರದ ಬಳಿ ಬಂದು ನಿಲ್ಲಿಸಿದ. ಬಂದೂಕುಧಾರಿ ಬಿಳಿ ತೊಗಲಿನ ಭದ್ರತಾಧಿಕಾರಿಯೊಬ್ಬ ಹತ್ತಿರ ಬಂದು ಕಾರಿನೊಳಗೆ ಒಮ್ಮೆ ಇಣುಕಿ ನೋಡಿ ತಲೆಯಾಡಿಸಿದ. ದಿಮ್ಮಿಗಳಂತೆ ಹರವಾಗಿದ್ದ ಕಬ್ಬಿಣದ ಬಾಗಿಲುಗಳು ಕಿರ್ರನೆ ಅರಚುತ್ತಾ ತೆರೆದುಕೊಂಡವು. ಕಾರು ಹೊರಕ್ಕೆ ಬಂದು ಕಾಬೂಲ್-ಜಲಾಲಾಬಾದ್ ಹೆದ್ದಾರಿಯನ್ನು ಸೇರಿಕೊಂಡಿತು. ಕುತೂಹಲವೇನೋ ಎಂಬಂತೆ ಹೊರ ಬಂದ ದ್ವಾರದೆಡೆಗೆ ಒಮ್ಮೆ ದೃಷ್ಟಿ ಹಾಯಿಸಿದೆ. ನೀಲ ವಸ್ತ್ರಧಾರಿಗಳಾದ ಇಬ್ಬರು ಖಾಸಗಿ ಆಫ್ಘನ್ ಭದ್ರತಾ ಪಡೆಯವರು 'ಎಕೆ47'ನಂತೆ ಕಾಣುತ್ತಿದ್ದ ಬಂದೂಕನ್ನು ಹೆಗಲಿಗೇರಿಸಿ ದ್ವಾರಪಾಲಕರಂತೆ ಮಿಸುಕಾಡದೆ ನಿಂತಿದ್ದರು.

ಕಾರು ವೇಗ ಪಡೆದುಕೊಂಡು ಸಾಗಲೆತ್ನಿಸುತ್ತಿತ್ತು. ಹೆದ್ದಾರಿಯ ಸಾಲು-ಸಾಲು ತಗ್ಗುಗಳು ಕಾರಿನ ವೇಗಕ್ಕೆ ಕಡಿವಾಣ ಹಾಕುತ್ತಿದ್ದವು. 'ಕಾಬೂಲ್ ನಗರ ಇನ್ನೂ ಹನ್ನೆರಡು ಮೈಲಿಗಳಾಚೆ ಇದೆ' ಎಂದ ಮೊಹಮ್ಮದ್ ಆತನ ಪಕ್ಕ ಕುಳಿತಿದ್ದ ನನ್ನ ಪ್ರತಿಕ್ರಿಯೆಗೆ ಕಾಯುತ್ತಿರುವವನಂತೆ ಮುಖ ನೋಡಿದ. ಕತ್ತನ್ನಾಡಿಸಿದ ನಾನು ರಸ್ತೆಯ ಆಚೆಯನ್ನೇ ನೋಡುತ್ತಾ ಕುಳಿತಿದ್ದೆ. ರಸ್ತೆಗೆ ಸಮಾನಾಂತರವಾಗಿ ತೀವ್ರ ಶಿಥಿಲಾವಸ್ಥೆಯಲ್ಲಿದ್ದ ಮಣ್ಣಿನ ಮನೆಗಳು, ಗ್ಯಾರೇಜ್ ಶೆಡ್ಡುಗಳು, ಸಣ್ಣ ಹೋಟೆಲ್ಲುಗಳು, ಅಂಗಡಿ ಮುಂಗಟ್ಟುಗಳು, ಅಸ್ತವ್ಯಸ್ತವಾಗಿ ಜೋಡಿಸಿದಂತೆ ಕಾಣಿಸುತ್ತಿತ್ತು. ಅಲ್ಲಲ್ಲಿ ನಾನು ಹಿಂದೆ ನೋಡಿದಂತಹ ಎತ್ತರದ ಗೋಡೆಗಳೂ ಸಹ ಇದ್ದು, ಗೋಡೆಗೆ ಅಂಟಿಕೊಂಡಂತಿದ್ದ ಕಾವಲು ಗೋಪುರದ ಮೇಲೆ ಬಂದೂಕುಧಾರಿ ಸೈನಿಕರು ಎದೆ ಸೆಟೆಸಿ ನಿಂತದ್ದು ಸ್ಪಷ್ಟವಾಗಿ ಕಾಣುತ್ತಿತ್ತು. ಅಂಗಡಿಗಳಲ್ಲಿ ತಿಂಡಿ ಡಬ್ಬಗಳು, ತರಕಾರಿ, ಕೋಲ ಪಾನೀಯಗಳನ್ನು ಒಟ್ಟಾಗಿ ಒಂದರ ನಂತರ ಒಂದರಂತೆ ಮೆಟ್ಟಿಲೋಪಾದಿಯಾಗಿ ಜೋಡಿಸಲಾಗಿತ್ತು. ಹಸಿಮಾಂಸದ ದೊಡ್ಡ ಭಾಗಗಳನ್ನು ಮತ್ತು ತಂದೂರಿಯ ದಪ್ಪ ರೊಟ್ಟಿಯನ್ನು ಸಾಲು ಸಾಲಾಗಿ ಕೊಕ್ಕೆಗೆ ನೇತುಹಾಕಲಾಗಿತ್ತು. ಕನಿಷ್ಟ ಪ್ಲಾಸ್ಟಿಕ್ ಹೊದಿಕೆಯೂ ಇರಲಿಲ್ಲ. ಪ್ರತೀ ಅಂಗಡಿಯಲ್ಲಿಯೂ ಒಂದೇ ತೆರನಾದ ನೋಟ ನನ್ನನ್ನು ಆಶ್ಚರ್ಯಚಕಿತನಾಗಿಸಿತ್ತು. ಬೇಸಿಗೆಯ ತಿಂಗಳು ಅದು. ಕಂದಹಾರಿನಲ್ಲಿ ಅನುಭವಿಸಿದ್ದ ಸುಡು ಬಿಸಿಲು ಇಲ್ಲಿಲ್ಲ. ತಂಪಿನ ವಾತಾವರಣವಿದೆ. ಆದರೆ ಎಲ್ಲೆಲ್ಲೂ ಧೂಳೇ ಧೂಳು. ಅಪರಿಮಿತ ಕಸದ ರಾಶಿ. ಗಾಳಿಯಲ್ಲಿ ತೇಲಿ ಬರುತ್ತಿದ್ದ ಧೂಳಿನ ಕಣಗಳು, ಕಸದ ತುಣುಕುಗಳು ಅಂಗಡಿಯಲ್ಲಿನ ಪದಾರ್ಥಗಳನ್ನೆಲ್ಲಾ ಮುತ್ತುತ್ತಿದ್ದರೂ, ಏನೂ ಸಂಭವಿಸುತ್ತಿಲ್ಲವೇನೋ ಎಂಬ ಮನಸ್ಥಿತಿ ಎಲ್ಲರದು, ಗ್ರಾಹಕನೂ ಸೇರಿ!

ಅದಾಗಲೇ ಹತ್ತು ನಿಮಿಷಗಳ ಪ್ರಯಾಣ ಮುಗಿದಿರಬಹುದು. ನಗರ ಸಮೀಪಿಸುತ್ತಿತ್ತು. ಅಂಗಡಿ ಮುಂಗಟ್ಟುಗಳು ಇನ್ನೂ ಒತ್ತೊತ್ತಾಗುತ್ತಲಿದ್ದಂತೆ

ಜನ ನಿಬಿಡತೆಯೂ ಹೆಚ್ಚಾಗುತ್ತಿತ್ತು. ಹಿಂದೆ ನೋಡಿದಂತಹ ಮಣ್ಣಿನ ಮನೆಗಳು ಈಗ ಎಲ್ಲಿಯೂ ಕಾಣಸಿಗುತ್ತಿಲ್ಲ. ನಗರ ಪ್ರದೇಶಗಳಲ್ಲಿರುವಂತೆ ಆಧುನಿಕ ಶೈಲಿಯ ಕಾಂಕ್ರೀಟ್ ಕಟ್ಟಡಗಳು ಹಾಗೂ ಪರ್ಷಿಯನ್ ಶೈಲಿಯ ಕಟ್ಟಡಗಳ ಸಾಲು. ಆಶ್ಚರ್ಯವೆಂದರೆ ಅಲ್ಲಿನ ಪ್ರತಿಯೊಬ್ಬರೂ ದೇಸಿ ಉಡುಗೆಯಲ್ಲಿಯೇ ಇದ್ದದ್ದು. ನಮ್ಮಂತೆ ಅಂಗಿ ಶರಾಯಿ ಧರಿಸಿದವರು ಹುಡುಕಿದರೂ ಸಿಗುತ್ತಿರಲಿಲ್ಲ. ಆದರೆ, ಇದುವರೆಗೂ ಬಂದ ದಾರಿಯಲ್ಲಿ ನಾನು ಕನಿಷ್ಟ ಒಬ್ಬ ಹೆಂಗಸನ್ನೂ ನೋಡಲಿಲ್ಲ. ತಲೆಯಲ್ಲಿ ನೂರಾರು ಪ್ರಶ್ನಾರ್ಥಕ ಸ್ವರೂಪಿ ಯೋಚನಾ ಲಹರಿಗಳು ಹರಿದಾಡುತ್ತಿದ್ದರೂ ಮೊಹಮ್ಮದನನ್ನು ಕೇಳಲು ಹಿಂಜರಿಕೆ. ಹಳ್ಳ ತಗ್ಗುಗಳೊಂದಿಗೆ ಸರಸ ಜುಗಲ್ಬಂದಿಗೆ ಬಿದ್ದಿದ್ದ ಅವನನ್ನು ನನ್ನೆಡೆಗೆ ಸೆಳೆಯದಿರುವುದೇ ಉಚಿತವೆನಿಸಿತ್ತೂ ಕೂಡ. ಸರಕ್ಕನೆ ಬ್ರೇಕ್ ಬಿದ್ದೊಡನೆ 'ಹೋ..ಕಾರ' ಮಾಡಿ ನಾವೆಲ್ಲರೂ ಏನಾಯ್ತೆಂದು ಮುಂದೆ ನೋಡಿದೆವು. ಸುಮಾರು ಏಳೆಂಟು ವರುಷದ ಪೋರನೊಬ್ಬ ದಾರಿಗಡ್ಡವಾಗಿ ಓಡಿಬಂದಿದ್ದ. ಮೊಹಮ್ಮದ್ ಆತನನ್ನು ದರಿ ಭಾಷೆಯಲ್ಲಿ ಜೋರಾಗಿ ಗದರುತ್ತಿದ್ದುದಷ್ಟೇ ಅರಿವಾಗುತ್ತಿತ್ತು. ಆ ಹುಡುಗ ಚಲಿಸುವ ಕಾರಿಗೇಕೆ ಅಡ್ಡ ಬಂದ? ಇವ ಏನೆಂದು ಬೈಯುತ್ತಿದಾನೆ? ನಮಗೆ ಯಾರಿಗೂ ತಿಳಿಯಲಿಲ್ಲ. ಜೇಬಿನಿಂದ ಹತ್ತು ಆಫ್ಘಾನಿ ನೋಟೊಂದನ್ನು ತೆಗೆದ ಮೊಹಮ್ಮದ್ ಆ ಬಾಲಕನ ಕೈಗಿತ್ತ. ಸಮಾಧಾನವಾದಂತೆ ಕಾಣದ ಆ ಹುಡುಗ 'ಮಾಯ್' ಎಂದೇನೋ ಮುಲುಕುತ್ತಿತ್ತು. ಎರಡು ನೀರಿನ ಬಾಟಲ್‌ಗಳನ್ನು ತೆಗೆದು ಕೊಟ್ಟ ಮೊಹಮ್ಮದ್ ಕಾರನ್ನು ಚಲಾಯಿಸತೊಡಗಿದ.

ಉಸಿರುಕಟ್ಟಿದಂತೆ ಅಡಗಿಸಿಟ್ಟಿದ್ದ ಪ್ರಶ್ನೆಗಳನ್ನೆಲ್ಲಾ ಒಂದೇ ಉಸುರಿಗೆ ಕೇಳಿದೆ. ಮೊಹಮ್ಮದ್ ಒಮ್ಮೆ ನಸುನಕ್ಕು, 'ರಸ್ತೆ ಬದಿಯಿದ್ದ ಆ ಹುಡುಗನ ತಾಯಿಯನ್ನು ನೀವು ಗಮನಿಸಲಿಲ್ಲವೇ?' ಎಂದ. 'ಇಲ್ಲ' ಎಂದು ತಲೆಯಾಡಿಸಿದೆ. 'ರಸ್ತೆಯಲ್ಲಿ ಓಡಾಡುವ ಕಾರುಗಳನ್ನೋ, ಲಾರಿಗಳನ್ನೋ ಅಡ್ಡ ಹಾಕಿ ಭಿಕ್ಷೆ ಬೇಡೋದು ಅವರ ನಿತ್ಯ ಕಾಯಕ. ಆಕೆ ತನ್ನ ಮಗನನ್ನು ರಸ್ತೆಗೆ ಬಿಟ್ಟು ಓಡಾಡುವ ವಾಹನಗಳನ್ನು ತಡೆದು ನಿಲ್ಲಿಸಿ ಬೇಡುವಂತೆ ಕಳಿಸುತ್ತಾಳೆ. ನೀರಿಗೆ ತುಂಬಾ ಅಭಾವವಿದೆ ಇಲ್ಲಿ. ನೀರು ಹೇರಳವಾಗಿಯೇನೋ ಸಿಗುತ್ತೆ, ಆದರೆ ಅದನ್ನು ಸರಿಯಾಗಿ ಹಂಚುವ, ನಿರ್ವಹಿಸುವ ಸರ್ಕಾರಿ ಸಂಸ್ಥೆಗಳು ತುಕ್ಕು ಹಿಡಿದಂತೆ ಸೊರಗಿಹೋಗಿವೆ. ಉಳ್ಳವರು ಶಿಫಾರಸಿನಿಂದಲೋ, ಹಣವನ್ನು ತೆತ್ತೋ ತಮಗೆ ಬೇಕಾದಂತೆ ಅಗತ್ಯಗಳನ್ನ ಮಾಡಿಕೊಳ್ತಾರೆ, ಆದರೆ ಏನೂ ಇಲ್ಲದಂತಹ ಈ ಬಡ ಜನರ ಅಗತ್ಯಗಳನ್ನು ಪೂರೈಸುವವರು ಯಾರು? ಈ ಬಿಳಿ ಚರ್ಮದೋರು ನಮ್ಮ ದೇಶಾನ ಹಾಳುಮಾಡ್ಬಿಟ್ರು ಹಿಂದುಸ್ತಾನಿ!' ಮೊಹಮ್ಮದ್ ತುಸು ಆವೇಶಕ್ಕೊಳಗಾದವನಂತೆ ಮಾತನಾಡುತ್ತಿದ್ದ. ಮೊದಲ ಬಾರಿ ನನ್ನನ್ನು

'ಹಿಂದುಸ್ತಾನಿ' ಎಂದು ಕರೆದಿದ್ದರಿಂದ ನನಗೆ ಸ್ವಲ್ಪ ಇರುಸುಮುರುಸಾದಂತೆ ಅನಿಸಿತ್ತು. ಆತ ತನ್ನ ಮಾತುಗಳನ್ನು ಮುಂದುವರೆಸುತ್ತಾ ಅಲ್ಲಿನ ರಾಜಕೀಯ ಅರಾಜಕತೆ, ಜನರ ಮೌಢ್ಯ, ಸಾಲುಸಾಲು ಯುದ್ಧಗಳು, ಬಡತನ ಇತ್ಯಾದಿ ವಿಷಯಗಳ ಬಗ್ಗೆ ಅವನದೇ ದೃಷ್ಟಿಕೋನದಲ್ಲಿ ಮಾತನಾಡುತ್ತಲೇ ಇದ್ದ. ಹಿಂದೆ ಕುಳಿತಿದ್ದ ಬಿಳಿ ಚರ್ಮದವರಿಗೆ ಈತನ ಮಿಶ್ರ ಭಾಷೆಯ ಉಲಿಕೆ ಅರ್ಥವಾಗುವುದಿಲ್ಲ ಎಂಬ ಭಾವ ಹಾಗೂ ಅನುಭವ ಮೊಹಮ್ಮದನದು.

'ಅಲ್ಲಿ ನೋಡಿದಿರಾ ಆ ಎತ್ತರದ ಬೆಟ್ಟಗಳು!' ನನಗೆ ಆಣತಿಯಿತ್ತ ಮೊಹಮ್ಮದ್ ಮುಂದೆ ಕಾಣಿಸುತ್ತಿದ್ದ ಗಿರಿಗಳತ್ತ ತದೇಕವಾಗೊಮ್ಮೆ ನೋಡಿದ. ಅವನಾಣತಿಯಂತೆ ನಾನೂ ದಿಟ್ಟಿಸಿ ನೋಡತೊಡಗಿದೆ. 'ಅದೇ 'ಕೊಹ್–ಈ–ಪಗ್ಮಾನ್' ಪರ್ವತ, ಹಿಂದೂ–ಕುಶ್ ಪರ್ವತಗಳ ಸಾಲಿಗೆ ಸೇರುತ್ತೆ. ಚಳಿಗಾಲದಲ್ಲಿ ನೋಡ್ಬೇಕು ನೀವು, ನಿಮ್ಮ ಹಿಮಾಲಯಕ್ಕಿಂತಲೂ ಚೆನ್ನ. ನಾಲ್ಕೂ ದಿಕ್ಕಿಗೆ ಚಾಚಿದ ಹರವು ಆ ಗಿರಿಗಳದ್ದು. ಮಧ್ಯದಲ್ಲಿ ಈ ಕಾಬೂಲ್ ನಗರ. ಇಂತಹ ಸುಂದರ ನಗರವನ್ನ ಹೇಗೆ ಹಾಳು ಮಾಡಿದ್ದಾರೆ ನೋಡಿ'. ಎಂದು ಅಲವತ್ತುಕೊಳ್ಳುತ್ತಿದ್ದ. ಆತ ಹೇಳಿದ್ದು ಅಕ್ಷರಶಃ ಸತ್ಯ. ನನ್ನ ದೃಷ್ಟಿಯ ಸುರುಳಿ ಬಿಚ್ಚಿ ತೀವ್ರವಾಗಿ ನೋಡತೊಡಗಿದೆ. ಬೇಸಿಗೆಯಲ್ಲಿ ಶಿಮ್ಲಾ ನಗರ ಹೇಗೆ ಕಾಣುತ್ತೋ ಹಾಗೇ ಇದೆ ಕಾಬೂಲ್. ಆದರೆ ಸದಾ ಸಂಭವಿಸುತ್ತಿದ್ದ ಯುದ್ಧಕ್ಕೆ ನಲುಗಿ ಪ್ರೇತಕಳೆ ಆವರಿಸಿತ್ತು. ಸಮುದ್ರದಿಂದ ಸುಮಾರು ಐದು ಸಾವಿರ ಅಡಿಗಳಿಗಿಂತಲೂ ಹೆಚ್ಚಿನ ಎತ್ತರದಲ್ಲಿರುವ ಕಾಬೂಲ್ ನಗರ ಒಂದು ಸುಂದರ ಗಿರಿಧಾಮವೆನ್ನುವುದರಲ್ಲಿ ಸಂಶಯವಿಲ್ಲ. ಬೇಸಿಗೆಯ ಕಾವು ತಣಿಸಲೇನೋ ಎಂಬಂತೆ ಸಾಲು ಬೆಟ್ಟಗಳವು ತಮ್ಮ ಬಿಳಿ ಬಟ್ಟೆಗಳನ್ನ ಬಿಚ್ಚಿ ನಗ್ನವಾಗಿ ಕುಳಿತಿದ್ದವು. ಚಳಿಗಾಲದ ಹಿಮಚ್ಛಾದಿತ ಕಾಬೂಲ್ ನಗರವನ್ನು ಕಲ್ಪಿಸಿಕೊಂಡು ನನ್ನಷ್ಟಕ್ಕೆ ನಾನೇ ಪುಳಕಗೊಳ್ಳುತ್ತಿದ್ದೆ. ಅದಕ್ಕೇ ಇರಬಹುದು ಅನಿಸುತ್ತೆ ಕಾಬೂಲ್ ಬಾಬರನಿಗೆ ಸ್ವರ್ಗವಾಗಿತ್ತು ಎಂದುಕೊಂಡೆ. ಏನೋ ನೆನಪಾದಂತೆ, 'ಹಿಂದೂಗಳನ್ನು ಸಾಮೂಹಿಕವಾಗಿ ಹತ್ಯೆಗೈದ ಬೆಟ್ಟವಂತೆ ಅದು, ಅದಕ್ಕಾಗಿಯೇ ಅದರ ಹೆಸರು 'ಹಿಂದು ಕುಶ್' ಅಂತಲ್ಲವೇ?' ಎಂದೆ. ಹೌದೆಂಬಂತೆ ತಲೆಯಾಡಿಸಿದ, ಹೆಚ್ಚು ಮಾಹಿತಿ ಆತನಿಗೆ ಗೊತ್ತಿಲ್ಲ ಎಂಬ ಅರಿವಾಗಿ ಮತ್ತೆ ಅದರ ಬಗ್ಗೆ ಏನನ್ನೂ ಕೇಳದೆ ಸುಮ್ಮನಾದೆ. 'ಹಾಗಾದರೆ ಇಲ್ಲಿ ಹಿಂದೂಗಳು ಇದ್ದರು ಅನ್ನೋ ಹಾಗಾಯ್ತು ಅಲ್ಲವೇ?' 'ಹ್ಞಾಂ... ಈಗಲೂ ಇದ್ದಾರೆ. ನೂರಕ್ಕೆ ಇಬ್ಬರಿರಬಹುದು ಅನಿಸುತ್ತೆ. ಆದರೆ ಅವರನ್ನು ನೀವು ನೋಡಿದರೆ ಹಿಂದೂಗಳೆಂದು ಗುರುತು ಹಚ್ಚಲು ಅಸಾಧ್ಯ. ಏಕೆಂದರೆ ಅವರ ರೂಪ, ಉಡುಪು, ಊಟ ಎಲ್ಲವೂ ನಮ್ಮಂತೆ. ಎಲ್ಲಾ ಹೆಂಗಸರೂ ಬುರ್ಖಾ ಹಾಕಲೇಬೇಕು. ಕೆಲವು ಹಿಂದೂ ದೇವಸ್ಥಾನಗಳೂ

ಇವೆ' ಎಂದ. ನನಗೋ ತಡೆದುಕೊಳ್ಳಲಾಗದ ಸಖೇದಾಶ್ಚರ್ಯ. 'ಅವರನ್ನು ನೋಡಬಹುದೇ? ಕನಿಷ್ಠ ದೇವಸ್ಥಾನವನ್ನಾದರೂ...' ಎನ್ನುವಷ್ಟರಲ್ಲೇ ನನ್ನ ಮಾತನ್ನು ತಡೆದ ಮೊಹಮ್ಮದ್, ನನಗೆ ಹಿಂದೆ ನೋಡುವಂತೆ ಒಮ್ಮೆ ಕಣ್ಣಿನ ಸನ್ನೆ ಮಾಡಿ 'ಈಗ ಬೇಡ, ಸಾಧ್ಯವಾದರೆ ನಾಳೆ ಪ್ರಯತ್ನಿಸೋಣ' ಎಂದ. 'ಈ ಬಿಳಿಯರ ತಕರಾರಿದೆಯೇ?' ಎಂದೆ. 'ಹಾಗೇನಿಲ್ಲಾ, ಆದರೆ ಕಳೆದ ನಾಲ್ಕೈದು ತಿಂಗಳಿನಲ್ಲಿ ಕಂಪನಿಯ ಮೂವರು ಕೆಲಸಗಾರರನ್ನು ಅಪಹರಿಸಿ ದೊಡ್ಡ ಮೊತ್ತದ ದುಡ್ಡನ್ನು ಕಿತ್ತಿದ್ದರು, ಅದಾದ ನಂತರ ಯಾರನ್ನೂ ನಗರದ ಒಳಗೆ ಕಳುಹಿಸುತ್ತಿಲ್ಲ. ನಿಮ್ಮ ಕೆಲಸ ಏನೋ ತುಂಬಾ ಪ್ರಮುಖವಾದದ್ದಂತೆ, ಅದಕ್ಕೆ ಇಲ್ಲಿಗೆ ಬಂದಿದ್ದೇವೆ ಅದೂ ಈ ಇಬ್ಬರ ಜೊತೆ, ಆಯುಧಧಾರಿಗಳಾಗಿ' ಎಂದ. 'ಯಾರು ಅಪಹರಿಸಿದ್ದು, ತಾಲಿಬಾನ್ ನವರೇ?' ಎಂದೆ. 'ಅವರು ಜಾಗ ಖಾಲಿ ಮಾಡಿ ತುಂಬಾ ದಿವಸ ಆಯ್ತು, ಅವರ ಹೆಸರಲ್ಲಿ ಇಲ್ಲಿಯ ಜನರೇ ದುಡ್ಡಿಗಾಗಿ ಏನೆಲ್ಲಾ ಮಾಡ್ತಾ ಇದಾರೆ' ಎಂದ. 'ನಿಮ್ಮ ಜೊತೆ ನಾನು ಇಲ್ಲಿ ಬಂದಿರೋದೂ ಸುರಕ್ಷಿತವಿಲ್ಲ. ಆದರೆ ನನ್ನ ಹೊಟ್ಟೆ ಪಾಡು ಇದರಿಂದಲೇ ಸಾಗೋದು' ಎನ್ನುತ್ತಿದ್ದ. ಹಾಗಾದರೆ ನಾನಿಲ್ಲಿ ಅದೆಷ್ಟು ಸುರಕ್ಷಿತ ಎಂಬ ನೂರಾರು ಆಲೋಚನೆಗಳು ಕಾಡಹತ್ತಿದವು...

7

ಕಾಬೂಲ್ ನಗರದ ಮಧ್ಯೆ

ನಗರದ ಪ್ರಮುಖ ರಸ್ತೆಯಲ್ಲಿದ್ದೆವು. ರಸ್ತೆ ಮಧ್ಯದಲ್ಲಿ ಪ್ರಥಮ ಬಾರಿ ಒಬ್ಬ ಹೆಂಗಸನ್ನು ನೋಡಿದೆ. ನೀಲಾಕಾಶ ಬಣ್ಣದ ಮಾಸಲು ಬಟ್ಟೆಯ ಬುರ್ಖಾಧಾರಿ. ಮುಡಿಯಿಂದ ಪಾದದವರೆಗೆ ಏನೂ ಕಾಣಿಸದು. ಆಕೆಗೆ ನೋಡಲನುವಾಗುವಂತೆ ಕಣ್ಣಿನ ಭಾಗದಲ್ಲಿ ಪರದೆಯಂತೆ ಸಣ್ಣ ಸಣ್ಣ ತೂತುಗಳಿದ್ದವು. ತನ್ನ ಕೆಳಗೆ ಒಂದು ಪುಟ್ಟ ಮಗುವನ್ನು ಕೊಳೆಯೇ ಪ್ರಧಾನದಂತಿದ್ದ ಚಾದರವೊಂದರ ಮೇಲೆ ಮಲಗಿಸಿ, ರಸ್ತೆಯಲ್ಲಿ ಅಡ್ಡಾಡುತ್ತಿದ್ದ ವಾಹನಗಳೆಡೆ ಕೈ ಚಾಚುತ್ತಿದ್ದಳು. ಆಗತಾನೆ ಮರದಿಂದ ನೆಲಕ್ಕೆ ಬಿದ್ದ ಕೆಂಪನೆಯ ಹಣ್ಣಿಗೆ ಮಣ್ಣು ಮೆತ್ತಿದಂತಿತ್ತು ಆ ಮಗುವಿನ ಆಗಿನ ರೂಪ. ಆ ದೃಶ್ಯ ಕರುಳು ಹಿಂಡುವಂತಿತ್ತು. ಮುಂದೆ ಹೋದಂತೆಲ್ಲಾ ಅದೇ ಅವಸ್ಥೆಗಳನೇಕವು ಎದುರಾದವು. ಇನ್ನೂ ಒಳ ಪ್ರವೇಶಿಸುತ್ತಿದ್ದಂತೆ ಪೇಟೆಯಲ್ಲಿ ಖರೀದಿಗೆಂದು ಬಂದಿದ್ದ ಕೆಲವು ಹೆಂಗಸರು ಕಾಣಿಸಿದರು. ಪ್ರತಿಯೊಬ್ಬರೂ ಬಿರಬಿರನೆ ಹೆಜ್ಜೆ ಹಾಕುತ್ತಿದ್ದುದು ಏಕೆಂದು ತಿಳಿಯಲಿಲ್ಲ. ಹಿಂದೆ ನೋಡಿದ ಹೆಂಗಸಿಗಿಂತ ಪರವಾಗಿಲ್ಲವೆಂಬಂತೆ ಇತ್ತು ಅವರ ಉಡುಪು. ಸ್ವಲ್ಪ ಶುಭ್ರವಾಗಿತ್ತು. ಇಲ್ಲಿ

ಉಲ್ಲೇಖಾರ್ಹವೆಂದರೆ ಪ್ರತಿಯೊಬ್ಬರದೂ ಒಂದೇ ಬಣ್ಣದ ಬುರ್ಖಾ. ಎಲ್ಲರದೂ ಒಂದೇ ರೀತಿಯ ಏಕತಾನತೆ. ಅವರು ಹೇಗೆ ಕಾಣ್ತಾರೋ? ಅವರ ವಯಸ್ಸೆಷ್ಟೋ...? ಅಲ್ಲಿನ ಜನರು ಬಹು ಸೂಕ್ಷ್ಮವೆಂದೆಣಿಸುವ ವಿಷಯದ ಬಗೆಗೆ ಮೊಹಮ್ಮದನನ್ನು ಕೇಳಿ ಕೆಣಕದಿರುವುದೇ ಉಚಿತವೆಂದು ಭಾವಿಸಿ ಸುಮ್ಮನೆ ನೋಡುತ್ತಾ ಕುಳಿತೆ.

ಕಿಕ್ಕಿರಿದಿದ್ದ ಜನಸಂದಣಿಯ ಪೇಟೆಯ ಬೀದಿ ಅದು. ಟ್ರಾಫಿಕ್ ಸಿಗ್ನಲ್ ದೀಪಗಳು ಅದೆಂದೋ ತಮ್ಮ ಕರ್ತವ್ಯವನ್ನು ಮರೆತಂತೆ ತೋರುತ್ತಿತ್ತು. ಪಾಚಿ ಬಣ್ಣದ ಅಂಗಿ-ಶರಾಯಿ ಧರಿಸಿದ್ದ, ಆರಕ್ಷಕನಂತೆ ಕಾಣುತ್ತಿದ್ದ ಒಬ್ಬನು ದಪ್ಪನೆಯ ದೊಣ್ಣೆಯನ್ನು ಹಿಡಿದು ದೊಣ್ಣೆಯನ್ನು ಶೂನ್ಯಕ್ಕೆ ಅಡ್ಡಾದಿಡ್ಡಿ ಬೀಸುತ್ತಾ ವಾಹನ ಚಾಲಕರೊಡನೆ ಜಗಳಕ್ಕೆ ಬಿದ್ದಿದ್ದ. ನಿಯಂತ್ರಣವಿಲ್ಲದ ರಸ್ತೆಯಲ್ಲಿ, ಒಬ್ಬರಿಗೊಬ್ಬರು ಸೆಡ್ಡು ಹೊಡೆಯಲೇನೋ ಎಂಬಂತೆ ಸಿಕ್ಕ ಸಿಕ್ಕ ಸಂದುಗೊಂದುಗಳಲ್ಲೆಲ್ಲಾ ತಮ್ಮ ವಾಹನಗಳನ್ನು ನುಗ್ಗಿಸುತ್ತಿದ್ದರು. ವಾಹನಗಳ ಚೀತ್ಕಾರ ಮುಗಿಲುಮುಟ್ಟಿತ್ತು. ತಾಳ್ಮೆ ಕಳೆದುಕೊಂಡವನಂತೆ ಮೊಹಮ್ಮದ್ ಕೂಡ ಕಾರಿನ ಹಾರ್ನ್ ಬಾರಿಸಲು ಅನುವಾದ. ಹಿಂದೆ ಕೂತಿದ್ದ ಗಾರ್ಡ್ಮೆಂಡ್ ಸುಮ್ಮನಿರುವಂತೆ ಮೊಹಮ್ಮದಿಗೆ ಗದರುತ್ತಿದ್ದ. 'ದಿನವೂ ಹೀಗೆಯೇ ಇರುತ್ತದೆಯೇ?' ನನ್ನ ಪ್ರಶ್ನೆಗೆ ಮೊಹಮ್ಮದ್ 'ಇಲ್ಲಾ.. ಇವತ್ತು ಗುರುವಾರದ ಸಂತೆ, ನಾಳೆ ಎಲ್ಲಾ ಬಂದ್. ಅದಕ್ಕಾಗಿಯೇ ಇಷ್ಟೊಂದು ಗಜಿಬಿಜಿ' ಎಂದುತ್ತರಿಸಿದ. ಈ ಮಧ್ಯೆ ನನ್ನನ್ನು ದಿಟ್ಟಿಸುತ್ತಿದ್ದ ಕೆಲ ಸ್ಥಳೀಯರು ನನ್ನತ್ತ ಮಂದಹಾಸ ಬೀರಿದರೆ ಇನ್ನೂ ಕೆಲವರು ಆಶ್ಚರ್ಯಗೊಂಡವರಂತೆ ತೀಕ್ಷ್ಣವಾಗಿ ನೋಡುತ್ತಿದ್ದರು. ಯಾರೋ ಒಬ್ಬನಂತೂ 'ಹಿಂದೂಸ್ತಾನೀ...' ಎಂದು ಕೂಗಿದ್ದೂ ಕೇಳಿಸಿತು.

ಆ ಹೊತ್ತಿನಲ್ಲಿ ಅಲ್ಲೊಂದು ವಿಸ್ಮಯ ನೋಡಿದೆ. ಪಾಶ್ಚಿಮಾತ್ಯ ಶೈಲಿಯ ದಿರಿಸನ್ನು ಹಾಕಿದ್ದ, ಕೆಂಪು ತೊಗಲಿನ, ಕಪ್ಪು ತಲೆ ಕೂದಲಿನ, ಇಬ್ಬರು ಹೆಂಗಳೆಯರು ರಸ್ತೆ ಬದಿಯಲ್ಲಿ ನಡೆದು ಹೋಗುತ್ತಿದ್ದರು. ಏನೋ ಆಶ್ಚರ್ಯ ಕಂಡವನಂತೆ ಮೊಹಮ್ಮದನನ್ನು ತಿವಿದು ಅಲ್ಲಿ ನೋಡುವಂತೆ ಸೂಚಿಸಿದೆ. 'ಹೋ... ಹಝೂರಾ!' ಎಂದಷ್ಟೇ ಉದ್ಗರಿಸಿ ಸುಮ್ಮನಾದ ಆತ. 'ಏನದು ಹಝೂರ?' ನನ್ನ ಪ್ರಶ್ನೆಗೆ ಮರುತ್ತರಿಸಿದ ಮೊಹಮ್ಮದ್ 'ಪಾರ್ಸೀ' ಎಂದ. 'ಓಹೋ... ಪಾರ್ಸಿ ಹೆಂಗಸರು ಬುರ್ಖಾ ಧರಿಸೋಲ್ಲವೇ?' ನನ್ನ ಈ ಪ್ರಶ್ನೆಯನ್ನ ನಿರೀಕ್ಷಿಸಿದ್ದ ಮೊಹಮ್ಮದ್, 'ಹಾಗೇನಿಲ್ಲ.. ಬಹುಪಾಲು ಪಾರ್ಸಿ ಶ್ರೀಮಂತ ಮನೆತನದ ಹೆಂಗಸರು ಹೀಗೇ.. ಮೊದಲು ಇವರೂ ಕೂಡ ಬುರ್ಖಾದಲ್ಲೇ ಇರುತ್ತಿದ್ದರು. ತಾಲಿಬಾನ್ ಪಡೆ ಕಾಬೂಲ್‌ನಿಂದ ಕಾಲ್ಕಿತ್ತಿದ್ದೇ ತಡ ಎಲ್ಲರೂ ಗರಿ ಬಿಚ್ಚಿಕೊಂಡಿದ್ದಾರೆ'. ಮೊಹಮ್ಮದ್ ಮಾತಿನಲ್ಲಿ ಅಸಮಾಧಾನ

ಇದ್ದದ್ದನ್ನು ಗ್ರಹಿಸಿ ಇನ್ನೇನನ್ನೂ ಕೇಳಲು ಮನಸ್ಸು ಮಾಡಲಿಲ್ಲ. ಗಂಡಸರು, ಹೆಂಗಸರೆಂಬ ಭೇದವಿಲ್ಲದೆ ಪ್ರತಿಯೊಬ್ಬರೂ 'ಹಿಜಬ್'ನಲ್ಲಿ ಇರಬೇಕೆಂಬ ತಾಲಿಬಾನಿಗಳ ಅಲಿಖಿತ ಫರ್ಮಾನಿಗೆ ಇಂದಿಗೂ ಅಲ್ಲಿನ ಬಹುಪಾಲು ಜನ ಸ್ಪಂದಿಸುತ್ತಿದ್ದಾರೆ ಎಂಬ ಸಂಗತಿ ನಾನು ಅತಿಥಿ ಗೃಹಕ್ಕೆ ವಾಪಸ್ಸಾದ ನಂತರ ಗೊತ್ತಾಗಿತ್ತು. ಕಾಬೂಲಿನಲ್ಲಿ ನಮ್ಮ ಕಂಪನಿ ನಡೆಸುತ್ತಿದ್ದ ಬೃಹತ್ ಮಿಲಿಟರಿ ಲಾಂಡ್ರಿಗಳಲ್ಲಿ ಸ್ಥಳೀಯರೇ ಕೆಲಸ ಮಾಡುತ್ತಿದ್ದು, ಕೆಲಸ ಮಾಡುವಾಗ ಮಾತ್ರ ಕಂಪನಿಯು ಒದಗಿಸುತ್ತಿದ್ದ ದಿರಿಸನ್ನು ಧರಿಸಿ ಹೊರಡುವ ವೇಳೆಗೆ ತಮ್ಮ ಎಂದಿನ ದೇಸೀ ಉಡುಗೆಗೆ ಬದಲಾಗುತ್ತಿದ್ದುದನ್ನು ನಾನು ಖುದ್ದಾಗಿ ಗಮನಿಸಿದೆ. ಅವರಲ್ಲಿ ಕೆಲವರನ್ನ ನಾನು ಪ್ರಶ್ನಿಸಲಾಗಿಯೂ ಸಂವಹನ ಕೊರತೆಯಿಂದಾಗಿ ನನ್ನನ್ನು ದಿಟ್ಟಿಸಿ 'ಹಿಂದುಸ್ತಾನೀ...?!' ಎಂದಷ್ಟೇ ಹೇಳಿ ನಕ್ಕು ನಡೆದು ಬಿಡುತ್ತಿದ್ದರು.

ರಸ್ತೆಯಾಚೆ ಕಟ್ಟಡಗಳ ಸಾಲುಗಳನ್ನು ನೋಡುತ್ತಾ ಕುಳಿತಿದ್ದೆ. ಯುದ್ಧದಲ್ಲಿ ಮಿಂದು ನಲುಗಿದ್ದ ಕೆಲವು ಇನ್ನೂ ಪುನರುಜ್ಜೀವನಗೊಂಡಿರಲಿಲ್ಲ. ಬಹುಪಾಲು ಕಟ್ಟಡಗಳು ಹಳೆಯ ಕಾಲದವು. ಹೊಸದಾಗಿ ನಿರ್ಮಿತವಾದವುಗಳು ಕೆಲವೆಂದೇ ಹೇಳಬೇಕು. ಕೆಲ ಕಟ್ಟಡಗಳಂತೂ ಯುದ್ಧದಲ್ಲಿ ತನಗೆ ಬಿದ್ದಿದ್ದ ಏಟಿಗೆ ಸೊಂಟ ಮುರಿದಹಾಗೆ ಭೂಮಿಯನ್ನು ಮುಟ್ಟಲು ಪ್ರಯತ್ನಿಸುತ್ತಿದ್ದವು. ಅಂತಹ ಕಟ್ಟಡಗಳನ್ನು ಬಹುಪಾಲು ಆಫ್ಘನ್ ನಿರಾಶ್ರಿತರು ಆಕ್ರಮಿಸಿಕೊಂಡಿದ್ದರು, ತಮ್ಮ ಮೇಲೆ ಅದೆಂದಾದರೂ ಬೀಳುವುದೆಂಬ ನೈಜತೆಯ ಹೊರತಾಗಿಯೂ! ರಸ್ತೆ ಬದಿಯ ಕೆಲ ಗೋಡೆಗಳ ಮೇಲೆ ಸಿನೆಮಾ ಭಿತ್ತಿ ಚಿತ್ರಗಳು ಅಂಟಿಸಲ್ಪಟ್ಟಿದ್ದವು. ಬಾಲಿವುಡ್, ಪಾಕಿಸ್ತಾನೀ ಸಿನೆಮಾ ಸೇರಿದಂತೆ ಅಲ್ಲಿನ ಸ್ಥಳೀಯ ಭಾಷೆಗಳ ಚಿತ್ರಗಳ ಪೋಸ್ಟರ್‌ಗಳು ನನಗೆ ಕುತೂಹಲವನ್ನು ಉಂಟುಮಾಡಿದ್ದವು. ಸಿನೆಮಾ ನೋಡುವ ಸ್ವಾತಂತ್ರ್ಯ ಅಲ್ಲಿನ ಜನರಿಗೆ ಕೆಲ ತಿಂಗಳುಗಳ ಹಿಂದೆಯಷ್ಟೇ ಪುನಃ ದೊರಕಿತೆಂಬ ಮಾಹಿತಿ ನನಗೆ ತಿಳಿಯಿತು. ಸರ್ಕಾರಿ ಕಚೇರಿಗಳೆಂದು ಗುರುತಿಸಬಹುದಾಗಿದ್ದ ಅನೇಕ ಕಟ್ಟಡಗಳಿಗೆ ಶಸ್ತ್ರಧಾರೀ ಆಫ್ಘನ್ ಮಿಲಿಟರಿ ಯೋಧರು ಕಾವಲಾಗಿದ್ದುದು ಸಾಮಾನ್ಯವಾಗಿತ್ತು. ಆ ಕಟ್ಟಡಗಳ ಹೊರವಲಯವನ್ನು ಆಳೆತ್ತರದ ಕಾಂಕ್ರೀಟ್ ಟಿ-ವಾಲ್‌ಗಳು ಸುತ್ತುವರೆದಿದ್ದನ್ನು ನೋಡಿ ಅತೀವ ಚಕಿತನಾಗಿದ್ದು ಹೌದು. ಪ್ರಮುಖವಾಗಿ ಶೆಲ್ ದಾಳಿ ಇಲ್ಲವೇ ಗುಂಡಿನ ದಾಳಿಯ ರಕ್ಷಣೆಗೆ ಮಿಲಿಟರಿ ಕ್ಯಾಂಪಿನಲ್ಲಿನ ಎಲ್ಲ ರೀತಿಯ ಕಟ್ಟಡ ಮತ್ತು ನಿರ್ದಿಷ್ಟ ಪ್ರದೇಶವನ್ನು ಈ ರೀತಿಯ ಟಿ-ವಾಲ್‌ಗಳನ್ನು ಬಳಸಿ ರಕ್ಷಣೆ ಒದಗಿಸಲಾಗುವುದನ್ನು ಕಂದಹಾರ್ ಬೇಸ್ ಕ್ಯಾಂಪಿನಲ್ಲಿ ನೋಡಿದ್ದೆ.

ಸಂತೆಯ ಜನಸಂದಣಿಯ ಮಧ್ಯದಲ್ಲಿದ್ದೆವು. ಸೋಜಿಗವೆಂದರೆ ಗುರುವಾರದ ಆ ಸಂತೆ ರಸ್ತೆಯನ್ನೆಲ್ಲಾ ಬಾಚಿಕೊಂಡುಬಿಟ್ಟಿತ್ತು. ಅಡ್ಡಾದಿಡ್ಡಿ

ಅಡ್ಡಾಡುತ್ತಿದ್ದ ಜನರನ್ನೂ, ಕಿರುಚುತ್ತಲಿದ್ದ ಸಹವಾಹನಗಳನ್ನೂ ಸಂಭಾಳಿಸಿಕೊಂಡು ಕಾರನ್ನು ಚಲಾಯಿಸುತ್ತಿದ್ದ ಮೊಹಮ್ಮದನ ತಾಳ್ಮೆಗೆ ಆ ಕ್ಷಣ ನಾನು ಮನಸೋತಿದ್ದೆ. ತರಹೇವಾರಿ ತರಕಾರಿಗಳು, ಹಣ್ಣುಗಳು, ದಪ್ಪನೆಯ ತಂದೂರ್ ರೊಟ್ಟಿಗಳು, ಕೋಳಿ, ಕುರಿಯಿಂದ ಹಿಡಿದು ದನದ ಮಾಂಸದ ರಾಶಿಯನ್ನು ಒಟ್ಟೊಟ್ಟಿಗೇ ಇಟ್ಟು ಮಾರಾಟ ಮಾಡುತ್ತಿದ್ದ ಪರಿಯನ್ನು ಜೀವನದಲ್ಲಿ ಪ್ರಥಮ ಬಾರಿ ನೋಡಿದೆ. ಅದೊಂದು ರಣರಂಗದ ಅವಶೇಷವೇನೋ ಅನಿಸುವ ಹಾಗಿತ್ತು ಅಲ್ಲಿನ ಚಿತ್ರಣ. ಕುರಿ-ಮೇಕೆಯ ತಲೆಕಾಲುಗಳನ್ನು ದೊಡ್ಡದಾದ ಹರಿವಾಣಗಳಲ್ಲಿ ವೃತ್ತಾಕಾರದ ವಿವಿಧ ರಚನೆಯಲ್ಲಿ ಜೋಡಿಸಲಾಗಿದ್ದ ಪರಿ ಗ್ರಾಹಕರನ್ನ ಸೆಳೆಯಲೋಸುಗ ಪ್ರದರ್ಶಿಸುತ್ತಿದ್ದ ಕೌಶಲ್ಯ. ಸೋಜಿಗವೆಂದರೆ ನಮ್ಮಲ್ಲಿ ತರಕಾರಿಯನ್ನು ಹೀಗೆ ಜೋಡಿಸುತ್ತಾರೆ! ಕೆಲವರಂತೂ ಮಾರುತಿ ವ್ಯಾನಿನಂತಿದ್ದ ವಾಹನದ ಹಿಂದಿನ ಬಾಗಿಲನ್ನು ತೆಗೆದು ಆ ಜಾಗದಲ್ಲಿ ಪೇರಿಸಿಟ್ಟ ಮಾಂಸವನ್ನು ಮಾರುತ್ತಿದ್ದರು. ಅಲ್ಲಿನ ಜನರಂತೂ ಮುಗಿಬಿದ್ದು ಅವುಗಳನ್ನು ಖರೀದಿಸುತ್ತಿದ್ದ ಪರಿ ತನ್ನ ಸರಂಜಾಮನ್ನು ಸೀದು ಹಾಕಿದರೆ ಸಾಕೆಂಬಂತೆ ಕೊಳ್ಳುವವರಿಗೆ ತರಹೇವಾರಿ ಆಮಿಷವನ್ನೀಯುತ್ತಿದ್ದ ವ್ಯಾಪಾರಿಗಳಿಗೆ ಉತ್ತಮ ಸ್ಪಂದನೆಯಂತಿತ್ತು. ಇಲ್ಲಿನ ಇನ್ನೊಂದು ವಿಶೇಷವೆಂದರೆ ಬಹುಪಾಲು ವ್ಯಾಪಾರಿಗಳು ಗಂಡಸರು ಹಾಗೂ ಗ್ರಾಹಕರು ಹೆಂಗಸರಾಗಿದ್ದದ್ದು. ಇದನ್ನೆಲ್ಲಾ ಕಣ್ತುಂಬಿಸಿಕೊಂಡು ಕುಳಿತು ನೋಡುತ್ತಿದ್ದ ನನಗೊಂದು ಶಾಕ್ ಕಾದಿತ್ತು. ಹದ್ದಿನಂತಿದ್ದ ಯಾವುದೋ ಹಕ್ಕಿಯೊಂದನ್ನು ಹಿಡಿದ ಒಬ್ಬ ಪ್ರಾಯದ ಹುಡುಗ ನಮ್ಮ ಕಾರಿನ ಬಳಿ ಒಂದೇ ಉಸುರಿಗೆ ಓಡಿ ಬರುತ್ತಿದ್ದ. ಕೆಲ ಕ್ಷಣದಲ್ಲೇ ಪ್ರತ್ಯಕ್ಷನಾದ ಆತ ನನ್ನ ಮುಖಕ್ಕೆ ಸತ್ತಂತೆ ನಿಸ್ತೇಜವಾಗಿದ್ದ ಆ ಹಕ್ಕಿಯನ್ನ ಹಿಡಿದು ತನ್ನ ಬಲಗೈ ಬೆರಳುಗಳನ್ನು ಮಡಚಿ ಬಿಚ್ಚಿ 'ಫೈವ್ ಡಾಲರ್' ಎನ್ನುತ್ತಾ ದಂತ ಪಂಕ್ತಿ ಪ್ರದರ್ಶನ ಮಾಡುತ್ತಿದ್ದ. ತಬ್ಬಿಬ್ಬಾದ ನಾನು ಏನು ಜರುಗುತ್ತಿದೆಯೆಂದು ಅರ್ಥವಾಗದೆ ಮೊಹಮ್ಮದನತ್ತ ನೋಡಿದೆ. ಹಿಂದಿದ್ದ 'ಗಾರ್ಡ್ಮೆಂಡ್' ಆ ಅನಿರೀಕ್ಷಿತ ಆಗಂತುಕನನ್ನು ಓಡಿಸುವಂತೆ ಮೊಹಮ್ಮದನಿಗೆ ಆಗ್ರಹಿಸಿದ. ಮೊಹಮ್ಮದ್ ಜೋರಾಗಿ ಗದರಿಸಿದರೂ ಕದಲದ ಆಸಾಮಿ ಬೆರಳನ್ನು ನಾಲ್ಕು ಮಾಡಿ, ನಾಲ್ಕಕ್ಕೆ ಇಂಗ್ಲಿಷಿನಲ್ಲಿ ಏನು ಹೇಳಬೇಕೆಂದು ಗೊತ್ತಿಲ್ಲದೆ ಹಲ್ಕಿರಿಯುತ್ತಲೇ ಇದ್ದ. ಮೊಹಮ್ಮದ್ ಅವನೊಡನೆ ಅದ್ಯಾವ ರಾಜಿಗೆ ಬಂದನೋ ಆ ದೇವರಿಗೇ ಗೊತ್ತು, ಅಂತೂ ಆತ ಪಕ್ಕ ಸರಿದರೂ ನನ್ನನ್ನು ತೀಕ್ಷ್ಣವಾಗಿ ನೋಡುವುದನ್ನು ಜಾರಿಯಲ್ಲಿಟ್ಟಿದ್ದ. ಆ ಅನಿರೀಕ್ಷಿತ ಘಟನೆಯ ಸೂತ್ರಧಾರನ ಪಾತ್ರದ ಮುಖವನ್ನು ನಾನೂ ನೋಡುತ್ತಲೇ ಇದ್ದೆ.

ಯಾವುದೋ ಅನ್ಯ ಗ್ರಹ ಜೀವಿಯನ್ನು ನೋಡುವ ಹಾಗೆ ನನ್ನನ್ನು ನೋಡುತ್ತಿದ್ದ ಅಲ್ಲಿನ ಹಲವಾರು ಜನರನ್ನ ಕಂಡೆ. ಕಾಬೂಲ್‌ನ ಹೃದಯ ಭಾಗಕ್ಕೆ ಬಂದಿದ್ದ ನನ್ನ ಧೈರ್ಯಕ್ಕೆ ಮೆಚ್ಚುಗೆ ಸೂಚಿಸುವ ಸಲುವಾಗಿಯೋ ಇಲ್ಲಾ ಅನುಕಂಪವೋ ತಿಳಿಯದು. ಕುಳ್ಳಗಿನ ಮಂಗೋಲಿಯನ್ ಮುಖದವರು, ಆಜಾನುಬಾಹು ಪಠಾನ್‌ಗಳು, ಸ್ಫುರದ್ರೂಪಿ ಪಾರ್ಸಿಗಳು, ಉತ್ತರ ಭಾರತೀಯರಂತೆಯೂ ಕಾಣುವ ಕೆಲ ಮಂದಿಯನ್ನು ಒಂದೇ ಜಾಗದಲ್ಲಿ ನೋಡಿ ಪುಳಕಿತನಾಗಿದ್ದೆ. ಶ್ವೇತ, ಕಪ್ಪು, ಕಂದು, ಕೆಂಪು ಬಣ್ಣದ ವೈವಿಧ್ಯಮಯ ನಿಲುವಂಗಿ, ಪೈಜಾಮ, ತುಂಡು ಕೋಟು, ಕತ್ತು ಪಟ್ಟಿ, ರುಮಾಲಿನಂತಹ ಪೇಟ ಇಲ್ಲವೇ ಉಬ್ಬಿದ ಪೂರಿಯಂತಿದ್ದ ತಲೆ ಟೋಪಿಯ ಆಫ್ಘಾನ್ ಜನರ ದೇಸೀ ಉಡುಗೆ ನನಗೆ ಇಷ್ಟವಾಗಿತ್ತು. ಬಹುತೇಕರು ಗಡ್ಡಧಾರಿಗಳು. ನಯವಾಗಿ ಮುಖವನ್ನು ಶೇವ್ ಮಾಡಿದ್ದವರೂ ಅಲ್ಲಲ್ಲಿ ಸಿಗುತ್ತಿದ್ದರು. ಮುಖ್ಯವಾಗಿ ಅವರ ದಿರಿಸುಗಳ ಮೇಲಿದ್ದ ಕೊಳೆಯ ಪ್ರಮಾಣ ಅವರವರ ಬಡತನ-ಸಿರಿತನದ ಅನುಪಾತವನ್ನು ಹೇಳುತ್ತಿತ್ತು. ನಗರ ಪ್ರದೇಶದ ಹೊರಗೆ ಕೆಲವರಂತೂ ಸಾರ್ವಜನಿಕವಾಗಿಯೇ ಬಂದೂಕುಗಳನ್ನು ಹೆಗಲಿಗೇರಿಸಿಕೊಂಡು ಸಾಮಾನ್ಯರಂತೆ ನಡೆದಾಡುತ್ತಿದ್ದುದು ನಿಜಕ್ಕೂ ಆಶ್ಚರ್ಯದ ಜೊತೆಜೊತೆಗೆ ಆತಂಕವನ್ನೂ ಉಂಟು ಮಾಡಿತ್ತು. ಇವೆಲ್ಲಾ ಬದುಕಿನೊಟ್ಟಿಗಿನ ಸಾಮಾನ್ಯ ಸಂಗತಿಗಳೆಂಬಂತೆ ವ್ಯವಹರಿಸುತ್ತಿದ್ದ ಜನರನ್ನು ನೋಡಿ ಇದೆಂತಹ ವಿಪರ್ಯಾಸವೆಂದುಕೊಂಡೆ.

ಮುಖ್ಯರಸ್ತೆಗೆ ಬೆನ್ನುತಿರುಗಿಸಿ ಒಂದು ಕಡಿದಾದ ಅಡ್ಡ ರಸ್ತೆಗೆ ಕಾರನ್ನು ಚಲಾಯಿಸುತ್ತಿದ್ದ ಮೊಹಮ್ಮದ್ 'ಮಾಲಿಕ್‌ನ ಅಂಗಡಿ ಇಲ್ಲೇ ಹತ್ತಿರದಲ್ಲಿದೆ, ಆದರೆ ಪಾರ್ಕಿಂಗ್ ಮಾಡಲು ಜಾಗ ಸಿಗುತ್ತಿಲ್ಲವಲ್ಲ' ಎಂದು ಗೊಣಗಿಕೊಳ್ಳುತ್ತಿದ್ದ. ಅಷ್ಟರಲ್ಲಿ ಮಾಸಲು ಬಟ್ಟೆಯ ಹುಡುಗರ ಹಿಂಡೊಂದು ಕಾರಿಗೆ ಅಡ್ಡವಾಗಿ ಬಂದು ನಿಂತು ಮೊಹಮ್ಮದನೊಡನೆ ಯಾವುದೋ ಸಂಭಾಷಣೆಯಲ್ಲಿ ನಿರತವಾದವು. ಆ ಹುಡುಗರಲ್ಲಿ ಒಬ್ಬ ರಸ್ತೆಯ ದಿಕ್ಕುಗಳಿಗೆಲ್ಲಾ ತನ್ನ ಕೈಯನ್ನು ಹರಿಬಿಡುತ್ತಾ ಅದೇನನ್ನೋ ವಿವರಿಸುತ್ತಿದ್ದ. ಬಹುಶಃ ಕಾರಿನ ಪಾರ್ಕಿಂಗಿಗಾಗಿ ಖಾಲಿ ಜಾಗವನ್ನು ತೋರಿಸುತ್ತಿರಬಹುದು ಎಂದುಕೊಂಡೆ. ಅದು ನಿಜವಾಗಿತ್ತು. ಕೃತಜ್ಞತಾ ಪೂರ್ವಕವಾಗಿ ಆ ಹುಡುಗರಲ್ಲೊಬ್ಬನಿಗೆ ಕೆಲ ನಾಣ್ಯಗಳನ್ನೂ ಎರಡು ನೀರಿನ ಬಾಟಲ್‌ಗಳನ್ನೂ ಕೊಟ್ಟ ಮೊಹಮ್ಮದ್ ಕಾರನ್ನು ಹಿಮ್ಮುಖವಾಗಿ ಚಲಾಯಿಸತೊಡಗಿದ. 'ಇದಿನ್ಯಾವ ರೀತಿ ಭಿಕ್ಷೆ ಕೇಳುವ ದಂಧೆ?' ಮೂದಲಿಸುವವನಂತೆ ಕೇಳಿದೆ. ಒಳಗೊಳಗೇ ತಿಳಿ ನಕ್ಕ ಮೊಹಮ್ಮದ್ ನನಗೆ ಉತ್ತರಿಸಲಿಲ್ಲ. ನನ್ನ ಪ್ರಶ್ನೆ ಅವನನ್ನು ಘಾಸಿಗೊಳಿಸಿತೇನೋ ಎನಿಸುತ್ತಿತ್ತು. ಆದರೆ ಆ ಕ್ಷಣದ ಮೊಹಮ್ಮದನ ನಡವಳಿಕೆ ಸಂತನೊಬ್ಬನದಂತಿತ್ತು.

ಕೆಲ ಕಟ್ಟಡಗಳ ಸಾಲಿನ ಸಂದಿಗೆ ನುಗ್ಗಿ ಗಕ್ಕನೆ ಕಾರನ್ನು ನಿಲ್ಲಿಸಿದ ಮೊಹಮ್ಮದ್ ತನ್ನ ಸೊಂಟದಲ್ಲೇನೋ ತಡಕಾಡಿ, ಏನನ್ನೋ ಖಾತ್ರಿ ಪಡಿಸಿಕೊಂಡವನಂತೆ ಬನ್ನಿ ಹೋಗೋಣವೆಂದ. 'ಓಹೋ ಮೊಹಮ್ಮದ್ ಕೂಡ ಬಂದೂಕುಧಾರಿಯೇ!' ತುಸು ಗಾಬರಿಗೊಂಡೆ. ಅಲ್ಲಿ ನಾನೊಬ್ಬ ಮಾತ್ರ ನಿರಾಯುಧನಾಗಿದ್ದದ್ದು!. ಆ ಕ್ಷಣ ಕೊಂಚ ಬಾಯಿಯ ಪಸೆಯಾರಿತ್ತು. ನಾನು ಹೊರ ಬಂದು ಆರಂತಸ್ತಿನ ಆ ಕಟ್ಟಡವನ್ನು ನೋಡುತ್ತಾ ನಿಂತೆ. ಗುಂಡಿನ ಗಾಯಗಳನ್ನು ಹೊದ್ದಿದ್ದ ಕಟ್ಟಡದ ಒಂದು ಕಡೆಯ ಗೋಡೆ ಕೆಲ ವರ್ಷಗಳ ಹಿಂದಿನ ಯುದ್ಧದ ಕಥೆಯನ್ನು ಹೇಳುತ್ತಿತ್ತು. ಇರ್ಖ್ಯುತ್ ಝ್ಯುಮಿ ಮಾತ್ರ ಬರಲು ಒಲ್ಲೆ ಎಂದೂ, ನಾನು ಕಾರಲ್ಲೇ ಕೂರುವೆ ನೀವು ಹೋಗಿಬನ್ನಿರೆಂದು ಬಿನ್ನವಿಸಿಕೊಳ್ಳುತ್ತಿದ್ದ. ಈತನಿಗೆ ಕಾಬೂಲ್ ನಗರ ಮೊಹಮ್ಮದ್‌ನಂತೆಯೇ ಚಿರಪರಿಚಿತ. ಐದಾರು ವರುಷಗಳ ಹಿಂದೆಯೇ ಕಾಬೂಲ್‌ನಲ್ಲಿ ಬಂದು ಕೆಲಸ ನಿರ್ವಹಿಸುತ್ತಿದ್ದಾನೆ. ಹೀಗ್ಯಾಕೆ ಇವ ಹೊರ ಬರಲು ಹಿಂದೇಟು ಹಾಕುತ್ತಿದ್ದಾನೆ? ಆ ಹೊತ್ತಿನಲ್ಲಿ ನನಗೇನೋ ಸಂಶಯವಾಗಹತ್ತಿತ್ತು. ಇರ್ಖ್ಯುತ್‌ನ ನಡವಳಿಕೆಯಿಂದ ಆ ಕ್ಷಣ ಎಲ್ಲರ ಮುಖ ಪೇಲವವಾದದ್ದನ್ನು ಗಮನಿಸಿದೆ. ಆ ಇಬ್ಬರು ಯೂರೋಪಿಯನ್ನರು ಜಗಳ ಮಾಡುವಂತೆ ನನಗರ್ಥವಾಗದ ಭಾಷೆಯಲ್ಲಿ ಏರು ದನಿಯಲ್ಲಿ ಮಾತನ್ನಾಡುತ್ತಿದ್ದರು. 'ಇವನಿಲ್ಲಿರಲಿ, ನಡೆಯಿರಿ ನಾವು ಹೋಗೋಣ' ಗಾರ್ಥ್ಮಂಡ್ ನಮಗೆ ಆದೇಶವನ್ನಿತ್ತು ಸೊಂಟ ತಡಕಾಡಹತ್ತಿದ. ಎಲ್ಲಿ ಹೋಗುತ್ತಿದ್ದೇವೋ? ಏನು ನಡೆಯುತ್ತಿದೆಯೋ? ನನಗಾಗ ಪ್ರತಿಯೊಂದೂ ಗೊಂದಲದಂತಾಗಿ ಜೊತೆಗಿದ್ದ ಇಬ್ಬರನ್ನೂ ಸುಲಭವಾಗಿ ನಂಬಲಾರದ ಮನಸ್ಥಿತಿ ಉಂಟಾಗಿತ್ತು.

ಕಟ್ಟಡಗಳು ಒಂದಕ್ಕೊಂದು ಅಂಟಿಕೊಳ್ಳಲು ತವಕಿಸುತ್ತಿರುವಂತಿರೋ ಬಲು ಇಕ್ಕಟ್ಟಾದ ನಿರ್ಜನ ಪ್ರದೇಶವದು. ಮಾರುದ್ದ ಹೆಜ್ಜೆಯನ್ನಿಟ್ಟು ನಡೆಯುತ್ತಿದ್ದ ಮೊಹಮ್ಮದನನ್ನು ನಾವಿಬ್ಬರೂ ಹಿಂಬಾಲಿಸುತ್ತಿದ್ದೆವಾದರೂ ಅವನ ಗತಿಗೆ ನಮ್ಮನ್ನು ಒಗ್ಗಿಸಿಕೊಳ್ಳಲಾಗದೆ ಹಿಂದೆ ಬೀಳುತ್ತಿದ್ದೆವು. ಒಮ್ಮೆ ನಿಂತು ನಮ್ಮನ್ನು ನೋಡಿ 'ಕೆಲವೇ ನಿಮಿಷಗಳ ಕಾಲ್ನಡಿಗೆಯಷ್ಟೇ' ಎಂದ. ನನಗರಿವಾದಂತೆ ಸಂತೆ ನಡೆಯುತ್ತಿದ್ದ ಹಿಂದಿನ ಭಾಗದಲ್ಲಿ ನಾವಿದ್ದೆವು. ಸಂತೆಯ ಜನರ ಗಿಜಿಗಿಜಿ ಶಬ್ದ ನಾನಿದ್ದಲ್ಲಿಗೆ ಅಸ್ಪಷ್ಟವಾಗಿ ತಲುಪುತ್ತಿತ್ತು. ಅನಿರೀಕ್ಷಿತವಾಗಿ 'ಭಗ್ 'ಎಂಬಂತೆ ಬಂದಿತ್ತು ಕಠೋರ ವಾಸನೆ. 'ಓಹ್... ಇದೇನಿದು ಸಹಿಸಲಸಾಧ್ಯ...!' ಒಮ್ಮೆಗೆ ನಾನೂ ಮತ್ತು ಗಾರ್ಥ್ಮಂಡ್ ಕೂಗಿಕೊಂಡೆವು. 'ಜೋರಾಗಿ ಹೆಜ್ಜೆ ಹಾಕಿ, ಸಂತೇಲಿ ಉಳಿಯೋ ಮಾಂಸವನ್ನೆಲ್ಲಾ ಆ ಗಠಾರಕ್ಕೆ ಎಸೆದುಬಿಡ್ತಾರಲ್ಲಾ...?' ಎಂದು ರಾಗವಾಡಿದ ಮೊಹಮ್ಮದ್. ಕುತೂಹಲಕ್ಕೆ ಒಮ್ಮೆ ನೋಡುವೆನೆಂದರೂ ಗಠಾರವದು ದೃಷ್ಟಿಗೆ ನಿಲುಕುತ್ತಿರಲಿಲ್ಲ. ಆಳೆತ್ತರದ ಗೋಡೆ ಮರೆಮಾಡಿತ್ತು.

ನನಗೋ ತಡೆಯಲಾರದ ಸಿಟ್ಟು ಬರಲಾರಂಭಿಸಿತ್ತು. ಯಾರ ಮೇಲೆ? ಗೊತ್ತಿಲ್ಲ! ನನ್ನನ್ನು ಇಲ್ಲಿಗೆ ಕಳುಹಿಸಿದ ಕಂಪನಿಯ ಮೇಲೋ, ನನ್ನ ಕರ್ಮಕ್ಕೋ ಅಥವಾ ಮೊಹಮ್ಮದನ ಮೇಲೋ? ನಿರ್ಧರಿಸಲಾಗಲಿಲ್ಲ.

ಸುಮಾರು ಮೂರಾಳೆತ್ತರದ ಕಾಂಪೌಂಡ್ ಗೋಡೆ ತನ್ನ ನೆತ್ತಿಯ ಮೇಲೆ ಮುಳ್ಳಿನ ಸುರುಳಿಯ ಹರವನ್ನು ಹೇರಿಕೊಂಡು ನಿಂತಿತ್ತು. ಅದಕ್ಕೆ ಅಷ್ಟೇ ಎತ್ತರಕ್ಕಿದ್ದ ಕಬ್ಬಿಣದ ಗೋಡೆಯ ರೂಪದ ಗೇಟನ್ನು ಸಿಕ್ಕಿಸಿದ್ದರು. ಅದರ ಮುಂದೆ ಬಂದು ನಿಂತ ಮೊಹಮ್ಮದ್ ಒಮ್ಮೆಗೇ ಗೇಟನ್ನು ದಬದಬ ಬಡಿಯಲು ಆರಂಭಿಸಿದ. ಗೇಟಿನ ಮಧ್ಯಕ್ಕಿದ್ದ ನಾಲ್ಕಿಂಚು ಅಗಲದ ಆಯತಾಕಾರದ ಕಿರು ಕಿಂಡಿಯೊಂದರ ಬಾಗಿಲು ಸರಕ್ಕನೆ ಜರುಗಿ ಎರಡು ಕಣ್ಣುಗಳು ಪಿಳಿಪಿಳಿ ಎಂದಾಡುತ್ತಿತ್ತು. ಕೆಲ ಕ್ಷಣಗಳ ನಂತರ ಕಿರ್ರ್ ಎಂದು ಅರಚುತ್ತಾ ಗೋಡೆಯ ಪಕ್ಕಕ್ಕೆ ಸರಿದ ಆ ಬೃಹದಾಕಾರದ ಕಬ್ಬಿಣದ ಬಾಗಿಲು ನಮ್ಮನ್ನು ಒಳಕ್ಕೆ ಬಿಟ್ಟುಕೊಂಡು ಮತ್ತೆ ಮುಚ್ಚಿಕೊಂಡು ಅದು ತನ್ನ ಕಾರ್ಯವನ್ನು ಶಿಸ್ತಿನಿಂದ ಪಾಲಿಸಿತ್ತು. 'ಸಲಾಮ್ ವಾಲೈಕುಮ್' ಎಂದ ಆತ ಹಲ್ಲು ಗಿಂಜಿ ನಗುತ್ತಾ ಸ್ವಾಗತಿಸಿದ. ಹಿಂದೆ ನಾನು ನೋಡಿದ ನಮ್ಮ ಕಂಪನಿಯ ಗೆಸ್ಟ್ ಹೌಸಿನ ಹೊರಗೆ ಕಾವಲಿದ್ದವರಂತಹುದೇ ಉಡುಪು ಈತನದು. ಅದೇ ರೀತಿಯ ಬಂದೂಕು ಈತನ ಕೈಯಲ್ಲಿ. ಆತ ಸಣ್ಣಗೆ ನಗುತ್ತಿದ್ದ. ಆ ಕ್ಷಣದ ಅವನ ನಗು ಮತ್ತು ಬಂದೂಕಿನ ಕೂಡುವಿಕೆ ಶಾಂತಿ ಮತ್ತು ಹಿಂಸೆ ತಬ್ಬಿಕೊಂಡಂತೆ ಅನಿಸಿತ್ತು. 'ಮಾರ್ಕೆಟ್‌ಗೆ ಹೋಗೋಣವೆಂದು ಇದ್ಯಾವ ಜಾಗಕ್ಕೆ ಕರೆದುಕೊಂಡು ಬಂದಿದ್ದಾರೆ ನನ್ನನ್ನ? ಇರ್ಘುತ್ ಝ್ಯುಮಿ ಕಾರಿನಲ್ಲೇ ಉಳಿಯುತ್ತೇನೆಂಬುದರ ಮರ್ಮವೇನು? ನನ್ನನ್ನು ಅಪಹರಿಸಲು ಏನಾದರೂ ಸಂಚು ನಡೆಯುತ್ತಿದೆಯೇ? ಛೇ.. ಸಾಧ್ಯವಿರಲಿಕ್ಕಿಲ್ಲ. ಏಕೆಂದರೆ ಗಾರ್ಘ್ಮುಂಡ್ ನನಗೆ ಬಹು ಚೆನ್ನಾಗಿ ಗೊತ್ತು, ಗಾರ್ಘ್ಮುಂಡ್‌ನಿಗೆ ಮೊಹಮ್ಮದ್ ಚೆನ್ನಾಗಿ ಗೊತ್ತು ಹಾಗೂ ಮೊಹಮ್ಮದನಿಗೆ ಈ ಜಾಗ. ನೋಡೇ ಬಿಡೋಣ ಏನಾಗುತ್ತೆ...' ಭಂಡ ಧೈರ್ಯದೊಂದಿಗಿನ ಸ್ವಗತ.

ನನ್ನ ಇಂಜಿನಿಯರ್ ಬುದ್ಧಿ ಆ ಜಾಗವನ್ನು ಅಳೆಯಲೆತ್ನಿಸಿತ್ತು. ಸಾವಿರ, ಸಾವಿರದಿನ್ನೂರು ಚದರ ಮೀಟರ್ ವಿಸ್ತೀರ್ಣದ ಪ್ರದೇಶವಿರಬಹುದು. ಎಲ್ಲಾ ದಿಕ್ಕಿಗೂ ಸುತ್ತುವರೆದ ಬಲು ಎತ್ತರದ ಕಾಂಪೌಂಡ್ ಗೋಡೆ. ಒಂದು ಮೂಲೆಯಲ್ಲಿ ಉಕ್ಕಿನ ಹಾಳೆಯ ಹೊದಿಕೆಯಡಿ ಮಲಗಿದ್ದ ಉಗ್ರಾಣವಿತ್ತು. ಅದರ ಪಕ್ಕದಲ್ಲಿ ಸ್ಟೋರೇಜ್ ಕಂಟೈನರ್‌ಗಳನ್ನು ಒಂದರ ತಲೆಯೊಂದರ ಮೇಲೊಂದರಂತೆ ಜೋಡಿಸಲಾಗಿತ್ತು. ಎಲೆಕ್ಟ್ರಿಕ್ ಕೇಬಲ್ ಡ್ರಮ್ಮುಗಳು ಆ ವಿಶಾಲವಾದ ಬಯಲಿನ ಬಹುಪಾಲು ಜಾಗವನ್ನು ಆಕ್ರಮಿಸಿಕೊಂಡಿದ್ದವು. ಎದುರಿಗೆ ಆಧುನಿಕ ಶೈಲಿಯಲ್ಲಿ ಕಟ್ಟಲಾಗಿದ್ದ ಒಂದು ಸಾಧಾರಣ ಗಾತ್ರದ

ಬಂಗಲೆ. ಬಂಗಲೆಯ ಮುಂದುಗಡೆ ನಾಲ್ಕಾರು ಕುರ್ಚಿ, ಮೇಜುಗಳನ್ನು ಒಪ್ಪವಾಗಿ ಜೋಡಿಸಲಾಗಿತ್ತು. ಮೇಜಿನ ಮೇಲೆ ಒಂದಷ್ಟು ಖರ್ಜೂರ, ಬೂಂದಿ ಖಾರದಂತಿದ್ದ ತಿಂಡಿ, ಬತ್ತಾಸು, ಸಕ್ಕರೆಯ ದಪ್ಪ ಚೂರುಗಳನ್ನು ತಟ್ಟೆಗಳಲ್ಲಿಟ್ಟು ಸಿಂಗರಿಸಿದ್ದರು. ಬಂಗಲೆಯ ಪಕ್ಕದಲ್ಲೊಂದು ನೀರಿನ ಬೋರ್‌ವೆಲ್ ಇತ್ತು. ಉತ್ತರ ಕರ್ನಾಟಕ ಭಾಗದಲ್ಲಿ ಆ ರೀತಿಯ ಬೋರ್‌ವೆಲ್ ನೋಡಿದ್ದೆ. ಎರಡಡಿಯ ಪುಟ್ಟದಾದ ಕೈ ಪಂಪಿನ ಬೋರ್‌ವೆಲ್ ಅದು. ಆ ಕಾವಲುಗಾರ ಬೋರಿನ ನೀರನ್ನು ಹಿಡಿದು ಕುಡಿಯುತ್ತಿದ್ದ. ಬಹುಶಃ ಅದೇ ಅವರ ನೀರಿನ ಮೂಲವಿರಬಹುದು ಅನಿಸಿತ್ತು. ನಾವೆಲ್ಲರೂ ಕುರ್ಚಿಗಳ ಮೇಲೆ ಆಸೀನರಾದೆವು. ಸುಮಾರು ಅರವತ್ತರ ಪ್ರಾಯದ ಹೆಣ್ಣೊಂದು ಹರಿವಾಣದಲ್ಲಿ ಚಹಾ ಹೊತ್ತು ತಂದಿಟ್ಟಳು. ಆಶ್ಚರ್ಯವೆಂದರೆ ಆಕೆ ಸಲ್ವಾರ್-ಕಮೀಜ್‌ನಲ್ಲಿದ್ದಳು. ನಮ್ಮನ್ನು ಕನಿಷ್ಟ ಕತ್ತೆತ್ತಿ ನೋಡುವ ಉಮೇದೂ ಆಕೆಗಿರಲಿಲ್ಲವೇನೋ, ಹಾಗೇ ಒಳನಡೆಯಿತು ಆ ಹೆಂಗಸು. ಅಲ್ಲಿ ಎಲ್ಲರೂ ಮೌನ. ಗಾಢ ನಿಶ್ಯಬ್ದ. ಏಕೆಂದು ತಿಳಿಯುತ್ತಿಲ್ಲ. ನಾನು ಮೊಹಮ್ಮದ್ ಮುಖವನ್ನು ನೋಡಿದೆ. ನನ್ನನ್ನು ಸಮಾಧಾನಿಸಲೇನೋ ಎಂಬಂತೆ ಆತ ಕತ್ತನ್ನಾಡಿಸಿ ನಕ್ಕ. ಕೆಲ ಕ್ಷಣಗಳು ಚಹಾ ಹೀರುವಿಕೆಯ ಬಾಯ್ಚಪ್ಪರಿಕೆ ಶಬ್ದದಿಂದ ತುಂಬಿ ಹೋಗಿತ್ತು.

ಮಂಗೋಲಿಯನ್ ಮುಖದವನೊಬ್ಬ ಉಗ್ರಾಣದೆಡೆಯಿಂದ ನಮ್ಮ ಬಳಿ ತುಸು ವೇಗವಾಗಿ ನಡೆದು ಬಂದು ಎಲ್ಲರಿಗೂ ಸ್ವಾಗತ ಕೋರಿ ಕೈ ಕುಲುಕಿದ. ಹೆಸರು 'ಝ್ಯುಮರ್ ಅಬ್ದುಲ್ಲಾ' ಎಂದು ಪರಿಚಯಿಸಿಕೊಂಡ. ಇವನೇ ಇದೆಲ್ಲದರ ಮಾಲೀಕನೆಂಬುದು ಗೊತ್ತಾಗಿತ್ತು. ಈತನ ವಿಶೇಷವೆಂದರೆ ನಮ್ಮ ಹಾಗೆಯೇ ಉಡುಪನ್ನು ಧರಿಸಿದ್ದದ್ದು ಮತ್ತು ಸರಾಗವಾಗಿ ಉರ್ದು ಮಾತನಾಡುತ್ತಿದ್ದದ್ದು. ನನ್ನನ್ನು ಭಾರತೀಯನೆಂದು ಬಲು ಬೇಗ ಗುರುತಿಸಿದ್ದ ಆತ ಭಾರತದಲ್ಲಿನ ತನ್ನ ಅನುಭವಗಳನ್ನು ಹಂಚಿಕೊಳ್ಳಲು ಶುರುವಿಟ್ಟುಕೊಂಡ. ನಲವತ್ತರ ಪ್ರಾಯದವನೆನಿಸುತ್ತಿತ್ತು. ವ್ಯವಹಾರದ ಸಲುವಾಗಿ ಸುಮಾರು ಹತ್ತಕ್ಕೂ ಹೆಚ್ಚು ಬಾರಿ ಭಾರತಕ್ಕೆ ಭೇಟಿಯಿತ್ತಿದ್ದಾನಂತೆ. ಮುಂಬೈ, ದೆಹಲಿ ಮತ್ತು ಸೂರತ್ ನಗರಗಳಿಗೆ ಹೆಚ್ಚಿನ ಬಾರಿ ಬಂದು ಹೋಗಿರುವುದಂತೆ. ಇತ್ತೀಚೆಗಷ್ಟೇ ತನ್ನ ತಂದೆಯ ಹೃದಯ ಚಿಕಿತ್ಸೆಗೆ ದೆಹಲಿಗೆ ಬಂದಿದ್ದನಂತೆ. ಅಲ್ಲಿನ ಶ್ರೀಮಂತರಲ್ಲಿ ಇವನೂ ಒಬ್ಬನಿರಬಹುದು ಎಂದುಕೊಂಡೆ. ಆತನ ಮಾತುಗಳನ್ನು ಕೇಳುತ್ತಾ ನಾನೊಂದು ಅಜ್ಞಾತ ಸ್ಥಳಕ್ಕೆ ಬಂದಿರುವೆನೆಂಬ ಭಾವನೆಯೇ ದೂರವಾಗುತ್ತಲಿತ್ತು. ಬಲು ಆಕರ್ಷಕ ರೂಪು ಮತ್ತು ಮಾತು ಆತನದು. ಎಷ್ಟಾದರೂ ವ್ಯಾಪಾರಸ್ಥನಲ್ಲವೇ? ನನಗೆ ಬೇಕಾಗಿದ್ದ ಸಾಮಾನು ಸರಂಜಾಮುಗಳೆಲ್ಲಾ ಆ ಉಗ್ರಾಣದಲ್ಲಿದ್ದವು. ಅಲ್ಲಿ ಕೆಲಸ ಮಾಡುತ್ತಿದ್ದ ಹುಡುಗರು ಉತ್ಸಾಹದಿಂದ ನನಗೆ ನೆರವಾಗುತ್ತಿದ್ದರು. ಬಹುತೇಕ ಎಲ್ಲರಿಗೂ

ಸ್ವಲ್ಪ ಉರ್ದು ಬರುತ್ತಿತ್ತು. ಅಗತ್ಯವಿದ್ದ ಎಲ್ಲಾ ಸಾಮಾನುಗಳು ಒಂದೆಡೆಯೇ ಸಿಕ್ಕ ಸಂತೋಷ ಒಂದೆಡೆಯಾದರೆ, ಬಹುತೇಕವು ಚೈನೀ ನಿರ್ಮಿತವಾದವುಗಳು. ಕಂದಹಾರ್ ಕ್ಯಾಂಪಿನಲ್ಲಿದ್ದ ಅಮೆರಿಕೆಯ ಸೈನಿಕ ಎಂಜಿನಿಯರುಗಳು ಚೈನೀ ಮಾಲುಗಳನ್ನು ಎಡಗೈಯಲ್ಲಿಯೂ ಹಿಡಿಯುತ್ತಿರಲಿಲ್ಲ. ಅದೊಂದು ಪೀಕಲಾಟವೇ ಸರಿ. 'ನಿಮ್ಮಲ್ಲಿ ಅಮೆರಿಕಾ ನಿರ್ಮಿತ ವಸ್ತುಗಳು ಇದೆಯೆಂದು ಕೇಳಿ ಇಲ್ಲಿ ಬಂದೆವು ಆದರೆ ಇದೆಲ್ಲಾ ಚೈನೀ ಮಾಲುಗಳು...' ರಾಗವೆಳೆದೆ. 'ಈ ಬಿಳಿಯರೆಲ್ಲಾ ಇದನ್ನೇ ತಗೊಳ್ಳೋದು ಸಾರ್, ನೀವೇನ್ ಯೋಚ್ನೆ ಮಾಡ್ಬೇಡಿ. ಕಣ್ಮುಚ್ಕೊಂಡು ತಗೊಂಡು ಹೋಗಿ, ಅಷ್ಟಕ್ಕೂ ಇಲ್ಲಿ ಬಿಟ್ಟರೆ ಇಡೀ ಆಫ್ಘಾನಿಸ್ತಾನದಲ್ಲಿ ಎಲ್ಲಿಯೂ ಈ ನಮೂನೆಯ ವಸ್ತುಗಳು ದೊರೆಯುವುದಿಲ್ಲ' ಝ್ಯುಮರ್ ನನ್ನನ್ನು ಪುಸಲಾಯಿಸಹತ್ತಿದ. ಮೊಹಮ್ಮದ್ ಕೂಡ ಆತನ ಪ್ರತೀ ಮಾತಿಗೂ 'ಹೂಂ' ಎಂದು ತಾಳ ಹಾಕುತ್ತಿದ್ದ. 'ನಿಮ್ಮ ಗ್ರಾಹಕ ಲೈಸೆನ್ಸ್, ವಿತರಣೆಗಾರರ ವಿವರಗಳು, ಕ್ರೆಡೆನ್ಶಿಯಲ್ಸ್ ಇತ್ಯಾದಿ ಏನಾದರೂ ಇದೆಯೇ?' ಎಂದು ಪ್ರಶ್ನಿಸಿದ ನನ್ನನ್ನು ಮೇಲಿನಿಂದ ಕೆಳಗೆ ನೋಡಿ 'ಅದೊಂದೂ ನಮ್ಮಲ್ಲಿ ಇಲ್ಲಾ ಸಾರ್, ದುಡ್ಡು ಕೊಟ್ಟರೆ ಮಾಲು ಅಷ್ಟೇ' ಎಂದ ಅವನ ಮಾತಿನ ಧಾಟಿಗೆ ನಿರುತ್ತರನಾಗಿದ್ದೆ. ಅವ ಕೊಟ್ಟ ಬೆಲೆಯ ನಕಲು ರಸೀದಿ ನೋಡಿ ನಾನು ದಂಗಾಗಿ ಹೋದೆ. ಅಂತಾರಾಷ್ಟ್ರೀಯ ಮಾರುಕಟ್ಟೆಯ ನಿಗದಿ ಬೆಲೆಗಿಂತ ಆರು ಪಟ್ಟು ಹೆಚ್ಚಿನದಿತ್ತು. ಅದೂ ಚೈನೀ ಮಾಲಿಗೆ?! ಅತೀ ಶೀಘ್ರವಾಗಿ ದುಡ್ಡನ್ನು ಮಾಡಬಯಸುವವರು ಇಲ್ಲಿಗೆ ಬರಬೇಕು ನೋಡಿ. ಅಮೆರಿಕಾ ಹಾಗೂ ಈ ನ್ಯಾಟೊ ಪಡೆ ಅದೆಷ್ಟು ಬಿಲಿಯನ್ ಡಾಲರು ಹಣ ಇಲ್ಲಿ ತಂದು ಸುರಿಯುತ್ತಿದ್ದಾರೋ ಗೊತ್ತಿಲ್ಲ. ಒಂದು ವೇಳೆ ಅದೇ ಹಣವನ್ನು ಈ ದೇಶ ನಿರ್ಮಿಸುವಲ್ಲಿ ತೊಡಗಿಸಿದ್ದೇ ಆದರೆ ಯಾವ ಅಭಿವೃದ್ಧಿ ಹೊಂದಿದ ದೇಶಕ್ಕಿಂತಲೂ ಕಡಿಮೆ ಇಲ್ಲದಂತೆ ಮಾಡಬಹುದು ಎಂಬುದರಲ್ಲಿ ಸಂಶಯವಿಲ್ಲ. 'ಇಷ್ಟೊಂದು ಬೆಲೆ ಏಕೆ?' ಮುಖ ಗಂಟಿಕ್ಕಿಕೊಂಡೇ ಕೇಳಿದೆ. 'ಕಳೆದ ವಾರ ಕರಾಚಿಯಿಂದ ಕಂದಹಾರ್ ಮಾರ್ಗವಾಗಿ ಕಾಬೂಲಿಗೆ ಬರಬೇಕಿದ್ದ ನಮ್ಮ ಗೂಡ್ಸ್ ಕಂಟೈನರನ್ನು ಪಾಕಿಸ್ತಾನದ ಬಾರ್ಡರ್‌ನಲ್ಲಿ ಹೊಡೆದು ಉರುಳಿಸಿಬಿಟ್ರು. ಭರಿಸಲಾರದಷ್ಟು ನಷ್ಟ ಆಯ್ತು. ಯಾರನ್ನ ಕೇಳೋದು? ಸಾರ್.. ಇಲ್ಲಿನ ವ್ಯವಹಾರ ನಿಮ್ಮ ದೇಶದ ಹಾಗಲ್ಲ' ಎಂದ ಝ್ಯುಮರ್‌ನ ಉತ್ತರಕ್ಕೆ ನಾನು ಏನು ಹೇಳಬೇಕೆಂದು ತೋಚದೆ ಸುಮ್ಮನಾದೆ.

ತಕ್ಷಣ ನನ್ನ ಮೇಲಧಿಕಾರಿಯೊಡನೆ ಚರ್ಚಿಸಿ ಒಂದು ನಿರ್ಧಾರಕ್ಕೆ ಬರುವುದೆಂದು ತೀರ್ಮಾನಿಸಿದೆ. ಆದರೆ ನನ್ನ ಬಳಿ ಇದ್ದ ಮೊಬೈಲ್ ಫೋನ್‌ನಲ್ಲಿ ಜರ್ಮನಿಯಲ್ಲಿದ್ದ ಆತನನ್ನು ಸಂಪರ್ಕಿಸಲು ಕಷ್ಟವಾಗುತ್ತಿತ್ತು. ನನ್ನ ಸಮಸ್ಯೆ ಅರಿತವನಂತೆ 'ಝ್ಯುಮರ್' ತನ್ನ ಕಿಸೆಯಿಂದ ಭಾರವಾದ

ವಾಕಿ–ಟಾಕಿ ತರಹದ ಫೋನ್ ಒಂದನ್ನು ತೆಗೆದು ನನ್ನ ಕೈಗಿತ್ತು ಇದರಲ್ಲಿ ಪ್ರಯತ್ನಿಸಿ ಎಂದ. 'ಅರೆ... ಇದು ಸೆಟಲೈಟ್ ಫೋನ್!' ಎಂದು ಉದ್ಗರಿಸಿದೆ. ಹೌದೆಂದು ಆತ ತಲೆಯಾಡಿಸಿದ. ಬಹುಪಾಲು ಉಗ್ರಗಾಮಿಗಳು ಇಲ್ಲವೇ ಮಿಲಿಟರಿ ಪಡೆಗಳು ಬಳಸುವ ವಿದ್ಯುನ್ಮಾನ ಸಾಧನ ಈತನ ಬಳಿಯಲ್ಲಿದ್ದದ್ದು ನನಗೆ ಹೇಳಲಾರದ ಆಶ್ಚರ್ಯವನ್ನುಂಟು ಮಾಡಿತ್ತು. ಮೇಲಧಿಕಾರಿ ಅಲ್ಲಿ ಸಿಕ್ಕದ್ದನ್ನು ತೆಗೆದುಕೋ ಪರವಾಗಿಲ್ಲ, ಸದ್ಯಕ್ಕೆ ಬೇರಾವ ಮಾರ್ಗವಿಲ್ಲವೆಂದ. ಝ್ಯುಮರನಿಗೆ ಅಗತ್ಯವಿದ್ದ ಸರಕಿನ ಪಟ್ಟಿಯನ್ನು ಕೊಟ್ಟು, ಎಲ್ಲವನ್ನು ನಮ್ಮ ಗೆಸ್ಟ್ ಹೌಸ್‌ಗೆ ಸಾಗಿಸಿರೆಂದು ಹೇಳಿ ಹೊರಡಲನುವಾದೆ. ಆಗ ಮಧ್ಯಾಹ್ನ ಒಂದು ಗಂಟೆ. ಹೊಟ್ಟೆ ತಾಳ ಹಾಕಲಾರಂಭಿಸಿತ್ತು. ನನ್ನ ಮನಸ್ಸನ್ನ ಓದಿದನೋ ಏನೋ ಗೊತ್ತಿಲ್ಲ 'ಅಪರೂಪಕ್ಕೆ ಬಂದಿರುವ ನಮ್ಮ ಅತಿಥಿ ಊಟ ಮಾಡಿಕೊಂಡು ಹೋಗಬೇಕು. ನಿಮಗಾಗಿ ರುಚಿಯಾದ ಖಾದ್ಯಗಳು ತಯಾರಿವೆ' ಎಂದ ಝ್ಯುಮರ್. ಬಹುಶಃ ನಾವು ಬರುವ ವಿಚಾರ ಇವರಿಗೆ ಈ ಮೊದಲೇ ತಿಳಿದಿತ್ತೇನೋ. 'ನಿಮ್ಮ ಊಟನಾ...?' ನಾನು ರಾಗವೆಳೆದೆ. 'ಕೋಳಿ, ಕುರಿಯ ಮಾಂಸ ಮಾತ್ರ ಮಾಡಿಸಿದ್ದೇವೆ. ನೀವು ಹೆದರಬೇಕಾದ್ದಿಲ್ಲ' ಎಂದು ಸಂತೈಸಿದ ನಂತರ ಬಂಗಲೆಯ ಒಳಗೆ ನಾವೆಲ್ಲವೂ ನಡೆದೆವು. ನೆಲದ ಮೇಲಿನ ಕೆಂಪು ಹಾಸಿನ ಮೇಲೆ ಅಗಲವಾದ ಹಿತ್ತಾಳೆಯ ಹರಿವಾಣದಲ್ಲಿ ಹತ್ತು ಜನರಿಗಾಗುವಷ್ಟು ಅರಿಶಿನದ ಅನ್ನ, ಸುಟ್ಟ ಕೋಳಿ ಮತ್ತು ಹುರಿದ ಕುರಿ ಮಾಂಸವನ್ನು ಚೊಕ್ಕವಾಗಿ ಜೋಡಿಸಿದಂತೆ ತುಂಬಲಾಗಿತ್ತು. ಎಲ್ಲರೂ ಒಂದೇ ತಟ್ಟೆಯಲ್ಲಿ ಉಣ್ಣಬೇಕೆಂದು ಝ್ಯುಮರಿನ ಒತ್ತಾಯಪೂರ್ವ ಆಗ್ರಹ. ದುಬೈನ ಪಾಕಿಸ್ತಾನಿ ಹೋಟೆಲುಗಳಲ್ಲಿ ಸಿಗುವ ಬಿರಿಯಾನಿಯಂತಹುದೇ ರುಚಿ! ಹೊಟ್ಟೆ ಬಿರಿಯುವಷ್ಟು ಇಳಿಸಿದೆ. ಗಾರ್ಝ್ಮಂಡ್ ನಾಚಿಕೆ ಪಟ್ಟುಕೊಂಡೇ ನನಗಿಂತ ಸ್ವಲ್ಪ ಹೆಚ್ಚೇ ಇಳಿಸಿದ. ಅಲ್ಲಿನ ಆ ಜನರೊಂದಿಗೆ ಊಟದಲ್ಲಿ ಪೈಪೋಟಿ ನೀಡಲು ಯಾರಿಂದಲೂ ಸಾಧ್ಯವಿಲ್ಲವೇನೋ ಎನ್ನಿಸುತ್ತಿತ್ತು ಅವರು ತಿನ್ನುತ್ತಿದ್ದ ಪರಿ. ಪ್ರತಿಯೊಬ್ಬರೂ ಒಂದೊಂದು ಕೋಳಿಯನ್ನು ಪೂರ ತಿಂದು ಮುಗಿಸುತ್ತಿದ್ದರು, ಅದೂ ಅಷ್ಟೊಂದು ಅನ್ನದ ಜೊತೆಗೆ. ಮೊಹಮ್ಮದ್ ಮಾತ್ರ ಏನೂ ತಿನ್ನದೆ ಪಕ್ಕದಲ್ಲೇ ಕುಳಿತು ನಮ್ಮೊಂದಿಗೆ ಹರಟುತ್ತಿದ್ದ. ಏಕೆಂದು ಕೇಳಿದರೆ 'ರೋಜಾ' ಎನ್ನುತ್ತಿದ್ದ. ಆಗ ರಮದಾನ್ ಸಮಯ ಅಲ್ಲದಿದ್ದರೂ ಅವ ಹಜ್‌ಗೆ ಹೋಗಿ ಬಂದಾಗಿನಿಂದ ಹೀಗೆ ಕಠಿಣ ಉಪವಾಸವನ್ನು ಮಾಡುತ್ತಿದ್ದಾನೆ ಎಂದು ಝ್ಯುಮರ್ ನನಗೆ ತಿಳಿಸಿದ. ಅದಲ್ಲದೇ ಅವನ ಹೆಸರು 'ಹಾಜಿ ಮೊಹಮ್ಮದ್' ಆಗಲು ಕಾರಣವೂ ಹಜ್ ಯಾತ್ರೆಯೇ ಎನ್ನುವುದು ಅವರ ಮಾತಿನಿಂದ ವೇದ್ಯವಾಗಿತ್ತು. ಎಷ್ಟಾದರೂ ಧರ್ಮಭೀರುಗಳ ನಾಡಲ್ಲವೇ?

ಈ ಅಪರೂಪದ ಭೇಟಿಯ ನೆನಪಿಗಾಗಿ ನನಗೆ ನನ್ನ ಕೆಲಸದಲ್ಲಿ ತುಂಬಾನೆ ಉಪಯುಕ್ತವಾಗುವ ಒಂದು ಪುಸ್ತಕವನ್ನ ಉಡುಗೊರೆಯಾಗಿ ಕೊಟ್ಟ ಝ್ಯುಮರ್ ಬಲು ಆತ್ಮೀಯತೆಯಿಂದ ನಮ್ಮನ್ನು ಬೀಳ್ಕೊಟ್ಟ. ಗೇಟಿನ ಆಚೆಬಂದ ನಾವು ಮತ್ತದೇ ಇಕ್ಕಟ್ಟಾದ ನಿರ್ಜನ ಪ್ರದೇಶದಲ್ಲಿ ಬಿರುಸಿನ ಹೆಜ್ಜೆಗಳನ್ನ ಹಾಕತೊಡಗಿದೆವು. ಈಗ ನನಗೆ ಬಹುತೇಕ ಪ್ರಶ್ನೆಗಳಿಗೆ ಉತ್ತರ ಸಿಕ್ಕು ನಿರಾಳನಾಗಿದ್ದರೂ ಇರ್ಝುತ್ ಝ್ಯುಮಿ ನಡೆದುಕೊಂಡ ರೀತಿಗೆ ವಿವರಣೆ ಇಲ್ಲದಾಗಿತ್ತು. ಕಾರನ್ನು ನಿಲ್ಲಿಸಿದ್ದ ಸ್ಥಳಕ್ಕೆ ಬಂದೆವು. ಕಾರು ಆ ಜಾಗದಲ್ಲಿ ಇರಲಿಲ್ಲ ಜೊತೆಗೆ ಇರ್ಝುತ್ ಕೂಡ. ಮೊಹಮ್ಮದ್ ಮತ್ತು ಗಾರ್ಝ್ಮಂಡ್ ಮುಖದಲ್ಲಿ ಬೆವರಿನ ಪದರು ಏರ್ಪಡುವಂತಿತ್ತು. ಗಾರ್ಝ್ಮಂಡ್ ಮೊಬೈಲ್ ಫೋನೆತ್ತಿಕೊಂಡು ಕಿರುಚಾಡಲಾರಂಭಿಸಿದ. ಏನು ನಡೆಯುತ್ತಿದೆ ಎಂಬುದು ನನಗೆ ಊಹಿಸಲೂ ಆಗುತ್ತಿರಲಿಲ್ಲ. ಅತ್ತ ಕಡೆಯಿಂದ ಇರ್ಝ್ಯುತ್‌ನ ಧ್ವನಿ ಮೆಲ್ಲನೆ ನನಗೆ ಕೇಳಿಸುತ್ತಿತ್ತು. ಫೋನನ್ನು ಕಿಸೆಯಲ್ಲಿ ತುರುಕಿ 'ಇರ್ಝುತ್ ಬರ್ತಾ ಇದಾನೆ' ಎಂದಷ್ಟೇ ಹೇಳಿ ಗೋಡೆಯೊರಗಿದ ಗಾರ್ಝ್ಮಂಡ್. ಕೆಲ ಕ್ಷಣಗಳಲ್ಲೇ ಕಾರು ಅಲ್ಲಿಗೆ ಬಂದು ನಿಂತಿತ್ತು. ಇರ್ಝುತ್ ಹಿಂದೆ ಬಂದು ಕುಳಿತ. ಮೊಹಮ್ಮದ್ ಚಾಲಕನ ಆಸನದಲ್ಲಿ ಕುಳಿತ. ಎಲ್ಲರೂ ಅವರವರ ಸ್ಥಳ ಅಲಂಕರಿಸಿದೆವು. ಕಾರು ವೇಗ ಪಡೆದುಕೊಂಡು ಸಾಗುತ್ತಿತ್ತು. ಆ ಇಬ್ಬರು ಯೂರೋಪಿಯನ್ನರು ತುಸು ಜೋರಾಗಿಯೇ ಮಾತಿನ ವಿನಿಮಯಕ್ಕಿಳಿದಿದ್ದರು.

ಎಲ್ಲವೂ ತನಗೆ ಗೊತ್ತು ಎಂಬತ್ತಿತ್ತು ಮೊಹಮ್ಮದನ ಮುಖ ಚರ್ಯೆ. 'ಅವನು ನಮ್ಮೊಡನೆ ಏಕೆ ಬರಲಿಲ್ಲ? ಕಾರನ್ನು ಚಲಾಯಿಸುತ್ತಾ ಎಲ್ಲಿ ಹೋಗಿದ್ದ?' ಇರ್ಝ್ಯುತ್‌ನ ಹೆಸರನ್ನೆತ್ತದೆ ಮೊಹಮ್ಮದನಿಗೆ ನಮ್ಮ ಗೌಪ್ಯ ಭಾಷಾವಿಧಿಯ ಧಾಟಿಯಲ್ಲಿ ಪ್ರಶ್ನಿಸಿದೆ. 'ನಾವು ಒಳಗೆ ಹೋಗಿ ಊಟ ಮಾಡ್ಕೊಂಡು ಬಂದ್ವಲ್ಲಾ...? ಹಿಂದಿನ ತಿಂಗಳು ಅಲ್ಲೇ ಅವನ ಅಪಹರಣವಾಗಿತ್ತು. ಕಾವಲುಗಾರರೇ ಬಂದೂಕು ತೋರಿ ಅಪಹರಿಸಿ ಬಲು ದೊಡ್ಡ ಮೊತ್ತ ಕಿತ್ತಿದ್ದರು. ಇವನ ಅದೃಷ್ಟ ಬಿಟ್ಟಿದ್ದಾರೆ. ಸಾಮಾನ್ಯವಾಗಿ ಅಪಹರಣಕಾರರಿಗೆ ಹಣ ಸಂದಾಯವಾದರೂ ತಮ್ಮ ಗೌಪ್ಯತೆಯನ್ನ ನಿಭಾಯಿಸುವ ಸಲುವಾಗಿ ಕೊಂದೇ ಬಿಡುತ್ತಾರೆ. ಅವತ್ತಿನಿಂದ ಇವ ಹೊರಗೇ ಬಂದಿರಲಿಲ್ಲ.. ಪಾಪ ಬಿಳಿಯ' ಎಂದ. ಇದನ್ನು ಕೇಳಿ ನನ್ನೆದೆಯ ಬಡಿತ ಹೆಚ್ಚಾಗಿತ್ತು. ಅಂತಹ ಸ್ಥಳಕ್ಕೆ ನಾನು ಹೋಗಿ ಬಂದೆನೇ? ಎಂದು ನನ್ನನ್ನು ನಾನೇ ಎಷ್ಟು ಸಾರಿ ಪ್ರಶ್ನಿಸಿಕೊಂಡೆನೋ ತಿಳಿಯದು. 'ಝ್ಯುಮರ್ ಸುಮ್ಮನೇ ಇದ್ದನೇ ಆಗ?' ಮರು ಪ್ರಶ್ನಿಸಿದೆ. 'ನನಗೆ ಅವನ ಮೇಲೆಯೇ ಅನುಮಾನ, ಹೀಗೆಲ್ಲಾ ಮಾಡಿಯೇ ಇಷ್ಟೊಂದು ಹಣ ಸಂಪಾದಿಸಿದ್ದಾನೆ. ಕಳ್ಳ ಭಡವ' ಎಂದ. ಆ ಕ್ಷಣ ನನಗೆ ಮಾತು ಹೊರಬರಲಿಲ್ಲ. ನನ್ನೊಡನೆ ಝ್ಯುಮರ್

ನಡೆದುಕೊಂಡ ರೀತಿ ಎಷ್ಟು ಆಪ್ಯಾಯಮಾನವಾಗಿತ್ತು. ಆದರೆ ಮೊಹಮ್ಮದನ ಈ ಮಾತು? ಗೊಂದಲಮಯನಾಗಿದ್ದೆ. ಮನುಷ್ಯ ಸಂಬಂಧಗಳು ಅದೆಷ್ಟು ಬೇಗ ಹಲವು ಆಯಾಮಗಳನ್ನ ಪಡೆಯುತ್ತಾ ಸಾಗುತ್ತವೆ ಎಂಬ ನೈಜ ಅನುಭವ ನನಗಂದಾಗಿತ್ತು. 'ಅದು ಸರಿ, ಆತ ಕಾರನ್ನು ತೆಗೆದುಕೊಂಡು ಎಲ್ಲಿಗೆ ಹೋಗಿದ್ದ?' ನನಗೆ ಸುಮ್ಮನಿರಲಾಗದೇ ಪ್ರಶ್ನಿಸುತ್ತಲೇ ಇದ್ದೆ. 'ಕಾರಿನಲ್ಲಿ ಒಬ್ಬನೇ ಕುಳಿತುಕೊಳ್ಳುವುದೂ ಸಾಧುವಲ್ಲ ಹಾಗೂ ಸುರಕ್ಷತೆಯೂ ಅಲ್ಲ. ವಾಹನದಲ್ಲಿ ಕೂತು ಹೊರಗೆ ಸುತ್ತಾಡುತ್ತಿದ್ದರೆ ಬಹುಪಾಲು ಕ್ಷೇಮ. ಅದನ್ನೇ ಆತ ಮಾಡಿದ್ದಾನೆ ಅಷ್ಟೇ, ಇನ್ಯಾವುದೇ ವಿಶೇಷತೆ ಅದರಲ್ಲಿಲ್ಲ' ಮೊಹಮ್ಮದನ ಉತ್ತರ ಸ್ಪಷ್ಟವಾಗಿತ್ತು. ಎಂತಹ ವ್ಯೂಹಕ್ಕೆ ಬಂದು ಸುಲಭವಾಗಿ ಹಿಂತಿರುಗುತ್ತಿದ್ದೆನಲ್ಲಾ ಎಂಬ ಭಾವ ನನ್ನನ್ನು ನಿರಾಳನನ್ನಾಗಿಸಿತ್ತು.

ಕಾರು ನಗರದ ಹೊರವಲಯಕ್ಕೆ ಬಂದು ಹಳ್ಳ ತಗ್ಗಿನೊಡನೆ ಮತ್ತೊಮ್ಮೆ ಸರಸಕ್ಕೆ ಬಿದ್ದಿತ್ತು. ನ್ಯಾಟೊ ಮಿಲಿಟರಿ ಪಡೆಯ ಭಾರೀ ಯುದ್ಧಟ್ಯಾಂಕುಗಳೆರಡು ಮುಖ್ಯ ರಸ್ತೆಯಲ್ಲಿ ಭಾರೀ ಶಬ್ದಗಳೊಡನೆ ನಮ್ಮ ಕಾರಿನ ವಿರುದ್ಧ ದಿಕ್ಕಿನಲ್ಲಿ ಬರುತ್ತಿದ್ದವು. ಸ್ಥಳೀಯ ಪೋಲಿಸರು ಮಿಕ್ಕೆಲ್ಲಾ ವಾಹನಗಳಿಗೆ ಜಾಗ ಬಿಡಿರೆಂದು ಆಗ್ರಹಿಸುತ್ತಿದ್ದರು. ಯುದ್ಧ ಟ್ಯಾಂಕಿನ ಮೇಲೆ ಕುಳಿತಿದ್ದ ಇಬ್ಬರು ಬಿಳಿ ತೊಗಲಿನ ಸೈನಿಕರು ಬೃಹತ್ ಮಶಿನ್ ಗನ್‌ಗಳನ್ನು ಗುರಿಯನ್ನಿಡುವಂತೆ ಹಿಡಿದಿದ್ದರು. ಆ ಗನ್ನುಗಳಿಗೆ ಸಿಕ್ಕಿಸಿದ್ದ ಗುಂಡುಗಳ ಸರ ನನಗೆ ದೀಪಾವಳಿಯ ಆನೆ ಪಟಾಕಿಯ ಸರವನ್ನು ನೆನಪಿಸುತ್ತಿತ್ತು. ಈ ನಾಟಕೀಯತೆಯ ದೃಶ್ಯವನ್ನು ದಾಟಿ ಮುಂದೆ ಸಾಗುತ್ತಿದ್ದೆವು. ನಾಳೆ ನಾನು ಮತ್ತೆ ಕಂದಹಾರ್ ಏರ್‌ಬೇಸಿಗೆ ಹೋಗಬೇಕಿದೆ, ಅದೂ ಆ ನ್ಯಾಟೊ ಮಿಲಿಟರಿ ವಿಮಾನದಲ್ಲಿ ಎಂದು ನೆನೆದ ನನಗೆ ತಲೆ ಸುತ್ತುವಂತೆ ಭಾಸವಾಗಹತ್ತಿತು.

8

ಕ್ಯಾಂಪಿನ ಜೈಲಿನಿಂದ ಬಿಡುಗಡೆ

ನಿಗದಿಯಾಗಿದ್ದ ಕಾಬೂಲ್-ಕಂದಹಾರ್ ಸಿ–17 ನ್ಯಾಟೊ ಮಿಲಿಟರಿ ವಿಮಾನ ಕೆಲ ಸುರಕ್ಷತಾ ಕಾರಣದ ನೆಪವೊಡ್ಡಿ ರದ್ದಾಗಿತ್ತು. ಕಂದಹಾರಿನಿಂದ ಕಾಬೂಲ್ ಬರುವಾಗಲೂ ಇದೇ ರೀತಿಯ ಸಮಸ್ಯೆಯಾಗಿತ್ತು. ಈ ಮಿಲಿಟರಿ ವಿಮಾನಗಳ ವೇಳಾಪಟ್ಟಿ ಅಲ್ಲಿನ ಸುರಕ್ಷತಾ ವಾತಾವರಣದ ಮೇಲೆಯೇ ಅವಲಂಬಿತವಾದ್ದರಿಂದ, ಯಾವುದೇ ಸಣ್ಣ ಪ್ರಮಾಣದ ಅಹಿತಕರ ಘಟನೆಯೂ ಸಹ ಪೂರ್ವನಿಗದಿತ ಯೋಜನೆಗಳನ್ನೆಲ್ಲಾ ತಲೆಕೆಳಗು ಮಾಡಿಬಿಡುತ್ತವೆ. ಮುಂದಿನ ಪ್ರಯಾಣದ ದಿನ ಸ್ಪಷ್ಟವಾಗಿರಲಿಲ್ಲವಾದ್ದರಿಂದ ಕಂಪನಿಯ ಅತಿಥಿ ಗೃಹದ ಜೈಲು ವಾಸ ಮುಂದುವರೆದಿತ್ತು. ಸುರಕ್ಷತೆಯ ದೃಷ್ಟಿಯಿಂದ ತೀರ ಅಗತ್ಯವಾದಲ್ಲಿ ಮಾತ್ರ ಹೊರಗೆ ಹೋಗಲು ಅನುಮತಿ ಸಿಗುತ್ತಿತ್ತು. ಹಾಗಾಗಿ ನನಗೆ ಹೊರ ಹೋಗಲು ಅಸಾಧ್ಯವಾಗಿತ್ತು. ಕಾಬೂಲಿನಲ್ಲಿರುವ ಕೆಲ ದೇವಸ್ಥಾನಗಳು, ಬಾಬರ್‌ನ ಸಮಾಧಿ ಸ್ಥಳ, ಚಿಕನ್ ಸ್ಟ್ರೀಟ್, ರತ್ನಗಂಬಳಿ ಮಾರುವ ಪೇಟೆಯೂ ಸೇರಿದಂತೆ ಇನ್ನೂ ಕೆಲ ಸ್ಥಳಗಳನ್ನು ಒಮ್ಮೆ ನೋಡಿಬರುವ ಆಸೆಯಂತೂ ಕಮರಿರಲಿಲ್ಲ. ಮೊಹಮ್ಮದ್‌ನೊಡನೆ ಈ

ವಿಷಯ ಚರ್ಚಿಸಲಾಗಿ, ಹಿರಿಯ ಅಧಿಕಾರಿಗಳ ಅನುಮತಿ ತೆಗೆದುಕೊಂಡರೆ ತನ್ನದು ಯಾವುದೇ ಅಭ್ಯಂತರವಿಲ್ಲವೆಂದ. ನನ್ನ ಪ್ರವಾಸೀ ಚಟುವಟಿಕೆಗಳಿಗೆ ಅನುಮತಿ ಕೊಡುವಂತಹ ಹುಚ್ಚು ರಿಸ್ಕ್ ತೆಗೆದುಕೊಳ್ಳಲು ಅವರು ಸಿದ್ಧರಿರಲಿಲ್ಲ. ನನ್ನ ಆಸೆ ಅಲ್ಲಿಯೇ ಕಮರಿಹೋಗಿತ್ತು.

ಆ ಅತಿಥಿ ಗೃಹದ ಆವರಣ ಸುಮಾರು ಮೂರು ಸಾವಿರ ಚದರ ಮೀಟರಿನಷ್ಟಿರಬಹುದು. ನಾನು ಮೊದಲೇ ಹೇಳಿದಂತೆ ಲಂಘಿಸಲಸಾಧ್ಯ ಗೋಡೆಗಳ ಆವರಣವದು. ಒಂದು ಮೂಲೆಯಲ್ಲಿ ಇಪ್ಪತ್ತರಿಂದ ಮೂವತ್ತು ಜನ ಉಳಿದುಕೊಳ್ಳುತ್ತಿದ್ದ 'ವಿಲ್ಲಾ' ದಂತಿದ್ದ ಐರೋಪ್ಯ ಶೈಲಿಯ ಕಟ್ಟಡ. ಅದಕ್ಕೆ ಹೊಂದಿಕೊಂಡಂತೆ ಇದ್ದ ಉಪಾಹಾರ ಗೃಹ. ಅದರ ಎದುರು ಸುಸಜ್ಜಿತವಾದ ಕಂಪನಿಯ ಕಛೇರಿ. ಮತ್ತೊಂದು ಪಾರ್ಶ್ವದಲ್ಲಿ ಬೃಹತ್ ಲಾಂಡ್ರಿ, ಮತ್ತದರ ನಿರಂತರ ಗೊರಗೊರ ಶಬ್ದ. ಅದರ ಪಕ್ಕದಲ್ಲಿ ದಿನದ ಇಪ್ಪತ್ನಾಲ್ಕು ಘಂಟೆಯೂ ವಿಚಿತ್ರವಾಗಿ ಕಿರಿಕಿರಿ ಸದ್ದು ಮಾಡುತ್ತಿದ್ದ ಎರಡು ಜೆನರೇಟರುಗಳು. ಬೆಳಗ್ಗೆ ಮತ್ತು ಸಂಜೆಯ ಹೊತ್ತು ಲಾಂಡ್ರಿಯ ಕೆಲಸಕ್ಕಾಗಿ ಬಂದು ಹೋಗುತ್ತಿದ್ದ ಅಲ್ಲಿನ ಕೆಲ ಸ್ಥಳೀಯರು, ಅವರ ದೇಹದ ಕಣಕಣವನ್ನೂ ಪರೀಕ್ಷಿಸಿ ಒಳ-ಹೊರ ಬಿಡುತ್ತಿದ್ದ ಭದ್ರತಾ ಸಿಬ್ಬಂದಿ, ಹದಿನೈದಿಪ್ಪತ್ತು ಯೂರೋಪಿನ ಜನ ಮತ್ತು ಇಬ್ಬರು ಭಾರತೀಯ ಹುಡುಗರು ಆವರಣದ ಒಳಗೇ ಕಛೇರಿಯಲ್ಲಿ ಕೆಲಸ ಮಾಡುವುದು ಮತ್ತು ಅತಿಥಿ ಗೃಹದಲ್ಲಿ ಮಲಗುವುದು ಇವಿಷ್ಟೇ ನಾನು ನೋಡುತ್ತಿದ್ದ ದಿನ ನಿತ್ಯದ ಅಲ್ಲಿನ ಚಟುವಟಿಕೆಗಳು. ಇಂತಹ ವಾತಾವರಣದಲ್ಲಿ ನಾನು ಮತ್ತಷ್ಟು ಕಾಲ ದೂಡಬೇಕಾಗಿ ಬಂದಿತ್ತು. ನನ್ನ ಜೀವನದ ಬಲು ಬೇಸರದ ದಿನಗಳವು ಎಂದರೆ ತಪ್ಪಾಗಲಿಕ್ಕಿಲ್ಲ. ಒಂದೆರಡು ದಿನಗಳಲ್ಲಿ ಕಂದಹಾರ್ ಪ್ರಯಾಣ ನಿಗದಿಯಾಗಬಹುದು ಎಂದುಕೊಂಡಿದ್ದ ನನಗೊಂದು ಆಘಾತಕಾರಿ ಸುದ್ದಿ ಬಂದಿತ್ತು. ನ್ಯಾಟೊ ಮಿಲಿಟರಿ ವಿಮಾನ ನಿಲ್ದಾಣದ ಹೊರ ದ್ವಾರದಲ್ಲಿ ನಡೆದ ಆತ್ಮಾಹುತಿ ದಾಳಿಗೆ ಒಬ್ಬ ತಾಲಿಬಾನಿಯೂ ಸೇರಿದಂತೆ, ಐವರು ಸ್ಥಳೀಯರು, ಇಬ್ಬರು ನ್ಯಾಟೊ ಪಡೆಯ ಸೈನಿಕರು ಮೃತಪಟ್ಟಿದ್ದರು. ಈ ಕಾರಣಕ್ಕಾಗಿ ಆ ದ್ವಾರವನ್ನು ಅನಿರ್ದಿಷ್ಟ ಕಾಲಾವಧಿವರೆಗೆ ಮುಚ್ಚಲಾಗಿತ್ತು. ಅದರ ಮರು ನಿರ್ವಹಣೆ ಶುರುವಾಗುವವರೆಗೆ ನಮ್ಮಂತಹವರು ವಿಮಾನ ನಿಲ್ದಾಣದ ಒಳ ಹೋಗಲು ಸಾಧ್ಯವಿರಲಿಲ್ಲವಾದ್ದರಿಂದ ನನ್ನ ಪ್ರಯಾಣದ ದಿಕ್ಕು-ದೆಸೆಗಳೆಲ್ಲಾ ತಪ್ಪಿಬಿಟ್ಟಿತ್ತು.

ಒಂದೆರಡು ದಿನಗಳ ಮಟ್ಟಿಗಿನ ಕಾಬೂಲ್ ಭೇಟಿಯೆಂದು ನನ್ನ ಪುಸ್ತಕಗಳನ್ನೆಲ್ಲಾ ಕಂದಹಾರಿನಲ್ಲಿ ಬಿಟ್ಟುಬಂದಿದ್ದ ನನ್ನ ಬುದ್ಧಿಗೆ ನಾನೇ ಶರಣು ಹೊಡೆದುಕೊಳ್ಳಬೇಕಿತ್ತು! ಇಲ್ಲಿನ ಅಂತರ್ಜಾಲದ ವೇಗ ಆ ದೇವರಿಗೇ ಪ್ರೀತಿ. ಬಹುಪಾಲು ಜಾಲತಾಣಗಳನ್ನು ನಿರ್ಬಂಧಿಸಲಾಗಿತ್ತು, ಅದೆಷ್ಟರಮಟ್ಟಿಗೆ ಎಂದರೆ

ಗೂಗಲ್ ಜಾಲ ತಾಣವೂ ಲಭ್ಯವಾಗುತ್ತಿರಲಿಲ್ಲ. ಅಲ್ಲಿನ ಊಟವಂತೂ ನಾನು ನನ್ನ ಜೀವನದಲ್ಲಿ ಎದುರಿಸಿದ ಅಗ್ನಿಪರೀಕ್ಷೆಗಳಲ್ಲಿ ಪ್ರಮುಖವಾದಂತಹದ್ದು. ಬೆಳಗ್ಗೆ ರಟ್ಟಿನಂತಿದ್ದ ಗಟ್ಟಿ ಬ್ರೆಡ್ ಮತ್ತು ಸೂಪ್, ಮಧ್ಯಾಹ್ನ ಬ್ರೆಡ್-ಸೂಪ್ ಮತ್ತು ಹುರಿದ ದನದ ಮಾಂಸ, ಸಂಜೆ ಪಾಸ್ತ ಜೊತೆಗೆ ಕ್ರೀಮ್ ಇಲ್ಲವೇ ಬ್ರೆಡ್-ಸೂಪ್. ಮೊದಲೆರಡು ದಿನ ಹೇಗೋ ಸಹಿಸಿಕೊಂಡಿದ್ದೆನಾದರೂ ಮೂರನೇ ದಿನ ಊಟವೆಂದರೆ ವಾಕರಿಕೆ ಶುರುವಾಗಿಬಿಟ್ಟಿತ್ತು. ಈ ಊಟ ಅಲ್ಲಿನ ಯೂರೋಪಿಯನ್ನರ ನೆಚ್ಚಿನ ಭಕ್ಷ್ಯಗಳಂತೆ. ಅವರೇನೋ ಸರಿ, ಆದರೆ ಅಲ್ಲಿದ್ದ ಇಬ್ಬರು ಭಾರತೀಯ ಹುಡುಗರು ಗಂಭೀರವಾಗಿಯೇ ಉಂಡು ತೇಗುತ್ತಿದ್ದದ್ದನ್ನು ನೋಡಿ ನನಗೆ ಆಶ್ಚರ್ಯವಾಗಿತ್ತು. ಮಿಕ್ಕ ದಿನಗಳಲ್ಲಿ ಹಣ್ಣುಗಳೇ ನನ್ನ ನಿತ್ಯ ಊಟವಾಯ್ತು. ಬಹುಶಃ ಜೈಲಿನಲ್ಲೂ ಖೈದಿಗಳಿಗೆ ಈ ತರಹದ ಊಟ ಕೊಡುವುದಿಲ್ಲವೇನೋ ಎಂದು ಯೋಚಿಸಿದ್ದೂ ಉಂಟು.

ನರೇಶ್ ಮತ್ತು ಪ್ರಮೋದ್ ಅಲ್ಲಿದ್ದ ಭಾರತೀಯ ಹುಡುಗರು. ನರೇಶ್ ನಮ್ಮ ನೆರೆಯ ಆಂಧ್ರದವನಾದರೆ ಪ್ರಮೋದ್ ಮಂಗಳೂರಿನವ. ಇಬ್ಬರದೂ ಇಪ್ಪತ್ತೈದರ ಆಸುಪಾಸಿನ ವಯಸ್ಸು. ಅಂತಹ ಜೈಲಿನ ವಾತಾವರಣದಲ್ಲೂ ಲವಲವಿಕೆಯಿಂದ ಬೆಳಗ್ಗೆ ಎಂಟರಿಂದ ರಾತ್ರಿ ಹತ್ತರವರೆಗೂ ಕಛೇರಿ ಕೆಲಸದಲ್ಲಿ ತೊಡಗಿ ಕೊಳ್ಳುತ್ತಿದ್ದ ಅವರ ಜೀವನೋತ್ಸಾಹ ನನಗೊಂದು ಪಾಠವನ್ನೇ ಕಲಿಸಿಬಿಟ್ಟಿತ್ತು. ಇಬ್ಬರದೂ ಒಂದೊಂದು ತೆರನಾದ ಕಥೆ-ವ್ಯಥೆಗಳು. ತನ್ನೂರಿನಲ್ಲಿ ಜೀವನ ಪೂರ್ತಿ ದುಡಿದರೂ ಆರಕ್ಕೇರದ ಮೂರಕ್ಕಿಳಿಯದ ತಮ್ಮ ಸ್ಥಿತಿಗತಿಗಳನ್ನು ತ್ವರಿತವಾಗಿ ಹೆಚ್ಚಿಸಿಕೊಳ್ಳಬಹುದೆಂಬ ಒಂದಾಸೆಯಿಂದ ಇಲ್ಲಿ ಬಂದು, ತನ್ನೆಲ್ಲಾ ಆ ಕ್ಷಣದ ಆಸೆಗಳನ್ನು ಹೆಡೆಮುರಿ ಕಟ್ಟಿ, ಇಲ್ಲಿರುವವರೆಗೆ ಸಾಧ್ಯವಾದಷ್ಟು ಗಳಿಸಿ ಒಂದು ದಿನ ಬೆನ್ನು ತೋರಿಸಿ ಹೋದರೆ ಮತ್ತೆಂದೂ ಇಲ್ಲಿಗೆ ಬರುವುದಿಲ್ಲವೆಂಬ ಒಂದೇ ಹಠದೊಂದಿಗೆ ಬದುಕುತ್ತಿರುವ ಅವರು, ಅವರಂತೆ ಇಲ್ಲಿರುವ ಅದೆಷ್ಟೋ ಸಾವಿರ ಮಂದಿಯನ್ನು ನೋಡಿದ ನಾನು ಇವರ ಮುಂದೆ ಕುಬ್ಜನಾಗಿಬಿಟ್ಟಿದ್ದೆ. ಇಬ್ಬರಿಗೂ ಸುಮಾರು 800-900 ಅಮೆರಿಕನ್ ಡಾಲರ್ ಸಂಬಳ. ಖರ್ಚು ಮಾಡುವಂತಹುದು ಏನಿಲ್ಲ. ಊಟ, ವಸತಿ ಎಲ್ಲವೂ ಲಭ್ಯ. ತನ್ನವರಿಗೆ ಕರೆ ಮಾಡಲು ತಿಂಗಳಿಗೆ 10-15 ಡಾಲರ್ ಖರ್ಚಾಗಬಹುದು. ಮಿಕ್ಕ ಹಣವನ್ನೆಲ್ಲಾ ತಮ್ಮವರಿಗೆ ಪ್ರತೀ ತಿಂಗಳೂ ಕಳುಹಿಸುತ್ತಾರೆ. 'ಹೆಚ್ಚೆಂದರೆ ಇನ್ನೆರಡು ವರ್ಷ ಅಷ್ಟೇ, ಯಾವುದಾದರೂ ಸಣ್ಣ ವ್ಯವಹಾರಕ್ಕಾಗುವಷ್ಟು ದುಡ್ಡು ಕೈಗೆ ಬಂದರೆ ಸಾಕು. ಜೀವನದಲ್ಲಿ ಮತ್ತೆಂದೂ ಇಲ್ಲಿಗೆ ಬರುವ ಪ್ರಯತ್ನ ಮಾಡುವುದಿಲ್ಲ' ಪ್ರಮೋದ್ ಹೇಳುತ್ತಾ ಗದ್ಗದಿತನಾಗುತ್ತಿದ್ದ.

ಎರಡನೆಯ ದಿನದ ಮಧ್ಯಾಹ್ನ ಮತ್ತೊಬ್ಬ ಭಾರತೀಯ ಹುಡುಗನ ಆಗಮನವಾಗಿತ್ತು. ನನ್ನ ರೂಮಿನಲ್ಲಿಯೇ ಉಳಿದುಕೊಂಡಿದ್ದ ಅವನು ಆಂಧ್ರದ ಕರೀಮ್ ನಗರ ಜಿಲ್ಲೆಯವನು. ಅವನ ಹೆಸರು ನೆನಪಿನಲ್ಲುಳಿದಿಲ್ಲ, ಆದರೆ ಅವನ ಕಥೆ ಬಹಳ ಆಳಕ್ಕಿಳಿದು ನನ್ನನ್ನು ಆಗಾಗ ಕಾಡುತ್ತಿರುತ್ತದೆ. ಕಂದಹಾರಿನಿಂದ ಕಾಬೂಲಿಗೆ ವರ್ಗಾಯಿಸಿದ್ದಾರೆಂದ. ಅವನ ಮಾತಿನಲ್ಲಿ ಆತ್ಮವಿಶ್ವಾಸದ ಜೊತೆಗೆ ಕೊಂಚ ಭಯದ ಛಾಯೆಯೂ ಇತ್ತು. ವಾಸ್ತವವೆಂದರೆ ಅವನನ್ನು ಕೆಲಸದಿಂದ ತೆಗೆಯಲಾಗಿತ್ತು. ಕೆಲವೇ ದಿನಗಳಲ್ಲಿ ಅವ ದೆಹಲಿಗೆ ತೆರಳಿ ಅಲ್ಲಿಂದ ಹೈದರಾಬಾದ್ ತಲುಪುವವನೆಂದು ನರೇಶ್ ನನಗೆ ಹೇಳಿದಾಗ ನನಗೆ ಎಲ್ಲೋ ಏನೋ ವ್ಯತ್ಯಾಸವಾದಂತೆ ಅನಿಸತೊಡಗಿತ್ತು. ಈ ವಿಷಯವನ್ನು ಅವನಿಗೆ ತಿಳಿಸಿದೆ. ಅವ ತತ್‌ಕ್ಷಣ ದಿಗ್ಮೂಢನಾದಂತೆ ಸಪ್ಪೆ ಮೋರೆ ಹಾಕಿದ. ಅವನ ಕಣ್ಣಾಲಿಗಳು ತುಂಬುತ್ತಾ ಹೋದವು. ಏನು ನಿನ್ನ ಕಥೆ? ನನ್ನಿಂದ ಏನಾದರೂ ಸಹಾಯವಾಗುವುದಾದರೆ ಪ್ರಯತ್ನಿಸುತ್ತೇನೆಂದ ಮೇಲೆ ಹೇಳುತ್ತಾ ಹೋದ. 'ನಾನು ಬಡವ ಸಾರ್. ಅಪ್ಪ-ಅಮ್ಮ, ಶಾಲೆ ಕಲೀತಿರೋ ತಂಗಿ ಎಲ್ಲಾ ಸೇರಿ ಒಟ್ಟಾಗಿರೋ ಕುಟುಂಬ ನಮ್ಮದು. ಹೇಗೋ ಅಲ್ಪ ಸ್ವಲ್ಪ ಇದ್ದ ಹೊಲದಲ್ಲಿ ಬೇಸಾಯ ಮಾಡ್ಕೊಂಡಿದ್ವಿ. ಎರಡು ಹೊತ್ತು ಊಟಕ್ಕೇನೂ ತೊಂದರೆ ಇರಲಿಲ್ಲ. ದುಬೈನಲ್ಲಿ ನಾಲ್ಕು ವರ್ಷ ದುಡಿದು ಬಿಟ್ಟರೆ ಸಾಕು, ಜೀವನ ಪೂರ್ತಿ ಆರಾಮಾಗಿರಬಹುದು ಅಂತೆಲ್ಲಾ ಕಥೆಗಳನ್ನು ಕಟ್ಟಿ ವರ್ಣರಂಜಿತವಾಗಿ ಹೇಳುತ್ತಿದ್ದ ನನ್ನ ಸ್ನೇಹಿತನೊಬ್ಬನ ಮಾತು ಕೇಳಿ ದುಬೈಗೆ ಹಾರಿದೆ. ಅಪ್ಪನಿಗೂ ದೂರದ ಆಸೆಗಳನ್ನೆಲ್ಲಾ ಹುಟ್ಟಿಸಿ, ಆತನನ್ನು ಒಪ್ಪಿಸಿ ಹೊಲ ಅಡ ಇಟ್ಟು ಎರಡು ಲಕ್ಷ ಸಾಲ ಮಾಡಿ ಏಜೆಂಟ್‌ಗೆ ಕೊಟ್ಟು ದುಬೈ ಕೆಲಸ ಅಂತ ಬಂದೆ. ಆದರೆ ದುಬೈಗೆ ಬಂದ ಮೇಲೆ ನಾನಂದುಕೊಂಡ ಪ್ರಪಂಚ ಅಲ್ಲಿರಲಿಲ್ಲ ಅಂತ ಗೊತ್ತಾಗಿಬಿಟ್ಟಿತ್ತು. ಒಂದೂವರೆ ತಿಂಗಳಾಗುತ್ತಾ ಬಂದರೂ ಕೆಲಸದ ಮಾತೇ ಇಲ್ಲ. ಯಾವುದೋ ಸಣ್ಣ ಹಾಸ್ಟೆಲಿನಂತಿದ್ದ ರೂಮೊಂದರಲ್ಲಿ ನಾವು ಏಳೆಂಟು ಜನರು ಮಲಗಿಕೊಳ್ಳುತ್ತಿದ್ದೆವು. ಹೊರಗೆ ಓಡಾಡಲೂ ಬಿಡುತ್ತಿರಲಿಲ್ಲ. ನಮ್ಮ ಕೈಯಲ್ಲಿ ಬಿಡಿಗಾಸೂ ಇರಲಿಲ್ಲ. ಮಧ್ಯಾಹ್ನ ಮತ್ತು ಸಂಜೆ ಎರಡೆರಡು ಚಪಾತಿಗಳನ್ನಷ್ಟೇ ಕೊಡುತ್ತಿದ್ದರು. ಪ್ರಶ್ನೆ ಮಾಡಿದರೆ, ವಾಪಸ್ ಹೋಗಬಹುದೆನ್ನುತ್ತಿದ್ದರು. ಇದ್ದಕ್ಕಿದ್ದಂತೆ ಒಂದು ದಿನ ನಮ್ಮನ್ನೆಲ್ಲಾ ಸಿಟಿ ಮಧ್ಯೆ ಒಂದು ಕಚೇರಿಗೆ ಒಯ್ದು, ಪಾಸ್‌ಪೋರ್ಟ್ ಸೇರಿದಂತೆ ನಮ್ಮಲ್ಲಿದ್ದ ದಾಖಲೆಗಳನ್ನೆಲ್ಲಾ ತೆಗೆದುಕೊಂಡು, ವೈದ್ಯಕೀಯ ಪರೀಕ್ಷೆಗಳನ್ನೆಲ್ಲಾ ಮಾಡಿ ಮುಗಿಸಿದರು. ನಮಗೆ ಕೆಲಸ ಸಿಕ್ಕಿದೆಯೆಂಬ ಖಾತ್ರಿಯಾಗಿ ನಿಟ್ಟುಸಿರುಬಿಟ್ಟೆವು. ಆ ರಾತ್ರಿ ನಮ್ಮೆಲ್ಲಾ ಬ್ಯಾಗುಗಳನ್ನು ಜೋಡಿಸಿಕೊಂಡು ನೆಮ್ಮದಿಯಿಂದ ನಿದ್ರೆ ಹೋದೆವು. ಆದರೆ ಆ ದಿನ ಬೆಳಗ್ಗೆ ವಿಮಾನ ನಿಲ್ದಾಣಕ್ಕೆ ನಮ್ಮನ್ನು

ಕರೆತಂದಿದ್ದರು. ಈ ಧಿಡೀರ್ ಬೆಳವಣಿಗೆಯಿಂದ ಇದ್ದಕ್ಕಿದ್ದಂತೆ ನಮಗೆ ಆತಂಕ ಶುರುವಾಯ್ತು. ಅಂದು ನಾವೆಲ್ಲರೂ ಆಫ್ಘಾನಿಸ್ತಾನಕ್ಕೆ ಹಾರುತ್ತಿದ್ದೇವೆಂದು ಆ ಕ್ಷಣ ಮಾತ್ರ ಗೊತ್ತಾಗಿದ್ದುದು! ಎಲ್ಲರೂ ಪ್ರತಿರೋಧಿಸಿದೆವು. ಹಾಗಾದರೆ ತಕ್ಷಣ ಎಲ್ಲರೂ ಭಾರತಕ್ಕೆ ವಾಪಸ್ಸು ಹೋಗಿರೆಂದರು. ಅತ್ತ ದರಿ ಇತ್ತ ಪುಲಿ ಎಂಬ ಸನ್ನಿವೇಶವದು. ಕೈಯೆಲ್ಲಾ ಬರಿದು ಮಾಡಿಕೊಂಡು ಮತ್ತೆ ಊರಿಗೆ ಹೋಗಿ ಆತ್ಮಹತ್ಯೆಯಲ್ಲದೆ ಬೇರೇನೂ ದಾರಿಯಿರಲಿಲ್ಲ. ಕಂಗಳು ಮಂಜಾಗಿ ಯೋಚನೆ ನಿಂತು ಹೋಗಿತ್ತು. ಆಫ್ಘಾನಿಸ್ತಾನದ ರಣರಂಗದಲ್ಲಿ ಸತ್ತರೇನು, ಹೇಡಿಯಂತೆ ಊರಿಗೆ ಹೋಗಿ ಸತ್ತರೇನು? ಎರಡೂ ಒಂದೇ ಎಂದು ಎಲ್ಲರೂ ಮನಸ್ಸನ್ನು ಗಟ್ಟಿ ಮಾಡಿಕೊಂಡೆವು. ಕಂದಹಾರ್ ತಲುಪಿದಾಗ ಪರಿಸ್ಥಿತಿಗೆ ಮನಸ್ಸು ಒಗ್ಗಿಕೊಂಡಂತೆನಿಸಿತ್ತು. ಅಂದಿನಿಂದ ಒಂದು ಹೊಸ ಜೀವನ ಆರಂಭವಾಯ್ತು. ಉಳಿದುಕೊಳ್ಳಲು ಹಾಸ್ಟೆಲ್ ನಂತಹ ಲೋಹದ ಕಂಟೈನರ್ ಕಟ್ಟಡಗಳು. ಒಂದು ರೂಮಿನಲ್ಲಿ ಮೂರು ಜನ ಇದ್ದೆವು. ಜೀವನದಲ್ಲೆಂದೂ ಕಂಡಿರದಿದ್ದ ವಿಧವಿಧ ಭಕ್ಷ್ಯಗಳು. ವಾರದೊಂದು ದಿನ ರಜೆಯಿಲ್ಲ ಎಂಬ ಒಂದು ಕೊರತೆ ಹಾಗೂ ಆಗಾಗೊಮ್ಮೆ ಸಣ್ಣ ಪುಟ್ಟ ರಾಕೆಟ್ಟುಗಳು ಬಂದು ಬೀಳುತ್ತಿದ್ದವು ಎಂಬ ಆತಂಕದ ಹೊರತು ಅಲ್ಲಿನ ಜೀವನ ಕಠಿಣವಾದದ್ದಲ್ಲ. ಪ್ರತಿ ತಿಂಗಳು ನನ್ನ ಬ್ಯಾಂಕ್ ಖಾತೆಗೆ ಜಮಾ ಆಗುತ್ತಿದ್ದ 600 ಡಾಲರುಗಳ ರಸೀತಿ ಕೊಡುತ್ತಿದ್ದರು. ಅಲ್ಲಿಗೆ ನಾನಂತೂ ಚೆನ್ನಾಗಿಯೇ ಒಗ್ಗಿ ಹೋಗಿದ್ದೆ. ನನ್ನ ಕೆಲಸವನ್ನ ಎಲ್ಲರೂ ಮೆಚ್ಚಿಕೊಳ್ಳುತ್ತಿದ್ದರು. ಹೀಗೊಂದು ದಿನ ನನ್ನ ಬೆಳವಣಿಗೆ ಸಹಿಸದ ನಮ್ಮವರೇ ನನ್ನ ಮೇಲೆ ಏನಾದರೊಂದು ಗೂಬೆ ಕೂರಿಸುವ ಕೆಲಸ ಶುರುವಿಟ್ಟುಕೊಂಡರು. ಅವರ ಕುತಂತ್ರ ಕೆಲಸ ಮಾಡಿತ್ತು. ಅತೀ ಸೂಕ್ಷ್ಮ ಯುದ್ಧ ಪ್ರದೇಶವಾದ 'ಹೆಲ್ಮಂಡ್' ಪ್ರಾಂತ್ಯದ ಮಿಲಿಟರಿ ಶಿಬಿರಕ್ಕೆ ವರ್ಗವಾಗಿದ್ದೆ. ನಾಲ್ಕೂ ದಿಕ್ಕಿಗೂ ಬೆಟ್ಟ. ಕೇವಲ ಹೆಲಿಕಾಪ್ಟರ್ ಮಾತ್ರ ಇಳಿಯಲು ಜಾಗವಿದ್ದ ಕಡಿದಾದ ಪ್ರದೇಶವದು. ಹೆಚ್ಚೆಂದರೆ ಮೂವತ್ತು ಜನರಿದ್ದ ಟೆಂಟುಗಳಿಂದ ನಿರ್ಮಿತವಾದ ಸೈನಿಕ ಶಿಬಿರವದು. ಬರೋಬ್ಬರಿ ಮೂವತ್ತರಿಂದ ನಲವತ್ತು ಸಾವಿರ ಜನರಿದ್ದ ಪುಟ್ಟ ನಗರದಂತೆಯೇ ಇದ್ದ ಕಂದಹಾರ್ ಏರ್‌ಬೇಸಿನಲ್ಲಿದ್ದ ನನಗೆ ಇಲ್ಲಿ ಒಗ್ಗಿಕೊಳ್ಳಲು ಆಗುತ್ತಿರಲಿಲ್ಲ. ಗಟ್ಟಿಯಾದ ಬ್ರೆಡ್ ಮತ್ತು ಬೆಣ್ಣೆಯಷ್ಟೇ ಊಟಕ್ಕೆ. ನೀರಿಗಂತೂ ತತ್ವಾರ. ಪ್ರತೀ ದಿವಸ ರಾಕೆಟ್ಟುಗಳು-ಗುಂಡಿನ ಮಳೆಯ ಸದ್ದು ಮೊರೆಯುತ್ತಿತ್ತು. ಅಲ್ಲಿರುವವರೆಗೆ ಸರಿಯಾಗಿ ನಿದ್ದೆ ಹೋದದ್ದೇ ನೆನಪಿಲ್ಲ. ಅಲ್ಲಿ ಹೋದ ಎರಡನೆಯ ದಿವಸ ಬೆಟ್ಟದ ಕಡೆಯಿಂದ ಬಂದ ರಾಕೆಟ್ ಒಂದು ಆಗ ತಾನೆ ಮೇಲೇರುತ್ತಿದ್ದ 'ಚಾಪರ್' ಒಂದನ್ನು ಉಡಾಯಿಸಿಬಿಟ್ಟಿತ್ತು. ನಾಲ್ಕು ಜನ ಅಮೆರಿಕೆಯ ಸೈನಿಕರು ಸುಟ್ಟು ಕರಕಲಾದದ್ದು ನನ್ನ ಕಣ್ಮುಂದೆಯೇ! ನನಗೆ ಚಳಿ ಜ್ವರ ಬಂದಿತ್ತು. ನನ್ನನ್ನು ಗಮನಿಸಲು ಯಾರೂ ಬರುತ್ತಿರಲಿಲ್ಲ.

ಆ ದಿನ ಕೆಲಸಕ್ಕೆ ಹೋಗದೆ ಟೆಂಟಿನಲ್ಲಿಯೇ ಮಲಗಿಬಿಟ್ಟೆ. ನಮ್ಮ ಮೇಲ್ವಿಚಾರಕ ಯೂರೋಪಿನವನೊಡನೆ ಭಾಷೆಯ ಸಮಸ್ಯೆಯಿದ್ದರಿಂದ ಕೇವಲ ಕೈ ಸನ್ನೆಯಷ್ಟೇ ನಮ್ಮ ಸಂವಹನ ಮಾಧ್ಯಮವಾಗಿತ್ತು. ಆ ದಿನ ನಾನು ಏನು ಹೇಳಿ ಸಮರ್ಥಿಸಿಕೊಳ್ಳಲು ಯತ್ನಿಸಿದರೂ ಅರ್ಥವಾಗದವನಂತೆ ಬೈದು ಹೋಗಿಬಿಟ್ಟ. ಆ ದಿನ ಸಂಜೆ ನನ್ನನ್ನು ಕಂದಹಾರ್ ಏರ್‌ಬೇಸಿಗೆ ಕರೆತಂದು ಅಲ್ಲಿಂದ ಕಾಬೂಲಿಗೆ ವರ್ಗವಾಗಿದೆ ಎಂದು ಹೇಳಿ ಇಲ್ಲಿಗೆ ಕಳುಹಿಸಿದರು' ದೊಡ್ಡದೊಂದು ನಿಟ್ಟುಸಿರು ಬಿಟ್ಟು ಶೂನ್ಯಕ್ಕೆ ದೃಷ್ಟಿ ನೆಟ್ಟ.

'ನಿನ್ನ ಸಾಲ ತೀರಿತೇನು?' ಹಾ ಎಂದು ಕತ್ತನ್ನಾಡಿಸಿದ. 'ಮತ್ತೆ ಇಲ್ಯಾಕೆ ಸಾಯುವೆ? ಹೊರಟುಬಿಡು' ಎಂದೆ. 'ಇಲ್ಲಿಗೆ ಬಂದು ಕೇವಲ ಐದಾರು ತಿಂಗಳಾಗಿವೆ. ಇಲ್ಲಿಯವರೆಗೆ ಪ್ರಾಣ ಒತ್ತೆ ಇಟ್ಟು ದುಡಿದದ್ದು ಸಾಲ ತೀರಿಸಲಾಯ್ತು ಅಷ್ಟೇ! ಇನ್ನೈದಾರು ತಿಂಗಳು ಸಾಕು ನನಗೆ. ಇನ್ನೂ ಹೆಚ್ಚಿನ ಶ್ರಮವಹಿಸಿ ದುಡಿಯುವೆ. ದಯವಿಟ್ಟು ನೀವು ಅವರಿಗೆ ಹೇಳಿ, ಸಹಾಯಮಾಡಿ...' ಕೈ ಜೋಡಿಸಿ ಬಿಕ್ಕುತ್ತಿದ್ದ. ಅವನು ಎಲ್ಲಾ ರೀತಿಯಲ್ಲೂ ಸರಿ ಎನಿಸುತ್ತಿತ್ತು. ಕೆಲ ಯೂರೋಪಿನ ಜನರು ಭಾರತೀಯ ಕೆಲಸಗಾರರನ್ನು ತುಂಬಾ ನಿಕೃಷ್ಟವಾಗಿ ನೋಡುತ್ತಿದ್ದುದನ್ನು ಕಣ್ಣಾರೆ ನೋಡಿದ್ದೆ. ನನ್ನ ಕೈ ಕೆಳಗೆ ಕೆಲಸ ಮಾಡಬೇಕಾಗಿ ಬಂದ ಕೆಲ ಬಿಳಿಯರ ಅಸಹನೆಯನ್ನು ಅವರ ಬುಸುಗುಟ್ಟುವಿಕೆಯಿಂದಲೇ ಗ್ರಹಿಸುತ್ತಿದ್ದೆ. ಅಲ್ಲಿದ್ದ ಅಧಿಕಾರಿ ವರ್ಗ ನನ್ನೊಡನೆ ಆಪ್ತವಾಗಿ ಬೆರೆತಿರಲಿಲ್ಲ. ಏನೇ ಆಗಲಿ ಒಮ್ಮೆ ಪ್ರಯತ್ನಿಸೋಣವೆಂದು ಗಾರ್ಝ್ಮಂಡಿನೊಡನೆ ಚರ್ಚಿಸಿದೆ. ಅವನಂತೂ ಇದು ನನ್ನ ನಿರ್ಧಾರವಲ್ಲ, ಉನ್ನತಾಧಿಕಾರಿಗಳದು ಎಂದು ಕೈ ತೊಳೆದುಕೊಂಡುಬಿಟ್ಟಿದ್ದ. ಕೊನೆಯ ಪ್ರಯತ್ನವೆಂದು ನನ್ನ ಉನ್ನತಾಧಿಕಾರಿಯನ್ನು ಸಂಪರ್ಕಿಸಿ ಶಿಫಾರಸ್ಸು ಮಾಡಲು ಪ್ರಯತ್ನಿಸಲಾಗಿ ಅವ ನಿನ್ನ ಕೆಲಸ ಎಷ್ಟೋ ಅಷ್ಟು ನೋಡಿಕೊ ಎಂದು ನಯವಾಗಿ ನನ್ನ ಬಾಯ್ಮುಚ್ಚಿಸಿದ. ಆ ಹುಡುಗನ ಮುಂದೆ ನನ್ನ ಅಸಹಾಯಕತೆಯನ್ನು ತೋರ್ಪಡಿಸಿದ್ದಷ್ಟೇ ನನ್ನ ಕೈಲಾದ ಸಹಾಯ! ಇವರಂತೆಯೇ ಇನ್ನೂ ವಿಚಿತ್ರ ಹಿನ್ನೆಲೆಯ ಅದೆಷ್ಟೋ ಮಂದಿಯನ್ನು ನನ್ನ ಆಫ್ಘಾನಿನ ಭೇಟಿಯ ಅವಧಿಯಲ್ಲಿ ಕಂಡು ಬೆರಗಾಗಿದ್ದೇನೆ.

ಬರೋಬ್ಬರಿ ಐದು ದಿನಗಳ ಜೈಲು ವಾಸದಿಂದ ಅಂದು ಮುಕ್ತಿ ಸಿಗಲಿತ್ತು. ಬೆಳಗ್ಗೆ ಸುಮಾರು ಒಂಭತ್ತು ಘಂಟೆಗೆ ಅತಿಥಿ ಗೃಹವನ್ನು ಬಿಟ್ಟು ಕಾಬೂಲ್-ಜಲಾಲಬಾದ್ ರಸ್ತೆಯಲ್ಲಿದ್ದೆವು. ಕಾರಿನಲ್ಲಿ ಆ ದಿನ ಹಾಜಿ ಮೊಹಮ್ಮದ್ ಇರಲಿಲ್ಲ. ಗಾರ್ಝ್ಮಂಡ್ ಮತ್ತು ಇನ್ನೊಬ್ಬ 'ಫೆಟಾನ್ ಸೆಫ' ಎಂಬಾತ ನನ್ನ ಜೊತೆಯಲ್ಲಿದ್ದರು. ಫೆಟಾನ್ ಕೂಡ ನನ್ನೊಡನೆ ಕಂದಹಾರ್ ಏರ್‌ಬೇಸಿಗೆ ಬರುವವನಿದ್ದ. ಗಾರ್ಝ್ಮಂಡ್ ಸ್ವತಃ ಕಾರನ್ನು ಚಲಾಯಿಸುತ್ತಿದ್ದ.

ಹತ್ತು ನಿಮಿಷಗಳ ನಂತರ ಕಾಬೂಲ್ ಏರ್‌ಪೋರ್ಟ್ ರಸ್ತೆಗೆ ಸೇರಿಕೊಂಡೆವು. ಆ ರಸ್ತೆಯಲ್ಲಿ ಕೆಲವೇ ದೂರ ಕ್ರಮಿಸಿರಬಹುದಷ್ಟೇ, ರಸ್ತೆ ಮಧ್ಯದಲ್ಲಿ ಸ್ಥಳೀಯ ಆರಕ್ಷಕನೊಬ್ಬ ನಿಂತು ಕಾರನ್ನು ತಡೆದು ಒಳಗೆ ಇಣುಕು ಹಾಕಲು ಮೊದಲಾದ. ತಮ್ಮ ಕತ್ತಿಗೆ ನೇತು ಹಾಕಿಕೊಂಡಿದ್ದ ಅಂಗೈಯಗಲದ 'NATO ISAF' ಎಂದು ಬರೆದಿದ್ದ ಐಡೆಂಟಿಟಿ ಕಾರ್ಡನ್ನು ಅವನ ಮುಖದ ಹತ್ತಿರ ಹಿಡಿದ ಆ ಯೂರೋಪಿಯನ್ನರು ಅವನಿಗೆ ಇಂಗ್ಲಿಷಿನಲ್ಲಿ ಕೆಟ್ಟದಾಗಿಯೇ ಬೈಯ್ಯುತ್ತಾ ಗೊಣಗಾಡಲು ಶುರುಮಾಡಿದರು. ಅವನಿಗೂ ಏನೋ ಅರ್ಥವಾದಂತಾಗಿ ನಾನು ಭಾರತೀಯನೋ ಅಥವಾ ಪಾಕಿಸ್ತಾನಿಯೋ ಎಂದು ಮನಗಂಡ ಅವ ಅರ್ಥಂಬರ್ಥ ಉರ್ದುವಿನಲ್ಲಿ ಅವರಿಗಿಂತ ಕೆಟ್ಟದಾಗಿಯೇ ಬೈಯ್ಯುತ್ತಿದ್ದುದು ನೋಡಿ ನನಗೆ ಆ ಕ್ಷಣ ನಗು ಉಮ್ಮಳಿಸಿ ಬಂದಿತ್ತಾದರೂ ಏನೂ ಗೊತ್ತಿಲ್ಲವೇನೋ ಎಂಬಂತೆ ಮುಗುಮ್ಮಾಗಿಯೇ ಕುಳಿತಿದ್ದೆ. ಬಲವಂತವಾಗಿಯೇ ಎರಡು ಬಾಟಲ್ ನೀರನ್ನು ಕಸಿದುಕೊಂಡ ಆತ ನಮ್ಮನ್ನು ಮುಂದೆ ಹೋಗಲು ಅನುವು ಮಾಡಿಕೊಟ್ಟ. ಅವನು ಬಿಟ್ಟರೂ ಇವರಂತೂ ಇನ್ನೂ ಬೈಯ್ಯುವುದನ್ನು ನಿಲ್ಲಿಸಿರಲಿಲ್ಲ.

ಕಳೆದ ವಾರ ವಿಮಾನ ನಿಲ್ದಾಣದ ಪ್ರವೇಶ ದ್ವಾರದಲ್ಲಾದ ಬಾಂಬ್ ಸ್ಫೋಟದ ಹಿನ್ನೆಲೆಯಲ್ಲಿ ಎಂದಿಗಿಂತ ಹೆಚ್ಚು ಬಿಗಿ ಬಂದೋಬಸ್ತ್ ಮಾಡಿದ್ದರೆಂದು ಗೊತ್ತಾಗುತ್ತಿತ್ತು. ಕಾಬೂಲ್ ವಿಮಾನ ನಿಲ್ದಾಣಕ್ಕೆ ಎರಡು ದ್ವಾರಗಳು. ಒಂದು ಸಾರ್ವಜನಿಕರಿಗಾಗಿ ಮತ್ತೊಂದು ನ್ಯಾಟೊ ಮಿಲಿಟರಿಯ ವಿಮಾನಗಳಿಗಾಗಿ. ಪ್ರಸ್ತುತ ವಿಮಾನ ನಿಲ್ದಾಣಕ್ಕೆ ಹೊಂದಿಕೊಂಡಂತೆಯೇ ತಮಗನುಕೂಲವಾಗುವಂತೆ ಬಹು ವಿಸ್ತೀರ್ಣ ವ್ಯಾಪ್ತಿಯಲ್ಲಿ ನ್ಯಾಟೊ ಪಡೆ ಕಾಬೂಲ್ ವಿಮಾನ ನಿಲ್ದಾಣವನ್ನು ವಿಸ್ತರಿಸಿ ಹೊಸದಾಗಿ ಕಟ್ಟಿಕೊಂಡಿದೆ. ನಮಗೆ ನ್ಯಾಟೊ ವಿಮಾನ ನಿಲ್ದಾಣದ ದ್ವಾರ ಹತ್ತಿರವಾಗುತ್ತಿತ್ತು. ನಿಲ್ದಾಣದ ಸರಹದ್ದಿನ ಒಂದಷ್ಟು ದೂರದಲ್ಲಿಯೇ ಎರಡು ಚೆಕ್‌ಪೋಸ್ಟ್‌ಗಳಿದ್ದವು. ಅದರ ಬಗಲಿಗೆ ಬಾಂಬ್ ನಿಷ್ಕ್ರಿಯ ದಳದವರು ಧರಿಸುವಂತಹ ದಿರಿಸನ್ನು ಹಾಕಿದ್ದ ಇಬ್ಬರು ನ್ಯಾಟೊ ಸೈನಿಕರು 'ಕಲಾಶ್ನಿಕೋವ್' ತರಹದ ಬಂದೂಕುಗಳನ್ನು ಗುರಿ ಹಿಡಿದು ನಿಂತಿದ್ದ ರೀತಿ ಭಯ ಹುಟ್ಟಿಸುವಂತಿತ್ತು. ಕಾರು ಅನತಿ ದೂರದಲ್ಲಿ ನಿಂತಿತು. ಎಲ್ಲರನ್ನೂ ಕೆಳಗೆ ಇಳಿಯುವಂತೆ ಆದೇಶಿಸಲಾಯ್ತು. ಉದ್ದ ಕಬ್ಬಿಣದ ಕೋಲಿನ ಕೆಳಗೆ ಬಳೆಯಾಕಾರದಲ್ಲಿ ಅಂಟಿಸಿದ್ದಂತಹ ಲೋಹ ಶೋಧಕವನ್ನು ಹಿಡಿದ ಒಬ್ಬ ಸೈನಿಕ ಕಾರನ್ನು ಜಾಲಾಡತೊಡಗಿದ. ಇತ್ತ ಚೆಕ್ ಪೋಸ್ಟಿನ ಒಳಗೆ ಕರೆದು ನಮ್ಮ ದೇಹದ ಕಣಕಣವನ್ನೂ ಪರೀಕ್ಷಿಸುತ್ತಿದ್ದರು. ಕಣ್ಣಿನ ಚಿತ್ರವನ್ನು ತೆಗೆದು ತಮ್ಮ ಕಂಪ್ಯೂಟರಿನಲ್ಲಿ ಹಾಕಿ ಏನನ್ನೋ ತಾಳೆ ಮಾಡುತ್ತಿದ್ದುದು ಬಹಳ ಸಮಯವನ್ನೇ ತಿನ್ನುತ್ತಿತ್ತು. ನಮ್ಮಂತೆಯೇ ಪರೀಕ್ಷೆಗೊಳಗಾಗುತ್ತಿದ್ದ ಹಲವಾರು

ಸ್ಥಳೀಯರನ್ನು ಅಲ್ಲಿ ನೋಡಿದೆ. ವಿಶೇಷವಾಗಿ ಅವರನ್ನು ಅಗತ್ಯಕ್ಕಿಂತ ಹೆಚ್ಚೇ ತಪಾಸಣೆ ಮಾಡುತ್ತಿದ್ದರು. ಪೂರ್ವಾಪರವನ್ನೆಲ್ಲಾ ವಿಚಾರಿಸಿ, ಕೈದಿಗಳಂತೆ ಪ್ರಶ್ನೆಗೈಯುತ್ತಿದ್ದರು. ಆದರೆ ಯಾರೊಬ್ಬರೂ ತುಟಿಕ್‌ಪಿಟಿಕ್ ಅನ್ನುತ್ತಿರಲಿಲ್ಲ. ಇವರ ಮಾತು ಅರ್ಥವಾದರೆ ತಾನೇ ಅವರು ಉತ್ತರಿಸುವುದು! ಅವರ ನಾಯಕನೊಬ್ಬ ಎಲ್ಲಾ ಪ್ರಶ್ನೆಗಳಿಗೆ ಹರುಕು ಮುರುಕಾಗಿ ಉತ್ತರಿಸುತ್ತಿದ್ದ. ಇವರೆಲ್ಲಾ ವಿಮಾನ ನಿಲ್ದಾಣದೊಳಗೆ ದಿನಗೂಲಿ ಮಾಡಲು ಬರುವ ಸ್ಥಳೀಯರೆಂದು ಅರ್ಥವಾಗಿತ್ತು. ಅಲ್ಲಿನ ಸುರಕ್ಷತಾ ನಿಯಮಗಳು, ವ್ಯವಸ್ಥೆಗಳು ಬಹು ವಿಚಿತ್ರವಾಗಿದ್ದವು. ಚೆಕ್ ಪೋಸ್ಟಿಗೆ ಅಡ್ಡಲಾಗಿ ರೋಡಿನ ನೆಲದಲ್ಲಿ ಹುದುಗಿದ್ದ ಗರಗಸದಂತಿದ್ದ ಉದ್ದನೆಯ ಬ್ಲೇಡುಗಳು ಅದರ ಮೇಲೆ ಹಾಯ್ದ ವಾಹನದ ಚಕ್ರಗಳನ್ನು ಸೀಳಿ ಹಾಕುವಂತಿತ್ತು. ತಪಾಸಣೆ ಮುಗಿದ ನಂತರ ಅದು ಯಾಂತ್ರಿಕವಾಗಿ ನೆಲದಲ್ಲಿ ಇನ್ನಷ್ಟು ಆಳಕ್ಕೆ ಹುದುಗಿ ವಾಹನಗಳು ಓಡಾಡಲು ಅನುವು ಮಾಡಿಕೊಡುತ್ತಿತ್ತು. ಅಲ್ಲಿದ್ದ ಒಂದು ಬೃಹತ್ತಾದ ಕಾಂಕ್ರೀಟಿನ ಮೋಟು ಗೋಡೆಗೆ ಒಂದು ಕಿರಿದಾದ ತೂತನ್ನು ಮಾಡಿ 'AMMUNITION BIN' ಎಂದು ಹೆಸರಿಸಲಾಗಿತ್ತು. ನನ್ನೊಡನಿದ್ದ ಯೂರೋಪಿಯನ್ನರು ತಮ್ಮ ಬಂದೂಕುಗಳಲ್ಲಿದ್ದ, ಜೇಬಿನಲ್ಲೂ ತುಂಬಿಕೊಂಡಿದ್ದ ಗುಂಡುಗಳನ್ನು ಅದರೊಳಗೆ ತುರುಕುತ್ತಿದ್ದರು. ಸುರಕ್ಷತಾ ನಿಯಮದಂತೆ ತಮ್ಮ ಶಸ್ತ್ರಗಳನ್ನೆಲ್ಲಾ ಅಲ್ಲಿ ಎಸೆದು ಖಾಲಿ ಕೈನಲ್ಲಿ ಹೋಗಬೇಕಿತ್ತು. ವಾಪಸ್ ಬರುವಾಗಲೂ ಅದನ್ನು ತೆಗೆದು ಕೊಳ್ಳುವ ಹಾಗಿಲ್ಲ. ಹಾಗಾಗಿ ಗಾರ್ಝ್ಮಂಡ್ ವಿಮಾನ ನಿಲ್ದಾಣದಿಂದ ಕಂಪನಿಯ ಅತಿಥಿ ಗೃಹದವರೆಗೆ ನಿರಾಯುಧನಾಗಿಯೇ ಹೋಗಬೇಕಿತ್ತು! ನಿರಾಯುಧನಾಗಿ ಎರಡು ನಿಮಿಷಗಳೂ ಹೊರಗಿರಬಾರದೆಂಬುದು ಅಲ್ಲಿನ ಅಲಿಖಿತ ನಿಯಮ. ನಲವತ್ತು ನಿಮಿಷಕ್ಕೂ ಹೆಚ್ಚು ಸಮಯ ನಡೆದ ಅಲ್ಲಿನ ಸುದೀರ್ಘ ತಪಾಸಣೆಯನ್ನು ಮುಗಿಸಿಕೊಂಡು ನ್ಯಾಟೊ ಟರ್ಮಿನಲ್ ಕಡೆಗೆ ನಮ್ಮ ಕಾರು ಹೊರಟಿತು. ನನಗಂತೂ ಏನನ್ನೋ ಜಯಿಸಿ ಹೊರಟೆವೇನೋ ಎಂಬಂತೆ ಭಾಸವಾಗಹತ್ತಿತು.

9

ಕಾಬೂಲ್ ಟು ಕಂದಹಾರ್

ಚೆಕ್ ಪೋಸ್ಟಿಗೆ ಹೊಂದಿಕೊಂಡಂತಿದ್ದ ಆಳೆತ್ತರದ ಕಾಂಕ್ರೀಟ್ ಗೋಡೆಯ ಸರಹದ್ದನ್ನು ದಾಟಿ ಕೆಲವೇ ದೂರ ಕ್ರಮಿಸಿದ್ದೆವು. ಆಶ್ಚರ್ಯವೆಂಬಂತೆ ಅನತಿ ದೂರದಲ್ಲಿ ಮತ್ತೊಂದು ಬಹು ಎತ್ತರದ ದಟ್ಟ ಸುರುಳಿ ಕಂಬಿಯ ಗೋಡೆಯ ಸಾಲು ಪ್ರಾರಂಭವಾಗಿತ್ತು. ಸಾಮಾನ್ಯವಾಗಿ ಭಾರತ–ಪಾಕಿಸ್ತಾನ ಗಡಿಯಲ್ಲಿ ನಮಗೆ ನೋಡಸಿಗಬಹುದಾದಂತಹ ಸರಹದ್ದು ಬೇಲಿಯ ಗೋಡೆ ಇಕ್ಕೆಲಗಳಿಗೂ ಸಮಾನಾಂತರವಾಗಿ ಆವರಿಸಿಕೊಂಡು ನಿಂತಿತ್ತು. ಒಂದೊಮ್ಮೆ ಚೆಕ್ ಪೋಸ್ಟನ್ನು ಅತಿಕ್ರಮಿಸಿ ಬಂದರೂ ಮುಂದೆ ಹೋಗಲು ಸಾಧ್ಯವಿರದ ಅಭೇದ್ಯ ಬೇಲಿಯದು. ನನಗೆ ಚಕ್ರವ್ಯೂಹಕ್ಕೆ ನುಸುಳಿದಂತಹ ಅನುಭವ! ಕಂದಹಾರಿನಿಂದ ಇಲ್ಲಿಗೆ ಬಂದಾಗ ರಾತ್ರಿಯ ವೇಳೆಯಾಗಿತ್ತು ಮತ್ತು ಮಿಲಿಟರಿ ವಿಮಾನ ಪ್ರಯಾಣದ ಆಯಾಸವೋ ಏನೋ ಇವನ್ನೆಲ್ಲಾ ಗಮನಿಸಿರಲಿಲ್ಲ. ಸೂಕ್ಷ್ಮವಾಗಿ ಗಮನಿಸಿದ ನನ್ನ ಇಂಜಿನಿಯರ್ ಬುದ್ಧಿಗೆ ಅಲ್ಲಿನ ಇನ್ನೊಂದು ರಹಸ್ಯವೂ ತಿಳಿದುಬಿಟ್ಟಿತ್ತು. ಅದೇನೆಂದರೆ ಆ ಗೋಡೆಗೆ ವಿದ್ಯುತ್ ಹರಿಯಬಿಟ್ಟಿದ್ದುದು. ಪ್ರಾಣಿಗಳಿಂದ ರಕ್ಷಣೆಗೆ ನಮ್ಮಲ್ಲಿ ಬೇಲಿಗೆ ಹರಿಸಲ್ಪಡುವ ಅತಿ ಕಡಿಮೆ ವಿದ್ಯುತ್ ಪ್ರವಾಹದ ವಿಧಾನ ಅದಾಗಿರಲಿಲ್ಲ. ಮಂಜು ಮುಸುಕಿದಂತಹ ಮುಂಜಾನೆಯ ವಾತಾವರಣಕ್ಕೆ ಆ ಲೋಹದ

ಸುರುಳಿಯ ಸುತ್ತ ಅಸ್ಪಷ್ಟ ನೀಲಾಕಾರದ ಕಾಂತೀಯ ವಲಯ ಸೃಷ್ಟಿಯಾಗಿತ್ತು. ಅತ್ಯಂತ ಪ್ರಬಲವಾದ ವಿದ್ಯುತ್ ಪ್ರವಾಹವನ್ನೇ ಹರಿಯಬಿಡಲಾಗಿತ್ತೆಂದರ್ಥ. ಆಶ್ಚರ್ಯವೆಂದರೆ ಎಲ್ಲಿಯೂ ಎಚ್ಚರಿಕೆ ಸಂದೇಶದ ಫಲಕಗಳಿರಲಿಲ್ಲ! ಇನ್ನೊಂದು ಪ್ರಮುಖವಾದ ಅಂಶ ನಾನು ಗಮನಿಸಿದ್ದೇನೆಂದರೆ, ಸರಹದ್ದಿನ ಎಲ್ಲಾ ಮೂಲೆಯಲ್ಲೂ ವೀಕ್ಷಣಾ ಗೋಪುರಗಳಿದ್ದು, ಅದರ ಮೇಲೆ ಕುಳಿತಿದ್ದ ಇಬ್ಬರು ಸಿಪಾಯಿಗಳು ಬಂದೂಕು ನಳಿಗೆಯನ್ನು ಗುರಿಹಿಡಿದೇ ರಸ್ತೆಯಲ್ಲಿ ಚಲಿಸುತ್ತಿದ್ದ ವಾಹನಗಳನ್ನು ದಿಟ್ಟಿಸುತ್ತಿದ್ದುದು. ವಾರದ ಹಿಂದೆ ನಡೆದಿದ್ದ ಪ್ರಬಲ ಬಾಂಬ್ ಸ್ಫೋಟದ ಯಾವುದೇ ಕುರುಹು ಚೆಕ್ ಪೋಸ್ಟಿನ ಬಳಿ ಕಾಣದಿದ್ದುದು ನನಗೆ ಆಶ್ಚರ್ಯವಷ್ಟೇ ಅಲ್ಲದೆ ಹಲವು ಪ್ರಶ್ನೆಗಳು ನನ್ನನ್ನು ಒಮ್ಮೆಗೇ ಕಾಡುತ್ತಿದ್ದವು. ಇಂತಹ ಸೂಕ್ಷ್ಮ ವಿಷಯಗಳನ್ನು ಸಾರ್ವಜನಿಕವಾಗಿ ಅದರಲ್ಲೂ ಮಿಲಿಟರಿ ಶಿಬಿರಗಳಲ್ಲಿ ಚರ್ಚಿಸುವುದು ನಿಷಿದ್ಧವಷ್ಟೇ ಅಲ್ಲ ಅಪರಾಧ ಕೂಡ. ಹಾಗಾಗಿ ನನ್ನ ಪ್ರಶ್ನೆಗೆ ಉತ್ತರ ಸಿಗುವ ಅವಕಾಶವಿಲ್ಲವೆಂಬುದು ಖಾತರಿಯಾಗಿತ್ತು. 'ಅಬ್ಬಾ! ಅದೆಂತಹ ಭದ್ರತಾ ವ್ಯವಸ್ಥೆಯಿತ್ತು ಅಲ್ಲಿ. ಇಷ್ಟೆಲ್ಲಾ ಇದ್ದರೂ ಪದೇ ಪದೇ ಇಲ್ಲಿ ದಾಳಿಗಳಾಗುತ್ತೆ ಎಂದರೆ ತಾಲಿಬಾನ್ ಪಡೆ ಅದೆಷ್ಟು ಮೊಂಡರಿರಬಹುದು' ಎಂದುಕೊಂಡೆ.

ಅಂತಹ ತಣ್ಣನೆಯ ವಾತಾವರಣದಲ್ಲೂ ಹವಾನಿಯಂತ್ರಕವನ್ನು ಚಾಲೂ ಇಟ್ಟು ಕಾರಿನ ಕಿಟಕಿ ಗಾಜುಗಳನ್ನು ಏರಿಸಿದ್ದುದು ನನ್ನ ಕುತೂಹಲದ ಮನಸ್ಸಿಗೆ ತಡೆಗೋಡೆಯಂತಿತ್ತು. ಹೊರಗಿನ ನೋಟ ಇನ್ನಷ್ಟು ಸ್ಪಷ್ಟವಾಗಲೆಂದು ಕಿಟಕಿಯ ಗಾಜನ್ನು ಕೆಳಗಿಳಿಸಿದೆ. 'ಕಿಟಕಿಯಾಚೆ ಕೈಯನ್ನಾಗಲೀ, ತಲೆಯನ್ನಾಗಲೀ ಇಡಬೇಡ' ತಡಬಡಿಸಿದವನಂತೆ ಗಾರ್ಮ್ಮೆಂಡ್ ನನಗೆ ಆದೇಶವನ್ನಿತ್ತ. ಚಿಕ್ಕ ಹುಡುಗರಿಗೆ ಹೇಳಿದ ಹಾಗೆ ಹೇಳುತ್ತಿದ್ದಾನಲ್ಲಾ? ಅವನ ಮುಖವನ್ನೊಮ್ಮೆ ನೋಡಿದೆ. ನನ್ನ ಮುಖಭಾವವನ್ನು ಅರಿತ ಅವನು 'ಇದು ಇಲ್ಲಿಯ ನ್ಯಾಟೊ ಪಡೆಯ ಸುರಕ್ಷತಾ ನಿಯಮಗಳಲ್ಲೊಂದು. ಅಕಸ್ಮಾತ್ ಕಾರಿನ ಒಳಗಿಂದ ದೇಹದ ಯಾವುದೇ ಭಾಗವಾಗಲೀ ಇಲ್ಲವೇ ವಸ್ತುವಾಗಲೀ ಹೊರ ಬಂದಿದ್ದನ್ನು ಗಮನಿಸಿದರೆ ವೀಕ್ಷಣಾ ಗೋಪುರದ ಮೇಲಿರುವ ಕಾವಲು ಸೈನಿಕರು ಮುಲಾಜಿಲ್ಲದೇ ಇತ್ತ ಗುಂಡಿನ ಮಳೆಗೈಯುತ್ತಾರೆ' ಎಂದು ಹೇಳಿ ತುಟಿಯಂಚಿನಲ್ಲೇ ಸಣ್ಣ ನಗು ನಕ್ಕ. ನನ್ನನ್ನು ನಂಬು ಎನ್ನುವ ಭಾವ ಅವನ ಮುಖದಲ್ಲಿತ್ತು. ಇದೆಂತಹ ವಿಚಿತ್ರ ಹಾಗೂ ಅಪಾಯಕಾರಿ ಜಾಗವಪ್ಪಾ ಎಂದುಕೊಂಡು ಕಾರಿನ ಕಿಟಕಿಯ ಗಾಜನ್ನು ಅನಾಮತ್ತಾಗಿ ಮೇಲೇರಿಸಿ ನಿಟ್ಟುಸಿರುಬಿಟ್ಟೆ.

ಕಾರಿನ ವೇಗ ತಗ್ಗುತ್ತಾ ಬಂತು. ಕೆಂಪು ಬಣ್ಣದ ಕಟ್ಟಡಗಳನೇಕವು ಕೂಗಳತೆ ದೂರದಲ್ಲಿ ಸಾಲಾಗಿ ಜೋಡಿಸಿದಂತೆ ಕಾಣಿಸುತ್ತಿತ್ತು. ಅಂತೂ ಇಂತೂ ಕಾಬೂಲ್ ನ್ಯಾಟೊ ಟರ್ಮಿನಲ್‌ಗೆ ಸುರಕ್ಷಿತವಾಗಿ ಬಂದು

ತಲುಪಿದ್ದೆವು. ಬಲಿಷ್ಠವಾದ ಕಾಂಕ್ರೀಟ್ ಗೋಡೆಗಳನ್ನು ಹೊಂದಿದ್ದ ಆ ಕಟ್ಟಡ, ನಯವಾದ ಕೆಂಪು ಬಣ್ಣದ ಸಣ್ಣ ಸಣ್ಣ ಆಯತಾಕಾರದ ಮಾರ್ಬಲ್ಲಿನ ಹೊರ ಕವಚದಿಂದ ಆವರಿಸಿತ್ತು. ಥೇಟ್ ಯೂರೋಪಿಯನ್ ಶೈಲಿಯಲ್ಲಿ ನಿರ್ಮಿಸಿದಂತಹವು. ಅಲ್ಲಿದ್ದ ಬೃಹತ್ ಕಟ್ಟಡವನ್ನು 'ಟರ್ಮಿನಲ್' ಎಂದು ಹೇಳಬಹುದಾಗಿತ್ತು. ಮಿಕ್ಕವು ವಸತಿ, ಉಪಾಹಾರಗೃಹ, ಆಸ್ಪತ್ರೆ, ಒಳ ಕ್ರೀಡಾಂಗಣ, ವ್ಯಾಯಾಮ ಶಾಲೆ, ಕಛೇರಿ ಸೇರಿದಂತೆ ಇತರೇ ಸಮುಚ್ಚಯಗಳು. ಬಹುತೇಕ ಎಲ್ಲಾ ಕಟ್ಟಡಗಳೂ ಒಂದೇ ತೆರನಾಗಿದ್ದವು. ಕಾಬೂಲ್ ಏರ್‌ಬೇಸಿನಲ್ಲಿ ಕಾರ್ಯ ನಿರ್ವಹಿಸುವ ಸೈನಿಕರಿಂದಾದಿಯಾಗಿ, ಇನ್ನಿತರ ಸೇವೆಗಳನ್ನೊದಗಿಸುವ ನಮ್ಮಂತಹ ಅನೇಕ ಕಂಪನಿಗಳ ಕಾರ್ಮಿಕರಿಗೆ ವಸತಿ, ಊಟದಿಂದ ಹಿಡಿದು ಪ್ರತಿಯೊಂದು ಮೂಲಭೂತ ಸೌಕರ್ಯವನ್ನೆಲ್ಲಾ ಅಲ್ಲಿನ ವಿಮಾನ ನಿಲ್ದಾಣದ ಆವರಣದಲ್ಲೇ ಮಾಡಿದ್ದರು. ಕಂದಹಾರ್ ಹಾಗೂ ಬಗ್ರಾಮ್ ಏರ್‌ಬೇಸ್‌ನಂತೆಯೇ ಈ 'ಕಾಬೂಲ್ ಏರ್‌ಬೇಸ್' ಕೂಡ ಬಹು ದೊಡ್ಡ ಮಿಲಿಟರಿ ಶಿಬಿರ. ಕಾರಿನಿಂದಿಳಿದು ಒಮ್ಮೆ ಸುತ್ತಲೂ ಕಣ್ಣಾಡಿಸಿದೆ. ಶಸ್ತ್ರಧಾರಿ ಸೈನಿಕರು ಅನೇಕರು ಲೋಕಾಭಿರಾಮರಾಗಿ ತಮ್ಮಲ್ಲೇ ಹರಟುತ್ತಾ ನಡೆದಾಡುತ್ತಿದ್ದರು. ಕಟ್ಟಡಕ್ಕೆ ಹೊಂದಿಕೊಂಡಿದ್ದ ಸುಸಜ್ಜಿತ ವಾಲಿಬಾಲ್, ಬಾಸ್ಕೆಟ್ ಬಾಲ್ ಆವರಣಗಳು ಬಿಕೋ ಎನ್ನುತ್ತಿದ್ದವು. ಕಣ್ಣಿಗೆ ರಾಚುವ ಗಿಳಿ ಹಸಿರು ಬಣ್ಣದ ರೇಡಿಯಂ ಜಾಕೆಟ್ ಧರಿಸಿದ್ದ ಭಾರತೀಯ ಹುಡುಗರು ಅನೇಕರು ಅಲ್ಲಲ್ಲಿ ಬಿದ್ದಿದ್ದ ಕಸವನ್ನು ಹೆಕ್ಕಿ ತಮ್ಮೊಡನಿದ್ದ ಪ್ಲಾಸ್ಟಿಕ್ ಚೀಲಕ್ಕೆ ತುಂಬಿಕೊಳ್ಳುತ್ತಿದ್ದರು. ಬಹುಪಾಲು ಬಿಳಿ ಚರ್ಮದ ಸೈನಿಕರು ಮತ್ತು ನನ್ನಂತಹ ಇತರೆ ನಾಗರೀಕರು ನನ್ನ ಹಾಗೆ ಕಂದಹಾರಿಗೋ ಅಥವಾ ಬಗ್ರಾಮ್ ಏರ್‌ಬೇಸಿಗೋ ಹಾರಲು ದೊಡ್ಡ ಗಾತ್ರದ ಟಾರ್ಪಲಿನ್ ಚೀಲಗಳಂತಹ ಲಗೇಜನ್ನು ಹಿಡಿದು ಸಜ್ಜಾಗಿ ನಿಂತಿದ್ದರು. ಸಂದೇಶ ಬರದ ಹೊರತು ಯಾರೊಬ್ಬರೂ ಟರ್ಮಿನಲ್ ಒಳಗೆ ಹೋಗುವಂತಿರಲಿಲ್ಲ. ಇನ್ನೂ ಎಷ್ಟು ಹೊತ್ತು ಕಾಯಬೇಕೋ ಏನೋ ಎಂದು ಕಣ್ಣು ಹರಿಸೋವರೆಗೆ ನನ್ನ ದೃಷ್ಟಿಯನ್ನು ಬೀರುತ್ತಾ ಹೊರಗೇ ನಿಂತಿದ್ದೆ. ನಾವಿದ್ದ ಸ್ವಲ್ಪ ದೂರದಲ್ಲಿ ಕೆಲ ಮಿಲಿಟರಿ ಚಾಪರುಗಳು ಏರುವ ಇಳಿಯುವ ಅಭ್ಯಾಸದಲ್ಲಿ ನಿರತವಾಗಿರುವಂತೆ ತೋರುತ್ತಿತ್ತು. ಇನ್ನೊಂದು ಬದಿಯಲ್ಲಿ ಇತರೆ ಸಾರ್ವಜನಿಕ ವಿಮಾನಗಳು ರನ್‌ವೇಯಿಂದ ಹಾರುತ್ತಿದ್ದ ಮತ್ತು ಇಳಿಯುತ್ತಿದ್ದ ದೃಶ್ಯ ಕಾಣುತ್ತಿತ್ತು. ಆ ಕ್ಷಣ ಮಾತ್ರ ಅಲ್ಲಿನ ಪ್ರದೇಶವೆಲ್ಲಾ ಕಿವಿ ಗಡಚಿಕ್ಕುವ ಶಬ್ದದಿಂದ ತೊಯ್ದು ಹೋಗುತ್ತಿತ್ತು. ಸುತ್ತಲೂ ಆವರಿಸಿದ್ದ ಪರ್ವತಗಳಿಂದಲೋ ಏನೋ ಶಬ್ದ ಪ್ರತಿಧ್ವನಿಸುತ್ತಿತ್ತು.

'ಕೊಹ್-ಈ-ಪಗ್ಮಾನ್' ಪರ್ವತದ ಒಂದು ಸಾಲು ವಿಮಾನ ನಿಲ್ದಾಣಕ್ಕೆ ಅಂಟಿಕೊಂಡಂತೇ ಇದೆ. ಎಲ್ಲಾ ದಿಕ್ಕುಗಳಿಂದ ಆವೃತವಾದ ಪರ್ವತಗಳ

ಸಾಲು ವಿಮಾನ ನಿಲ್ದಾಣವನ್ನು ತಬ್ಬಿಕೊಳ್ಳಲು ಕಾಯುತ್ತಿವೆಯೇನೋ ಎಂಬಂತೆ ಅನಿಸುತ್ತಿತ್ತು. ನನಗೆ ಸಿಕ್ಕ ಮಾಹಿತಿ ಪ್ರಕಾರ ತಾಲಿಬಾನ್ ಪಡೆ ಇಲ್ಲಿಂದ ಕಾಲ್ಕಿತ್ತು ಕಂದಹಾರ್, ಹೆಲ್ಮಂಡ್ ಪ್ರಾಂತ್ಯ ಮತ್ತು ಪಾಕಿಸ್ತಾನದ ಗಡಿ ಪ್ರದೇಶದಲ್ಲಿ ಕಾರ್ಯನಿರತವಾಗಿದೆ ಎಂದು. ಆದಾಗ್ಯೂ ಯಾವ ಗುಡ್ಡದ ಕಡೆಯಿಂದ ಯಾವ ಹೊತ್ತು ರಾಕೆಟ್ ದಾಳಿಯಾಗುವುದೆಂದು ಹೇಳಲು ಕಷ್ಟವಂತೆ. ಸ್ವಯಂ ಚಾಲಿತ ಕ್ಯಾಮೆರಾ ಮತ್ತು ರಡಾರ್ ಮಾಹಿತಿ ತಂತ್ರಗಾರಿಕೆಯುಳ್ಳ ಬೃಹದಾಕಾರದ ವಿಮಾನವನ್ನು ಹೋಲುವ ಬಲೂನ್‌ಗಳನ್ನು ಎತ್ತರಕ್ಕೆ ಹಾರಿಬಿಟ್ಟಿದ್ದರು. ಇದು ಬಹಳ ಪರಿಣಾಮಕಾರಿಯಾಗಿ ಕಾರ್ಯನಿರ್ವಹಿಸುತ್ತಿದೆ ಎಂದೂ ಗೊತ್ತಾಗಿತ್ತು. ಅಷ್ಟೇ ಅಲ್ಲದೆ ದಿನಕ್ಕೆ ಇಷ್ಟು ಹೊತ್ತೆಂದು ಗೌಪ್ಯವಾಗಿ ಗೊತ್ತು ಮಾಡಿಕೊಳ್ಳುವ ನ್ಯಾಟೊ ಪಡೆ ತಮ್ಮ ಚಾಪರುಗಳಲ್ಲಿ ವಿಮಾನ ನಿಲ್ದಾಣದ ಸುತ್ತಲೂ ಗಸ್ತು ಹೊಡೆಯುತ್ತಾರೆ. ಎಲ್ಲಾ ಮೂಲಗಳಿಂದ ಎಲ್ಲವೂ ಸರಿಯಿದೆ ಎಂದಾದಲ್ಲಿ ಮಾತ್ರ ವಿಮಾನ ಹಾರುವುದು ಇಲ್ಲಾ ಇಳಿಯುವುದು ನಿರ್ಧಾರವಾಗುತ್ತದೆ. ಹಾಗಾಗಿ ವಿಮಾನ ಏರುವ ಕೊನೆ ಘಳಿಗೆಯವರೆಗೂ ಖಾತ್ರಿಯಾಗಿ ಏನೂ ಹೇಳುವಂತಿರಲಿಲ್ಲ.

ಚೆಕ್-ಇನ್ ಕರೆ ಮೊಳಗಲಾರಂಭಿಸಿತ್ತು. ಗಾರ್ಝ್ಮಂಡ್ ಕಾರಿನ ಡಿಕ್ಕಿಯನ್ನು ತೆಗೆದು ತಮ್ಮ ತಮ್ಮ ಜಾಕೆಟ್ ಮತ್ತು ಹೆಲ್ಮೆಟ್‌ಗಳನ್ನು ತೆಗೆದುಕೊಳ್ಳಿರೆಂದು ಹೇಳಿದ. ಕಬ್ಬಿಣ ಮತ್ತು ಫೈಬರ್ ಮಿಶ್ರಿತ ವಸ್ತುಗಳಿಂದ ವಿಶೇಷವಾಗಿ ಸೈನಿಕರಿಗೆಂದೇ ತಯಾರಿಸಲಾದ ಯಮಭಾರದ ಜಾಕೆಟ್ ಮತ್ತು ಶಿರಸ್ತ್ರಾಣವದು. ಎಂತಹ ಪ್ರಬಲ ಗುಂಡೂ ಸಹ ಅದರೊಳಗೆ ನುಗ್ಗುವ ಸಾಧ್ಯತೆಯೇ ಇಲ್ಲವೆನ್ನಬಹುದು. ರಾಕೆಟ್ ಅಥವಾ ಬಾಂಬ್ ದಾಳಿಯಾದರೂ ದೇಹದ ಎದೆ ಮತ್ತು ತಲೆಯ ಭಾಗಕ್ಕೆ ಹೆಚ್ಚು ಘಾಸಿಯಾಗದಂತೆಯೂ ಅದು ತಡೆಯುತ್ತಾದ್ದರಿಂದ ಮಿಲಿಟರಿ ಶಿಬಿರಗಳಲ್ಲಿ ಅವುಗಳು ಮೂಲಭೂತ ಧಾರಣಾ ಸಾಧನಗಳು. ಮಿಲಿಟರಿ ವಿಮಾನ ಪ್ರಯಾಣದಲ್ಲಿ ಈ ಸಾಧನಗಳನ್ನು ಧರಿಸುವುದು ಕಡ್ಡಾಯ ಕೂಡ. ಒಂದು ಕೈನಲ್ಲಿ ಇವುಗಳನ್ನೂ, ಇನ್ನೊಂದು ಕೈನಲ್ಲಿ ನನ್ನ ಲಗೇಜ್ ಚೀಲವನ್ನೂ ಹಿಡಿದು ಒಳ ನಡೆದೆ. ಬಹಳವೇ ಚಿಕ್ಕದಾದ್ದು ಎನ್ನಬಹುದಾದ ಹೊಸದಾಗಿ ನಿರ್ಮಿಸಲಾಗಿದ್ದ ಸುಸಜ್ಜಿತವಾದ ಟರ್ಮಿನಲ್ ಒಳಾಂಗಣ. ಸಾಮಾನ್ಯ ವಿಮಾನ ನಿಲ್ದಾಣಗಳಂತೆ ಯಾವುದೇ ಬಗೆಯ ವೈಭವೀಕರಣವಿರಲಿಲ್ಲ. ಅಲ್ಲಿದ್ದದ್ದು ಒಂದೇ ಒಂದು ಸ್ಕ್ಯಾನಿಂಗ್ ಸಾಧನ. ಅದರ ನಂತರ ಚೆಕ್-ಇನ್ ಬ್ಯಾಗೇಜನ್ನು ಸಾಗಿಸಲು ಪುಟ್ಟ ಕನ್ವೇಯರ್ ಪಟ್ಟಿ. ಮೇಲ್ವಿಚಾರಕರೆಲ್ಲಾ ನ್ಯಾಟೊ ಪಡೆಯ ಮಿಲಿಟರಿ ಅಧಿಕಾರಿಗಳೇ. ಪ್ರತಿಯೊಬ್ಬರೂ ಗಂಭೀರವದನರಾಗೇ ಇದ್ದುದು ಆಶ್ಚರ್ಯವೆನಿಸಲಿಲ್ಲ. ಎಷ್ಟೇ ಆಗಲಿ ಸೈನಿಕರ ತಾಣ, ಶಿಸ್ತು ಪಾಲನೆ ಎಲ್ಲರ ಆದ್ಯ ಕರ್ತವ್ಯ. ಮಿಲಿಟರಿ ಅಧಿಕಾರಿಯೊಬ್ಬಳು

ಕೈನಲ್ಲಿ ಬಿಳಿಯ ಹಾಳೆಯೊಂದನ್ನು ಹಿಡಿದು ಹೆಸರು ಕೂಗಲು ಆರಂಭಿಸಿದಳು. ಒಬ್ಬೊಬ್ಬರಾಗೇ ತಮ್ಮ ಲಗೇಜುಗಳನ್ನ ಸ್ಕ್ಯಾನಿಂಗ್ ಸಾಧನದ ಬಾಯಿಗೆ ಹಾಕಿ ಮುಂದೆ ಹೋಗುತ್ತಿದ್ದರು. ವಿಶೇಷವೆಂದರೆ ಅವರೆಲ್ಲಾ ಸೈನಿಕರೇ. ಅವರಿಗೇ ಮೊದಲ ಆದ್ಯತೆ ಅಲ್ಲಿ. ಅವರ ನಂತರ ಇತರೆ ನಾಗರೀಕರ ಪಾಳಿ, ಅದರಲ್ಲೂ ಮೊದಲು ಕಾಯ್ದಿರಿಸಿದವರಿಗೆ ಮೊದಲ ಆದ್ಯತೆ. ನನ್ನ ಹೆಸರನ್ನು ಕರೆಯಲು ಆಕೆ ಕಷ್ಟಪಡುತ್ತಿದ್ದುದನ್ನು ಗಮನಿಸಿ ಅದು ನಾನೇ ಎಂದು ಮುಂದೆ ಹೋದೆ. NATO ISAF ಗುರುತಿನ ಚೀಟಿಯನ್ನು ಪರೀಕ್ಷಿಸಿ ಒಳಬಿಟ್ಟರು. ನನ್ನನ್ನು ಫೆಟಾನ್ ಹಿಂಬಾಲಿಸಿದ. ನಮ್ಮ ಹೊರೆ ಚೀಲವನ್ನು ಅಲ್ಲಿಳಿಸಿ, ಮೈ–ತಲೆಯ ಕವಚಗಳನ್ನು ಹಿಡಿದು ಒಮ್ಮೆ ಹಿಂದೆ ತಿರುಗಿ ಗಾರ್ಖ್ಮೆಂಡ್‌ಗೆ ಕೈ ಬೀಸಿ ಮುನ್ನಡೆದೆವು.

ನಾಮ ಫಲಕಗಳನ್ನು ಓದುತ್ತಾ ಅದು ನಿರ್ದೇಶಿಸಿದೆಡೆಗೆ ಎಲ್ಲರೂ ಸಾವಧಾನವಾಗಿ ಮುನ್ನಡೆಯುತ್ತಿದ್ದೆವು. 'ಆರ್ ಯು ಇಂಡಿಯನ್?' ಇದ್ದಕ್ಕಿದ್ದ ಹಾಗೆ ಅಶರೀರವಾಣಿಯಂತೆ ಧ್ವನಿ ಬಂದೆರಗಿತು. ನಮ್ಮ ಹಿಂದೆಯೇ ಬರುತ್ತಿದ್ದ ನ್ಯಾಟೊ ಮಿಲಿಟರಿ ಅಧಿಕಾರಿಯೊಬ್ಬ ನನ್ನನ್ನು ಉದ್ದೇಶಿಸಿಯೇ ಕರೆಯುತ್ತಿದ್ದ. ಹಿಂದೆ ತಿರುಗಿ ಹೌದೆಂದು ತಲೆಯಾಡಿಸಿದೆ. 'ಬಾಲಿವುಡ್ssss...' ಎನ್ನುವ ಉದ್ಗಾರ ಮಾಡುತ್ತಾ ನರ್ತಿಸುವವನಂತೆ ವಿಚಿತ್ರವಾಗಿ ಕೈಕಾಲುಗಳನ್ನು ಕುಣಿಸುತ್ತಾ ನಗೆ ಬೀರುತ್ತಾ ಮುಂದೆ ಹೆಜ್ಜೆ ಹಾಕುತ್ತಿದ್ದ. ಆ ಕ್ಷಣ ನಾನಂತೂ ವಿಚಲಿತನಾಗಿದ್ದೆ. ನನ್ನ ಛೇಡಿಸುವಿಕೆಯೋ ಅಥವಾ ಅವ ನಿಜವಾಗ್ಯೂ ಭಾರತದ ಸಿನೆಮಾಗಳನ್ನು ನೋಡಲು ಇಚ್ಛಿಸುವ ತೋರ್ಪಡಿಕೆಯೋ ಅರ್ಥವಾಗಲಿಲ್ಲ. ಆ ಕ್ಷಣ ಅಲ್ಲಿ ಮಿಲಿಟರಿ ಶಿಸ್ತು ಮಣ್ಣು ಪಾಲಾಗಿತ್ತು! 'ನನ್ನನ್ನು ಮೂದಲಿಸುತ್ತಿರುವೆಯಾ?' ಯಾವ ಅಂಜಿಕೆಯಿಲ್ಲದೆ ಕೇಳಿದೆ. 'ಅಲ್ಲಲ್ಲಾ.. ನನಗೆ ಬಾಲಿವುಡ್ ಸಿನೆಮಾ ತುಂಬಾ ಇಷ್ಟ' ಎಂದು ನನಗೆ ಸಮಜಾಯಿಷಿ ಕೊಡುತ್ತಾ ನನ್ನ ಸಮಾನಾಂತರವಾಗಿ ನಡೆದು ಬರುತ್ತಿದ್ದ. ಆತನ ಹೆಸರು 'ಮಾರ್ಕ್ ಹಿಲ್ಮನ್' ಎಂದು. ಆಸ್ಟ್ರೇಲಿಯಾದ ಸೈನಿಕ. ಮೂವತ್ತರ ಪ್ರಾಯವಿರಬಹುದು. ಹಿಂದೆ ಕಂದಹಾರ್ ಏರ್‌ಬೇಸಿನಲ್ಲಿದ್ದವ. ಕಾಬೂಲ್‌ಗೆ ಸ್ಥಳಾಂತರವಾಗಿ ಮೂರು ತಿಂಗಳಾಗಿವೆಯಷ್ಟೆ. ಚೆಕ್ ಇನ್ ಆದ ನಂತರ ಮಿಲಿಟರಿ ವಿಮಾನದೊಳಗೆ ಎಲ್ಲರನ್ನೂ ಕರೆದೊಯ್ಯುವ ಕೆಲಸವನ್ನು ಆತನಿಗೆ ಕೊಟ್ಟಿದ್ದಾರೆ. ಗಡುಸಾದ ಧ್ವನಿ, ಆರಡಿ ಎತ್ತರದ ಆಜಾನುಬಾಹು ದೇಹ. ಅವನ ಸ್ಫುಟ ನಗು, ಲವಲವಿಕೆಯನ್ನು ನೋಡಿದರೆ ಎಂತಹವರಿಗೂ ಜೀವನೋತ್ಸಾಹ ಉಕ್ಕಿ ಬರುತ್ತೆ ಅನ್ನಿಸುತ್ತೆ. ಸಾವನ್ನು ಬಹಳ ಹತ್ತಿರದಿಂದ ನೋಡಿರುವ ಅವರೆಲ್ಲಾ ಬಹುಶಃ ಹಾಗೆಯೇ ಏನೋ? ಮೊದಲ ಬಾರಿ ಸೈನಿಕನೊಬ್ಬ ನನ್ನೊಡನೆ ತುಂಬಾ ಹತ್ತಿರದವರಂತೆ ಮಾತನಾಡಿದ್ದು ನನಗೆ ಅದೇನೋ ವಿಚಿತ್ರ ರೋಮಾಂಚನವೆನಿಸಿತ್ತು. ನನ್ನ

ನೂರಾರು ಪ್ರಶ್ನೆಗಳಿಗೆ ಅವ ಉತ್ತರವಾಗಬಲ್ಲನೇನೋ ಎಂಬ ಕುತೂಹಲವಿತ್ತು. ಇದ್ದಕ್ಕಿದ್ದಂತೆ ಇಲ್ಲಿ ಕೂರಿರೆಂದು ನಮಗೆ ಹೇಳಿ ಬಿರಬಿರನೆ ಎತ್ತಲೋ ನಡೆದ. ಆ ಕ್ಷಣ ನನ್ನ ಕುತೂಹಲಕ್ಕೆ ತಣ್ಣೀರೆರಚಿದ ಅವನ ಕರ್ತವ್ಯ ಪ್ರಜ್ಞೆಗೆ ನಾನು ಹಿಡಿ ಶಾಪ ಹಾಕುತ್ತಿದ್ದೆ.

ಸುಮಾರು ಐವತ್ತರಿಂದ ಅರವತ್ತು ಜನರು ಕುಳಿತುಕೊಳ್ಳಬಹುದಾದಷ್ಟು ಆಸನಗಳುಳ್ಳ ಸುಸಜ್ಜಿತ ನಿರೀಕ್ಷಣಾ ಕೊಠಡಿಯದು. ಮಾರ್ಕ್ ಹಿಲ್ಮನ್ ಕರೆಯುವವರೆಗೂ ಎಲ್ಲರೂ ಅಲ್ಲಿಯೇ ಕುಳಿತಿರಬೇಕು ಎಂದು ನನಗೆ ವೇದ್ಯವಾಗಿತ್ತು. ಗೋಡೆಗೆ ನೇತುಹಾಕಿದ್ದ ದೂರದರ್ಶನಗಳೆರಡು ನನ್ನತ್ತ ನೋಡಿರೆಂದು ಹಠ ಹಿಡಿದವರಂತೆ ಶಬ್ದ ಮಾಡುತ್ತಿದ್ದವು. ಯಾವುದೋ ಆಫ್ಘಾನಿ ಜನಪದ ಸಂಗೀತ-ನೃತ್ಯ ಬಿತ್ತರವಾಗುತ್ತಿತ್ತು. ಅಲ್ಲಿರುವ ಯಾರಿಗೂ ಅದನ್ನು ನೋಡುವ ಆಸಕ್ತಿ ಇದ್ದಂತಿರಲಿಲ್ಲ. ಬಹುಶಃ ನಾನೊಬ್ಬನೇ ಇರಬೇಕು ಅದನ್ನು ನೋಡುತ್ತಿದ್ದುದು. ಪದೇ ಪದೇ ಅದೇ ರೀತಿಯ ಹಾಡುಗಳು ಬೇಸರವನ್ನಿತ್ತಿತ್ತಷ್ಟೆ. ಇನ್ನೆಷ್ಟು ಹೊತ್ತು ಕಾಯಬೇಕೋ ಏನೋ? ಎಂದು ಚಡಪಡಿಸುತ್ತಾ ಕುಳಿತಿದ್ದೆ. ಇದ್ದಕ್ಕಿದ್ದಂತೆ 'ತೇರೆ ಅಂಗನೇ ಮೇ...' ಹೆಣ್ಣಿನ ಧ್ವನಿಯ ಹಾಡು ಶುರುವಾಗಿತ್ತು. ರಾಖಿ ಕುಣಿಯಲಾರಂಭಿಸಿದ್ದಳು. ಏನಾಶ್ಚರ್ಯ! ಹಿಂದಿ ಹಾಡು ಅದರಲ್ಲೂ ಇಲ್ಲಿಯ ದೇಸೀ ಟಿವಿ ಚಾನಲ್‌ನಲ್ಲಿ. ನಂತರ ಹೃತ್ತಿಕ್ ರೋಶನನ ಒಂದು ಹಾಡು. ಒಮ್ಮೆಗೇ ಪ್ರತ್ಯಕ್ಷನಾದ ಮಾರ್ಕ್ ಹಿಲ್ಮನ್ ನನ್ನತ್ತ ನೋಡಿ ನಕ್ಕು ನಯವಾಗಿ ಕತ್ತನ್ನು ತಾಳಕ್ಕೆ ತಕ್ಕಂತೆ ಕುಣಿಸುತ್ತಾ ಅವನದೇ ಧಾಟಿಯಲ್ಲಿ ಆನಂದಿಸುತ್ತಿದ್ದ. ಇವನ ಬಾಲಿವುಡ್ ಮೋಹದ ರಹಸ್ಯ ನನಗೆ ತಿಳಿದುಬಿಟ್ಟಿತ್ತು!

ಎಲ್ಲರೂ ಸಾಲಾಗಿ ನಿಲ್ಲಲು ಅಪ್ಪಣೆಯಾಯ್ತು. ಅಲ್ಲಿದ್ದದ್ದು ಒಂದೇ ದ್ವಾರ. ಸಾಮಾನ್ಯ ವಿಮಾನ ನಿಲ್ದಾಣಗಳಲ್ಲಿ 'GATE' ಎಂದು ಕರೆಯಲ್ಪಡುವ ದ್ವಾರ. ಅದೂ ಸಾಮಾನ್ಯ ರೀತಿಯ ಸ್ವಲ್ಪ ಹಿರಿದಾದ ಕಬ್ಬಿಣದ ಬಾಗಿಲು ಅಷ್ಟೆ. ಆ ಮಿಲಿಟರಿ ವಿಮಾನಗಳ ದ್ವಾರ ತುಂಬಾ ಕಿರಿದಾಗಿದ್ದು ಒಮ್ಮೆಗೆ ಒಬ್ಬರು ಪ್ರವೇಶಿಸಬಹುದಾದಷ್ಟು ಮಾತ್ರವಾದ್ದರಿಂದ ಏರೋಬ್ರಿಡ್ಜ್ ಕಟ್ಟುವ ಅವಶ್ಯಕತೆ ಅಲ್ಲಿರಲಿಲ್ಲ. ಎಲ್ಲರೂ ಸಾಲಾಗಿ ಹೊರಬಂದೆವು. ಮಿಲಿಟರಿ ಹೆಲಿಕಾಪ್ಟರ್ ಸೇರಿದಂತೆ ವಿಮಾನಗಳನೇಕವು ಬಹಳ ಹತ್ತಿರವೇ ನಿಂತಿದ್ದವು. ಎದುರಿಗೆ ತುಂಬಾ ದೂರದಲ್ಲಿ 'ಹಮೀದ್ ಕರ್ಝೈ' ಅಂತಾರಾಷ್ಟ್ರೀಯ ಸಾರ್ವಜನಿಕ ವಿಮಾನ ನಿಲ್ದಾಣದ ಕಟ್ಟಡ ಗೋಚರಿಸುತ್ತಿತ್ತು. ಇನ್ನೊಂದು ಆಶ್ಚರ್ಯವೆಂದರೆ ಏರ್ ಇಂಡಿಯಾ ವಿಮಾನವು ಟ್ಯಾಕ್ಸಿ-ವೇನಲ್ಲಿ ಚಲಿಸುತ್ತಿದ್ದುದನ್ನು ನೋಡಿದೆ. ಕಾಬೂಲಿನಿಂದ ದೆಹಲಿಗೆ ವಿಮಾನ ಸೇವೆ ಇದೆಯೆಂಬುದು ಮೊದಲೇ ತಿಳಿದಿತ್ತು. ಎದೆಗವಚ ಮತ್ತು ಶಿರಸ್ತ್ರಾಣಗಳನ್ನು ಧರಿಸಲು ಮಾರ್ಕ್ ಹಿಲ್ಮನ್

ಆದೇಶಿಸಿದ. ಇನ್ನೇನು ವಿಮಾನ ಹೊರಡುವುದೆಂದೂ, ವಿಮಾನ ಏರುವಾಗ ಮತ್ತು ಪ್ರಯಾಣ ಮಾಡುವಾಗ ಅನುಸರಿಸಬೇಕಾದ ಸುರಕ್ಷಾ ನಿಯಮಗಳನ್ನು ವಿವರಿಸಿ ಅಲ್ಲಿದ್ದ ಸೈನಿಕರಿಗೆಲ್ಲಾ ತಮ್ಮಲ್ಲಿರುವ ಗುಂಡುಗಳನ್ನೆಲ್ಲಾ ಅಲ್ಲಿಗೆ ಹಾಕಿರೆಂದು ಕೈ ತೋರಿಸುತ್ತಾ ಆದೇಶಿಸಿದ. ಹಿಂದೆ ಚೆಕ್ ಪೋಸ್ಟಿನ ಬಳಿ ನೋಡಿದ್ದಂತಹುದೇ 'AMMUNITION BIN' ಎಂದು ಬರೆಯಲಾದ ಕಾಂಕ್ರೀಟ್ ಪೆಟ್ಟಿಗೆ ಇಲ್ಲಿಯೂ ಇತ್ತು. ಪ್ರಯಾಣಿಕ ಸೈನಿಕರೆಲ್ಲರೂ ಅವನು ಆದೇಶಿಸಿದಂತೆ ಮಾಡಿ ತಮ್ಮ ಸಾಲಿನ ಸ್ಥಾನದಲ್ಲಿ ಬಂದು ನಿಂತರು. ನನ್ನನ್ನು ಹಿಂಬಾಲಿಸಿರೆಂದು ಸೂಚಿಸಿ ಮುಂದೆ ಹೆಜ್ಜೆ ಹಾಕುತ್ತಿದ್ದ ಹಿಲ್ಮನ್‌ನನ್ನು ಯಮಭಾರದ ಮೈ-ತಲೆ ಕವಚವನ್ನು ಹೊತ್ತ ನಾವು ಹಿಂಬಾಲಿಸಿದೆವು.

ವಿಶಾಲ ಆವರಣದಲ್ಲಿ ನಿಂತಿದ್ದ ಆ ದೈತ್ಯ ವಿಮಾನಕ್ಕೆ ಇಂಧನವನ್ನು ತುಂಬಿದ ಕುಬ್ಜ ವಾಹನವೊಂದು ತನ್ನ ಕೆಲಸವಾಯಿತೆಂದು ಪಕ್ಕಕ್ಕೆ ಸರಿಯುತ್ತಿತ್ತು. ಆ ವಾಹನ ಚಲಾಯಿಸುತ್ತಿದ್ದ ಸೈನಿಕ ಚಾಲಕನು ನಮ್ಮತ್ತ ಕೈ ಬೀಸಿ ಶುಭ ಪ್ರಯಾಣವೆಂದು ಸಣ್ಣಗೆ ಕೂಗುತ್ತಿದ್ದ. 'ಸಣ್ಣದೋ ದೊಡ್ಡದೋ, ಕೆಲಸವೆಂದರೆ ಕೆಲಸವಷ್ಟೇ!' ಎಂಬ ಉಕ್ತಿ ಆ ನ್ಯಾಟೊ ಮಿಲಿಟರಿ ಸೈನಿಕರಿಗೆ ಬಹುವಾಗಿ ಅನ್ವಯಿಸುತ್ತಿತ್ತು ಎನ್ನಬಹುದು. ಎಲ್ಲರನ್ನೂ ಮುಗುಳ್ನಗೆಯೊಂದಿಗೆ ಬೀಳ್ಕೊಡುತ್ತಿದ್ದ ಮಾರ್ಕ್ ಹೆಲ್ಮನ್ನಿಗೆ ಹಸ್ತ ಲಾಘವವನಿತ್ತೆ. ಅವನ ಬೃಹತ್ ಹಸ್ತದಲ್ಲಿ ನನ್ನ ಪುಟ್ಟ ಹಸ್ತ ಆ ಕ್ಷಣ ಮುಚ್ಚಿ ಹೋಗಿತ್ತು!

ಸಾಮಾನ್ಯ ವಿಮಾನಗಳಿಗೆ ತುಲನೆ ಮಾಡಿದಲ್ಲಿ ಸರಾಸರಿ ಉದ್ದ ಕಡಿಮೆಯೇ ಆದರೂ ದೈತ್ಯ ಗಾತ್ರದ ಮಿಲಿಟರಿ ವಿಮಾನವದು. ರೆಕ್ಕೆಗಳಿಗಿಂತ ಆಕಾಶಕ್ಕೆ ಗುರಿ ಮಾಡಿದ್ದ ಪುಕ್ಕವೇ ದೊಡ್ಡದಾಗಿತ್ತು. ಕೆನಡಾ ದೇಶದ ಮಿಲಿಟರಿ ವಿಮಾನವದು. ವಿಮಾನದ ಒಂದು ಪಾರ್ಶ್ವದಲ್ಲಿ ISAF C-17 ಎಂದು ದಪ್ಪನೆಯ ಅಕ್ಷರಗಳಲ್ಲಿ ಬರೆಯಲಾಗಿತ್ತು. ಸಾಮಾನ್ಯವಾಗಿ ಏರೋಬ್ರಿಡ್ಜ್ ಇಲ್ಲದ ಪಕ್ಷದಲ್ಲಿ ಒಂದಂತಸ್ತು ಎತ್ತರದ ಮೆಟ್ಟಿಲನ್ನು ವಿಮಾನಕ್ಕಾನಿಸಿ ಪ್ರಯಾಣಿಕರು ಅದನ್ನು ಹತ್ತಿ ಒಳಗೆ ಹೋಗಲನುವು ಮಾಡಲಾಗುತ್ತದಲ್ಲವೇ? ಆದರೆ ಈ ವಿಮಾನದ ದ್ವಾರಕ್ಕೆ ಕೇವಲ ಮೂರು ಹೆಜ್ಜೆ ಮೆಟ್ಟಿಲುಗಳ ಹೊಂದಿಕೆಯಿತ್ತಷ್ಟೆ. ಅಂದರೆ ಈ ವಿಮಾನಕ್ಕೆ ಇದ್ದದ್ದು ಒಂದೇ ಅಂತಸ್ತು. ಪ್ರಯಾಣಿಕರು ಮತ್ತು ಸರಕು ಸರಂಜಾಮುಗಳನ್ನೆಲ್ಲಾ ಆ ಒಂದೇ ಅಂತಸ್ತಿನ ನಿರ್ದಿಷ್ಟ ಸ್ಥಳಗಳಲ್ಲಿ ಕೂರಿಸಿ ಇರಿಸಲಾಗುತ್ತದೆ. ಒಮ್ಮೆಗೆ ಒಬ್ಬರೇ ಪ್ರವೇಶಿಸಬಹುದಾದ ಕಿರಿದಾದ ದ್ವಾರದಲ್ಲಿ ನಾವೆಲ್ಲರೂ ಸರತಿಯಂತೆ ಒಳ ಪ್ರವೇಶಿಸಿದೆವು.

ಇದು ನನ್ನ ಮೊದಲ ದಿನಗಳ ಮಿಲಿಟರಿ ವಿಮಾನಯಾನ ಅನುಭವ. ಮಿಲಿಟರಿ ವಿಮಾನದ ಒಳಾಂಗಣ ಸಾಮಾನ್ಯ ಪ್ರಯಾಣಿಕ ವಿಮಾನಗಳಂತೆ ಸುಸಜ್ಜಿತವಾದವುಗಳಲ್ಲ. ಸುಖಾಸನಗಳು, ಸಾಮಾನು ಇರಿಸುವ ಸಜ್ಜಾದಂತಹ

ಪೆಟ್ಟಿಗೆಗಳು, ಮನರಂಜನಾ ಸಾಧನಗಳು, ಹೊರ ದೃಶ್ಯಗಳನ್ನಿಣುಕಲು ಕಿಟಕಿಗಳು ಇವ್ಯಾವೂ ಇಲ್ಲಿರಲಿಲ್ಲ. ಇಲ್ಲಿ ಒಮ್ಮೆ ಸೊಂಟಪಟ್ಟಿಯನ್ನು ಬಿಗಿಯಾಗಿಸಿ ಪಟ್ಟಾಗಿ ಕುಳಿತರೆ ಮತ್ತೆ ಮೇಲೆ ಏಳುವುದು ಕಂದಹಾರಿನಲ್ಲಿಯೇ. ಪ್ರಯಾಣದ ಮಧ್ಯೆ ಯಾರೂ ಅತ್ತಿಂದಿತ್ತ ಅಲುಗಾಡುವ ಪ್ರಶ್ನೆಯೇ ಇರಲಿಲ್ಲ. ಕಡಿಮೆ ನೀರನ್ನು ಸೇವಿಸಿದಷ್ಟೂ ಒಳ್ಳೆಯದು ಎಂಬ ಅನುಭವ ಈಗಾಗಲೇ ಆಗಿತ್ತು. ಏಕೆಂದರೆ ಅಲ್ಲಿ ನಮಗೆ ಶೌಚಾಲಯವೂ ಇರುವುದಿಲ್ಲ. ಕಾಕ್‌ಪಿಟ್ ಹತ್ತಿರ ಇತ್ತೇನೋ ಗೊತ್ತಾಗಲಿಲ್ಲ. ಮೂರು ಬೆರಳಗಲದ ಚಪ್ಪಟೆಯಾಕಾರದ ನೈಲಾನ್ ಪಟ್ಟಿಯನ್ನು ಬಲೆ ಹೆಣೆದಂತೆ ಕಟ್ಟಿ ಅದರ ಮೇಲೆ ಟಾರ್ಪಲಿನ್ನಿನ ಹೊದಿಕೆ ಹಾಸಿ ಆಸನಗಳನ್ನು ಮಾಡಲಾಗಿತ್ತು. ಮೂವತ್ತರಿಂದ ನಲವತ್ತು ಜನರು ಅಕ್ಕ-ಪಕ್ಕದಲ್ಲಿ ಎದುರು-ಬದುರು ಸಾಲಿನಲ್ಲಿ ಕುಳಿತುಕೊಳ್ಳಬಹುದಾದ ವ್ಯವಸ್ಥೆಯದು. ಒಟ್ಟು ನಾಲ್ಕು ಸಾಲುಗಳಿದ್ದವು. ವಿಮಾನದ ಮೂರನೇ ಒಂದು ಭಾಗದಷ್ಟು ಜಾಗವನ್ನು ಸರಕು-ಸರಂಜಾಮು ತುಂಬಲು ಮೀಸಲಿಟ್ಟಿದ್ದರು. ವಿಮಾನದ ಹಿಂಭಾಗ ತೆರೆದುಕೊಂಡು ಅದರಿಂದ ಹೊರ ಚಾಚಿದ್ದ ಕಬ್ಬಿಣದ ಜಾರುಹಲಗೆಯು(ramp) ನೆಲವನ್ನು ತಾಕಿಸುತ್ತಾ ನಿಂತಿತ್ತು. ಹೊರಗಿದ್ದ ಕೆಲ ಸೈನಿಕರು ಸಾಮಾನು ಸರಂಜಾಮುಗಳನ್ನೆಲ್ಲಾ ಫೋರ್ಕ್ ಲಿಫ್ಟ್ ನಂತಹ ಕುಬ್ಜ ಯಂತ್ರಗಳ ನೆರವಿನಿಂದ ಆ ಜಾರು ಪಟ್ಟಿಯ ಮೇಲೆ ತಂದಿಡುತ್ತಿದ್ದರು. ಒಳಗಿದ್ದ ವಿಮಾನದ ಸೈನಿಕ ಸಿಬ್ಬಂದಿ ಅವನ್ನು ಮೇಲೇರಿಸುವ ಯಂತ್ರಾಗಾರಗಳನ್ನು ಚಲಾಯಿಸುತ್ತಿದ್ದರು. ನೋಡು ನೋಡುತ್ತಿದ್ದಂತೆ ಕೆಲಸವು ಮುಗಿದು, ಕಬ್ಬಿಣದ ಜಾರುಪಟ್ಟಿ ಒಳ ಸೇರಿಕೊಂಡಿತು ಮತ್ತು ವಿಮಾನದ ಬಾಲ ತಂತಾನೆ ಮುಚ್ಚಿಕೊಂಡಿತ್ತು. ಬಲವಾದ ನೈಲಾನ್ ಹಗ್ಗದಲ್ಲಿ ಸಾಮಾನುಗಳನ್ನು ಬಿಗಿದ ಆ ಇಬ್ಬರು ಸೈನಿಕರು, ಪಕ್ಕದಲ್ಲಿದ್ದ ವಾಕಿ-ಟಾಕಿಯಂತಿದ್ದ ಸಂದೇಶ ವಾಹಕದಲ್ಲಿ ಎಲ್ಲವೂ ಮುಗಿಯಿತೆಂಬ ಸೂಚನೆಯನ್ನ ಪೈಲಟ್‌ಗೆ ಇತ್ತರು.

ಈಗಾಗಲೇ ವಿಮಾನದ ಇಂಜಿನ್ ಚಾಲನೆಯಲ್ಲಿದ್ದು ಯಾರು ಏನು ಮಾತಾಡಿದರೂ ಕೇಳಿಸುವ ಸ್ಥಿತಿಯಿರದ ಭಯಂಕರ ಶಬ್ದದಿಂದ ಆವೃತವಾಗಿತ್ತು ಅಲ್ಲಿನ ವಾತಾವರಣ. ವಿಮಾನದೊಳಗೆ ದೊರೆಯುತ್ತಿದ್ದ ಸ್ಪಂಜಿನಂತಿದ್ದ 'ಇಯರ್ ಪ್ಲಗ್'ಗಳನ್ನು ಸಣ್ಣಗಾಗುವಂತೆ ಹಿಂಡಿ ಕಿವಿಯಲ್ಲಿಟ್ಟ ಮೇಲೆ ಸಹಿಸಿಕೊಳ್ಳುವಂತಾಯ್ತು. ಶಬ್ದ ನಿರೋಧಕ ಕವಚಗಳು ಈ ವಿಮಾನದಲ್ಲಿ ಇರಲಿಲ್ಲ. ವಿಮಾನದ ವಿದ್ಯುತ್ ಮತ್ತು ವಿದ್ಯುನ್ಮಾನ ವಾಹಕ ಕೇಬಲ್ಲುಗಳು, ಹೈಡ್ರಾಲಿಕ್ ಪೈಪುಗಳು ಹಾಗೂ ಇನ್ನಿತರೇ ತಾಂತ್ರಿಕ ಸಲಕರಣೆಗಳು ಅಸ್ಥಿಪಂಜರದಂತೆ ವಿಮಾನದ ಗೋಡೆಗೆ ಅಂಟಿಸಲ್ಪಟ್ಟಂತೆ ಕಾಣುತ್ತಿತ್ತು. ಬೇಕಂತಲೇ ಯಾರಾದರೂ ಯಾವುದಾದರೂ ಕೇಬಲ್ಲನ್ನು ತುಂಡರಿಸಿದರೆ? ಕಥೆ ಅಲ್ಲಿಗೆ ಮುಗಿಯಿತು! ಬಹುಶಃ ಅದಕ್ಕೆಂದೇ ಯಾರೂ ಕುಳಿತ ಜಾಗದಿಂದ

ಅಲುಗಾಡಬಾರದೆಂಬ ನಿಯಮವೋ ಏನೋ? ಮನಸ್ಸಿನಲ್ಲೇ ನಾನಾ ರೀತಿ ಯೋಚನಾ ಲಹರಿ ಹರಿಯುತ್ತಿತ್ತು. 'ವಿಮಾನ ಹಾರಲು ಸನ್ನದ್ಧವಾಗಿದೆ. ಸುಮಾರು ಒಂದು ಘಂಟೆಯ ಪ್ರಯಾಣ. ವಿಮಾನ ಕಂದಹಾರಿನಲ್ಲಿ ಇಳಿಯುವವರೆಗೆ ತಮ್ಮ ತಮ್ಮ ಸುರಕ್ಷಾ ಕವಚಗಳನ್ನು ಕಡ್ಡಾಯವಾಗಿ ಧರಿಸಬೇಕು, ಆಮ್ಲಜನಕದ ಮಾಸ್ಕ್ ನಿಮ್ಮ ಆಸನದ ಮೇಲೆ ಸಿಕ್ಕಿಸಲಾಗಿದೆ' ಎಂದು ಅಲ್ಲಿದ್ದ ಮಿಲಿಟರಿ ಮೇಲ್ವಿಚಾರಕ ಧ್ವನಿವರ್ಧಕದಲ್ಲಿ ಅರಚುತ್ತಿದ್ದರೂ ಸ್ಪಷ್ಟವಾಗಿ ಕೇಳುಸುತ್ತಿರಲಿಲ್ಲ. ಆತ ಹೇಳಿದ ಇನ್ನೂ ಕೆಲ ಸೂಚನಾ ವಾಕ್ಯಗಳು ನನಗಂತೂ ಅರ್ಥವಾಗಲಿಲ್ಲ. ಗಗನಸಖಿಯರು ಮೂಕಾಭಿನಯ ಮಾಡುವಂತೆ ಮಾಡಿದ್ದರೆ ಬಹುಶಃ ಅರ್ಥವಾಗುತ್ತಿತ್ತೋ ಏನೋ? ವಿಮಾನ ರನ್‌ವೇ ಯತ್ತ ನಿಧಾನವಾಗಿ ಹೊರಟಿತ್ತು. ವಿಮಾನದಲ್ಲಿದ್ದ ಇಬ್ಬರು ಸೈನಿಕ ಮೇಲ್ವಿಚಾರಕರು ಹೆಡ್‌ಫೋನಿನಂತಹ ಸಾಧನವನ್ನು ತಲೆಯ ಮೇಲೆ ಏರಿಸಿಕೊಂಡು ಸಂದೇಶ ವಾಹಕಗಳಿದ್ದ ಜಾಗದಲ್ಲಿ ಎದುರು ಬದುರು ನಿಂತು ಪೈಲಟ್‌ಗೆ ಸೂಚನೆಗಳನ್ನು ಕೊಡುತ್ತಿದ್ದರು. ಅವರಿಗೆ ಹೊರಗಿಣುಕುವ ಕಿಟಕಿಗಳಿದ್ದುವು. ಕೆಲವೇ ನಿಮಿಷಗಳಲ್ಲಿ ವಿಮಾನ ತನ್ನ ವೇಗ ಹೆಚ್ಚಿಸಿಕೊಂಡು ಭರ್ರನೇ ಗಗನಕ್ಕೆ ಹಾರಿ ಅದರೊಂದಿಗೆ ಐಕ್ಯವಾಗಲೆತ್ನಿಸುತ್ತಿತ್ತು.

ಈ ಮಿಲಿಟರಿ ವಿಮಾನಗಳಲ್ಲಿ ಪ್ರಯಾಣ ಮಾಡುವುದೆಂದರೆ ರೋಲರ್ ಕೋಸ್ಟರಿನಲ್ಲಿ ಭರ್ರನೆ ತಿರುಗುವಂತಾ ಭಯಾನಕ ಅನುಭವ! ನಿಲ್ದಾಣದ ಸುತ್ತಲೂ ಪರ್ವತಗಳಿರುವುದರಿಂದ ಹಾಗೂ ಆ ಪರ್ವತಗಳೆಡೆಯಿಂದ ರಾಕೆಟ್ ದಾಳಿಯಾಗುವ ಸಂಭವ ಹೆಚ್ಚಾದ್ದರಿಂದ ವಿಮಾನವನ್ನು ಒಂದೇ ಬಾರಿಗೆ ರಾಕೆಟ್ ಉಡಾಯಿಸುವಂತೆ ಟೇಕ್ ಆಫ್ ಮತ್ತು ಲ್ಯಾಂಡಿಂಗ್ ಮಾಡಲಾಗುತ್ತದೆ. ಹೃದಯ ಬಾಯಿಗೆ ಬಂದಂತೇ ಭಾಸವಾಗುತ್ತೆ ಆ ಕ್ಷಣದಲ್ಲಿ. ನಿಗದಿತ ಮಟ್ಟಕ್ಕೇರಿದ ಮೇಲೂ ವಿಮಾನದ ಹೊಯ್ದಾಟ ನಿಲ್ಲುವುದಿಲ್ಲ. ಅಫ್ಘಾನಿಸ್ತಾನದ ಪರ್ವತ ಶ್ರೇಣಿಯ ಬೃಹತ್ ಜಾಲ ಮತ್ತು ವಾಯು ಭಾರಗಳೊಂದಿಗೆ ಪೈಲಟ್ ಸಮನ್ವಯ ಕಾಪಾಡಿಕೊಳ್ಳಲಿಕ್ಕಾಗಿ ಆ ತಾಂಡವ ನೃತ್ಯ! ಯಾವುದಾದರೂ ಪರ್ವತಕ್ಕೆ ಹತ್ತಿರವಾಗುತ್ತಿದ್ದಂತೆಯೇ ತನ್ನ ಹೊಯ್ದಾಟವನ್ನ ಇನ್ನಷ್ಟು ಏರುಪೇರಾಗಿಸಿ ರಾಕೆಟ್ ದಾಳಿಯಿಂದ ತಪ್ಪಿಸಿಕೊಳ್ಳುವುದು ಇದರ ಮುಖ್ಯ ಉದ್ದಿಶ್ಯ ಎಂದೂ ಕೆಲವರು ಹೇಳಿದರು. ಅಷ್ಟೆತ್ತರಕ್ಕೂ ರಾಕೆಟ್ ಚಿಮ್ಮಿಸಿ ವಿಮಾನಗಳನ್ನು ಉಡಾಯಿಸುವ ಕಲೆ ತಾಲಿಬಾನಿ ಜನಕ್ಕಿತ್ತೇ? ಯೋಚಿಸುತ್ತಾ ಕುಳಿತೆ. ಅಫ್ಘಾನಿಸ್ತಾನದಲ್ಲಿ ನಾವು ಭೂಮಿಯ ಮೇಲಾಗಲೀ ಅಥವಾ ಆಕಾಶದಲ್ಲಾಗಲೀ ಸುರಕ್ಷಿತವಲ್ಲ ಎಂಬುದು ನನಗೆ ವೇದ್ಯವಾಗಿಟ್ಟಿತ್ತು.

ಕಂದಹಾರಿನಿಂದ ಕಾಬೂಲಿಗೆ ಬರುವಾಗ ಇನ್ನೇನು ವಾಂತಿಯಾಗೇಬಿಟ್ಟಿತ್ತು ಎನುವಷ್ಟರಲ್ಲಿ ಇಲ್ಲಿಗೆ ತಲುಪಿದ್ದೆವಾದ್ದರಿಂದ ಯಾವ ಆಭಾಸವೂ

ಉಂಟಾಗಿರಲಿಲ್ಲ. ಈ ಬಾರಿ ನನ್ನ ಮನಸ್ಸು ಅದೇಕೋ ತೊಯ್ದಾಡುತ್ತಿತ್ತು. ಯಾವ ಅಚಾತುರ್ಯವಾಗುವುದೋ ಏನೋ ಎಂಬ ಆತಂಕ ಬೇರೆ. ಅಕ್ಕ-ಪಕ್ಕ ಕುಳಿತಿದ್ದವರಿಗೆ ತಾವು ಧರಿಸಿದ್ದ ದೇಹಗವಚಗಳ ಪರಸ್ಪರ ಸಂಘರ್ಷವೇರ್ಪಟ್ಟು ಏನೋ ತೊಂದರೆಗೆ ಒಳಗಾದವರಂತೆ ಬೈದುಕೊಳ್ಳುವ ವಾತಾವರಣ ಉಂಟಾಗಿದ್ದುದು ನನಗಂತೂ ಸಣ್ಣಗೆ ನಗು ತರಿಸುತ್ತಿತ್ತು. ಅಲ್ಲಿದ್ದದ್ದು ನಾನೊಬ್ಬನೇ ಭಾರತೀಯ ಮೂಲದ ಪ್ರಜೆ. ಬಹುತೇಕ ಎಲ್ಲರೂ ಬಿಳಿ ತೊಗಲಿನವರೇ. ಬಹುಪಾಲು ಜನರ ಮುಖ ಕಪ್ಪಿಟ್ಟಿತ್ತು. ಪರಸ್ಪರ ಕಣ್ಣು ಮಿಲಾಯಿಸಿದಾಗ ಪ್ರಯತ್ನಪೂರ್ವಕ ನಗು ಅಷ್ಟೇ. ಎಲ್ಲರಿಗೂ ನನ್ನ ಹಾಗೆಯೇ ತಳಮಳವೇನೋ ಎಂಬಂತೆ ತೋರುತ್ತಿದ್ದ ಅಲ್ಲಿನ ಮಂದ ಬೆಳಕಿನ ವಾತಾವರಣ ಕಳಾಹೀನವಾಗಿತ್ತು. ನನಗಂತೂ ತಲೆ ಧಿಮ್ಮೆನ್ನುತ್ತಿದ್ದ ಅನುಭವ. ಹಾಳಾದ್ದು ಮಣ ಭಾರದ ಶಿರಸ್ತ್ರಾಣ ಬೇರೆ. ಹಲವು ಬಾರಿ ತೆಗೆದು ಪಕ್ಕಕ್ಕಿಡಲು ಪ್ರಯತ್ನಿಸಿ ಆ ಮೇಲ್ವಿಚಾರಕ ಸೈನಿಕರಿಂದ ಬಲು ಗಂಭೀರವಾದ ಬೈಗುಳ ಕೇಳಿದ್ದಾಗಿತ್ತು.

'ಫೆಟಾನ್ ಸೆಫ' ಸರಿಯಾಗಿ ನನ್ನೆದುರಿಗೇ ಕುಳಿತಿದ್ದ. ಅವನ ಮುಖವಂತೂ ನೋಡಲಾಗದಷ್ಟು ಕೆಳಜಾರಿದೆ. ಕಣ್ಣನ್ನು ಅಗತ್ಯಕ್ಕಿಂತ ಹೆಚ್ಚೇ ಬಲವಾಗಿ ಮುಚ್ಚಿಕೊಂಡು ಏನನ್ನೋ ಸಹಿಸಿಕೊಳ್ಳಲು ಪ್ರಯತ್ನ ಪಡುತ್ತಿದ್ದಾನೆ ಎಂದೆನಿಸುತ್ತಿತ್ತು. 'ಎಲ್ಲಾ ಸರಿಯಿದೆಯೇ?' ಅವನನ್ನು ಸ್ವಲ್ಪ ತಿವಿದು ಮಾತಾಡಿಸಿದೆ ಅಷ್ಟೇ. ನನ್ನ ಮುಖವನ್ನೊಮ್ಮೆ ಕಣ್ಣಗಲಿಸಿ ನೋಡಿ ವ್ಯಾಕ್ ಅನ್ನುವ ಶಬ್ದ ಮಾಡಿದ! ಗುರಿ ಹಿಡಿಯುವ ಅವಶ್ಯಕತೆಯೇ ಇಲ್ಲ, ಅವನಿಗೆ ಸರಿಯಾಗಿ ನೇರವಾಗಿ ತೀರ ಸನಿಹದಲ್ಲಿಯೇ ಇದ್ದೆ. ಅಬ್ಬಾ... ನನ್ನ ಅದೃಷ್ಟ ಚೆನ್ನಾಗಿತ್ತು, ಈ ಬಾರಿ ಶಬ್ದದ ಹೊರತು ಮತ್ತೇನೂ ಹೊರ ಬಂದಿರಲಿಲ್ಲ! ನೋಡನೋಡುತ್ತಿದ್ದಂತೆ ಆತುರಾತುರವಾಗಿ ತನ್ನ ಶಿರಸ್ತ್ರಾಣವನ್ನು ಕಳಚಿದವನೇ ಅದರೊಳಗೆ ತಿಂದದ್ದೆಲ್ಲವನ್ನೂ ಕಕ್ಕಿಬಿಟ್ಟ. ಯಾರೊಬ್ಬರೂ ಅವನ ಆ ಸ್ಥಿತಿ ನೋಡಲು ಸಿದ್ಧರಿರಲಿಲ್ಲ. ಸಾಂಕ್ರಾಮಿಕದಂತೆ ಎಲ್ಲರಿಗೂ ಹಬ್ಬುವ ಸ್ಥಿತಿಯಿದ್ದರಿಂದ ಎಲ್ಲರೂ ಕಣ್ಮುಚ್ಚಿ ಯೋಚನೆಯನ್ನು ಬೇರೆಡೆ ಹೊರಳಿಸಲು ಯತ್ನಿಸುತ್ತಿದ್ದರು. ಆದಾಗ್ಯೂ ಅಲ್ಲೆಲ್ಲೋ ಸಾಲಿನ ಕೊನೆಯಲ್ಲಿ ವ್ಯಾಕ್... ವ್ಯಾಕ್ ಅನ್ನುವ ಶಬ್ದ ಒಂದೆರಡು ಬಾರಿ ಕೇಳಿಸಿತ್ತು. ನಾನಂತೂ ನನಗೆ ಗೊತ್ತಿದ್ದ ಉಸಿರು ನಿಯಂತ್ರಿಸುವ ಪ್ರಾಣಾಯಾಮದ ಪಟ್ಟುಗಳನ್ನೆಲ್ಲಾ ಹಾಕಿ ಅದನ್ನು ತಡೆಯುವ ಪ್ರಯತ್ನ ಜಾರಿಯಲ್ಲಿಟ್ಟಿದ್ದೆ. ಇತ್ತ ಫೆಟಾನ್ ಮುಖ ನೋಡಲಾಗುತ್ತಿರಲಿಲ್ಲ. ಮಾಡಬಾರದ್ದನ್ನು ಮಾಡಿಬಿಟ್ಟೆನೆಂಬ ಮನಸ್ಥಿತಿ ಮುಖದಲ್ಲೇ ಗೋಚರಿಸುತ್ತಿತ್ತು. ಯಾರೊಬ್ಬರ ಕೈ ಚೀಲಗಳೂ ಸುಲಭವಾಗಿ ಎಟಕುವಂತಿರಲಿಲ್ಲ. ಸರಕು ಸರಂಜಾಮುಗಳೊಟ್ಟಿಗೆ ಬಿಗಿಯಾಗಿ

ಕಟ್ಟಲಾಗಿತ್ತಾದ್ದರಿಂದ ಅದರೊಳಗಿನ ಬಟ್ಟೆಯನ್ನು ಹೆಕ್ಕಿ ತೆಗೆದು ಇವನಿಗೆ ಕೊಡುವ ಯಾವುದೇ ಅವಕಾಶ ಇರಲಿಲ್ಲ. ಮಿಲಿಟರಿ ಮೇಲ್ವಿಚಾರಕರು ಫೆಟಾನ್ ಅವಸ್ಥೆಯನ್ನ ಗಮನಿಸಿ ಸಹಾಯಕ್ಕೆ ಬರಬಹುದೆಂದು ಎಣಿಸಿ ಅವರನ್ನು ಕರೆದಿದ್ದು ಇನ್ನೊಂದು ದೊಡ್ಡ ಪ್ರಮಾದವಾಗಿಬಿಟ್ಟಿತ್ತು. ಒಬ್ಬನಂತೂ ತಲೆಯ ಸನ್ನೆ ಮಾಡುತ್ತಾ 'ಹೆಲ್ಮೆಟ್ ಹಾಕಿಕೋ' ಎಂದು ಧ್ವನಿವರ್ಧಕದಲ್ಲಿ ಗಂಟಲು ಹರಿಯುವಂತೆ ಕಿರುಚಾಡತೊಡದ. ಇತ್ತ ನಿತ್ರಾಣನಾದಂತಾಗಿದ್ದ ಫೆಟಾನ್‌ಗೆ ಏನು ಮಾಡುವುದೆಂದು ತೋಚದೆ ಅವನ ಮುಖವನ್ನೇ ನೋಡುತ್ತಾ ಕುಳಿತುಬಿಟ್ಟಿದ್ದ. ತಮ್ಮೆರಡು ಕಿವಿಗಳನ್ನು ಕವಚಗಳಿಂದ ಆವೃತಗೊಳಿಸಿಕೊಂಡು ಕಿಟಕಿಯಿಂದಾಚೆ ಹೊರಗೆ ಇಣುಕುತ್ತಾ ಬಹು ಗಂಭೀರವಾಗಿ ಪೈಲಟ್‌ನೊಂದಿಗೆ ಸಂದೇಶ ಸಂವಹಿಸುತ್ತಾ ತಮ್ಮ ಕರ್ತವ್ಯ ಪಾಲಿಸುತ್ತಿದ್ದ ಅವರಿಗೆ ಇಲ್ಲಿ ಏನು ನಡೆದಿದೆಯೆಂಬ ವಾಸ್ತವತೆಯ ಅರಿವು ಇರಲಿಲ್ಲವಾದದ್ದೇ ಸಮಸ್ಯೆಯಾಗಿಬಿಟ್ಟಿತ್ತು. ಕಣ್ಮುಚ್ಚಿ ಕುಳಿತಿದ್ದ ಯಾರೊಬ್ಬರೂ ಅವರಿಗೆ ನಡೆದ ಘಟನೆಯನ್ನು ವಿವರಿಸುವ ಅಥವಾ ಸಾಕ್ಷಿ ಹೇಳುವ ಗೋಜಿಗೆ ಹೋಗಲಿಲ್ಲ. ಕೂಗಳತೆಗೆ ಎಟುಕದ ದೂರದಲ್ಲಿದ್ದ ಅವರಿಗೆ 'ವ್ಯಾಕ್' ಎಂದು ಸನ್ನೆ ಮಾಡಿ ಕೂಗಿ ಹೇಳಿದೆನಾದರೂ ಪ್ರಯೋಜನವಾಗಲಿಲ್ಲ. ಇನ್ನೇನು ಹೊಡೆಯಲು ಬಂದೇನೆಂಬ ಗತ್ತಿನಲ್ಲಿ ಹೆಲ್ಮೆಟ್ ಹಾಕಿಕೊಳ್ಳಲು ಒತ್ತಾಯಿಸುತ್ತಿದ್ದರು ಅವರು. ಅವರ ಒತ್ತಡ ತಾಳಲಾರದೆ ಫೆಟಾನ್ ಶಿರಸ್ತ್ರಾಣದಲ್ಲಿದ್ದ ತನ್ನೆಲ್ಲಾ ಉದರ ಸಂಪತ್ತನ್ನು ತನ್ನ ಸೀಟಿನ ಕೆಳಗೆ ಒಮ್ಮೆಲೆ ಸುರಿದವನೇ ಆ ಹಸಿಹಸಿಯಾದ ಶಿರಸ್ತ್ರಾಣವನ್ನು ತಲೆಯ ಮೇಲೇರಿಸಿಕೊಂಡು ಅವರತ್ತ ಬಿರು ದೃಷ್ಟಿಯನ್ನೀಯುತ್ತಾ ಕುಳಿತುಬಿಟ್ಟ. ಅದೇನೋ ಸೇಡು ತೀರಿಸಿಕೊಂಡ ಭಾವ ಅವನ ಮುಖದಲ್ಲಿತ್ತು! ಈ ಹಠಾತ್ ಪ್ರಕ್ರಿಯೆಯಿಂದ ಆ ಸೈನಿಕರು ಒಮ್ಮೆ ಗೊಂದಲಗೊಂಡರಾದರೂ ನಂತರ ಎಲ್ಲವೂ ಅರ್ಥವಾದಂತಾಗಿ ಒಮ್ಮೆ ಫೆಟಾನ್ ನತ್ತ ನಗೆಯನ್ನು ಬೀರಿ ಪರಸ್ಪರ ಏನೋ ಗುಸುಗೊಟ್ಟುಕೊಂಡು ಸಣ್ಣಗೆ ನಗುತ್ತಿದ್ದರು. ನನಗೋ ತಡೆಯಲಾರದ ನಗು ಉಮ್ಮಳಿಸಿ ಬರುತ್ತಿತ್ತು. ಅಕಸ್ಮಾತ್ ನನ್ನ ದೇಹ ಮತ್ತು ಮನಸ್ಥಿತಿ ಆ ಕ್ಷಣ ಸರಿಯಾಗಿದ್ದದ್ದೇ ಆಗಿದ್ದಲ್ಲಿ ಖಂಡಿತವಾಗಿ ಹೊಟ್ಟೆ ಬಿಗಿಹಿಡಿದು ನಕ್ಕುಬಿಡುತ್ತಿದ್ದೆನೋ ಏನೋ. ಸದ್ಯ ಆ ಒಂದು ಪ್ರಮಾದ ಜರುಗಿರಲಿಲ್ಲವಷ್ಟೇ. ಇಷ್ಟೆಲ್ಲಾ ವಿಚಿತ್ರ ನಡಾವಳಿಗೆ ಸಾಕ್ಷಿಯಾಗಿದ್ದ ನಾನು ಹಾಗೇ ಕಣ್ಮುಚ್ಚಿ ಒರಗಿ ಸಮಯ ಕರಗುವುದನ್ನೇ ತಾಳ್ಮೆಯಿಂದ ಕಾಯುವುದರ ಹೊರತು ಮತ್ಯಾವ ವಿಧಿಯಿಲ್ಲವೆಂದು ಆಲೋಚಿಸುತ್ತಲೇ ನಿದ್ದೆಗೆ ಜಾರಲೆತ್ನಿಸುತ್ತಿದ್ದೆ.

ಉಸಿರು ಬಿಗಿ ಹಿಡಿದುಕೊಂಡೇ ಜರುಗಿದ ಪ್ರಯಾಣ ಮುಕ್ತಾಯ ಹಂತಕ್ಕೆ ಬಂದಿತ್ತು. ಕಂದಹಾರ್ ನಿಲ್ದಾಣದಲ್ಲಿ ಇನ್ನೇನು ಕೆಲ ನಿಮಿಷಗಳಲ್ಲಿ ಇಳಿಯುತ್ತಿದ್ದೇವೆಂಬ ಸಂದೇಶ ಕಾಕ್‌ಪಿಟ್ ನೆಡೆಯಿಂದ ಬಿತ್ತರವಾಗುತ್ತಿತ್ತು.

ಒಮ್ಮೆಗೇ ಎಚ್ಚೆತ್ತವರಂತೆ ಎಲ್ಲರೂ ತಮ್ಮ ಅಸ್ತವ್ಯಸ್ತ ಶಿರಸ್ತ್ರಾಣಗಳನ್ನು, ದೇಹಗವಚಗಳನ್ನು ಸರಿ ಮಾಡಿಕೊಳ್ಳುತ್ತಿದ್ದರು. ಗುಜುಗುಜು ಮಾತಿನ ಗೊಂದಲದ ಸಂತೆ ನಿರ್ಮಾಣವಾಗಿತ್ತು. ನನ್ನ ಬಲು ದೊಡ್ಡ ನಿಟ್ಟುಸಿರೊಂದು ಆ ಸಂತೆಯೊಳಗೆ ಯಾರ ಅರಿವಿಗೂ ಬಾರದಂತೆ ಲೀನವಾಗಿಬಿಟ್ಟಿತ್ತು. ಸರದಿಯಾಗಿ ಎಲ್ಲರೂ ಇಳಿದು ಮಿಲಿಟರಿ ಟರ್ಮಿನಲ್ ಕಡೆಗೆ ಹೆಜ್ಜೆ ಹಾಕುತ್ತಿದ್ದೆವು. ಭಾರತದ ವಿಮಾನವೊಂದು ತಾಲಿಬಾನಿಗಳಿಂದ ಅಪಹರಿಸಲ್ಪಟ್ಟು ನಿಲ್ಲಿಸಲಾಗಿದ್ದ ಸ್ಥಳದ ಹತ್ತಿರದಲ್ಲೇ ನಡೆದು ಹೋಗುತ್ತಿದ್ದೆ. ನೂರಾರು ವರ್ಷಗಳಿಂದ ಇಲ್ಲಿ ನಡೆಯುತ್ತಿರುವ ಸುದೀರ್ಘ ಸಂಘರ್ಷವನ್ನ ನೋಡಿ ಬೇಸತ್ತ ಆ ಪರ್ವತ ಸಾಲುಗಳು, ಅಂದು ಅಲ್ಲೇನೂ ಅಂತಹ ಮಹತ್ವದ್ದು ನಡೆಯುತ್ತಿಲ್ಲವೇನೋ ಎಂಬಂತೆ ಉದಾಸೀನವಾಗಿ ಕುಳಿತುಬಿಟ್ಟಂತೆ ಅನಿಸುತಿತ್ತು. ಪ್ರಾಣವನ್ನು ಮುಷ್ಟಿಯಲ್ಲಿ ಹಿಡಿದು, ಆ ನಿಸ್ತೇಜ ಪರ್ವತ ಸಾಲುಗಳ ದಿಗಂತವನ್ನು ಇಣುಕಿ ನೋಡುವ ಏಕತಾನತೆಯಲ್ಲೇ ವಿಮಾನದೊಳಗಿದ್ದ ಆ ಪ್ರಯಾಣಿಕರೆಲ್ಲರೂ ಅಂದು ಲೀನವಾಗಿಬಿಟ್ಟಿದ್ದರೇನೋ? ಅದೆಲ್ಲವನ್ನೂ ಮೆಲುಕು ಹಾಕುತ್ತಿದ್ದ ಆ ಕ್ಷಣವಂತೂ ನನ್ನ ಮೈ ಝುಮ್ಮೆನ್ನಿಸುತ್ತಿತ್ತು. ಇಂತಹ ಜಾಗಕ್ಕೆ ನಾನೆಂದಾದರೂ ಬರುವೆನೆಂಬ ಕನಸೂ ಕಂಡವನಲ್ಲ. ಹೀಗೆ ಏನೇನೋ ಯೋಚಿಸುತ್ತಲೇ ನನ್ನನ್ನು ನಾನೇ ಅದೆಷ್ಟು ಬಾರಿ ಸಂತೈಸಿಕೊಂಡೆನೆಂಬುದು ನನಗೇ ಗೊತ್ತು. ಟರ್ಮಿನಲ್ಲಿನ ಹೊರ ಚಪ್ಪರದಲ್ಲಿ ಬಂದು ನಿಂತು ನಮ್ಮ ಲಗೇಜುಗಳ ನಿರೀಕ್ಷೆ ಮಾಡುತ್ತಾ ನಿಂತೆವು. ತನ್ನ ತಳದಲ್ಲಿ ಸಣ್ಣ ಚಕ್ರಗಳೊಟ್ಟಿಗೆ ಹರವಾದ ವೇದಿಕೆಯನ್ನು ಹೊಂದಿಸಿಕೊಂಡಿದ್ದ ಪುಟ್ಟ ಟ್ರಕ್ ಒಂದು ನಮ್ಮ ಸಾಮಾನು-ಸರಂಜಾಮುಗಳನ್ನು ಹೊತ್ತು ತರುತ್ತಿತ್ತು.

ಅಲ್ಲಿನ ತೀಕ್ಷ್ಣ ಬಿಸಿಲಿನ ಹೊಡೆತ ತಪ್ಪಿಸಿಕೊಳ್ಳಲು ಮರ ಮತ್ತು ತಗಡಿನಿಂದ ಮಾಡಿದ ಹೊರ ಚಪ್ಪರವಿದೆ. ಚಪ್ಪರದ ಮೇಲೆ ಬಲೆಯಂತಹ ಪರದೆಯನ್ನ (camouflage net) ಅಳವಡಿಸಿದ್ದರು. ಕಂದಹಾರಿನ ಕ್ಯಾಂಪಿನೊಳಗೆ ಹಲವಾರು ಕಡೆ ಆ ರೀತಿಯ ವ್ಯವಸ್ಥೆಯನ್ನ ಗಮನಿಸಿದ್ದೇನೆ. ಪ್ರಮುಖವಾಗಿ ಮಿಲಿಟರಿ ಕಚೇರಿಗಳು ಇಲ್ಲಾ ವಸತಿ ಸಮುಚ್ಚಯಗಳ ಮೇಲೆ ಹಾಗೆ ಪರದೆಯನ್ನ ಹಾಯಿ ಬಿಟ್ಟಿರುತ್ತಾರೆ. ಮೊದಮೊದಲು ಅದರ ಹಿಂದಿನ ಕಾರಣ ತಿಳಿದಿರಲಿಲ್ಲ. ಬಹುಶಃ ಅದನ್ನು ತಿಳಿಯಬೇಕೆಂಬ ಕುತೂಹಲವೂ ನನ್ನಲ್ಲಿರಲಿಲ್ಲ. ಏಕೆಂದರೆ ಮಿಲಿಟರಿಯಲ್ಲದವರಿಗೆ ಅಲ್ಲಿ ಅರ್ಥವಾಗದ ಅದೆಷ್ಟೋ ಸಂಗತಿಗಳಿರುತ್ತವೆ ಎನ್ನುವುದು ಎಲ್ಲರಿಗೂ ವೇದ್ಯವೇ. ಕಂದಹಾರ್ ಏರ್‌ಬೇಸಿನಲ್ಲಿ ರಾಕೆಟ್ ಅಥವಾ ಶೆಲ್ ಆಕ್ರಮಣ ಸಾಮಾನ್ಯ ಸಂಗತಿ. ಎತ್ತರದ ಬೆಟ್ಟಗಳೆಡೆಯಿಂದ ಸಣ್ಣ ಪುಟ್ಟ ರಾಕೆಟ್ಟುಗಳು ಬಂದೆರಗುವುದು ಅಲ್ಲಿ ನಾವು ಉಸಿರಾಡುವಷ್ಟೇ ಸಾಮಾನ್ಯ. ಹಾಗೆ ಗಾಳಿಯಲ್ಲಿ ಹಾರಿಬರುವ ರಾಕೆಟ್ಟು ಅಥವಾ

ಮಾರ್ಟರ್ ಶೆಲ್ಲುಗಳ ಮೂತಿಗೆ ಹಕ್ಕಿಯ ಪುಕ್ಕದ ಸಾಂದ್ರತೆಯಷ್ಟು ವಸ್ತು ತಾಗಿದರೂ ಸಾಕು, ಕಣ್ ಮಿಟುಕಿಸುವಷ್ಟರಲ್ಲಿ ಸ್ಫೋಟಿಸುತ್ತವೆ! ರಾಕೆಟ್ಟುಗಳು ಸ್ವಲ್ಪ ಎತ್ತರದಲ್ಲೇ ಸ್ಫೋಟಿಸುವಂತೆ ನೋಡಿಕೊಳ್ಳುವುದು ಮತ್ತು ಅದರ ಧ್ವಂಸ ಪ್ರಮಾಣ ತಗ್ಗಿಸುವುದರೊಂದಿಗೆ ಬಿಸಿಲಿನ ಝಳಕ್ಕೆ ಸ್ವಲ್ಪ ನೆರಳಿನ ಹಾಸು.

ಮೂವತ್ತರಿಂದ ನಲವತ್ತು ಮೈಲುಗಳ ದೂರದಿಂದ ಬರುವ ಬಹುತೇಕ ರಾಕೆಟ್ಟುಗಳು ಇಲ್ಲಿಗೆ ತಲುಪುವಷ್ಟರಲ್ಲಿ ತಮ್ಮ ಗುರಿಯನ್ನ ಮರೆತಂತೆ ಅದೆಲ್ಲೋ ನಿರ್ಜನ ಪ್ರದೇಶಕ್ಕೆರಗುತ್ತವೆ. ಹಾಗಾದರೆ ಎಲ್ಲವೂ ಸರಿ. ದುರದೃಷ್ಟವಶಾತ್ ಒಮ್ಮೊಮ್ಮೆ ಗುರಿ ತಲುಪಿ ಬಹಳಷ್ಟು ಸಾವು ನೋವುಗಳೂ ಸಂಭವಿಸಿದ್ದಿದೆ. ಮಿಕ್ಕೆಲ್ಲಾ ವರ್ಷಗಳಿಗೆ ಹೋಲಿಸಿದರೆ 2010ರಲ್ಲಿ ಹೆಚ್ಚಿನ ಆಕ್ರಮಣವಾಗಿದೆ ಎಂಬುದು ನಮ್ಮ ಕಂಪನಿಯ ಆಂತರಿಕ ಮಾಹಿತಿಯಿಂದ ತಿಳಿದ ಲೆಕ್ಕಾಚಾರ. ನಮ್ಮ ಕಂಪನಿಯು ನಡೆಸುವ ಲಾಂಡ್ರಿಯೊಂದಕ್ಕೆ ನುಗ್ಗಿದ್ದ ರಾಕೆಟ್ ಒಂದು ಒಬ್ಬ ಹುಡುಗನನ್ನು ಬಲಿ ತೆಗೆದುಕೊಂಡದ್ದು ಅಂದಿನ ಪ್ರಮುಖ ಘಟನೆ. ವಿಚಿತ್ರವೆಂದರೆ ಇದು ಸುದ್ದಿಯಾಗುವುದೇ ಇಲ್ಲ. ಮಿಲಿಟರಿಯವರಲ್ಲದೆ, ಅಮೆರಿಕೆಯ ಅಥವಾ ಯುರೋಪಿಗೆ ಸೇರಿದ ನೊಣ ಸತ್ತರೂ ಅದು ದೊಡ್ಡ ಸುದ್ದಿಯಾಗುತ್ತೆ. ಬೃಹತ್ ಮೊತ್ತದ ವಿಮೆ ಅವರ ಪರಿವಾರದ ಪಾಲಾಗುತ್ತದೆ. ಆದರೆ ಅಲ್ಲಿನ ಭಾರತೀಯ ಕೆಲಸಗಾರನ ಜೀವನ ಕೆಲಸ, ಸಂಬಳಕ್ಕಷ್ಟೇ ಸೀಮಿತ. ಅದೂ ಮಧ್ಯವರ್ತಿಗಳ ಕಮಿಶನ್ ಎಂಬ ಭೂತದ ನಂತರ. ಸತ್ತವನು ನಮ್ಮವ ಎಂದು ಯಾರೂ ಘೋಷಿಸಿಕೊಳ್ಳುವುದಿಲ್ಲ! ಯಾರಿಗೂ ರಿಸ್ಕ್ ತೆಗೆದುಕೊಳ್ಳಲು ಸುತರಾಂ ಇಷ್ಟವಿಲ್ಲ. ಕಂಪನಿಯು ಮಧ್ಯವರ್ತಿಗಳಿಂದ ಅವರನ್ನು ಖರೀದಿಸಿರುತ್ತಾರೆ. ಮಧ್ಯವರ್ತಿಗಳು ನಮಗಿದರ ಸಂಬಂಧವೇ ಇಲ್ಲವೆಂದು ಸುಮ್ಮನಿದ್ದುಬಿಡುತ್ತಾರೆ. ಬಹುತೇಕ ಮಧ್ಯವರ್ತಿಗಳು ಅನಧಿಕೃತ ದಂಧೆ ನಡೆಸುತ್ತಿರುವವರೇ! ಆ ಸಮಯದಲ್ಲಿ ನಮ್ಮ ರಾಯಭಾರಿ ಕಚೇರಿಗಳು ಅದೇನು ಮಾಡುತ್ತಿತ್ತೋ ದೇವರಿಗೇ ಗೊತ್ತು. ಇನ್ನೂ ವಿಚಿತ್ರವೆಂದರೆ ನ್ಯಾಟೊ ಅಥವಾ ಅಮೆರಿಕೆಯ ಮಿಲಿಟರಿಗೆ ಇದರ ಉಸಾಬರಿ ಬೇಕಾಗಿಲ್ಲ. ಕ್ಯಾಂಪಿನೊಳಗಿನ ಕಂಪನಿಗಳನ್ನು ಸಂಭಾಳಿಸುವ ಜವಾಬ್ದಾರಿಯನ್ನು ಖಾಸಗಿ ಗುತ್ತಿಗೆದಾರರಿಗೆ ನೀಡಿರುತ್ತಾರೆ. ಆ ಗುತ್ತಿಗೆದಾರ ಪ್ರಾಮಾಣಿಕನಾದರೆ ಸತ್ತವನ ದೇಹ ಅವನ ಮನೆಗೆ ತಲುಪಿ ಅವನ ಪರಿವಾರಕ್ಕೊಂದಿಷ್ಟು ವಿಮೆ ಹಣ ಸೇರುತ್ತದೆ. ಅದೂ ಅಪರೂಪವೇ. ಅವನ ದೇಹ ಊರು ಸೇರಿದರೆ ಅದೇ ಹೆಚ್ಚು!

ಕಾಬೂಲ್ ಅಂತಾರಾಷ್ಟ್ರೀಯ ವಿಮಾನ ನಿಲ್ದಾಣದಂತೆಯೇ ಕಂದಹಾರಿನಲ್ಲಿ ಎರಡು ಟರ್ಮಿನಲ್‌ಗಳು. ಒಂದು ಸಾರ್ವಜನಿಕರಿಗಾಗಿ ಮತ್ತೊಂದು ಮಿಲಿಟರಿ ಉಪಯೋಗಕ್ಕಾಗಿ. ಇವೆರೆಡರ ಅಂತರ ಸುಮಾರು

ಎರಡು ಫರ್ಲಾಂಗುಗಳಿರಬಹುದು. ಇಲ್ಲಿನ ಮಿಲಿಟರಿ ವಿಮಾನ ನಿಲ್ದಾಣ ಕಾಬೂಲಿನಲ್ಲಿರುವಂತೆ ಸುಸಜ್ಜಿತವಾದುದಲ್ಲ. ದಪ್ಪ ಬಲಿಷ್ಟ ಗೋಡೆಯ ಬಂಕರುಗಳಂತೆ ನಿರ್ಮಾಣ ಮಾಡಲಾಗಿದೆ. ಒಳ ಹೊಕ್ಕರೆ ಅದ್ಯಾವುದೋ ಕೋಟೆಗೆ ಬಂದೆವೆಂಬ ಅನುಭೂತಿ. ನಿರ್ಮಿಸಿ ತುಂಬಾ ವರ್ಷಗಳಾಗಿವೆಯೇನೋ ಅನ್ನಿಸುತ್ತದೆ. ನ್ಯಾಟೊ ಮತ್ತು ಅಮೆರಿಕ ಪಡೆಗೆಂದೇ ಎರಡು ಪ್ರತ್ಯೇಕ ಕೌಂಟರುಗಳಿದ್ದವು. ವಿಮಾನದ ಸಿದ್ಧತೆಗನುಸಾರವಾಗಿ ಅಲ್ಲಿನ ಸಿಬ್ಬಂದಿ ನಿಗದಿತ ಪ್ರಯಾಣಿಕರನ್ನ ಕೂಗದ ಹೊರತು ಟರ್ಮಿನಲ್ ಒಳಗೆ ಯಾರಿಗೂ ಪ್ರವೇಶವಿರುವುದಿಲ್ಲ. ಮೊದಲೇ ಹೇಳಿದ ಹಾಗೆ ಈ ಮಿಲಿಟರಿ ವಿಮಾನಗಳು ನಿರ್ದಿಷ್ಟ ಸಮಯಕ್ಕೆ ಹಾರುವುದು ಇಲ್ಲಾ ಇಳಿಯುವುದು ಅಪರೂಪವೇ. ಹಾಗಾಗಿ ಕರೆ ಬರುವವರೆಗೆ ಗತ್ಯಂತರವಿಲ್ಲದೆ ಹೊರಗೆ ಕಾಯಲೇಬೇಕು. ಆದರೆ ಇದು ಹೊರಗಿನಿಂದ ಬರುವ ಪ್ರಯಾಣಿಕರಿಗೆ ಅನ್ವಯಿಸುವುದಿಲ್ಲ. ಟರ್ಮಿನಲ್ಲಿನ ಹೊರಗಿದ್ದ ಕೌಂಟರ್‌ನಲ್ಲಿ ನಮ್ಮ ಪಾಸ್‌ಪೋರ್ಟ್‌ಗಳನ್ನು ಒತ್ತೆಯಿಟ್ಟು ನ್ಯಾಟೊ ಮಿಲಿಟರಿಯ ಗುರುತಿನ ಚೀಟಿಯನ್ನು ಪಡೆಯಬೇಕು. ಇದು ಇಲ್ಲಿನ ವೀಸ ಇದ್ದ ಹಾಗೆ. ಗುರುತಿನ ಚೀಟಿಯನ್ನು ಪಡೆದು, ಈಗಾಗಲೇ ಮಣ ಭಾರವಿದ್ದ ದೇಹದ ಮೇಲೆ ನನ್ನ ಲಗೇಜ್ ಬ್ಯಾಗನ್ನು ಹೇರಿ ಫೆಟಾನ್‌ನಂತೆನೆ ಏರ್‌ಬೇಸ್ ನೆಡೆಗೆ ನಡೆದೆ. ಹೊರಗೆ ದಿಲ್ಷನ್ ನಮಗಾಗಿ ಕಾಯುತ್ತಲಿದ್ದ. ನಮ್ಮ ಅವಸ್ಥೆಯನ್ನು ನೋಡಿ ನಮ್ಮೆಡೆ ಧಾವಿಸಿದ. ಲಗೇಜುಗಳನ್ನ ತನ್ನ ತೆಕ್ಕೆಗೆ ತೆಗೆದುಕೊಂಡು ಜೀಪಿನ ಹಿಂದಿನ ಭಾಗಕ್ಕೆ ಎಸೆದು ಉಸ್ಸೆಂದ. 'ಪ್ರಯಾಣ ಸುಖವಾಗಿತ್ತೇ?' ಎನ್ನುತ್ತಾ ತನ್ನೆಲ್ಲಾ ದಂತ ಪಂಕ್ತಿ ಪ್ರದರ್ಶಿಸುತ್ತಿದ್ದ. ನಾನು ಏನು ಹೇಳಬೇಕೆಂದು ತೋಚದೆ ಫೆಟಾನ್ ಮುಖವನ್ನು ನೋಡಿ ಒಮ್ಮೆ ತಿಳಿ ನಗೆ ನಕ್ಕು 'ತುಂಬಾ ಚೆನ್ನಾಗಿತ್ತು!' ಎಂದೆ. ಫೆಟಾನ್ ಇನ್ನೂ ಗಂಭೀರವದನನಾಗಿಯೇ ಇದ್ದ. ಸುತ್ತಲೂ ಧೂಳನ್ನೆರಚುತ್ತಾ ಆ ಜೀಪು ಕ್ಯಾಂಪ್‌ನೊಳಗಿದ್ದ ನಮ್ಮ ಕಂಪನಿಯ ವಸತಿ ಸಮುಚ್ಚಯದೆಡೆಗೆ ಮುಖ ಮಾಡಿತು.

ನಾನು ಇಲ್ಲಿಗೆ ಬಂದ ಉದ್ದೇಶ ಮತ್ತು ಕೆಲಸಗಳು ಒಂದು ಮಟ್ಟಿಗೆ ತೀರಿತ್ತು. ದುಬೈ ಕಚೇರಿಯಲ್ಲಿ ಕೆಲಸದ ಒತ್ತಡವೂ ಹೆಚ್ಚುತ್ತಿತ್ತು. ನಾನು ವಾಪಾಸ್ ಬರುವಂತೆ ಮೇಲಧಿಕಾರಿಯಿಂದ ಆದೇಶ ಬಂದಿತು. ದುಬೈಗೆ ವಾಪಸ್ಸು ಹೋಗಲು ಮಿಲಿಟರಿ ವಿಮಾನ ನಿಲ್ದಾಣದಿಂದ ಹೊರಡುತ್ತಿದ್ದ ಖಾಸಗಿ ಚಾರ್ಟರ್ ಫ್ಲೈಟಿನಲ್ಲಿ ಟಿಕೆಟ್ ಬುಕ್ ಆಗಿತ್ತು. ಇನ್ನೆಂದೂ ಆಫ್ಘಾನಿನ ಸಾರ್ವಜನಿಕ ವಿಮಾನ ನಿಲ್ದಾಣಗಳಿಂದ ಪ್ರಯಾಣಿಸುವುದಿಲ್ಲವೆಂದು ನನ್ನ ಮನಸ್ಸಿನಲ್ಲಿ ನಿರ್ಧರಿಸಿದ್ದೆ.

10

ಕ್ಯಾಂಪ್ ಲೆದರ್ನೆಕ್ ಕಡೆಗೆ

ನನ್ನ ಆಫ್ಘಾನಿಸ್ತಾನದ ಮೊದಲ ಅನುಭವ ಹೆಚ್ಚಾಗಿ ಕಂದಹಾರ್ ಏರ್‌ಬೇಸಿನಲ್ಲಿಯೇ ಆಗಿತ್ತು. ಕಂದಹಾರ್ ಹತ್ತಿರದ ಕೆಲವು ಉಪಕ್ಯಾಂಪುಗಳ ಮತ್ತು ಸ್ವಲ್ಪ ಕಾಬೂಲಿನ ಪರಿಚಯ ಆದದ್ದೂ ಹೌದು. ಆ ಮೊದಲ ಭೇಟಿ ಸರಿಸುಮಾರು ಮೂವತ್ತೆರಡು ದಿನಗಳ ನಿರಂತರ ವಾಸದ್ದು. ಇದುವರೆಗೂ ದಾಖಲಿಸಿದ ಬಹುಪಾಲು ಅನುಭವಗಳು ಆ ಮೊದಲ ಭೇಟಿಯಲ್ಲಿ ಆದದ್ದೇ. ಇದ್ದ ಅಷ್ಟೂ ದಿನಗಳು ಫಲಪ್ರದವಾಗಿ ಅಲ್ಲಿಂದ ದುಬೈಗೆ ಖುಷಿಯಿಂದಲೇ ವಾಪಸ್ಸು ಬಂದು ಹಲವಾರು ತಿಂಗಳುಗಳಾಗಿತ್ತು. ಈ ಮಧ್ಯೆ ನಮಗೆ ಅಮೆರಿಕೆಯ ಸೈನ್ಯಕ್ಕೆ 'ಕ್ಯಾಂಪ್ ಲೆದರ್ನೆಕ್'ನಲ್ಲಿ ಡಿಫ್ಯಾಕ್ ಮತ್ತು ಆಹಾರ ಉಗ್ರಾಣ ನಿರ್ಮಿಸುವ ಗುರುತರ ಕೆಲಸವೊಂದು ಸಿಕ್ಕಿತು. ಆಫ್ಘಾನಿಸ್ತಾನದ ವಾಯುವ್ಯ ದಿಕ್ಕಿಗಿದ್ದ ಮರುಭೂಮಿಯಂತಿದ್ದ ವಿಶಾಲ ಬಂಜರು ಕಾಡಿನಲ್ಲಿ 'ಕ್ಯಾಂಪ್ ಬ್ಯಾಷನ್' ಎನ್ನುವ ಬೃಹತ್ ಮಿಲಿಟರಿ ನಗರವನ್ನು ಕಟ್ಟಿದ್ದರು. ಸಂಪೂರ್ಣವಾಗಿ ಬ್ರಿಟಿಷ್ ಸೈನ್ಯ ನಿರ್ಮಿಸಿ ನಡೆಸುತ್ತಿರುವ ಏರ್‌ಬೇಸ್ ಅದು. ಅದಕ್ಕೆ ಪೂರ್ಣ ಹೊಂದಿಕೊಂಡ ಇನ್ನೊಂದು ಅವಳಿ ಮಿಲಿಟರಿ ನಗರ

'ಕ್ಯಾಂಪ್ ಲೆದರ್ನೆಕ್'. ಇದನ್ನು ನಿರ್ಮಿಸಿ ನಡೆಸುತ್ತಿರುವವರು ಅಮೆರಿಕಾದ 'ಮರೀನ್ಸ್' ಮಿಲಿಟರಿ ಸೈನ್ಯ. ಜಗತ್ತಿನ ಶ್ರೇಷ್ಠ ಮತ್ತು ಶಕ್ತಿಯುತ ಪಡೆ ಎಂದೇ ಹೇಳಿಕೊಳ್ಳುವ ಅತೀ ಶಿಸ್ತಿನ ಸೈನ್ಯವಿದು. ಈ ಎರಡು ಅವಳಿ ಸೇನಾ ಕ್ಯಾಂಪುಗಳಿಗೆ ಹೋಲಿಸಿದರೆ ಕಂದಹಾರ್ ಸೇರಿದಂತೆ ಇತರೆ ಮಿಲಿಟರಿ ಏರ್‌ಬೇಸ್ ಅಥವಾ ಮಿಲಿಟರಿ ಕ್ಯಾಂಪುಗಳದ್ದು ಅಂತಹ ಹೆಗ್ಗಳಿಕೆಯೇನೂ ಅಲ್ಲ. ಏಕೆಂದರೆ ಎರಡನೇ ಮಹಾಯುದ್ಧದ ಸಮಯದಿಂದಲೂ ರಷಿಯಾ, ಜಪಾನ್ ಸೇರಿದಂತೆ ಅನೇಕ ದೇಶಗಳು ಆ ಏರ್‌ಬೇಸ್‌ಗಳನ್ನು ನಿರ್ಮಿಸಿ ನಡೆಸಿದ್ದಾರೆ. ಅವುಗಳ ಪುನರ್ನಿರ್ಮಾಣ, ವಿಸ್ತರಣೆ ಮತ್ತು ನಿರ್ವಹಣೆಯನ್ನು ತಾಲಿಬಾನ್ ಮೇಲೆ ಯುದ್ಧ ಸಾರಿದ ದಿನದಿಂದ ನ್ಯಾಟೊ ಸದಸ್ಯ ರಾಷ್ಟ್ರಗಳು ಮಾಡುತ್ತಾ ಬಂದಿವೆ. 'ಕ್ಯಾಂಪ್ ಬ್ಯಾಷನ್' ಮತ್ತು 'ಕ್ಯಾಂಪ್ ಲೆದರ್ನೆಕ್' ಸಂಪೂರ್ಣ ಬಂಜರು ಭೂಮಿಯಲ್ಲಿ ಹೊಸದಾಗಿ ಶೂನ್ಯದಿಂದ ಶುರು ಮಾಡಿ ಬೃಹತ್ತಾಗಿ ಕಟ್ಟಿದ ಯುದ್ಧ ತಯಾರಿ ಶಿಬಿರಗಳು. ಆಫ್ಘಾನ್ ಸೈನ್ಯವೂ ಸೇರಿದಂತೆ ತಮ್ಮ ಸೈನ್ಯಕ್ಕೂ ಯುದ್ಧ ತರಬೇತಿ ಕೊಡಲೆಂದು ನಿರ್ಮಿಸಲಾದ ವಿಶೇಷ ರಣರಂಗಗಳವು.

ಕ್ಯಾಂಪ್ ಲೆದರ್ನೆಕ್ಕಿನಲ್ಲಿ ಈಗಾಗಲೇ 3 ಡಿಫ್ಯಾಕ್‌ಗಳಿದ್ದವು. ಆಗ ಯೂಎಸ್ ಮರೀನ್ಸ್ ಸೈನ್ಯದ ಸಂಖ್ಯೆ ದಿನೇದಿನೇ ಏರುತ್ತಿತ್ತು. ಇನ್ನೂ ಎರಡು ಡಿಫ್ಯಾಕ್‌ಗಳ ತೀವ್ರ ಅವಶ್ಯಕತೆ ಇತ್ತು ಮತ್ತು ಕೇವಲ 3 ತಿಂಗಳ ಅವಧಿಯಲ್ಲಿ ಒಂದರ ನಿರ್ಮಾಣ ಜವಾಬ್ದಾರಿ ನಮ್ಮದಾಗಿತ್ತು. ಸಮಯ ತುಂಬಾನೇ ಕಡಿಮೆ ಇದ್ದದ್ದರಿಂದ ಮತ್ತು ನಮಗೆ ಅಮೆರಿಕಾ ಸೈನ್ಯದ ಮೊದಲ ದೊಡ್ಡ ಪ್ರಾಜೆಕ್ಟ್ ಆದ್ದರಿಂದ ನನ್ನನ್ನು ಆ ಪ್ರಾಜೆಕ್ಟ್ ಮುಖ್ಯಸ್ಥನಾಗಿ ಕಳುಹಿಸಿದರು. ಆಗ ದುಬೈನಿಂದ ಇಲ್ಲಿಗೆ ನೇರ ವಿಮಾನ ಸಂಪರ್ಕವಿರಲಿಲ್ಲ. ದುಬೈನಿಂದ ಕಂದಹಾರ್ ಏರ್‌ಬೇಸಿಗೆ ಬಂದು ಅಲ್ಲಿಂದ ಸಿ–17 ಮಿಲಿಟರಿ ವಿಮಾನವನ್ನೋ ಇಲ್ಲಾ ಸಣ್ಣದಾದ ಖಾಸಗೀ ಚಾರ್ಟರ್ ವಿಮಾನವನ್ನೋ ಏರಿ ಹೋಗಬೇಕಿತ್ತು. ಕೆಲವು ವರ್ಷಗಳ ನಂತರ ಪ್ರಯಾಣಿಕರ ಸಂಖ್ಯೆ ಹೆಚ್ಚಾಗಿ ಬೇಡಿಕೆಯೂ ಹೆಚ್ಚಾಗಿ ದುಬೈನಿಂದ ನೇರ ವಿಮಾನ ಸಂಪರ್ಕವೂ ಆಗಿದ್ದು ಹೌದು. ಮೊದಮೊದಲು ಮಿಲಿಟರಿಯವರೇ ಕೆಲವು ಖಾಸಗೀ ಚಾರ್ಟರ್ ವಿಮಾನ ಸಂಸ್ಥೆಗಳ ಜೊತೆ ಒಪ್ಪಂದ ಮಾಡಿಕೊಂಡು ದುಬೈ–ಕಂದಹಾರ್–ಲೆದರ್ನೆಕ್–ಹೇರತ್ ಮಾರ್ಗಕ್ಕೆ ಮತ್ತು ದುಬೈ–ಕಂದಹಾರ್–ಕಾಬೂಲ್–ಬಗ್ರಾಮ್ ಮಾರ್ಗಗಳಿಗೆ ವಿಮಾನ ಸಂಪರ್ಕ ಕಲ್ಪಿಸಿದ್ದರು. ನಮ್ಮ ಕಂಪನಿಯು ಮಿಲಿಟರಿಯವರಿಂದ ಪಡೆದ ಒಂದು ಅಧಿಕೃತ ಪರ್ಮಿಟ್ (LOA) ಸಾಕಿತ್ತು ಆಫ್ಘಾನಿಸ್ತಾನದ ಏರ್‌ಬೇಸ್‌ಗಳಿಗೆ ಈ ಮಿಲಿಟರಿ ಚಾರ್ಟರ್ ವಿಮಾನಗಳಲ್ಲಿ ಪ್ರಯಾಣಿಸಲು. ಯಾವುದೇ ರೀತಿಯ ವೀಸಾ ಹಾಗೂ ಟಿಕೆಟ್ಟಿನ

ಅವಶ್ಯಕತೆ ಇರಲಿಲ್ಲ. ಅಧಿಕೃತ ಪರ್ಮಿಟ್ ಹಿಡಿದು ನೇರ ದುಬೈ ಟರ್ಮಿನಲ್ 2ಕ್ಕೆ ಹೋಗಿ ಬೋರ್ಡಿಂಗ್ ಪಾಸ್ ಪಡೆಯಬಹುದಿತ್ತು. ಮಿಲಿಟರಿಯವರಿಗೆ ಮೊದಲ ಪ್ರಾಶಸ್ತ್ಯ. ಸೀಟು ಮಿಕ್ಕಿದ್ದರೆ ಮಾತ್ರ ನಮಗೆ. ಎಂದೂ ನಾನು ವಾಪಸ್ ಹೋದ ನೆನಪಿಲ್ಲ. ದಿನ ಬೆಳಗ್ಗೆ ಒಂದೊಂದು ಮಾರ್ಗಕ್ಕೆ ಒಂದೊಂದು ಫ್ಲೈಟ್. ಅದಾದ ಕೆಲ ವರ್ಷಗಳ ನಂತರ ಮಿಲಿಟರಿ ಒಪ್ಪಂದ ಮುಗಿದು ಖಾಸಗಿಯವರೆ ನೇರವಾಗಿ ಅದೇ ಮಾರ್ಗಗಳಲ್ಲಿ ವಿಮಾನಯಾನ ನಡೆಸುತ್ತಿದ್ದರು. ಅದೂ ದುಬಾರಿ ಬೆಲೆಗೆ! ಹೊಸದಾಗಿ ಶುರುವಾದ ಎಮಿರೇಟ್ಸ್ ಸೋದರ ಕಂಪನಿ ಫ್ಲೈ–ದುಬೈ ಕೂಡ ಆ ಮಾರ್ಗಗಳಿಗೆ ವಿಮಾನಯಾನ ಶುರುಮಾಡಿತ್ತು.

ನಾನು ದುಬೈನಿಂದ ಕಂದಹಾರ್ ಏರ್‌ಬೇಸ್ ತಲುಪಿ ಅಲ್ಲಿಂದ ಒಂದು ಸಣ್ಣ ಖಾಸಗೀ ಚಾರ್ಟರ್ ಜೆಟ್‌ನಲ್ಲಿ ಕ್ಯಾಂಪ್ ಲೆದರ್ನೆಕ್ ಕಡೆ ಹೊರಟೆ. ಒಟ್ಟು ಹನ್ನೆರಡು ಜನರಿದ್ದೆವು ಎಂಬ ನೆನಪು. ಅಷ್ಟೇ ಜನ ಕೂರಬಹುದಾದ ಪುಟ್ಟ ಫ್ಲೈಟ್ ಅದು. ಒಬ್ಬಳು ಗಗನಸಖಿಯೂ ಸೇರಿ ಹದಿಮೂರು. ಅಫ್ಘಾನಿನ ಹುಡುಗಿಯೇ. ಬಹುಶಃ 'ಹಝಾರ' ಜನಾಂಗದವಳು. ವಿಮಾನದ ರೆಕ್ಕೆಗಳಿಗೆ ಜೋಡಿಸಿದ್ದ ಎರಡು ಎಂಜಿನ್ನುಗಳಿಗೆ ಫ್ಯಾನಿನಂತಹ ತಲಾ ನಾಲ್ಕು ಪುಟ್ಟ ರೆಕ್ಕೆಗಳು. ಮತ್ತೊಂದು ಹೊಸದಾದ ರೋಚಕ ಅನುಭವದ ನಿರೀಕ್ಷೆಯಲ್ಲಿದ್ದೆ. ಆ ಸಣ್ಣ ಫ್ಲೈಟಿನಲ್ಲಿ ಕೂರಲೂ ಮಣ ಭಾರದ ಎದೆಗವಸು ಮತ್ತು ಶಿರಸ್ತ್ರಾಣ. ನನಗಂತೂ ಇದು ರೋಸಿಹೋಗಿತ್ತು. ಅದ್ಯಾವನು ಅಷ್ಟು ಎತ್ತರದಲ್ಲಿ ಬಂದು ನಮಗೆ ಗುಂಡು ಹಾರಿಸಿಯಾನು? ಒಂದು ವೇಳೆ ವಿಮಾನ ಬಿದ್ದರೆ ನಾವೆಲ್ಲ ಉರಿದು ಬೂದಿಯಾಗುತ್ತೇವೆ. ಈ ಸುರಕ್ಷಾ ಕವಚಗಳು ಉಪಯೋಗಕ್ಕೆ ಹೇಗೆ ಬಂದಾವು? ವಿಮಾನ ಹಾರಲು ಮೊದಲಾಯ್ತು. ಒಳಗೆ ಯಾವ ಮಿಲಿಟರಿಯವರಿರಲಿಲ್ಲ. 'ಹೀ' ಎಂದು ನಗುತ್ತಲೇ ಗಗನಸಖಿಯು ತನ್ನ ಸುರಕ್ಷಾ ಕವಚಗಳನ್ನು ತೆಗೆದಿಟ್ಟದ್ದು ನಮಗೆ ನಮ್ಮ ಭಾರ ಇಳಿಸಿಕೊಳ್ಳಲು ದಾರಿಯಾಯ್ತು. ಮೊದಲ ಸಲದ ಪುಟ್ಟ ವಿಮಾನದ ಅನುಭವ. ಬಹುಶಃ ಒಂದೂವರೆ ಗಂಟೆಗಳ ಪ್ರಯಾಣ. ಅಂದುಕೊಂಡಷ್ಟು ಪ್ರಯಾಣ ಸುಖಕರವಾಗಿರಲಿಲ್ಲ. ಸಿಕ್ಕಾಪಟ್ಟೆ ಹೊಯ್ದಾಟ, ಬರ್ರೋ ಎನ್ನುವ ನಿರಂತರ ಶಬ್ದ. ಯಾವ ಕ್ಷಣ ಎಲ್ಲಿ ಬೀಳುತ್ತೋ ಎಂದು ನನಗೆ ವಿಪರೀತ ಭಯವಾಗುತ್ತಿತ್ತು. ವಿಮಾನ ಚಿಕ್ಕದಾದ್ದರಿಂದ ಹೀಗೆ ಎಂದು ಹಲವರು ಮಾತಾಡಿಕೊಂಡು ತಮಗೆ ತಾವೇ ಸಮಾಧಾನ ಮಾಡಿಕೊಳ್ಳುತ್ತಿದ್ದರು. ಎದುರಿಗಿದ್ದ ಗಗನಸಖಿ ಏನೂ ಆಗಿಯೇ ಇಲ್ಲ ಅನ್ನುವ ಹಾಗೆ ನೋಡಿದಾಗೆಲ್ಲ ನಗುತ್ತಲೇ ಇದ್ದಳು. ಮಿಲಿಟರಿಯ ವಿಮಾನಗಳಲ್ಲಿನ ಪ್ರಯಾಣದ ಅನುಭವವೇ ಇಲ್ಲಿಯೂ ಆಗುತ್ತಿತ್ತು. ಎತ್ತರಕ್ಕೆ ಹೋದಂತೆಲ್ಲಾ ಕಿವಿ ಕಟ್ಟಿಕೊಂಡು ವಿಪರೀತ

ನೋವಾಗುತ್ತಿತ್ತು. ಕ್ಯಾಂಪ್ ಬ್ಯಾಷನ್ ಬರುವವರೆಗೂ ಆ ವಿಮಾನ ತುಂಬಾ ಗಲಿಬಿಲಿಯಾದಂತೆ ವರ್ತಿಸುವುದನ್ನು ನಿಲ್ಲಿಸಲೇ ಇಲ್ಲ. ಮತ್ತೆಂದೂ ಇಂತಹ ಸಣ್ಣ ವಿಮಾನದಲ್ಲಿ ಬರಬಾರದು ಎಂದು ನನಗೆ ನಾನೇ ಯೋಚಿಸುತ್ತಿದ್ದೆ. ತುಂಬಾ ವಿಶಾಲವಾದ ಏರ್‌ಬೇಸ್ ಎಂದು ಮೊದಲ ಬಾರಿ ನೋಡಿದಾಗಲೇ ಹೇಳಬಹುದಿತ್ತು. ಕಂದಹಾರ್ ಅಥವಾ ಕಾಬೂಲ್ ಏರ್‌ಬೇಸಿನಂತೆ ಗಿಜಿಗಿಜಿ ಇರಲಿಲ್ಲ.

ಪಾಸ್‌ಪೋರ್ಟ್ ಮತ್ತು LOA ಪ್ರತಿ ಹಿಡಿದು ಸಾಲಿನಲ್ಲಿ ನಿಂತೆವು. LOAನಲ್ಲಿ ನಮ್ಮ ಕಂಪನಿ, ವೃತ್ತಿ ಮತ್ತು ಇತರ ಅಗತ್ಯ ವಿವರಣೆಯನ್ನು ನಮೂದಿಸಿರಲಾಗಿರುತ್ತದೆ. ಅಷ್ಟೇ ಅಲ್ಲದೆ ನಾವು ಬಳಸುವ ಎಲೆಕ್ಟ್ರಾನಿಕ್ ವಸ್ತುಗಳನ್ನೂ ಸಹ. ಅದರ ಹೊರತಾಗಿ ಏನನ್ನೂ ಅಲ್ಲಿಂದ ಒಳಗೆ ಬಿಡುವುದಿಲ್ಲ. ನನ್ನ ಬಳಿ ಇದ್ದದ್ದು ಒಂದು ಲ್ಯಾಪ್ಟಾಪ್, ಬ್ಲಾಕ್ಬೆರ್ರಿ ಮೊಬೈಲು, ಒಂದು ಪೆನ್‌ಡ್ರೈವ್. ಈ ಪೆನ್‌ಡ್ರೈವ್ ಮುಂದೆ ನನ್ನನ್ನು ಒಂದು ದೊಡ್ಡ ಪೀಕಲಾಟಕ್ಕೆ ಸಿಲುಕಿಹಾಕಿಸುತ್ತದೆ ಎಂದು ಆಗ ಸ್ವಲ್ಪವೂ ಅಂದಾಜಿರಲಿಲ್ಲ! ನನ್ನನ್ನು ಮತ್ತು ನನ್ನಲ್ಲಿದ್ದ ಲಗೇಜ್ ಬ್ಯಾಗಿನ ಇಂಚಿಂಚನ್ನೂ ತಡಕಾಡಿದರು. ಸಂಪೂರ್ಣ ತಪಾಸಣೆಯ ನಂತರ ಮಿಲಿಟರಿ ಇಮ್ಮಿಗ್ರೇಷನ್ ಕೌಂಟರಿನಿಂದ ಹೊರ ಬಂದೆ. 'ಶಕಿರಿ ಗರೀಪ್' ಮತ್ತು 'ಅಮೆತಿ ಅವ್ನಿ' ಎನ್ನುವ ಇಬ್ಬರು ಆಲ್ಬೇನಿಯನ್ ಹುಡುಗರು ನನ್ನನ್ನು ಕರೆದೊಯ್ಯಲು ಟಾಟಾ ಸುಮೋದಂತಹ ಗಾಡಿಯಲ್ಲಿ ಬಂದಿದ್ದರು. JAC ಎನ್ನುವ ಚೈನೀಸ್ ಗಾಡಿ ಅದು. ಎಲ್ಲೆಂದರಲ್ಲಿ ಕೆಟ್ಟು ನಿಲ್ಲುವ ಚಾಳಿ ಅದಕ್ಕೆ. ಇವರೂ ಸಹ ಅದರ ನಿರ್ವಹಣೆಯನ್ನು ಮರೆತಿದ್ದರು ಎನಿಸುತ್ತಿತ್ತು. ಅಲ್ಲಿನ ಇನ್ನೊಂದು ವೈಪರೀತ್ಯ ಎಂದರೆ 'ಶಕಿರಿ ಗರೀಪ್' ನಾಲ್ಕುವರೆ ಅಡಿ ಎತ್ತರದ ಕುಬ್ಜ ಮತ್ತು 'ಅಮೆತಿ ಅವ್ನಿ' ಆರಡಿ ಎತ್ತರದ ಆಳು. ದೈಹಿಕವಾಗಿ ಆಲ್ಬೇನಿಯನ್ನರು ಎತ್ತರದ ಆಳುಗಳು. ಗರೀಪ್ ಮಾತ್ರ ಅದಕ್ಕೆ ಅಪವಾದ. ಆ ಕುಳ್ಳ ವಿಪರೀತ ಜಂಭದವ ಕೂಡ. ಅವ್ನಿ ಪರವಾಗಿಲ್ಲ ಹೊಂದಿಕೊಂಡು ಹೋಗುತ್ತಾನೆ ಎನಿಸುತ್ತಿತ್ತು. ಇಬ್ಬರೂ ಚೆಲ್ಲುಚೆಲ್ಲು ಸ್ವಭಾವದವರು. ಯಾವ ಗಂಭೀರತೆಯೂ ಅವರಲ್ಲಿ ಇದ್ದದ್ದು ನನಗೆ ಕಾಣಿಸಲಿಲ್ಲ. ಅವರು ಕ್ರಮವಾಗಿ ಖರೀದಿ ಮತ್ತು ಕ್ವಾಲಿಟಿ ನಿಯಂತ್ರಣ ಅಧಿಕಾರಿಗಳು. ಅವರಿಬ್ಬರೂ ಇಂಜಿನಿಯರುಗಳಲ್ಲ. ಇದುವರೆವಿಗೂ ಯಾವುದೇ ನಿರ್ಮಾಣ ಕೆಲಸದಲ್ಲಿ ಅನುಭವವಿದ್ದ ಹಾಗೆಯೂ ಕಾಣಲಿಲ್ಲ. ಆದರೆ ಚೆನ್ನಾಗಿ ಇಂಗ್ಲಿಷ್ ಮಾತನಾಡಬಲ್ಲವರಾಗಿದ್ದರು. ಗರೀಪ್ ನನ್ನ ಒಬ್ಬ ಆಲ್ಬೇನಿಯನ್ ಮೇಲಧಿಕಾರಿಯ ಖಾಸಾ ಗೆಳೆಯ ಅಂತಲೂ ಗೊತ್ತಾಯ್ತು. ಇಂಗ್ಲಿಷ್ ಭಾಷೆ ಗೊತ್ತಿರುವುದು ಮತ್ತು ಯಾರಿಗೋ ಏನೋ ಸಂಬಂಧ ಎನ್ನುವುದಷ್ಟೇ ಅವರ ಅರ್ಹತೆ. ಆಯಕಟ್ಟಿನ ಜಾಗದಲ್ಲಿ ಬಂದು ಕೂತುಬಿಡುತ್ತಾರೆ. ಕೆಲಸ

ಮಾಡುವುದೆಲ್ಲಾ ಬೇರೆಯವರು ಹೆಸರು ಮಾತ್ರ ಅವರದ್ದು. ವಿಚಿತ್ರ ಜನಗಳು ಇವರು ಎನಿಸುತ್ತಿತ್ತು. ಇವರನ್ನು ಕಟ್ಟಿಕೊಂಡು ಮೂರು ತಿಂಗಳಲ್ಲಿ ನಾವು ನಮ್ಮ ಕೆಲಸ ಮುಗಿಸಿದ ಹಾಗೆಯೇ ಎಂದು ಒಳಗೊಳಗೇ ಗಾಬರಿಯಾಗಲು ಶುರುವಾಯಿತು.

ಕ್ಯಾಂಪ್ ಬ್ಯಾಷನ್ನಿಂದ ಧೂಳೆಬ್ಬಿಸುತ್ತಾ ಲೆದರ್ನೆಕ್ ಕಡೆಗೆ ಗಾಡಿ ಹೊರಟಿತು. ಕ್ಯಾಂಪ್ ಬ್ಯಾಷನ್ ಒಳಗೆ ಅರ್ಧ–ಮುಕ್ಕಾಲು ಮೈಲು ದೂರ ಹೋದರೆ ಕ್ಯಾಂಪ್ ಲೆದರ್ನೆಕ್ಕಿನ ಗಡಿ. ಅಲ್ಲಿ ಕೆಲವು ಸೈನಿಕರ ಪಹರೆ ಇದ್ದರೂ ಮತ್ತೊಂದು ಸುತ್ತಿನ ತಪಾಸಣೆಯೇನೂ ಆಗಲಿಲ್ಲ. ಗಾಡಿಯಂತೂ ಸಿಗರೇಟಿನ ಹೊಗೆಯಿಂದ ತುಂಬಿಹೋಗಿತ್ತು. ಟರ್ಕಿಷ್ ಭಾಷೆ ಹೋಲುತ್ತಿದ್ದ ಆಲ್ಬೇನಿಯನ್ ಹಾಡು ಬಲು ಜೋರಾಗಿ ಬರುತ್ತಿತ್ತು. ಅವರು ವಿಚಿತ್ರವಾಗಿ ಹಾಡಿಗೆ ದನಿಯಾಗಲು ಯತ್ನಿಸುತ್ತಾ ಅವರ ಲೋಕದಲ್ಲೇ ಮುಳುಗಿಹೋಗಿದ್ದರು. ದೂರದಿಂದ ಪ್ರಯಾಣ ಮಾಡಿ ಬಂದ ನನ್ನನ್ನು ಏನಾದರೂ ವಿಚಾರಿಸಿಕೊಳ್ಳಬೇಕೆಂಬ ಕನಿಷ್ಟ ಪ್ರಜ್ಞೆ ಅವರಲ್ಲಿರಲಿಲ್ಲ. ನಾನು ಕೂಡ ಏನನ್ನೂ ಮಾತಾಡದೆ ಎಲ್ಲವನ್ನೂ ಸಹಿಸಿಕೊಂಡು ಸುಮ್ಮನೆ ಕೂತಿದ್ದೆ. ದಾರಿಯುದ್ದಕ್ಕೂ ಸಾವಿರಾರು ವಸತಿಯ ಕಂಟೈನರ್ ಕ್ಯಾಬಿನ್ನುಗಳನ್ನು ಬೆಂಕಿಪೊಟ್ಟಣದಂತೆ ಸಾಲಾಗಿ ಜೋಡಿಸಿಟ್ಟಿದ್ದರು. ಅಲ್ಲಲ್ಲಿ ಬೃಹತ್ ಟೆಂಟುಗಳೂ ಇದ್ದವು. ಕೆಲವು ವಸತಿಯದ್ದು ಮತ್ತೂ ಕೆಲವು ಡಿಫ್ಯಾಕ್ ಇರಬಹುದು ಎಂದು ತೋಚುತ್ತಿತ್ತು. ಮರೀನ್ಸ್ ಸೈನಿಕರು ಸಾಲು ಸಾಲಾಗಿ ಅಲ್ಲಲ್ಲಿ ತಿರುಗಾಡುತ್ತಿದ್ದರು. ಹದಿನೈದು ನಿಮಿಷಗಳಾದ ಮೇಲೆ ಅದೆಲ್ಲಿಗೋ ನಿರ್ಜನ ಪ್ರದೇಶಕ್ಕೆ ತಂದು ಇಳಿಸಿದರು. ನಾಲ್ಕೈದು ಶಿಪ್ಪಿಂಗ್ ಕಂಟೈನರುಗಳು ಅಷ್ಟೇ ಅಲ್ಲಿ ಇದ್ದದ್ದು. ಸುತ್ತಲೂ ಬರಿದು. ಎಲ್ಲೆಲ್ಲೂ ಧೂಳು ಹಾರುತ್ತಿದ್ದ ಮಣ್ಣಿನ ವಿಶಾಲ ಬಯಲು. ಲಗೇಜನ್ನು ಕೆಳಗಿಳಿಸಿ 'ಎಲ್ಲಿ ನನ್ನ ಜಾಗ?' ಎಂದೆ. ವ್ಯಂಗ್ಯ ನಗು ನಕ್ಕ ಗರೀಪ್ ಒಂದು ಕಂಟೈನರ್ ಕಡೆ ಬೆರಳು ತೋರಿದ. 40 ಅಡಿ ಉದ್ದ 10 ಅಡಿ ಅಗಲದ ಶಿಪ್ಪಿಂಗ್ ಕಂಟೈನರನ್ನು ಒಳಗೆ ಶಾಖ ಪ್ರತಿರೋಧಕ ಪ್ಯಾನೆಲ್ ಬೋರ್ಡ್ ಬಳಸಿ ವಾಸಯೋಗ್ಯವನ್ನಾಗಿ ಪರಿವರ್ತಿಸಲಾಗಿತ್ತು. ಎರಡು ಏರ್ ಕಂಡಿಷನರ್ ಯೂನಿಟ್ಟುಗಳು ಒಳಗೆ ಸಾಕಷ್ಟು ತಂಪನ್ನು ತುಂಬಿದ್ದವು. ನಾಲ್ಕು ಬಂಕ್ ಬೆಡ್ಡುಗಳನ್ನು ಹಾಕಲಾಗಿತ್ತು. ಅಂದರೆ ಒಟ್ಟು 8 ಜನ ಅಲ್ಲಿ ಮಲಗಬೇಕು. ಇದೇ ರೀತಿ ಒಟ್ಟು 4 ವಸತಿ ಕ್ಯಾಬಿನ್ನುಗಳಿವೆ. ಅಂದರೆ ಸದ್ಯ 32 ಜನ ಇರಲು ಸಾಧ್ಯ. ಈ ಮೊದಲು ನಾನು ಉಳಿದ ಕ್ಯಾಂಪಿನಲ್ಲಿದ್ದ ಲಕ್ಷುರಿ ಇಲ್ಲಿ ಇರಲಿಲ್ಲ ಎಂದು ಒಂದು ಕ್ಷಣ ನೊಂದುಕೊಂಡದ್ದೂ ಹೌದು. ಸ್ನಾನ ಮಾಡಲು ಮತ್ತು ಬಹಿರ್ದೆಶೆಗೆ ಮತ್ತೊಂದು ಸಣ್ಣ ಅಬ್ಲುಷನ್ ಕಂಟೈನರ್ ಇತ್ತು. ಇನ್ನೂ ಒಂದು ಕ್ಯಾಬಿನ್ನು 20 ಅಡಿ ಉದ್ದ 8 ಅಡಿ ಅಗಲ. ಅದು ನಮ್ಮ ಸೈಟ್ ಆಫೀಸು. ಕೇವಲ

ವಾರದ ಹಿಂದೆ ಇವರೆಲ್ಲ ಇಲ್ಲಿ ಬಂದಿದ್ದಾರೆ. ಎಲ್ಲರೂ ಪ್ರಾಜೆಕ್ಟ್ ಫೀಲ್ಡಿನಲ್ಲಿ ಕೆಲಸದಲ್ಲಿದ್ದದ್ದು ಅನತಿ ದೂರದಲ್ಲಿ ಕಾಣುತ್ತಿತ್ತು. ಒಂದು ಜೆಸಿಬಿ ಯಂತಹ ಎಕ್ಸ್‌ಕವೇಟರ್ ಯಂತ್ರ ನೆಲ ತೋಡುತ್ತಿತ್ತು. ನಿರ್ಮಾಣ ಜಾಗದ ತಯಾರಿ ಕೆಲಸ ಭರದಿಂದ ಸಾಗಿತ್ತು. ಲಗೇಜನ್ನು ಒಳಗಿಟ್ಟು ನಾನು ಸೀದಾ ಅಲ್ಲಿಗೆ ಹೋದೆ. ಸುಮಾರು ಹನ್ನೆರಡು ಜನರು ಆಲ್ಬೇನಿಯನ್ನರು ಮತ್ತು ಅರ್ಧದಷ್ಟು ಭಾರತೀಯರು. ಕೆಲವರ ಜೊತೆ ಈಗಾಗಲೇ ನಾನು ಕಂದಹಾರ್ ಕ್ಯಾಂಪಿನಲ್ಲಿ ಕೆಲಸ ಮಾಡಿದ್ದರಿಂದ ಗುರುತು ಹಿಡಿದು ಹತ್ತಿರ ಬಂದು ಶುಭಾಶಯ ವಿನಿಮಯ ಮಾಡಿಕೊಂಡರು. ಅಧಿಕಾರಿ ವರ್ಗದಲ್ಲಿ ನಮ್ಮವನೊಬ್ಬ ಇದ್ದಾನೆ ಎಂದೋ ಏನೋ ನಮ್ಮ ದೇಶದ ಹುಡುಗರ ಮುಖದಲ್ಲಿ ಸ್ವಲ್ಪ ಹೆಚ್ಚಿನ ಕಳೆಗಟ್ಟಿದ್ದನ್ನ ನಾನು ಗಮನಿಸಿದೆ.

ಮಧ್ಯಾಹ್ನದ ಊಟಕ್ಕೆ ಅಲ್ಲಿಂದ ಒಂದೆರಡು ಕಿ.ಮೀ ದೂರದಲ್ಲಿದ್ದ ಡಿಫ್ಯಾಕ್‌ಗೆ ಕರೆದುಕೊಂಡು ಹೋದರು. ಗಾಡಿಯಲ್ಲಿ ಹೊರಟ ನಾಲ್ವರು ಆಲ್ಬೇನಿಯನ್ನರ ಜೊತೆ ನಾನೊಬ್ಬ. ಮಿಕ್ಕವರೆಲ್ಲ ನಡೆದುಕೊಂಡು ಬರುತ್ತಿದ್ದರು. ತೀವ್ರವಾದ ಮಧ್ಯಾಹ್ನದ ಬಿಸಿಲು. ಅವರಿಗ್ಯಾಕೆ ವಾಹನದ ವ್ಯವಸ್ಥೆಯಿಲ್ಲ ಎಂದು ಬೇಜಾರಾಯ್ತು. ಮುಂದೆ ಅದರ ಬಗ್ಗೆ ದೊಡ್ಡವರ ಬಳಿ ಮಾತಾಡಿದರಾಯ್ತು ಎಂದು ಸುಮ್ಮನಾದೆ. ಅಲ್ಲಿ ನನಗೆ ಕೊಡಲಾದ ಐಡೆಂಟಿಟಿ ಕಾರ್ಡ್ ಒಂದು ಸಾಕಿತ್ತು ಡಿಫ್ಯಾಕ್ ಒಳಗೆ ಪ್ರವೇಶಕ್ಕೆ. ಕಂದಹಾರಿನಲ್ಲಿದ್ದಂತೆ ಬೇರಾವ ಆಹಾರದ ಸ್ವೈಪ್ ಕಾರ್ಡ್ ಅವಶ್ಯವಿರಲಿಲ್ಲ. ಮುಖ್ಯ ದ್ವಾರದಲ್ಲಿ ಎರಡು ರೀತಿಯ ತಪಾಸಣೆ ಕೇಂದ್ರಗಳಿದ್ದವು. ಒಂದು ಫುಲ್ ಬಾಡೀ ಸ್ಕ್ಯಾನ್ ಯಂತ್ರದ ಒಳಗೆ ತೂರುವುದು ಇನ್ನೊಂದು ಮರೀನ್ಸ್ ಸೈನಿಕರು ನಮ್ಮ ಮೈಮುಟ್ಟಿ ತಡಕಾಡುವುದು. ಡಿಫ್ಯಾಕ್ ಒಳಗೆ ಹೋಗಲು ಈ ತರಹದ ಅತೀ ಎನ್ನುವಷ್ಟು ತಪಾಸಣೆ ನನಗೆ ಹೊಸದು ಮತ್ತು ವಿಚಿತ್ರ ಎನ್ನಿಸುತ್ತಿತ್ತು. ಅಲ್ಲಿನ ಸೈನಿಕರಿಗೆ ಆ ಕಟ್ಟುಪಾಡಿಲ್ಲ. ನಾವು ಸಾಲಾಗಿ ನಿಲ್ಲಬೇಕು, ಅವರು ಕರೆದಾಗ ಒಬ್ಬೊಬ್ಬರೇ ನಿಧಾನವಾಗಿ ಆ ಯಂತ್ರದಲ್ಲಿ ತೂರಬೇಕು. ಕಂಪ್ಯೂಟರ್ ಮಾನಿಟರಿನ ಮುಂದೆ ಕೂತ ಒಬ್ಬ ಸೈನಿಕ ಸಣ್ಣಗೆ ತನಗೆ ತಾನೇ ನಕ್ಕು ನೆಕ್ಸ್ಟ್ ಎಂದು ಕೂಗುತ್ತಿದ್ದ. ನನ್ನ ಜೊತೆಗಿದ್ದ ಗರೀಪ್ ಮತ್ತು ಅಪ್ಪಿ ಕೂಡ ತಡೆಯಲಾರದ ನಗುವನ್ನು ಒಳಗೆ ಹಿಡಿಯಲು ಪ್ರಯತ್ನ ಮಾಡುತ್ತಿದ್ದರು. ಅವನ ನಗುವಿನ ಅರ್ಥ ತಿಳಿಯಲು ಹೆಚ್ಚು ಸಮಯ ಹಿಡಿಯಲಿಲ್ಲ. ಮುಟ್ಟಿ ನೋಡುವ ತಪಾಸಣೆಯೂ ಮುಗಿದು ಒಳಗೆ ಬಂದೆವು. ಕಂದಹಾರ್ ಕ್ಯಾಂಪಿನ ಡಿಫ್ಯಾಕ್‌ಅನ್ನು ಮೀರಿಸುವಂತಹ ದೃಶ್ಯ ಅಲ್ಲಿ. ಆಹಾರ ಎಲ್ಲವೂ ಅಲ್ಲಿನಂತೆಯೇ ಇದ್ದರೂ ಇನ್ನೂ ವೈಭವೋಪೇತ ಎನಿಸುವಷ್ಟು ಶ್ರೀಮಂತಿಕೆ ನೋಟ. ಎಲ್ಲೆಲ್ಲೂ ಅಮೆರಿಕಾದ ಬಾವುಟಗಳು. ಅಮೆರಿಕಾದ ಭಕ್ಷ್ಯಗಳೇ ಅಲ್ಲಿ ಎಲ್ಲಾ. ಹಾಟ್‌ಡಾಗ್, ಬರ್ಗರ್,

ಗ್ರಿಲ್ ಮಾಡಿ ಕೊಡುತ್ತಿದ್ದ ಸ್ಯಾಂಡ್ವಿಚ್, ಕೆಂಪು ಮಾಂಸದ ಸ್ಟೇಕ್, ಹಂದಿ ಮಾಂಸದ ಸಾಸೇಜುಗಳು, ಫಿಶ್ ಅಂಡ್ ಚಿಪ್ಸ್, 'ಕೆ ಎಫ್ ಸಿ' ರೀತಿಯ ಚಿಕನ್ ಗ್ರಿಲ್, ಹಬೆಯಲ್ಲಿ ಬೆಂದ ಲಾಬ್‌ಸ್ಟರ್, ತರಹೇವಾರಿ ಪೈ ಡೆಸರ್ಟ್ ಹೀಗೆ ಹತ್ತು ಹಲವಾರು. ಜೊತೆಗೆ ಬ್ಯಾಸ್ಕಿನ್-ರಾಬಿನ್ಸ್ ಐಸ್ ಕ್ರೀಮ್ ವಿಭಾಗ ಅಲ್ಲಿನ ವಿಶೇಷಕ್ಕೆ ಇನ್ನೂ ಮೆರುಗನ್ನು ನೀಡಿತ್ತು. ಮುಂದೆ ನಾನು ಅಲ್ಲಿದ್ದ ಮೂರು ತಿಂಗಳಿನಲ್ಲಿ ಬರೋಬ್ಬರಿ 12 ಕೆ.ಜಿ ತೂಕ ಸೇರಿಸಿಕೊಳ್ಳುವೆನೆಂಬ ಅರಿವಿರಲಿಲ್ಲ. ಅಲ್ಲಿ ನಮ್ಮಂತಹ ಕಾರ್ಮಿಕ ವರ್ಗ ಕಡಿಮೆ ಇತ್ತು. ಎಲ್ಲೆಲ್ಲೂ ಮರೀನ್ಸ್ ಸೈನಿಕರೇ. ಕಂದಹಾರ್ ಕ್ಯಾಂಪಿನಂತೆ ವಿವಿಧ ದೇಶಗಳ ಸೈನಿಕರು ಅಲ್ಲಿಲ್ಲ. ಎಲ್ಲವೂ ಅಮೆರಿಕಾಮಯ!

ದುಬೈನಿಂದ ಕಂದಹಾರ್ ಏರ್‌ಬೇಸಿಗೆ ಬೆಳಗ್ಗೆ ಬಂದ ವಿಮಾನದಲ್ಲಿ ಒಂದು ಸ್ಯಾಂಡ್‌ವಿಚ್ ತಿಂದದ್ದಷ್ಟೇ. ತುಂಬಾ ಹಸಿದಿದ್ದೆ. ಹೊಟ್ಟೆಬಿರಿಯುವಷ್ಟು ಉಂಡು ಹೊರಗೆ ಬಂದೆವು. ಆ ನಗುವಿನ ರಹಸ್ಯ ಇನ್ನೂ ಬಗೆಹರಿದಿರಲಿಲ್ಲ. ಏನದು ಎಂದು ನಾನು ಕೆದಕಿದಾಗ ಮತ್ತೆ ನಕ್ಕ ಅವರು ಅಲ್ಲಿ ಕಂಪ್ಯೂಟರ್ ಮುಂದೆ ಕೂತು ಮುಸಿಮುಸಿ ನಗುತ್ತಿದ್ದ ಆ ಮರೀನ್ಸ್ ಸೈನಿಕ ನಮ್ಮನ್ನೆಲ್ಲಾ ಬಟ್ಟೆರಹಿತವಾಗಿ ನೋಡಿರುತ್ತಾನೆ ಎಂದ. ನನಗದು ಹೊಸ ವಿಷಯವೇ. ಸದ್ಯ ಅವ ಕೂಡ ಗಂಡಸೇ ತಾನೇ ಎಂದು ನಕ್ಕು ಹೆಚ್ಚು ತಲೆಕೆಡಿಸಿಕೊಳ್ಳದೆ ಅಲ್ಲಿಂದ ಹೊರಟೆ. ಅವರಿಗಂತೂ ಅದು ಚೆಲ್ಲುಚೆಲ್ಲು ಆಟ. ದೇಹದ ಮೇಲಿದ್ದ ಬಟ್ಟೆಯ ಹೊರತಾಗಿ ಒಂದು ಸಣ್ಣ ಪಿನ್ನನ್ನೂ ತೆಗೆದುಕೊಂಡು ಹೋಗುವಂತಿರಲಿಲ್ಲ ಅಲ್ಲಿ. ಅಕಸ್ಮಾತ್ ಏನಾದರೂ ಸಿಕ್ಕರೆ ತೀವ್ರ ತಪಾಸಣೆ ವಿಚಾರಣೆ ಮಾಡಿ ಹಣ್ಣಾಗಿಸಿಬಿಡುತ್ತಾರೆ ಎಂದೆಲ್ಲಾ ಮಾತಾಡಿಕೊಳ್ಳುತ್ತಿದ್ದರು. ಕೆಲವರನ್ನು ಕ್ಯಾಂಪಿನಿಂದ ಓಡಿಸಿದ್ದೂ ಇದೆ ಎಂದಾಗ ಅದ್ಯಾವ ರೀತಿಯ ಸುರಕ್ಷಾ ಉಲ್ಲಂಘನೆ ಅದು ಎಂದು ನನಗೆ ಕಳವಳ ಶುರುವಾಗಿತ್ತು. ಅಲ್ಲಿ ಮೂರ್ನಾಲ್ಕು ಡಿಫ್ಯಾಕುಗಳಿದ್ದವು. ಎಲ್ಲವೂ ಬಹುತೇಕ ಒಂದೇ ತೆರನಾದವು. ಅಲ್ಲಿಯೂ ಅದೇ ಕಠಿಣ ನಿಯಮದ ಪ್ರವೇಶ. ಊಟದ ನಂತರ ಒಂದು ಘಂಟೆಯ ವಿರಾಮ. ಎಲ್ಲರೂ ತಮ್ಮ ಕ್ಯಾಬಿನ್ನಿನ ಒಳಗೆ ತೆರಳಿ ಬೆಡ್ ಮೇಲೆ ಉರುಳಿಕೊಂಡರು. ಅಲ್ಲಿ ನನಗೊಂದು ಆಘಾತ ಕಾದಿತ್ತು. ನನಗೆ ತೋರಿಸಿದ್ದ ಕ್ಯಾಬಿನ್ನಿನ ಒಳಗೆ ಇದ್ದವರೆಲ್ಲಾ ಆಲ್ಬೇನಿಯನ್ನರು. ಅದಾಗಲೇ ಸಿಗರೇಟು ಹಚ್ಚಿ ಹೊಗೆ ಬಿಡಲಾರಂಭಿಸಿದ್ದರು. ನನಗೆ ಸಹಿಸಲಾರದ ಹಿಂಸೆ ಅದು. ಪಕ್ಕದ ನಮ್ಮ ದೇಶದ ಹುಡುಗರ ಕ್ಯಾಬಿನ್ನು ಭರ್ತಿಯಾಗಿದೆ, ಇನ್ನೊಂದು ಖಾಲಿ ಕ್ಯಾಬಿನ್ನು ಪೂರ ತಯಾರಿಲ್ಲ. ಅವ್ನಿ ಮತ್ತು ಗರೀಪ್ ಇಬ್ಬರೇ ರೂಮಿಗೆ ಹೊಂದಿಕೊಂಡು ಇರುವ ಬಾತ್ರೂಮ್ ಉಳ್ಳ ಒಂದು ಕ್ಯಾಬಿನ್ನಿನಲ್ಲಿ. ವಿಚಿತ್ರ ಅಂದರೆ ನಾನು ಅವರ ಸಮ ಅಥವಾ ಅದಕ್ಕಿಂತ ಹೆಚ್ಚಿನ ಜವಾಬ್ದಾರಿಯುತ ಸ್ಥಾನದಲ್ಲಿದ್ದೆ.

ಬೇಕಂತಲೇ ಗರೀಪ್ ನನ್ನನ್ನು ಇಲ್ಲಿಗೆ ತಳ್ಳಿದ್ದಾನೆ ಎಂಬ ಸಿಟ್ಟು ಬಂದು ಇನ್ನು ತಡೆಯಲಾಗುವುದಿಲ್ಲ ಎಂದು ತೀರ್ಮಾನಿಸಿ ಅವರಿಬ್ಬರ ಕ್ಯಾಬಿನ್ನಿಗೆ ನುಗ್ಗಿದೆ. 'ಏನಾಯ್ತು?' ಎಂಬ ಉಡಾಫೆಯಿಂದಲೇ ನನ್ನನ್ನು ನೋಡಿದರು. 'ನನ್ನನ್ನು ನೀವು ಕುರಿಯಂತೆ ಅಲ್ಲಿ ಸೇರಿಸಿರುವುದು ಸರಿಯಿಲ್ಲ. ನನ್ನ ಸ್ಥಾನ ಏನೆಂಬ ತಿಳಿವಳಿಕೆ ಇಲ್ಲವೇ' ಎಂದು ರೇಗಾಡಿದೆ. 'ಅವರೂ ಮನುಷ್ಯರಲ್ಲವೇ?' ಮತ್ತೆ ವಂಗ್ಯವಾಡಿದ ಗರೀಪ್. 'ನೀವೇನು ದೇವತೆಗಳೋ?' ಎಂದು ಸಿಟ್ಟಿನಲ್ಲಿಯೇ ಕೇಳಿದೆ. 'ನಮ್ಮಲ್ಲಿ ಒಂದು ಬೆಡ್ ಖಾಲಿ ಇದೆ ಆದರೆ ನಾವಿಬ್ಬರು ತುಂಬಾ ಸಿಗರೇಟು ಸೇದುತ್ತೀವಿ, ನಿನಗದು ತೊಂದರೆ ಎಂದು ನನಗರ್ಥವಾಗಿದೆ' ಅವ್ನಿ ಬಾಯಿ ಹಾಕಿದ. 'ಅಲ್ಲಿರುವವರೆಲ್ಲಾ ಕಡಿಮೆ ಸೇದುತ್ತಾರೆಯೇ?' ಎಂದು ಸಿಟ್ಟಿನಲ್ಲಿ ಹೇಳಿ ಮುಖ ತಿರುಗಿಸಿಕೊಂಡು ವಾಪಸ್ಸು ಬಂದು ಆ ರಾತ್ರಿ ಅಲ್ಲಿಯೇ ಮಲಗಲು ಪ್ರಯತ್ನಿಸಿದೆ. ಇಂತಹ ಸಣ್ಣಪುಟ್ಟ ವಿಷಯಗಳನ್ನೆಲ್ಲಾ ದುಬೈ ಕಚೇರಿಯವರೆಗೆ ತೆಗೆದುಕೊಂಡು ಹೋಗುವುದು ಬೇಡ ಎಂದು ಸುಮ್ಮನಾದೆ. ಬೆಳಗ್ಗೆ ಎದ್ದು ಡಿಫ್ಯಾಕ್‌ಗೆ ಹೋಗಿ ತಿಂಡಿ ತಿಂದು ಬಂದೆವು. 8–30ಕ್ಕೆಲ್ಲ ಕೆಲಸ ಶುರು ಮಾಡಿದರು. ಆ ದಿನ ಹಾಗೆ–ಹೀಗೆ ನಿಧಾನಕ್ಕೆ ಸರಿಯಿತು. ಸಂಜೆ ಕೆಲವು ಹುಡುಗರಿಗೆ ಹೇಳಿ ನನ್ನ ಹಾಸಿಗೆಯನ್ನು ನಮ್ಮ ಆಫೀಸಿನ ಒಳಗೆ ಹಾಕಲು ಹೇಳಿದೆ. ಗರೀಪ್ ಪ್ರತಿರೋಧ ತೋರಿದ. ನಾನು ಅವನನ್ನು ಉಪೇಕ್ಷಿಸಿದೆ. ಆ ಆಲ್ಬೇನಿಯನ್ ಜನರು ಸದ್ಯ ತೊಲಗಿದ ಎಂದು ನಿಟ್ಟುಸಿರು ಬಿಟ್ಟರು. ಸಿಗರೇಟನ್ನು ಒಳಗೆ ಸೇದುವ ಹಾಗಿಲ್ಲ ಎಂದು ಹಿಂದಿನ ರಾತ್ರಿ ನಾನು ಜೋರಾಗಿ ಕಿರುಚಾಡಿದ್ದೆ. ಆಫೀಸಿನಲ್ಲಿ ಆ ರಾತ್ರಿ ಚೆನ್ನಾಗಿ ನಿದ್ದೆ ಬಂತು. ಹೀಗೆ ಕೆಲವಾರು ದಿನಗಳು ಕಳೆದವು. ಇನ್ನೂ ಹೆಚ್ಚು ಕೆಲಸಗಾರರು ಬರಲು ಶುರು ಮಾಡಿದರು. ಇನ್ನೂ ಅನೇಕ ವಸತಿ ಕ್ಯಾಬಿನ್ನುಗಳು ರೆಡಿಯಾದವು. ಪ್ರಾಜೆಕ್ಟಿಗೆ ಬೇಕಾದ ಸಾಮಾನು ಸರಕುಗಳು ಒಂದೇ ಸಮನೆ ಬಂದು ನಾವಿದ್ದ ಕಾಂಪೌಂಡ್ ಮೊದಲಿಗಿಂತ ಈಗ ಭರ್ತಿಯಾಗಿ ಲವಲವಿಕೆಯಿಂದ ಕೂಡಿತ್ತು. 'ಡೈನ್‌ಕಾರ್ಪ್ ಇಂಟರ್‌ನ್ಯಾಷನಲ್' ಎನ್ನುವ ಅಮೇರಿಕೆಯ ನಮ್ಮ ನೇರ ಕ್ಲೈಂಟ್ ಕಂಪನಿಯ ಇಂಜಿನಿಯರ್ಸ್ 'ಜೆಫ್ ವೈಟ್' ಮತ್ತು 'ಮಾರ್ಕ್ ಬೌನ್' , ಪ್ರಾಜೆಕ್ಟ್ ನಿರ್ವಹಣಾ ತಂಡದಲ್ಲಿದ್ದ 'ತೆರೆಸಾ ಹುಬ್ನರ್' ಮತ್ತು 'ಎರಿಕ್ ನೆಲ್ಸನ್' ಬಂದರು. ಅವರಿಗಾಗಿ ಒಂದು ಆಫೀಸ್ ಕ್ಯಾಬಿನ್ ಕೊಟ್ಟೆವು. ಅವರೆಲ್ಲರ ವಸತಿ ಅಲ್ಲೇ ಅನತಿ ದೂರದಲ್ಲಿದ್ದ ಅವರ ಕಂಪನಿಯ ಕಾಂಪೌಂಡ್‌ನಲ್ಲಿತ್ತು. ನಂತರ 'ಫ್ಲೇಮುರ್ ರೆಝುಪಿ' ಎಂಬ ಸಜ್ಜನ ಆಲ್ಬೇನಿಯನ್ ಅರ್ಕಿಟೆಕ್ಟ್ ಕೂಡ ಸ್ವಲ್ಪ ದಿನ ನನಗೆ ಜೊತೆಯಾಗಲು ಬಂದ. ನನ್ನ ಜರ್ಮನ್ ಮೇಲಧಿಕಾರಿ 'ಸ್ಟೆಫನ್ ಬೈಯಸ್' ಕೂಡ ಹಿಂದೆಯೇ ಬಂದು ನಮ್ಮನ್ನು ಸೇರಿಕೊಂಡ.

ಒಂದಷ್ಟು ಹೊಸ ವಸತಿ ಕ್ಯಾಬಿನ್ ಇದ್ದರೂ ನಾನು ಅಲ್ಲಿಗೆ ಹೋಗಿರಲಿಲ್ಲ. ನನ್ನ ಪ್ರತಿರೋಧದ ಮನಸ್ಸು ಕರಗಿರಲಿಲ್ಲ. ಕೆಲವು ಸಲ ಗರೀಪ್ ನನ್ನ ಮನವೊಲಿಸುವ ನಾಟಕವಾಡಿದ. ಅವ್ನಿ ಕೂಡ ನಮ್ರವಾಗಿ ಬಿನ್ನವಿಸಿಕೊಂಡಿದ್ದ. ಕಚೇರಿಯಲ್ಲಿಯೇ ಮಲಗಲು ತೊಡಗಿ ಎರಡು ವಾರವೇ ಆಗಿತ್ತು. ಸ್ಟೆಫನ್ ಮತ್ತು ಫ್ಲೇಮುರ್ ನನ್ನ ಅವಸ್ಥೆ ನೋಡಿ ಹೌಹಾರಿದರು. ಅವರಿಗೆ ಆದ ಘಟನೆ ವಿವರಿಸಿದೆ. ಸ್ಟೆಫನ್ ಕೆಂಡಾಮಂಡಲನಾದ. ಗರೀಪ್ ಮತ್ತು ಸ್ಟೆಫನ್ ಜರ್ಮನ್ ಭಾಷೆಯಲ್ಲಿ ಅದು ಜಗಳ ಹೌದೊ ಅಲ್ಲವೋ ಎನ್ನುವ ಹಾಗೆ ಕೆಲ ಹೊತ್ತು ಗಡುಸಾಗಿ ಮಾತಾಡಿಕೊಳ್ಳುತ್ತಿದ್ದರು. ಕೆಲವು ಆಲ್ಬೇನಿಯನ್ ಜನರಿಗೆ ಜರ್ಮನ್ ಮತ್ತು ಇಟಾಲಿಯನ್ ಭಾಷೆ ಬರುತ್ತಿತ್ತು. ಸ್ಟೆಫನ್ ಆರೂವರೆ ಅಡಿ ಎತ್ತರದ ಮನುಷ್ಯ. ಗರೀಪ್ ಕತ್ತನ್ನು ಪೂರಾ ಮೇಲೆ ಎತ್ತಿ ಸ್ಟೆಫನ್ ಮುಖವನ್ನು ನೋಡುತ್ತಾ ಮಾತಾಡುತ್ತಿದ್ದ. ಸ್ಟೆಫನ್ ಕತ್ತನ್ನು ಪೂರಾ ಕೆಳಗೆ ಮಾಡಿ ಪಾತಾಳ ನೋಡುತ್ತಿದ್ದಾನೇನೋ ಎನಿಸುತ್ತಿತ್ತು. ಅದೇನು ಮಾತಾಡಿಕೊಂಡರೋ? ಫ್ಲೇಮುರ್, ಸ್ಟೆಫನ್ ಮತ್ತು ನಾನು ಒಂದು ಕ್ಯಾಬೀನ್ನಿನಲ್ಲಿ ಉಳಿಯುವುದು ಎಂದು ತೀರ್ಮಾನವಾಯ್ತು. ನನಗೆ ಖುಷಿಯ ವಿಚಾರ ಎಂದರೆ ನಾವು ಮೂರೂ ಜನರು ಧೂಮ ದ್ವೇಷಿಗಳು. ಅವರಿಬ್ಬರೂ ಶಿಸ್ತಿನ, ಗಂಭೀರತೆಯುಳ್ಳ, ಕೆಲಸ ಬಲ್ಲ ಮಂದಿ. ಆಗ ನನಗೆ ನಾವಿಲ್ಲಿ ಬಂದಿರುವ ಕೆಲಸ ಸುಸೂತ್ರವಾಗಿ ಸಮಯಕ್ಕೆ ಸರಿಯಾಗಿ ಆಗಬಹುದೆಂಬ ನಂಬಿಕೆ ಬಂತು. ಸಮಯ ಸಿಕ್ಕಾಗಲೆಲ್ಲಾ ನಾನು ಮತ್ತು ಸ್ಟೆಫನ್ ಪುಸ್ತಕ ಹಿಡಿದು ಕೂರುತ್ತಿದ್ದೆವು. ಫ್ಲೇಮುರ್ ತನ್ನ ಪಾಡಿಗೆ ಕಂಪ್ಯೂಟರ್‌ನಲ್ಲಿ ಏನಾದರೂ ನೋಡುತ್ತಾ ಕಾಲ ಕಳೆಯುತ್ತಿದ್ದ.

11

ಕ್ಯಾಂಪ್ ಲೆದರ್ನೆಕ್‌ನಲ್ಲಿನ ಸುದೀರ್ಘ 99 ದಿನಗಳು

ಕೆಲಸಗಳು ಭರದಿಂದ ಸಾಗುತ್ತಿದ್ದವು. ಕ್ಲೈಂಟ್ ಇಂಜಿನಿಯರುಗಳು ಅಲ್ಲೇ ಬಂದು ಬೀಡು ಬಿಟ್ಟಿದ್ದರು. ಹಾಗಾಗಿ ಯಾರೂ ಕೂಡ ಜಡವಾಗಿರಲು ಆಸ್ಪದವೇ ಇರಲಿಲ್ಲ. ಜೆಫ್ ಮತ್ತು ತೆರೇಸಾ ಕೆಲಸದಲ್ಲಿ ತುಂಬಾ ಕಟ್ಟುನಿಟ್ಟು. ಗರೀಪ್ ಮತ್ತು ಅವ್ನಿಯ ಕೆಲಸದ ಅಸಮರ್ಥತೆಯನ್ನು ಮತ್ತು ಅವರ ಬೇಜವಾಬ್ದಾರಿಯನ್ನು ಬೇಗ ಗುರುತಿಸಿದ ಅವರು ಅಷ್ಟೊಂದು ಸಂಪ್ರೀತರಾಗಿರಲಿಲ್ಲ. ಸ್ಟೆಫನ್ ಕೂಡ! ಮುಖ್ಯ ಕಚೇರಿಗೆ ದಿನದ ವರದಿ ಕಳುಹಿಸುವಾಗ ಇದರ ಉಲ್ಲೇಖ ಮಾಡುತ್ತಿದ್ದೆ. ಪ್ರತಿಯಾಗಿ, ಹೀಗೆಲ್ಲಾ ದೂರುಗಳನ್ನು ಮಾಡಬಾರದು ಎಂದು ಆದೇಶ ಬಂತು. ಗರೀಪ್ ಮತ್ತು ಅವ್ನಿಗೆ ವಿಷಯ ತಿಳಿದು ನನ್ನ ಮೇಲೆ ರೇಗಾಡಿದರು. ನಮ್ಮ ಅಂತರ ಹೆಚ್ಚುತ್ತಲೇ ಹೋಯಿತು. ಸಂಜೆ ಆರಕ್ಕೆಲ್ಲ ಕೆಲಸ ಮುಗಿದು ಎಲ್ಲರೂ ತಮ್ಮ ಕ್ಯಾಬಿನ್ನುಗಳಿಗೆ ಬಂದು ವಿರಮಿಸುತ್ತಿದ್ದರು. ಅಮೆರಿಕಾದ ಆ ಅಧಿಕಾರಿಗಳು ಮತ್ತು ನಾವು ಆ ದಿನದ ಕೆಲಸದ ಪ್ರಗತಿ ಮತ್ತು ಸಮಸ್ಯೆಗಳ ಬಗ್ಗೆ ಸಭೆ ನಡೆಸುತ್ತಿದ್ದೆವು. ಹತ್ತಾರು ನಿಮಿಷಗಳಲ್ಲಿ ಅವೆಲ್ಲ ಮುಗಿದು ಲೋಕಾಭಿರಾಮ ಮಾತುಗಳು ಶುರುವಾಗುತ್ತಿತ್ತು. ಎಲ್ಲರೂ ತಮ್ಮ

ವೈಯಕ್ತಿಕ ವಿಷಯಗಳು ಮತ್ತು ಆಫ್ಘಾನಿಸ್ತಾನದಲ್ಲಿನ ಅನುಭವಗಳನ್ನು ಹಂಚಿಕೊಳ್ಳುತ್ತಿದ್ದೆವು. ಅವರೊಟ್ಟಿಗೆ ನಮ್ಮ ಸಂಬಂಧ ಗಟ್ಟಿಗೊಳ್ಳುತ್ತಿತ್ತು.

ತೆರೇಸಾ ಯೋಜನಾಧಿಕಾರಿಯಾಗಿ ಇಲ್ಲಿ ಬಂದಿದ್ದಳು. ಮದುವೆಯಾಗಿಲ್ಲದ 30–35ರ ಹರೆಯದ ಸುಂದರ ಹೆಂಗಸು. ಆಕೆ ಇಲ್ಲಿ ಬಂದು ಮೂರು ವರ್ಷಗಳೇ ಕಳೆದಿವೆ. ಅಷ್ಟೂ ಕಾಲ ಕಂದಹಾರ್ ಕ್ಯಾಂಪಿನಲ್ಲೆ ಕೆಲಸ. ಇದೇ ಮೊದಲ ಬಾರಿ ಅಲ್ಲಿಂದ ಹೊರಗೆ ಬಂದಿರುವುದು. ಪ್ರತಿದಿನ ಬೆಳಗ್ಗೆ ಜಾಗಿಂಗ್ ಮುಗಿಸಿದ ನಂತರವೇ ಮುಂದಿನ ಕೆಲಸಗಳು. ತುಂಡು ಚಡ್ಡಿ, ಬಿಗಿಯಾದ ಟಿ–ಶರ್ಟ್ ಮತ್ತು ಚಡ್ಡಿಗೆ ಸಿಕ್ಕಿಸಿದ ಐಡಿ ಕಾರ್ಡ್. ಜಿಂಕೆಯಂತೆ ಓಡುತ್ತಿದ್ದರೆ ಆಕೆ ಕೆಂಪು ಬಣ್ಣಕ್ಕೆ ತಿರುಗುತ್ತಿದ್ದಳು. ಆಕೆಯನ್ನು ಆ ಅವಸ್ಥೆಯಲ್ಲಿ ನೋಡಲು ಅದೆಷ್ಟು ಕಣ್ಣುಗಳು ಕಾತರದಿಂದ ಕಾಯುತ್ತಿದ್ದವೋ? ನಮ್ಮ ಪ್ರಾಜೆಕ್ಟ್ ಕಾಂಪೌಂಡ್ ಸುತ್ತಮುತ್ತಲೇ ಆಕೆಯ ಓಡಾಟ. ಆಕೆಯನ್ನು ಬೆಳ್ಳಂಬೆಳಗ್ಗೆ ನೋಡುಲೋಸುಗವೇ ಎಷ್ಟೋ ಜನ ತಮ್ಮ ದಿನಚರಿಯನ್ನೇ ಬದಲಿಸಿಕೊಂಡದ್ದಿದೆ. ಅಲ್ಲಿದ್ದ ಮರೀನ್ಸ್ ಸೈನಿಕರೂ ಇದಕ್ಕೆ ಹೊರತಾಗಿರಲಿಲ್ಲ. ಸೂರ್ಯ ನೆತ್ತಿ ಮೇಲೆ ಬಂದರೂ ಏಳದ ಸೋಂಬೇರಿದ್ವಯರಾದ ಗರೀಪ್ ಮತ್ತು ಅವ್ನಿ ಕೂಡ ಜಾಗಿಂಗ್ ಶುರು ಹಚ್ಚಿಕೊಂಡರು. ಬೇಕಂತಲೇ ಆಕೆಯ ಹಿಂದೆಯೇ ಸುತ್ತುವುದು, ಆಕೆಯನ್ನು ತಣ್ಣಗೆ ಕೆಣಕುವುದು ನಡೆದೇ ಇತ್ತು. ಒಂದು ಭಾನುವಾರದ ವಿಶ್ರಾಮ ದಿನದ ಮಧ್ಯಾಹ್ನ ಆ ಇಬ್ಬರೂ ತುಂಡುಡುಗೆ ತೊಟ್ಟು ಅರೆಬೆತ್ತಲೆಯಾಗಿ 'ಐ ಆಮ್ ಎ ಸಿಂಗಲ್ ಲೇಡಿ' ಎಂಬ ಹಾಡಿಗೆ ಕುಣಿಯಲು ಶುರುಮಾಡಿ ಎಲ್ಲರೂ ಹೊರಬಂದು ಅವರ ಸುತ್ತುವರೆದು ಕೇಕೆ ಹಾಕಲು ಶುರುಮಾಡಿದರು. ಅದು ತೆರೇಸಾಳನ್ನು ನಕಲು ಮಾಡಿ ಅಣಕಿಸಿಕೊಳ್ಳುವುದೇ ಆಗಿತ್ತು. ಅಂದು ಸಂಜೆ ವಿಷಯ ತಿಳಿದು ಆಕೆಯ ಕೋಪದ ಕಟ್ಟೆ ಒಡೆದು ಅವರ ಮೇಲೆ ಮುಗಿಬಿದ್ದಳು. ವಾಚಾಮಗೋಚರ ಬೈದಳು. ಮಿಲಿಟರಿ ಪೊಲೀಸಿನ ಬಳಿ ದೂರು ನೀಡುತ್ತೇನೆಂದಳು. ಅದಕ್ಕೂ ಮೊದಲು ಸ್ಟೆಫನ್ ಹತ್ತಿರ ದೂರು ತಂದಳು. ನಂತರ ಅದೇನು ಸಂಧಾನವಾಯಿತೋ ಗೊತ್ತಿಲ್ಲ. ಗರೀಪ್ ಮತ್ತು ಅವ್ನಿಯನ್ನು ಎಲ್ಲರ ಮುಂದೆ ಕೆಲ್ಸದ ವಿಷಯದಲ್ಲೂ ಬೈಯ್ಯುವುದನ್ನು ಬಿಟ್ಟಳು. ಸ್ಟೆಫನ್‌ನೊಂದಿಗೆ ಹೆಚ್ಚು ಸಮಯ ಕಳೆಯಲು ಶುರು ಮಾಡಿದಳು. ಒಮ್ಮೆ ಸಂಜೆಯ ನಮ್ಮ ಮಾತುಕತೆಯಲ್ಲಿ ತೆರೇಸಾ ತಾನು ಕೂಡ ಜರ್ಮನ್ ಮೂಲದವಳು, ತನ್ನ ತಾತ ಅಲ್ಲಿಂದ ಬಂದ ವಲಸಿಗನೇ ಎಂದು ಹೇಳಿದ್ದಳು. ಸ್ಟೆಫನ್‌ಗೆ ತುಂಬಾ ಹತ್ತಿರದವನಾಗಿದ್ದೆ ನಾನು. ಕಚೇರಿಯಲ್ಲಿ, ಪ್ರಾಜೆಕ್ಟ್ ಸೈಟಿನಲ್ಲಿ, ತಂಗುವ ಕ್ಯಾಬಿನ್ನಿನಲ್ಲಿ ನಾವು ಒಟ್ಟಿಗೆ ಇದ್ದೆವು. ಊಟಕ್ಕೂ ಕೂಡ ಎಂದೂ ಬೇರೆಯಾಗಿ ಹೋಗಿದ್ದಿಲ್ಲ. ಈಗ ತೆರೇಸಾ ಸ್ಟೆಫನ್ ಜೊತೆಯಾದಳು. ಸರಿರಾತ್ರಿಯಲ್ಲಿ ಎಷ್ಟೋ

ಸಲ ಡಿಫ್ಯಾಕಿಗೋ ಇಲ್ಲಾ ಕಾಫೀ ಶಾಪ್‌ಗಳಿಗೊ ಹೋಗುವುದು ಕೂಡ ಶುರುವಾಯ್ತು. ನಾನು ಒಲ್ಲೆ ಎಂದರೂ ಎಷ್ಟೋ ಸಲ ನನ್ನನ್ನೂ ಜೊತೆಯಲ್ಲಿ ಕರೆದುಕೊಂಡು ಹೋಗುತ್ತಿದ್ದರು. ಈತ ನಲವತ್ತೆರಡರ ಬ್ರಹ್ಮಚಾರಿ. ಈಗಾಗಲೇ ಒಬ್ಬಳು ಗರ್ಲ್ ಫ್ರೆಂಡ್ ಇದ್ದಾಳೆ, ಸ್ವಲ್ಪ ಆರ್ಥಿಕವಾಗಿ ಸದೃಢನಾದ ಮೇಲೆ ಮದುವೆ ಎಂದು ಅವನೇ ತುಂಬಾ ಸಲ ಹೇಳಿದ್ದ. ಸ್ಟೆಫನ್ ತೆರೇಸಾ ಬಗ್ಗೆ ಅಷ್ಟು ಗಂಭೀರನಾಗಿರಲಿಲ್ಲ. ಆದರೆ ಆಕೆ ಹಾಗಿರಲಿಲ್ಲ ಎಂದು ಹೇಳುವುದು ನನಗೆ ಕಷ್ಟ. ಅಲ್ಲಿನ ಎಲ್ಲರೂ ತಲೆಗೊಂದು ಗುಸುಗುಸು ಶುರು ಮಾಡಿದರು. ಗರೀಪ್ ದೊಡ್ಡವರಿಗೆ ಅದೇನನ್ನು ಊದಿದನೋ ಸ್ಟೆಫನ್ ದುಬೈಗೆ ಅರ್ಧಕ್ಕೇ ವಾಪಸ್ ಹೋಗಬೇಕಾಯ್ತು. ಸ್ಟೆಫನ್ ಅಲ್ಲಿ ಒಟ್ಟಿಗೆ ನಾಲ್ಕೈದು ವಾರಗಳಿದ್ದ ಅಷ್ಟೇ. ಕೆಲಸ ಮುಗಿಯುವವರೆಗೆ ಆಗಾಗ ಬಂದು ಕೆಲವು ದಿನಗಳಷ್ಟೇ ಇದ್ದು ಹೋಗುತ್ತಿದ್ದ.

ಫ್ಲೆಮೂರ್ ರೆಝುಪಿ ನನ್ನ ಜೊತೆ ಇದ್ದ. ತುಂಬಾ ಶಾಂತ ಸ್ವಭಾವದ ಮನುಷ್ಯ. ಚೆನ್ನಾಗಿ ಇಂಗ್ಲಿಷ್ ಮಾತನಾಡುತ್ತಿದ್ದ. ಆತನ ಅಫ್ಘಾನ್ ಅನುಭವಗಳನ್ನು ಕೇಳುವುದು ನನಗೆ ಒಂದು ತೆರನಾದ ರೋಮಾಂಚಕ ಅನುಭವ. ಬಹುತೇಕ ಎಲ್ಲವೂ ನಾನು ಈಗಾಗಲೇ ಅನುಭವಿಸಿದ್ದು ಮತ್ತು ಕೇಳಿದ್ದು. ಆದರೆ ಇದೊಂದು ನನಗೆ ವಿಭಿನ್ನ ಹಾಗೂ ದಾಖಲಿಸಲರ್ಹ ಅನಿಸಿದ್ದು. ಆತನನ್ನು ಒಮ್ಮೆ ಬಗ್ರಾಮ್ ಏರ್‌ಬೇಸಿನ ಹೊಸ ಉಪಕ್ಯಾಂಪ್ ಒಂದರ ನಿರ್ಮಾಣ ಕಾರ್ಯದ ಮುಖ್ಯಸ್ಥನನ್ನಾಗಿ ಕಳುಹಿಸಲಾಗಿತ್ತು. ಹೊಸ ಕ್ಯಾಂಪುಗಳ ನಿರ್ಮಾಣ ಎಂದರೆ ಅತಿ ಹೆಚ್ಚು ಅಪಾಯಕಾರಿ ಪರಿಸ್ಥಿತಿಗಳಿಗೆ ನಮ್ಮನ್ನು ಮುಕ್ತವಾಗಿ ಒಡ್ಡಿಕೊಳ್ಳುವ ಕಠಿಣ ಸವಾಲು. ಕಂದಹಾರ್ ಮರುಭೂಮಿಯ ಸೆರಗಿನ ತುದಿಯಲ್ಲಿದ್ದ ನಗರವಾದರೆ ಕಾಬೂಲ್ ಮತ್ತು ಬಗ್ರಾಮ್ ಬೆಟ್ಟದ ಮಡಿಲಲ್ಲಿದ್ದ ನಗರಗಳು. ಬಗ್ರಾಮ್ ಏರ್‌ಬೇಸ್ ಕೂಡ ಒಂದು ದೊಡ್ಡ ಯುದ್ಧ ನಗರಿಯೇ. ಅಲ್ಲಿಯೇ ಹೆಚ್ಚು ಕಾಲವಿದ್ದ ಆತ ಮೊದಲ ಬಾರಿಗೆ ಹೊರಹೋಗುವ ಅನಿವಾರ್ಯತೆ. ಮುಂದೆ ಆತನ ಮಾತುಗಳಲ್ಲೇ ಕೇಳಿ... 'ಮಿಲಿಟರಿಯ ಪ್ರೋಟೋಕಾಲ್ನಂತೆ ಕವಾಯತು ಹೊರಟಿತ್ತು. ಚರಿಕರ್ ಎಂಬ ಸ್ಥಳದ ಹತ್ತಿರ ಹೊರಟಿದ್ದರು ಎನ್ನುವ ನೆನಪು. ಹಿಮಾಚ್ಛಾದಿತ ಬೆಟ್ಟಗಳ ನಡುವಿನ ಕಠಿಣ ಹಾದಿ. ಮಧ್ಯದಲ್ಲಲ್ಲಿ ಸಣ್ಣ ಹಳ್ಳಿಗಳು. ಧೂಳೆಬ್ಬಿಸುತ್ತಾ ಹೊರಟ ಕವಾಯತನ್ನು ಅಲ್ಲಿನ ಮುಗ್ಧ ಜನಗಳು ಆಶ್ಚರ್ಯದಿಂದ ಎವೆಯಿಕ್ಕದೆ ನೋಡುತ್ತಾ ನಿಂತುಬಿಡುತ್ತಿದ್ದರು. ಅವರನ್ನು ಅಲ್ಲಿಂದ ಚದುರಿಸಲು ಗಾಳಿಯಲ್ಲಿ ಗುಂಡು ಹಾರಿಸುತ್ತಿದ್ದರು. ಜನ ಗಾಬರಿಯಾಗಿ ಓಡಿ ಬಿಡುತ್ತಿದ್ದರು. ದಾರಿಯುದ್ದಕ್ಕೂ ಅಲ್ಲಲ್ಲಿ ತುಕ್ಕು ಹಿಡಿದು ಬಿದ್ದಿರುವ ರಶಿಯನ್ ಯುದ್ಧ ಟ್ಯಾಂಕುಗಳು. ಬಹುಶಃ ಜಾಗತಿಕ ಮಹಾಯುದ್ಧದ ಕುರುಹುಗಳು. ಯಾವ

ಗಿರಿಕಂದರಗಳ ಸಂದಿನಿಂದ ಬಂದು ನಮ್ಮನ್ನು ಉಡಾಯಿಸಿಬಿಡುತ್ತಾರೋ ಎಂಬ ಭಯ ದಾರಿಯುದ್ದಕ್ಕೂ. ಸುಮಾರು ಒಂದೂವರೆ ತಾಸಿನ ನಿಧಾನ ಪ್ರಯಾಣದ ನಂತರ ಗಮ್ಯ ತಲುಪಿದ್ದೆವು. ಏನೊಂದೂ ಅಹಿತಕರ ಸನ್ನಿವೇಶ ಜರುಗಲಿಲ್ಲ ಎನ್ನುವುದೇ ಸಮಾಧಾನ. ಬೆಟ್ಟದಡಿಯ ನಿರ್ಜನ ಪ್ರದೇಶವೊಂದರಲ್ಲಿ ಮಿಲಿಟರಿಯ ಪಡೆಯ ರಕ್ಷಣೆಯಲ್ಲಿ ಅಲ್ಲಿನ ಡೊಂಕು ನೆಲವನ್ನು ಸಮಮಾಡಲು ವಾರಕ್ಕಿಂತ ಹೆಚ್ಚೇ ದಿನಗಳು ಸಂದವು. ಅದಾದ ಮೇಲೆ ಬೇಲಿಯನ್ನು ಹಾಸಿ ವಸತಿ ಕ್ಯಾಬಿನ್ನುಗಳನ್ನು ಜೋಡಿಸಲು ಇನ್ನೊಂದು ವಾರವಾಯ್ತು. ಈ ಮಧ್ಯೆ ನಮಗೆ ಕೆಲವು ವಸ್ತುಗಳು ಅವಶ್ಯವಾಗಿ ಬೇಕಾಗಿ ಬಗ್ರಾಮ್ ಏರ್‌ಬೇಸ್ ಕಡೆಗೆ ಬರುವುದು ಅನಿವಾರ್ಯವಾಯ್ತು. ಅದೃಷ್ಟಕ್ಕೆ ಮಿಲಿಟರಿಯವರ ಎಸ್ಕಾರ್ಟ್ ಸಿಕ್ಕಿತು. ಆದರೆ ವಾಪಸ್ಸು ಬರಲು ಎಸ್ಕಾರ್ಟ್ ಸಿಗಲಿಲ್ಲ. ನಾವು ಒಂದಿಬ್ಬರು ಮತ್ತು ನಂಬಿಕಸ್ತ ಆಫ್ಘಾನಿ ಕೆಲಸಗಾರನೊಬ್ಬನನ್ನು ಕರೆದುಕೊಂಡು SUVಯಂತಹ ಒಂದು ಗಾಡಿಯಲ್ಲಿ ಹೊರಟೆವು. ಆತನೇ ಗಾಡಿ ನಡೆಸುತ್ತಿದ್ದ. ಕಂಪನಿಯ ಕೆಲಸದ ಸಲುವಾಗಿ ಒಬ್ಬಿಬ್ಬರೆ ಕ್ಯಾಂಪಿನಿಂದ ಹೊರಗೆ ಹೋಗುವುದು ಸಾಧ್ಯವಿತ್ತು. ಒಮ್ಮೊಮ್ಮೆ ಮಿಲಿಟರಿಯ ಎಸ್ಕಾರ್ಟ್ ಸಿಗುತ್ತಿರಲಿಲ್ಲ. ದಾರಿಯಲ್ಲೊಂದು ವಿಚಿತ್ರ ಅನುಭವ. ಒಂದು ಸಣ್ಣ ಹಳ್ಳಿ. ನೆಲಮಾಳಿಗೆಯಂತಿದ್ದ ಜಾಗದಲ್ಲಿ ಚಹಾದ ಅಂಗಡಿಯಿದೆ. ಯಾವ ಕಾಲದ್ದೋ ಭೂಗತ ಬಂಕರನ್ನು ಟೀ ಅಂಗಡಿಯನ್ನಾಗಿ ಮಾರ್ಪಡಿಸಲಾಗಿದೆ. ಜತೆಗಿದ್ದ ಆಫ್ಘಾನಿನವ ಟೀ ಕುಡಿದು ಹೋಗೋಣ ಎಂದ. ನಮಗೋ ಆತಂಕ, ಭಯ. ಅವ ನಮಗೆ ಏನೊಂದು ಸಮಸ್ಯೆ ಇಲ್ಲ, ಇವರೆಲ್ಲ ಮುಗ್ಧ ಜನ ಎಂದು ಸಮಾಧಾನ ಮಾಡಿ ಕರೆದುಕೊಂಡು ಹೋದ. ಅಲ್ಲಿ ಒಂದಿಬ್ಬರು ಸ್ಥಳೀಯ ಜನರಿದ್ದರು. ಅವರಿಗಂತೂ ಸಖೇದಾಶ್ಚರ್ಯ. ನಮ್ಮನ್ನೇ ತಿನ್ನುವ ಹಾಗೆ ನೋಡುತ್ತಾ ಮೆಲ್ಲಗೆ ನಗುತ್ತಿದ್ದಾರೆ. ಒಬ್ಬ ಚಿಗುರು ಮೀಸೆ ತರುಣ ಸಣ್ಣದಾದ ದೇಸೀ ಗಿಟಾರನ್ನು ನುಡಿಸುತ್ತಾ ಶ್ರಾವ್ಯವಾಗಿ ಏನನ್ನೋ ಹಾಡುತ್ತಿದ್ದ. ಹಾಲಿಲ್ಲದ ಕಡುಕಂದು ಚಹಾ ಆಹ್ಲಾದಕರವಾಗಿತ್ತು. ಎರಡು ಅಮೆರಿಕೆಯ ಡಾಲರುಗಳ ನೋಟೊಂದನ್ನು ಕೊಟ್ಟು ಹೊರಟೆವು. ಅವರು ಡಾಲರುಗಳನ್ನು ಇಷ್ಟಪಟ್ಟು ತೆಗೆದುಕೊಳ್ಳುತ್ತಿದ್ದರು. ಸ್ವಲ್ಪ ಹೊತ್ತಾದ ಮೇಲೆ ಇನ್ನೊಂದು ಹಳ್ಳಿ. ಹಿಂದಿನ ಹಳ್ಳಿಯಂತೆಯೇ ಇತ್ತು. ರಸ್ತೆ ಪಕ್ಕದಲ್ಲಿ ಮಣ್ಣನ್ನು ಮೆತ್ತಿದ್ದ ಒರಟು ಗೋಡೆಗಳ ಮಧ್ಯೆ ಸವೆದು ಹೋಗುತ್ತಿರುವ ಮರದ ಕಿಟಕಿ ಬಾಗಿಲುಗಳ ಒಂದು ಮನೆಯ ಬಳಿ ಗಾಡಿ ನಿಲ್ಲಿಸಿದ. ಇಳಿದುಹೋಗಿ ಕಿಟಕಿ ಬಡಿದು ಹೊರಬಂದ ತಲೆಯ ಜೊತೆ ಏನನ್ನೋ ಹರಟುತ್ತಾ ನಿಂತ. ಅವನ ಹುಚ್ಚಾಟ ಕಂಡು ನಮಗೆ ಸಿಟ್ಟು ಬರುತ್ತಿತ್ತು. ಅವನು ನಮ್ಮನ್ನು ಸಂತೋಷಪಡಿಸಲು ಏನೇನೋ ಮಾಡಲು ಯತ್ನಿಸುತ್ತಿದ್ದ ಅನಿಸುತ್ತಿತ್ತು. ನಮ್ಮನ್ನು ಬನ್ನಿರೆಂದು ಕೈಬೀಸಿ

ಕರೆದ. ಗೊಣಗಿಕೊಂಡೇ ಹೋದೆವು. ಅವನಿಗೆ ಇಂಗ್ಲಿಷು ಅಷ್ಟು ಸರಿಯಾಗಿ ಅರ್ಥವಾಗುತ್ತಿರಲಿಲ್ಲ. ಏನಾದರೂ ರೇಗಿದರೆ ಒಂದಕ್ಕೆರಡು ಆದೀತೆಂದು ಅವನ ಮಾತನ್ನು ಕೇಳುತ್ತಿದ್ದೆವು. ಪೋರನೊಬ್ಬ ಹೊರಬಂದು ಮನೆಯ ಹೊರಗಿನ ಮರದ ಕೆಳಗೆ ಎರಡು ಮರದ ಬೆಂಚುಗಳನ್ನು ಹಾಕಿದ. ನಾವು ಕೂತೆವು. ಸ್ವಲ್ಪ ಹೊತ್ತಿನಲ್ಲಿ ಆ ಹುಡುಗ ಎರಡು ದೊಡ್ಡ ಹರಿವಾಣ ತಂದು ಮುಂದಿಟ್ಟ. ಮೀನಿನ ಫ್ರೈ, ಆಫ್ಘಾನಿ ರೊಟ್ಟಿ, ಹಳದಿ ಬಣ್ಣದ ಅನ್ನ, ಸ್ವಲ್ಪ ಹುರಿದ ತರಕಾರಿ, ಬಟ್ಟಲಲ್ಲಿ ಕೋಳಿ ಸೂಪ್. ಅಷ್ಟೇನೂ ಹಸಿವಿರದ ನಾವು ಇದೆಲ್ಲ ಏನು, ಏಕೆ ಎಂದು ಅವನನ್ನು ಕೇಳಿದೆವು. ಆತನಿಗೇನು ಅರ್ಥವಾಯಿತೋ ಮುಗುಳ್ನಕ್ಕು ತಿನ್ನಿ ತಿನ್ನಿ ಅಂದ. ನಾವು ಕೈತೊಳೆದು ಎಷ್ಟು ಸಾಧ್ಯವೋ ಅಷ್ಟನ್ನು ತಿಂದು ಅಲ್ಲಿಂದ ಏಳಬೇಕು ಅನ್ನುವಷ್ಟರಲ್ಲಿ ದಷ್ಟಪುಷ್ಟ ಬಿಳಿ ಕುದುರೆಯೊಂದನ್ನು ಆ ಪೋರ ಕರೆದುಕೊಂಡು ಬಂದು ನಮ್ಮ ಮುಂದೆ ನಿಂತ. ನಮಗೆ ಇನ್ನೂ ಆಶ್ಚರ್ಯ. ಈಗೇನು ಮಾಡಬೇಕು ನಾವು? ನನ್ನ ಪ್ರಶ್ನೆ. ಮೇಲೆ ಹತ್ತಿರೆಂದು ನಮ್ಮನ್ನು ಒತ್ತಾಯ ಮಾಡುತ್ತಿದ್ದ. ಒಬ್ಬೊಬ್ಬರನ್ನೇ ಹತ್ತಿಸಿಕೊಂಡು ಅಷ್ಟು ದೂರ ಕರೆದುಕೊಂಡು ಮತ್ತೆ ವಾಪಸ್ ತಂದು ಬಿಟ್ಟ. ಭಯಮಿಶ್ರಿತ ವಿಚಿತ್ರಾನುಭವ ಅದು. ಎಷ್ಟು ದುಡ್ಡಾಯ್ತು ಎಂದರೆ ಅವರು ನಗುತ್ತಿದ್ದರು ಅಷ್ಟೇ. ಈ ಬಾರಿ ಹತ್ತರ ಡಾಲರೊಂದನ್ನು ಕೊಟ್ಟು ಮುಂದೆ ಹೊರಟಿದ್ದಾಯ್ತು. ಸಾಕಿನ್ನು, ಇನ್ನಾವ ಸಾಹಸವೂ ಬೇಡ, ಎಲ್ಲಿಯೂ ನಿಲ್ಲಿಸಬೇಡ ಎಂದು ಹೇಳಿದೆವು. ಅವನಿಗೆ ಭಾಷೆಯಲ್ಲದಿದ್ದರೂ ಭಾವವಂತೂ ಅರ್ಥವಾಗಿದೆ ಅನ್ನಿಸಿತು. ತುಸು ಹೊತ್ತಿನ ನಂತರ ನೇರ ಕ್ಯಾಂಪ್ ತಲುಪಿದೆವು'.

ಫ್ಲೆಮೂರ್ ಇದ್ದಷ್ಟು ದಿನ ನನಗೆ ಕೆಲಸದಲ್ಲಿ ಮತ್ತು ಕೆಲಸದ ಹೊರಗಿನ ವೇಳೆಯಲ್ಲೂ ಸಹಾಯವಾಗಿತ್ತು. ಡಿಫ್ಯಾಕಿನ ಆರ್ಕಿಟೆಕ್ಟ್ ವಿಷಯಕ್ಕೆ ಸಂಬಂಧಿಸಿದ ಕೆಲಸ ಮುಗಿದು ಅವನೂ ಕೂಡ ಹೊರಟು ನಿಂತ. ಕೆಲಸ ನಿರಂತರವಾಗಿ ಯಾವುದೇ ಅಡ್ಡಿ-ಆತಂಕವಿಲ್ಲದೇ ಸಾಗಿತ್ತು. ಮತ್ತಷ್ಟು ಕೆಲಸಗಾರರು ಬಂದು ಸೇರಿಕೊಂಡರು. ನಾವಿದ್ದ ವಸತಿ ಕ್ಯಾಬಿನ್ನನ್ನು ಹೊಸದಾಗಿ ಬಂದ ಕೆಲಸಗಾರರಿಗೆ ಕೊಟ್ಟು ನಾನು ಗರೀಪ್, ಅಪ್ನಿಯ ಕ್ಯಾಬಿನ್ ಒಳಗೆ ಹೋಗುವುದು ಎಂದಾಯ್ತು. ಹೇಗೂ ಒಂದು ಬೆಡ್ ಅಲ್ಲಿ ಖಾಲಿ ಇತ್ತಲ್ಲ. ಅದಾಗಲೇ ಒಂದೂವರೆ ತಿಂಗಳು ಕಳೆದಾಗಿದೆ. ಕಹಿ ಕಡಿಮೆಯಾಗಿದೆ. ಸರಿಯಾಗಿ ಕೆಲಸ ಗೊತ್ತಿದ್ದ ನಾನೊಬ್ಬನೇ ಅಲ್ಲಿ ಉಳಿದಿದ್ದದ್ದು. ಹಾಗಾಗಿ ನನ್ನ ಜೊತೆ ಮತ್ತೆ ಕಿತ್ತಾಡುವ ಯಾವುದೇ ಪ್ರಮೇಯ ಬೇಡ ಎಂಬ ಒಗ್ಗಿಕೊಂಡು ಹೋಗುವ ಮನಸ್ಥಿತಿ ಅವರದ್ದಾಗಿತ್ತು. ನಾನು ಕ್ಯಾಬಿನ್ ಒಳಗಿದ್ದಾಗ ಸಿಗರೇಟು ಹಚ್ಚುತ್ತಿರಲಿಲ್ಲ. ಹೊರಗೆ ಹೋಗಿ ಹೊಗೆ ಬಿಟ್ಟು ಬರುತ್ತಿದ್ದರು. ನಾನಿಲ್ಲದಾಗ ಅದೆಷ್ಟು ಸೇದಿ ಬಿಸಾಕುತ್ತಿದ್ದರೋ ಏನೋ? ಹೊಗೆ ಅಂತರ್‌ಪಿಶಾಚಿಯಂತೆ ಆ ಕ್ಯಾಬಿನ್ನಿನೊಳಗೆ ತೆಳು ಘಾಟಿನ

ಸೂಕ್ಷ್ಮ ರೂಪದಲ್ಲಿ ಇದ್ದೇ ಇತ್ತು. ಆಲ್ಬೇನಿಯಯನ್ನರ ಈ ಸಿಗರೇಟಿನ ಚಟ ಒಂದು ಸಣ್ಣ ಅವಘಡಕ್ಕೂ ಕಾರಣವಾಯ್ತು. ನಾವು ನಿರ್ಮಿಸುತ್ತಿದ್ದ ಡಿಫ್ಯಾಕ್ ಬೃಹತ್ ಟೆಂಟಿನದ್ದು. ಒಬ್ಬ ಕೆಲಸಗಾರ ಕೆಲಸದ ಸಮಯದಲ್ಲೇ ಸೇದಿ ಎಸೆದ ಒಂದು ಸಿಗರೇಟಿನ ತುಂಡು ಟೆಂಟಿನ ಒಂದು ಪಾರ್ಶ್ವಕ್ಕೆ ತಗುಲಿ ಇದ್ದಕ್ಕಿದ್ದ ಹಾಗೆ ದೊಡ್ಡ ಬೆಂಕಿಯ ಜ್ವಾಲೆ ಕಾಣಿಸಿಕೊಂಡಿತು. ಕ್ಯಾಂಪಿನ ಅಗ್ನಿಶಾಮಕ ದಳ ಬಂದು ಅದನ್ನು ಆರಿಸುವ ವೇಳೆಗಾಗಲೇ ಪ್ರವೇಶ ದ್ವಾರದ (vestibule) ಒಂದು ಭಾಗ ಸಂಪೂರ್ಣ ಬೂದಿಯಾಗಿತ್ತು. ಆಂತರಿಕ ತನಿಖೆ ನಡೆಸಲಾಗಿ ಒಬ್ಬ ಸಿಕ್ಕಿಹಾಕಿಕೊಂಡ. ಸುಟ್ಟುಹೋದ ಆ ಪಾರ್ಶ್ವವನ್ನು ದುಬೈನಿಂದ ತರಿಸಿ ಮತ್ತೆ ಜೋಡಿಸಲು ಇನ್ನಷ್ಟು ವಾರಗಳೇ ಬೇಕಾಯ್ತು. ಸಮಯ ಹಣ ಎಲ್ಲಾ ವ್ಯರ್ಥ! ನಾನಂತೂ ಎಲ್ಲರನ್ನೂ ಒಟ್ಟಿಗೆ ಸೇರಿಸಿ ತುಂಬಾ ಜೋರಾಗಿ ಕೂಗಾಡಿಬಿಟ್ಟೆ. ಆತನಿಗೆ ಕೊನೆಯ ಎಚ್ಚರಿಕೆ ಕೊಟ್ಟು ಬಿಟ್ಟದ್ದಾಯ್ತು ಅಷ್ಟೇ. ಕೆಲಸಗಾರರಿಗೆ ನನ್ನ ಮೇಲೆ ಒಂದು ತೆರನಾದ ಸಿಟ್ಟು ಗುಪ್ತಗಾಮಿನಿಯಂತೆ ಹರಿಯುತ್ತಿದೆ ಎಂದು ತಿಳಿಯಲು ಹೆಚ್ಚು ಸಮಯ ಬೇಕಾಗಲಿಲ್ಲ.

ಈ ಮಧ್ಯೆ ಅಮೆರಿಕಾದಿಂದ ತರಿಸಲಾದ ಕೆಲವು ವಿದ್ಯುತ್ ಸಾಧನಗಳು ಕಾಣೆಯಾದವು. ಸಾಮಾನ್ಯವಾಗಿ ಬೆಲೆಬಾಳುವ ಸಣ್ಣಪುಟ್ಟ ವಸ್ತುಗಳನ್ನು ಸ್ಟೋರೆಜ್ ಕಂಟೈನರುಗಳಲ್ಲಿ ಇಟ್ಟು ಬೀಗ ಹಾಕಲಾಗುತ್ತಿತ್ತು. ಅವ್ನಿ, ಗರೀಪ್ ಮತ್ತು ನನಗಲ್ಲದೆ ಇನ್ಯಾರಿಗೂ ಅದನ್ನು ತೆಗೆಯಲು ಅವಕಾಶವಿರಲಿಲ್ಲ. ಮೊದಲು ನಾನು ಇವರಿಬ್ಬರ ಮೇಲೆ ಅನುಮಾನ ಪಟ್ಟಿರಲಿಲ್ಲ. ಅವರಂತೂ ನಮಗೆ ಆ ವಸ್ತು ಏನು ಅಂತಾನೆ ಗೊತ್ತಿಲ್ಲ ಎಂದು ವಾದ ಮಾಡಿದರು. ಅವುಗಳನ್ನು ಮತ್ತೆ ಅಮೆರಿಕಾದಿಂದ ತರಿಸಿಕೊಳ್ಳಲು ಸಾಕಷ್ಟು ಸಮಯ ಬೇಕಿತ್ತು. ಅದೃಷ್ಟಕ್ಕೆ ಕ್ಯಾಂಪಿನಲ್ಲಿ ಬೇರೊಂದು ಕಂಪನಿ ಅಮೆರಿಕಾದ ವಿದ್ಯುತ್ ವಸ್ತುಗಳ ಒಂದು ದೊಡ್ಡ ಉಗ್ರಾಣವನ್ನೇ ತೆರೆದಿತ್ತು. ಅಲ್ಲಿ ಹೋಗಿ ಬದಲಿ ಬಸ್ತುಗಳನ್ನು ಕೊಂಡು ಬಂದೆವು. ಸುಮಾರು ನಾಲ್ಕೈದು ಸಾವಿರ ಡಾಲರುಗಳನ್ನು ತೆತ್ತೆವು. ಇದು ಅಷ್ಟಕ್ಕೇ ನಿಲ್ಲಲಿಲ್ಲ, ಮೂರು ಬಾರಿ ಅದೇ ಪುನರಾವರ್ತನೆ. ನನಗೆ ಅನುಮಾನ ದೃಢವಾಗುತ್ತಾ ಬಂದಿತು. ಬದಲಿ ತಂದ ವಸ್ತುಗಳನ್ನೆಲ್ಲಾ ತೀಕ್ಷ್ಣವಾಗಿ ಪರೀಕ್ಷಿಸಿದೆ. ಬಹುತೇಕ ಸಾಮಾನುಗಳು ನಾವು ಅಮೆರಿಕಾದಿಂದ ತರಿಸಿದ್ದವೇ. ಅವೇ ಫ್ಯಾಕ್ಟರಿ ತಯಾರಿ ಸರಣಿ ನಂಬರುಗಳು. ಸೀದಾ ಜೆಫ್, ತೆರೇಸಾ ಮತ್ತು ಬ್ರೌನ್ ಬಳಿ ಹೋಗಿ ಎಲ್ಲವನ್ನೂ ವಿವರಿಸಿದೆ. ಅವರು ಮಿಲಿಟರಿ ಪೊಲೀಸಿನ ಸಹಾಯ ತೆಗೆದುಕೊಂಡು ಆ ಉಗ್ರಾಣದಲ್ಲಿ ಕೆಲಸ ಮಾಡುತ್ತಿದ್ದ ಒಬ್ಬ ಕೀನ್ಯಾ ದೇಶದ ಹುಡುಗನನ್ನು ದಬಾಯಿಸಿ ಕಳ್ಳನನ್ನು ಪತ್ತೆ ಹಚ್ಚಿಯೇ ಬಿಟ್ಟರು. ಗರೀಪ್ ನೇರವಾಗಿ ಈ ಎಲ್ಲ ಕಳ್ಳತನ ಮಾಡಿದ್ದ. ಅವ್ನಿ ಅಮೆತಿಗೆ ಒಂದಿಂಚೂ ವಿಷಯ ಗೊತ್ತಿರಲಿಲ್ಲ. ಗರೀಪನಿಗೆ ತುಂಬಾ ಅವಮಾನವಾಯಿತು. ನಾನು ಇಷ್ಟು

ಗಂಭೀರವಾಗಿ ಇದನ್ನು ತೆಗೆದುಕೊಳ್ಳುತ್ತೀನೆಂದು ಅವನೆಣಿಸಿರಲಿಲ್ಲ. ಅದೊಂದು ತೀರ ಗಂಭೀರ ಪ್ರಕರಣ ಎಂದು ಪರಿಗಣಿಸಿ ಅವನನ್ನು ಕ್ಯಾಂಪಿನಿಂದ ಹೊರಗೆ ಹಾಕಲಾಯಿತು. ನನಗೇನೂ ನಷ್ಟವಿರಲಿಲ್ಲ, ಅವನು ಮಾಡುತ್ತಿದ್ದ ಕೆಲಸ ಅಷ್ಟರಲ್ಲೇ ಇತ್ತು. ಹೋಗುವ ಕೊನೆಯಲ್ಲಿ ನನಗೆ ಒಂದಷ್ಟು ಧಮಕಿ ಹಾಕಿ ಆಲ್ಬೇನಿಯನ್ ಕೆಲಸಗಾರರನ್ನೆಲ್ಲಾ ಒಟ್ಟಾಗಿಸಿ ಆದೇನನ್ನೋ ಅವರಿಗೆ ಹೇಳಿ ಮುಖ ಕೆಂಪಗೆ ಮಾಡಿಕೊಂಡು ಹೊರಟ. ನಾನು ಅವ್ನಿಯೊಡನೆ ಅವನನ್ನು ವಿಮಾನ ಹತ್ತಿಸಲು ಹೊರಟು ನಿಂತೆ. ನೀನು ಬರಬೇಡ ಎಂದು ನೇರವಾಗಿ ನನ್ನ ಮುಖಕ್ಕೆ ಹೇಳಿದ.

ಇಷ್ಟೆಲ್ಲ ನಡೆದ ಮೇಲೆ ಗರೀಪನ ಖಾಸಾ ಗೆಳೆಯನಾದ ನನ್ನ ಇನ್ನೊಬ್ಬ ಆಲ್ಬೇನಿಯನ್ ಮೇಲಧಿಕಾರಿ 'ಬೆಸ್ನಿಕ್' ಕ್ಯಾಂಪಿಗೆ ಬಂದ. ಇನ್ಮುಂದೆ ಎಲ್ಲದರ ಮೇಲುಸ್ತುವಾರಿ ನಾನೇ ಎಂದ. ನನಗೂ ಅದು ಬೇಕಿತ್ತು. ಕೆಲಸ 90 ಪ್ರತಿಶತ ಮುಗಿದಿತ್ತು. ಫೈರ್ ಅಲಾರಂ ವ್ಯವಸ್ಥೆಯ ಕೆಲಸ ಭರದಿಂದ ಸಾಗಿತ್ತು. ಬೆಂಕಿ ಹೊತ್ತಿಕೊಂಡಾಗ ಎಚ್ಚರಿಸಲು 'ಮ್ಯಾನ್ಯುವಲ್ ಕಾಲ್ ಪಾಯಿಂಟ್' ಎಂಬ ಗ್ಲಾಸ್ ಬ್ರೇಕ್ ಯೂನಿಟ್ ಒಂದಿರುತ್ತದೆ. ಅದನ್ನು ಬೆರಳಿನಿಂದ ಒತ್ತಿದರೆ ಸಾಕು ಗಾಜು ಒಡೆದು ಅಲಾರಂ ಬಡಿದುಕೊಳ್ಳಲು ಶುರುವಾಗುತ್ತದೆ. ಇದ್ದಕ್ಕಿದ್ದ ಹಾಗೆ ಕೆಲವು ಗ್ಲಾಸ್‌ಗಳು ಮುರಿದುಹೋಗುತ್ತಿದ್ದವು. ಬಹುಶಃ ಗೊತ್ತಿಲ್ಲದ ನಮ್ಮ ಜನ ಸುಮ್ಮನೆ ಒತ್ತಿ ಹಾಳುಮಾಡಿದ್ದಾರೇನೋ ಎಂದು ಮತ್ತೆ ಹೊಸ ಗಾಜನ್ನು ಹಾಕಿ ಸರಿಪಡಿಸುತ್ತಿದ್ದೆವು. ಗಾಜುಗಳು ಮುರಿಯುವುದು ನಿಲ್ಲಲೇ ಇಲ್ಲ. ಅಲಾರಂ ಸಿಸ್ಟಂ ಇನ್ನೂ ಚಾಲ್ತಿಗೆ ಬಂದಿರಲಿಲ್ಲವಾದ್ದರಿಂದ ಅಲಾರಂ ಬಡಿದುಕೊಳ್ಳುತ್ತಿರಲಿಲ್ಲ. ಎಷ್ಟು ಅಂತ ಬದಲಾಯಿಸುವುದು? ವರ್ಷಕ್ಕಾಗುವಷ್ಟು ಎಂದು ಕೊಟ್ಟಿದ್ದ ಬಿಡಿಭಾಗವೆಲ್ಲಾ ಖಾಲಿಯಾಯ್ತು. ಆಲ್ಬೇನಿಯನ್ ಜನರದ್ದೇ ಕೆಲಸ ಇದು ಎಂದು ನಮ್ಮ ಹುಡುಗರು ನನ್ನ ಕಿವಿ ಚುಚ್ಚಿದರು. ನಾನು ಎಲ್ಲರನ್ನು ಸೇರಿಸಿ ಮತ್ತೆ ಬೈಯ್ಯಲು ಶುರುಮಾಡಿದಾಗ ಬೆಸ್ನಿಕ್ ಸುಮ್ಮನೆ ಅವರ ಮೇಲೆ ಆರೋಪ ಹೊರಿಸಿ ಕೂಗಾಡಬೇಡ ಎಂದು ಪ್ರತಿಯಾಗಿ ನನ್ನನ್ನು ಮೂದಲಿಸಲು ಶುರು ಹಚ್ಚಿಕೊಂಡ. ಅವನಿಗೆ ಎಷ್ಟು ಬಿಡಿಸಿ ಹೇಳಿದರೂ ಅರ್ಥವಾಗದೆ ಏನಾದರೂ ಆಗಿ ಸಾಯಲಿ ಎಂದು ನಾನು ಸುಮ್ಮನಾದೆ. ಆಲ್ಬೇನಿಯನ್ ಜನರು ನನ್ನ ಮೇಲೆ ಅವನಿಗೆ ಒಂದಷ್ಟು ದೂರನ್ನು ಸಹ ಕೊಟ್ಟರು. ದಿನೇದಿನೇ ಕೆಲಸ ನಿಧಾನವಾಗುತ್ತಾ ಸಾಗುತ್ತಿತ್ತು. ಒತ್ತಡ ಹೆಚ್ಚುತ್ತಾ ಇತ್ತು. ನನ್ನನ್ನು ಅಲ್ಲಿಂದ ಕಳುಹಿಸಿದರೆ ಸಾಕಪ್ಪ ಎನ್ನುವುದು ನನ್ನ ಇಂಗಿತವಾಗಿತ್ತು. ಸ್ವಲ್ಪ ದಿನಗಳಾದ ಮೇಲೆ ಬೆಸ್ನಿಕ್ ಅದೇನೋ ಕೆಲಸದ ನೆಪ ಹೇಳಿ ದುಬೈಗೆ ವಾಪಸ್ಸು ಹೋಗಿಬಿಟ್ಟ. ಇಲ್ಲಿ ಗಾಜುಗಳು ಒಡೆಯುವುದು ನಡೆದೇ ಇತ್ತು. ನಾನೂ ಸೋಲಲಿಲ್ಲ. ದುಬೈನಿಂದ ಒಂದು ನೂರು

ಗಾಜುಗಳನ್ನು ತರಿಸಿಕೊಂಡೆ. ನೋಡೋಣ ಇನ್ನೆಷ್ಟು ಒಡೆಯುತ್ತೆ ಎಂದು ಕಾದು ಕೂತೆ. ಅಲಾರಂ ವ್ಯವಸ್ಥೆಯನ್ನು ಜಾರಿಗೊಳಿಸಿದ ಮೇಲೆ ಗಾಜುಗಳು ಒಡೆದಾಗ ಕಿವಿ ಕಿತ್ತು ಹೋಗುವ ಹಾಗೆ ಅಲಾರಂ ಶಬ್ದ ಬರುತ್ತಿತ್ತು. ಆ ನಂತರ ಗಾಜು ಒಡೆಯುವುದು ಗಕ್ಕನೆ ನಿಂತಿತು.

'ಅಲ್ ಘುತ್ತೈಮ್' ಎಂಬ ದುಬೈ ಕಂಪನಿಯಿಂದ ಹವಾನಿಯಂತ್ರಿತ ವ್ಯವಸ್ಥೆಯನ್ನು ತರಿಸಿಕೊಂಡಿದ್ದೆವು. ಅದರ ಕಮಿಷನಿಂಗ್ ಗೋಸ್ಕರ ಆ ಕಂಪನಿಯ ನುರಿತ ಕೆಲಸಗಾರನೊಬ್ಬನ ಅವಶ್ಯಕತೆ ಬಿತ್ತು. ದುಬೈನ ಸುಖಜೀವನ ಬಿಟ್ಟು ಇಂತಹ ಯುದ್ಧ ಕ್ಯಾಂಪುಗಳಿಗೆ ಬರಲು ಯಾರೂ ಒಪ್ಪದಿದ್ದಾಗ ಡಬ್ಬಲ್ ಸಂಬಳದ ಆಮಿಷವೊಡ್ಡಿದಾಗ ಒಬ್ಬ ಪಾಕಿಸ್ತಾನಿ ಕಾರ್ಮಿಕ ಬರಲು ಹಿಂಜರಿಕೆಯಿಂದಲೇ ತಯಾರಾದ. ಸಮಸ್ಯೆ ಎಂದರೆ ಮರೀನ್ಸ್ ಸೈನಿಕ ಕ್ಯಾಂಪುಗಳಲ್ಲಿ ಸ್ಥಳೀಯರೂ ಸೇರಿದಂತೆ, ಪಾಕಿಸ್ತಾನ, ಇರಾನ್ ಮತ್ತು ಇತರೆ ಕೆಲವು ಗುರುತಿಸಿದ ದೇಶದ ಪ್ರಜೆಗಳಿಗೆ ಕಠಿಣ ನಿಷೇಧವಿತ್ತು. ನಾನು ಅಮೇರಿಕೆಯ ಅಧಿಕಾರಿಗಳೊಟ್ಟಿಗೆ ಮಾತಾಡಿ, ನಂತರ ಅವರು ಎಲ್ಲೆಲ್ಲಿ ಏನೇನು ಮಾತಾಡಿದರೋ ಕೊನೆಗೂ ಅವನಿಗೆ ಅನುಮತಿ ಸಿಕ್ಕಿತು. 'ಯೂಎಇ' ರೆಸಿಡೆನ್ಸಿ ವೀಸಾ ಹೊಂದಿದ್ದ ಆತನನ್ನು 'ಯೂಎಇ' ದೇಶದವನು ಎಂದು ಪರಿಗಣಿಸಿ ಅನುಮತಿ ಕೊಟ್ಟಿದ್ದರಂತೆ. ಐವತ್ತರ ಪ್ರಾಯದ ಮನುಷ್ಯ. ಆತ ಅಲ್ಲಿಗೆ ಬಂದ ಮೊದಲ ದಿನದಿಂದಲೂ ಗಾಬರಿಯಾಗಿಯೇ ಇದ್ದ. ಅಲ್ಲಿ ಷೆಲ್ ಮತ್ತು ಬುಲ್ಲೆಟ್ಟುಗಳ ಮೊರೆತ ಪ್ರತಿದಿನ ಜಾರಿಯಲ್ಲಿರುತ್ತಿತ್ತು. ತರಬೇತಿಗಾಗಿ ಹಾರಿಸುತ್ತಿದ್ದ ಮದ್ದುಗುಂಡುಗಳು ನೆಲವನ್ನು ಅದುರುವಂತೆ ಮಾಡುತ್ತಿದ್ದವು. ಎಂದೋ ಒಮ್ಮೆ 'ರಾಕೆಟ್ ಅಟ್ಯಾಕ್' ಎಂಬ ಧ್ವನಿವರ್ಧಕದ ಜೋರು ದನಿ ಕೇಳಿದಾಗಲಂತೂ ಹೆದರಿ ಬೆವರಾಗುತ್ತಿದ್ದ. ಇದಕ್ಕೆಲ್ಲಾ ಹೊಸಬನೇ ಆದ ಆತನಿಗೆ ಎಷ್ಟು ಸಮಜಾಯಿಷಿ ಕೊಟ್ಟರೂ ಇಲ್ಲೆಲ್ಲೋ ಯುದ್ಧವಾಗುತ್ತಿದೆ, ನನಗೇನಾದರೂ ಹೆಚ್ಚುಕಮ್ಮಿ ಆದರೆ ಯಾರು ಹೊಣೆ ಎಂದು ರೇಗಾಡುತ್ತಿದ್ದ. ಆಲ್ಬೇನಿಯನ್ನರ ಕ್ಯಾಬಿನ್ನಿನಲ್ಲಿದ್ದ ಆತ ಅವರ ಸಹವಾಸ ಬೇಡ ಎಂದು ಭಾರತದ ಹುಡುಗರ ಕ್ಯಾಬಿನ್ನಿಗೆ ಹೋದ. ನಮ್ಮ ಹುಡುಗರು ಅದೇನು ಹೇಳಿ ಹೆದರಿಸುತ್ತಿದ್ದರೋ ನಾನು ಕಾಣೆ, ಇನ್ನಿಲ್ಲಿರಲು ಸಾಧ್ಯವಿಲ್ಲ ಎಂದು ಅತ್ತೂ ಬಿಟ್ಟ, ಆತನಿಗೆ ಮತ್ತೆ ಸಮಾಧಾನ ಹೇಳಿ ಒಂದು ವಾರ ಇರಿಸಿಕೊಳ್ಳುವ ಹೊತ್ತಿಗೆ ನನಗೆ ಸಾಕುಸಾಕಾಗಿತ್ತು. ಹೋಗುವ ದಿನ ನನ್ನ ನೋಡಿ ನೀವೆಲ್ಲಾ ಇಲ್ಲಿ ಹೇಗೆ ಬದುಕುತ್ತೀರಿ ಎಂದು ಆಶ್ಚರ್ಯದಿಂದ ಕೇಳಿದ್ದು ಇನ್ನೂ ಕಣ್ಣಿಗೆ ಕಟ್ಟಿದ ಹಾಗಿದೆ. ನನಗೆ ದುಬೈನಲ್ಲಿ ಸಾಕಷ್ಟು ಪಾಕಿಸ್ತಾನೀಯರೊಂದಿಗೆ ಹತ್ತಿರದ ಒಡನಾಟವಿತ್ತು. ರಾಜಕೀಯ ಒತ್ತಟ್ಟಿಗಿಟ್ಟು ನೋಡಿದರೆ ನಮ್ಮ ಹಾಗೆಯೇ ಅವರು, ಅವರ ಹಾಗೆಯೇ ನಾವು. ನಮಗಿರುವಷ್ಟು ಪೂರ್ವಗ್ರಹ ಅವರಿಗೂ

ಇದೆ. ಅವರಲ್ಲೂ ಒಳ್ಳೆಯ ಹಾಗೂ ಮುಗ್ಧ ಜನರಿದ್ದಾರೆ ಎಂಬ ತಿಳಿವಳಿಕೆ ನನ್ನದು.

ಕೆಲವು ವಿದ್ಯುತ್ ಕೇಬಲ್ಲುಗಳ ಕೊರತೆ ಎದುರಾಯ್ತು. ಅಲ್ಲಿದ್ದ ಮತ್ತೊಂದು ಕಂಪನಿಯ ಉಗ್ರಾಣವನ್ನೆಲ್ಲಾ ತಡಕಿದರೂ ನಮಗೆ ಬೇಕಾದ್ದು ಸಿಗಲಿಲ್ಲ. ಪಕ್ಕದ ಕ್ಯಾಂಪ್ ಬ್ಯಾಷನ್ನಿನ ಒಂದು ಮೂಲೆಯಲ್ಲಿ ಟರ್ಕಿಯ ಕಂಪನಿಯೊಂದಿದೆ. ಅವರಲ್ಲಿ ಸಿಕ್ಕರೂ ಸಿಗಬಹುದು ಎಂದು ಅವ್ನಿ ಹೇಳಿದ. ಒಂದು ವಿಷಯ ಹೇಳುವುದನ್ನು ಮರೆತಿದ್ದೆ. ಈ ಅವಳಿ ಕ್ಯಾಂಪ್ ಕಟ್ಟುವ ಸಮಯದಲ್ಲಿ ನಮ್ಮ ಕಂಪನಿಯ ಪರಿಶ್ರಮವೂ ಸಾಕಷ್ಟಿತ್ತು. ಆರಂಭದಿಂದಲೂ ಆ ಕ್ಯಾಂಪಿನಲ್ಲಿ ನಮ್ಮ ಕಂಪನಿಯ ಬೇರೊಂದಿಷ್ಟು ಕೆಲಸಗಳಿದ್ದವು. ಸ್ವಚ್ಛತೆ, ನೀರು ಸರಬರಾಜು, ಕೊಳಚೆ ನಿರ್ವಹಣೆ, ಲಾಂಡ್ರಿ ಕೆಲಸ ಹೀಗೆ ಕೆಲವು. ಇಂತಹ ಸೇವೆಗಳನ್ನು ಕ್ಯಾಂಪ್ ಆಪರೇಷನ್ಸ್ ಎನ್ನುತ್ತಿದ್ದರು. ನಮ್ಮ ಕಂಪನಿಯ ಆಪರೇಷನ್ ಮ್ಯಾನೇಜರ್ ಕೂಡ ಒಬ್ಬ ಆಲ್ಬೇನಿಯ ಜನ. ಆತ ಸುಮಾರು ಐದಾರು ವರ್ಷಗಳಿಂದ ಇಲ್ಲೇ ಇದ್ದಾನೆ. ಅವನಿಗೆ ಈ ಅವಳಿ ಕ್ಯಾಂಪಿನ ಸಂದು–ಗೊಂದುಗಳೆಲ್ಲಾ ಅಂಗೈ ರೇಖೆಯಲ್ಲಿ. ಅವನನ್ನು ಕರೆದುಕೊಂಡು ನಾನು ಮತ್ತು ಅವ್ನಿ ಕ್ಯಾಂಪ್ ಬ್ಯಾಷನ್ನಿನ ತುದಿಯಲ್ಲಿದ್ದ ಟರ್ಕಿಷ್ ಕ್ಯಾಂಪ್ ಕಡೆ ನಿಧಾನಕ್ಕೆ ಹೊರಟೆವು. ಸುಮಾರು 3ಕಿ.ಮೀ ಗಿಂತಲೂ ಹೆಚ್ಚಿರುವ ರನ್‌ವೇಯ ಸಮಾನಾಂತರವಾಗಿ ಹೋಗಿ ಅಲ್ಲಿಗೆ ತಲುಪಲು ಅರ್ಧ ಘಂಟೆಗೂ ಹೆಚ್ಚಿನ ಕಾಲ ಬೇಕಾಗಿತ್ತು. ಕಂದಹಾರ್ ಏರ್‌ಬೇಸಿನಲ್ಲಿದ್ದಂತೆಯೇ ದೊಡ್ಡದಾದ ರಡಾರ್ ಅಂಟೆನಾಗಳು, ಬಾನೆತ್ತರದಲ್ಲಿ ನಿಂತಿದ್ದ ವಿಮಾನಾಕಾರದ ಶ್ವೇತ ಬಲೂನು. ಅಲ್ಲಿನ ಹಾಗೆಯೇ ರನ್‌ವೇಯ ಇಕ್ಕೆಲಗಳಲ್ಲಿ ಅಗಾಧ ಯುದ್ಧ ವಿಮಾನಗಳು ಮತ್ತು ಚಾಪರುಗಳ ನಿಲ್ದಾಣ. ಕ್ಷಣಕ್ಕೊಮ್ಮೆ ಗಾಳಿಯನ್ನು ಸೀಳಿ ಆಕಾಶದಲ್ಲಿ ಮಿಂಚಿ ಮರೆಯಾಗುತ್ತಿದ್ದ ಫೈಟರ್ ಜೆಟ್ ವಿಮಾನಗಳು. ಅಲ್ಲಲ್ಲಿ ಕೆಲವು ಕಾರ್ಗೋ ವಿಮಾನಗಳು. ಕಂದಹಾರಿನಲ್ಲಿದ್ದಂತೆ ಗಿಜಿಗಿಜಿ ತೀರ ಕಡಿಮೆ. ಈ ಇಬ್ಬರು ಆಲ್ಬೇನಿಯನ್ನರಿಗೆ ಟರ್ಕಿಷ್ ಭಾಷೆಯ ಪರಿಚಯ ಇದೆ. ಸಾಂಸ್ಕೃತಿಕವಾಗಿ ಕೂಡ ಅವರು ತುಸು ಹತ್ತಿರ ಎಂದು ಬಲ್ಲೆ. ಅದೇನನ್ನೋ ತುಂಬಾ ಹೊತ್ತು ಮಾತಾಡಿದರು. ದಪ್ಪ ಕಪ್ಪು ಮೀಸೆಯ, ಕೆಂಪು ತೊಗಲಿನ ಟೊಣಪ ಜನರು ನಾನು ನೋಡಿದವರು. ತುಂಬಾ ಒರಟಾಗಿ ಕಾಣುತ್ತಿದ್ದರು. ಅವರು ತರಿಸಿಕೊಟ್ಟ ಗಷ್ಟವೇ ಪ್ರಧಾನವಾದ ಕಡುಕಪ್ಪು ಟರ್ಕಿಷ್ ಕಾಫೀ ಅದ್ಭುತವಾಗಿತ್ತು. ಸ್ವಲ್ಪ ಹೊತ್ತು ಕಾಯಿರಿ ನಮ್ಮ ಮ್ಯಾನೇಜರ್ ಬಂದ ಮೇಲೆ ನಿಮಗೆ ಸಹಾಯ ಆಗಬಹುದು ಎಂದು ಹೇಳಿದರು. ಕ್ಯಾಂಪು ಕೊನೆಯಾಗುವ ಸರಹದ್ದಿನ ಬೇಲಿಯ ಪಕ್ಕದಲ್ಲಿ ಅದೆಷ್ಟು ಧೈರ್ಯವಾಗಿ ಇದ್ದಾರೆ ಎಂದು ನನಗೆ ಆಶ್ಚರ್ಯ. ಅವರ ಕಾಂಪೌಂಡಿಗೆ ಹೊಂದಿಕೊಂಡ ಬೇಲಿಯ ಆಚೆ ಹತ್ತಾರು

ಮೀಟರು ದೂರದಲ್ಲಿ ಮತ್ತೊಂದು ಅತೀ ಎತ್ತರದ ಸುರುಳಿ ಬೇಲಿಯಿತ್ತು. ಮಧ್ಯದಲ್ಲಿ ಭಾರಿ ಕಂದಕ. ಬೇಲಿಯ ಸಾಲಿನಲ್ಲಿ ನೂರು ಮೀಟರಿಗೆ ಒಂದರಂತೆ ವಾಚ್ ಟವರುಗಳಿದ್ದುವು. ಅಲ್ಲೊಬ್ಬ ಸಿಪಾಯಿ ಬಂದೂಕು ಹಿಡಿದು ಬೊಂಬೆಯ ಹಾಗೆ ಕುಳಿತಿರುತ್ತಿದ್ದ. ಆತನದು ಅದೆಂತಹ ಬೋರು ಕೆಲಸ ಅನಿಸುತ್ತಿತ್ತು. ಇಂತಹ ಜಾಗದಲ್ಲಿಯೇ ಹೆಚ್ಚು ದಾಳಿಯಾಗುವುದು ಎಂದು ನನಗೆ ಗೊತ್ತಿದ್ದ ಸಂಗತಿ. ಅವರ ಕೆಲಸದ ಜವಾಬ್ದಾರಿ ತುಂಬಾ ದೊಡ್ಡದು. ಅದರ ಹಿಂದಿನ ಕಾಯುವ ತಾಳ್ಮೆ ಇನ್ನೂ ದೊಡ್ಡದು ಎಂದು ನನಗೆ ನಾನೇ ಹೇಳಿಕೊಂಡು ಸುಮ್ಮನಾಗುತ್ತಿದ್ದೆ. ಅಲ್ಲಿಂದ ಸ್ವಲ್ಪ ದೂರ ಆಚೆ ಕರೆದುಕೊಂಡ ಬಂದ ನಮ್ಮ ಕ್ಯಾಂಪ್ ಮ್ಯಾನೇಜರ್ ಎರಡನೇ ಸುತ್ತಿನ ಬೇಲಿಯ ಹೊರಗೆ ಕಪ್ಪು ಬಟ್ಟೆ ಹಾಸಿದಂತೆ ಕಾಣುತ್ತಿದ್ದ ರಸ್ತೆಯನ್ನು ತೋರಿಸಿ ಅಲ್ಲಿ ನೋಡಿ ಅಂದ. ಇಂಗ್ಲಿಷಿನಲ್ಲೇ ಮಾತಾಡುತ್ತಿದ್ದ, ನನಗೂ ಅರ್ಥವಾಗಲಿ ಎಂದು. ಅವನ ಮುಖದಲ್ಲಿ ಅದೆಂತಹುದೋ ಹೊಳಪು ಬಂದಂತೆ ಕಾಣಿಸುತ್ತಿತ್ತು. ಮ್ಯಾನೇಜರ್ ಮಾತಾಡುತ್ತಾ... 'ಅಲ್ಲಿ ನೋಡಿ, ಅದು ಕಂದಹಾರ್-ಹೇರತ್ ಸಂಪರ್ಕ ಕಲ್ಪಿಸುವ ಮುಖ್ಯ ಹೆದ್ದಾರಿ. ಕ್ಯಾಂಪ್ ಬ್ಯಾಷನ್ ನಿರ್ಮಾಣವಾಗುತ್ತಿದ್ದ ಕಾಲ ಅದು. ನಾನೂ ಸೇರಿ ಹತ್ತು ಜನರಿದ್ದೆವು. ನಮ್ಮ ಕಂಪನಿಯ ಮಾಲೀಕರ ಸ್ವಂತ ಚಿಕ್ಕಪ್ಪನ ಮಗ 'ದೇಸ್ತಾನಿ' ನಮ್ಮ ಮುಖ್ಯನಾಗಿದ್ದ. ಇದ್ದ ಹತ್ತು ಜನರು ಕೂಡ ಹತ್ತಿರದ ಸಂಬಂಧಿಗಳೇ. ಇನ್ನೂ ಹೀಗೆ ಬೇಲಿ ಹಾಕಿರಲಿಲ್ಲ. ಕ್ಯಾಂಪಿನ ಒಳಗೆ ಬರಲು ಇಲ್ಲೇ ದಾರಿಯಿದ್ದದ್ದು. ಹೊರಗೆ ಹೋಗಿ ಸಾಮಾನು ಸರಂಜಾಮುಗಳನ್ನು ತರಲು ಮಿಲಿಟರಿ ಎಸ್ಕಾರ್ಟನ್ನು ಕಾಯುತ್ತಾ ಕೂತರೆ ತುಂಬಾ ತಡವಾಗುತ್ತೆ ಎಂದು ಆ ದಿನ ದೇಸ್ತಾನಿ ಒಬ್ಬ ಸ್ಥಳೀಯ ಸೇರಿ ಒಟ್ಟು ನಾಲ್ಕು ಜನ ಹೇರತ್ ಕಡೆ ಹೊರಟಿದ್ದರು. ಅಂದು ನಾನು ಇಲ್ಲೇ ಇದ್ದೆ. ಮಣ್ಣಿನ ಕಚ್ಚಾ ರಸ್ತೆಯಲ್ಲಿ ಸಾಗಿ ಮುಖ್ಯ ರಸ್ತೆಗೆ ಸೇರಬೇಕು. ಆ ಮಣ್ಣಿನ ಕಚ್ಚಾ ರಸ್ತೆಯಲ್ಲಿ ಹೋಗುವಾಗ ಅವರ ಕಾರು ಸ್ಫೋಟವಾಗಿ ಧಿಗ್ಗನೆ ಎತ್ತರಕ್ಕೆ ಹಾರಿ ಕೆಳಗೆ ಬಿತ್ತು. ನೆಲದಲ್ಲೆಲ್ಲಾ ಲ್ಯಾಂಡ್ ಮೈನುಗಳನ್ನು ಹುದುಗಿಸಿಬಿಟ್ಟಿದ್ದರು. ನಾಲ್ಕು ಹೆಣಗಳು ಚೆಲ್ಲಾಪಿಲ್ಲಿಯಾಗಿ ಬಿದ್ದಿದ್ದವು. ಆ ಸಮಯದಲ್ಲಿ ಹೆಚ್ಚಿನ ಮಿಲಿಟರಿ ಪಡೆ ಇರಲಿಲ್ಲ. ಇಲ್ಲಿ ನಡೆದ ಘಟನೆ ಕೂಡ ಯಾರಿಗೂ ತಿಳಿದಿರಲಿಲ್ಲ. ಆಗ ನಾವಿದ್ದ ಕ್ಯಾಂಪ್ ಒಳಗಿನ ಸ್ಥಳಕ್ಕೂ ಘಟನೆ ನಡೆದ ಜಾಗಕ್ಕೂ ಏನಿಲ್ಲ ಅಂದರೂ ಎಂಟು ಕಿ.ಮೀ ಇರಬಹುದು. ಮದ್ದುಗುಂಡುಗಳು, ಮಾರ್ಟರುಗಳು ಸಿಡಿಯುವುದು ಮಾಮೂಲಿ. ಹಾಗಾಗಿ ಅದೊಂದು ನಮಗೆ ದಿನನಿತ್ಯದ ಯಾವುದೋ ಒಂದು ಶಬ್ದ ಅಷ್ಟೇ. ಮೊಬೈಲು ಕರೆಗೆ ಅವರು ಸಿಗದಾಗ ಏನೋ ಅನುಮಾನ ಬಂದ ನಮ್ಮಲ್ಲಿಬ್ಬರು ಅದೇ ದಾರಿ ಹಿಡಿದು ಹೊರಟರು. ನಿರ್ಜನ ಪ್ರದೇಶದಲ್ಲಿ ಇದ್ದ ಆ ಸ್ಫೋಟದ ಅವಶೇಷಗಳನ್ನು ನೋಡಿ ಗಾಡಿಯನ್ನು ನಿಲ್ಲಿಸಿ ತಮ್ಮವರ

ಹೆಣಗಳ ಬಳಿ ಬಂದು ಬದುಕಿದ್ದಾರೆಯೇ ಎಂದು ಅಲ್ಲಾಡಿಸಲು ಮತ್ತೊಂದು ಸ್ಫೋಟವಾಗಿ ಹೆಣದ ಜೊತೆ ಆ ಇಬ್ಬರೂ ಛಿದ್ರ-ಛಿದ್ರವಾದರು'. ಹೇಳುತ್ತಾ ಸೋತು ಹೋದವನಂತೆ ಒಮ್ಮೆಗೆ ನಿಟ್ಟುಸಿರು ಬಿಟ್ಟ. ಹೆಣದಲ್ಲಿ ಬಾಂಬ್ ಇಟ್ಟಿದ್ದರೇ? ನನ್ನ ಕುತೂಹಲ ಪ್ರಶ್ನೆ. ಹೌದೆಂದು ತಲೆಯಾಡಿಸಿ 'ಅದು ಲ್ಯಾಂಡ್ ಮೈನ್. ಯಾರಾದರೂ ಇವರನ್ನು ಹುಡುಕಿಕೊಂಡು ಬರುತ್ತಾರೆ. ಬಹುಶಃ ಮಿಲಿಟರಿಯವರು. ಇವರನ್ನು ಮುಟ್ಟಿ-ತಟ್ಟಿದ ತಕ್ಷಣ ಸ್ಫೋಟವಾಗಲೀ ಮತ್ತಷ್ಟು ಹಾನಿಯಾಗಲಿ ಎಂಬ ಸ್ಪಷ್ಟ ಉದ್ದೇಶ. ಮಿಲಿಟರಿ ಜನ ಬಂದು ಜಾಗರೂಕತೆಯಿಂದ ಅವನ್ನೆಲ್ಲ ಸಂಭಾಳಿಸಲು ದಿನಗಳೇ ಬೇಕಾಯ್ತು. ಅದನ್ನು ನಾನು ಕಣ್ಣಾರೆ ನೋಡಿದ್ದೀನಿ' ಎಂದು ಕಣ್ಣೀರಾದ. ಆಫ್ಘಾನಿಸ್ತಾನ ಯುದ್ಧದಲ್ಲಿ ಲ್ಯಾಂಡ್ ಮೈನುಗಳ ಬಳಕೆಯ ವಿಷಯ ಮತ್ತು ಅದು ಮಾಡಿದ ಹಾನಿ ಪ್ರಮಾಣಗಳು ನನಗೆ ಗೊತ್ತಿತ್ತು. ಇದರಿಂದಾಗಿ ಶಾಶ್ವತವಾಗಿ ಕಾಲುಗಳನ್ನು ಕಳೆದುಕೊಂಡ ಕುಂಟರನ್ನು ನಾನು ಈಗಾಗಲೇ ಸ್ವತಃ ನೋಡಿದ್ದೆ. ನಮ್ಮ ಕಂಪನಿಯ ಯಶಸ್ಸು ಮತ್ತು ಹಣ ಗಳಿಕೆಯ ಹಿಂದೆ ಏನೆಲ್ಲಾ ರಕ್ತಸಿಕ್ತ ಅಧ್ಯಾಯಗಳಿದ್ದವು ಎಂದು ನನಗೆ ಅರಿವಾಯ್ತು. ಈವರೆಗೆ ಅಪಹರಣ ಮತ್ತು ಆ ಸಮಯದ ಕೊಲೆಯ ಬಗ್ಗೆ ಅಷ್ಟೇ ಗೊತ್ತಿತ್ತು. ಹೀಗೆ ದಾರಿಯಲ್ಲಿ ಬಾಂಬುಗಳಿಗೆ ಬಲಿಯಾದ ಪ್ರಕರಣ ಕೇಳಿದ್ದು ನನಗೆ ಇದೇ ಮೊದಲು.

ಇನ್ನೂ ಕಾಯುವುದು ನಡೆದೇ ಇತ್ತು. ಹಾಗೆ ಸುತ್ತಲೂ ಕಣ್ಣಾಡಿಸಿದೆ. ಆ ಟರ್ಕಿಷ್ ಕ್ಯಾಂಪ್ ತುಂಬಾ ಒತ್ತು-ಒತ್ತಾಗಿತ್ತು. ನೂರಾರು ವಸತಿ ಕ್ಯಾಬಿನ್ನುಗಳನ್ನು ಅಸ್ತವ್ಯಸ್ತವಾಗಿ ಜೋಡಿಸಿ ಸುತ್ತಲೂ ಬೇಲಿಯನ್ನು ಹಾಸಿ ಆ ಬೇಲಿಗೆ ಹಸಿರು ಸ್ನೈಪರ್ ಬಟ್ಟೆಯನ್ನು ಸುತ್ತಿದ್ದರು. ಬಹುಶಃ ಎಲ್ಲಾ ಕ್ಯಾಬಿನ್ನುಗಳ ಮೇಲೆ ಡಿಷ್ ಆಂಟೆನಾಗಳಿದ್ದವು. ಇಂತಹ ಮರುಭೂಮಿ ಸದೃಶ ಜಾಗದಲ್ಲಿ ಸಿಗ್ನಲ್ ಸಿಗುತ್ತದೆಯೇ? ಇಲ್ಲಿ ಇದಕ್ಕೆ ಅನುಮತಿ ಇದೆಯೇ? ಯಾರನ್ನೂ ಕೇಳಲಾಗದೆ ಸುಮ್ಮನಾದೆ. ಕಂದಹಾರ್ ಕ್ಯಾಂಪಿನಲ್ಲಿ ಇದಕ್ಕೆಲ್ಲಾ ಕಠಿಣ ನಿಷೇಧವಿತ್ತು. ಸ್ವಲ್ಪ ಹೊತ್ತಾಗಿ ಟರ್ಕಿಷ್ ಮ್ಯಾನೇಜರ್ ಬಂದು ನಮ್ಮ ವಿನಂತಿಯನ್ನು ಆಲಿಸಿ ಏನೋ ಅವಸರದಲ್ಲಿ ಇದ್ದ ಅವನು 'ನಾಳೆ ನಾನೇ ನಿಮಗೆ ಕರೆ ಮಾಡಿ ಹೇಳುತ್ತೇನೆ' ಎಂದು ಹೇಳಿ ನಮ್ಮನ್ನು ಸಾಗಹಾಕಿದ.

ಇದೊಂದು ವಿಚಿತ್ರ ಘಟನೆ! ಪ್ರತಿ ರಾತ್ರಿ 9ರ ನಂತರ ನಮ್ಮ ಭಾರತದ ಕೆಲಸಗಾರರ ತಂಡ ಗುಂಪಾಗಿ ಸೇರಿ ಪ್ರಾಜೆಕ್ಟ್ ಸೈಟ್ ಪಕ್ಕದಲ್ಲಿದ್ದ ಒಂದು ಮೂಲೆಯಲ್ಲಿ ಎತ್ತರಕ್ಕೆ ಪೇರಿಸಿದ್ದ ಸೀ ಕಂಟೈನರ್‌ಗಳ ಯಾರ್ಡ್ ಹತ್ತಿರ ಹೋಗುತ್ತಿದ್ದುದನ್ನು ನಾನು ಗಮನಿಸಿದ್ದೆ. ಕೆಲವು ಆಲ್ಬೇನಿಯನ್ ಹುಡುಗರು ಇದರ ಬಗ್ಗೆ ಮಾತನಾಡುತ್ತಿದ್ದುದನ್ನು ಕೇಳಿದ್ದೆ. ಅಲ್ಲಿ ಅದು ನಿದ್ದೆಗೆ ಜಾರುವ ಹೊತ್ತು. ಇಂತಹ ಸರಿವೇಳೆಯಲ್ಲಿ ಇವರೆಲ್ಲ ಎಲ್ಲಿಗೆ ಹೋಗ್ತಾರೆ, ಏನು

ಮಾಡ್ತಾರೆ, ನೋಡೇಬಿಡುವ ಎಂದು ಅವರನ್ನು ಹಿಂಬಾಲಿಸುವ ಯೋಜನೆಗೆ ಅಪ್ಪಿ ಕೂಡ ಜತೆಯಾದ. ಮಿಲಿಟರಿ ಬ್ಯಾರಕ್ಕುಗಳು ನಮ್ಮ ಪ್ರಾಜೆಕ್ಟ್ ಸೈಟಿನಿಂದ ತುಂಬಾ ದೂರಕ್ಕಿದ್ದವಾದ್ದರಿಂದ ಅಲ್ಲಿ ಸೈನಿಕರ ಓಡಾಟವಿರಲಿಲ್ಲ. ಅಂದು ಐದಾರು ಹುಡುಗರು ಎಂದಿನಂತೆ ಏನೊಂದು ಮಾತನಾಡದೆ ನಿಶ್ಶಬ್ದದಿಂದ ನಿಧಾನವಾಗಿ ನಡೆದು ಕಂಟೈನರ್ ಸಾಲಿನ ಮಧ್ಯೆ ನಿಂತರು. ಅಲ್ಲಿ ಸಾಕಷ್ಟು ಬೆಳಕಿರಲಿಲ್ಲವಾದರೂ ಅಸ್ಪಷ್ಟವಾಗಿ ದೂರಕ್ಕೆ ಕಾಣಿಸುತ್ತಿತ್ತು. ನಾವಿಬ್ಬರೂ ಅವರಿಗೆ ಗೊತ್ತಾಗದಂತೆ ಇನ್ನೊಂದು ಪಾರ್ಶ್ವದಲ್ಲಿ ಮರೆಯಾಗಿ ನಿಂತೆವು. ಸಲ್ಪ ಸಮಯದಲ್ಲೇ ಒಬ್ಬ ಮರೀನ್ಸ್ ಸೈನಿಕ ಮಿಲಿಟರಿ ದಿರಿಸಿನಲ್ಲೇ ನಿಧಾನವಾಗಿ ಕಂಟೈನರ್ ಯಾರ್ಡ್ ಹತ್ತಿರ ಬರುತ್ತಿದ್ದ. ಅದೊಂದು ನಿರ್ಜನ ಪ್ರದೇಶ. ಇಲ್ಲಿ ಇವ ಇಷ್ಟು ಹೊತ್ತಿನಲ್ಲಿ ಯಾಕೆ ಬಂದ ಎಂದು ಯೋಚಿಸುತ್ತಿದ್ದ ಸ್ವಲ್ಪ ಹೊತ್ತಿಗೆ ಮತ್ತೊಂದು ಮರೀನ್ಸ್ ಸೈನಿಕ ಹೆಂಗಸು ಅವನನ್ನು ಕೂಡಿಕೊಂಡಿತು. ಅವರು ಪ್ರಣಯಪಕ್ಷಿಗಳಂತೆ ಧಾವಿಸಿ ಅಪ್ಪಿಕೊಂಡು ಮುದ್ದಾಡುತ್ತಿದ್ದರು! ಈ ಹುಡುಗರೆಲ್ಲರೂ ಎವೆಯಿಕ್ಕದೆ ಮರೆಯಲ್ಲಿ ನಿಂತು ನೋಡುತ್ತಿದ್ದಾರೆ. ನಾವು ಕೂಡ ಅದನ್ನೇ ಮಾಡುತ್ತಿದ್ದೆವು ಎಂದು ಅರಿವಾಗಿದ್ದು ಅಪ್ಪಿ ಕಿಸಕ್ಕನೆ ನಕ್ಕು ನಾಚಿಕೆಯಿಂದ ಉಲಿಯುತ್ತಿದ್ದುದನ್ನು ನೋಡಿದಾಗ. ನನಗೆ ಕಸಿವಿಸಿಯಾಗಿಯೋ ಇಲ್ಲ ಭಯಕ್ಕೋ ಅಲ್ಲಿಂದ ನಿಧಾನವಾಗಿ ಕಾಲ್ಕಿತ್ತೆ. ಅಪ್ಪಿ ಅಲ್ಲೇ ಉಳಿದ! ಬೆಳಗ್ಗೆ ಎಲ್ಲರನ್ನೂ ಕರೆದು ರಾತ್ರಿಯ ವಿಷಯ ಪ್ರಸ್ತಾಪ ಮಾಡಿ, 'ಇನ್ನೊಮ್ಮೆ ನೀವು ಹೀಗೆಲ್ಲ ಮಾಡಿದರೆ ಮಿಲಿಟರಿ ಪೋಲೀಸರಿಗೆ ದೂರು ಕೊಡಬೇಕಾಗುತ್ತೆ, ನಿಮ್ಮನ್ನು ಇಲ್ಲಿಂದ ಗಡಿಪಾರು ಮಾಡ್ತಾರೆ' ಎಂದು ಗದರಿಸಿಯಾಯ್ತು. ಆ ನಂತರ ಹುಡುಗರು ಮತ್ತೊಮ್ಮೆ ಆ ಕಡೆ ಹೋಗುವ ಧೈರ್ಯ ಮಾಡಲಿಲ್ಲ. ಆದರೆ ಅಪ್ಪಿ ಇದನ್ನು ರೂಢಿಸಿಕೊಂಡ. ಅವನಿಗೆ ಬುದ್ಧಿ ಹೇಳುವ ಚೈತನ್ಯ ನನಗಿರಲಿಲ್ಲ. ಕಟ್ಟುನಿಟ್ಟಿನ ಸೈನಿಕ ಶಿಸ್ತಿನ ಗೆರೆಯನ್ನು ದಾಟಿಯೂ ಇಂತಹ ಪ್ರೇಮ-ಕಾಮ ಘಟನೆಗಳು ಅಲ್ಲಿ ನಡೆಯುತ್ತಿದ್ದುದು ಸಾಮಾನ್ಯವೇ ಎಂದು ನನಗೆ ತಿಳಿದು ಬಂದ ಸಂಗತಿಯಾಗಿತ್ತು.

12

ಕ್ಯಾಂಪ್ ಲೆದರ್ನೆಕ್
ಎಂಬ ಯುದ್ಧ ಶಸ್ತ್ರಾಭ್ಯಾಸ ನಗರಿ

ನಿರ್ಮಾಣದ ಅಂತಿಮ ಘಟ್ಟದಲ್ಲಿ ಇದ್ದೆವು. ಕೆಲವೊಂದು ಅಗತ್ಯ ವಸ್ತುಗಳು ಇನ್ನೂ ನಮಗೆ ಒದಗಿರಲಿಲ್ಲ. ದುಬೈನಿಂದಲೋ ಅಥವಾ ಟರ್ಕಿಯಿಂದಲೋ ಕೆಲವು ಸರಕುಗಳು ಬರಬೇಕಿತ್ತು. ಹಲವಾರು ಸಣ್ಣ ಪುಟ್ಟ ಕೆಲಸಗಳು ಹಾಗೆಯೇ ಉಳಿದಿದ್ದವು. ಎಲ್ಲ ಯೋಜನಾಬದ್ಧವಾಗಿ ನಡೆದದ್ದೇ ಆದರೆ ಬಹುಶಃ ಇನ್ನು ಕೆಲವೇ ವಾರಗಳಲ್ಲಿ ನಮ್ಮೆಲ್ಲ ಕೆಲಸಗಳು ಮುಗಿಯಲಿದ್ದವು. ಆ ಅವಳಿ ಕ್ಯಾಂಪಿನಲ್ಲಿ ನಮಗೆ ಬೇಕಾದ ವಸ್ತುಗಳ ಶೋಧನಾ ಕಾರ್ಯವನ್ನು ನಾವು ಜಾರಿಯಲ್ಲಿಟ್ಟಿದ್ದೆವು. ಆಗ ನಾವು ಮೂವರು ಕ್ಯಾಂಪಿನಲ್ಲಿದ್ದ ಪ್ರತಿಯೊಂದು ಕಂಪನಿಗಳ ಕಾಂಪೌಂಡುಗಳಿಗೆ ಸುತ್ತಲು ಶುರು ಮಾಡಿದೆವು. ಕ್ಯಾಂಪಿನ ಇನ್ನೊಂದು ಮಗ್ಗಲು ತೆರೆದುಕೊಳ್ಳುತ್ತಿತ್ತು. ನಮ್ಮ ಕಂಪನಿಯ ಆಪರೇಷನ್ಸ್ ಕಚೇರಿಗೆ ಅಪ್ಪಿ ಜೊತೆ ಆಗಾಗ ಹೋಗುವುದು ರೂಢಿಯಾಯ್ತು. ಅದು ಕ್ಯಾಂಪಿನ ಕೊನೆಯ ತುದಿಯಲ್ಲಿದ್ದ ಒಂದು ಸಣ್ಣ ಕಾಂಪೌಂಡ್. ಪಕ್ಕದಲ್ಲಿ ಕ್ಯಾಂಪಿನ ಸರಹದ್ದಿನ ಸಮಾನಾಂತರವಾಗಿ ಒಂದು ರಸ್ತೆ ಹಾದುಹೋಗುತ್ತಿತ್ತು. ಆ ರಸ್ತೆಯ ಆಚೆಬದಿಗೆ ಏನೊಂದೂ ಕಾಣದ ಹಾಗೆ

ಮಣ್ಣಿನ ರಾಶಿಯನ್ನು (bund) ರಸ್ತೆಯ ಮಗ್ಗಲಲ್ಲಿ ರಸ್ತೆಯುದ್ದಕ್ಕೂ ಹರವಿದ್ದರು. ಆ ಬದಿ ಏನಿದೆ ಎಂದು ನನಗೆ ವಿಪರೀತ ಕುತೂಹಲ. ನಮ್ಮ ಆಪರೇಷನ್ಸ್ ಮ್ಯಾನೇಜರ್‌ನನ್ನು ಆ ಬಗ್ಗೆ ವಿಚಾರಿಸಿದೆ. 'ಮಣ್ಣಿನ ಆ ರಾಶಿಯಿಂದ ಸುಮಾರು ನಾಲ್ಕೈದು ಕಿ.ಮೀ. ವರೆಗೆ ಹರಡಿದ ಆ ಬಯಲು ಯುದ್ಧಾಭ್ಯಾಸಕ್ಕೆ ಮೀಸಲು. ಪ್ರತಿನಿತ್ಯ ಇಲ್ಲಿ ಯುದ್ಧ ತರಬೇತಿ ನಡೆಯುತ್ತಲೇ ಇರುತ್ತೆ. ಮರೀನ್ಸ್ ಸೈನಿಕರಿಗೆ ಮಾತ್ರವಲ್ಲದೆ ಆಫ್ಘಾನ್ ಸೈನಿಕರಿಗೆ ಕೂಡ ತರಬೇತಿಯನ್ನು ಕೊಡುತ್ತಾರೆ. ದಿನ ಬೆಳಗ್ಗೆ ಮತ್ತು ಸಂಜೆ ನೆಲ ಅದುರುವ ಹಾಗೆ ಗುಂಡಿನ ಮೊರೆತವಾಗುತ್ತದೆ. ಒಂದೊಂದು ಸಾರಿ ಇತ್ತ ಕಡೆಯಿಂದ ಶೆಲ್ಲುಗಳನ್ನು ಉಡಾಯಿಸಿದಾಗಲೆಲ್ಲ ಹೃದಯ ಬಾಯಿಗೆ ಬರುವಷ್ಟು ಶಬ್ದವಾಗುತ್ತದೆ. ನಮಗೂ ಸಾಕಾಗಿ ಹೋಗಿದೆ. ಹಾಗಾಗಿ ನಮ್ಮ ಕಚೇರಿಯನ್ನು ಮತ್ತೆಲ್ಲಿಗಾದರೂ ಬದಲಾಯಿಸಿ ಎಂದು ಒತ್ತಾಯ ಮಾಡುತ್ತಲೇ ಇದ್ದೇವೆ ಎಂದವನ ಮಾತಿನಲ್ಲಿ ಅತೀವ ಬೇಸರವಿತ್ತು. ಹೌದು, ನಾನೂ ಕೂಡ ಕೇಳಿದ್ದೀನಿ. ಅಲ್ಲಿಂದ ನಮ್ಮ ಪ್ರಾಜೆಕ್ಟ್ ಸೈಟ್ ತುಂಬಾ ದೂರವಿರಲಿಲ್ಲ. ಅಲ್ಲಿಯೂ ಕೂಡ ನೆಲ ಅದುರುವ ಅನುಭವ ಆಗುತ್ತಿತ್ತು. ಶೆಲ್ಲುಗಳನ್ನು ಉಡಾಯಿಸಿದಾಗ ಮತ್ತು ಅದು ಎಲ್ಲೋ ಒಂದು ಕಡೆ ಬಿದ್ದಾಗ ಬಾಂಬು ಸ್ಫೋಟವಾದಂತೆ ಭಯಂಕರ ಶಬ್ದವಾಗುತ್ತಿತ್ತು. ಕೆಲವು ಸಲ ಶೆಲ್ಲುಗಳು ಆಗಸದಲ್ಲೇ ಸ್ಫೋಟಗೊಳ್ಳುತ್ತಿದ್ದುದು ನಮಗೆ ಕಾಣಿಸುತ್ತಿತ್ತು. ಇಲ್ಲಿನ ವಿಶೇಷವೆಂದರೆ ಹೊರಗಿನಿಂದ ಶೆಲ್ಲುಗಳ ದಾಳಿ ಅತಿ ವಿರಳ. ಪ್ರತಿಯಾಗಿ ಇಲ್ಲಿಂದ ಹೊರಗೆ ಕಳುಹಿಸುತ್ತಿದ್ದುದೇ ಹೆಚ್ಚು. ವಿಷಯ ತಿಳಿಯದ ನಾವು ಮೊದಮೊದಲು ಎಷ್ಟೋ ಸಾರಿ ಹೆದರಿಕೊಂಡು ಬಂಕರಿನೆಡೆಗೆ ಓಡಿಬಿಡುತ್ತಿದ್ದುದೂ ಹೌದು. ನನಗೆ ಆ ಯುದ್ಧಾಭ್ಯಾಸ ನೋಡುವ ಅತೀವ ಕುತೂಹಲ. ಗರೀಪ್ ಇಲ್ಲಿಂದ ಹೋದಮೇಲೆ ಅಪ್ನಿ ನನಗೆ ತುಂಬಾ ಹತ್ತಿರದವನಾಗಿದ್ದ. ಅವನ ಬಳಿ ಇದನ್ನು ತುಂಬಾ ಸಾರಿ ಪ್ರಸ್ತಾಪಿಸಿದ್ದೆ. ಅವನು ಯಾರ್ಯಾರನ್ನೋ ವಿಚಾರಿಸಲಾಗಿ ಒಂದು ವಿಷಯವನ್ನು ಕಂಡುಕೊಂಡ. ಆ ಸರಹದ್ದಿನ ಸಮಾನಾಂತರ ರಸ್ತೆಯಲ್ಲೇ ಇನ್ನೂ ಒಂದಷ್ಟು ದೂರ ಮೇಲಕ್ಕೆ ಹೋದರೆ ನೆಲ ಎತ್ತರವಾದಂತೆ ಯುದ್ಧ ತರಬೇತಿ ಭೂಮಿಯ ಒಂದು ಪಾರ್ಶ್ವ ಕಾಣಿಸುತ್ತದೆ. ಅಲ್ಲಿಗೆ ಹೋಗಲು ನಮಗೆ ಯಾವುದೇ ಕಾರಣವಿರಲಿಲ್ಲ. ಅದೊಂದು ನಿರ್ಜನ ಪ್ರದೇಶ. ಒಂದೊಮ್ಮೆ ಯಾರಾದರೂ ನಮ್ಮನ್ನು ಪ್ರಶ್ನಿಸಿದರೆ ಏನೆಂದು ಹೇಳುವುದು? ದಾರಿ ತಪ್ಪಿ ಇಲ್ಲಿಗೆ ಬಂದಿದ್ದೇವೆ ಎಂದು ಸಬೂಬು ಹೇಳುವುದು ಅಷ್ಟೇ. ಅದು ನನ್ನ ಉಪಾಯವಾಗಿತ್ತು.

ಮುಂದಿನ ದಿನ ಹೊರಟೇ ಬಿಟ್ಟೆವು. ಒಣ ಮಣ್ಣಿನ ಕಚ್ಚಾ ರಸ್ತೆ. ಗಾಡಿ ಮುಂದೆ ಹೋದಂತೆ ಧೂಳು ನಮ್ಮ ಹಿಂದೆಯೇ ಸವಾರಿ ಮಾಡಲು ಬರುತ್ತಿದೆಯೇನೋ ಅನ್ನಿಸುವ ಹಾಗಿತ್ತು ಆಗಿನ ನೋಟ. ಎಷ್ಟು ದೂರ

ಹೋದರೂ ರಸ್ತೆಯ ಮಗ್ಗುಲಿನ ಮಣ್ಣಿನ ರಾಶಿಯ ಆಚೆ ಏನೂ ಕಾಣಿಸದು. ಅಕ್ಷರಶಃ ನಿರ್ಜನ ಪ್ರದೇಶ. ನೂರಿನ್ನೂರು ಮೀಟರುಗಳಿಗೊಂದರಂತೆ ಅಲ್ಲಲ್ಲಿ ವೀಕ್ಷಣಾ ಗೋಪುರಗಳಿದ್ದವು. ಬಹುಪಾಲು ಮರದ ದಿಮ್ಮಿಗಳಿಂದ ಮಾಡಿದಂತವು. ಗೋಪುರದ ಕಾವಲು ಕೂರುವ ಜಾಗದಲ್ಲಿ ಒಂದಷ್ಟು ಮರಳಿನ ಮೂಟೆಯನ್ನು ಪೇರಿಸಿದ್ದಾರೆ. ಒಬ್ಬ ಸೈನಿಕ ಉದ್ದ ಕೊಳವೆ ಬಂದೂಕು ಹಿಡಿದು ಅಲ್ಲಾಡದಂತೆ ಅವಿತುಕೊಂಡು ಕೂತಿದ್ದಾನೆ. ಅವ ನಮ್ಮನ್ನು ನೋಡಿ ನಮಗೇನಾದರೂ ತೊಂದರೆಯಾದರೆ? ಭಯ ಹೆಚ್ಚಾಗತೊಡಗಿತು. ಇದು ನನಗೆ ಬೇಕಿರಲಿಲ್ಲ ಎನ್ನುವಷ್ಟು ರೇಜಿಗೆ ಬರುವ ಸಮಯ. ಗಾಡಿಯ ವೇಗ ಕಡಿಮೆ ಮಾಡಿ ಅವ್ನಿ ಸೂಕ್ಷ್ಮವಾಗಿ ಆ ಗೋಪುರವನ್ನೆ ದಿಟ್ಟಿಸುತ್ತಿದ್ದ. 'ಹ್ಹಹ್ಹಹ್ಹಾ... ಅದು ಸೈನಿಕನ ಗೊಂಬೆ! ಥೇಟ್ ಮನುಷ್ಯನನ್ನೇ ಹೋಲುವ ಗೊಂಬೆ. ಆ ಬಂದೂಕು ಕೂಡ ನಕಲಿಯದೇ' ಅವ್ನಿ ಏನೋ ಕಂಡುಹಿಡಿದವನಂತೆ ಗಹಗಹನೆ ನಕ್ಕು ನನಗೆ ಹೇಳುತ್ತಿದ್ದ. ಹೌದು, ನನಗೂ ಈಗ ಸ್ಪಷ್ಟವಾಗಿ ಕಾಣುತ್ತಿತ್ತು. ಆ ಸಾಲಿನಲ್ಲಿದ್ದ ಎಲ್ಲರೂ ನಕಲಿ ಕಾವಲುಗಾರರೇ. ನಾವಿಬ್ಬರೂ ಪರಸ್ಪರ ಮುಖ ನೋಡುತ್ತಾ ನಕ್ಕಿದ್ದೇ ನಕ್ಕಿದ್ದು. ಈ ವ್ಯವಸ್ಥೆ ನಮಗೆ ಮೊದಲು ಹಾಸ್ಯವಾಗಿ ಕಂಡಿತ್ತಾದರೂ ಆ ನಂತರ ಅದರ ಮರ್ಮ ತಿಳಿದು ಆಶ್ಚರ್ಯವಾಗಿತ್ತು. ಅವು ಕ್ಯಾಂಪಿನ ಸರಹದ್ದಿನ ನೈಜ ವೀಕ್ಷಣಾ ಗೋಪುರಗಳಾಗಿರಲಿಲ್ಲ, ಬದಲಾಗಿ ಯುದ್ಧಭೂಮಿಯ ಅಭ್ಯಾಸದ ಒಂದು ಮಾಡೆಲ್ ಆಗಿತ್ತು ಅದು. ರಸ್ತೆಯಲ್ಲಿ ಇನ್ನೂ ಮೇಲೆ ಹೋದಂತೆ ಅವ್ನಿ ಕಂಡುಕೊಂಡದ್ದು ನಿಜವಾಗಿತ್ತು. ಯುದ್ಧಾಭ್ಯಾಸ ಭೂಮಿಯ ಒಂದು ಬದಿ ನಾವಿದ್ದ ಜಾಗದಿಂದ ಸ್ಪಷ್ಟವಾಗಿ ಕಾಣುತ್ತಿತ್ತು. ಗಾಡಿ ನಿಲ್ಲದೇ ನಿಧಾನವಾಗಿ ಸಾಗುತ್ತಿತ್ತು. ವಿಶಾಲವಾದ ಬಂಜರು ಭೂಮಿ. ಒಂದೂ ಗಿಡ-ಮರ ಕಾಣಿಸುತ್ತಿರಲಿಲ್ಲ. ಅಲ್ಲಲ್ಲಿ ಸಾಲಾಗಿ ಮಣ್ಣಿನ ರಾಶಿಯನ್ನು ಹಾಕಿದ್ದರು. ಹಾಗೆಯೇ ಮರಳಿನ ಮೂಟೆಯ ಗೋಡೆಗಳೂ ಕೂಡ. ಬಹುಶಃ ಶತ್ರುಗಳಿಗೆ ಕಾಣದ ಹಾಗೆ ಅವಿತುಕೊಳ್ಳುವ ಅಭ್ಯಾಸಕ್ಕಿರಬಹುದು ಎಂದುಕೊಂಡೆ. ದೂರದಲ್ಲಿ ವೃತ್ತಾಕಾರದ ಗುರಿಯ ಫಲಕಗಳನ್ನು ಸಾಲುಸಾಲಾಗಿ ಜೋಡಿಸಲಾಗಿತ್ತು. ಮನುಷ್ಯಾಕೃತಿಯ ಗುರಿ ಫಲಕಗಳೂ ಸಾಕಷ್ಟು ಇದ್ದವು. ಅಂಗಾತ ಮಲಗಿ ಗುರಿಯಿಟ್ಟು ಅಭ್ಯಾಸ ಮಾಡುತ್ತಿದ್ದ ಆಫ್ಘಾನ್ ಸೈನಿಕರು ಕಂಡರು. ಮರೀನ್ಸ್ ಸೈನಿಕರು ಮತ್ತು ಆಫ್ಘಾನ್ ಸೈನಿಕರ ಯೂನಿಫಾರ್ಮ್ ಬಟ್ಟೆಯ ಬಣ್ಣದಲ್ಲಿ ಸಾಕಷ್ಟು ವ್ಯತ್ಯಾಸವಿದ್ದರಿಂದ ದೂರದಿಂದಲೇ ಅವರು ಯಾರೆಂದು ಗುರುತಿಸಬಹುದಿತ್ತು. ಷೆಲ್ ಲಾಂಚರುಗಳನ್ನು ಇನ್ನೊಂದು ಮಗ್ಗುಲಲ್ಲಿ ಜೋಡಿಸಿಟ್ಟಿದ್ದರು. ಅವುಗಳ ಬಳಿ ಯಾರೂ ಇದ್ದಂತೆ ಇರಲಿಲ್ಲ. ನೂರಾರು ಮಿಲಿಟರಿ ಆರ್ಮ್‌ಡ್ ವೆಹಿಕಲ್ಲುಗಳು ಮತ್ತು ಯುದ್ಧ ಟ್ಯಾಂಕಿನಂತಹ ವಾಹನಗಳೂ ಸಾಲಾಗಿ ನಿಂತಿದ್ದವು. ಅಲ್ಲಲ್ಲಿ

ಮರೀನ್ಸ್ ಸೈನಿಕರೂ ಓಡಾಡುತ್ತಿದ್ದುದು ಕಾಣಿಸುತ್ತಿತ್ತು. ಅದಾಗಲೇ ಮಧ್ಯಾಹ್ನದ ಹೊತ್ತು. ಅಂದು ಗುಂಡಿನ ಮೊರೆತದ ಶಬ್ದ ತೀವ್ರವಾಗಿರಲಿಲ್ಲ. ನಾನು ಕಲ್ಪಿಸಿಕೊಂಡ ಬೇರೊಂದು ಲೋಕವೇನೂ ಅಲ್ಲಿರಲಿಲ್ಲ. ಎಲ್ಲೆಲ್ಲೂ ಬಂಜರು, ಆ ಮಿಲಿಟರಿಯವರೂ ಕೂಡ ಅಂದು ಹಾಗೆ ಕಂಡರು! ಇನ್ನು ಸಾಕು ಹೊರಡೋಣವೆಂದು ತೀರ್ಮಾನಿಸಿದೆವು.

'ಯೂಎಸ್ ಮರೀನ್ಸ್ ಎಂಬ ಜಗತ್ತಿನ ಶ್ರೇಷ್ಠ ಸೈನಿಕರ ರಕ್ಷಣೆಯಲ್ಲಿದ್ದೇವೆ, ಹೆದರುವ ಪ್ರಮೇಯವೇ ಇಲ್ಲ'. ಮೈಕ್ ಬ್ರೌನ್ ದಿನಕ್ಕೆ ಹೀಗೆ ಹತ್ತಾರು ಬಾರಿಯಾದರೂ ಹೇಳಿ ನಮ್ಮನ್ನು ಸಮಾಧಾನಪಡಿಸಲು ಯತ್ನಿಸುತ್ತಿದ್ದ ಮಾತುಗಳು. ಅಸಲಿ ವಿಷಯ ಏನೆಂದರೆ ಆ ಮಾತುಗಳನ್ನು ಆತ ತನ್ನನ್ನು ಸಂತೈಸಿಕೊಳ್ಳಲು ಹೇಳುತ್ತಾನೆ ಎಂದು ನಮಗೆ ಗೊತ್ತಿತ್ತು. ನಮ್ಮಲ್ಲಿ ಬಹುಪಾಲು ಜನ ಈಗಾಗಲೇ ಹಲವಾರು ಇತರೆ ಅತಿ ಅಪಾಯಕಾರಿ ಕ್ಯಾಂಪುಗಳಲ್ಲಿ ಕೆಲಸ ಮಾಡಿ ಬಂದ ಅನುಭವವುಳ್ಳವರು. ಇದೇ ಮೊದಲ ಬಾರಿಗೆ ಇಲ್ಲಿಗೆ ಬಂದಿದ್ದ ಮೈಕ್ ಇಲ್ಲಿನ ಗುಂಡಿನ ಮೊರೆತ, ಶೆಲ್ ದಾಳಿಯ ಶಬ್ದಗಳಿಂದ ವಿಪರೀತ ಭಯಗ್ರಸ್ತನಾಗಿದ್ದ. ಸುಮಾರು ಐವತ್ನಾಲ್ಕರ ಪ್ರಾಯ. ನನ್ನ ಹಾಗೆಯೇ ಆತ ವಿದ್ಯುತ್ ಇಂಜಿನಿಯರ್. ಅಮೆರಿಕೆಯ ವಿದ್ಯುತ್ ಸ್ಟ್ಯಾಂಡರ್ಡಿನ ಅನುಗುಣವಾಗಿ ಕೆಲಸ ಮಾಡಲಾಗುತ್ತಿದೆಯೇ ಎಂದು ದೃಢೀಕರಿಸುವುದು ಆತನ ಮುಖ್ಯ ಕೆಲಸ. ಅಲ್ಲಿದ್ದ ಅಮೆರಿಕೆಯ ಅಧಿಕಾರಿಗಳಲ್ಲೇ ಅತ್ಯಂತ ಸರಳ, ನಿಗರ್ವಿ ಮತ್ತು ಸ್ನೇಹ ಜೀವಿ. ನಾನು ನನ್ನ ಹೆಚ್ಚಿನ ಕೆಲಸದ ಸಮಯ ಈತನೊಟ್ಟಿಗೇ ಕಳೆಯುತ್ತಿದ್ದುದು. 'ಅಲಬಾಮ' ರಾಜ್ಯದ ಒಂದು ಪುಟ್ಟ ನಗರದಲ್ಲಿ ನೆಚ್ಚಿನ ಮಡದಿಯೊಟ್ಟಿಗೆ ಆತನ ವಾಸ. ಅಮೆರಿಕಾ ಬಿಟ್ಟು ಈವರೆಗೆ ಯಾವ ದೇಶಕ್ಕೂ ಹೋದವನಲ್ಲವಂತೆ. ಅಷ್ಟೇ ಅಲ್ಲ ನ್ಯೂಯಾರ್ಕ್ ನಗರಕ್ಕೂ ಒಮ್ಮೆ ಹೋದವನಲ್ಲ ಎಂದು ಕೇಳಿದ ನನಗೆ ಸಖೇದಾಶ್ಚರ್ಯ. ಏಕೆ ಎಂದು ಕೇಳಿದರೆ ಇದುವರೆವಿಗೂ ಎಲ್ಲೂ ಹೊರಗೆ ಹೋಗಬೇಕಾದ ಅವಶ್ಯಕತೆ ಬರಲೇ ಇಲ್ಲ ಅಂದಿದ್ದ. ಇದೇ ಮೊದಲ ಬಾರಿ ಹೊರಗೆ ಅದೂ ಕೂಡ ಇಲ್ಲಿನ ಯುದ್ಧಭೂಮಿಗೆ ಬಂದಿರುವುದು ಆತನಿಗೇ ವಿಚಿತ್ರ ಅನ್ನಿಸುತ್ತಿತ್ತಂತೆ. ತನ್ನ ಸಾಮಾನ್ಯ ಸಂಬಳಕ್ಕಿಂತ ಹಲವು ಪಟ್ಟು ಹೆಚ್ಚಿನ ಮೊತ್ತ ಸಿಗುತ್ತದೆ ಮತ್ತು ಎರಡು ವರ್ಷದ ಅವಧಿಗೆ ಅಷ್ಟೇ ಇಲ್ಲಿನ ಕೆಲಸ, ಆ ನಂತರ ತನ್ನ ಕುಟುಂಬ ತನ್ನ ಊರು ಎಂದು ಹಲವಾರು ಸಲ ನನಗೆ ಹೇಳಿದ್ದಿದೆ. ಮೈಕ್ ತುಂಬಾ ಧಾರ್ಮಿಕ, ಮುಗ್ಧ ಹಾಗೂ ಪ್ರಾಮಾಣಿಕ ಮನುಷ್ಯ. ಪ್ರತಿ ವಾರವೂ ಆತನಿಗೆ ಹೆಂಡತಿಯಿಂದ ಒಂದು ಪಾರ್ಸಲ್ ಬರುತ್ತಿತ್ತು. ಒಮ್ಮೆ ಸಣ್ಣ ಬೈಬಲ್ ಪುಸ್ತಕ ಬಂದರೆ ಮತ್ತೊಮ್ಮೆ ಏನಾದರೂ ತಿಂಡಿಗಳು ಬರುತ್ತಿದ್ದವು. ಒಮ್ಮೆ ಒಂದು ದೊಡ್ಡ ಬಾಕ್ಸಿನಲ್ಲಿ ಆಕೆ ಮನೆಯಲ್ಲಿ ಮಾಡಿದ ಬ್ರೌನಿ ಕೇಕ್ ಬಂದಾಗಲಂತೂ ಸಣ್ಣ

ಹುಡುಗನ ಹಾಗೆ ಕುಣಿದಾಡಿ, ನಮಗೆಲ್ಲಾ ಹಂಚಿ, ಆಕೆಗೆ ಕರೆ ಮಾಡಿ ಅದೆಷ್ಟು ಕಕ್ಕುಲಾತಿಯಿಂದ ಪ್ರೀತಿ ವ್ಯಕ್ತಪಡಿಸಿದ್ದ!? ಅಷ್ಟು ದೂರದಿಂದ ಇಷ್ಟೊಂದು ತೂಕದ ವಸ್ತುಗಳನ್ನು ಕಳುಹಿಸಲು ತುಂಬಾ ಖರ್ಚು ಅಲ್ಲವೇ? ಎಂದು ಕೇಳಿದ್ದೆ. ಹಾಗೇನಿಲ್ಲ ಆಫ್ಘಾನಿನಲ್ಲಿ ಅಮೆರಿಕ ಸೈನ್ಯವಿರುವ ಎಲ್ಲಾ ಮಿಲಿಟರಿ ಕ್ಯಾಂಪುಗಳು ಅಮೆರಿಕಾದ ವರ್ಚುಯಲ್ ಭೂಭಾಗ ಎಂದೇ ಪರಿಗಣಿಸಲಾಗುತ್ತೆ. ಹಾಗಾಗಿ ನಮಗೆ ಸ್ಥಳೀಯವಾಗಿ ಎಷ್ಟು ಖರ್ಚಾಗುತ್ತೋ ಅದಕ್ಕಿಂತ ಕಡಿಮೆಯೇ ಎಂದ. ಎಲ್ಲ ಪ್ರಮುಖ ಕ್ಯಾಂಪುಗಳಲ್ಲಿ ಅಮೆರಿಕದ ಪೋಸ್ಟಲ್ ಸರ್ವೀಸ್ ಇರುವುದು ಗೊತ್ತಿತ್ತು ಆದರೆ ಹೀಗೊಂದು ವಿಷಯವಿರುವುದು ನನಗೆ ಅಲ್ಲಿಯವರೆಗೆ ಗೊತ್ತಿರಲಿಲ್ಲ. ನಾವೆಲ್ಲ ಸ್ಕೈಪ್ ವೀಡಿಯೋ ಕರೆಮಾಡಿ ಮನೆಯವರೊಂದಿಗೆ ಮಾತಾಡುತ್ತಿದ್ದೆವು. ಆತನೂ ಕೂಡ. ಆ ದಿನ ಮಾಡಿದ ಕೆಲಸ, ಸಾಮಾನ್ಯ ಸಂಗತಿಗಳು, ವಿಚಿತ್ರಗಳು, ವೈಪರೀತ್ಯಗಳು, ಗುಂಡಿನ ಮೊರೆತ, ಆಗಸದಲ್ಲಿ ಶೆಲ್ ಹಾದುಹೋದ ಮೋಡದ ದಾರಿ, ಆಗಾಗ ಬರುತ್ತಿದ್ದ ಸುಂಟರ ಗಾಳಿ ಮತ್ತದರ ಧೂಳು, ಹಿಡಿಸಿದ ತಿಂಡಿ–ಊಟ, ಅಂದಿನ ಉಷ್ಣಾಂಶ ಹೀಗೆ ಎಲ್ಲವನ್ನೂ ಹೆಂಡತಿಗೆ ತಪ್ಪದೇ ಒಪ್ಪಿಸುತ್ತಿದ್ದ. ವಿದ್ಯುತ್ ಕೇಬಲ್ಲುಗಳನ್ನು ಹೂಳಲು ತೆಗೆದ ಗುಂಡಿಯೊಳಗೆ ಇಳಿದು–ಹತ್ತಿ ನಾನು 'ಇಂಡಿಯಾನ ಜೋನ್ಸ್'ನಂತೆ ಏನೋ ಸಾಹಸ ಮಾಡಿಬಿಟ್ಟೆ ಎಂದು ಬಾಯಿತುಂಬಾ ನಕ್ಕು ಹೇಳುತ್ತಿದ್ದ. ನನ್ನನ್ನು ಕೂಡ ಆಕೆಗೆ ಪರಿಚಯಿಸಿದ್ದ. ನಾನು ಆಕೆಗೆ ತುಂಬಾ ಪರಿಚಿತನೇನೋ ಎನ್ನುವ ಹಾಗೆ ನನ್ನ ಬಗ್ಗೆ ಏನೇನೋ ಹೇಳುತ್ತಿದ್ದ, ಬಹುಪಾಲು ಒಳ್ಳೆಯದನ್ನೇ! ನನ್ನ ದೇಶದ ಬಗ್ಗೆ ಹೆಚ್ಚಿನ ವಿವರಗಳು ಆತನಿಗಿರಲಿಲ್ಲ. ನಾನು ಹೇಳುವುದನ್ನೆಲ್ಲಾ ಒಬ್ಬ ಶಿಸ್ತಿನ ವಿದ್ಯಾರ್ಥಿಯಂತೆ ಕೇಳುತ್ತಿದ್ದ. ಬ್ರಿಟಿಷ್ ಪೂರ್ವ, ಅವರಿದ್ದ ಕಾಲ ಮತ್ತು ನಂತರದ ಭಾರತದ ಬಗ್ಗೆ ಆಸಕ್ತಿಯಿಂದ ಕೇಳಿ 'ಹೌದೇ' ಎಂದು ಆಶ್ಚರ್ಯನಾಗುತ್ತಿದ್ದ. ಕೆಲಸದಲ್ಲಿ ಮೇಲು–ಕೀಳು ಎನ್ನದೇ ಎಲ್ಲರನ್ನೂ ಪ್ರೀತಿಯಿಂದ ಮಾತನಾಡಿಸುತ್ತಿದ್ದ. ಆತನಿಗೆ ಏನೋ ಸರಿಯಿಲ್ಲ ಎನಿಸಿದರೆ ಒಮ್ಮೊಮ್ಮೆ ಮುಖ ಕೆಂಪಗೆ ಮಾಡಿಕೊಂಡು ಕೂಗಾಡಿದ್ದೂ ಇದೆ. ಸ್ಟೆಫನ್ ಅಲ್ಲಿಂದ ಹೋದ ಮೇಲೆ ಊಟಕ್ಕೆ ಮೈಕ್ ಒಟ್ಟಿಗೆ ಹೋಗುವ ಅಭ್ಯಾಸ ರೂಢಿಸಿಕೊಂಡಿದ್ದೆ. ಊಟದಲ್ಲಿ ತುಂಬಾ ಶಿಸ್ತು. ಅಲ್ಲಿ ಸಿಗುತ್ತಿದ್ದ ಒಣ ಹಣ್ಣಿನ ಕುಕೀಸ್ ಗಳೆಂದರೆ ಆತನಿಗೆ ಪ್ರಾಣ. ಡಿಫ್ಯಾಕ್‌ಗೆ ಹೋದಾಗಲೆಲ್ಲಾ ಒಂದಷ್ಟನ್ನು ಟಿಶ್ಯು ಪೇಪರಿನಲ್ಲಿ ಸುತ್ತಿಕೊಂಡು ಬಂದು ದಿನವೆಲ್ಲ ಚಪ್ಪರಿಸುವುದು ಆತನಿಗಿಷ್ಟ.

ಒಂದು ಮಧ್ಯಾಹ್ನ ಅವನೊಟ್ಟಿಗೆ ಊಟಕ್ಕೆ ಹೊರಟೆ. ಅಂದು ಕ್ಯಾಂಪಿನಲ್ಲಿ ಅದೇನೋ ಲವಲವಿಕೆ. ಮರೀನ್ಸ್ ಸೈನಿಕರೆಲ್ಲಾ ಪ್ರವಾಹೋಪಾದಿಯಲ್ಲಿ ಕ್ಯಾಂಪಿನ ಹೃದಯ ಭಾಗದ ಒಂದು ಮೈದಾನಕ್ಕೆ ಹೊರಟಿದ್ದಾರೆ. ಅಲ್ಲೆಲ್ಲಾ ಶಾಮಿಯಾನದಂತೆ ಟೆಂಟ್ ಬಟ್ಟೆಗಳನ್ನು ನೆರಳಿಗಾಗಿ ಕಟ್ಟಿದ್ದರು. ಅಮೆರಿಕೆಯ

ಬಾವುಟ ಸೇರಿದಂತೆ ಹಲವಾರು ಬಣ್ಣದ ತೋರಣಗಳನ್ನೂ ದಾರಿಯುದ್ದಕ್ಕೂ ಕಟ್ಟಿದ್ದರು. ಸಾಮಾನ್ಯವಾಗಿ 'ರಾಕೆಟ್ ಅಟ್ಯಾಕ್' ಎಂದು ಘಂಟೆಗಟ್ಟಲೆ ಕೂಗುತ್ತಾ ನಮ್ಮನ್ನು ಹೆದರಿಸುವ ಧ್ವನಿವರ್ಧಕಗಳು ಅಂದು ಅದೇನನ್ನೋ ಸಾವಧಾನವಾಗಿ ಹೇಳುತ್ತಿತ್ತು. 'ಯೂಎಸ್ ಮಿಲಿಟರಿ ದಿನ' ಅಥವಾ ಯಾವುದೇ ರಾಜಕೀಯ ಇಲ್ಲವೇ ಧಾರ್ಮಿಕ ಹಬ್ಬಗಳನ್ನು ಕ್ಯಾಂಪುಗಳಲ್ಲಿ ಆಚರಿಸುವುದನ್ನು ಮತ್ತು ಆ ದಿನದಂದು ಡಿಫ್ಯಾಕ್‌ಗಳಲ್ಲಿ ವಿಶೇಷ ಭಕ್ಷ್ಯಗಳ ತಯಾರಿಕೆಯನ್ನೂ ನಾನು ನೋಡಿದ್ದೆ. ಅಂದು ನಾವು ಹೋಗುತ್ತಿದ್ದ ಗಾಡಿಯಲ್ಲಿ ಅಮ್ನಿ ಕೂಡ ಇದ್ದ. ಅಮೆರಿಕದ ಅಧ್ಯಕ್ಷ ಒಬಾಮಾ ಬಂದಿರಬೇಕು. ನನಗೆ ಆ ರೀತಿ ಸುದ್ದಿ ಇದೆ ಎಂದ. ಮೈಕ್ ಕೂಡ ಅಲ್ಲಗಳೆಯಲಿಲ್ಲ. ತಮ್ಮ ಸೈನಿಕರನ್ನು ಹುರಿದುಂಬಿಸಲು ಆಗಾಗ ದೊಡ್ಡ ಮನುಷ್ಯರು ಬರುವುದು ವಾಡಿಕೆ ಎಂದ. ನಿಜವೇ ಆಗಿದ್ದರೆ ನಾವು ಕೂಡ ಅಲ್ಲಿಗೆ ಹೋಗಬಹುದೇ ಎಂದೆ. 'ಇಲ್ಲಾ, ಅನ್ಯರು ಅಲ್ಲಿ ಹೋಗಲಾಗುವುದಿಲ್ಲ. ಸಿಕ್ಕಾಪಟ್ಟೆ ಭದ್ರತೆ ಇರುತ್ತದೆ'. ಎಂದ ಅಮ್ನಿ. ನಮ್ಮ ಪಾಡಿಗೆ ಡಿಫ್ಯಾಕ್ ಬಳಿ ಬಂದೆವು. ಅಂದು ಸಾಮಾನ್ಯಕ್ಕಿಂತ ದೊಡ್ಡದೇ ಸಾಲಿತ್ತು. ಎಂದಿಗಿಂತ ಅಂದು ತಪಾಸಣೆ ನಿಧಾನವಾಗುತ್ತಿದೆ ಎಂದು ಗೊತ್ತಾಯಿತು. ಬಹುಶಃ ದೊಡ್ಡವರು ಬರುತ್ತಿದ್ದಾರೆ ಎಂಬುದಕ್ಕೋ ಏನೋ ಎಂದುಕೊಂಡೆವು. ಅಮೆರಿಕೆಯ ಸೈನಿಕರ ತಪಾಸಣೆಯಿಲ್ಲದ ಸಾಲಿನಲ್ಲಿ ಅಷ್ಟು ಜನರಿರಲಿಲ್ಲ. ಅಮೆರಿಕೆಯ ಪ್ರಜೆಗಳ ಕಡಿಮೆ ತಪಾಸಣೆಯ ಮತ್ತೊಂದು ಸಾಲಿನಲ್ಲೂ ಅಷ್ಟು ಜನವಿಲ್ಲ. ಮೈಕ್ ಆ ಸಾಲಿನಲ್ಲಿ ಹೋದ. ಆದರೆ ನಮ್ಮ ತೀವ್ರ ತಪಾಸಣೆಯ ಸಾಲು ತುಂಬಾ ಉದ್ದಕ್ಕಿತ್ತು. ಸ್ಕ್ಯಾನಿಂಗ್ ಯಂತ್ರದ ಬಳಿ ಬರಲು ಹತ್ತಾರು ನಿಮಿಷಗಳು ಹಿಡಿದವು. ಕಂಪ್ಯೂಟರ್ ಮುಂದೆ ಕೂತಿದ್ದ ಮರೀನ್ಸ್ ಸೈನಿಕ ನನ್ನನ್ನೇ ದುರುಗುಟ್ಟಿ ನೋಡುತ್ತಾ ಅಲ್ಲಿಂದ ಎದ್ದು ಬಂದು ನನ್ನನ್ನು ಪಕ್ಕ ಕರೆದುಕೊಂಡು ಹೋದ. ಸಾಲು ಆ ಕ್ಷಣ ಹಾಗೆ ಸ್ತಬ್ಧವಾಗಿಬಿಟ್ಟಿತ್ತು. ನನಗೆ ಏನಾಗುತ್ತಿದೆ ಎಂದು ತಿಳಿಯದೆ ಆತಂಕ ಶುರುವಾಗಿ ಬೆವರಾದೆ. ನನ್ನ ಮೈಪೂರ್ತಿ ತಡಕಲು ಶುರು ಮಾಡಿದರು. ನನ್ನ ಪ್ಯಾಂಟಿನಲ್ಲಿ ಅವರಿಗೆ ಒಂದು ಪೆನ್‌ಡ್ರೈವ್ ಸಿಕ್ಕಿತು. ನಾನು ಗಾಬರಿಯಾಗಿ ಹೋದೆ. ಅದು ನನ್ನ ಕೆಲಸದ್ದು, ನಾನು 'ಇಲ್ಲಿ', 'ಹೀಗೆ', ಕೆಲಸ ಮಾಡುವ ಇಂಜಿನಿಯರ್ ಎಂದು ಏನೇನೋ ಅಲವತ್ತುಕೊಂಡೆ. ಅವರು ಯಾವುದನ್ನೂ ಕೇಳುವ ಮನಸ್ಥಿತಿಯಲ್ಲಿರಲಿಲ್ಲ. ಅಮ್ನಿ ನನ್ನ ಸಹಾಯಕ್ಕೆ ಬಂದು ಏನನ್ನೋ ಹೇಳಲು ಪ್ರಯತ್ನಿಸಿದ. ಆ ಸೈನಿಕ ಅಮ್ನಿಯನ್ನು ರೇಗಿ ಸುಮ್ಮನಿರಲು ಹೇಳಿದ. ಮತ್ತೊಬ್ಬ ಸೈನಿಕ ಬಂದು ನನ್ನನ್ನು ಪಕ್ಕದ ರೂಮೊಂದಕ್ಕೆ ಕರೆದುಕೊಂಡು ಹೋದರು. ಅಲ್ಲಿದ್ದ ಕಂಪ್ಯೂಟರಿನಲ್ಲಿ ಆ ಪೆನ್‌ಡ್ರೈವ್ ಅನ್ನು ತುರುಕಿ ಪ್ರತಿ ಫೈಲನ್ನೂ ಕೂಲಂಕಷವಾಗಿ ತಡಕಾಡಹತ್ತಿದ. ಬಹುತೇಕವು ನನ್ನ ಕೆಲಸಕ್ಕೆ

ಸಂಬಂಧಿಸಿದವುಗಳೇ. ಕನ್ನಡ ಭಾಷೆಯಲ್ಲಿ ನಾನು ಬರೆದಿಟ್ಟುಕೊಂಡಿದ್ದ ಕೆಲವು ನೋಟ್ಸ್‌ಗಳನ್ನು ತೋರಿಸಿ ಇದೇನು ಎಂದ. ನಾನು ವಿವರಣೆ ನೀಡಿದೆ. ಪ್ರಾಜೆಕ್ಟ್ ಸೈಟಿನ ಹಲವು ಛಾಯಾಚಿತ್ರಗಳಿದ್ದವು. ಅವುಗಳಲ್ಲಿ ಕೆಲವು ಕ್ಯಾಂಪಿನ ಆಸುಪಾಸು ಚಿತ್ರಣಗಳನ್ನೂ ಒಳಗೊಂಡಿದ್ದವು. ಅದರ ವಿವರಣೆಯನ್ನೂ ಕೊಟ್ಟೆ. ನನ್ನನ್ನು ಅಲ್ಲಿಂದ ಬಿಡುವ ಯಾವುದೇ ಲಕ್ಷಣಗಳು ತೋರಲಿಲ್ಲ. ತುಂಬಾ ಗಾಬರಿಯಾದೆ. ಒಂದು ವೇಳೆ ನನ್ನನ್ನು ಇಲ್ಲಿಂದ ಓಡಿಸಿದರೆ ನನಗೂ ನನ್ನ ಕಂಪನಿಗೂ ಎಂಥ ಅವಮಾನ? ಎಂದೆಲ್ಲಾ ಪೇಚಾಡಿಕೊಂಡೆ. ಅಷ್ಟರಲ್ಲಿಯೇ ಮೈಕ್ ಅಲ್ಲಿಗೆ ಬಂದುಬಿಟ್ಟಿದ್ದ. ಅವ್ನಿ ಒಳ ಹೋಗಿ ಅವನಿಗೆ ವಿಷಯ ಮುಟ್ಟಿಸಿದ್ದ. ಮೈಕ್ ತನ್ನ ಪರಿಚಯವನ್ನು ಅವರಿಗೆ ಹೇಳಿ ನನ್ನ ಬಗ್ಗೆ ಒಳ್ಳೆಯ ಮಾತುಗಳನ್ನು ಆಡಿದ. ಇದೊಂದು ಸಲ ತಪ್ಪಾಗಿದೆ, ಬಿಟ್ಟುಬಿಡಿರೆಂದು ಕೇಳಿಕೊಂಡ. ಆತನ ಮಾತುಗಳು ತುಂಬಾ ಪ್ರೌಢವಾಗಿದ್ದವು. ಆತನ ವಯಸ್ಸಿಗೆ, ಮಾತಿಗೆ ಮತ್ತು ತನ್ನದೇ ದೇಶದ ಪ್ರಜೆಯೆಂದು ಅವರು ತಲೆಬಾಗಿದರು. ಪೆನ್‌ಡ್ರೈವ್ ವಾಪಸ್ ಮಾಡಲಿಲ್ಲ. ನಾಳೆ ಬೇಡಿಕೆ ಪತ್ರವೊಂದನ್ನು ನೀಡಿ ತೆಗೆದುಕೊಂಡು ಹೋಗಿರೆಂದರು. ಸರಿ ಎಂದು ಡಿಫ್ಯಾಕ್ ಒಳ ಹೋದೆವು. ಮೈಕ್ ಊಟ ಮುಗಿದಿತ್ತು. ನನ್ನ ಊಟ ಆಗಲೆಂದು ನನಗಾಗಿ ಕಾಯ್ದ. ಆತನ ಮುಖದಲ್ಲಿ ಅಸಹನೆಯನ್ನು ಗುರುತಿಸಿ ನಾನು ತುಂಬಾ ಸಣ್ಣವನಾದಂತೆ ಏನೊಂದೂ ಮಾತನಾಡದೆ ಊಟದ ಶಾಸ್ತ್ರ ಮುಗಿಸಿ ಹೊರಬಂದೆವು. ಅಂದು ಡಿಫ್ಯಾಕಿನಲ್ಲಿ ಕೂಡ ಹಬ್ಬದ ವಾತಾವರಣವಿತ್ತು. ಆದರೆ ಅಂದು ನನಗೆ ಆದ್ಯಾವುದರ ಅರಿವೂ ಆಗಲಿಲ್ಲ. ಹೊರ ಬಂದ ಮೇಲೆ 'ಎಂಥ ಎಡವಟ್ಟು ಮಾಡಿಕೊಂಡುಬಿಡುತ್ತಿದ್ದೆ ನೀನು?' ಎಂದು ರೇಗಾಡಿದ. ಆಗ ಕೂಡ ಮರೀನ್ಸ್ ಸೈನಿಕರನ್ನು ಹೊಗಳುವುದನ್ನು ಮರೆಯಲಿಲ್ಲ. ಅಂದು ಕ್ಯಾಂಪಿಗೆ ಯೂಎಸ್ ರಕ್ಷಣಾ ಪಡೆಯ ಮುಖ್ಯಸ್ಥ ಬಂದಿದ್ದಂತೆ. ಹಾಗಾಗಿ ಅಷ್ಟೊಂದು ಭದ್ರತೆ ಮತ್ತು ಸಂಭ್ರಮ. ಆತ ಸಭೆಯನ್ನುದ್ದೇಶಿಸಿ ಮಾತನಾಡುತ್ತಿದ್ದ ದನಿ ದಾರಿಯುದ್ದಕ್ಕೂ ಇದ್ದ ಧ್ವನಿವರ್ಧಕಗಳಲ್ಲಿ ಕೇಳುತ್ತಿತ್ತು. ನನ್ನ ಎಡವಟ್ಟಿನ ವಿಷಯ ಎಲ್ಲರಿಗೂ ಗೊತ್ತಾಗಿ ಕೆಲವರು ತಮ್ಮತಮ್ಮಲ್ಲೇ ತಮಾಷೆ ಮಾಡಿಕೊಂಡರಂತೆ. ಕೆಲವರು ಬುದ್ಧಿ ಹೇಳಲು ಬಂದಿದ್ದೂ ಹೌದು. 'ನೀನು ಅದೃಷ್ಟವಂತ, ಹೊರಗೆ ಹೋಗಲಿಲ್ಲ' ಎಂದವರೂ ಕೆಲವರು.

ಪ್ರಾಜೆಕ್ಟ್ ಮುಕ್ತಾಯ ಹಂತಕ್ಕೆ ಬಂದಿತ್ತು. ಇನ್ನು ಒಂದೆರಡು ವಾರಗಳಲ್ಲಿ ಕೆಲಸ ಮುಗಿದು ನಾವು ವಾಪಸ್ ಹೋಗುವವರಿದ್ದೆವು. ವಿದ್ಯುತ್ ಕೆಲಸಕ್ಕೆ ತುಂಬಾ ಆದ್ಯತೆ ನೀಡುತ್ತಿದ್ದ ಮಿಲಿಟರಿಯವರು ಹೊರಗಿನ ಒಂದು ಕಂಪನಿಯ ವಿದ್ಯುತ್ ವ್ಯವಸ್ಥೆಯ ಪರಿಶೀಲನಾ ತಂಡವನ್ನು ಕರೆಸಿದರು. ದಿನ ಪೂರಾ ಎಲ್ಲವನ್ನೂ ತಡಕಾಡಿ ಒಂದಷ್ಟು ಕೆಲಸಗಳು 'ನ್ಯಾಷನಲ್

ಎಲೆಕ್ಟ್ರಿಕ್ ಕೋಡ್'(NEC)ಗೆ ಅನ್ವಯವಾಗುತ್ತಿಲ್ಲ, ಇದನ್ನು ಸರಿಪಡಿಸಿ ಆದಮೇಲೆ ಮತ್ತೊಮ್ಮೆ ಬಂದು ಪರಿಶೀಲಿಸುತ್ತೇವೆ ಎಂದು ಹೋದರು. ಅದು ಇನ್ನೊಂದಷ್ಟು ದಿನಗಳ ಹೆಚ್ಚುವರಿ ಕೆಲಸ. ಈ ಮಧ್ಯೆ ಪ್ರಾಜೆಕ್ಟ್ ಹಸ್ತಾಂತರ ಕೆಲಸಗಳಿಗಾಗಿ ಸ್ಟೆಫನ್ ಕೂಡ ಬಂದ. ತೆರೇಸಾ ಕೂಡ ಇತ್ತ ಹೆಚ್ಚು ಬರಲು ಶುರುಮಾಡಿದಳು. ಮತ್ತೆ ಅವರ ಓಡಾಟ ಶುರುವಾಯ್ತು. ಹೊಸ ವಧು-ವರರ ಜೊತೆ ಸಂಬಂಧದ ಒಂದು ಸಣ್ಣ ಹುಡುಗನೋ ಹುಡುಗಿಯೋ ಇರುವ ಹಾಗೆ ನನ್ನನ್ನೂ ಕಟ್ಟಿಕೊಂಡು ತಿರುಗುತ್ತಿದ್ದರು. ಹೊರಗಿನವರು ಬೇರೆ ಏನನ್ನೋ ಕಲ್ಪಿಸಿಕೊಂಡು ಮಾತನಾಡಬಾರದು ಎಂಬ ಮುನ್ನೆಚ್ಚರಿಕೆ ಇರಬಹುದೇನೋ? ನನಗೂ ಅವರ ಜೊತೆ ತಿರುಗುವುದು ಇಷ್ಟವೇ. ಪ್ರಾಜೆಕ್ಟ್ ಮುಗಿಯುತ್ತಿದ್ದ ಖುಷಿಗೆ ಒಂದು ಸಂಜೆ ಪಿಜ್ಜಾ ಪಾರ್ಟಿ ಎಂದು ಸ್ಟೆಫನ್ ಘೋಷಿಸಿದ. ಅಮೆರಿಕನ್ನರು ಸೇರಿದಂತೆ ಬಹುತೇಕ ಎಲ್ಲ ಅಧಿಕಾರಿ ವರ್ಗದವರೂ ಹೊರಟೆವು. ಪಿಜ್ಜಾ ಶಾಪ್ ಇದ್ದದ್ದು ಕ್ಯಾಂಪ್ ಬ್ಯಾಷನ್ನಿನ ಒಂದು ಮೂಲೆಯಲ್ಲಿ. ಬ್ರಿಟಿಷ್ ಹಾಗೂ ಮರೀನ್ಸ್ ಸೈನಿಕರು ಅಲ್ಲಿ ತುಂಬಿದ್ದರು. ನಾವು ಜಾಗ ಮಾಡಿ ಕುಳಿತುಕೊಂಡು ಬಿಸಿಯಾದ ಪಿಜ್ಜಾಗಳನ್ನು ತಿನ್ನುತ್ತಾ ಸುಮಾರು ರಾತ್ರಿ ಹತ್ತರವರೆಗೆ ಹರಟುತ್ತಾ ಕಾಲಕಳೆದೆವು. ಇದೇನು ಮೊದಲ ಬಾರಿ ಇಲ್ಲಿ ಬಂದದ್ದಲ್ಲ. ಇಲ್ಲಿಗೆ ಬಂದ ಹೊಸದರಲ್ಲೇ ಎರಡ್ಮೂರು ಬಾರಿ ಬಂದಿದ್ದೆವು. ಎಷ್ಟೋ ಸಲ ನಾನು ಮತ್ತು ಅವ್ನಿ ಇಬ್ಬರೇ ಬಂದಿರುವುದೂ ಇತ್ತು. ಆದರೆ ಈ ಬಾರಿ ಯುದ್ಧವನ್ನು ಜಯಿಸಿ ಇನ್ನೇನು ವಾಪಸ್ ಮನೆಗೆ ಹೋಗುತ್ತಿದ್ದೇವೆಂಬ ಸಂಭ್ರಮದ್ದೇ ವಿಶೇಷ. ಮದ್ಯದ್ದೊಂದೇ ಕೊರತೆ ಇದ್ದದ್ದು ಅಲ್ಲಿ. ಕ್ಯಾಂಪುಗಳಲ್ಲಿ ಮದ್ಯಕ್ಕೆ ಕಠಿಣ ನಿಷಿದ್ಧ.

ಕ್ಯಾಂಪ್ ಬ್ಯಾಷನ್ ಬ್ರಿಟಿಷ್ ಸೈನಿಕರ ಯುದ್ಧನಗರಿ ನಿಜ, ಆದರೆ ನನಗೆ ಇಲ್ಲೊಂದು ಮಹದಾಶ್ಚರ್ಯವಿತ್ತು. ಬ್ರಿಟಿಷ್ ಸೈನ್ಯದ ಸ್ವಲ್ಪ ಭಾಗ ನೇಪಾಳೀಯರಿದ್ದದ್ದು! ಬ್ರಿಟಿಷರಂತೆಯೇ ಸೈನಿಕ ಉಡುಗೆ ಮತ್ತು ಸೈನಿಕ ಪದವಿ ಶ್ರೇಣಿಗಳು. ಅವರಲ್ಲಿ ಎಲ್ಲರೂ ಬ್ರಿಟಿಷ್ ನಾಗರಿಕರಾಗಿರಲಿಲ್ಲ. ಅವರ ಇಂಗ್ಲಿಷ್ ಭಾಷೆಯೂ ಅಷ್ಟಕ್ಕಷ್ಟೆ. ಎಷ್ಟೋ ಮಂದಿ ಹೊಸದಾಗಿ ಸೈನ್ಯ ಸೇರಿದ್ದವರೇ. ನಮ್ಮ ಕಾರ್ಮಿಕರನ್ನು ದುಬೈನಲ್ಲಿ ಕೆಲಸಕ್ಕೆ ತೆಗೆದುಕೊಳ್ಳುವ ಹಾಗೆ ಈ ನೇಪಾಳಿ ಹುಡುಗರನ್ನೂ ಸಹ ದುಬೈನಲ್ಲೇ ಕೆಲಸಕ್ಕೆ ಸೇರಿಸಿಕೊಂಡಿದ್ದರು. ಒಂದು ರೀತಿಯ ಗೂರ್ಖಾ ರೆಜಿಮೆಂಟ್ ಇದ್ದ ಹಾಗೆ. ಕ್ಯಾಂಪಿನಲ್ಲಿ ಎಲ್ಲರಿಗೂ ಒದಗುವಂತಹ ಮನರಂಜನಾ ತಾಣಗಳಿರುತ್ತವೆ. ಅದನ್ನು MWR ಎಂದು ಕರೆಯುತ್ತಾರೆ. ಅಲ್ಲಿ ಒಳಾಂಗಣ ಕ್ರೀಡೆಗಳು, ಜಿಮ್ ಮತ್ತು ಕೆಲವು ಸಣ್ಣ ಅಂಗಡಿ(PX Shop)ಗಳಿರುತ್ತವೆ. ಸಂಜೆಯ ಹೊತ್ತಿನಲ್ಲಿ ಈ ನೇಪಾಳಿ ಹುಡುಗರು MWRನಲ್ಲಿ ಸೇರಿಬಿಡುತ್ತಿದ್ದರು. 'ಹ್ಯಾಂಡ್ ಫುಟ್ಬಾಲ್' ಟೇಬಲ್

ಆಟ ಆಡುವುದು ಅವರಿಗೆ ಹೆಚ್ಚು ಪ್ರಿಯ. ನನಗೆ ಅದು ಹೊಸದು ಆಗ. ಅಪ್ಪಿ ಕೂಡ ತುಂಬಾ ಚೆನ್ನಾಗಿ ಆಡುತ್ತಿದ್ದ. ಕೆಲ ನೇಪಾಳಿಗರು ಅವನಿಗೆ ತುಂಬಾನೇ ಹತ್ತಿರವಾಗಿದ್ದರು. ಮೊದಮೊದಲು ನಾನೇ ಮೇಲೆ ಬಿದ್ದು ಮಾತನಾಡಿಸಿದರೆ ಮಾತನಾಡಲೊಲ್ಲದೆ ಬಿಂಕ ತೋರಿದ ಅವರು ನಂತರ ಅಪ್ಪಿಯ ಮುಖೇನ ನನಗೂ ಹತ್ತಿರವಾಗುತ್ತಾ ಬಂದರು. 'ಹೆಚ್ಚು ಸಂಬಳದ ಆಸೆಗೆ ಬಂದಿದ್ದೇವೆ. ಹೆಚ್ಚಾಗಿ ನಾವು ಯುದ್ಧ ಅಂತ ಹೊರಗೆ ಹೋಗೋಲ್ಲ. ತರಬೇತಿಯುಳ್ಳ ಕೆಲವರು ಮಾತ್ರ ಹೊರಗೆ ಹೋಗುವುದು. ಈ ಬ್ರಿಟಿಷರಿಗೆ ಅವಶ್ಯವಿರುವ ಇನ್ನಿತರೆ ಸೇವೆಗಳನ್ನು ಮಾಡುತ್ತೇವೆ. ಆಗಾಗ ನಮಗೂ ಶಸ್ತ್ರಾಭ್ಯಾಸದ ಸಮಯವೂ ಇರುತ್ತದೆ. ಯಾವುದಕ್ಕೂ ಕಡಿಮೆ ಇಲ್ಲ. ಆದರೆ ಒಮ್ಮೊಮ್ಮೆ ನಮ್ಮನ್ನು ಎರಡನೇ ದರ್ಜೆಯವರನ್ನಾಗಿ ಕಾಣುತ್ತಾರೆ ಎನ್ನುವುದು ಅರ್ಥವಾಗಿದೆ. ಬ್ರಿಟಿಷ್ ನಾಗರಿಕತೆ ಕೊಡುತ್ತೇವೆ ಎನ್ನುತ್ತಾರಾದರೂ ನಮಗೆ ಅನುಮಾನವೇ. ಇನ್ನೂ ಕೆಲವು ವರ್ಷಗಳಲ್ಲಿ ಕ್ಯಾಂಪು ಮುಚ್ಚಿದ ಮೇಲೆ ನಮ್ಮನ್ನು ಇವರು ಕೇಳುವರೇ? ಅನುಮಾನವಿದೆ' ಎನ್ನುತ್ತಿದ್ದರು.

ಎಲ್ಲಾ ಪರಿಶೀಲನೆ ಪರೀಕ್ಷೆಗಳು ಮುಗಿದು ಹೊಸ ಡಿಫ್ಯಾಕ್ ಆರಂಭವಾಗಿತ್ತು. ಏನಾದರೂ ಆರಂಭಿಕ ತಾಂತ್ರಿಕ ಸಮಸ್ಯೆಗಳಾದರೆ ಬಗೆಹರಿಸಲು ಇನ್ನೊಂದು ವಾರ ನಾನು ಅಲ್ಲಿಯೇ ಉಳಿಯಬೇಕೆಂಬ ಫರ್ಮಾನು ಹೊರಡಿಸಿದ್ದ ಸ್ಟೆಫನ್. ಬಾಣಸಿಗರ ತಂಡ ಅಡುಗೆಮನೆಯನ್ನು ಆಕ್ರಮಿಸಿತ್ತು. ಅವರ ಮುಖ್ಯಾಧಿಕಾರಿ ಅಮೆರಿಕನ್ನನೇ ಆದರೂ ಮುಖ್ಯ ಬಾಣಸಿಗ ನಮ್ಮವನೇ. ಅದೂ ಕೂಡ ಬಾಳೆಹೊನ್ನೂರು ಹತ್ತಿರದ ಸೀಗೋಡಿನವನು. ಅಲ್ಲಿ ಅವನ ತಂಡ ಹೆಚ್ಚು-ಕಡಿಮೆ ತುಳುವಿನಲ್ಲೇ ಮಾತನಾಡುತ್ತಿತ್ತು. ಆ ಪ್ರಾಜೆಕ್ಟಿನ ಮುಖ್ಯಸ್ಥ ನಾನು ಎಂದು ತಿಳಿದು ಅವರು ನನಗೆ ತೋರುತ್ತಿದ್ದ ಆದರಾತಿಥ್ಯವಂತೂ ಆಪ್ಯಾಯ. ಅವರಿಗಾಗಿ ಮಾಡಿಕೊಂಡ ಪಕ್ಕಾ ಮಂಗಳೂರಿನ ಅಡುಗೆ ನನಗೂ ಸಿಗುತ್ತಿತ್ತು. ಮೀನಿನ ಫ್ರೈ, ಚಿಕನ್ ಕರ್ರಿ, ಅನ್ನ, ರೊಟ್ಟಿ ಹೀಗೆ ಸುಮಾರು ಮೂರು ತಿಂಗಳಿಂದ ತಿನ್ನದ ನಮ್ಮ ಪದಾರ್ಥ ಮತ್ತೆ ತಿಂದ ನನಗೆ ತೃಪ್ತಿಯ ಪರಾಕಾಷ್ಠೆ. ಆ ಮುಖ್ಯ ಬಾಣಸಿಗನ ಹೆಸರು ಮರೆತುಹೋಗಿದೆ. ಜಗತ್ತು ಎಷ್ಟು ಸಣ್ಣದು ಎಂದು ನನಗೆ ಪರಿಚಯವಾದದ್ದು ಆತನಿಂದಲೇ. ಒಮ್ಮೆ ನಮ್ಮ ಸಂಬಂಧಿಕರ ಮನೆಗೆ ಸೀಗೋಡಿಗೆ ಹೋದಾಗ ಅದೇ ಹುಡುಗ ಆ ಬಸ್ ಸ್ಟಾಪಿನಲ್ಲಿ ಸಿಕ್ಕಿ ತುಂಬಾ ಹೊತ್ತು ಮಾತನಾಡಿದ. ಅಲ್ಲಿ ನಾನು ಮಂಗಳೂರಿನವನು ಎಂದು ಹೇಳಿಕೊಂಡಿದ್ದನಾದ್ದರಿಂದ ಇಲ್ಲಿ ಇವ ಸಿಕ್ಕದ್ದು ನನಗೆ ಊಹಿಸಿಕೊಳ್ಳಲಾಗದ ಆಶ್ಚರ್ಯವೇ ಸರಿ. ಅಮೆರಿಕೆಯ ಅಧಿಕಾರಿಗಳು ಅಲ್ಲೇ ಇನ್ನೂ ಇರುವುದು ಎಂದಾಯ್ತು. ಕೆಲವು ತಿಂಗಳಾದ ಮೇಲೆ ಅವರ ಮುಂದಿನ ಕೆಲಸ ಹೇರತ್ ಪ್ರಾಂತ್ಯದ ಶಿಂದಾಂದ್ ಎನ್ನುವ ಯುದ್ಧ ನಗರಿಯಲ್ಲಿ ಎಂದು ತಿಳಿಯಿತು.

ಅವ್ನಿ ಮತ್ತು ಕೆಲ ಕಾರ್ಮಿಕರು ಅಲ್ಲೇ ಉಳಿದರು. ಎಲ್ಲರೂ ನನ್ನನ್ನು ವಿಮಾನ ನಿಲ್ದಾಣದಲ್ಲಿ ಬೀಳ್ಕೊಟ್ಟರು. ಆ 99 ದಿನಗಳ ಸುದೀರ್ಘ ವಾಸದ ಮಧುರ ನೆನಪುಗಳನ್ನು ಹೊತ್ತು ವಾಪಸ್ಸು ಹೋಗಲು ಮನಸ್ಸಿಗೆ ಭಾರವಾದದ್ದು ನಿಜವೇ. ಅಂದು ಸಮಯಕ್ಕೆ ಸರಿಯಾಗಿ ವಿಮಾನ ಬರಲಿಲ್ಲ. ನನ್ನ ಹಾಗೆ ಮಿಲಿಟರಿಯವರೂ ಸೇರಿ ನಲವತ್ತು ಜನ ಕಾಯುತ್ತಾ ಕೂತೆವು. ಅಂದು ಕೆಲವು ರಾಕೆಟ್ಟುಗಳು ರನ್‌ವೇ ಕಡೆ ಬಂದು ಬಿದ್ದಿದ್ದವಂತೆ. ಹಾಗಾಗಿ ಸುರಕ್ಷತಾ ದೃಷ್ಟಿಯಿಂದ ಎಲ್ಲ ವಿಮಾನಗಳ ಹಾರಾಟವನ್ನು ನಿಲ್ಲಿಸಿ ನಮ್ಮನ್ನು ಬಂಕರುಗಳೆಡೆಗೆ ಕಳುಹಿಸಿದರು. ಬಂಕರಿನಲ್ಲಿ ನನ್ನ ಪಕ್ಕದಲ್ಲಿ ಕೂತಿದ್ದವ ಕಡುಕಪ್ಪು ಚರ್ಮದ ಜಿಂಬಾಬ್ವೆ ದೇಶದವ. ಪರಸ್ಪರ ಪರಿಚವಾಯಿತು. ಆ ದೇಶದ ಗಂಭೀರ ಆರ್ಥಿಕ ಪರಿಸ್ಥಿತಿ ಬಗ್ಗೆ ಸುಮಾರು ಹೊತ್ತು ಮಾತಾಡಿದ. ನಮ್ಮ ಆ ಕೆಲವೇ ಕ್ಷಣಗಳ ಭೇಟಿಯ ನೆನಪಿಗೆ 20 ಮಿಲ್ಲಿಯನ್ ಜಿಂಬಾಬ್ವೆ ಡಾಲರಿನ ನೋಟೊಂದನ್ನು ನನಗೆ ಬಳುವಳಿಯಾಗಿ ಕೊಟ್ಟ. ಆ ದುಡ್ಡಿಗೆ ಬೆಲೆಯಿಲ್ಲದಿದ್ದರೂ ಅವನ ಆ ಔದಾರ್ಯಕ್ಕೆ ಕಟ್ಟಲಾಗದ ಬೆಲೆಯಿತ್ತು. ನಾನು ಕೂಡ ಅವನಿಗೆ 100 ರೂಪಾಯಿಯ ನೋಟನ್ನು ಕೊಟ್ಟೆ. ಯಾರೇ ವಿದೇಶಿಯರೊಡನೆ ನಾನು ಕಲೆತಾಗ ಅವರ ಕರೆನ್ಸಿ ನೋಟನ್ನು ನೆನಪಿಗೋಸ್ಕರ ಪಡೆಯುವುದು ನನಗೆ ರೂಢಿಯಾಗಿಬಿಟ್ಟಿತ್ತು. ಈಗ ನಾನಾ ದೇಶದ ಕರೆನ್ಸಿ ನೋಟುಗಳ ಒಂದು ಸಣ್ಣ ಸಂಗ್ರಹವೇ ನನ್ನ ಬಳಿಯಿದೆ. ಎಲ್ಲವೂ ಸರಿಹೋಗಿ ವಿಮಾನ ಹತ್ತಲು ಕೆಲವು ಘಂಟೆಗಳೇ ಬೇಕಾಯಿತು. ಹೇರತ್ ಪ್ರಾಂತ್ಯದ ಸುತ್ತಮುತ್ತಲ ಇನ್ನೂ ಕೆಲವು ಮಿಲಿಟರಿ ಯುದ್ಧನಗರಿಗೆ ಹೋಗುವ ಮಾರ್ಗ ಮಧ್ಯೆ ಈ ಏರ್‌ಬೇಸಿಗೆ ಮತ್ತೆ ಬರುವೆನೆಂಬ ಕಲ್ಪನೆ ಆವರೆಗೆ ಇರಲಿಲ್ಲ.

13

ಕ್ಯಾಂಪ್ ಶಿಂದಾಂದ್ ಕಡೆಗೆ

ಕ್ಯಾಂಪ್ ಲೆದರ್ನೆಕ್ಕಿನಲ್ಲಿದ್ದ ಅದೇ ಅಮೆರಿಕಾದ ತಂಡ ಕ್ಯಾಂಪ್ ಶಿಂದಾಂದಿನಲ್ಲಿ ಈಗಾಗಲೇ ಬೀಡುಬಿಟ್ಟಿದೆ. ನಮ್ಮ ತಂಡವೂ ಕೂಡ ಅವರನ್ನು ಸೇರಿಕೊಂಡಿತ್ತು. ಪ್ರಾಜೆಕ್ಟ್ ಮ್ಯಾನೇಜರ್ ಆಗಿ 'ಎಮಿರ್ ಡುಕೊನೋವಿಚ್' ಎಂಬ ಬೋಸ್ನಿಯ ಮೂಲದ ಇಂಜಿನಿಯರನ್ನು ಈಗಾಗಲೇ ಅಲ್ಲಿಗೆ ಕಳುಹಿಸಿದ್ದರು. ಅವನಿಗೆ ಶುರುವಿನಲ್ಲಿ ಸಹಾಯವಾಗಲಿ ಎಂದು ನಾನು ಕೆಲವು ವಾರಗಳ ಮಟ್ಟಿಗೆ ಅಲ್ಲಿಗೆ ಹೋದರೆ ಒಳ್ಳೆಯದು ಎಂದೂ ಸ್ಟೆಫನ್ ದುಂಬಾಲುಬಿದ್ದ. ಕ್ಯಾಂಪ್ ಲೆದರ್ನೆಕ್ಕಿನ ಪ್ರಾಜೆಕ್ಟ್ ಮುಗಿದು ಇನ್ನೂ ತಿಂಗಳಾಗಿಲ್ಲ ಆಗಲೇ ಇನ್ನೊಂದು ಪ್ರಾಜೆಕ್ಟ್ ಬಂದು ನಿಂತಿತ್ತು. ನನಗೆ ಮತ್ತೆ ಕ್ಯಾಂಪುಗಳಿಗೆ ಹೋಗಲು ಸುತರಾಂ ಇಷ್ಟವಿರಲಿಲ್ಲ. ಮೂರು ವಾರಗಳು ಅಷ್ಟೇ ಎಂದು ಖಚಿತಪಟ್ಟ ಮೇಲೆ ಇಷ್ಟವಿಲ್ಲದ ಮನಸ್ಸಿನಲ್ಲೇ ಹೊರಟು ನಿಂತೆ. LOA ನನಗೆ ತಲುಪಲು ಕೆಲವು ದಿನಗಳು ಬೇಕಾಯ್ತಷ್ಟೆ. ಮತ್ತೆ ದುಬೈ ಟರ್ಮಿನಲ್ 2ರ ಮಿಲಿಟರಿ ಚಾರ್ಟರ್ ವಿಮಾನದ ಬೋರ್ಡಿಂಗ್ ಸಾಲಿನಲ್ಲಿ

ನಿಂತೆ. ಎಂದಿನಂತೆ ಸೀಟು ಖಾತರಿಯಾಯ್ತು. ದುಬೈನಿಂದ ಹೊರಟ ವಿಮಾನಕ್ಕೆ ಕಂದಹಾರ್ ಏರ್‌ಬೇಸಿನಲ್ಲಿ ಅರ್ಧ ಘಂಟೆಯ ನಿಲುಗಡೆ. ಅಲ್ಲಿ ಇಳಿಯುವವರನ್ನು ಇಳಿಸಿ ಕೆಲವರನ್ನು ಹತ್ತಿಸಿಕೊಂಡು ಕ್ಯಾಂಪ್ ಲೆದರ್ನೆಕ್ ಕಡೆಗೆ ಹೊರಟಿತು. ಅದಾಗಲೇ ದುಬೈನಿಂದ ಕ್ಯಾಂಪ್ ಬ್ಯಾಷನ್ನಿಗೆ ಕಂದಹಾರ್ ಮುಖಾಂತರ ದೊಡ್ಡ ವಿಮಾನಗಳ ಹಾರಾಟ ಶುರುವಾಗಿತ್ತು. ಕೆಲವೇ ತಿಂಗಳ ಅಂತರದಲ್ಲಿ ನಾನು ಮತ್ತೆ ಕ್ಯಾಂಪ್ ಬ್ಯಾಷನ್‌ನಲ್ಲಿ ಇಳಿದಿದ್ದೆ. ಅಷ್ಟೇನೂ ವ್ಯತ್ಯಾಸಗಳು ಗಮನಕ್ಕೆ ಬಾರದಿದ್ದರೂ ಸುದೀರ್ಘ ಮೂರು ತಿಂಗಳು ಅಲೆದಾಡಿದ್ದ ಜಾಗಕ್ಕೆ ಆಗ ನಾನು ಅಪರಿಚಿತನೇನೋ ಎನ್ನುವ ಭಾವ ಮೂಡಿ ಎದೆ ಕೊಂಚ ಭಾರ ಎನಿಸುತ್ತಿತ್ತು. ಅಲ್ಲಿಂದ ಇನ್ನೊಂದು ಸಣ್ಣ ಚಾರ್ಟರ್ ಫ್ಲೈಟ್ ಹತ್ತಿ ಕ್ಯಾಂಪ್ ಶಿಂದಾಂದ್ ತಲುಪಬೇಕಿತ್ತು. ನಾವು ಒಟ್ಟು ಏಳು ಜನರಿದ್ದೆವು. ಅಲ್ಲಿ ನಮಗೆ ಫುಲ್ ಬಾಡಿ ಆರ್ಮರ್ಡ್ ಮತ್ತು ಯಮ ಭಾರದ ಗುಂಡು ನಿರೋಧಕ ಹೆಲ್ಮೆಟ್ ಒದಗಿಸಲಾಯ್ತು. ಎರಡನ್ನೂ ಏರಿಸಿಕೊಂಡು ಸಾಲಿನಲ್ಲಿ ನಿಂತೆವು. ಅದೊಂದು ಎಂಟರಿಂದ ಹತ್ತು ಜನರು ಕೂರಬಹುದಾದ ಅತಿ ಪುಟ್ಟ ಚಾರ್ಟರ್ ವಿಮಾನ. ಮೊದಲು ಲೆದರ್ನೆಕ್ ಕ್ಯಾಂಪಿಗೆ ಬಂದದ್ದೂ ಇಂತದ್ದೇ ಸಣ್ಣ ವಿಮಾನದಲ್ಲಿ. ಅಂದಿನ ವಿಮಾನ ಪ್ರಕ್ಷುಬ್ಧತೆಯ ಏರಿಳಿತದ ಅನುಭವವನ್ನು ನೆನೆದರೇ ಕರುಳು ಹಿಂಡಿದ ಅನುಭವವಾಗುತಿತ್ತು. ಇದೀಗ ಮತ್ತೆ ಅದೇ? ಮನಸ್ಸನ್ನು ಗಟ್ಟಿಗೊಳಿಸಲು ಯತ್ನಿಸುತ್ತಿದ್ದೆ. ಯಥಾ ರೀತಿ ಅಲ್ಲೊಬ್ಬಳು ಗಗನಸಖಿ. 'ಸುಮಾರು ಒಂದು ಗಂಟೆಯ ಪ್ರಯಾಣವಷ್ಟೆ. ಎಲ್ಲರೂ ನಿಮ್ಮ ಎದೆಗವಸು ಮತ್ತು ಶಿರಸ್ತ್ರಾಣವನ್ನು ಹಾಕಿಕೊಂಡೇ ಇರಬೇಕು ಎಂದು ಮಿಲಿಟರಿ ಆಡಳಿತದವರ ಕಟ್ಟಾಜ್ಞೆ' ಎಂದು ಎರಡೇ ಮಾತಾಡಿ ಕೂತುಬಿಟ್ಟಳು. ವಿಮಾನ ರನ್‌ವೇನಲ್ಲಿ ಟೇಕ್ ಆಫ್ ಆಗಲು ಓಡುತ್ತಿದ್ದಾಗ ನಾವು ಊರಿನ ರಸ್ತೆಗಳಲ್ಲಿ ಆಟೋ ರಿಕ್ಷಾಗಳಲ್ಲಿ ವೇಗವಾಗಿ ಹೋದ ಅನುಭವವಾಗುತ್ತಿತ್ತು. ಬಹುತೇಕ ಈ ಚಾರ್ಟರ್ ವಿಮಾನಗಳೆಲ್ಲಾ ಹಳೆಯವೇ. ಆಕಾಶ ಸೇರಿ ಇನ್ನೂ ಎತ್ತರ ಹಾರಿ ಮೋಡದ ಮೇಲೆ ಹೋದಾಗ ಕಿಟಕಿಯಿಂದ ಕೆಳಗೆ ನೋಡುವುದು ನನಗೆ ತುಂಬಾ ಮುದ ನೀಡುವ ವಿಷಯ. ಆದರೆ ಆ ಸಿ–17 ಮಿಲಿಟರಿ ವಿಮಾನ ಮತ್ತು ಈ ಸಣ್ಣ ವಿಮಾನಗಳು ಅದಕ್ಕೆ ಹೊರತು. ಈ ಸಣ್ಣ ವಿಮಾನವಂತೂ ಮತ್ತದೇ ಗರಗರ ಶಬ್ದ ಮಾಡುತ್ತಾ ನಮ್ಮನ್ನೆಲ್ಲಾ ಹಾಗ್ಹೀಗೆ ಅಲುಗಾಡಿಸುತ್ತಲೇ ನಮ್ಮ ಉದರ ಸಂಪತ್ತನ್ನು ಹೊರ ಹಾಕಿಸುವ ಸಕಲ ಪ್ರಯತ್ನ ಮಾಡುತ್ತಲೇ ಇತ್ತು. ನಮ್ಮ ದೇಹ ಆವರಿಸಿದ್ದ ಹತ್ತಾರು ಕೆಜಿ ತೂಗುವ ಒಂದಷ್ಟು ಭಾರ ಬೇರೆ. ಮೋಡಗಳ ಕೆಳಗೆ ವಿಮಾನ ನಿಧಾನವಾಗಿ ಇಳಿಯುತ್ತಾ ಬಂದ ಹಾಗೆ ಪರ್ವತಗಳ ಸಾಲು ಮತ್ತವುಗಳ ನೆತ್ತಿಯ ಮೇಲೆ ಹಿಮದ ಟೊಪ್ಪಿ ಹಾಕಿದಂತಹ ರಮಣೀಯ ದೃಶ್ಯಗಳು ಕಾಣಿಸತೊಡಗಿದವು. ಆ

ಪರ್ವತಗಳ ಮಧ್ಯದ ಸಣ್ಣ ಬಯಲು ಪ್ರದೇಶದಲ್ಲಿ ವಿಮಾನ ಇಳಿಯುತ್ತಿದ್ದುದು ಮತ್ತಷ್ಟು ಸೊಗಸಾಗಿಯೇ ಕಾಣುತ್ತಿತ್ತು.

ಅಂತೂ ಮತ್ತೆ ನೆಲದ ಮೇಲೆ ಸುರಕ್ಷತೆಯಿಂದ ಬಂದಿಳಿದೆವು. ಪರ್ವತಗಳ ಮಡಿಲಲ್ಲಿದ್ದ ಆ ಕ್ಯಾಂಪ್ ಬೇರೆಯದೇ ಅನುಭವ ನೀಡುತ್ತಿತ್ತು. ಶಿಂದಾಂದ್ ಕ್ಯಾಂಪ್ ಹೇರತ್ ಪ್ರಾಂತ್ಯದ ಒಂದು ಪ್ರಮುಖ ಏರ್‌ಬೇಸ್. ಇರಾನ್ ದೇಶದ ಗಡಿಗೆ ಹತ್ತಿರ. ರಷಿಯಾ ದೇಶ ಕಟ್ಟಿದ ಇನ್ನೊಂದು ಯುದ್ಧನಗರಿ ಇದು. ಈಗ ನ್ಯಾಟೊ ಐಸಾಫ್ (ISAF) ಪಡೆ ಮತ್ತಷ್ಟು ಅಭಿವೃದ್ಧಿ ಪಡಿಸಿದೆ. ಕಂದಹಾರ್, ಕಾಬೂಲ್ ಏರ್‌ಬೇಸ್‌ಗಳಷ್ಟು ದೊಡ್ಡದಲ್ಲದಿದ್ದರೂ ತುಂಬಾ ಚಿಕ್ಕದೇನಲ್ಲ. ಹೆಚ್ಚಿನ ಕಟ್ಟಡಗಳು ಬಂಕುರುಗಳಂತೆ ಕಾಣುವ ಮಿಲಿಟರಿ ಬ್ಯಾರಕ್ಕುಗಳು. ಇತ್ತೀಚೆಗೆ ಸ್ಥಾಪಿಸಲಾಗಿರುವ ದೊಡ್ಡ ಟೆಂಟುಗಳೂ ಇದ್ದವು. ಪ್ರೀ-ಫ್ಯಾಬ್ರಿಕೇಟೆಡ್ ಕಟ್ಟಡಗಳು ಕೆಲವಷ್ಟೆ. ಶಿಂದಾಂದ್ ನಗರ ಹತ್ತಿರದಲ್ಲೇ ಇತ್ತು. ಕ್ಯಾಂಪಿನ ಸರಹದ್ದಿನ ಒಂದು ಪಾರ್ಶ್ವಕ್ಕೆ ಊರಿನ ಸೆರಗು ಅಸ್ಪಷ್ಟವಾಗಿ ಕಾಣುತ್ತಿತ್ತು. ಕಂದಹಾರ್ ಏರ್‌ಬೇಸಿನಂತೆ ತೀಕ್ಷ್ಣ ಬಿಸಿಲಿರಲಿಲ್ಲ. ಎತ್ತರದ ಜಾಗವಾದ್ದರಿಂದ ಚರ್ಮ ಹಾದು ಮೂಳೆ ತಗಲುತ್ತಿದ್ದ ತೀವ್ರವಾದ ಚಳಿ. ಅಷ್ಟೊಂದು ಚಳಿಯಿರುವ ವಿಷಯ ನನಗೆ ಗೊತ್ತಿರಲಿಲ್ಲವಾದ್ದರಿಂದ ಅದಕ್ಕೆ ನಾನು ಸಾಕಷ್ಟು ತಯಾರಾಗಿ ಬಂದಿರಲಿಲ್ಲ. ಚಳಿಗೆ ದವಡೆಗಳೆರಡು ಒಂದಕ್ಕೊಂದು ಪಟಪಟನೆ ಹೊಡೆದುಕೊಳ್ಳುತ್ತಿದ್ದವು. ಎಲ್ಲಾ ವಿಧದ ತಪಾಸಣೆಯ ವಿಧಾನಗಳು ಮುಗಿದು ಅಲ್ಲಿನ ಐಡಿ ಕಾರ್ಡ್ ತೆಗೆದುಕೊಂಡು ಹೊರಬಂದೆ. ನನ್ನನ್ನು ಬರಮಾಡಿಕೊಳ್ಳಲು 'ಎಮಿರ್ ಡುಕೊನೋವಿಚ್' ಕಾಯುತ್ತಾ ನಿಂತಿದ್ದ. ಬಹುತೇಕ ಇಟಲಿಯ ಮಿಲಿಟರಿಯಿರುವ ಕ್ಯಾಂಪ್ ಇದು. ಹೇರತ್ ಪ್ರಾಂತ್ಯದಲ್ಲಿ ಹೆಚ್ಚು ಇಟಲಿಯ ಮಿಲಿಟರಿ ಪಡೆ ಇದೆ ಎಂದು ಗೊತ್ತಾಯ್ತು. ಆಫ್ಘಾನಿ ಸೈನಿಕ ಪಡೆಯೂ ಸಾಕಷ್ಟಿತ್ತು. ಯೂಎಸ್ ಮಿಲಿಟರಿ ಪಡೆ ಕೂಡ ಹೆಚ್ಚು ಸಂಖ್ಯೆಯಲ್ಲಿ ಆಗ ಸೇರಿಕೊಳ್ಳುತ್ತಿದ್ದರು. ಅವರಿಗಾಗಿಯೇ ಕ್ಯಾಂಪ್ ಲೆದರ್ನೆಕ್ಕಿನಲ್ಲಿ ಕಟ್ಟಿದ ಡಿಫ್ಯಾಕ್‌ನಂತೆಯೇ ಇನ್ನೊಂದನ್ನು ಇಲ್ಲಿ ಕಟ್ಟಬೇಕಿತ್ತು. ಎಮಿರ್ ನನ್ನನ್ನು ತುಂಬಾ ಪರಿಚಿತನೇನೋ ಎಂಬಂತೆ ನಕ್ಕು, ತಬ್ಬಿ ಕೈಕುಲುಕಿ ಗಾಡಿಯಲ್ಲಿ ಕೂರಿಸಿಕೊಂಡು ಹೊರಟ. ಗಾಡಿಯೊಳಗಿನ ಬೆಚ್ಚನೆ ವಾತಾವರಣ ನನಗೆ ಹಾಯ್ ಎನಿಸಿತ್ತು. ತಲೆಯ ಮೇಲೊಂದಷ್ಟು ತಂತಿ ಸುರುಳಿಯನ್ನು ಹೊದ್ದುಕೊಂಡಿದ್ದ ಕ್ಯಾಂಪಿನ ಸರಹದ್ದಿನ ಎತ್ತರದ ಗೋಡೆಯ ಸಮಾನಾಂತರವಾಗಿದ್ದ ಕಚ್ಚಾ ರಸ್ತೆಯ ದಾರಿಯಲ್ಲಿ ಮೂರ್ನಾಲ್ಕು ಸೇನಾ ತಪಾಸಣಾ ಗಡಿಗಳನ್ನು ದಾಟಿ ನಮ್ಮ ಜಾಗ ಸೇರಲು ಅರ್ಧ ಗಂಟೆಗೂ ಹೆಚ್ಚಿನ ಸಮಯ ಬೇಕಾಯಿತು. ನಾನು ಅಂದುಕೊಂಡದ್ದಕ್ಕಿಂತ ಹೆಚ್ಚಿನ ರಕ್ಷಣಾ ವ್ಯವಸ್ಥೆಯೇ ಇತ್ತು. ದಾರಿಯುದ್ದಕ್ಕೂ ಅಲ್ಲಲ್ಲಿ ಕೊಚ್ಚೆ ಗುಂಡಿಗಳು. ಹಿಂದಿನ

ದಿನಗಳು ಮಳೆಯಾಗಿತ್ತಂತೆ. ನಿಧಾನವಾಗಿ ಗಾಡಿ ಚಲಾಯಿಸುತ್ತಾ ಅಷ್ಟೂ ಹೊತ್ತು ಎಮಿರ್ ನನ್ನ ಜೊತೆ ತುಂಬಾ ಆಪ್ಯಾಯವಾಗಿ ಮಾತನಾಡುತ್ತಲೇ ಇದ್ದ. ಆತ ಅಲ್ಲಿನ ಅಂತಹ ಕೆಲಸಕ್ಕೆ ಹೊಸಬ. ನನ್ನ ಅನುಭವ ಅವನಿಗೆ ಅಲ್ಲಿ ತುಂಬಾನೇ ಅಗತ್ಯವಿತ್ತು ಎಂಬ ಅರಿವು ಅವನಿಗಿತ್ತು. ಇದೆಲ್ಲದರ ಹೊರತಾಗಿಯೂ ಆತ ಸಜ್ಜನ ಎಂದು ನನಗರಿವಾಗಲು ಹೆಚ್ಚು ಸಮಯ ಹಿಡಿಯಲಿಲ್ಲ. 'ಲೆದರ್ನೆಕ್ ಡಿಫ್ಯಾಕಿನಲ್ಲಿ ಕೆಲಸ ಮಾಡಿದ ಎಲ್ಲರೂ ಇಲ್ಲಿದ್ದರು. ಡೈನ್ಕಾರ್ಪ್ ಕಂಪನಿಯ ಅಧಿಕಾರಿಗಳೂ ಬಂದಿದ್ದಾರೆ. ಎಲ್ಲರೂ ನಿನ್ನ ಬಗ್ಗೆ ಒಳ್ಳೆಯ ಮಾತುಗಳನ್ನೇ ಆಡುತ್ತಾರೆ' ಎಂದಾಗ ನಾನು ಮುಗುಳ್ನಕ್ಕು 'ಹೌದೇ' ಎಂದೆ. ಅಮೆರಿಕೆಯ ಅಧಿಕಾರಿಗಳ ಸೂಚನೆ ಮೇರೆಗೆ ಅವ್ನಿ ಮತ್ತು ನಾಲ್ಕಾರು ಕಾರ್ಮಿಕರ ತಂಡ ಕ್ಯಾಂಪ್ ನಿರ್ವಹಣೆಯ ಕಾರಣಕ್ಕೆ ಲೆದರ್ನೆಕ್ ನಲ್ಲೇ ಉಳಿದಿದ್ದರು. ಅವನ ಜಾಗಕ್ಕೆ 'ಝಲಾಲ್ ಯೂಸುಫಿ' ಎಂಬ ಹೊಸ ಹುಡುಗನ ನೇಮಕವಾಗಿತ್ತು.

ಎಮಿರ್ ಡುಕುನೋವಿಚ್ ತುಂಬಾ ಸರಳ ಮತ್ತು ಸಜ್ಜನ. ಬೋಸ್ನಿಯ ಮೂಲದವ. ಈಗಿನ ಬೋಸ್ನಿಯ ದೇಶ ಹಿಂದಿನ ಅವಿಭಜಿತ ಯುಗೋಸ್ಲೋವಿಯ ದೇಶದ ಒಂದು ಭಾಗವಾಗಿತ್ತು. 90ರ ದಶಕದಲ್ಲಿ ಸೆರ್ಬಿಯ ಮತ್ತು ಬೋಸ್ನಿಯ ನಡುವೆ ನಡೆಯುತ್ತಿದ್ದ ಆಂತರಿಕ ಯುದ್ಧ ಸಮಯದಲ್ಲಿ ಸ್ವೀಡನ್ ದೇಶಕ್ಕೆ ವಲಸಿಗರಾಗಿ ಹೋಗಿ ನೆಲೆಸಿದ್ದ ಇವನ ಹಿರಿಯರು ಆ ದೇಶದ ನಾಗರೀಕತೆಯನ್ನೂ ಸಹ ಪಡೆದರು. ಬೋಸ್ನಿಯ ದೇಶದ ಬಹುಪಾಲು ಜನರು ಮುಸ್ಲಿಂ ಜನಾಂಗದವರು. ಒಂದು ಕಾಲದಲ್ಲಿ ಒಂದೇ ದೇಶದವರಾದ ಮೆಸಿಡೋನಿಯ ಮತ್ತು ಬೋಸ್ನಿಯನ್ನರ ಸೌಹಾರ್ದತೆ ಉತ್ತಮವಾಗಿಯೇ ಇತ್ತು ಎಂದು ಹೇಳಲು ಎಮಿರ್ ಮತ್ತು ಯೂಸುಫಿ ಸಾಕ್ಷಿಯಾಗಿದ್ದರು. ಎಮಿರನ ಕೌಟುಂಬಿಕ ಹೆಸರು ಸ್ವಲ್ಪ ಸ್ಲಾವಿಕ್ ಜನರ ಹಾಗಿತ್ತು. ನಾನು ಒಮ್ಮೆ ಪ್ರಶ್ನೆ ಮಾಡಿದಾಗ ನಮ್ಮ ಹಿರಿಯರು ಸ್ಲಾವಿಕ್ ಜನರಾದರೂ ಎಂದೋ ಒಮ್ಮೆ ಮತಾಂತರವಾಗಿದ್ದೇವೆ ಎಂದು ಯಾವುದೇ ಹಿಂಜರಿಕೆಯಿಲ್ಲದೆ ನೇರ ನುಡಿಯುತ್ತಿದ್ದ. ಅಷ್ಟೇನೂ ಧರ್ಮಭೀರುವಲ್ಲದ, ಯಾರ ವಿಶ್ವಾಸದ ಬಗ್ಗೆಯೂ ಕೇಡು ಮಾತಾಡಲು ಒಪ್ಪದ ಸಾಧು ಮನುಷ್ಯ. ಯೂಸುಫಿ ಅದಕ್ಕೆ ತದ್ವಿರುದ್ಧ. ಒಮ್ಮೊಮ್ಮೆ ಇತರೆ ದೇಶ-ಧರ್ಮದ ಬಗ್ಗೆ ತನ್ನ ಅಲ್ಪಜ್ಞಾನದ ಆಧಾರದಿಂದಲೇ ಮೂದಲಿಸುವ ಪ್ರಯತ್ನ ಮಾಡಲು ಯತ್ನಿಸುತ್ತಿದ್ದ. ಅವನಿಗೆ ಬಾಯಿ ಕೊಟ್ಟರೆ ಇನ್ನೊಂದಿಷ್ಟು ಅಪದ್ಧಗಳನ್ನಾಡುತ್ತಿದ್ದ. ಅಷ್ಟೊಂದು ದ್ವೇಷವನ್ನು ಹಾಗೂ ಕೆಲವು ಅರ್ಧ ಸತ್ಯದಂತಹ ಅಪಾಯಕಾರಿ ಮಾಹಿತಿಗಳನ್ನು ಅದ್ಯಾರು ಅವನ ತಲೆಗೆ ತುಂಬುತ್ತಿದ್ದರೋ ನಾನು ಕಾಣೆ. ಅವರಿಬ್ಬರೂ ಎರಡು ವಿರುದ್ಧ ಧ್ರುವಗಳಂತೆ ಕಂಡರು. ಅಲ್ಲಿದ್ದ ಆಲ್ಬೇನಿಯನ್ ಕಾರ್ಮಿಕರ ದೂರು-

ದುಮ್ಮಾನಗಳನ್ನು ಹೆಚ್ಚಾಗಿ ಯೂಸುಫಿ ನೋಡಿಕೊಳ್ಳುತ್ತಿದ್ದ. ಯೂಸುಫಿ ಕೂಡ ಇಂಜಿನಿಯರ್ ಆಗಿರಲಿಲ್ಲ. ಕಂಪ್ಯೂಟರ್ ಬಗ್ಗೆ ಹೆಚ್ಚಿನ ಕೌಶಲ್ಯವಿತ್ತು ಮತ್ತು ಬಹಳ ಚೆನ್ನಾಗಿ ಇಂಗ್ಲಿಷ್ ಮಾತನಾಡಬಲ್ಲವನಾಗಿದ್ದ. ಇಂಜಿನಿಯರುಗಳನ್ನು ಇಂತಹ ಪ್ರದೇಶಕ್ಕೆ ಕೆಲಸಕ್ಕೆ ಕರೆತರಲು ದೊಡ್ಡ ಮೊತ್ತದ ಸಂಬಳ ನೀಡಬೇಕು. ಕೊಟ್ಟರೂ ತುಂಬಾ ಜನ ಇಲ್ಲಿಗೆ ಬರಲು ಹಿಂದೇಟು ಹಾಕುತ್ತಾರೆ. ಹಾಗಾಗಿ ಸಿಕ್ಕಸಿಕ್ಕವರನ್ನೆಲ್ಲಾ ತಂದು ಅವರಿಗೆ ದೊಡ್ಡ ಹುದ್ದೆ ಮತ್ತು ಚಿಕ್ಕ ಸಂಬಳ ಕೊಟ್ಟು ಕೈತೊಳೆದುಕೊಂಡುಬಿಡುತ್ತಿದ್ದರು ನಮ್ಮ ಮೇಲಧಿಕಾರಿಗಳು. ಎಮಿರ್ ಮತ್ತು ಯೂಸುಫಿ ಇಬ್ಬರೂ ಇಂತಹ ಕೆಲಸಕ್ಕೆ ಹೊಸಬರು. ಮತ್ತೆ ಎಲ್ಲಾ ನನ್ನ ತಲೆಗೆ ಬಂತಲ್ಲಾ ಎಂದು ಗೊಣಗಿಕೊಂಡೇ ಮುಂದುವರೆಯುವ ಹೊರತು ಬೇರೆ ಯಾವ ದಾರಿ ಇರಲಿಲ್ಲ. ಆದರೂ ಅವರಿಗೆ ಕೆಲಸದ ಮೇಲಿದ್ದ ಆಸಕ್ತಿ ಮತ್ತು ಇಲ್ಲಿಯವರೆಗೆ ಆದ ಕೆಲಸದ ಪ್ರಗತಿಯನ್ನು ಗಮನಿಸಿದಾಗ ನನ್ನ ಹೆಚ್ಚಿನ ಶ್ರಮ ಇಲ್ಲಿ ಅಗತ್ಯವಿಲ್ಲವೆಂಬ ಮನವರಿಕೆಯೂ ಆಯ್ತು.

ಕ್ಯಾಂಪಿನ ಯಾವುದೋ ಒಂದು ಮೂಲೆಯಲ್ಲಿತ್ತು ನಮ್ಮ ಕಾಂಪೌಂಡ್. ಕ್ಯಾಂಪ್ ಲೆದರ್ನೆಕ್ಕಿನ ಎಲ್ಲಾ ವಸತಿ, ಕಚೇರಿ ಹಾಗೂ ಟಾಯ್ಲೆಟ್ ಕ್ಯಾಬಿನ್ನುಗಳನ್ನು ಇಲ್ಲಿಗೆ ತಂದಿದ್ದರು. ಎಲ್ಲಾ ಅದೇ ರೀತಿಯ ವ್ಯವಸ್ಥೆ. ಅಲ್ಲಿ ನಾನು ಉಳಿದುಕೊಳ್ಳುತ್ತಿದ್ದ ಕ್ಯಾಬಿನ್ನಿನಲ್ಲಿ ಇವರಿಬ್ಬರ ವಾಸ. ನನಗಾಗಿ ಬೇರೊಂದು 20 ಅಡಿ ಉದ್ದ 8 ಅಡಿ ಅಗಲದ ಒಂದು ಕ್ಯಾಬಿನ್ನನ್ನು ತಯಾರುಮಾಡಿಟ್ಟಿದ್ದರು. ತೀವ್ರ ಚಳಿ ಇದ್ದ ಕಾರಣ ರೂಂ ಹೀಟರ್ ಕೂಡ ಇತ್ತು. ಆ ವ್ಯವಸ್ಥೆ ನನಗೆ ತುಂಬಾ ಇಷ್ಟವಾಗಿತ್ತು. ಇಲ್ಲಿನ ಇನ್ನೊಂದು ವಿಶೇಷ ಸಂಗತಿ ಎಂದರೆ ಯಾರೂ ಡಿಫ್ಯಾಕ್ ಕಡೆ ಹೋಗುತ್ತಿರಲಿಲ್ಲ. ಇವರೇ ಅಲ್ಲೊಂದು ವ್ಯವಸ್ಥಿತ ಅಡುಗೆ ಕ್ಯಾಬಿನ್ನೊಂದನ್ನು ಸಜ್ಜುಗೊಳಿಸಿದ್ದರು. ತಲಾ ಒಬ್ಬ ಆಲ್ಬೇನಿಯನ್ ಮತ್ತು ಭಾರತೀಯ ಬಾಣಸಿಗರಿದ್ದರು. ಅಲ್ಲೇ ಅಡುಗೆ ಅಲ್ಲೇ ಊಟ. 'ಆ ಇಟಾಲಿಯನ್ನರ ಡಿಫ್ಯಾಕ್ ತುಂಬಾ ದೂರ. ದಾರಿಯಲ್ಲಿ ಮೂರ್ನಾಲ್ಕು ತಪಾಸಣಾ ಕೇಂದ್ರವನ್ನು ಹಾದು ಹೋಗುವುದು ತಲೆನೋವಿನ ಸಂಗತಿ. ಅಷ್ಟೇ ಅಲ್ಲದೆ ಊಟ ಕೂಡ ಅಷ್ಟು ರುಚಿಸೋಲ್ಲ. ವೈವಿಧ್ಯತೆಯೂ ಕಡಿಮೆ' ಎಂದು ಸಬೂಬು ಹೇಳಿದ ಎಮಿರ್. ನನಗೆ ಮಿಲಿಟರಿ ಕ್ಯಾಂಪಿಗೆ ಬರುವ ಖುಷಿಯ ಸಂಗತಿ ಎಂದರೆ ಡಿಫ್ಯಾಕಿನಲ್ಲಿನ ಊಟ. ಅದೇ ಇಲ್ಲಿ ಇಲ್ಲವಲ್ಲಾ ಎಂದು ಬೇಜಾರಾಗಿದ್ದು ಹೌದು. ಮೂರು ವಾರಗಳಷ್ಟೇ, ಹೇಗೋ ತಳ್ಳಿದರಾಯಿತು ಎಂದು ನನಗೆ ನಾನೇ ಸಮಾಧಾನಮಾಡಿಕೊಂಡೆ. ಆ ಕಾಂಪೌಂಡ್ ಸುತ್ತಲೂ ತಂತಿ ಬೇಲಿಯನ್ನು ಹಾಸಿ ಗಟ್ಟಿಯಾದ ಗೇಟೊಂದನ್ನು ಕೂಡ ನಿಲ್ಲಿಸಿದ್ದರು. ಮಿಲಿಟರಿ ಕ್ಯಾಂಪುಗಳ ಎಂದಿನ ರಿವಾಜಿನಂತೆ ಬೇಲಿಯ ಹೊರಮೈಯನ್ನು ಹಸಿರು ಸ್ಕ್ರೈಪರ್ ಬಟ್ಟೆಯಿಂದ ಸುತ್ತಿದ್ದರು. ಅಲ್ಲಿ ಕಳ್ಳತನ ಅಥವಾ ಇನ್ಯಾವುದೇ

ಸುರಕ್ಷತೆಯ ಸಮಸ್ಯೆ ಇಲ್ಲದಿದ್ದರೂ ಖಾಸಗಿತನ ಕಾಪಾಡಿಕೊಳ್ಳಲು ಹೀಗೆ ಮಾಡುತ್ತಿದ್ದರು ಎನ್ನುವುದು ನನಗೆ ಈಗಾಗಲೇ ವೇದ್ಯವಾದ ಸಂಗತಿ. ಮಿಲಿಟರಿ ಕಾಂಪೌಂಡಿನಲ್ಲಿ ಇದು ಹೆಚ್ಚು. ಕ್ಯಾಂಪ್ ಲೆದರ್ನೆಕ್ಕಿಗೆ ಹೋಲಿಸಿದರೆ ವ್ಯವಸ್ಥೆ ಸುಸಜ್ಜಿತವಾಗಿತ್ತು. ಒಂದು ಲಾಂಡ್ರಿಯ ಕ್ಯಾಬಿನ್ನು ಕೂಡ ಇದ್ದು ಕೆಲವು ವಾಷಿಂಗ್, ಡ್ರೈಯಿಂಗ್ ಮಷಿನ್ನುಗಳಿದ್ದವು. ಸಾಮಾನ್ಯವಾಗಿ ಎಲ್ಲಾ ಕ್ಯಾಂಪುಗಳಲ್ಲಿ ಮುಖ್ಯ ಲಾಂಡ್ರಿ ವ್ಯವಸ್ಥೆ ಇರುತ್ತಿತ್ತು. ನಮ್ಮ ಬಟ್ಟೆಗಳನ್ನೆಲ್ಲಾ ಅಲ್ಲಿಗೆ ಕೊಟ್ಟು ಅದರ ಮುಂದಿನ ದಿನ ತೆಗೆದುಕೊಂಡು ಬರಬಹುದಿತ್ತು. ಅಲ್ಲಿ ನಾವಿದ್ದ ಕಾಂಪೌಂಡ್ ಆ ಕ್ಯಾಂಪಿನ ಕೇಂದ್ರ ಜಾಗದಿಂದ ತುಂಬಾ ದೂರವಿದ್ದದ್ದೇ ನಮಗೆ ಅಗತ್ಯ ಸೇವೆಗಳು ಸಿಗಲು ಮುಖ್ಯ ಅಡ್ಡಿಯಾಗಿತ್ತು. ನಮ್ಮ ಭಾರತೀಯ ಹುಡುಗರು ನನ್ನ ಬಟ್ಟೆಗಳ ಲಾಂಡ್ರಿಯ ಜವಾಬ್ದಾರಿ ಹೊರಲು ಬಂದಾಗ ವಿನಯದಿಂದ ನಿರಾಕರಿಸಿ ನಾನೇ ನೋಡಿಕೊಳ್ಳುವೆನೆಂದೆ.

ನಾನು ಬರುವ ಹಿಂದಿನ ದಿನಗಳಲ್ಲಿ ಸಾಕಷ್ಟು ಮಳೆ ಬಿದ್ದಿತ್ತು. ಈಗ ಇದ್ದಕ್ಕಿದ್ದ ಹಾಗೆ ಆ ಮಳೆ ಹಿಮಪಾತವಾಗಿ ಬದಲಾಯ್ತು. ಬಿಳಿ ಹೂವಿನ ಪಕಳೆಗಳು ಆಕಾಶದಿಂದ ವೃಷ್ಟಿಯಾದಂತೆ ಭಾಸವಾಗುತ್ತಿತ್ತು. ವಿಪರೀತ ಚಳಿ ಕೂಡ. ನನಗೆ ಹಿಮವೃಷ್ಟಿಯ ಮೊದಲ ಅನುಭವ. ನೋಡನೋಡುತ್ತಿದ್ದಂತೆಯೇ ಸುತ್ತಲ ಗಿರಿಗಳು ಬೆಳ್ಳನೆ ಹೊದಿಕೆ ಹೊದ್ದು ಹೊಳೆಯಲಾರಂಭಿಸಿದವು. ನೆಲವೆಲ್ಲಾ ಬೆಳ್ಳಗೆ ಹೊಳಪು. ಅಲ್ಲಿ ಎಲ್ಲರಿಗೂ ಬೆಚ್ಚನೆ ಅಂಗಿ ಮತ್ತು ಜ್ಯಾಕೆಟ್ಟನ್ನು ಒದಗಿಸಿದ್ದರು. ನನಗೂ ಒಂದು ಜೊತೆ ಸಿಕ್ಕಿತು. ನೆಲದ ಮೇಲೆ ಬಿದ್ದ ಹಿಮದ ಮೇಲೆ ಕಾಲಿಟ್ಟರೆ ಜಾರಿಬೀಳುತ್ತಿದ್ದೆವು. ಒರಟು ತಳವಿರುವ ಗಟ್ಟಿಯಾದ ಸುರಕ್ಷಾ ಬೂಟು ಕೂಡ ಕೊಟ್ಟರು. ಹಿಮಪಾತ ಹೆಚ್ಚು ದಿನ ಇರಲಿಲ್ಲ. ಆದರೆ ಚಳಿ ಮಾತ್ರ ತೀವ್ರವಾಗೇ ಇತ್ತು. ಆ ಚಳಿಯಲ್ಲಿ ಹೊರಗೆ ಹೋಗಿ ಕೆಲಸ ಮಾಡುವ ಹುಮ್ಮಸ್ಸು ಬರುತ್ತಿರಲಿಲ್ಲ. ಬೇಕೆಂದಾಗ ಬಿಸಿಯಾದ ಚಹಾ ಸಿಗುತ್ತಿದ್ದುದು ಸುಖ. ತನ್ನ ದೇಹಾರೋಗ್ಯದ ಬಗ್ಗೆ ಅತೀವ ಕಾಳಜಿ ವಹಿಸುತ್ತಿದ್ದ ಎಮಿರ್ ಹೆಚ್ಚಾಗಿ ಕಾಯಿಪಲ್ಲೆಯ ಸಲಾಡ್ ಮತ್ತದಕ್ಕೆ ಒಂದಷ್ಟು ಬಿಳಿಯ ಫೆಟಾ ಚೀಸ್ ಸೇರಿಸಿ ತಿನ್ನುತ್ತಿದ್ದ. ನನಗೂ ಕೂಡ ಇದನ್ನೇ ತಿನ್ನಲು ಹುರಿದುಂಬಿಸುತ್ತಿದ್ದ. ಇಷ್ಟು ದಿನ ಡಿಫ್ಯಾಕ್ ಊಟ ತಿಂದ ನನ್ನ ಟೊಣಪ ದೇಹ ಕರಗಿಸಲು ಇದೇ ಸರಿಯಾದ ಆಹಾರ ಎಂದು ಅವನ ಅಂಬೋಣ. ಆಗಾಗ ಬಾಯಿ ಕೆಟ್ಟುಹೋದಂತಾದಾಗ ಚೀಸನ್ನು ತುಂಬಿದ 'ಪೀಟ' ಅಥವಾ 'ಬುರ್ಯಾಕ್' ಎನ್ನುವ ವಿಶೇಷ ಬ್ರೆಡ್ಡನ್ನು ತಯಾರಿಸಲು ಬಾಣಸಿಗನಿಗೆ ಹೇಳುತ್ತಿದ್ದ. ಈ ಖಾದ್ಯ ಟರ್ಕಿ ಮತ್ತು ದಕ್ಷಿಣ ಯುರೋಪಿನಲ್ಲಿ ಹೆಚ್ಚೇ ಪ್ರಸಿದ್ಧಿ. ನನಗೆ ತುಂಬಾನೇ ಹಿಡಿಸಿತು. ಆಗಾಗ್ಗೆ ನಮ್ಮ ಭಾರತೀಯ ಬಾಣಸಿಗನ ಒತ್ತಾಯಕ್ಕೆ ಮಣಿದು ಏನಾದರೂ ವಿಶೇಷ ತಿನಿಸನ್ನು ಮಾಡಿದಾಗ ಅದನ್ನು ಸವಿಯುವ ಅವಕಾಶವನ್ನು ಎಂದೂ

ತಪ್ಪಿಸಿಕೊಳ್ಳುತ್ತಿರಲಿಲ್ಲ. ನಾನು ಅಲ್ಲಿಗೆ ಹೋದಾಗಲೇ ಫೌಂಡೇಶನ್ ಕೆಲಸ ಮುಗಿದು ಡಿಫ್ಯಾಕ್ ಟೆಂಟನ್ನು ಏರಿಸಿಯಾಗಿತ್ತು. ತುಂಬಾ ಬೃಹತ್ತಾದ ಟೆಂಟ್ ಅದು. ಒಮ್ಮೆಗೆ ನಾಲ್ಕು ಸಿ–17 ವಿಮಾನಗಳು ನಿಲ್ಲಬಹುದಾದ ಹ್ಯಾಂಗರ್ ಟೆಂಟ್‌ಗಳಷ್ಟು ದೊಡ್ಡದು. ಅಮೆರಿಕೆಯ ಅಧಿಕಾರಿಗಳಾದ ಮಾರ್ಕ್ ಮತ್ತು ಜೆಫ್ ಜೊತೆ ಅಲ್ಲಿಯೂ ಕೂಡ ಎಂದಿನಂತೆ ಉತ್ತಮವಾದ ಒಡನಾಟ ಕಾಪಿಟ್ಟುಕೊಂಡಿದ್ದೆ. ತೆರೇಸಾ ಮಾತ್ರ ಇಲ್ಲಿಗೆ ಬರದೆ ಕಂದಹಾರ್ ಏರ್‌ಬೇಸಿಗೆ ವಾಪಸ್ಸು ಹೋಗಿದ್ದಳು. ಅಲ್ಲಿ ನನ್ನ ಜವಾಬ್ದಾರಿ ಸಲಹೆಗಾರನ ಮಟ್ಟಕ್ಕಷ್ಟೇ ಸೀಮಿತವಾಗಿದ್ದರಿಂದ ಅವರೂ ಕೂಡ ನನ್ನ ಮೇಲೆ ಹೆಚ್ಚು ಕೆಲಸದ ಒತ್ತಡ ಹೇರುತ್ತಿರಲಿಲ್ಲ. ಕೆಲಸಗಳು ಯಾವುದೇ ಅಡೆತಡೆಯಿಲ್ಲದೆ ಬಿರುಸಾಗಿ ಸಾಗಿತ್ತು. ಸ್ವಲ್ಪ ಹೆಚ್ಚೇ ರಕ್ಷಣಾ ತಪಾಸಣೆ ವ್ಯವಸ್ಥೆಯಿದ್ದ ಆ ಕ್ಯಾಂಪಿನಲ್ಲಿ ನಾವು ಹೆಚ್ಚು ಎಲ್ಲಿಯೂ ಓಡಾಡುತ್ತಿರಲಿಲ್ಲ. ಮಿಲಿಟರಿ ಜನರ ಜೊತೆಗಿನ ಒಡನಾಟವೂ ತೀರ ಕಡಿಮೆಯೇ. ಎಲ್ಲೋ ಒಮ್ಮೊಮ್ಮೆ ಯಾರಾದರೂ ಹೊಸದಾಗಿ ಬಂದ ನಮ್ಮ ಜನರನ್ನು ಕರೆತರಲು ನಾನೂ ಕೂಡ ಎಮಿರ್ ಜೊತೆ ಏರ್‌ಬೇಸ್ ಟರ್ಮಿನಲ್ ಬಳಿ ಹೋಗುತ್ತಿದ್ದುದುಂಟು. ಒಂದೆರಡು ಸಲ ಕ್ಯಾಂಪಿನ ಹೃದಯಭಾಗದಲ್ಲಿದ್ದ ಅಂಗಡಿಮುಂಗಟ್ಟಿಗೆ (PX Shop) ಹೋದದ್ದಿದೆ. ಕ್ಯಾಂಪಿನಿಂದ ಹೊರಡುವ ಹಿಂದಿನ ದಿನ ಅಲ್ಲಿಗೆ ಹೋಗಿ ಆ ಸಮಯದಲ್ಲಿ ಹುಟ್ಟಿದ್ದ ನನ್ನ ಮೊದಲ ಮಗಳಿಗೆ ಉಡುಗೊರೆ ಕೊಡಲೆಂದು ಒಂದು ಪುಟ್ಟ ಟೆಡ್ಡಿಬೇರನ್ನು ಖರೀದಿಸಿದ್ದು ಮಧುರ ನೆನಪು.

ಮೂರು ವಾರಗಳು ತುಂಬಾ ವೇಗವಾಗಿ ಕಳೆದುಹೋದವು. ಇನ್ನೊಂದು ತಿಂಗಳಲ್ಲಿ ಕೆಲಸ ಪೂರ್ತಿಯಾಗುವುದರಲ್ಲಿತ್ತು. ಕೊನೆಯಲ್ಲಿ ಮತ್ತೆ ಇಲ್ಲಿಗೆ ಬಂದು ಪ್ರಾಜೆಕ್ಟಿನ ಹಸ್ತಾಂತರ ಜವಾಬ್ದಾರಿಯನ್ನು ನಾನು ಮಾಡುವುದು ಎಂದು ತೀರ್ಮಾನಿಸಲಾಯ್ತು. ನಾನು ಹೊರಡುವ ತಯಾರಿಯಾಯ್ತು. ಇಷ್ಟು ದಿನ ನನ್ನನ್ನು ತುಂಬಾ ಕಾಳಜಿಯಿಂದ ನೋಡಿಕೊಂಡ ಎಮಿರ್ ನನ್ನನ್ನು ತಬ್ಬಿ ಬೀಳ್ಕೊಟ್ಟ. ಎಲ್ಲರಿಗೂ ಮತ್ತೆ ಬರುವೆನೆಂದು ಹೇಳಿ ಏರ್‌ಬೇಸ್ ಟರ್ಮಿನಲ್ ಒಳಗೆ ಬಂದಾಗ ನನಗೆ ಅಚ್ಚರಿ ಕಾದಿತ್ತು. ಅಲ್ಲಿಂದ ಕಂದಹಾರ್ ಏರ್‌ಬೇಸ್ ಕಡೆ ಹೊರಡಬೇಕಿದ್ದ ಮಿಲಿಟರಿ ವಿಮಾನ ಯಾವುದೋ ಸುರಕ್ಷತಾ ಕಾರಣದಿಂದ ತಡವಾಗಿತ್ತು. ಇಲ್ಲಿಗೆ ಬಂದ ಚಾರ್ಟರ್ ವಿಮಾನದ ಹಾರಾಟವನ್ನೂ ಸಹ ಸುರಕ್ಷತಾ ದೃಷ್ಟಿಯಿಂದ ರದ್ದು ಮಾಡಿದ್ದರಂತೆ. ಟರ್ಮಿನಲ್ಲಿನಲ್ಲಿ ನನ್ನಂತೆ ನೆಲದಲ್ಲೇ ತಮ್ಮ ಲಗೇಜುಗಳನ್ನು ಒರಗಿ ಕುಳಿತ ನೂರಾರು ಜನ ಗುಸುಗುಸು ಎಂದು ಏನನ್ನೋ ಮಾತನಾಡಿಕೊಳ್ಳುತ್ತಿದ್ದರು. ಹೆಚ್ಚಾಗಿ ಮಿಲಿಟರಿ ಜನರೇ ಇದ್ದದ್ದು. ನನ್ನಂತಹವರು ಬೆರಳೆಣಿಕೆ ಮಂದಿ. ಬಹುಶಃ ಅಂದು ಅಲ್ಲಿ ಯಾವುದೋ ಉಗ್ರದಾಳಿಯಾದ ವಾಸನೆ ಬಡಿದಿತ್ತು. ಆದರೆ ಯಾರೂ ಕೂಡ

ಅಂತಹ ಸೂಕ್ಷ್ಮ ವಿಷಯಗಳ ಬಗ್ಗೆ ನೇರವಾಗಿ ಮಾತನಾಡುವ ಸಾಹಸ ಮಾಡುತ್ತಿರಲಿಲ್ಲ. ಅದು ನಿಷಿದ್ಧ ಮತ್ತು ಶಿಕ್ಷಾರ್ಹ ಕೂಡ. ಈ ತರಹದ ಸನ್ನಿವೇಶಗಳು ನನಗೆ ಹೊಸದಾಗಿರಲಿಲ್ಲ. ಅದು ಬೆಳಗಿನ ವಿಮಾನವಾದ್ದರಿಂದ ತಿಂಡಿ ತಿನ್ನದೇ ಬಂದಿದ್ದೆ. ಹೊಟ್ಟೆ ಚುರುಗುಡುತ್ತಿತ್ತು. ಅಲ್ಲಿ ಎಲ್ಲರಿಗೂ ಮಿಲಿಟರಿಯ ತುರ್ತು ಪರಿಸ್ಥಿತಿಯಲ್ಲಿ ಕೊಡುವ ಆಹಾರ ಪೊಟ್ಟಣಗಳನ್ನು ವಿತರಿಸುತ್ತಿದ್ದರು. ಎಳೆಯ ಮೇಲೊಂದು ಎಳೆಯಂತೆ ತುಂಬಾ ಸುರಕ್ಷಿತವಾಗಿ ಕಟ್ಟಿದ ಆಹಾರ ಪೊಟ್ಟಣ ಅದು. ಬಿಚ್ಚಿದರೆ ಅದೇ ಪ್ರೋಟೀನು ಬಾರುಗಳು, ಒಂದಷ್ಟು ಗ್ಲುಕೋಸ್ನಂತಿದ್ದ ಪುಡಿ ಮತ್ತು ಸಪ್ಪೆ-ಸಪ್ಪೆಯಾದ ಕಂದು ಬಣ್ಣದ ಕ್ರೀಮು. ಅದು ಸಸ್ಯಜನ್ಯವೊ ಅಥವಾ ಪ್ರಾಣಿಯದ್ದೋ ಎಂದು ಇಂದಿಗೂ ನನಗೆ ಗೊತ್ತಾಗಿಲ್ಲ. ಅದನ್ನೆಲ್ಲಾ ಸೇವಿಸಿ ನೀರು ಕುಡಿದಾಗ ಹೊಟ್ಟೆಯೇನೋ ತುಂಬಿತು ಆದರೆ ಮನಸ್ಸಲ್ಲ. ಹೊರಗೆ ಕೂಂಬಿಂಗ್ ಅಥವಾ ಯುದ್ಧಕ್ಕೆ ಹೋದ ಮಿಲಿಟರಿ ಜನ ಸೇವಿಸುವ ಆಹಾರ ಅದು. ಅದನ್ನು ಹೇಗೆ ತಿನ್ನುತ್ತಾರೋ ಎಂದು ನೆನೆದು ಅವರ ಬಗ್ಗೆ ಕನಿಕರ ಪಟ್ಟಿದ್ದೂ ಹೌದು. ಕಾಲ ಸರಿಯಲು ಕಷ್ಟವಾಗುತ್ತಿತ್ತು. ಎಷ್ಟು ಹೊತ್ತಾದರೂ ಯಾವುದೇ ಸುದ್ದಿಯಿಲ್ಲ. ಬಹುಶಃ ವಾಪಸ್ಸು ಹೋಗಬೇಕೇನೋ ಎಂದು ಬೇಜಾರಾಗಹತ್ತಿತು. ಯಾವುದೋ ಕನ್ನಡ ಪುಸ್ತಕ ಹಿಡಿದು ಕೂತುಬಿಟ್ಟೆ, ಆದರೂ ಎಂತದೋ ಚಡಪಡಿಕೆ. ಸುಮಾರು ಮೂರ್ನಾಲ್ಕು ತಾಸೇ ಆಗಿದ್ದಿರಬಹುದು. ಇನ್ನು ಸ್ವಲ್ಪ ಹೊತ್ತಿನಲ್ಲಿ ಸಿ-17 ವಿಮಾನ ಹೊರಡಲು ಸಿದ್ಧವಿದೆಯೆಂದು ಘೋಷಣೆಯಾಯ್ತು. ಹೋದ ಜೀವ ವಾಪಸ್ಸು ಬಂದ ಹಾಗೆ ಮುಗುಳ್ನಗೆ ಹೊತ್ತ ಎಲ್ಲರೂ ಮೆಲ್ಲಗೆ ಗುಜುಗುಜು ಶುರುಮಾಡಿದರು. ಕೊನೆಗೂ ಅಲ್ಲಿಂದ ಹೊರಟು ಕಂದಹಾರ್ ಏರ್‌ಬೇಸ್ ತಲುಪಿದೆವು. ಆದರೆ ಅಲ್ಲಿಂದ ದುಬೈಗೆ ಹೊರಡಲು ನಿಗದಿಯಾದ ಚಾರ್ಟರ್ ವಿಮಾನ ಕೈ ತಪ್ಪಿದ್ದರಿಂದ ನಾಳೆಯ ಮಧ್ಯಾಹ್ನದ ಮುಂದಿನ ವಿಮಾನಕ್ಕಾಗಿ ಕಾಯದೆ ಬೇರೆ ದಾರಿ ಇರಲಿಲ್ಲ. ನನ್ನನ್ನು ಕರೆದೊಯ್ಯಲು ದಿಲ್ಷನ್ ಬಂದಿದ್ದ. ಅಲ್ಲಿ ಎಲ್ಲಾ ಮಿಲಿಟರಿ ಇಮ್ಮಿಗ್ರೇಷನ್ ಕೆಲಸ ಮುಗಿದು ಕಂದಹಾರ ಕ್ಯಾಂಪಿನ ನಮ್ಮ ಕಾಂಪೌಂಡ್ ಒಳಗೆ ನನಗೆ ಕೊಟ್ಟ ಒಂದು ಕ್ಯಾಬಿನ್ನಿನಲ್ಲಿ ಸ್ವಲ್ಪ ಹೊತ್ತು ವಿಶ್ರಾಂತಿ ತೆಗೆದುಕೊಂಡು ಕಚೇರಿಗೆ ಹೋಗಿ ಆಂಟೊನಿಯೋ ಮತ್ತು ಇತರೆ ನನ್ನ ಹಳೆ ಪರಿಚಯದವರನ್ನು ಮಾತಾಡಿಸಿದೆ. ಈಗಾಗಲೇ ನಾನು ಕೆಲವಾರು ಬಾರಿ ಕಂದಹಾರ್ ಏರ್‌ಬೇಸಿಗೆ ಬಂದಿದ್ದೆನಾದ್ದರಿಂದ ಮತ್ತು ನನ್ನ ಬಳಿ ಕ್ಯಾಂಪಿನ ರೆಸಿಡೆಂಟ್ ಬ್ಯಾಡ್ಜ್ ಇದ್ದದ್ದರಿಂದ ಮಿಲಿಟರಿ ಇಮ್ಮಿಗ್ರೇಷನ್ನಿನಲ್ಲಿ ಹೆಚ್ಚಿನ ತಪಾಸಣೆ ಅಗತ್ಯವಿರಲಿಲ್ಲ. ಅಮೆರಿಕೆಯ ಕ್ಯಾಂಪುಗಳ ಪ್ರವೇಶಕ್ಕೆ ಬೇಕಾದ LOA ಅಗತ್ಯ ಕೂಡ ಇಲ್ಲಿರಲಿಲ್ಲ. ಇದು ಸಂಪೂರ್ಣ ನ್ಯಾಟೋ ಬೇಸ್ ಆಗಿತ್ತು. ಇಲ್ಲಿನ ನಿಯಮಗಳು ಅಷ್ಟೊಂದು ಕಠಿಣವಿರಲಿಲ್ಲ. ಅಂದು

ಮಧ್ಯಾಹ್ನ, ಸಂಜೆ ಮತ್ತು ಮುಂದಿನ ದಿನ ಬೆಳಗ್ಗೆ ಭರ್ಜರಿ ಡಿಫ್ಯಾಕ್ ಊಟ ಸಿಕ್ಕಿತ್ತು. ಅಂತೂ ದುಬೈಗೆ ವಾಪಸ್ಸು ಬಂದೆ.

ಬಂದ ಕೆಲವೇ ವಾರಗಳಲ್ಲಿ ಒಂದು ಕೆಟ್ಟ ಸುದ್ದಿ ಬಂತು. ಆ ಡಿಫ್ಯಾಕ್ ಕೆಲಸವನ್ನು ಅರ್ಧಕ್ಕೇ ನಿಲ್ಲಿಸಿರೆಂದು ಮಿಲಿಟರಿಯ ಉನ್ನತ ಮೂಲಗಳಿಂದ ಆದೇಶ ಬಂದಿತ್ತು. ನ್ಯಾಟೋ ಮತ್ತು ಅಮೆರಿಕೆಯ ಮಿಲಿಟರಿಯ ಉನ್ನತ ಸ್ತರದಲ್ಲಿ ಉಂಟಾದ ಏನೋ ಒಂದು ಗರ್ವಗೊಂದಲ ಇದಕ್ಕೆ ಕಾರಣ ಎಂದು ತಿಳಿಯಿತು. ಅಮೆರಿಕೆಯ ಸೈನಿಕರನ್ನು ಕ್ಯಾಂಪ್ ಶಿಂದಾಂದ್ ಕಡೆ ಕಳುಹಿಸುವುದನ್ನು ನಿಲ್ಲಿಸಿಬಿಟ್ಟರು. ಅಲ್ಲಿದ್ದ ಆ ಸೈನಿಕರನ್ನು ಬೇರೆಕಡೆಗಳಿಗೆ ಕಳುಹಿಸುತ್ತಿದ್ದಾರಂತೆ ಎಂಬ ಸುದ್ದಿ. ಮತ್ತೆ ಅಲ್ಲಿಗೆ ಹೋಗಿ ಇಲ್ಲಿಯವರೆಗೆ ಆದ ಕೆಲಸಗಳ ವಿವರ ಮತ್ತು ಆರ್ಥಿಕಪಟ್ಟಿಯನ್ನು ತಯಾರಿಸುವ ಜವಾಬ್ದಾರಿ ನನ್ನ ಮೇಲೆ ಬಿತ್ತು. ನಾನು ಹೊರಟುನಿಂತೆ. ಯಾವುದೇ ಸಮಸ್ಯೆಯಿಲ್ಲದೆ ಅಲ್ಲಿ ತಲುಪಿದೆ. ಮಳೆ ಅಥವಾ ಮಂಜಿನ ವಾತಾವರಣವಿಲ್ಲದಿದ್ದರೂ ಚಳಿ ಇನ್ನೂ ಕಡಿಮೆಯಾಗಿರಲಿಲ್ಲ. ಎಂದಿನ ಹಾಗೆ ಎಮಿರ್ ಬಂದು ನನ್ನ ಕರೆದೊಯ್ದ. ನಾನು ಸೀದಾ ಪ್ರಾಜೆಕ್ಟ್ ಸೈಟಿನ ಬಳಿ ಹೋಗೋಣವೆಂದೆ. ಜೆಫ್ ಮತ್ತು ಮಾರ್ಕ್ ಜೊತೆ ಮಾತಿಗೆ ಕುಳಿತೆ. ಅವರೂ ಕೂಡ ಕೆಲಸ ನಿಂತದ್ದಕ್ಕೆ ಸ್ಪಷ್ಟ ಕಾರಣ ಕೊಡಲಿಲ್ಲ. ದೊಡ್ಡವರ ಆದೇಶ ಎಂದಷ್ಟೇ ಹೇಳಿ ಸುಮ್ಮನಾದರು. ನನ್ನ ಕೆಲಸ ಒಂದೆರಡು ದಿನದಲ್ಲಿ ಮುಗಿದು ನಾನು ವಾಪಸ್ಸು ಹೊರಡಲು ಸಿದ್ಧನಾದೆ. ಎಮಿರ್ ನನ್ನನ್ನು ದುಬೈ ಕಚೇರಿಯಲ್ಲಿ ಎಲ್ಲಾದರೂ ಸೇರಿಸಬಹುದೇ ಎಂದೂ ಅಲವತ್ತುಕೊಂಡ. ನಾನು ದೊಡ್ಡವರೊಡನೆ ಮಾತಾಡಿ ಹೇಳುವೆನೆಂದೆ. ಅಲ್ಲಿಂದ ವಾಪಸ್ಸಾಗಿ ನಾನು ಮ್ಯಾನೇಜ್ಮೆಂಟಿನ ಜೊತೆ ಈ ಬಗ್ಗೆ ಮಾತನಾಡಿದೆ. ನಮಗೆ ಆತನ ಅವಶ್ಯಕತೆ ಇತ್ತು ಕೂಡ. ಕ್ಯಾಂಪ್ ಶಿಂದಾಂದಿನಲ್ಲಿ ಮಿಕ್ಕ ಎಲ್ಲಾ ಕೆಲಸ ಮುಗಿಸಿ ಎಲ್ಲರನ್ನೂ ಬೇರೆಡೆ ಸಾಗಿಸಿ ಸುಮಾರು ಒಂದು ತಿಂಗಳ ನಂತರ ದುಬೈಗೆ ಬಂದು ನಮ್ಮೊಡನೆ ಕೆಲಸ ಮಾಡಲು ತೊಡಗಿದ. ಅದಾಗಿ ಕೆಲವು ತಿಂಗಳ ನಂತರ ಅಲ್ಲಿಯೇ ಅವನಿಗೆ ಬೇರೊಂದು ಕಂಪನಿಯಲ್ಲಿ ಒಳ್ಳೆಯ ಹುದ್ದೆ ಸಿಕ್ಕು ಅವ ಹೋದ. ನನ್ನ ಸಂಪರ್ಕದಲ್ಲಿ ಇರುತ್ತಿದ್ದ ಅವ ಒಮ್ಮೆಗೇ ಮಾತಾಡುವುದನ್ನು ನಿಲ್ಲಿಸಿಬಿಟ್ಟಿದ್ದ. ಅವನ ಫೋನು ಕರೆಗೆ ಸಿಗುತ್ತಿರಲಿಲ್ಲ. ನನಗೆ ಒಂದು ರೀತಿ ಆಶ್ಚರ್ಯ ಮತ್ತು ಆತಂಕ. ಒಂದು ದಿನ ಸ್ವೀಡನ್ನಿನಿಂದ ಕರೆ ಮಾಡಿ ಮಾತಾಡಿದ. ಅವನಿಗೆ ದುಬೈನ ಪ್ರಸಿದ್ಧ ಶೇಕ್ ಝಯೇದ್ ರಸ್ತೆಯಲ್ಲಿ ದೊಡ್ಡ ಅಪಘಾತವಾಗಿ ಬಲ ಪಾರ್ಶ್ವ ಪೂರ್ತಿ ಊನವಾಗಿಬಿಟ್ಟಿತ್ತು. ಮತ್ತೆಂದೂ ಪೂರ್ಣ ಪ್ರಮಾಣದಲ್ಲಿ ಸರಿಹೋಗುವೆನೆಂಬ ನಂಬಿಕೆ ಆತನಿಗಿರಲಿಲ್ಲ. 'ಬದುಕಿ ಉಳಿದಿದ್ದೇ ಹೆಚ್ಚು. ಮೂರ್ನಾಲ್ಕು ತಿಂಗಳು ಆಸ್ಪತ್ರೆಯಲ್ಲಿ ಇದ್ದು ಈಗ ಮನೆಗೆ ಬಂದಿದ್ದೇನೆ.

ವಾಕರ್ ಹಿಡಿದು ನಡೆಯುವ ಪ್ರಯತ್ನ ಮಾಡುತ್ತಿದ್ದೇನೆ. ನನ್ನೊಡನೆ ನನ್ನ ಮಡದಿ ಮತ್ತು ಮಗು ಇದ್ದಾರೆ. ಆಕೆ ಕೆಲಸಕ್ಕೆ ಹೋಗುತ್ತಾಳೆ. ಸರ್ಕಾರದಿಂದ ಸ್ವಲ್ಪ ಮಟ್ಟಿಗೆ ಸಹಾಯ ಸಿಕ್ಕಿದೆ. ಜೀವನ ಹೇಗೋ ಸಾಗುತ್ತಿದೆ. ನಿನ್ನ ಎಲ್ಲಾ ಸಹಾಯಕ್ಕೂ ಧನ್ಯವಾದ ಗೆಳೆಯ' ಎಂದು ಹೇಳಿ ಬಿಕ್ಕಿ ಅತ್ತುಬಿಟ್ಟ. ಛೇ... ಎಲ್ಲೋ ಚೆನ್ನಾಗಿ ಇದ್ದವನನ್ನು ನಾನು ಇಲ್ಲಿಗೆ ಕರೆಸಿ ಅವನ ಈ ಸ್ಥಿತಿಗೆ ಪರೋಕ್ಷ ಕಾರಣನಾಗಿಬಿಟ್ಟೆನೇ ಎಂಬ ಕೊರಗು ಇಂದಿಗೂ ಕಾಡುತ್ತದೆ. ಯುದ್ಧಭೂಮಿಯಲ್ಲಿಯೂ ಏನೂ ಅಪಾಯವಾಗದಂತೆ ಬದುಕಬಹುದು. ಸ್ವರ್ಗದಂತಿದ್ದ ದುಬೈನಲ್ಲಿಯೂ ಯಾವ ಕಾಲಕ್ಕೂ ಸಾವು–ನೋವಾಗಬಹುದು. ಸಾವುನೋವಿಗೆ ಕಾಲ–ದೇಶದ ಮಿತಿಯಿಲ್ಲ ಎಂಬ ಪಾಠವಾಯ್ತು. ಮತ್ತೆಂದೂ ನಾನು ಆಫ್ಘಾನಿಸ್ಥಾನ ಅಥವಾ ಇರಾಕ್ ಯುದ್ಧಭೂಮಿಗಳ ಕಡೆ ಹೋಗಲು ಹಿಂಜರಿದಿದ್ದಿಲ್ಲ.

14

ಆಫ್ಘಾನಿನಲ್ಲಿದ್ದ ಆಲ್ಬೇನಿಯನ್ನರು ಮತ್ತು ಅವರ ದೇಶದಲ್ಲಿ ನಾನು

ಆ ದಿನಕ್ಕೆ ನನಗೆ ಮೆಸಿಡೋನಿಯ ದೇಶದ ಆಲ್ಬೇನಿಯನ್ ಪಂಗಡಕ್ಕೆ ಸೇರಿದ ಆ ಜನರ ಬಗ್ಗೆ ಹೆಚ್ಚು ಪರಿಚಯವಿರಲಿಲ್ಲ. ನಮ್ಮ ಕಂಪನಿಯ ಒಡೆಯ ಜರ್ಮನ್ ನಾಗರಿಕರಾದರೂ ಮೂಲ ಮೆಸಿಡೋನಿಯ ದೇಶದ ಆಲ್ಬೇನಿಯನ್ ಜನಾಂಗ. ಮೆಸಿಡೋನಿಯದಲ್ಲಿನ 'ಟೆಟೋವೋ' ಎಂಬ ನಗರದಲ್ಲಿ ನಮ್ಮ ಮುಖ್ಯ ಕಚೇರಿಯಿತ್ತು. ಕೆಲ ವರುಷಗಳ ನಂತರ ನಾನು ಮೆಸಿಡೋನಿಯಾಗೆ ಹೋದಾಗ ಅಲ್ಲಿನ ಸ್ಪಷ್ಟ ಚಿತ್ರಣ ಸಿಕ್ಕಿತು. ತೊಂಭತ್ತರ ದಶಕದಲ್ಲಿ ಹಿಂದಿನ ಕಮ್ಯೂನಿಸ್ಟ್ ರಾಷ್ಟ್ರವಾದ ಯುಗೋಸ್ಲೋವಿಯ ಏಳು ಭಾಗಗಳಾಗಿ ಅವೆಲ್ಲ ಸ್ವತಂತ್ರ ದೇಶಗಳೆಂದು ಘೋಷಿಸಿಕೊಂಡವು. ಅವುಗಳಲ್ಲಿ ದಕ್ಷಿಣ ತೀರದ ಒಂದು ಪುಟ್ಟ ರಾಷ್ಟ್ರ ಮೆಸಿಡೋನಿಯ. ಗ್ರೀಸ್ ದೇಶದಲ್ಲಿ ಕೂಡ ಮೆಸಿಡೋನಿಯ ಎನ್ನುವ ಪ್ರಾಂತ್ಯವಿದೆ. ಮೆಸಿಡೋನಿಯ ದೇಶವು ದಕ್ಷಿಣಕ್ಕೆ ಗ್ರೀಸಿನ ಮೆಸಿಡೋನಿಯ ಪ್ರಾಂತ್ಯಕ್ಕೆ ಅಂಟಿಕೊಂಡಂತಿದೆ. ಒಂದೇ ಹೆಸರಿನ ಗೊಂದಲದ ವಿಷಯಕ್ಕೆ ಹಾಗೂ ತಮ್ಮ ಶ್ರೇಷ್ಠ ಇತಿಹಾಸವನ್ನು ಕಬಳಿಸಲು ಪ್ರಯತ್ನಿಸುತ್ತಿದ್ದಾರೆ ಎಂದು ಗ್ರೀಸ್ ದೇಶವು ವಿಶ್ವಸಂಸ್ಥೆಯವರೆಗೆ

ಜಗಳ ತೆಗೆದುಕೊಂಡುಹೋಗಿತ್ತು. ಅಲೆಕ್ಸಾಂಡರ್ ನಮ್ಮವ ಎನ್ನುವುದು ಇಬ್ಬರ ವಾದ. ಇತ್ತೀಚೆಗೆ ಪರಸ್ಪರ ರಾಜತಾಂತ್ರಿಕ ಒಪ್ಪಂದಕ್ಕೆ ಬಂದು ಮೆಸಿಡೋನಿಯ ದೇಶ 'ಉತ್ತರ ಮೆಸಿಡೋನಿಯ' ಎಂದಾಯ್ತು. ರಾಜಧಾನಿ 'ಸ್ಕೋಪ್ಯೆ' ಯಲ್ಲಿದ್ದ 'ಅಲೆಕ್ಸಾಂಡರ್ ಅಂತಾರಾಷ್ಟ್ರೀಯ ವಿಮಾನ ನಿಲ್ದಾಣ' ದ ಹೆಸರನ್ನು ಕೂಡ ಬದಲಾಯಿಸಲಾಯ್ತು. ಮೆಸಿಡೋನಿಯ ದೇಶದ ಬಹುಸಂಖ್ಯಾತರು ದಕ್ಷಿಣ ಸ್ಲಾವಿಕ್ ಜನರು. ಸೆರ್ಬಿಯ, ಬಲ್ಗೇರಿಯ ಹಾಗೂ ಯೂರೋ-ರಷ್ಯಕ್ಕೆ ಹೊಂದಿಕೊಂಡ ಬಹುತೇಕ ಭೂಭಾಗಗಳ ಸ್ಥಾನಿಕ ಜನರಿವರು.

ಮೆಸಿಡೋನಿಯ ದೇಶವು ಪಶ್ಚಿಮಕ್ಕೆ ಆಲ್ಬೇನಿಯ ಮತ್ತು ವಾಯುವ್ಯಕ್ಕೆ ಕೊಸೊವೋ ದೇಶದ ಗಡಿಯನ್ನು ಹಂಚಿಕೊಂಡಿದೆ. ಈ ಎರಡೂ ದೇಶದ ಜನರು ಮತ್ತು ಗಡಿಯನ್ನು ಹಂಚಿಕೊಂಡ ಮೆಸಿಡೋನಿಯ ದೇಶದ ಉತ್ತರ ಭಾಗದ ಜನರು ಆಲ್ಬೇನಿಯನ್ ಪಂಗಡದವರು. ಬಹುತೇಕ ಎಲ್ಲರೂ ಮುಸ್ಲಿಂ ಜನರು. ಕೆಲವು ಕ್ರಿಶ್ಚಿಯನ್ನರೂ ಇದ್ದಾರೆ ಆದರೆ ತೀರ ಕಡಿಮೆ. ಮೆಸಿಡೋನಿಯದ ಆಲ್ಬೇನಿಯನ್ನರು ಅಲ್ಲಿ ಅಲ್ಪಸಂಖ್ಯಾತರು. ನಮ್ಮ ಭೂಮಿಯನ್ನು ಆಕ್ರಮಿಸಿಕೊಂಡಿದ್ದಾರೆಂದು ನಂಬಿರುವ ಈ ಜನ ಬಹುಸಂಖ್ಯಾತ ಸ್ಲಾವಿಕ್ ಜನರ ಜೊತೆ ಇವತ್ತಿಗೂ ಕಾದಾಡುತ್ತಾರೆ. ಭೌಗೋಳಿಕವಾಗಿ ನೋಡಿದಾಗ ಅಲ್ಪಸಂಖ್ಯಾತ ಆಲ್ಬೇನಿಯನ್ನರ ವಾದ ಸರಿಯೆನಿಸುತ್ತೆ ಆದರೆ ಸ್ಲಾವಿಕ್ ಜನರ ವಾದವೇ ಬೇರೆ. ಅಟ್ಟೋಮನ್ ಟರ್ಕರ ಆಕ್ರಮಣದ ಕಾಲದಲ್ಲಿ ಅಲ್ಲಿಂದ ಇಲ್ಲಿಗೆ ಬಂದ ಜನ ಇವರು ಎನ್ನುವುದು ಅವರ ಅಂಬೋಣ. ಕೇರಳದ ಅರ್ಧದಷ್ಟೂ ವಿಸ್ತೀರ್ಣವಿಲ್ಲದ 20-25ಲಕ್ಷ ಜನಸಂಖ್ಯೆ ಇರುವ ಪುಟ್ಟ ದೇಶ. ಮಧ್ಯದಲ್ಲಿ ಹಾದುಹೋಗಿರುವ ಬಾಲ್ಕನ್ ಪರ್ವತ ಶ್ರೇಣಿಗಳ ಹಸಿರು ಸಾಲು ದೇಶದ ಅಂದವನ್ನು ಹೆಚ್ಚಿಸಿದೆ. ತನ್ನ ದೇಶಕ್ಕಾಗುವಷ್ಟು ಆಹಾರ ಬೆಳೆಯಲಾಗಲೀ, ಇತರೆ ಉತ್ಪನ್ನಗಳ ಕೈಗಾರಿಕೆಗಳಾಗಲೀ ಸಾಕಷ್ಟಿಲ್ಲ. ಎಲ್ಲದಕ್ಕೂ ಬೇರೆ ದೇಶಗಳ ಮೇಲೆ ಅವಲಂಬನೆ. ಯುರೋಪಿನಲ್ಲಿರುವ ಬಡ ಮತ್ತು ಅತಿ ಮಾಲಿನ್ಯ ದೇಶಗಳ ಪಟ್ಟಿಯಲ್ಲಿ ಒಂದು. ಬಹುತೇಕ ಅಲ್ಲಿನ ಜನರು ಇತರೆ ಮುಂದುವರೆದ ದೇಶಗಳಿಗೆ ಕೆಲಸಕ್ಕಾಗಿ ವಲಸೆ ಹೋಗುವುದು ಅತೀ ಸಾಮಾನ್ಯ. ವಿಶೇಷ ಎಂದರೆ 'ಮದರ್ ತೆರೇಸಾ' ಇಲ್ಲಿಯವರೇ. ಇದೇ ಆಲ್ಬೇನಿಯನ್ ಜನಾಂಗದವರೇ. ಸ್ಕೋಪ್ಯೆ ನಗರದ ಮಧ್ಯದಲ್ಲಿ ಅವರ ನೆನಪಿಗೆ ವಸ್ತು ಸಂಗ್ರಹಾಲಯವೊಂದನ್ನು ನಿರ್ಮಿಸಲಾಗಿದೆ. ಹಲವು ಬಾರಿ ಅಲ್ಲಿಗೆ ಹೋಗಿದ್ದೇನೆ. ಅವರು ಬಾಲ್ಯ ಹಾಗೂ ಯೌವನದಲ್ಲಿ ಬಳಸಿದ ಸಾಕಷ್ಟು ವಸ್ತುಗಳು ಇಂದಿಗೂ ಉತ್ತಮ ಸ್ಥಿತಿಯಲ್ಲಿ ನೋಡಲು ಸಿಗುತ್ತವೆ ಎನ್ನುವುದು ವಿಶೇಷ.

ಈ ದೇಶದಲ್ಲಿನ ನನ್ನ ಅನುಭವಗಳ ಬಗ್ಗೆ ಬರೆಯಲು ಸಾಕಷ್ಟು ವಿಷಯಗಳಿವೆ. ಅದಕ್ಕೆ ಪ್ರತ್ಯೇಕ ಪುಸ್ತಕ ಬೇಕಾದೀತು. ಆದಾಗ್ಯೂ ಇಲ್ಲಿನ ಆಲ್ಬೇನಿಯನ್ ಜನರೊಂದಿಗೆ ನನಗೆ ಆದ ಒಂದು ವಿಶಿಷ್ಟ ಅನುಭವವನ್ನು ಇಲ್ಲಿ ದಾಖಲಿಸುತ್ತಿದ್ದೇನೆ. ವರ್ಷ 2016 ಡಿಸೆಂಬರ್ ತಿಂಗಳು. ದುಬೈನ ಮೆಸಿಡೋನಿಯ ಎಂಬಸ್ಸಿಯಲ್ಲಿ ಮೂರು ತಿಂಗಳ ವೀಸಾ ಪಡೆದು ಇಲ್ಲಿಗೆ ಬಂದಿದ್ದೆ. ವೀಸಾ ಅವಧಿಯ ಕೊನೆಯ ದಿನ ಅಂದಾಗಿತ್ತು. ನನ್ನ ಕೆಲಸ ಅಪೂರ್ಣವಾಗಿದ್ದರಿಂದ ನನ್ನನ್ನು ವಾಪಸ್ಸು ಕಳುಹಿಸಲು ಮ್ಯಾನೇಜ್ಮೆಂಟ್ ತಯಾರಿರಲಿಲ್ಲ. ನನ್ನಲ್ಲಿ 10 ವರ್ಷಗಳ ಅವಧಿಯ ಅಮೆರಿಕೆಯ ಬಿಸಿನೆಸ್ ವೀಸಾ ಇತ್ತು. ಕೆಲವು ಸಣ್ಣ ದೇಶಗಳು ಈ ವೀಸಾವನ್ನು ಹೊಂದಿದವರಿಗೆ ಒಮ್ಮೆಗೆ 15 ದಿನಗಳವರೆಗೆ ವರ್ಷಕ್ಕೆ 6 ತಿಂಗಳು ದೇಶದಲ್ಲಿರಲು ಅನುಮತಿಸುತ್ತವೆ. ಮೆಸಿಡೋನಿಯ ಕೂಡ ಅಂತಹ ಒಂದು ದೇಶ. ಆದರೆ ನಾನು ಆ ದೇಶದಿಂದ ಹೊರಗೆ ಹೋಗಿ ಮತ್ತೆ ವಾಪಸ್ ಬರಬೇಕಿತ್ತು. ಪ್ರತಿ ಬಾರಿ ದುಬೈಗೆ ಹೋಗಿ ಬರುವುದು ದುಬಾರಿ ಮತ್ತು ಸಮಯ ವ್ಯರ್ಥ. ಟೆಟೋವೋ ನಗರದಿಂದ 30–35 ಕಿ.ಮೀ ದೂರದಲ್ಲಿದ್ದ ಕೊಸೋವೊ ದೇಶದ ಬಾರ್ಡರ್‌ಗೆ ಹೋಗಿ ವಾಪಸ್ ಬರುವುದು ಸುಲಭ ಕ್ರಮ ಎಂದು ನನಗೆ ಮಾನವ ಸಂಪನ್ಮೂಲ ವಿಭಾಗದವರು ಹೇಳಿದರು. ಕೊಸೋವೊ ದೇಶ ಕೂಡ ನನ್ನ ಅಮೆರಿಕಾದ ವೀಸಾಗೆ ಮಾನ್ಯತೆ ನೀಡುತ್ತೆ ಎಂದು ಒಬ್ಬ ಡ್ರೈವರ್ ಜತೆಮಾಡಿ ನನ್ನನ್ನು ಕಳುಹಿಸಿದರು. ಅರ್ಧ ಘಂಟೆಯ ಪ್ರಯಾಣವಷ್ಟೆ. ಮೆಸಿಡೋನಿಯ ಬಾರ್ಡರ್‌ನಲ್ಲಿ ಎಕ್ಸಿಟ್ ಸ್ಟಾಂಪ್ ಮಾಡಿಸಿಕೊಂಡು ಕೊಸೋವೊ ದೇಶದ ಇಮ್ಮಿಗ್ರೇಷನ್ ಜಾಗಕ್ಕೆ ಬಂದರೆ ನನಗೆ ಒಂದು ದೊಡ್ಡ ಆಘಾತ! ನನ್ನ ಅಮೆರಿಕೆಯ ವೀಸಾಗೆ ಅಲ್ಲಿ ಯಾವುದೇ ಬೆಲೆ ಇಲ್ಲ. ಶೆಂಗೆನ್ ವೀಸಾ ಇದ್ದಿದ್ದರೆ ಒಂದು ಮಾತು, ಆದರೆ ನನ್ನ ಬಳಿ ಅದಿಲ್ಲ. ಈಗಾಗಲೇ ಮೆಸಿಡೋನಿಯ ಇಮ್ಮಿಗ್ರೇಷನ್ ಕೌಂಟರಿನಲ್ಲಿ ಎಕ್ಸಿಟ್ ಸ್ಟಾಂಪ್ ಮಾಡಿಸಿಕೊಂಡು ಬಂದಾಗಿದೆ. ಮತ್ತೆ ಆ ದೇಶದ ಒಳಗೆ ಹೋಗಲು ನಿಯಮ ಅಡ್ಡಿ. ಕೊಸೊವೋ ದೇಶದ ಇಮ್ಮಿಗ್ರೇಷನ್ ಕೌಂಟರಿನಲ್ಲಿ ಎಂಟ್ರಿ ಸ್ಟಾಂಪ್ ಮಾಡಿಸಿಕೊಂಡು ಸ್ವಲ್ಪ ದೂರ ಮುಂದೆ ಹೋಗಿ ಮತ್ತೆ ಬಂದು ಎಕ್ಸಿಟ್ ಆಗಿ ಮೆಸಿಡೋನಿಯಗೆ ಎಂಟ್ರಿ ಆಗುವುದು ಉದ್ದೇಶ. ಇದೀಗ ನನಗೆ ತ್ರಿಶಂಕು ಸ್ವರ್ಗ. ಅಲ್ಲಲ್ಲಾ, ನರಕ! ಮೆಸಿಡೋನಿಯ ಮತ್ತು ಕೊಸೊವೋ ದೇಶಗಳ ಗಡಿಯ ಮಧ್ಯೆ ನೂರಿನ್ನೂರು ಅಡಿಗಳ 'ನೋ–ಮ್ಯಾನ್ಸ್ ಲ್ಯಾಂಡ್'ನಲ್ಲಿ ನಾನು. ನನ್ನ ಜೊತೆ ಸ್ವಲ್ಪವೂ ಇಂಗ್ಲಿಷ್ ಬಾರದ ಚಾಲಕ. ಇಮ್ಮಿಗ್ರೇಷನ್ ಕೌಂಟರುಗಳಲ್ಲಿನ ಜನರೂ ಒಂದಾಣೆ ಇಂಗ್ಲಿಷ್ ಮಾತಾಡೋದಿಲ್ಲ. ನನಗೆ ವಿಷಯ ಗೊತ್ತಾಯಿತೇ ಹೊರತು ಮುಂದೇನು ಎಂದು ಯಾರೊಟ್ಟಿಗೂ ಮಾತಾಡುವ ಅವಕಾಶ ಅಲ್ಲಿಲ್ಲ.

ಕೊಸೊವೋ ದೇಶ ಕೂಡ ಆಲ್ಬೇನಿಯನ್ನರ ಪುಟ್ಟ ನಾಡು. ಕಾಲಾಂತರದಿಂದ ಸೆರ್ಬಿಯ ದೇಶದೊಡನೆ ಸಂಘರ್ಷಕ್ಕೆ ಬಿದ್ದು ತನ್ನ ಅಸ್ತಿತ್ವವನ್ನು ಅಧಿಕೃತಗೊಳಿಸಲು ಇಂದಿಗೂ ಪರದಾಡುತ್ತಿರುವ ವಿಶ್ವದ ಅನಧಿಕೃತ ದೇಶ. ಎಷ್ಟೋ ಜನ ಕೊಸೊವೋ ದೇಶದಿಂದ ಮೆಸಿಡೋನಿಯಾದ ಟೆಟೊವೋ ನಗರಕ್ಕೆ ಕೆಲಸಕ್ಕೆ ಬರುತ್ತಿದ್ದುದು ಸಾಮಾನ್ಯ. ಕೆಲ ಹೊತ್ತಿನ ನಂತರ ಆ ದಾರಿಯಲ್ಲಿ ಅಂದು ನನಗೆ ತುಂಬಾ ಪರಿಚಯವಿದ್ದ ನನ್ನ ಸಹೋದ್ಯೋಗಿ ಕಾರಿನಲ್ಲಿ ಬಂದದ್ದು ನನಗೆ ಮರುಭೂಮಿಯಲ್ಲಿ ಓಯಸಿಸ್ ಕಂಡ ಹಾಗೆ ಆಗಿತ್ತು. ತಕ್ಷಣ ಅವನ ಬಳಿ ಸಾರಿ ಅಲ್ಲಿನ ಪರಿಸ್ಥಿತಿಯನ್ನು ವಿವರಿಸಿದೆ. ನನ್ನ ಜೊತೆ ಇದ್ದ ಡ್ರೈವರ್ ಸಹ ಅವನ ಭಾಷೆಯಲ್ಲಿ ಏನನ್ನೋ ತಡಬಡಾಯಿಸಿ ಹೇಳಿದ. ಆತ ನಮ್ಮನ್ನು ಮೆಸಿಡೋನಿಯ ಇಮ್ಮಿಗ್ರೇಷನ್ ಕೌಂಟರು ಬಳಿ ಕರೆದೊಯ್ದು ಅಲ್ಲಿದ್ದ ಸ್ಲಾವಿಕ್ ಜನರ ಜೊತೆ ಬಹು ಹೊತ್ತಿನ ತನಕ ಏನನ್ನೋ ಬಿನ್ನವಿಸಿಕೊಳ್ಳುವ ಹಾಗೆ ಮಾತಾಡುತ್ತಿದ್ದ. ಮೆಸಿಡೋನಿಯಾದ ಸ್ಲಾವಿಕ್ ಜನರು ಆಲ್ಬೇನಿಯದ ಜನರಿಗೆ ಬೇಕಂತಲೇ ತೊಂದರೆ ಮಾಡುತ್ತಾರೆ ಎಂದು ನನಗೆ ಇದ್ದ ಮಸುಕಾದ ಮಾಹಿತಿ. ಅವರು ಒಪ್ಪದೆ ಇದ್ದರೆ ಏನು ಗತಿಯಪ್ಪಾ ಎಂದು ನಾನು ಗಾಬರಿಗೊಂಡಿದ್ದೆ. ಅದೇನು ಪವಾಡವಾಯಿತೋ ನನ್ನ ಪಾಸ್‌ಪೋರ್ಟ್ ಇಸಿದುಕೊಂಡು ಎಕ್ಸಿಟ್ ಸ್ಟಾಂಪ್ ಮೇಲೆ ಎರಡ್ಮೂರು ಗೀರು ಹಾಕಿ ರುಜು ಮಾಡಿ ನನ್ನನ್ನು ಒಳಗೆ ಬಿಟ್ಟರು.

ಇದೆಲ್ಲ ನಡೆದು ನಾವು ಮತ್ತೆ ನಮ್ಮ ಕಚೇರಿ ತಲುಪಿದಾಗ ಸಂಜೆಯಾಗಿತ್ತು. ಆ ದಿನ ನನ್ನ ವೀಸಾದ ಅವಧಿ ಮುಗಿಯುವುದರಿಂದ ಅಂದೇ ನಾನು ಆ ದೇಶದಿಂದ ಹೊರಗೆ ಹೋಗದಿದ್ದರೆ ಕಾನೂನಾತ್ಮಕ ತೊಂದರೆ. ದಿನಾಲು ದುಬೈಗೆ ನೇರ ವಿಮಾನಗಳಿರಲಿಲ್ಲ. ಕನೆಕ್ಷನ್ ಫ್ಲೈಟ್‌ಗಳೂ ಸಂಜೆಯ ನಂತರ ದುರ್ಲಭ. ಇನ್ನೊಂದು ವಿಚಿತ್ರ ಉಪಾಯ ಹೂಡಿದರು ಎಚ್‌ಆರ್ ನವರು. ಅಂದು ಸಂಜೆ ಗ್ರೀಕಿನ ತೆಸ್ಸೆಲೋನಿಕಿ ನಗರಕ್ಕೆ ನಮ್ಮ ಒಬ್ಬ ಗ್ರೀಕಿನ ಉದ್ಯೋಗಿಯನ್ನು ಬಿಡಲು ಒಂದು ವಾಹನ ಹೊರಟಿದೆ, ಅದರೊಟ್ಟಿಗೆ ನೀನು ಹೋಗಿ ಅದೇ ಗಾಡಿಯಲ್ಲಿ ಮತ್ತೆ ವಾಪಸ್ ಬರುವುದು ಎಂದರು. ಅಯ್ಯಯ್ಯೋ ಮತ್ತದೇ ಉಪಾಯ. ಉಪಾಯವೋ ಅಪಾಯವೋ? ಅಲ್ಲಿಯೂ ಕೂಡ ಹೀಗೆಯೇ ಆದರೆ? 'ಹಾಗೆ ಆಗಲು ಸಾಧ್ಯವೇ ಇಲ್ಲ, ಅವರೂ ಯೂಎಸ್ ವೀಸಾವನ್ನು ಮಾನ್ಯ ಮಾಡುತ್ತಾರೆ. ಪ್ರವಾಸಿ ದೇಶ ಅದು, ಹೆದರಬೇಡ' ಎಂದು ಹೇಳಿ ಕಳಿಸಿದರು. ನನಗೆ ನಿಜವಾಗಿಯೂ ನಂಬಿಕೆ ಬಂದಿರಲಿಲ್ಲ. ನನ್ನ ಜೊತೆ ಹೊರಟಿದ್ದ ಗ್ರೀಕಿನ ಸಹೋದ್ಯೋಗಿಯನ್ನು ಕೇಳಿದರೆ ಅವನೂ ಕೂಡ ನನಗೂ ಅನುಮಾನವೆಂದೇ ಹೇಳಿದ. ಇನ್ನೇನು ಕಥೆ ಕಾದಿದೆಯೋ ಎಂದು ಹೊರಟೆ. ಮನಸ್ಸಿನಲ್ಲಿ ಎಲ್ಲೋ ಒಂದು ಕಡೆ ಈ ಸಾಹಸವೂ ಆಗಿಬಿಡಲಿ, ಗ್ರೀಕ್ ದೇಶ ನೋಡಿದ ಹಾಗೂ

ಆಗುತ್ತೆ ಎನ್ನುವ ಹುಚ್ಚು ಆಸೆ. ಒಂದು ದೇಶದಿಂದ ಇನ್ನೊಂದು ದೇಶಕ್ಕೆ ರಸ್ತೆಯಲ್ಲಿ ಹೋಗುವುದು ನನಗೆ ಅಪರೂಪದ ಅನುಭವ ಕೂಡ. ಸುಮಾರು 290 ಕಿ.ಮೀ.ಗಳ ಮೂರುವರೆ ಗಂಟೆಗಳ ಪ್ರಯಾಣಕ್ಕೆ ಸಜ್ಜುಗೊಂಡೆ. ನಮ್ಮ ಡ್ರೈವರ್ ಹಣ್ಣು-ಹಣ್ಣು ಮುದುಕ. ಇಂಗ್ಲಿಷ್ ಭಾಷೆಯ ಪರಿಚಯವೇ ಇಲ್ಲ. ಜರ್ಮನ್ ಭಾಷೆ ಚೆನ್ನಾಗಿ ಮಾತನಾಡುತ್ತಾನೆ. ಗ್ರೀಕಿನವನಿಗೆ ಸ್ವಲ್ಪ ಜರ್ಮನ್ ಗೊತ್ತು. ಅವರು ಹಾಗೆ-ಹೀಗೆ ಹರುಕು ಮುರುಕು ಮಾತಾಡುತ್ತಾ ಇದ್ದರು. ನಾನು ಗ್ರೀಕಿನವನ್ನು ಮಾತಿಗೆ ಎಳೆದು ಅವನ ಪೂರ್ವಾಪರ, ಇಲ್ಲಿಗೆ ಕೆಲಸ ಮಾಡಬಂದಿರುವ ಅವನ ಇಚ್ಛಾಶಕ್ತಿ, ಗ್ರೀಕಿನ ಆರ್ಥಿಕ ಹಿಂಜರಿತ, ಸಾಲದ ಸುಳಿ ಅಲ್ಲದೇ ಇನ್ನೂ ಹಲವು ವಿಚಾರಗಳ ಬಗ್ಗೆ ತಿಳಿದುಕೊಂಡೆ. ಸಹಜವಾಗಿ ಗ್ರೀಕಿನ ಜನರಿಗೂ ಮೆಸಿಡೋನಿಯ ಜನರಿಗೂ ಒಂದು ವಿಚಿತ್ರ ದ್ವೇಷವಿದೆ. ಹಾಗಾಗಿ ನನಗೆ ಇವ ಇಲ್ಲಿ ಕೆಲಸ ಮಾಡಬಂದಿರುವುದು ಆಶ್ಚರ್ಯವೇ ಸರಿ. ಅಂದು ಆತ ತೆಸ್ಸಲೋನಿಕಿ ನಗರದಿಂದ ಆಫ್ರಿಕಾದ ಮಾಲಿ ದೇಶಕ್ಕೆ ವಿಮಾನ ಹಿಡಿಯುವುದಿತ್ತು. ಅಲ್ಲಿ ಫ್ರೆಂಚ್ ಮಿಲಿಟರಿಯರಿಗೆ ಆಹಾರ ಸರಬರಾಜು ಮಾಡುವ ಕೆಲಸ ನಮಗೆ ಸಿಕ್ಕಿತ್ತು.

ಕಾಡಿನ ಮಧ್ಯೆ ಬೆಟ್ಟ ಕೊರೆದು ಮಾಡಿದ ಕಡಿದಾದ ರಸ್ತೆ ಮಾರ್ಗ ಅದು. ಅದೆಷ್ಟು ಸುರಂಗಗಳನ್ನು ಹಾದುಹೋದೆವೋ? ದಟ್ಟ ಕಾಡು, ಆಳವಾದ ಕಣಿವೆ, ನದಿಯ ಪ್ರವಾಹ, ರಸ್ತೆ ತಿರುವುಗಳು ನನಗೆ ಪಶ್ಚಿಮ ಘಟ್ಟವನ್ನು ನೆನಪಿಸುತ್ತಿದ್ದರೂ ಅದಕ್ಕಿಂತ ಏನೋ ಭಿನ್ನ ಅನಿಸುತ್ತಿತ್ತು. ಕೆಲ ಹೊತ್ತು ಮಾತ್ರ ಹೊರಗಿನ ಪ್ರಕೃತಿಯ ಆಸ್ವಾದ, ಬೇಗನೆ ಕತ್ತಲಾಯ್ತು. ಸುಮಾರು ಹತ್ತು ಗಂಟೆಯ ವೇಳೆಗೆ ಮೆಸಿಡೋನಿಯಾದ ಬಾರ್ಡರ್ ಇಮ್ಮಿಗ್ರೇಷನ್ ಕೌಂಟರಿನಲ್ಲಿ ಎಕ್ಸಿಟ್ ಸ್ಟಾಂಪ್ ಮಾಡಿಸಿಕೊಂಡು ಅಲ್ಲಿಂದ ಐನೂರು ಮೀಟರುಗಳ ದೂರದಲ್ಲಿದ್ದ ಗ್ರೀಸ್ ದೇಶದ ಬಾರ್ಡರ್ ಇಮ್ಮಿಗ್ರೇಷನ್ ಕೌಂಟರುಗಳ ಬಳಿ ಬಂದೆವು. ನಮ್ಮ ಮೂರು ಜನರ ಪಾಸ್‌ಪೋರ್ಟ್ ತೆಗೆದುಕೊಂಡ ಆಫೀಸರ್ ನನ್ನ ಪಾಸ್‌ಪೋರ್ಟ್ ಹಿಡಿದು ಸುಮಾರು ಹೊತ್ತು ಹಿಂದೆ ಮುಂದೆ ಮಾಡುತ್ತಿದ್ದ. ನನಗೆ ಎದೆ ಬಡಿತ ತೀವ್ರವಾಗತೊಡಗಿತು. ನಾನಂದುಕೊಂಡಂತೆ ಮತ್ತದೇ ತರಲೆ ಇದು ಎಂದು ಗೊತ್ತಾಗಲು ಬಹಳ ಸಮಯ ಹಿಡಿಯಲಿಲ್ಲ. ವೀಸಾ ಎಲ್ಲಿ? ಎಂದ ಆ ಆಫೀಸರ್. ನಾನು ಅಮೆರಿಕಾದ ವೀಸಾ ಇದೆ ಎಂದೆ. ಅಮೆರಿಕಾಗೆ ಹೋಗದೆ ಇಲ್ಲಿಗೆ ಯಾಕೆ ಬಂದಿರಿ ಎಂದು ವ್ಯಂಗ್ಯ ನಗೆಯಾಡಿದ ಅವ. ನಾನು ಅಮೆರಿಕಾದ ವೀಸಾವನ್ನು ಪರಿಗಣಿಸುವ ದೇಶಗಳ ಬಗ್ಗೆ ಹೇಳಿದೆ. ತಕ್ಷಣ ಧ್ವನಿ ಗಡುಸಾಗಿಸಿ ನಮ್ಮ ದೇಶದಲ್ಲಿ ಆ ಪರಿಗಣನೆಯ ನಿಯಮವಿಲ್ಲ. ಶೆಂಗೇನ್ ವೀಸಾ ಕೂಡ ಇಲ್ಲವೇ ಎಂದ. 'ಉಹೂ...' ತಲೆಯಾಡಿಸಿದೆ. ಆತ ಕೆಲವರನ್ನು ಕರೆದ, ಎಲ್ಲರೂ ಸ್ವಲ್ಪ ಹೊತ್ತು ಏನನ್ನೋ ಮಾತಾಡಿಕೊಂಡರು.

ಹಿಂದಿನ ವಾಹನಗಳ ಸಾಲು ಉದ್ದವಾಗುತಾ ಇತ್ತು. ಕೆಲವರು ರೋಸಿ ಹೋಗಿ ಹಾರ್ನ್ ಮಾಡಹತ್ತಿದರು. ನನ್ನ ಜೊತೆಗಿದ್ದ ಇಬ್ಬರ ಪಾಸ್‌ಪೋರ್ಟನ್ನು ವಾಪಸು ಮಾಡಿ ನನ್ನನ್ನು ಗಾಡಿಯಿಂದ ಕೆಳಗೆ ಇಳಿಯಲು ಹೇಳಿದರು. ಗ್ರೀಕಿನವನಿಗೆ ಫ್ಲೈಟ್ ಸಮಯ ಮೀರೀತು ಎಂದು ನನ್ನನ್ನು ಅಲ್ಲೇ ಬಿಟ್ಟು ಮತ್ತೆ ಡ್ರೈವರು ವಾಪಸ್ ಬರುವಾಗ ಕರೆದುಕೊಂಡು ಹೋಗುವನು ಎಂದು ಹೇಳಿ ಅವರು ಹೊರಟರು. ಅವರೀರ್ವರೂ ನನ್ನ ಅಸಹಾಯಕ ಪರಿಸ್ಥಿತಿಗೆ ಜೊತೆಯಾಗಲಿಲ್ಲವಲ್ಲಾ ಎಂಬ ಬೇಸರವಾಯ್ತು.

ನನ್ನನ್ನು ಒಂದು ರೂಮಿಗೆ ಕರೆದುಕೊಂಡು ಹೋಗಿ ವಿಚಾರಿಸಲಾಯ್ತು. ಕೆಲವರು ಸ್ಪಷ್ಟವಾಗಿ ಇಂಗ್ಲಿಷ್ ಮಾತಾಡುತ್ತಿದ್ದರು. ಆ ಸಮಯದಲ್ಲಿ ಸಿರಿಯಾದ ನಿರಾಶ್ರಿತರು ಯೂರೋಪಿಗೆ ನುಗ್ಗಲು ಗ್ರೀಸನ್ನು ರಹದಾರಿಯಾಗಿ ಮಾಡಿಕೊಂಡಿದ್ದರಿಂದಲೋ ಏನೋ ನನ್ನನ್ನು ತೀವ್ರ ತಪಾಸಣೆ ಮಾಡಿದರು. ನಾನು ಯೂಎಸ್ ಮಿಲಿಟರಿ, ನ್ಯಾಟೋ, ವಿಶ್ವಸಂಸ್ಥೆ ಹೀಗೆ ಕೆಲವು ಪ್ರತಿಷ್ಠಿತ ಮಿಲಿಟರಿ ಸಂಬಂಧಿತ ಕೆಲಸ ಮಾಡುತ್ತೀನಿ ಎಂದು ನನ್ನ ಫೋನಿನಲ್ಲಿದ್ದ ಕೆಲವು ದಾಖಲೆ ತೋರಿಸಿ ವಿವರಿಸಿದೆ. ನನ್ನ ಕಂಪನಿಯ ಬಗ್ಗೆಯೂ ಮನವರಿಕೆ ಮಾಡಿಕೊಟ್ಟೆ. ಅವರಿಗೆ ನನ್ನ ಉದ್ದೇಶದ ಹಿಂದೆ ಯಾವುದೇ ಕೃತ್ರಿಮತೆಯಾಗಲೀ, ಕಳ್ಳಸಾಗಣಿಕೆಯ ಉದ್ದೇಶವಾಗಲೀ ಇಲ್ಲ ಎಂದು ಬೇಗನೆ ಮನವರಿಕೆಯಾಯ್ತು. ನನಗೆ ನೀರಿನ ಬಾಟಲೊಂದನ್ನು ಕೊಟ್ಟು ವೀಸಾ ವಿಷಯದಲ್ಲಿ ಸ್ಪಷ್ಟ ಮಾಹಿತಿಯಿಲ್ಲದೆ ಹೀಗೆಲ್ಲಾ ಬರಬಾರದು ಎಂದು ಬುದ್ಧಿ ಹೇಳಿ ಹೊರ ಕಳುಹಿಸಿದರು. ಡ್ರೈವರು ಬರುವ ತನಕ ಇಲ್ಲೇ ಕೂರಬಹುದು ಇಲ್ಲವೇ ದೇಶಗಳ ಗಾಡಿಯ ಮಧ್ಯೆ ಇದ್ದ ಆ ಐನೂರು ಮೀಟರುಗಳ 'ನೋ-ಮ್ಯಾನ್ಸ್-ಲ್ಯಾಂಡ್'ನಲ್ಲಿ ಎಲ್ಲಿ ಬೇಕಾದರೂ ತಿರುಗಾಡಬಹುದು ಎಂದರು. ಅಲ್ಲೊಂದು ಡ್ಯೂಟಿ-ಫ್ರೀ ಶಾಪ್ ಇತ್ತು. ಕೆಲವು ರೆಸ್ಟೋರೆಂಟ್ ಇದ್ದವು. ಏನು ತಿನ್ನದಿದ್ದರೂ ಅಂದು ಹಸಿವು ಆಗಲಿಲ್ಲ. ನನಗೆ ಎಲ್ಲೂ ಹೋಗಲು ಮನಸ್ಸಾಗದೆ ಸ್ವಲ್ಪ ಹೊತ್ತು ಹತ್ತಿರದಲ್ಲಿ ಅಲ್ಲೇ ತಿರುಗಾಡಿ ಮತ್ತೆ ಬಂದು ಕೂತೆ. ಅಷ್ಟರಲ್ಲಾಗಲೇ ಅಲ್ಲಿನ ಇಮ್ಮಿಗ್ರೇಷನ್ ಆಫೀಸರುಗಳು ನನಗೆ ತುಂಬಾ ಪರಿಚಯದವರೇನೋ ಎನ್ನುವ ಹಾಗೆ ಕಕ್ಕುಲಾತಿ ತೋರಿಸುತ್ತಿದ್ದರು.

'ಸಶೋ ನಸೆಸ್ಕಿ' ಟೆಟೋವೋ ಕಚೇರಿಯಲ್ಲಿನ ನನ್ನ ಸ್ಲಾವೀಕ್ ಸಹೋದ್ಯೋಗಿ ಮಿತ್ರ. ಅದೃಷ್ಟಕ್ಕೆ ಅಲ್ಲಿ ನೆಟ್ವರ್ಕ್ ಸಿಗುತ್ತಿತ್ತು. ಅವನಿಗೆ ಫೋನಾಯಿಸಿ ಇಲ್ಲಿ ನಡೆದ ಘಟನೆ ವಿವರಿಸಿ ಮತ್ತೆ ನಾನು ಮೆಸಿಡೋನಿಯಾ ಬಾರ್ಡರ್‌ನಲ್ಲಿ ಸಮಸ್ಯೆ ಎದುರಿಸಬಹುದು, ನೀನು ಸಂಬಂಧಪಟ್ಟವರನ್ನು ಸಂಪರ್ಕಿಸಿ ಏನೂ ತೊಂದರೆಯಾಗದಂತೆ ಸಹಾಯ ಮಾಡು ಎಂದೆ. 'ರಿಯಾಧ್ ಮಕ್ಹರೆಕ್' ಎನ್ನುವ ಮೊರಕ್ಕೊ ಮೂಲದ ಜರ್ಮನ್

ಪ್ರಜೆಯಾಗಿರುವ ನನ್ನ ಮೇಲಧಿಕಾರಿಗೆ ವಿಷಯ ತಿಳಿದು ಏನೋ ವ್ಯವಸ್ಥೆ ಮಾಡುತ್ತಲಿದ್ದಾನೆ ಎಂದು ಸಮಾಧಾನವಾಯ್ತು. ಡ್ರೈವರ್ ವಾಪಸ್ ಬಂದಾಗ ಆಗಲೇ ಹನ್ನೆರಡು ಗಂಟೆ. ನನ್ನನ್ನು ಕೂರಿಸಿಕೊಂಡು ಮೆಸಿಡೋನಿಯಾದ ಬಾರ್ಡರ್ ಇಮ್ಮಿಗ್ರೇಷನ್ ಕೌಂಟರಿಗೆ ಬಂದು ನನ್ನ ಪಾಸ್‌ಪೋರ್ಟ್ ಕೊಟ್ಟಾಗ ಅಂದುಕೊಂಡಂತೆ ಇನ್ನೊಂದು ಪ್ರಹಸನ ಆರಂಭವಾಯ್ತು. ನಾನು ಎಷ್ಟು ಬಿನ್ನವಿಸಿಕೊಂಡರೂ ಅಲ್ಲಿದ್ದ ಮೂರು ಜನ ಆಫೀಸರುಗಳು ಒಟ್ಟಿಗೆ ಏನನ್ನೋ ಮಾತನಾಡಿ ಬಿಲ್ಕುಲ್ ಎಂಟ್ರಿ ಇಲ್ಲ ಎಂದು ಮೂಗು ಮುರಿದರು. ಡ್ರೈವರ್ ಕೂಡ ಏನನ್ನೋ ಅಲವತ್ತುಕೊಳ್ಳುತ್ತಿದ್ದ. ಯಾರೂ ಕರಗಲಿಲ್ಲ. ಆ ಐನೂರು ಮೀಟರುಗಳ ಜಾಗವನ್ನು ತೋರಿಸಿ ಅಲ್ಲಿಗೆ ಹೋಗಿರೆಂದೂ ಇಲ್ಲವಾದರೆ ಪೊಲೀಸ್, ಕೋರ್ಟ್ ಎಂದು ಏನನ್ನೋ ಕಿರುಚುತ್ತಿದ್ದರು. ನನಗೆ ನಿಜವಾಗಲೂ ಸ್ಥೈರ್ಯ ಕೈಕೊಡಲು ಶುರುವಾಯ್ತು. ಅರ್ಧರಾತ್ರಿಯ ಘೋರ ಚಳಿ. ನನಗೆ ಬಾಯಿಬಿಡಲು ಸಹ ಕಷ್ಟವಾಗುವ ಕೊರೆತ. ನಾನಂತೂ ಏನಾದರೂ ಆಗಲಿ ಎಂದು ಕೈ ಮುಗಿದು ದೀನನಾಗಿ ಅಷ್ಟೇ ಧೈರ್ಯದಿಂದ ಕನಿಷ್ಠ ನಮಗೆ ಒಳಗೆ ಕೂರಲು ಅನುವು ಮಾಡಿಕೊಡಿರೆಂದೆ. ತಾಯಿ ಹೃದಯದ ಅಲ್ಲಿನ ಆಫೀಸರ್ ಒಬ್ಬಾಕೆ ನನ್ನ ಮನವಿಯನ್ನ ಮನ್ನಿಸಿ ಒಂದು ರೂಮಿನ ಒಳಗೆ ಕುಳಿತುಕೊಳ್ಳಲು ಹೇಳಿದಳು. ಡ್ರೈವರು ಮತ್ತು ಅವರ ಮಾತಿನ ಜುಗಲ್ಬಂದಿ ನಡೆದೇ ಇತ್ತು. ಆಗಾಗ ಡ್ರೈವರ್ ನನ್ನ ಬಳಿ ಬಂದು ಏನನ್ನೋ ಹೇಳಲು ಪ್ರಯತ್ನ ಮಾಡುವನು ಆದರೆ ನನಗೆ ಅರ್ಥವಾಗುತ್ತಿಲ್ಲ. ನನ್ನ ಮೊಬೈಲ್ ಬ್ಯಾಟರಿ ಪೂರಾ ಸತ್ತಿತ್ತು. ನನ್ನ ಜೊತೆ ನಾನು ಯಾವುದೇ ಲಗೇಜು ಸಾಮಾನನ್ನು ತಂದಿರಲಿಲ್ಲ. ಕನಿಷ್ಠ ಪಕ್ಷ ಮೊಬೈಲ್ ಚಾರ್ಜರನ್ನೂ. ಅವರ ಹತ್ತಿರ ನನ್ನ ಫೋನಿಗೆ ಹೊಂದುವ ಚಾರ್ಜರು ಇರಲಿಲ್ಲ. ಯಾರಿಗಾದರೂ ಫೋನ್ ಮಾಡು ಎಂದು ಡ್ರೈವರಿಗೆ ಹೇಳಿ ಅರ್ಥ ಮಾಡಿಸಲು ಸಾಕುಸಾಕಾಯ್ತು. ಸಂವಹನದ ಅತಿ ದೊಡ್ಡ ಕೊರತೆ ಅಲ್ಲಿ. ನಾನು ಹೇಳುವುದೊಂದು ಅಥವಾ ಸನ್ನೆ ಮಾಡಿ ತೋರಿಸುವುದೊಂದು, ಆತ ಅದನ್ನು ಗ್ರಹಿಸುವ ಪರಿ ಮತ್ತೊಂದು. ಅದಾಗಲೇ ಸರಿರಾತ್ರಿ ಒಂದರ ಸಮಯ. ಕಚೇರಿಯಲ್ಲಿ ಯಾರೂ ಇರಲಾರರು. ಈಗ ಯಾರಿಗೆ ಫೋನಾಯಿಸುವುದು? ಎಲ್ಲರ ಫೋನು ನಂಬರ್‌ಗಳು ನನ್ನ ಮೊಬೈಲ್ನಲ್ಲಿದೆ. ಅದು ಹೇಗೆ ಯಾರನ್ನು ಸಂಪರ್ಕಿಸಿದನೋ ಆತ ಫೋನನ್ನು ತೆಗೆದು ನನಗೆ ಕೊಟ್ಟ. ಅತ್ತ 'ಆಲ್ಪಿನ' ಎನ್ನುವ ಎಚ್‌ಆರ್ ಹುಡುಗಿಯ ದನಿ. 'ನೀವೇನೂ ಗಾಬರಿಯಾಗಬೇಡಿ, ನಮಗೆ ಗೊತ್ತಿರುವ ಉನ್ನತ ಸಂಪರ್ಕಗಳ ಸಹಾಯದಿಂದ ಇನ್ನು ಕೆಲವೇ ನಿಮಿಷಗಳಲ್ಲಿ ಎಲ್ಲ ಬಗೆಹರಿಯುತ್ತದೆ. ನಿಮಗಾದ ಪ್ರಮಾದಕ್ಕೆ ವಿಷಾದವಿರಲಿ'. ನನಗೆ ಆಗ ಸ್ವಲ್ಪ ಚೈತನ್ಯ. ಅದಾಗಿ ಹದಿನೈದು ನಿಮಿಷಗಳಾಗಿರಬಹುದು. ಆಕೆ

ನನ್ನ ಪಾಸ್‌ಪೋರ್ಟ್ ಹಿಡಿದು ಬಂದು ಕೈಗಿತ್ತು ತುಸು ಕೋಪದಲ್ಲೇ 'ನಿನ್ನ ವೀಸಾ ಅವಧಿ ಮುಗಿದಾಯ್ತು, ತಕ್ಷಣ ನೀನು ಏರ್‌ಪೋರ್ಟ್‌ಗೆ ಹೋಗಿ ಯಾವುದಾದರೂ ವಿಮಾನ ಹಿಡಿದು ವಾಪಸ್ಸು ಹೋಗು. ಇಲ್ಲವಾದರೆ ನೀನು ಪೊಲೀಸ್ ಅತಿಥಿಯಾಗುವೆ' ಎಂದು ತೀರ ಗಡುಸಾಗಿ ವಿಚಿತ್ರ ಇಂಗ್ಲಿಷ್–ರಶಿಯನ್ ಮಿಶ್ರಿತ ಉಲಿಕೆಯಲ್ಲಿ ಗದರಿದಳು.

ಈಗ ಇನ್ನೊಂದು ಪೀಕಲಾಟ. ಟಿಕೇಟಿಲ್ಲದೆ ನೇರ ಏರ್‌ಪೋರ್ಟ್ ಹೋಗಿ ಏನು ಮಾಡುವುದು? ನನ್ನ ಲಗೇಜು ಎಲ್ಲಾ ಹೋಟೆಲಿನಲ್ಲಿದೆ. ಸರಿ ಏನಾದರೂ ಆಗಲಿ ನನ್ನನ್ನು ಏರ್‌ಪೋರ್ಟ್‌ಗೆ ಬಿಡು ಎಂದು ಡ್ರೈವರಿಗೆ ಹೇಳಿದೆ. ಅವ ಅದೇನು ಅರ್ಥ ಮಾಡಿಕೊಂಡನೋ ಅವನಿಗೆ ಆಲ್ಪಿನ ಅದೇನು ಹೇಳಿದ್ದಳೋ ನನ್ನನ್ನು ಸೀದಾ ಹೋಟೆಲಿಗೆ ಕರೆತಂದು ಅಲ್ಲಿಂದ ಹೊರಟೇಬಿಟ್ಟ, ತಲೆ ಚಚ್ಚಿಕೊಂಡೆ! ಸಮಯ ಅದಾಗಲೇ ನಾಲ್ಕರ ಆಸುಪಾಸು. ರೂಮಿಗೆ ಹೋಗಿ ಹಾಸಿಗೆಯಲ್ಲಿ ಬಿದ್ದದ್ದಷ್ಟೇ ನೆನಪು. ಬೆಳಗ್ಗೆ ಕರೆಗಂಟೆ ಕಿರ್ರ್ ಎಂದಾಗ ಎಚ್ಚರ. ನನಗೆ ಪರಿಚಯವಿದ್ದ ಇಂಗ್ಲಿಷ್ ಮಾತಾಡಬಲ್ಲ ಡ್ರೈವರ್ ಎದುರಿಗೆ ನಿಂತಿದ್ದ. ಸ್ಕೋಪ್ಯೆ–ಬೆಲ್‌ಗ್ರೆಡ್–ಇಸ್ತಾನ್ಬುಲ್–ದುಬೈ ದೀರ್ಘ ಪ್ರಯಾಣದ ಕನೆಕ್ಷನ್ ಟಿಕೆಟ್ ತೋರಿಸಿದ ಆತ ಹೊರಡಿ ತಡವಾಗುತ್ತೆ ಎಂದ. ಹಿಂದಿನ ದಿನ ನಡೆದ ಘಟನೆಗೆ ತೀವ್ರ ವಿಷಾದ ವ್ಯಕ್ತಪಡಿಸಿದ. ನಾನು ಏನಿಲ್ಲ ಬಿಡು ನನಗೂ ಒಂದು ವಿಚಿತ್ರ ಅನುಭವ ಎಂದೆ. ಏರ್‌ಪೋರ್ಟ್ ತಲುಪಿ ಅಲ್ಲಿನ ಇಮ್ಮಿಗ್ರೇಷನ್ನಲ್ಲಿ ಆದ ಮತ್ತಷ್ಟು ಗೊಂದಲವನ್ನು ನಿವಾರಿಸಿ ಸ್ವಲ್ಪ ಡಾಲರುಗಳ ಫೈನ್ ಕಟ್ಟಿ ಗೇಟಿನ ಬಳಿ ಬಂದಾಗ ಎಂತಹುದೋ ಯುದ್ಧ ಜಯಿಸಿ ಬಂದ ಆನಂದ. ಆ ಜನರ ಬೇಜವಾಬ್ದಾರಿ, ದಡ್ಡತನ, ಹುಂಬತನ, ಉದಾಸೀನತೆ ಮತ್ತು ಕೆಟ್ಟ ಸಂವಹನದ ನಿದರ್ಶನಕ್ಕೆ ಈ ಘಟನೆ ಹೇಳಬೇಕಾಯ್ತು.

ಆಫ್ಘಾನಿಸ್ತಾನ ಮತ್ತು ಇರಾಕ್ ಮಿಲಿಟರಿ ಕ್ಯಾಂಪುಗಳಲ್ಲಿ ಆಲ್ಬೇನಿಯನ್ನರ ಬಹು ದೊಡ್ಡ ಸಂಖ್ಯೆಯ ಕಾರ್ಮಿಕ ದಂಡೇ ಇತ್ತು. ನಮ್ಮ ಕಂಪನಿಯ ಮುಕ್ಕಾಲು ಭಾಗ ಕಾರ್ಮಿಕ ವರ್ಗ ಆಲ್ಬೇನಿಯನ್ನರದೇ, ಇನ್ನು ಮಿಕ್ಕವರು ನಮ್ಮ ದೇಶದ ಹುಡುಗರು ಹಾಗೂ ಆಫ್ರಿಕಾದ ಕೆಲವರು. ಇಂಗ್ಲಿಷ್ ಭಾಷೆ ಬಾರದ ಆಲ್ಬೇನಿಯನ್ನರು, ಅವರ ಭಾಷೆ ಬಾರದ ನಾನು. ಕೆಲಸದ ಸ್ಥಳದಲ್ಲಿ ಸಂವಹನ ಕೊರತೆ ನನಗೆ ಬಹು ದೊಡ್ಡ ಸಮಸ್ಯೆಯಾಗಿತ್ತು. ಅವರಲ್ಲಿ ಇಂಗ್ಲಿಷ್ ಭಾಷೆಯ ಅಲ್ಪ ಸ್ವಲ್ಪ ಪರಿಚಯವಿದ್ದವರನ್ನು ಆಯ್ದು ದುಭಾಷಿಯಾಗಿ ಬಳಸಿಕೊಳ್ಳುತ್ತಿದ್ದೆ. ಭಾರತೀಯ ಕೆಲಸಗಾರರನ್ನು ಕಂಡರೆ ಅವರಿಗೆ ವಿಚಿತ್ರ ಅಸಡ್ಡೆ ಹಾಗೂ ತಾತ್ಸಾರ ಮನೋಭಾವ. ರೇಸಿಸಮ್ ಅವರಲ್ಲಿ ಗುಪ್ತಗಾಮಿನಿಯಂತೆ ಹರಿಯುತ್ತಿತ್ತು. ರೇಸಿಸಮ್ ಅಲ್ಲಿನ ಮಿಲಿಟರಿ ಕ್ಯಾಂಪುಗಳಲ್ಲಿ ಕಠಿಣವಾಗಿ ನಿಷಿದ್ಧ. ನನ್ನನ್ನು ತಮ್ಮ ಮೇಲಧಿಕಾರಿಯಾಗಿ

ಸ್ವೀಕರಿಸಲು ಮೊದಲಿಗೆ ಬಹು ದೊಡ್ಡ ಪ್ರತಿರೋಧ ತೋರಿದರು. ಬೇಕಂತಲೆ ಇತರೆ ದೇಶದ ಹುಡುಗರನ್ನು ಕೆಣಕುವುದು, ಅಶ್ಲೀಲ ಸನ್ನೆ ಮಾಡುವುದು, ಕೆಲಸದಲ್ಲಿ ಅಸಹಕಾರ ತೋರಿಸುವುದು ನನಗೆ ಇರುಸುಮುರುಸಾಗುತ್ತಿತ್ತು. ನಮ್ಮ ನೇರ ಕ್ಲೈಂಟ್ ಆದ ಅಮೆರಿಕೆಯ ಮಿಲಿಟರಿ 'ಸಾರ್ಜಂಟ್ ಚೆಸ್ಟರ್'ಗೆ ವಿಷಯ ಗೊತ್ತಾಗಿ ಆವೇಶ ಬಂದವನಂತೆ ಆಲ್ಬೇನಿಯನ್ ಕೆಲಸಗಾರರನ್ನ ಸಾಲಾಗಿ ನಿಲ್ಲಿಸಿ ಕೂಗಾಡಿಬಿಟ್ಟ. ಇವರೆಲ್ಲ ಒಟ್ಟಾಗಿ ಕೆಲಸ ಬಹಿಷ್ಕರಿಸಿ ಹೋಗಿ ಉನ್ನತ ಸ್ಥಾನದಲ್ಲಿದ್ದ ತಮ್ಮ ಜನರಿಗೆ ನನ್ನ ಮೇಲೆ ದೂರನ್ನಿತ್ತರು. ನಾನು ಅಲ್ಲಿಂದ ಹೋಗುವವರೆಗೆ ಕೆಲಸ ಮಾಡುವುದಿಲ್ಲ ಎಂದು ಪಟ್ಟು ಹಿಡಿದರು. ನಾನೂ ಕೂಡ ಅವರೊಟ್ಟಿಗೆ ಕೆಲಸ ಮಾಡುವುದಿಲ್ಲ ಎಂದು ಪಟ್ಟು ಹಿಡಿದು ಕುಳಿತೆ. ಆಂಟೊನಿಯೋಗಂತೂ ಆ ಸನ್ನಿವೇಶ ಬಿಸಿ ತುಪ್ಪ. ಯಾರನ್ನೂ ಬಿಡುವ ಹಾಗಿಲ್ಲ. ಅಂತಿಮವಾಗಿ ಕೆಲ ಉನ್ನತಾಧಿಕಾರಿಗಳು ನಡೆಸಿದ ಸಂಧಾನ ಪರಿಸ್ಥಿತಿಯನ್ನು ತಿಳಿಗೊಳಿಸಿತು. ಅವರನ್ನು ವಿಶ್ವಾಸಕ್ಕೆ ತೆಗೆದುಕೊಂಡು ತಿಂಗಳುಗಳ ಕಾಲ ಕೆಲಸ ಮಾಡಿ ಮುಗಿಸುವಷ್ಟರಲ್ಲಿ ನನ್ನ ಜನುಮ ಸಾಕು-ಬೇಕಾಯ್ತು. ಮೊದಲ ಬಾರಿಗೆ ತನ್ನ ದೇಶ ಬಿಟ್ಟು ಹೊರಗೆ ಬಂದ ಜನ ಅವರು; ಇತರರೊಡನೆ ಬೆರೆಯಲು ಸಾಕಷ್ಟು ಸಮಯ ಬೇಕಾಯ್ತು. ಕೊನೆ-ಕೊನೆಗೆ ಕೆಲವು ಕನ್ನಡ ಪದಗಳೂ ಸೇರಿದಂತೆ ಹಿಂದಿಯಲ್ಲಿ ಕೈಸೆ ಹೈ, ಅಚ್ಛಾ ಹೈ ಅನ್ನುವವರೆಗೆ ಕಲಿತರು, ನಮ್ಮವರಾದರು. ನಾನೂ ಸಹ!

ಆಲ್ಬೇನಿಯನ್ ಜನರ ಜೊತೆ ಕ್ಯಾಂಪುಗಳಲ್ಲಿ ಗಾಡಿಯಲ್ಲಿ ಓಡಾಡುವುದು ಮತ್ತು ಹೆಚ್ಚು ಕಾಲ ಎಲ್ಲಾದರೂ ಕುಳಿತುಕೊಳ್ಳುವುದು ನನಗೆ ಸಹ್ಯವಿಲ್ಲದ್ದು. ಕಾರಿನ ಒಳಗೆ ತುಂಬಾ ಸಿಗರೇಟಿನ ಘಾಟು, ಗಾಡಿ ಓಡಿಸುವಾಗಲೂ ಬೆರಳ ಮಧ್ಯದಲ್ಲಿ ಸಿಗರೇಟು. ಹುಟ್ಟುವಾಗಲೇ ಸಿಗರೇಟನ್ನು ಕೈನಲ್ಲಿ ಹಿಡಿದು ಬಂದರೇನೋ ಎನ್ನುವಷ್ಟರ ಮಟ್ಟಿಗೆ ಚಟ. ಎಂಥದೇ ಜಾಗವಿರಲಿ ಎಂಥದೇ ಸನ್ನಿವೇಶವಿರಲಿ ಸಿಗರೇಟು ಅವರ ದೇಹದ ಒಂದು ಅವಿಭಾಜ್ಯ ಅಂಗ. ಚಿಕ್ಕವರು ದೊಡ್ಡವರು ಎಂಬ ವ್ಯತ್ಯಾಸವಿಲ್ಲದೆ ಎಲ್ಲರಾದಿಯಾಗಿ ಸಿಗರೇಟಿನ ಚಟ. ಊಟಕ್ಕೆ ಅವರು ಅಷ್ಟೊಂದು ಹಾತೊರೆಯುತ್ತಿರಲಿಲ್ಲ ಆದರೆ ಹೊಗೆ ಇಲ್ಲದೆ ಕ್ಷಣವೂ ಇರುತ್ತಿರಲಿಲ್ಲ. ತೀರ ಕೃಶರಾದಂತೆ, ಹಲ್ಲುಗಳೆಲ್ಲ ಹಳದಿಯಾಗಿ ಬಾಯಿ ಕೆಟ್ಟ ವಾಸನೆ ಬರುತ್ತಿತ್ತು. ಹಾಗಾಗಿ ಇವರು ಸಿಗರೇಟು ಸೇದುತ್ತಾರೋ ಸಿಗರೇಟು ಇವರನ್ನು ಸೇದುತ್ತಿದೆಯೋ ಎಂಬ ಜಿಜ್ಞಾಸೆ ನನಗೆ. ಆಫೀಸಿನ ಒಳಗೂ ಸಹ ಯಾರಿದ್ದಾರೆ ಎಂಬ ಪರಿವೆ ಇದೆಯೋ ಇಲ್ಲವೋ ಎನ್ನುವ ಹಾಗೆ ಯಾಂತ್ರಿಕವಾಗಿ ಸಿಗರೇಟು ಅವರನ್ನು ಅವರಿಸಿಕೊಂಡಿತ್ತು. ಇದರ ಅತಿರೇಕ ಎಂದರೆ ಒಮ್ಮೆ ದುಬೈ ಮುಖ್ಯ ಕಚೇರಿಯ ಫೈರ್ ಅಲಾರಂ ಬಡಿದುಕೊಂಡು ಅಗ್ನಿಶಾಮಕ ದಳ ಬಂದು ಅವರಿಗೆ ಸಿಗರೇಟಿನ ಧೂಮ

ರೂಮಿನಲ್ಲಿ ತುಂಬಿಕೊಂಡು ಹೀಗಾಗಿದೆ ಎಂದು ಮನವರಿಕೆಯಾಗಿ ನೋಟಿಸ್ ಕಳುಹಿಸಿದ್ದರು. ನಮ್ಮ ದುಬೈ ಕಚೇರಿ ಏರ್‌ಪೋರ್ಟ್ ಫ್ರೀ ಝೋನ್ ಒಳಗೆ ಇದ್ದು, ಫೈರ್ ಶಿಸ್ತಿನ ವಿಷಯದಲ್ಲಿ ಕಠಿಣ ನಿಯಮಾವಳಿಗಳಿದ್ದವು. ಸ್ವಲ್ಪ ದಿನಗಳಾದ ಮೇಲೆ ಮತ್ತೆ ಇದರ ಪುನರಾವರ್ತನೆ. ಈ ಬಾರಿ ನಿಮ್ಮನ್ನು ಇಲ್ಲಿಂದ ಓಡಿಸುತ್ತೇವೆಂಬ ಖಡಕ್ ಸೂಚನೆ ಬಂದು ನಂತರ ಸಿಗರೇಟು ಸೇದುವ ಪ್ರತ್ಯೇಕ ರೂಮುಗಳಲ್ಲಿ ಮಾತ್ರವಲ್ಲದೆ ಇನ್ನೆಲ್ಲೂ ಹೊಗೆ ಬಿಡುವ ಹಾಗಿಲ್ಲ ಎಂಬ ಕಠಿಣ ನಿಯಮವನ್ನು ಶಿಸ್ತಿನಿಂದ ಜಾರಿ ಮಾಡಲಾಯ್ತು.

ಕ್ಯಾಂಪಿನಲ್ಲಿ ಇದ್ದ ಹೆಚ್ಚಿನ ಈ ಕಾರ್ಮಿಕ ವರ್ಗ ತನ್ನ ನೆಲ ಬಿಟ್ಟು ಮೊದಲ ಬಾರಿಗೆ ಹೊರಗೆ ಬಂದಿದೆ. ಹೊರಗಿನ ಸಂಸ್ಕೃತಿ ಮತ್ತು ನಡವಳಿಕೆಗಳ ಪರಿಚಯ ಅಷ್ಟಕ್ಕಷ್ಟೇ. ಬಿಳಿ ಚರ್ಮದ ಅಹಂ ಧೋರಣೆಯಂತೂ ಸಾಕಷ್ಟು. ನಮ್ಮ ಭಾರತೀಯ ಹುಡುಗರೂ ಸಹ ಬಿಳಿ ಚರ್ಮಕ್ಕೆ ಸಹ್ಯಕ್ಕಿಂತ ಅತಿಯಾದ ಮರ್ಯಾದೆ ತೋರುತ್ತಿದ್ದುದು ಅವರ 'ತಾನ್ಮೇಲು' ಎಂಬ ಮಾನಸಿಕತೆಗೆ ಮತ್ತಷ್ಟು ಪುಷ್ಟಿ ನೀಡುತ್ತಿತ್ತು. ಕೆಲ ಅಧಿಕಾರಿ ವರ್ಗದ ಜನರಂತೂ ಅತಿಯಾದ ಭ್ರಷ್ಟರು. ಕ್ಯಾಂಪಿನಲ್ಲಿದ್ದ ಬಹುತೇಕ ಅಧಿಕಾರಿ ವರ್ಗವೂ ಆಲ್ಬೇನಿಯನ್ನರೇ. ಅದರಲ್ಲೂ ಮಾಲಿಕನ ಹತ್ತಿರದ ಇಲ್ಲವೇ ದೂರದ ಸಂಬಂಧಿಗಳು. ಮಿಲಿಟರಿ ಕ್ಯಾಂಪುಗಳಲ್ಲಿ ಭ್ರಷ್ಟತೆಯೇ? ನನಗೆ ಸಹಿಸಲಸಾಧ್ಯ ಗೊಂದಲ. ಕಂಪನಿಯ ವಸ್ತುಗಳನ್ನು ಕ್ಯಾಂಪಿನಿಂದ ಏನೋ ಕಳ್ಳ ಕಾರಣ ಹೇಳಿ ಹೊರಗೆ ಕಳುಹಿಸಿ ಮಾರಿಕೊಳ್ಳುವುದು, ಮಾರುಕಟ್ಟೆ ಬೆಲೆಗಿಂತ ಹೆಚ್ಚು ತೋರಿಸಿ ಖರೀದಿಸುವುದು ಮತ್ತು ಮಿಕ್ಕದ್ದನ್ನು ತಮ್ಮ ಖಾತೆಗೆ ವರ್ಗಾಯಿಸುವುದು. ಅದಕ್ಕಾಗಿ ನಂಬಿಕಸ್ತ ಕೆಲ ಸ್ಥಳೀಯ ಆಫ್ಘಾನಿ ವ್ಯಾಪಾರಿಗಳು ಜತೆಯಾಗಿದ್ದರು. ಹೀಗೆ ಕೆಲವು ನನಗೆ ಕಂಡುಬಂದ ಭ್ರಷ್ಟಾಚಾರದ ರೀತಿ. ಇನ್ನೂ ಇನ್ನ್ಯಾವ ರೂಪದ ಅನಾಚಾರಗಳಿದ್ದವೋ ನಾನು ಕಾಣೆ?

ದುಬೈ ಕಚೇರಿಯಲ್ಲಿದ್ದ 'ಸ್ಟೆಫನ್ ಬೈಯಸ್' ಎನ್ನುವ ನಮ್ಮ ತಾಂತ್ರಿಕ ಮೇಲಧಿಕಾರಿ ನಿಯತ್ತಿನ ಮತ್ತು ಪ್ರಾಮಾಣಿಕ ಮನುಷ್ಯ. ಅವನ ನೇರ ಆಡಳಿತ ಸಹಿಸದ ಕೆಲ ಆಲ್ಬೇನಿಯನ್ ಜನ ಈತನನ್ನು ಹಣಿಯಲು ಅವರ 'ಒಬ್ಬ ಆಸಾಮಿ' ಯನ್ನು ಒಳಗೆ ತಂದರು. ಆತನ ಬಗ್ಗೆ ಹೆಚ್ಚಿನದೇ ಋಣಾತ್ಮಕ ವಿಷಯಗಳಿರುವುದರಿಂದ ಆತನ ಹೆಸರು ಬೇಡ. ಅವನನ್ನು 'ಆಸಾಮಿ' ಎನ್ನೋಣ. ವೃತ್ತಿಯಿಂದ ಇಂಗ್ಲಿಷ್ ಪ್ರೊಫೆಸರ್ ಆಗಿದ್ದ ಈತ ಹೆಚ್ಚಿನ ವರಮಾನಕ್ಕೆ ಇರಾಕ್ ಯುದ್ಧದಲ್ಲಿ ಮಿಲಿಟರಿ ಬೇಸ್‌ಗಳಲ್ಲಿ ಕ್ಲೀನಿಂಗ್ ಸೂಪರ್‌ವೈಸರ್ ಆಗಿ ಕೆಲಸಕ್ಕೆ ಸೇರಿಕೊಂಡು ತನ್ನ ಇಂಗ್ಲಿಷ್ ಭಾಷೆಯ ಪ್ರಾವೀಣ್ಯತೆಯಿಂದಲೇ ಬಹುಬೇಗ ಮ್ಯಾನೇಜರ್ ಹಂತಕ್ಕೆ ಮುಟ್ಟಿ ದುಬೈ ಕಚೇರಿಗೆ ವರ್ಗಾವಣೆ ಆಗಿದ್ದ. ತಾಂತ್ರಿಕತೆಯ ಶಿಕ್ಷಣವಾಗಲೀ ಇಲ್ಲಾ

ಅನುಭವವಾಗಲೀ ಇಲ್ಲದ ಈತನ ಒಳಬರುವಿಕೆ ನಮಗೆ ಗೊಂದಲದ ವಿಷಯ. ಕ್ರಮೇಣ ಎಲ್ಲರ ಹಿಡಿತ ಸಾಧಿಸಿದ ಈತ ಕ್ಯಾಂಪುಗಳಿಗೆ ಬಂದು ನಮ್ಮ ಕ್ಲೈಂಟ್ ಮ್ಯಾನೇಜರ್‌ಗಳನ್ನು ಬುಟ್ಟಿಗೆ ಹಾಕಿಕೊಳ್ಳಲು ಯತ್ನಿಸುತ್ತಿದ್ದದ್ದು ನನಗೆ ನೇರವಾಗಿ ಕಾಣುತ್ತಿತ್ತು. ಯಾವುದೇ ಹೊಸ ಪ್ರಾಜೆಕ್ಟುಗಳ ವಿಷಯವಾಗಿ ಚರ್ಚೆಗೆ ನಾನು ತಾಂತ್ರಿಕ ವಿಭಾಗದ ಮುಖ್ಯಸ್ಥನಾಗಿ ಹೋದರೆ ಆತ ಆರ್ಥಿಕ ಸಂಬಂಧಿತ ವಿಷಯಗಳನ್ನು ನಿರ್ವಹಿಸುತ್ತಿದ್ದ. ಬೋಸ್ನಿಯ ಮೂಲದ ಒಬ್ಬ ವಯಸ್ಸಾದ ಅಮೆರಿಕನ್ ನಮ್ಮ ಕ್ಲೈಂಟ್ ಆದ ಪ್ರತಿಷ್ಠಿತ ಕಂಪನಿಯ ಸಬ್-ಕಂಟ್ರಾಕ್ಟ್ ಮ್ಯಾನೇಜರ್ ಆಗಿದ್ದ. ಬೋಸ್ನಿಯ ಮತ್ತು ಮೆಸಿಡೋನಿಯ ಒಂದು ಕಾಲದಲ್ಲಿ ಒಟ್ಟಿಗೆ ಇದ್ದ ಯುಗೋಸ್ಲೋವಿಯ ದೇಶದ ಭಾಗಗಳು. ಇಲ್ಲಿ ಇವರಿಬ್ಬರ ತಾಳಮೇಳಗಳು ಕೆಲಸ ಮಾಡಲು ಶುರುವಾಗಿ ನಮಗೆ ಅಧಿಕ ಕಂಟ್ರಾಕ್ಟ್‌ಗಳು ಬರಲು ಶುರುವಾಯ್ತು. ಆ ನಂತರ ನಮಗೆ ಸಿಕ್ಕ ಕೆಲವು ಪ್ರಾಜೆಕ್ಟುಗಳು ಲಂಚ ಕೊಟ್ಟು ಪಡೆದವೇ ಆಗಿದ್ದಿರಬಹುದು ಎಂಬ ಗಾಢ ಅನುಮಾನ ನನಗಿನ್ನೂ ಇದೆ. ಬಹುತೇಕ ಎಲ್ಲಾ ದೊಡ್ಡ ಕಂಪನಿಗಳು ಅಲ್ಲಿ ಹೀಗೆಯೇ ಮಾಡುತ್ತಿದ್ದವು ಎಂಬುದು ನನಗೆ ತಿಳಿದುಬಂದ ವಿಷಯ. ಅಮೇರಿಕಾದ ಪೂರ್ವಾಧ್ಯಕ್ಷ ಜಾರ್ಜ್ ಬುಷ್ ಒಡೆತನದ ಬೇನಾಮಿ ಕಂಪನಿಯೂ ಇದಕ್ಕೆ ಹೊರತಾಗಿರಲಿಲ್ಲ. ಅವರದ್ದೇನಿದ್ದರೂ ಅಮೆರಿಕೆಯ ರಾಜಕಾರಣಿಗಳ ಜೊತೆ ಮೇಲ್ಮಟ್ಟದಲ್ಲಿ ಒಪ್ಪಂದ. ಸಣ್ಣ ಪುಟ್ಟ ಭ್ರಷ್ಟಾಚಾರ ತೀರ ಕಡಿಮೆ, ಹೊಡೆದರೆ ದೊಡ್ಡ ಬೇಟೆ. ಮಿಲಿಯನ್ನುಗಳೋ ಅಥವಾ ಬಿಲಿಯನ್ನುಗಳೋ. ಬೇರೆ ದೇಶಗಳಂತೆ ಸಂಪೂರ್ಣ ವ್ಯವಸ್ಥೆ ಭ್ರಷ್ಟವಲ್ಲ. ಕೇವಲ ಎತ್ತರದ ವ್ಯಕ್ತಿಗಳು ಮತ್ತು ಅವರ ಮೇಲಿನ ವ್ಯವಸ್ಥೆ ಮಾತ್ರ ಭ್ರಷ್ಟ. ಹೀಗೆಲ್ಲಾ ನನಗೆ ಹತ್ತಿರವಿದ್ದ ಅಮೆರಿಕದ ಇಂಜಿನಿಯರುಗಳು ಮಾತಾಡಿಕೊಳ್ಳುತ್ತಿದ್ದರು. ಒಮ್ಮೆ ಈ ಯುದ್ಧಭೂಮಿಯ ಭ್ರಷ್ಟಾಚಾರ ಬಯಲಿಗೆ ಬಂದು ಬುಷ್ ಕಂಪನಿಯನ್ನು ಕಪ್ಪು ಪಟ್ಟಿಗೆ ಸೇರಿಸಿ ಅಮಾನತು ಮಾಡಲಾಗಿತ್ತು. ಕೆಲವೇ ವರ್ಷಗಳಲ್ಲಿ ಹೊಸ ಹೆಸರಿನಲ್ಲಿ ಮತ್ತೆ ಆ ಕಂಪನಿ ಯುದ್ಧಭೂಮಿಯೊಳಗೆ ನೇರಾನೇರ ಒಳ ಬಂತು.

ಆ ಆಲ್ಬೇನಿಯನ್ ಆಸಾಮಿ ಕೆಲವೇ ವರ್ಷಗಳಲ್ಲಿ ಕಂಪನಿಯ ಮುಖ್ಯ ಕಾರ್ಯ ನಿರ್ವಾಹಕ ಅಧಿಕಾರಿ ಪಟ್ಟಕ್ಕೆ ಹೋದ. ಯುರೋಪಿನ ಕಚೇರಿಗೆ ಮುಖ್ಯಸ್ಥನೂ ಆದ. ಸಂಪೂರ್ಣ ಕ್ಯಾಂಪುಗಳ ಆಡಳಿತ ಇವನ ಕೆಳಗೆ. ತನ್ನ ಊರಿನಲ್ಲಿ ದೊಡ್ಡ ವಾಣಿಜ್ಯ ಸಂಕೀರ್ಣ ಮತ್ತು ಬಂಗಲೆಯನ್ನು ಕಟ್ಟಿದ. ವಿಪರ್ಯಾಸವೆಂದರೆ ಅವುಗಳ ವಿನ್ಯಾಸವನ್ನು ನಮ್ಮದೇ ಆರ್ಕಿಟೆಕ್ಟ್‌ಗಳು ಮಾಡಿಕೊಟ್ಟರು. ಒಂದು ದಿನ ಇದ್ದಕ್ಕಿದ್ದ ಹಾಗೆ ಬರಸಿಡಿಲಿನ ವಾರ್ತೆ ಬಂತು. ಕ್ಯಾಂಪುಗಳಲ್ಲಿ ಕಾರ್ಯನಿರ್ವಹಿಸುತ್ತಿದ್ದ ಅಮೆರಿಕೆಯ ಲಂಚ ನಿಗ್ರಹ ಪಡೆ ಕಂದಹಾರ್ ಮತ್ತು ಕಾಬೂಲ್ ಕ್ಯಾಂಪುಗಳಲ್ಲಿ ಕೆಲ ಆಲ್ಬೇನಿಯನ್

ಸೂಪರ್‌ವೈಸರ್‌ಗಳನ್ನು ಮತ್ತು ಮ್ಯಾನೇಜರ್‌ಗಳನ್ನು ಬಂಧಿಸಿದರು. ಆ ಆಸಾಮಿ ಮತ್ತು ಆತನ ನಂಬಿಕಸ್ತರ ಜಾಲ ದೊಡ್ಡದಿತ್ತು. ಕಂಪನಿಗೆ ಸೇರಿದ ತೀರ ಸ್ಕ್ರ್ಯಾಪ್ ವಸ್ತುಗಳನ್ನೂ ಬಿಡದೆ ಮಿಲಿಯನ್ನುಗಟ್ಟಳೆ ವಿವಿಧ ಸಾಮಾನುಗಳನ್ನು ಹೊರಗೆ ರವಾನಿಸಿ ಮಾರಿಕೊಳ್ಳಲಾಗಿತ್ತು. ಈ ಜಾಲವನ್ನು ಆಧಾರ ಸಮೇತವಾಗಿ ಭೇದಿಸಿದ ಅಮೆರಿಕೆಯ ಮಿಲಿಟರಿ ಲಂಚ ನಿಗ್ರಹ ಪಡೆ ನಮ್ಮ ಕಂಪನಿಗೆ ನೋಟೀಸು ಜಾರಿ ಮಾಡಿ ತಕ್ಷಣದಿಂದ ಜಾರಿಯಾಗುವಂತೆ ಆತನನ್ನು ಹೊರದೂಡುವಂತೆ ನೋಟೀಸು ಜಾರಿ ಮಾಡಿತು. ಇನ್ನೆಂದೂ ಆತ ಯಾವುದೇ ಮಿಲಿಟರಿ ಅಥವಾ ವಿಶ್ವಸಂಸ್ಥೆಯ ಪ್ರಾಜೆಕ್ಟ್‌ಗಳಲ್ಲಿ ಕೆಲಸ ಮಾಡುವಂತಿಲ್ಲ ಎಂದಾಯಿತು.

ಒಮ್ಮೆ ಆಫ್ಘಾನಿಸ್ತಾನದಲ್ಲಿ ಹೇರಳವಾಗಿ ಬೆಳೆಯುತ್ತಿದ್ದ ಅಫೀಮಿನ ವಾಸನೆ ಕ್ಯಾಂಪಿನ ಒಳಗೆ ಹೊಡೆಯಲು ಶುರುವಾಯ್ತು. ಸ್ಥಳೀಯರೊಟ್ಟಿಗೆ ಸೇರಿ ಅಫೀಮನ್ನು ಬೇರೆ ದೇಶಗಳಿಗೆ ಸರಬರಾಜು ಮಾಡಲು ಸಹಕರಿಸುತ್ತಿದ್ದಾರೆ ಎಂಬುದು ಆರೋಪ. ನಮ್ಮ ಕಂಪನಿಗೆ ಹಲವು ದೇಶಗಳಿಂದ ಸಾಮಾನು-ಸರಂಜಾಮು ರಫ್ತಾಗುತ್ತಿತ್ತು. ಹೀಗಾಗಿ ನಮ್ಮ ಅಂತಾರಾಷ್ಟ್ರೀಯ ಸಾಗಣೆ ಜಾಲ ಮತ್ತು ಸಂಪರ್ಕ ದೊಡ್ಡದಿತ್ತು. ಇದರಲ್ಲಿ ಶಾಮೀಲಾದ ನಮ್ಮ ಕೆಲ ಆಲ್ಬೇನಿಯನ್ ಅಧಿಕಾರಿಗಳನ್ನು ಮಿಲಿಟರಿ ಪೋಲೀಸರು ಬಂಧಿಸಿದರು ಎಂಬ ಸುದ್ದಿ ಅಂತಾರಾಷ್ಟ್ರೀಯ ಸುದ್ದಿಯಾಗಿ ಕಂಪನಿಯ ಹೆಸರು ಮತ್ತು ಕೆಲಸಗಳು ಕಳಚಿಹೋಗುತ್ತಿದ್ದ ಕಾಲ ಅದು. ಇದು ನಮ್ಮ ಎದುರಾಳಿ ಜರ್ಮನ್ ಕಂಪನಿಯ ಕುಕೃತ್ಯ ಎಂದು ಕೆಲವರ ವಾದ. ನಮಗೆ ಕೆಲಸ ನೀಡುತ್ತಿದ್ದ ನ್ಯಾಟೊ ಮಿಲಿಟರಿಯ ವ್ಯವಸ್ಥೆಯನ್ನು ನೋಡಿಕೊಳ್ಳುತ್ತಿದ NAMSA (ಈಗ NSPA ಆಗಿದೆ) ಎನ್ನುವ ಸಂಸ್ಥೆಯ ಮುಖ್ಯ ಕಚೇರಿ ಜರ್ಮನಿಯ ಹತ್ತಿರದ ಲಕ್ಸಂಬರ್ಗ್ ದೇಶದಲ್ಲಿತ್ತು. ನಮ್ಮ ಕಂಪನಿಯು ಜರ್ಮನಿಯ ಸುಪ್ರೀಂ ಕೋರ್ಟಿನಲ್ಲಿ ಸ್ವತಃ ದಾವೆ ಹೂಡಿ ಕೆಲವು ವರ್ಷಗಳ ವಿಚಾರಣೆ ನಡೆದು ಗೆಲುವು ಸಿಕ್ಕಿತು. ಆದರೂ ಇದರಲ್ಲಿ ಶಾಮೀಲಾಗಿದ್ದಾರೆ ಎನ್ನಲಾದ ಜನರನ್ನು ಎಂದಿಗೂ ಕೆಲಸಕ್ಕೆ ಮತ್ತೆ ತೆಗೆದುಕೊಳ್ಳಲಿಲ್ಲ. ಅಷ್ಟರಲ್ಲಿ ಬಹುತೇಕ ದೊಡ್ಡ ಪ್ರಾಜೆಕ್ಟುಗಳು ಕೈಯಿಂದ ಜಾರಿಹೋಗಿದ್ದವು.

ಕ್ಯಾಂಪುಗಳಲ್ಲಿ ನಾನು ಕಣ್ಣಾರೆ ನೋಡಿದ ಕೆಲವರ ಭ್ರಷ್ಟತೆಯನ್ನು ನನ್ನ ಜರ್ಮನ್ ಅಧಿಕಾರಿಗೆ ಹೇಳಿ ಒಮ್ಮೆ ರಂಪ-ರಾಮಾಯಣವಾಗಿಬಿಟ್ಟಿತ್ತು. ಕ್ಯಾಂಪುಗಳಲ್ಲಷ್ಟೇ ಅಲ್ಲದೇ ದುಬೈ ಮತ್ತು ಯೂರೋಪ್ ಕಚೇರಿಗಳಲ್ಲಿಯೂ ಸಹ ಇವರೊಟ್ಟಿಗಿನ ನನ್ನ ಸಂಘರ್ಷ ಜಾರಿಯಲ್ಲಿಯೇ ಇತ್ತು. ನನ್ನ ಮೇಲೆ ಅವರು ಮಾಡಲಾದ ದೂರುಗಳ ಪಟ್ಟಿ ತುಂಬಾ ದೊಡ್ಡದು. ನನ್ನ ಮತ್ತು ಅವರ ಕೆಲಸದ ಅನಿವಾರ್ಯತೆ ಕಾರಣದಿಂದ ಅಷ್ಟೇ ನಾನು ಅಲ್ಲಿ ಹೆಚ್ಚು ಕಾಲ

ಉಳಿಯುವಂತಾಯ್ತು. ಬಹುತೇಕರದು ಆ ಜನಾಂಗದ ಜನಗಳ ಹೊರತು ಮತ್ತ್ಯಾರನ್ನೂ ಸಹಿಸಿಕೊಳ್ಳದ ಸಣ್ಣತನದ ಮನಸ್ಸು. ಆಲ್ಬೇನಿಯನ್ನರಲ್ಲಿ ಎಲ್ಲರೂ ಹಾಗೆಯೇ ಎನ್ನುವಂತಿಲ್ಲ. ಇದಕ್ಕೆ ತದ್ವಿರುದ್ಧವಾದ ಜೆಂಟಲ್‌ಮ್ಯಾನ್ ನಂತಿದ್ದ ಹಲವರೂ ಇದ್ದರು. ಪ್ರಾಮಾಣಿಕ ಮತ್ತು ಸಹಿಷ್ಣುಗಳೂ ಇದ್ದರು. ಸಿಗರೇಟನ್ನು ಇಂದಿಗೂ ಮುಟ್ಟದ ಜನರೂ ಇದ್ದರು ಎಂಬುದೇ ನನಗೆ ಆಶ್ಚರ್ಯ. ಅದೆಷ್ಟೋ ಜನ ನನಗೆ ಮತ್ತು ನನ್ನ ಕೆಲಸಕ್ಕೆ ಬೆನ್ನೆಲುಬಾಗಿ ನಿಂತವರೂ ಇದ್ದರು. ನನ್ನ ಜೊತೆ ಕ್ಯಾಂಪುಗಳಲ್ಲಿ ಕೆಲಸ ಮಾಡಿದ್ದ ಮ್ಯಾನೇಜರ್ ಅಮೀರ್ ಅರಿಫಿ ಜೊತೆ ಟೆಟೊವೋ ನಗರದ ಸುತ್ತ-ಮುತ್ತ ಸುತ್ತಾಡಿದ್ದಿದೆ. ಅವನ ತಂದೆಯ ಮೂಲ ಅಲ್ಲೇ ಕೆಲವು ಮೈಲು ದೂರದ ಒಂದು ಹಳ್ಳಿ. ಕೇವಲ ಆಲ್ಬೇನಿಯನ್ ಮುಸ್ಲಿಂ ಜನಾಂಗ ವಾಸಿಸುತ್ತಿರುವ ಹಳ್ಳಿ. ಒಮ್ಮೆ ಅಲ್ಲಿಗೆ ಕರೆದೊಯ್ದಿದ್ದ. ಆಳೆತ್ತರದ ಪೌಳಿಯಿಂದ ಸುತ್ತುವರೆದ ಮನೆಗಳು. ಆದಷ್ಟೂ ತಮ್ಮ ವಾಸವನ್ನ ಖಾಸಗಿಯನ್ನಾಗಿ ಮಾರ್ಪಡಿಸಿಕೊಂಡಿದ್ದರು. ಹತ್ತಿರದ ನೆರೆಹೊರೆಯವರಿಗೆ ಗೋಡೆಗಳು ಅಡ್ಡಿಯಾಗಿ ಅವರು ದೂರವಾದಂತೆ ಕಾಣಿಸುತ್ತಿತ್ತು. ಪೂರಾ ಹಳ್ಳಿಗಳ ಮನೆಗಳೆಲ್ಲಾ ಹಾಗೆಯೇ. ಅದನ್ನು ತೋರಿಸಿದ ಆತನಂತೂ ತನ್ನದೇ ಜನಗಳ ಸಂಕುಚಿತ ಮನಸ್ಥಿತಿಯ ಬದುಕನ್ನು ಶಪಿಸುತ್ತಿದ್ದ. ಒಮ್ಮೆ ಆಚೆ ಬೆಟ್ಟದ ತಪ್ಪಲಲ್ಲಿದ್ದ ರೆಸ್ಟೋರೆಂಟ್ ಒಂದಕ್ಕೆ ನನ್ನನ್ನು ಕರೆದೊಯ್ದ. ಮೆಸಿಡೋನಿಯನ್ ಅರ್ಥೋಡಕ್ಸ್ ಕ್ರಿಶ್ಚಿಯನ್ ಜನರು ವಾಸಿಸುವ 'ಲೆಶೊಕ್' ಎಂಬ ಹಳ್ಳಿಯನ್ನು ದಾಟಿದ ಮೇಲೆ ಬೆಟ್ಟದ ಒಂದು ಮಗ್ಗುಲಲ್ಲಿದೆ ಆ ಜಾಗ. ವಿಚಿತ್ರ ಎಂದರೆ ಆ ಹಳ್ಳಿಯಲ್ಲಿ ಇದ್ದ ಯಾರ ಮನೆಗೂ ಎತ್ತರದ ಗೋಡೆಗಳ ಕಾಂಪೌಂಡ್ ಇರಲಿಲ್ಲ. ಸಣ್ಣದಾದ ಲೋಹದ ಸರಳಿನ ಪೌಳಿ ಅಷ್ಟೇ. ಮನೆಯ ಮುಂದೆ ಹೂಗಿಡಗಳನ್ನು ಬೆಳೆಸಿ ಅಂದವಾಗಿಟ್ಟಿದ್ದರು. ಅಲ್ಲಿ ನೆರೆಹೊರೆಯವರು ಪರಸ್ಪರ ಕಾಣುತ್ತಾರೆ. ಕೆಲವೇ ಮೈಲುಗಳ ದೂರದಲ್ಲಿರುವ ಎರಡು ಜನಾಂಗಗಳ ಇಂತಹ ವಿಪರೀತ ವ್ಯತ್ಯಾಸ ತೋರಿಸಿ ವಿವರಿಸಿದ್ದು ಕೂಡ ಆತನೇ. ಆ ಹಳ್ಳಿಯಲ್ಲಿ ನೂರಾರು ವರ್ಷದ ಹಳೆಯ ಅರ್ಥೋಡಕ್ಸ್ ಮೊನಾಸ್ಟ್ರಿ ಒಂದಿತ್ತು. ಅಲ್ಲಿ ಸ್ವಲ್ಪ ಹೊತ್ತು ನಿಲ್ಲಿಸಿ ನೋಡಲು ಕರೆದೊಯ್ದ. ಹೆಚ್ಚಿನ ಆಲ್ಬೇನಿಯನ್ ಜನರು ಧರ್ಮದ ನಶೆಯಲ್ಲಿದ್ದರು. ಎಷ್ಟೋ ಸಲ ಅವರು ತನ್ನ ಧರ್ಮ ಬಾಂಧವರು ಎನ್ನುವ ಒಂದೇ ಕಾರಣಕ್ಕೆ ಪಾಕಿಸ್ತಾನ ಇಲ್ಲವೇ ಇತರೆ ಮುಸ್ಲಿಂ ದೇಶಗಳನ್ನು ವಹಿಸಿಕೊಂಡು ನನ್ನ ದೇಶ-ಧರ್ಮವನ್ನು ಹೀಯಾಳಿಸುವ ಯತ್ನ ಮಾಡಲು ಪ್ರಯತ್ನಿಸುತ್ತಿದ್ದರು. ಮೊದಲು ಹೀಗಿರದ ತನ್ನ ಜನಾಂಗ ಇತ್ತೀಚೆಗೆ ಧರ್ಮಾಂಧತೆಯ ಕಡೆಗೆ ಬದಲಾಗುತ್ತಿರುವ ಪರಿಯನ್ನು ನನಗೆ ಅಮೀರ್ ವಿವರಿಸುತ್ತಾ ಎಲ್ಲೋ ಕಳೆದುಹೋದವನಂತೆ ಮೌನವಾಗುತ್ತಿದ್ದ. ದುಬೈನಲ್ಲಿದ್ದ ಮಹಮ್ಮದ್ ರಿಷದ್ ಎನ್ನುವ ಒಬ್ಬ ಮಲಯಾಳಿ ಸಹೋದ್ಯೋಗಿ

ಕೂಡ ಹೀಗೆಯೇ ಹಲವು ಬಾರಿ ತನ್ನ ಕೇರಳದ ಬಗ್ಗೆ ಹೇಳಿ ಮರುಗಿದ್ದನ್ನು ಹೇಗೆ ಮರೆಯಲಿ? ಅಮೀರ್ ಅರಿಫಿ ನಾನು ಕಂಡ ಬಹುದೊಡ್ಡ ಸಜ್ಜನ ಮತ್ತು ಸಹಿಷ್ಣು. ಇನ್ನೂ ಕೆಲ ಬೆರಳೆಣಿಕೆಯ ಈತನಷ್ಟೆ ದೊಡ್ಡ ಮನಸ್ಸಿನವರ ಜೊತೆ ಒಡನಾಡಿದ್ದೇನೆ. ಇಂತಹವರ ಸಂತತಿ ಸಾವಿರವಾಗಲಿ ಎಂಬ ಆಶಯ ನನ್ನದು.

ಟೆಟೋವೋ ಕಚೇರಿಯಲ್ಲಿ 'ಅಮಿತ್ ಸ್ಕೆಂಡೇರಿ' ಎನ್ನುವ ಹುಡುಗನೊಬ್ಬನಿದ್ದ. 'ಅಮಿತ್' ಎನ್ನುವ ಆ ಹೆಸರು ಆಲ್ಬೇನಿಯನ್ ಮುಸ್ಲಿಂ ಜನರಲ್ಲಿ ಹೇಗೆ ಎನ್ನುವ ಗೊಂದಲ ನನಗೆ. ನೋಡಲು ಕೂಡ ಭಾರತೀಯನ ಹಾಗೆಯೇ ಇದ್ದ. ಅವರಂತೆ ಬೆಳ್ಳಗೆ, ಎತ್ತರಕ್ಕೆ, ನೀಳ ಮೂಗಿನ ಜನರ ಹಾಗಿರಲಿಲ್ಲ. ಸ್ಕೆಂಡೇರಿ ಎಂಬ ಮನೆತನದ ನೂರಾರು ಜನ ಸಿಕ್ಕಾರು. ಅಮೆತಿ, ಅಮೀರಿ ಎನ್ನುವ ಹೆಸರುಗಳು ಸಾಮಾನ್ಯವಾಗಿದ್ದವು. ಆದರೆ ಅವನ ಹೆಸರಿನ ಮತ್ಯಾವ ಜನರೂ ಸಿಗಲಿಲ್ಲ. ಒಮ್ಮೆ ನನಗೆ ಅವ ಸಿಕ್ಕಿ ಅವನ ಹೆಸರಿನ ಬಗ್ಗೆ ಕೇಳಿದಾಗ ದೊರಕಿದ್ದು ಅತ್ಯಾಶ್ಚರ್ಯದ ಉತ್ತರವಾಗಿತ್ತು. ಇಟಲಿಯಲ್ಲಿದ್ದ ಭಾರತ ಮೂಲದ ಹಿಂದೂ ಅಮ್ಮನನ್ನು ಅಲ್ಲೇ ಇದ್ದ ಆಲ್ಬೇನಿಯನ್ ಮುಸ್ಲಿಂ ಅಪ್ಪ ಮದುವೆಯಾಗಿದ್ದನಂತೆ. ಹತ್ತಾರು ವರ್ಷಗಳ ಹಿಂದೆ ಮತ್ತೆ ಇಲ್ಲಿಗೆ ಬಂದು ನೆಲೆಸಿದ್ದಾರೆ. ಒಬ್ಬನೇ ಮಗ. ಅಮಿತ್ ಎಂದು ಹೆಸರಿಟ್ಟಿದ್ದು ಅಮ್ಮನೇ. ಅಮ್ಮ ಈಗ ಹಿಂದುವಾಗಿ ಉಳಿದಿಲ್ಲ, ಮಗ ಕೂಡ. ಆದರೆ ನಮ್ಮ ಹಬ್ಬ ಆಚರಣೆಗಳ ಸ್ಥೂಲ ಪರಿಚಯವಿದೆ. ಗುಜರಾತಿನಲ್ಲಿ ಅಮ್ಮನ ಹಳೆ ಬೇರುಗಳು ಇವೆ ಎನ್ನುತ್ತಿದ್ದ. ಒಮ್ಮೆಯಾದರೂ ಅಲ್ಲಿಗೆ ಬರಬೇಕು ಎನ್ನುವುದು ಅವನ ತುಡಿತ. ಇದೇ ರೀತಿ ಒಬ್ಬ ಕಾರ್ಮಿಕನನ್ನು ನಾನು ಕ್ಯಾಂಪ್ ಲೆದರ್ನೆಕ್ಕಿನಲ್ಲಿ ನೋಡಿದ್ದೆ. ನೋಡಲು ನಮ್ಮ ಹಾಗೆ ಕಂದು ಚರ್ಮದ ಕಪ್ಪು ಕೂದಲಿನವ. ಸಾಮಾನ್ಯ ಎತ್ತರ. ಇಂಗ್ಲಿಷ್ ಮಾತನಾಡಲು ಬರುತ್ತಿರಲಿಲ್ಲ. ಅವನ ಜೊತೆಗಾರರಿಂದ ತಿಳಿದು ಬಂದದ್ದು ಏನೆಂದರೆ ಅವನ ಅಜ್ಜನ ಮೂಲ ಪಾಕಿಸ್ತಾನವಂತೆ. ಅದೆಷ್ಟು ತಡಕಾಡಲು ಯತ್ನಿಸಿದರೂ ಮತ್ತೇನು ಹೆಚ್ಚು ವಿವರಗಳು ಸಿಗಲಿಲ್ಲ. ಜಗತ್ತು ಎಷ್ಟು ಸಣ್ಣದು!

15

ಮತ್ತೆ ಮತ್ತೆ ಕಾಬೂಲಿಗೆ

ನಮ್ಮ ಹೆಚ್ಚಿನ ಕೆಲಸಗಳು ಅಲ್ಲೇ ಇದ್ದದ್ದರಿಂದ ಅಫ್ಘಾನಿಸ್ತಾನದ ಓಡಾಟ ನಿರಂತರವಾಗಿತ್ತು. 2015ರ ನಂತರ ನಿಧಾನವಾಗಿ ಮಿಲಿಟರಿಯ ಸಂಖ್ಯೆಯನ್ನು ಇಳಿಸಲು ಆರಂಭಿಸಿದರು. ಅಲ್ಲಿದ್ದ ಕೆಲಸಗಳು ಕೂಡ ನಿಧಾನವಾಗಿ ಕಡಿಮೆಯಾಗುತ್ತಾ ಬಂತು. ನನ್ನ ಓಡಾಟವೂ ಕೂಡ. ಈ ಮಧ್ಯೆ ನಮಗೆ ಆಫ್ರಿಕಾದ ಗಲಭೆಯುಕ್ತ ಕೆಲ ದೇಶಗಳಲ್ಲಿ ಕೆಲಸ ಸಿಗಲಾರಂಭಿಸಿತ್ತು. ಮಾಲಿ, ಸುಡಾನ್, ಉಗಾಂಡ, ಸೊಮಾಲಿಯ, ಮೊಝಾಂಬಿಕ್ ಮತ್ತು ಕಾಂಗೋ ದೇಶಗಳಲ್ಲಿ ವಿಶ್ವಸಂಸ್ಥೆಗೆ ಕೆಲಸ ಮಾಡುವ ಅವಕಾಶ ಆಗತಾನೇ ದೊರಕಲು ಶುರುವಾಯ್ತು. ರಾಜಕೀಯ ಮತ್ತು ಸಾಮಾಜಿಕ ಅಶಾಂತಿಯುಳ್ಳ ಇಂತಹ ಆಫ್ರಿಕಾದ ದೇಶಗಳಲ್ಲಿ ವಿಶ್ವಸಂಸ್ಥೆ ತನ್ನ ಸದಸ್ಯ ರಾಷ್ಟ್ರಗಳ ಮಿಲಿಟರಿ ಪಡೆಯನ್ನು ಕರೆಸಿ ನಿಯೋಜಿಸುವುದು ವಾಡಿಕೆ. ನಮ್ಮ ದೇಶದ ಒಂದು ತುಕಡಿಯೂ ಅಲ್ಲಿತ್ತು ಎಂದು ಗೊತ್ತಾಗಿ ನನಗೆ ಅತೀವ ಆಶ್ಚರ್ಯ ಆಗಿತ್ತು. ಇಂತಹ ಮಿಲಿಟರಿ ಪಡೆಗೆ ಬೇಕಾದ ಅಗತ್ಯ ಸೌಕರ್ಯ ಒದಗಿಸುವ ಕೆಲ ಕಾಂಟ್ರ್ಯಾಕ್ಟ್‌ಗಳು ನಮಗೆ ಸಿಕ್ಕವು. ಆಗ ನಮ್ಮ ಗಮನ ಹೆಚ್ಚಾಗಿ ಆಫ್ರಿಕಾ ದೇಶಗಳ ಮೇಲೆ. ಅಲ್ಲಿಗೆ ಹೋಗುವ ಹಲವಾರು ಅವಕಾಶಗಳು ನನಗೆ ಒದಗಿ ಬಂದವು, ಆದರೆ ನಾನು ಹೋಗಲಾಗಲಿಲ್ಲ. ಈ ಮಧ್ಯೆ ಸ್ಟೆಫನ್ ಕಂಪನಿ ಬಿಟ್ಟು ಹೋಗಿದ್ದ. ನಾನು

ಎಂಜಿನಿಯರಿಂಗ್ ವಿಭಾಗದ ಮುಖ್ಯಸ್ಥನಾಗಿ ಮುಂಬಡ್ತಿ ಪಡೆದಿದ್ದೆ. ಹಾಗಾಗಿ ಬೇರೆ ಇನ್ಯಾರನ್ನಾದರೂ ಕಳುಹಿಸಿ ನಾನು ಹೆಚ್ಚಿಗೆ ದುಬೈ ಕಚೇರಿಯಲ್ಲೇ ಇರುತ್ತಿದ್ದೆ. ಈ ಮಧ್ಯೆ ಕಾಬೂಲಿನಲ್ಲಿ ಒಂದು ದೊಡ್ಡ ಕಾಂಟ್ರ್ಯಾಕ್ಟ್ ಪಡೆಯಲು ನಮ್ಮ ಕಂಪನಿ ಹವಣಿಸುತ್ತಿತ್ತು. ಯುದ್ಧ ಕಾಲದ ಆರಂಭದಿಂದಲೂ ಸುಪ್ರೀಂ ಎನ್ನುವ ಜರ್ಮನ್ ಕಂಪನಿ ಅಫ್ಘಾನಿಸ್ತಾನದಲ್ಲಿದ್ದ ಮಿಲಿಟರಿಯ ಆಹಾರ ವ್ಯವಸ್ಥೆಯ ಸಂಪೂರ್ಣ ಉಸ್ತುವಾರಿ ಹೊತ್ತುಕೊಂಡಿತ್ತು. ಕಾಬೂಲಿನ ವಿಮಾನ ನಿಲ್ದಾಣಕ್ಕೆ ಕೆಲವೇ ಕಿ.ಮೀ. ದೂರದಲ್ಲಿ ಆ ಕಂಪನಿಯ ಒಂದು ದೊಡ್ಡ ಕೇಂದ್ರೀಯ ಆಹಾರ ಉಗ್ರಾಣವಿತ್ತು. ಸುಮಾರು ಐವತ್ತು ಸಾವಿರ ಚದುರ ಮೀಟರಿನ ಬೃಹತ್ ಗಾತ್ರದ ಉಗ್ರಾಣವದು. ಅಫ್ಘಾನಿಸ್ತಾನದ ಎಲ್ಲಾ ಮಿಲಿಟರಿ ಕ್ಯಾಂಪುಗಳಿಗೆ ಇಲ್ಲಿಂದಲೇ ಸರಬರಾಜು. ಇದು ಮಿಲಿಟರಿ ಕ್ಯಾಂಪಿನಿಂದ ಸಂಪೂರ್ಣ ಹೊರಗಿದ್ದ ಕಟ್ಟಡ. ಒಬ್ಬ ಸ್ಥಳೀಯ ಸಾಹುಕಾರನೊಬ್ಬನ ಕೈಗಾರಿಕಾ ಜಮೀನಿನಲ್ಲಿ ಕೆಲವು ವರ್ಷಗಳ ಭೋಗ್ಯಕ್ಕೆ ತೆಗೆದುಕೊಂಡು ನಿರ್ಮಿಸಿದ್ದ ಬೃಹತ್ ಕಟ್ಟಡ. ಒಣ, ಹಸಿ, ಶೀತಲ ಮತ್ತು ಹಿಮಗಟ್ಟುವ ಆಹಾರ ಸಂಗ್ರಹ ಮತ್ತು ಬೃಹತ್ ಬೇಕರಿಯಲ್ಲದೆ ನೂರಾರು ಕೆಲಸಗಾರರು ಉಳಿದುಕೊಳ್ಳುವ ಸುಸಜ್ಜಿತ ಕ್ಯಾಂಪ್ ಕೂಡ ಈ ಕಾಂಪೌಂಡಿನಲ್ಲಿತ್ತು, ಈ ಉಗ್ರಾಣದ ಮೇಲೆ ನಿರಂತರ ಷೆಲ್ ದಾಳಿಯಾಗುತ್ತಿದ್ದರಿಂದ ರೋಸಿ ಹೋಗಿದ್ದ ಆ ಕಂಪನಿ ಇಂತಹ ಬೃಹತ್ ಉಗ್ರಾಣವನ್ನು ಕೆಲ ವರ್ಷಗಳ ಹಿಂದೆ ಮುಚ್ಚಿಬಿಟ್ಟಿತ್ತು. ಇಲ್ಲಿಂದ ಹೊರಡುವ ಸರಬರಾಜು ಟ್ರಕ್ಕುಗಳ ಮೇಲೆ ಕೂಡ ಅದೆಷ್ಟು ಬಾರಿ ದಾಳಿಗಳಾಗಿದೆಯೋ ಲೆಕ್ಕವಿಲ್ಲ ಎನ್ನುತ್ತಾರೆ ಅಲ್ಲಿನ ಬಲ್ಲ ಮಂದಿ. ಈ ಸುಪ್ರೀಂ ಕಂಪನಿಯ ಮೇಲೆ ಭ್ರಷ್ಟಾಚಾರದ ಆರೋಪ ಬಂದು ಅದನ್ನು ಕಪ್ಪು ಪಟ್ಟಿಗೆ ಸೇರಿಸಲಾಯಿತು. ಆ ಕಂಪನಿ ಕೈಗೆ ಸಿಕ್ಕದ್ದನ್ನು ಬಳಿದುಕೊಂಡು ಅಲ್ಲಿಂದ ಕಾಲು ಕಿತ್ತಿತು. ಅಷ್ಟರಲ್ಲಾಗಲೇ ಅದೆಷ್ಟು ಬಿಲಿಯನ್ನು ಡಾಲರುಗಳ ವಿನಿಮಯವಾಗಿತ್ತೋ? ಆಗ ಅಮೆರಿಕೆಯ ಮೂರ್ನಾಲ್ಕು ಇತರೆ ಕಂಪನಿಗಳಿಗೆ ಆಹಾರ ವ್ಯವಸ್ಥೆಯ ಜವಾಬ್ದಾರಿಯನ್ನು ವಿಂಗಡಿಸಿ ವಹಿಸಲಾಯಿತು. ಆಹಾರ ಸಂಗ್ರಹಣೆಯ ಜವಾಬ್ದಾರಿ ಹೊತ್ತ ಒಂದು ಕಂಪನಿ ನಮ್ಮ ತರಹದ ಹಲವು ಸಬ್-ಕಾಂಟ್ರ್ಯಾಕ್ಟರ್ ಕಂಪನಿಗಳಿಗೆ ಟೆಂಡರ್ ನೀಡಲು ಆಹ್ವಾನ ನೀಡಿತು. ಆಗ ನಮಗಿದ್ದ ಎರಡು ಆಯ್ಕೆಗಳೆಂದರೆ ಕೆಲವೇ ತಿಂಗಳುಗಳಲ್ಲಿ ಹೊಸದಾದ ಆಹಾರ ಉಗ್ರಾಣವನ್ನು ನಿರ್ಮಿಸಿ ನಿರ್ವಹಿಸುವ ಕೆಲಸ ಮಾಡಬೇಕು ಇಲ್ಲವೇ ಈಗಾಗಲೇ ಇರುವ ಉಗ್ರಾಣವನ್ನು ಭೋಗ್ಯಕ್ಕೋ ಬಾಡಿಗೆಗೋ ತೆಗೆದುಕೊಂಡು ನಡೆಸಬೇಕು. ಈ ಪಾಳುಬಿದ್ದ ಸುಪ್ರೀಂ ಉಗ್ರಾಣವನ್ನು ಭೋಗ್ಯಕ್ಕೆ ತೆಗೆದುಕೊಳ್ಳುವ ಯೋಜನೆ ಸಿದ್ಧವಾಗಿತ್ತು. ಆಗ ಅದರ ಸಂಪೂರ್ಣ ಒಡೆತನ ಆ ಸ್ಥಳೀಯ ಭೂಮಾಲೀಕನದ್ದಾಗಿತ್ತು. ಕಾಬೂಲಿನಲ್ಲಿದ್ದ ನಮ್ಮ

ಕೆಲ ವ್ಯವಸ್ಥಾಪಕ ಅಧಿಕಾರಿಗಳು ಆತನನ್ನು ಕಂಡು ಮಾತನಾಡಿಸಿ ಒಂದು ಹಂತದ ಒಪ್ಪಂದಕ್ಕೆ ಬಂದಿದ್ದರು. ಈಗಾಗಲೇ ಕೆಲವು ವರ್ಷಗಳಿಂದ ಪಾಳುಬಿದ್ದಿರುವ ಇದನ್ನು ನವೀಕರಿಸಿ ಬಳಸಲು ಯೋಗ್ಯ ಮಾಡುವುದು ನಮ್ಮ ಇಂಜಿನಿಯರಿಂಗ್ ವಿಭಾಗದ ಕೆಲಸ ಎಂದು ಫರ್ಮಾನು ಹೊರಡಿಸಿ ನನ್ನನ್ನು ಮತ್ತೆ ಕಾಬೂಲಿನೆಡೆಗೆ ತಳ್ಳುವ ಸಕಲ ಯೋಜನೆಗಳು ಜಾರಿಯಾದವು.

ನಮ್ಮ ಕಂಪನಿಯ ಆಹಾರ ಸರಬರಾಜು ವಿಭಾಗದ ಮುಖ್ಯಸ್ಥ 'ಆರ್ಮಿನ್ ಶ್ರೋಡರ್' ಎಂಬ ಜರ್ಮನ್ ಅಧಿಕಾರಿ. ಸ್ಟೆಫನ್‌ನಂತೆಯೇ ಎತ್ತರದ ನಿಲುವಿನ ಐವತ್ತರ ಆಸುಪಾಸಿನ ಶಿಸ್ತಿನ ಮನುಷ್ಯ. ಸುಪ್ರೀಂ ಕಂಪನಿಯಲ್ಲಿ ಹತ್ತಾರು ವರುಷ ಸೇವೆ ಸಲ್ಲಿಸಿದ ಅನುಭವವಿತ್ತು. ಇತ್ತೀಚೆಗೆ ನಮ್ಮ ಕಂಪನಿಗೆ ಸೇರಿದ್ದ. ಆರ್ಮಿನ್ ಮತ್ತು ನಾನು ಕಾಬೂಲಿಗೆ ಹೋಗಿ ಆ ಉಗ್ರಾಣದ ವ್ಯವಸ್ಥೆಯನ್ನು ಪರಿಶೀಲಿಸಿ ಸಾಧಕ-ಬಾಧಕಗಳ ಬಗ್ಗೆ ಒಂದು ಸುದೀರ್ಘ ವರದಿಯನ್ನು ಕೊಡಬೇಕಿತ್ತು. ನಮ್ಮಿಬ್ಬರ ಪ್ರಯಾಣದ ಸಿದ್ಧತೆಗಳು ಶುರುವಾದವು. ದುಬೈನ ಅಲ್-ಜಫಿಲಿಯದಲ್ಲಿದ್ದ ಆಫ್ಘನ್ ಕೋನ್ಸುಲೇಟ್ ಕಚೇರಿಗೆ ಹೋಗಿ ವೀಸಾ ಬೇಡಿಕೆ ಇಟ್ಟೆವು. 2009ರಲ್ಲಿ ಮೊದಲ ಬಾರಿ ನಾಗರಿಕ ವಿಮಾನ ಹಿಡಿದು ಕಂದಹಾರ್ ಹೋಗಲು ವೀಸಾ ಪಡೆದಿದ್ದೆ. ಅಲ್ಲಿಂದ ಸುಮಾರು ವರ್ಷಗಳು ಮಿಲಿಟರಿ ಚಾರ್ಟರ್ ವಿಮಾನಗಳಲ್ಲೇ ಓಡಾಡಿದ್ದರಿಂದ ಎಂದೂ ವೀಸಾ ತೆಗೆದುಕೊಳ್ಳುವ ಅವಶ್ಯಕತೆ ಬಂದಿರಲಿಲ್ಲ. ವೀಸಾ ಇಲ್ಲದೆ ಮಿಲಿಟರಿ ಕ್ಯಾಂಪಿನ ಹೊರಗೂ ಸುತ್ತಾಡಬಹುದಿತ್ತು. 'ಇತ್ತೀಚೆಗೆ ಆಫ್ಘಾನಿಸ್ತಾನದ ಆಡಳಿತದಲ್ಲಿ ಮಿಲಿಟರಿಯ ಹಿಡಿತ ಸಣ್ಣಗೆ ಸಡಿಲವಾಗುತ್ತಿತ್ತು. ಪ್ರಜಾಪ್ರಭುತ್ವ ವ್ಯವಸ್ಥೆ ತಹಬಂದಿಗೆ ಬರುವ ಎಲ್ಲಾ ಲಕ್ಷಣಗಳೂ ಕಾಣುತ್ತಿದ್ದವು. ಅನೇಕ ದೇಶಗಳ ವಿಮಾನಯಾನ ಕೂಡ ಶುರುವಾಗುತ್ತಲಿತ್ತು. ಬಾಂಬ್ ದಾಳಿಗಳು ಕ್ರಮೇಣ ಕಡಿಮೆಯಾಗುತ್ತಿತ್ತು. ಕಾಬೂಲಿನ ದಾರಿಯಲ್ಲಿ ಮೆರವಣಿಗೆ ಹೋಗುತ್ತಿದ್ದ ಮಿಲಿಟರಿ ಟ್ಯಾಂಕುಗಳ ಅಬ್ಬರ ಕಡಿಮೆಯಾಗಿತ್ತು. ಸಾಮಾಜಿಕ ಮತ್ತು ವ್ಯಾವಹಾರಿಕ ಲವಲವಿಕೆ ಎಲ್ಲೆಲ್ಲೂ. ಯುವ ಜನಾಂಗ ನವೀನ ರಾಷ್ಟ್ರವೊಂದರ ಕನಸು ಕಾಣುತ್ತಿದ್ದ ದಿನಗಳು' ಎಂದೆಲ್ಲಾ ಕೇಳಿದ್ದೆ. ಕಾಬೂಲಿಗೆ ಹೋಗಿ ಸುಮಾರು ವರ್ಷಗಳೇ ಕಳೆದಿತ್ತು. ನನಗೂ ಅಲ್ಲಿ ಈಗಿನ ಪರಿಸ್ಥಿತಿ ನೋಡಬೇಕೆಂದು ಕುತೂಹಲ. ವೀಸಾ ಸಿಕ್ಕು ನಾವು ಫ್ಲೈ-ದುಬೈ ವಿಮಾನದಲ್ಲಿ ಹೊರಟೆವು. ನಾನು ಇದುವರೆಗೂ ಕಾಬೂಲಿನ ಹಮೀದ್ ಕರ್ಜೈ ನಾಗರಿಕ ವಿಮಾನ ನಿಲ್ದಾಣಕ್ಕೆ ಹೋಗಿದ್ದಿಲ್ಲ. ನನ್ನ ಹಿಂದಿನ ಓಡಾಟ ಎಲ್ಲವೂ ಅದರ ಇನ್ನೊಂದು ಮಗ್ಗುಲಲ್ಲಿದ್ದ ನ್ಯಾಟೋ ಮಿಲಿಟರಿ ವಿಮಾನ ನಿಲ್ದಾಣದಿಂದಲೇ. ನಮ್ಮಲ್ಲಿ ವೀಸಾ ಇದ್ದರೂ ಲೇಬರ್ ಕಾರ್ಡ್ ಎಂಬ ಇನ್ನೊಂದು ವಿಶೇಷ ಪರ್ಮಿಟ್ ಅನ್ನು ಪಡೆದುಕೊಳ್ಳಬೇಕೆಂಬ ಹೊಸ ನಿಯಮ ಜಾರಿಗೆ ಬಂದಿತ್ತು. ಕೆಲಸ ಮಿಲಿಟರಿಗೆ

ಸಂಬಂಧಿಸಿದ್ದಾದರೂ ನಾವು ಹೋಗಬೇಕಾಗಿರುವುದು ಕ್ಯಾಂಪಿನ ಹೊರಗೆ, ಕಾಬೂಲ್ ನಗರದೊಳಗೆ. ನಾವು ಬಂದಿರುವ ಉದ್ದೇಶ, ಇರುವ ಅವಧಿ, ಉಳಿಯುವ ವಿವರ ಹೀಗೆ ಮತ್ತಷ್ಟು ಮಾಹಿತಿಗಳನ್ನು ಪಡೆದು ಪರ್ಮಿಟ್ ಕೊಡಲು ಘಂಟೆಗೂ ಮಿಗಿಲಾದ ಸಮಯವಾಯ್ತು. ಅಲ್ಲಿನ ಅಧಿಕಾರಿಗಳು ಇಂಗ್ಲಿಷಿನಲ್ಲಿ ವ್ಯವಹರಿಸಲು ತುಂಬಾ ಸಮಯ ತೆಗೆದುಕೊಳ್ಳುತ್ತಿದ್ದರು. ನಮ್ಮನ್ನು ಮತ್ತು ನಮ್ಮ ಲಗೇಜುಗಳನ್ನು ಅಗತ್ಯಕ್ಕಿಂತ ಹೆಚ್ಚೇ ತಪಾಸಣೆ ಮಾಡುತ್ತಿದ್ದರು. ಬೇಕೆಂದೇ ಏನೇನೋ ಪ್ರಶ್ನೆಗಳನ್ನು ಮಾಡುತ್ತಿದ್ದರು ಎನಿಸುತ್ತಿತ್ತು. ಅಷ್ಟು ಸಲೀಸಾಗಿ ನಮ್ಮನ್ನು ಇವರು ಬಿಡುವುದಿಲ್ಲ ಎಂದು ಮನವರಿಕೆಯಾಯ್ತು. ನನಗೆ ಇಂತಹ ಅನುಭವ ಇಷ್ಟು ವರುಷಗಳ ಆಫ್ಘನ್ ಓಡಾಟದಲ್ಲಿ ಆಗಿರಲಿಲ್ಲ. ವಿಮಾನದಿಂದ ಬಂದಿದ್ದ ಎಲ್ಲರೂ ಹೊರಹೋದರೂ ನಾವು ಮಾತ್ರ ಅವರ ನಿಧಾನಗತಿಯ ಕಾರ್ಯಕ್ಕೆ ರೋಸಿಹೋಗಿ ಅಲ್ಲೇ ನಿಂತಿದ್ದೆವು. ಅಷ್ಟರಲ್ಲಿ ಆರ್ಮಿನ್ ಏನೋ ತೋಚಿದವನಂತೆ ಒಬ್ಬ ಅಧಿಕಾರಿಯ ಹತ್ತಿರ ಮಾತನಾಡುತ್ತಾ ನೂರು ಯುಎಇ ದಿರ್ಹಮ್ ನೋಟೊಂದನ್ನು ಮಡಿಸಿ ಮರೆಮಾಚಿದಂತೆ ಅವನ ಕೈಗಿತ್ತು ನಕ್ಕ. ನಮ್ಮ ದಾರಿ ಸಲೀಸಾಯ್ತು. ಆಗ ಎಲ್ಲವೂ ಸರಾಗ. ಹೊರಬಂದು ಪಾರ್ಕಿಂಗ್ 'ಸಿ' ಜಾಗಕ್ಕೆ ಹೋಗಬೇಕೆನ್ನುವುದು ನಮಗೆ ಈಗಾಗಲೇ ದುಬೈ ಎಚ್‌ಆರ್‌ನವರು ತಿಳಿಸಿದ್ದ ಮಾಹಿತಿ. ಅಲ್ಲಿಂದ ನೂರಿನ್ನೂರು ಮೀಟರುಗಳು ನಡೆದು ಪಾರ್ಕಿಂಗ್ 'ಸಿ' ತಲುಪಿದೆವು. ಹಿಂದಿನ ಅಧ್ಯಕ್ಷ ಹಮೀದ್ ಕರ್ಜೈನ ಬೃಹತ್ ಭಾವಚಿತ್ರವನ್ನು ವಿಮಾನ ನಿಲ್ದಾಣ ಕಟ್ಟಡದ ಮೇಲೆ ನಿಲ್ಲಿಸಿದ್ದುದು ಅಷ್ಟು ದೂರಕ್ಕೂ ಕಾಣಿಸುತ್ತಿತ್ತು. ಪಾರ್ಕಿಂಗ್ 'ಸಿ' ವಿಮಾನ ನಿಲ್ದಾಣದ ಮುಖ್ಯ ರಕ್ಷಣಾ ವಲಯದಿಂದ ಬೇರ್ಪಟ್ಟಿತ್ತು. ದಾರಿಯಲ್ಲಿ ಅಲ್ಲಿನ ಸ್ಥಳೀಯರು ಆಫ್ಘಾನಿ ನೋಟುಗಳ ಕಂತೆಗಳನ್ನು ಹಿಡಿದು ಬರುವ ಪ್ರಯಾಣಿಕರ ಬಳಿ ವಿದೇಶಿ ನೋಟುಗಳ ವಿನಿಮಯ ಮಾಡಿಕೊಡಲು ಸ್ಪರ್ಧೆಗಿಳಿದಂತೆ ದರವನ್ನು ಇಳಿಸಿ ಅಥವಾ ಏರಿಸಿ ವ್ಯವಹಾರ ಕುದುರಿಸುವ ನೋಟ ನನಗೆ ವಿಚಿತ್ರ ಎನಿಸಿತ್ತು. ನಮ್ಮ ಬಳಿಗೂ ಬಂದ ಜನರಿಗೆ ನಮಗಿದರ ಅವಶ್ಯಕತೆಯಿಲ್ಲ ಎಂದು ಹೇಳಿ ಹೇಳಿ ಸಾಕಾಗಿ ಹೋಯ್ತು. ಇವರಿಂದ ತಪ್ಪಿಸಿಕೊಂಡು ಸ್ವಲ್ಪ ದೂರಕ್ಕೆ ನಡೆದೆವು. ಅಲ್ಲೊಂದು ಅಂಗಡಿ-ಮುಂಗಟ್ಟಿನ ಸಂಕೀರ್ಣ. ಅದರ ಒಳಗಿಂದ ಹಾದು ಹೊರಗೆ ಹೋದರೆ ಪಾರ್ಕಿಂಗ್ 'ಸಿ'. ನಮ್ಮನ್ನು ಕರೆದೊಯ್ಯುವ ಮಂದಿ ಎಲ್ಲೂ ಕಾಣಿಸಲಿಲ್ಲ. ಕೆಲವು ಟ್ಯಾಕ್ಸಿ ಚಾಲಕರು ನಮ್ಮನ್ನು ವಿಚಾರಿಸಲು ಬರುತ್ತಿದ್ದರು. ಬಹುತೇಕ ಮಂದಿ ನನ್ನನ್ನು 'ಹಿಂದುಸ್ತಾನಿ'ಯೆಂದೇ ಹರಕು-ಮುರುಕು ಉರ್ದುವಿನಲ್ಲಿ ಮಾತನಾಡಿಸಲು ಯತ್ನಿಸುತ್ತಿದ್ದರು. ನಾನು ಅವರಿಗೆ ನಿಮ್ಮ ಸೇವೆಯ ಅವಶ್ಯಕತೆಯಿಲ್ಲ ಎಂದು ಎಷ್ಟು ಮನವರಿಕೆ ಮಾಡಿಕೊಡಲು ಯತ್ನಿಸಿದರೂ ಅವರು ಒಂದೇ ಸಮನೆ

ದುಂಬಾಲು ಬೀಳುತ್ತಿದ್ದರು. ಆರ್ಮಿನ್ ರೋಸಿ ಹೋಗಿ ಅವರ ಜೊತೆ ಏನನ್ನೂ ಮಾತನಾಡಬೇಡ ಎಂದು ಸಣ್ಣಗೆ ಗದರಿದ. ನಾವು ಅಕ್ಷರಶಃ ಯಾವುದೇ ಭದ್ರತೆಯಿಲ್ಲದ ಅಸುರಕ್ಷಾ ವಲಯದಲ್ಲಿದ್ದೆವು. ಯಾರಾದರೂ ನಮ್ಮನ್ನು ಸುಲಭವಾಗಿ ಅಪಹರಿಸಬಹುದಾದ ಸಮಯವದು. ಅಲ್ಲಿನ ಸ್ಥಳೀಯರು ಹೀಗೆ ನಮ್ಮ ಹಿಂದೆ ಬಿದ್ದದ್ದು ನಮಗೆ ಮತ್ತಿನ್ಯಾವ ಅಪಾಯ ತಂದೊಡ್ಡುವುದೋ ಎಂದು ಗಾಬರಿಯಾಗಿ ಕಾಬೂಲಿನ ಆ ಕೊರೆವ ಚಳಿಯಲ್ಲೂ ನಿಧಾನವಾಗಿ ಬೆವರು ಹತ್ತಲು ಶುರುವಾಯ್ತು. ಅಲ್ಲಿದ್ದದ್ದು ನಾವಿಬ್ಬರೇ ವಿದೇಶಿಗಳು. ಆರ್ಮಿನ್ ಅಂತೂ ತುಂಬಾ ಗಾಬರಿಗೊಳಗಾಗಿದ್ದ. 'ನಾನು ನೂರು ಬಾರಿ ಇಲ್ಲಿಗೆ ಬಂದಿದ್ದೇನೆ, ಇಂತಹ ಕೆಟ್ಟ ಬೇಜವಾಬ್ದಾರಿತನವನ್ನು ನೋಡಿಯೇ ಇಲ್ಲ. ಮತ್ತೊಮ್ಮೆ ಇಲ್ಲಿಗೆ ಬರುವುದಿಲ್ಲ. ಕೆಲಸ ಹೋದರೂ ಚಿಂತಿಲ್ಲ' ಎಂದೆಲ್ಲಾ ಬಡಬಡಾಯಿಸುತ್ತಾ ಸುತ್ತ ಮುತ್ತ ಗಾಬರಿಯಿಂದ ನೋಡುತ್ತಿದ್ದ. ಅವನು ಧೈರ್ಯ ಕಳೆದುಕೊಂಡದ್ದು ನನ್ನನ್ನು ಇನ್ನೂ ಗಾಬರಿಗೊಳಿಸಿತು. ನಾನು ಕೂಡ ಅವನ ಹಾಗೆ ನಮ್ಮವರು ಬಂದಾರೆಯೇ ಎನ್ನುತ್ತ ದಾರಿಯನ್ನೇ ದಿಟ್ಟಿಸಿ ನೋಡಹತ್ತಿದೆ.

ಸುಮಾರು ಅರ್ಧಘಂಟೆ ನಾವು ಉಸಿರು ಬಿಗಿಹಿಡಿದುಕೊಂಡು ಅಲ್ಲಿ ನಿಂತದ್ದು. ಅದಾಗಲೇ ಸಂಜೆಯ ಮಬ್ಬು ಆವರಿಸುತ್ತಿತ್ತು. ಅದೆಲ್ಲಿಂದಲೋ ತೂರಿಕೊಂಡು ಬಂದ ಇಬ್ಬರು ಆಲ್ಬೇನಿಯನ್ ಹುಡುಗರು ಗಾಬರಿಯಿಂದಲೇ 'ಬನ್ನಿ ಬನ್ನಿ, ಬೇಗ ಹೋಗೋಣ' ಎಂದು ನಮ್ಮನ್ನು ಅವರ ಕಾರಿನ ಹತ್ತಿರ ಅವಸರದಿಂದ ಕರೆದುಕೊಂಡುಹೋದರು. ಏನೋ ಅಚಾತುರ್ಯವಾದ ವಾಸನೆ ನನಗೆ ಸಿಗಹತ್ತಿತ್ತು. ಒಳಗೆ ಕೂತ ಆರ್ಮಿನ್ ಅವರ ಮೇಲೆ ಕೋಪದಿಂದ ರೇಗಾಡಿದ. ನಿಮ್ಮ ಮೇಲೆ ದೂರು ಕೊಡುವೆನೆಂದು ಹೆದರಿಸಿದ. ಅವರಲ್ಲೊಬ್ಬ ಸ್ವಲ್ಪ ಧ್ವನಿ ಏರಿಸಿ 'ಎಂತಹ ವಿಷಮ ಪರಿಸ್ಥಿತಿಯಲ್ಲಿ ನಾವು ಇಲ್ಲಿಗೆ ಬಂದಿದ್ದೇವೆ ಗೊತ್ತೇ ನಿಮಗೆ?' ಎಂದು ಜೋರಾಗಿ ಉಸಿರಾಡುತ್ತಾ ಹೇಳಿದ. ನಾನಂತೂ ಏನೂ ಮಾತನಾಡದೇ ಉಸಿರುಬಿಗಿಹಿಡಿದೇ ಕೂತಿದ್ದೆ. ಆರ್ಮಿನ್ ಕೂಡ ಸ್ವಲ್ಪ ತಣ್ಣಗಾದ. 'ಏನು ವಿಷಯ?' ಕೇಳಿದೆ. ಅವರಿಬ್ಬರೂ ನನಗೆ ಪರಿಚಿತರೇ. ಅದು 2017 ಜನವರಿ ಮಾಹೆ ಎಂಬ ನೆನಪು. ಕಾಬೂಲಿನ ನಗರ ವ್ಯಾಪ್ತಿಯಿಂದ ಹತ್ತನ್ನೆರಡು ಕಿ.ಮೀ ದೂರ ಜಲಾಲಬಾದಿನ ರೋಡಿನಲ್ಲಿದ್ದ ನಮ್ಮ ಹಳೆಯ ಕಾಂಪೌಂಡನ್ನು ಮುಚ್ಚಿ ಬಹುತೇಕ ಯುರೋಪಿನ ಕಂಪನಿಗಳು ಮತ್ತು ಆ ದೇಶಗಳ ದೂತಾವಾಸ ಕಚೇರಿಗಳಿದ್ದ 'ವಜೀರ್ ಅಕ್ಬರ್ ಖಾನ್' ರಸ್ತೆಯ ಪ್ರದೇಶಕ್ಕೆ ಸ್ಥಳಾಂತರಿಸಿದ್ದರು. ವಿಮಾನ ನಿಲ್ದಾಣಕ್ಕೆ ಮತ್ತು ನಗರಕ್ಕೆ ಸ್ವಲ್ಪ ಹತ್ತಿರವಿದ್ದ ಜಾಗ. 'ಇಂದು ಮಧ್ಯಾಹ್ನ ಅಲ್ಲಿ ಭಯಂಕರವಾದ ಬಾಂಬ್ ಸ್ಫೋಟ ಸಂಭವಿಸಿತ್ತು. ಸಿವೇಜ್ ಟ್ಯಾಂಕರಿನಲ್ಲಿ ಆರ್‌ಡಿಎಕ್ಸ್ ಭರ್ತಿ ತುಂಬಿ

ಸ್ಫೋಟಿಸಿದ್ದರು. ನೂರಾರು ಜನ ಸತ್ತರು. ದೇಹವೆಲ್ಲ ಚೆಲ್ಲಾಪಿಲ್ಲಿಯಾಗಿ ಬಿದ್ದಿದೆ, ಸುತ್ತಮುತ್ತಲ ಕಟ್ಟಡಗಳೆಲ್ಲ ಬಿರುಕು ಬಿಟ್ಟಿವೆ, ಕಿಟಕಿ ಗಾಜುಗಳು ಪುಡಿಗಟ್ಟಿವೆ. ಸ್ಫೋಟ ಸಂಭವಿಸಿದ ರಸ್ತೆಯ ಜಾಗದಲ್ಲಿ ದೊಡ್ಡ ಕಂದಕವೇ ಸೃಷ್ಟಿಯಾಗಿದೆ. ಮಧ್ಯಾಹ್ನದಿಂದ ಮಿಲಿಟರಿಯವರು ಎಲ್ಲ ರಸ್ತೆಗಳನ್ನು ನಾಕಾಬಂದಿ ಮಾಡಿಟ್ಟಿದ್ದಾರೆ. ಆಮೆ ವೇಗದಲ್ಲಿ ಸಾಗುತ್ತಿರುವ ನಿಬಿಡ ರಸ್ತೆಗಳಲ್ಲಿ ಎಲ್ಲೆಲ್ಲೋ ತಿರುಗಿ ಇಲ್ಲಿಗೆ ಬರುವ ಹೊತ್ತಿಗೆ ಸಮಯ ಇಷ್ಟಾಯ್ತು. ನಿಮ್ಮ ಅದೃಷ್ಟ ನಾವು ತುಂಬಾ ತಡ ಮಾಡಲಿಲ್ಲ ಎಂದು ಒಂದಷ್ಟು ಉತ್ಪ್ರೇಕ್ಷೆಯ ಜೊತೆ ಸ್ಫೋಟದ ವಿವರ ಕೊಟ್ಟು ನಮಗೆ ಇನ್ನಷ್ಟು ಭೀತಿ ಉಂಟು ಮಾಡಿಸಿದರು. ನಾನಂತೂ ವಿಷಯವನ್ನು ಕೆದಕಲು ಪ್ರಯತ್ನ ಮಾಡುತ್ತಲೇ ಇದ್ದೆ. ಅವರಿಗೆ ತೋಚಿದಷ್ಟನ್ನೂ ಹೇಳಿದರು. ಅವರ ಮಾತು ನಿಜವಿತ್ತು. ರಸ್ತೆ ನಿಧಾನವಾಗಿ ಸಾಗುತ್ತಿತ್ತು. ನಾಲ್ಕೈದು ಕಿ.ಮೀ ದೂರದ ಗಮ್ಯ ತಲುಪಲು ನಮಗೆ 2 ತಾಸಿನ ಅವಧಿ ಬೇಕಾಯ್ತು. ರಸ್ತೆಯ ಮಧ್ಯದಲ್ಲೇ ಇನ್ನೆಲ್ಲಿ ಇನ್ಯಾವ ಸ್ಫೋಟವಾಗುವುದೋ ಎಂಬ ಭಯ ನನಗೆ. ನಮ್ಮ ಕಂಪನಿಯ ಕಾಂಪೌಂಡ್ ಬಳಿ ತಲುಪಿದಾಗ ಅಲ್ಲಿ ಎಂತದೋ ಸುಟ್ಟ ಕಮಟು ವಾಸನೆ ಮೂಗಿಗೆ ಬಡಿಯುತ್ತಿತ್ತು. ಸ್ವಲ್ಪ ದೂರದಲ್ಲಿ ಮಿಲಿಟರಿ ವಾಹನಗಳು ಒತ್ತೊತ್ತಾಗಿ ನಿಂತಿರುವುದು ಕಾಣಿಸಿತು. ಸ್ಫೋಟ ಅಲ್ಲಿಂದ ಅನತಿ ದೂರದಲ್ಲೇ ಆದ ಸುಳಿವು ಸಿಗುತ್ತಿತ್ತು. ಅದಾಗಲೇ ಕತ್ತಲು ಆವರಿಸಿದ್ದರಿಂದ ಹೆಚ್ಚೇನು ಕಾಣಲಿಲ್ಲ. ಮಿಲಿಟರಿಯವರಂತೆಯೇ ದಿರಿಸು ಧರಿಸಿದ್ದ ಇಬ್ಬರು ಆಫ್ಘಾನಿ ಭದ್ರತಾ ಸಿಬ್ಬಂದಿ ಹೊರಬಂದು ನಮ್ಮ ವಾಹನ ತಪಾಸಣೆ ಮಾಡಿ ನಮ್ಮನ್ನು ಒಳಬಿಟ್ಟರು. ಮೂರಾಳೆತ್ತರದ ಕಬ್ಬಿಣದ ದಿಮ್ಮಿಯ ಬಾಗಿಲು ಕಿರ್ರೆಂದು ಸರಿದು ಮತ್ತೆ ಮುಚ್ಚಿಕೊಂಡಿತು. ಹತ್ತಾರು ಮೀಟರುಗಳ ದೂರದಲ್ಲಿ ಮತ್ತೊಂದು ಅದೇ ತೆರನಾದ ಬಾಗಿಲಿತ್ತು. ಅಲ್ಲಿ ಓಡಿಬಂದ ಒಬ್ಬ ಭದ್ರತಾಧಿಕಾರಿ ಒಂದು ಪುಸ್ತಕದಲ್ಲಿ ನಮ್ಮ ಸಹಿಯನ್ನು ಪಡೆದು ಬಾಗಿಲನ್ನು ತೆರೆದನು. ಇಲ್ಲಿ ನಾವೆಷ್ಟು ಸುರಕ್ಷಿತರು ಎಂಬ ಪ್ರಶ್ನೆಗೆ ಯಾರು ಉತ್ತರ ನೀಡಿಯಾರು? ನಮ್ಮಿಬ್ಬರಿಗೂ ಒಂದೊಂದು ಕಂಟೈನರ್ ಕ್ಯಾಬಿನ್ನನ್ನು ತೋರಿಸಿದರು. ಅಲ್ಲಿ ಸಿಕ್ಕದ್ದನ್ನು ಉಂಡು ಹಾಸಿಗೆ ಮೇಲೆ ಅದೆಷ್ಟು ಹೊರಳಾಡಿದರೂ ನಿದ್ದೆ ಹತ್ತಲಿಲ್ಲ. ಅದೆಷ್ಟು ಧೈರ್ಯ ತಂದುಕೊಳ್ಳುವ ನಾಟಕ ಮಾಡಿದರೂ ಭಯ ಗುಪ್ತಗಾಮಿನಿಯಾಗಿ ನನ್ನೊಳಗೆ ಹರಿಯುತ್ತಲೇ ಇತ್ತು.

ಕಾಬೂಲ್ ಎಂದರೆ ನನಗೆ ಮೊದಲು ನೆನಪಿಗೆ ಬರುವುದು ಇರ್ಘುತ್ ಝ್ಯುಮಿ, ಗಾರ್ಝ್ಮುಂಡ್ ಸೆಕ ಮತ್ತು ಹಾಜೀ ಮೊಹಮ್ಮದ್. ಬೆಳಗ್ಗೆ ಬೇಗನೆ ಎದ್ದು ನಮ್ಮ ಕೆಲಸಕ್ಕೆ ಹೊರಡಲು ಸಿದ್ಧತೆ ಮಾಡಿಕೊಳ್ಳತೊಡಗಿದೆವು. ಅಲ್ಲಿದ್ದ ಡೈನಿಂಗ್ ಹಾಲಿನಲ್ಲಿ ನನ್ನ ಹಳೆಯ ಆಲ್ಬೇನಿಯನ್ ಗೆಳೆಯರು ಸಿಕ್ಕರು. ಅವರೆಲ್ಲಾ ನನ್ನನ್ನು 'ಮಂಜುನಾಥಿ' ಎಂದೇ ಕರೆಯುತ್ತಿದ್ದುದು. ಅವರ ಭಾಷೆಯಲ್ಲಿ

ಗಂಡಸರ ಹೆಸರಿನ ಕೊನೆಯ ಅಕ್ಷರ 'ಇ' ಇಂದ ಕೊನೆಯಾಗುವುದಂತೆ. ತುಂಬಾ ಪ್ರೀತಿಯಿಂದ ಉಭಯ ಕುಶಲೋಪರಿ ನಡೆಯಿತು. ಇಷ್ಟು ವರ್ಷಗಳು ಇಲ್ಲಿಯೇ ಇದ್ದಾರಲ್ಲ ಎಂಬ ಆಶ್ಚರ್ಯ ನನಗೆ. ಹಾಜೀ ಮೊಹಮ್ಮದ್ ಬಗ್ಗೆ ವಿಚಾರಿಸಿದೆ. ಅವರಿಬ್ಬರೂ ನಿಶಬ್ದರಾದರು. 'ಅವನಿನ್ನಿಲ್ಲ' ಗಾರ್ಝ್ಮಂಡ್ ಹೇಳಿದ. ಏನಾಯ್ತು ಎಂದೆ ಗಾಬರಿಯಿಂದ. 'ಮಗನ ಮದುವೆಗೆ ಖರೀದಿಗೆಂದು ಕಾಬೂಲ್ ಮಾರ್ಕೆಟ್ ಹೋಗಿದ್ದಾಗ ಅಲ್ಲಿ ಭಯಂಕರ ಸ್ಫೋಟವಾಗಿ ಹಲವಾರು ಮಂದಿ ಸತ್ತರು. ಅವರಲ್ಲಿ ಈತ ಕೂಡ. ಅವ ಹೋಗಿ ಎರಡು ವರ್ಷಕ್ಕಿಂತ ಮಿಗಿಲಾಯ್ತು'. ಎಂದ ಇರ್ಝುತ್. ನನಗೆ ಅದು ನಿಜಕ್ಕೂ ಆಘಾತದ ಸುದ್ದಿ. ಇವತ್ತಿಗೂ ನನ್ನ ಕಣ್ಣ ಮುಂದೆ ಹಾದುಹೋಗುವ ಎತ್ತರದ ನಿಲುವಿನ ಋಷಿ ಸದೃಶ ವ್ಯಕ್ತಿ ಅವ. ಅವನ ಮಾತಂತೂ ನನಗೆ ಇನ್ನೂ ಕೇಳಬೇಕೆನ್ನುವಷ್ಟು ಮುದ ನೀಡುತ್ತಿತ್ತು. ತುಂಬಾ ದಿನಗಳವರೆಗೆ ಆ ಸುದ್ದಿಯನ್ನು ಅರಗಿಸಿಕೊಳ್ಳಲು ಕಷ್ಟವಾಗಿದ್ದು ನಿಜ. ಅಲ್ಲಿ ಪ್ರತಿಕ್ಷಣವೂ ನಶ್ವರದಂತೆ ಭಾಸವಾಗತೊಡಗಿತು. ಆರ್ಮಿನ್ ತಯಾರಾಗಿ ನಿಂತಿದ್ದ. ನಮ್ಮನ್ನು ಹೊರಗೆ ಕರೆದುಕೊಂಡು ಹೋಗುವವರು ಯಾರು? ಎಂದೆ. 'ಇನ್ಯಾರು? ನಮ್ಮ ಆಂಟೊನಿಯೋ ಸ್ಯಾಂಟೋಸ್' ಎಂದ ಗಾರ್ಝ್ಮಂಡ್. ನನಗೆ ಅದು ಆಶ್ಚರ್ಯದ ನೆತ್ತಿ ಮೇಲೆ ಹೊಡೆದಷ್ಟು ಆಶ್ಚರ್ಯ. ಆಗ ಆಂಟೊನಿಯೋ ಕಾಬೂಲಿನಲ್ಲಿರುವುದು ನನಗೆ ತಿಳಿದಿರಲಿಲ್ಲ. ದುಬೈ ಕಚೇರಿಗೆ ಬಂದಾಗ ನನ್ನನ್ನು ಭೇಟಿ ಮಾಡುವುದನ್ನು ಆತ ಎಂದಿಗೂ ತಪ್ಪಿಸುತ್ತಿರಲಿಲ್ಲ. ಆತನನ್ನು ಕಂದಹಾರ್ ಕ್ಯಾಂಪಿನಿಂದ ಸೊಮಾಲಿಯ ದೇಶಕ್ಕೆ ಒಂದು ಪ್ರಾಜೆಕ್ಟಿನ ವ್ಯವಸ್ಥಾಪಕನನ್ನಾಗಿ ಕಳುಹಿಸಿದ್ದ ವಿಷಯ ಗೊತ್ತಿತ್ತಷ್ಟೆ. ಅಮೇಲಿನ ಈ ಬೆಳವಣಿಗೆ ನನಗೆ ಗೊತ್ತಿರಲಿಲ್ಲ. ಇಲ್ಲಿ ಆತ ಭದ್ರತಾ ಮುಖ್ಯಸ್ಥನಾಗಿ ನಿಯೋಜನೆಗೊಂಡಿದ್ದ. ಅಂದು ಅವನು ನಮ್ಮನ್ನು ಹೊರಗೆ ಕರೆದುಕೊಂಡು ಹೋಗುವ ಎಸ್ಕಾರ್ಟ್. ನಮ್ಮನ್ನು ಸೇರಿಕೊಂಡ ಅಂಟೊನಿಯೋ ಎಂದಿನಂತೆ ಆಂಗಿಕ ಮತ್ತು ಮೌಖಿಕ ಚೇಷ್ಟೆ ಮಾಡುತ್ತಲೇ ಕೆಲ ಹೊತ್ತು ಹರಟೆ ಹೊಡೆದು ಹೊರಡೋಣವೆಂದ. ಇವ ಇನ್ನೂ ಸರಿಹೋಗಿಲ್ಲ ಎಂದು ನಾನು ಒಳಗೇ ನಕ್ಕು ನಡೆದೆ. ಆರ್ಮಿನ್ ಮಾತ್ರ ಆಂಟೊನಿಯೋ ನನಗೆ ಹಿಡಿಸಲಿಲ್ಲ ಎಂದು ಮೂಗುಮುರಿಯುತ್ತಿದ್ದುದು ಕಾಣಿಸುತಿತ್ತು. ಆಗ ಅಲ್ಲಿಗೆ ಕಪ್ಪು ಬಣ್ಣದ ಆರ್ಮರ್ಡ್ ವೆಹಿಕಲ್ ಒಂದು ಬಂದು ನಿಂತಿತು. ಚಾಲಕನ ಸೀಟಿನಿಂದ ಹೊರಬಂದ ಒಬ್ಬ ಬಿಳಿ ವ್ಯಕ್ತಿ ನಮಗೆ ಪರಿಚಯ ಮಾಡಿಕೊಂಡಿತು. ಮಾಜಿ ಬ್ರಿಟಿಷ್ ಮಿಲಿಟರಿ ಅಧಿಕಾರಿ ಆತ. ನಲವತ್ತೈದರ ಪ್ರಾಯ. ಕಾಬೂಲಿನಲ್ಲಿ ತನ್ನದೇ ಒಂದು ಭದ್ರತಾ ಕಂಪನಿ ನಡೆಸುತ್ತಿದ್ದ. ನಮ್ಮಂತಹ ಕಂಪನಿಗಳಿಗೆ ಆತ ಭದ್ರತಾ ಸಲಹೆಗಾರನಾಗಿ ಕೆಲಸ ಮಾಡುತ್ತಿದ್ದ. ಆ ಗಾಡಿ ಕೂಡ ಅವನದೇ. ಸಂಪೂರ್ಣ ಗುಂಡು ನಿರೋಧಕ ಗಾಡಿಯದು. ನಾವು ನಾಲ್ವರು ಗಾಡಿಯನ್ನು ಏರಿದೆವು. ಬ್ರಿಟಿಷ್ ಕಾರು ಚಾಲಕ,

ಪೋರ್ಚುಗೀಸ್ ಎಸ್ಕಾರ್ಟ್, ಜರ್ಮನ್ ಮತ್ತು ಇಂಡಿಯನ್ ಅವರೊಟ್ಟಿಗೆ. ಅವರಿಬ್ಬರು ಶಸ್ತ್ರಧಾರಿಗಳು ಎಂಬುದು ಗೊತ್ತಾಯ್ತು. ಇದರ ಬಗ್ಗೆ ಅರಿವಿದ್ದ ನಾನು ಹೆಚ್ಚಿಗೆ ಪ್ರಶ್ನೆ ಮಾಡಲು ಹೋಗಲಿಲ್ಲ. ನನಗೆ ಮೊದಲ ಬಾರಿಗೆ ಇಲ್ಲಿಗೆ ಬಂದಾಗಿನ ನೆನಪುಗಳು ಬಿಚ್ಚಿಕೊಳ್ಳತೊಡಗಿತು. ಭದ್ರತಾ ವ್ಯವಸ್ಥೆಯಲ್ಲಿನ ಆ ಗಣನೀಯ ಬದಲಾವಣೆಯನ್ನು ನೋಡಿ ಖುಷಿಯಾಯ್ತು.

ನಮ್ಮ ಕಾರು ಗೇಟಿನ ಮುಂದೆ ಬಂದು ನಿಂತಿತು. ಭದ್ರತಾ ಸಿಬ್ಬಂದಿಗಳು ತಟ್ಟೆಯಂತಿದ್ದ ಬೂದುಗನ್ನಡಿಯನ್ನು ವಾಹನದ ಬುಡಕ್ಕೆ ಪದೇ ಪದೇ ಹಿಡಿದು ಒಳಗೆಲ್ಲ ಇಣುಕಿ ಒಂದು ಸುದೀರ್ಘ ತಪಾಸಣೆ ಮಾಡಿದ ನಂತರ 'ಕುಲ್ಲಾ ಸಿಮ್‌ಸಿಮ್' ರೀತಿ ಆ ಬೃಹತ್ ಬಾಗಿಲು ತೆರೆದುಕೊಂಡಿತು. ಮುಖ್ಯ ರಸ್ತೆಗೆ ಸೇರಲು ಇದ್ದ ಉಪರಸ್ತೆಯನ್ನು ನಿನ್ನೆ ಉಡಾಯಿಸಿಬಿಟ್ಟಿದ್ದರು. ಹಾಗಾಗಿ ಸಣ್ಣಪುಟ್ಟ ಕಚ್ಚಾ ರಸ್ತೆಗಳನ್ನು ಹಿಡಿದು ಗಾಡಿ ಸಾಗುತ್ತಿತ್ತು. ಕೆಲವು ಕಟ್ಟಡಗಳ ಕಿಟಕಿ ಪುಡಿಯಾಗಿರುವುದನ್ನು ತೋರಿಸಿದ ಆ ಬ್ರಿಟಿಷ್ 'ನೋಡಿ, ನಿನ್ನೆಯ ಹೊಡೆತಕ್ಕೆ ಸಿಕ್ಕಿ ನಲುಗಿರೋದು ಇದು' ಎಂದ. ದಾರಿಯ ಒಂದು ಮಗ್ಗುಲಲ್ಲಿ ಮಕಾಡೆ ಮಲಗಿದ್ದ ಟಿ–ವಾಲನ್ನು ತೋರಿಸುತ್ತಾ 'ಸಾವಿರಾರು ಕೆಜಿ ತೂಗುವ ಇವೆಲ್ಲ ನಿನ್ನೆ ತರಗೆಲೆಗಳಂತೆ ಹಾರಿಬಿದ್ದವು ಗೊತ್ತೇ' ಎಂದ. ಭೂಕಂಪನವಾಗಿ ಧರೆಗುರುಳುವ ರೀತಿ ಕುಸಿದಿದ್ದ ಕೆಲವು ಮಣ್ಣಿನ ಮನೆಗಳನ್ನೂ ತೋರಿಸಿ ನಿನ್ನೆಯ ಸ್ಫೋಟದ ತೀವ್ರತೆಯನ್ನು ಅಂದಾಜು ಮಾಡಿರೆಂದು ನಮಗೆ ಹೇಳುತ್ತಿದ್ದ. 'ಸಾಧ್ಯವಾದರೆ ಸ್ಫೋಟದ ಜಾಗದ ಹತ್ತಿರ ಹೋಗೋಣ, ಅಲ್ಲಿ ಉಂಟಾದ ಕಂದಕ ಎಷ್ಟು ದೊಡ್ಡದು ನೋಡುವಿರಂತೆ' ಎಂದ. ಆಗ ಅವನು ನನಗೆ ಸ್ಫೋಟದ ಟೂರ್ ಗೈಡ್ ಹಾಗೆ ಕಂಡದ್ದು ಅಚ್ಚರಿಯಲ್ಲ. ಅಷ್ಟೇ ಅಲ್ಲದೆ ಅಲ್ಲಿ ತನ್ನ ಇರುವಿಕೆ ಎಷ್ಟು ಅಗತ್ಯ ಎಂದು ನಮಗೆ ಮಾರ್ಕೆಟಿಂಗ್ ಮಾಡುತ್ತಿದ್ದಾನೇನೋ ಎನ್ನುವ ಹಾಗೆ ಇತ್ತು ಆತನ ಉತ್ಪ್ರೇಕ್ಷೆಯ ಮಾತುಗಳು. ಆಂಟೊನಿಯೋ ಆ ಬ್ರಿಟಿಷ್ ಹೇಳಿದ ಮಾತಿಗೆಲ್ಲಾ ಹೌದೌದು ಎಂದು ತಾಳ ಹಾಕುತ್ತಾ ಭಯಭೀತನಾದಂತೆ ನಟಿಸುತ್ತಿದ್ದಾನೇನೋ ಎಂಬಂತೆ ನಮ್ಮನ್ನು ಪದೇಪದೇ ನೋಡುತ್ತಿದ್ದ ರೀತಿ ನನಗೆ ನಗು ಬರಿಸುತ್ತಿತ್ತು. ಆರ್ಮಿನ್ ಮುಖ ಸಿಂಡರಿಸಿಕೊಂಡು ಕಳವಳಗೊಂಡಂತೆ ಕೂತಿದ್ದ. ಕಾಬೂಲ್–ಬಗ್ರಾಮ್ ಏರ್‌ಪೋರ್ಟ್ ಮುಖ್ಯ ರಸ್ತೆಗೆ ಸೇರಿಕೊಂಡು ಅಲ್ಲಿಂದ ಸ್ವಲ್ಪ ದೂರ ಹಾಯ್ದು ಕೈಗಾರಿಕಾ ಪ್ರದೇಶವೊಂದರ ಒಳಗೆ ನುಗ್ಗಿದೆವು. ರಸ್ತೆಯ ಇಕ್ಕೆಲಗಳಲ್ಲೂ ಕೈಗಾರಿಕಾ ಶೆಡ್ಡುಗಳು. ಹೆಚ್ಚಿನವು ಪಾಳು ಬಿದ್ದಿದ್ದವು. ಆಗ ಬೆಳಗ್ಗೆ 9ರ ಸಮಯ ಇರಬಹುದು. ರಸ್ತೆಯ ಆಜುಬಾಜಿನಲ್ಲಿ ಜನರ ಓಡಾಟ ಶುರುವಾಗಿತ್ತು. ಕೆಲವರು ನಮ್ಮ ಆರ್ಮರ್ಡ್ ಗಾಡಿಯನ್ನು ದಿಟ್ಟಿಸುತ್ತಾ ನಿಂತುಬಿಡುತ್ತಿದ್ದರು. ಇನ್ನೂ ಕೆಲವರು ನಮ್ಮತ್ತ ಕೈಬೀಸುತ್ತಿದ್ದರು. ಮತ್ತೂ ಕೆಲವು ಹುಡುಗರು ತಮ್ಮ ಬಲಗೈಯ ಮಧ್ಯದ ಬೆರಳನ್ನು ತೋರಿಸುತ್ತಿದ್ದುದು ನನಗೆ ಮುಖಕ್ಕೆ

ಹೊಡೆದ ಹಾಗೆ ಅನುಭವ! ಮೊದಲ ಬಾರಿ ಹೀಗಾಗಿದ್ದು. ಪದೇ ಪದೇ ಆಂಟೊನಿಯೋ ಕೂಡ ತಿರುಗಿ ಅದನ್ನೇ ಅವರಿಗೆ ಮಾಡುತ್ತಿದ್ದ. ಬ್ರಿಟಿಷ್ ನಕ್ಕು ಸುಮ್ಮನಾಗುತ್ತಿದ್ದ. ಆರ್ಮಿನ್ ಮುಖ ನೋಡಲು ಆಗದಷ್ಟು ಸಣ್ಣದಾಗಿತ್ತು. 'ಆ ಮಕ್ಕಳು ಯಾಕೆ ಹಾಗೆ ಮಾಡಿದರು?' ನನ್ನ ಪ್ರಶ್ನೆ. 'ಅಮೆರಿಕನ್ನರೆಂದರೆ ದೇಶ ಹಾಳು ಮಾಡಲು ಬಂದವರು ಎಂಬ ತಿಳಿವಳಿಕೆ ಆ ಕೆಲವರಿಗೆ. ಬಿಳಿ ಚರ್ಮದವರೆಲ್ಲರೂ ಅಮೆರಿಕನ್ನರು ಎಂದು ತಿಳಿದಿದ್ದಾರೆ ಆ ಮುಗ್ಧ ಜನ' ಬ್ರಿಟಿಷ್ ಉತ್ತರ ಕೊಟ್ಟ. ಆ ಹುಡುಗರ ಭಾವನೆ ಎಷ್ಟು ನಿಜ, ಎಷ್ಟು ಸುಳ್ಳು? ಯಾರು ಉತ್ತರ ನೀಡಬೇಕು? ಹರವಾದ ಗೇಟಿನ ಮುಂದೆ ನಿಂತು ಹಾರ್ನ್ ಮಾಡಿದ ತುಸು ಹೊತ್ತಿನ ನಂತರ ಆ ಗೇಟಿನ ಮಧ್ಯದಲ್ಲಿದ್ದ ಕಿಟಕಿಯಲ್ಲಿ ಪಿಳಿಪಿಳಿ ಕಣ್ಣುಗಳು ಕಾಣಿಸಿದವು. ಗೇಟು ತೆರೆಯಲಿಲ್ಲ. ಅಂಟೊನಿಯೋ ತುಂಬಾ ಚಡಪಡಿಕೆ ತೋರುತ್ತಿದ್ದ. 'ತುಂಬಾ ಹೊತ್ತು ಹೀಗೆ ಗಾಡಿಯನ್ನು ನಿಲ್ಲಿಸಿಕೊಳ್ಳೋದು ಅಪಾಯ, ನಮ್ಮನ್ನು ಯಾರಾದರೂ ಹಿಂಬಾಲಿಸಿ ಏನಾದರೂ ಅಪಾಯ ಮಾಡುವ ಸಾಧ್ಯತೆ ಇಲ್ಲದಿಲ್ಲ' ಎಂದು ಆಡಿದವನೇ ಧಿಗ್ಗನೆ ಗಾಡಿಯಿಂದ ಇಳಿದು ಹೋಗಿ ಆ ಕಿಟಕಿಯಲ್ಲಿ ಏನನ್ನೋ ಮಾತಾಡಿ ಮತ್ತೆ ಬಂದು ಕೂತ. ಸದಾ ಹಾಸ್ಯ ಪ್ರವೃತ್ತಿಯ ಆತನ ಆ ಕ್ಷಣದ ಗಂಭೀರತೆ ನೋಡಿ ನನಗೇ ಗಾಬರಿಯಾಯ್ತು. ಗೇಟು ಮೆಲ್ಲನೆ ತೆರೆದು ನಾವು ಒಳಬಂದ ಮೇಲೆ ಮತ್ತೆ ಮುಚ್ಚಿಕೊಂಡಿತು.

ನಾವು ಸುಪ್ರೀಂ ಕಂಪನಿಯ ಹಳೆಯ ಆಹಾರ ಉಗ್ರಾಣದ ಮುಂಭಾಗ ನಿಂತಿದ್ದೆವು. ನಮಗೆ ಸಲಾಂ ಮಾಡುತ್ತಾ ಇಬ್ಬರು ಆಫ್ಘಾನಿ ಪಠಾಣ್ ಭದ್ರತಾ ಸಿಬ್ಬಂದಿಗಳು ಮುಗುಳ್ನಗುತ್ತಾ ನಿಂತಿದ್ದರು. ಆಂಟೊನಿಯೋ ಅವರ ಬಳಿ ಹೋಗಿ ತನ್ನ ಹಳೆಯ ಬಾಂಧವರೇನೋ ಎಂಬಂತೆ ಕೈಕುಲುಕಿ ಆಲಂಗಿಸಿದ ಪರಿ ಅವರಿಗೆ ವಿಪರೀತ ಮುಜುಗರಸಹಿತ ಸಂತೋಷವನ್ನುಂಟುಮಾಡಿತು. ನಾನು ಕೂಡ ಅವರೊಟ್ಟಿಗೆ ಮಾತಾಡಿದೆ. ಅರವತ್ತರ ಪ್ರಾಯದ ಒಬ್ಬ ಅಜ್ಜ ತುಂಬಾ ಚೆನ್ನಾಗಿ ಉರ್ದು ಮಾತಾಡುತ್ತಿದ್ದ. ಇತ್ತೀಚಿನ ಕೆಲವು ವರ್ಷಗಳವರೆಗೆ ಪೇಶಾವರ್‌ನಲ್ಲಿ ಒಣ ಹಣ್ಣುಗಳ ವ್ಯಾಪಾರ ಮಾಡುತ್ತಿದ್ದನಂತೆ. ಕೆಲವು ರಾಜಕೀಯ ಕಾರಣಕ್ಕೆ ಇದ್ದಕ್ಕಿದ್ದ ಹಾಗೆ ಇವರನ್ನೆಲ್ಲಾ ಅಲ್ಲಿಂದ ಓಡಿಸಿದರಂತೆ. ಜೀವನದ ಬಹುತೇಕ ವರ್ಷಗಳು ಪಾಕಿಸ್ತಾನದಲ್ಲೇ ಕಳೆದ ಆ ಅಜ್ಜ ಇಲ್ಲಿ ಏನೊಂದು ವ್ಯವಹಾರ ಮಾಡಲು ತಿಳಿಯದೆ ಭದ್ರತಾ ಸಿಬ್ಬಂದಿಯಾಗಿ ಕೆಲಸ ಮಾಡುತ್ತಿತ್ತು. ನೀಳ ದೇಸೀ ಉಡುಪಿನ ಆ ಕುಬ್ಜ ಅಜ್ಜನ ಹೆಗಲಿನಲ್ಲಿ ನೇತಾಡುತ್ತಿದ್ದ ಕಲಾಷ್ನಿಕೋವ್ ತರದ ಉದ್ದದ ಬಂದೂಕು ಆ ದೇಹಕ್ಕೆ ಸರಿ ಹೊಂದುತ್ತಿರಲಿಲ್ಲ. ಏನಾದರೂ ಸಂಘರ್ಷದ ಸಮಯ ಬಂದರೆ ಈ ಅಜ್ಜ ಹೇಗೆ ಹೋರಾಡುವುದೋ ಎಂದು ನೆನೆದು ಒಳಗೇ ನಕ್ಕೆ. ಅಲ್ಲಿಯೇ ಕೆಲವು ಕುರ್ಚಿಗಳನ್ನು ತಂದು ಹಾಕಿ ನಮ್ಮನ್ನು ಕೂರಿಸಿ ಬಿಸಿಯಾದ ಆಫ್ಘಾನಿ ಚಾಯ್

ಮತ್ತು ಒಣ ಹಣ್ಣುಗಳು ತುಂಬಿದ ಬಟ್ಟಲುಗಳನ್ನು ತಂದು ನಮ್ಮ ಮುಂದಿಟ್ಟರು. ತುಂಬಾ ರುಚಿಕರವಾಗಿದ್ದವು. ಸ್ವಲ್ಪ ಹೊತ್ತಿನಲ್ಲಿ ಇನ್ನೊಂದು ಗಾಡಿಯಲ್ಲಿ ಬಂದ ಇಬ್ಬರು ನಮ್ಮನ್ನು ಸೇರಿಕೊಂಡರು. ನೋಡಲು ಸ್ಥಿತಿವಂತರಂತೆ ಕಾಣುತ್ತಿದ್ದ ಅವರು ಆ ಉಗ್ರಾಣದ ಮಾಲೀಕ ಮತ್ತು ಅವನ ಪ್ರಾಯದ ಮಗ ಎಂದು ಪರಿಚಯ ಮಾಡಿಕೊಂಡರು. ಅವರಿಬ್ಬರೂ ತುಂಬಾ ಚೆನ್ನಾಗಿ ಇಂಗ್ಲಿಷ್ ಮಾತನಾಡುತ್ತಿದ್ದರು. ಆರ್ಮಿನ್ ಮತ್ತು ನಾನು ನಮಗೆ ಬೇಕಾದ ವಿಷಯಗಳ ಬಗ್ಗೆ ಸಾಧ್ಯವಾದಷ್ಟು ಮಾಹಿತಿಯನ್ನು ಕೇಳಿ ಬರೆದುಕೊಂಡೆವು. ನಂತರ ಭೂತ ಹೊಕ್ಕ ಬಂಗಲೆಗಳಂತಿದ್ದ ಆ ಅಗಾಧ ಗಾತ್ರದ ಉಗ್ರಾಣದೊಳಗೆಲ್ಲಾ ಸುತ್ತಾಡಿ ಬೇಕಾದ ಇನ್ನಷ್ಟು ಮಾಹಿತಿಗಳನ್ನು ಸಂಗ್ರಹಿಸಿದೆವು. ಕೆಲವೆಡೆ ಷೆಲ್ಲುಗಳ ದಾಳಿಯಾದ ಕುರುಹು ಕಾಣುತ್ತಿತ್ತು. ವರ್ಷಗಳಿಂದ ನಿರ್ವಹಣೆಯಿಲ್ಲದೆ ಜೇಡರ ಬಲೆ ಎಲ್ಲೆಲ್ಲೂ ತನ್ನ ಬೃಹತ್ ಜಾಲವನ್ನು ಹರಡಿತ್ತು. ನನಗೆ ಇನ್ನೆರಡು ದಿನಗಳ ಕೂಲಂಕಷ ಪರಿಶೀಲನೆ ಅಗತ್ಯವಿದೆ. ಇಲ್ಲಿ ಈ ಮೊದಲು ಕೆಲಸ ಮಾಡಿದ ಯಾರಾದರೂ ತಾಂತ್ರಿಕ ಕೆಲಸಗಾರರು ಬಂದರೆ ನನ್ನ ಕೆಲಸ ಮತ್ತೂ ಸಲೀಸು ಎಂದಾಗ ನಾಳೆ ಅದರ ವ್ಯವಸ್ಥೆ ಆಗುತ್ತದೆ ಎಂದರು. ನೀವು ನಮ್ಮ ಅತಿಥಿಗಳು, ಇಂದು ನೀವು ನಮ್ಮಲ್ಲಿಗೆ ಬಂದು ಊಟ ಮಾಡಬೇಕು ಎಂದು ಒತ್ತಾಯ ಮಾಡಿದರು. ನಾನು ಮತ್ತು ಆರ್ಮಿನ್ ಆಂಟೋನಿಯೋ ಮುಖವನ್ನು ನೋಡಿದೆವು. ಆತ ತಲೆ ಆಡಿಸಿದ. ಅವರ ಕಾರಿನ ಹಿಂದೆ ನಾವು ಹೊರಟೆವು. ಊಟದ ಸಮಯ ಇನ್ನೂ ಆಗಿರಲಿಲ್ಲ. ಅದೇ ದಾರಿಯಲ್ಲಿ ಅಲ್ಲಿಂದ ಸ್ವಲ್ಪ ದೂರ ಸಾಗಿ ಇನ್ನೊಂದು ಏಳಂತಸ್ತಿನ ಕಟ್ಟಡದ ಮುಂದೆ ಕಾರು ನಿಂತಿತು. ನಮ್ಮನ್ನೆಲ್ಲಾ ಕರೆದುಕೊಂಡು ಒಳಗೆ ಹೋದರು. ಅದು ಇವರ ಒಡೆತನದ ದೊಡ್ಡ ಹಿಟ್ಟಿನ ಗಿರಣಿ ಕಾರ್ಖಾನೆ. ಪ್ರತಿ ಮಹಡಿಗೂ ನಮ್ಮನ್ನು ಕರೆದುಕೊಂಡು ಹೋಗಿ ಅದರ ಕಾರ್ಯ ವೈಖರಿ ವಿಶೇಷತೆಯನ್ನೆಲ್ಲಾ ವಿವರಿಸಿದರು. ಆರ್ಮಿನ್ ಗೋಸ್ಕರ ಇಷ್ಟೆಲ್ಲ ಅವರ ಒದ್ದಾಟ ಎಂದು ನನಗೆ ಅರ್ಥವಾಯಿತು. ಆ ಸಮಯಕ್ಕಾಗಲೇ ಕಾಬೂಲ್ ಸುತ್ತಮುತ್ತಲಿನ ಕೆಲವು ಮಿಲಿಟರಿ ಕ್ಯಾಂಪುಗಳಲ್ಲಿ ನಮ್ಮ ಕಂಪನಿ ಡಿಫ್ಯಾಕ್ ನಡೆಸುತ್ತಿತ್ತು. ಅವರ ಉತ್ಪನ್ನವನ್ನು ನಾವು ಸಗಟಾಗಿ ಖರೀದಿ ಮಾಡಿದರೆ ಅವರಿಗೆ ದೊಡ್ಡ ಅನುಕೂಲ. ಅದೆಲ್ಲ ಮುಗಿದು ಅಲ್ಲಿಂದ ಮತ್ತೆ ಕಾಬೂಲ್ ನಗರದ ಕಡೆ ನಮ್ಮ ಕಾರು ಅವರನ್ನು ಹಿಂಬಾಲಿಸುತ್ತಾ ಹೊರಟಿತು.

ಕಾಬೂಲ್ ನಗರ ಬಹಳಷ್ಟು ಮಾರ್ಪಟ್ಟಿತ್ತು. ಮೊದಲು ಕಂಡಂತೆ ಯುದ್ಧ ಕುರುಹುಗಳು ಅಷ್ಟೇನೂ ಕಾಣಿಸುತ್ತಿರಲಿಲ್ಲ. ಜನಜೀವನ ಲವಲವಿಕೆಯಿಂದ ಕೂಡಿತ್ತು. ಹೊಚ್ಚ ಹೊಸ ಕಟ್ಟಡಗಳು, ವಾಣಿಜ್ಯ ಸಂಕೀರ್ಣಗಳು, ಶಾಲೆಗಳು ಹೀಗೆ ಮತ್ತಷ್ಟು ಅಭಿವೃದ್ಧಿ ಕಾಣಿಸುತ್ತಿತ್ತು. ರಸ್ತೆಗಳೂ ಕೂಡ ಚೆನ್ನಾಗಿದ್ದವು. ರಸ್ತೆಯಲ್ಲಿ ಮಿಲಿಟರಿ ವಾಹನಗಳ ಓಡಾಟ ಕಡಿಮೆಯಾಗಿತ್ತು. ಎಲ್ಲವೂ ಸಾಮಾನ್ಯ

ಸ್ಥಿತಿಗೆ ಮರಳುತ್ತಿದೆ ಎಂಬ ವಾತಾವರಣವಿತ್ತು. ಇದೆಲ್ಲದರ ಹೊರತಾಗಿಯೂ ನಗರದಲ್ಲಿ ಆಗಾಗ ಬಾಂಬ್ ಸ್ಫೋಟವಾಗುವುದು ನಿಂತಿರಲಿಲ್ಲ. ನಾವು ನಗರದ ಮಧ್ಯದಲ್ಲಿದ್ದೆವು. ರಸ್ತೆ ಬದಿಯೆಲ್ಲವೂ ಮಾರುಕಟ್ಟೆಗಳು. ಒತ್ತೊತ್ತಾದ ರಸ್ತೆಗಳು. ರಸ್ತೆ ಮಗ್ಗಲುಗಳಲ್ಲಿ ಎಲ್ಲೆಂದರಲ್ಲಿ ಗಾಡಿಗಳನ್ನು ನಿಲ್ಲಿಸಿ ಇತರ ದಾರಿಹೋಕರಿಗೆ ಸಂಕಷ್ಟ ತಂದೊಡ್ಡುವ ನಮ್ಮದೇ ಸನ್ನಿವೇಶಗಳು ಅಲ್ಲಿಯೂ. ಒಂದು ಪ್ರತಿಷ್ಠಿತ ಬೀದಿ ಹೊಕ್ಕೆವು. ಶ್ರೀಮಂತರು ವಾಸಿಸುವ ದೊಡ್ಡ ಬಂಗಲೆಗಳಿರುವ ಬೀದಿ ಅದು. ಅಲ್ಲಿ ಒಂದು ಮನೆಯ ಮುಂದೆ ನಿಂತಾಗ ಗೇಟು ತೆರೆದುಕೊಂಡಿತು. ಒಳಗೆ ಹೋಗಿ ಕಾರಿನಿಂದ ಇಳಿದು ಹೊರಬಂದೆವು. ಸುಮಾರು ಏಳೆಂಟು ಕಾರುಗಳನ್ನು ಸಲೀಸಾಗಿ ನಿಲ್ಲಿಸಬಹುದಾದಷ್ಟು ವಿಶಾಲ ನಿಲುಗಡೆಯ ಸ್ಥಳ. ಎರಡಂತಸ್ತಿನ ವಿಶಾಲ ಬಂಗಲೆ. ಸೀದಾ ನಮ್ಮನ್ನು ಊಟದ ಮನೆಗೆ ಕರೆದುಕೊಂಡುಹೋದರು. ಟೇಬಲ್ಲಿನ ಮೇಲೆ ಅಗಲವಾದ ಒಂದು ಹರಿವಾಣದಲ್ಲಿ ಬಿರಿಯಾನಿ ಮತ್ತು ಮಾಂಸವನ್ನು ಹರವಿದ್ದರು. ದಪ್ಪ-ದಪ್ಪ ಆಫ್ಘಾನಿ ರೊಟ್ಟಿಗಳನ್ನು ಜೋಡಿಸಿಟ್ಟಿದ್ದರು. ಒಂದಷ್ಟು ಮಾಂಸದ ಮಸಾಲೆ ಕೂಡ ಇತ್ತು. ಸಹಜವಾಗಿ ನನಗೆ ದನದ ಮಾಂಸ ನಿಷಿದ್ಧ ಎಂದು ಅರುಹಿದೆ. ನಿಮಗೆ ಬೇರೆ ಇದೆ, ಅದರ ತಿಳಿವಳಿಕೆ ನಮಗಿದೆ ಎಂದು ನಕ್ಕು ಮತ್ತೊಂದಷ್ಟು ಪಾತ್ರೆಯಲ್ಲಿ ಬಿರಿಯಾನಿ ಮತ್ತು ಮಾಂಸದ ಮಸಾಲೆಯನ್ನು ತಂದು ಮುಂದಿಟ್ಟರು. ಬಹುಶಃ ಮೇಕೆಯದ್ದಿರಬೇಕು. ರುಚಿಕರವಾಗಿತ್ತು. ಪಾಯಸದಂತಿದ್ದ ಸ್ವಲ್ಪ ಸಿಹಿ ಕೂಡ ಇತ್ತು. ನಾನಂತೂ ಹೊಟ್ಟೆಬಿರಿಯ ಬಾರಿಸಿದೆ. ಊಟದಲ್ಲಿ ಎಂದೂ ಸಂಕೋಚಪಟ್ಟವನಲ್ಲ.

ಊಟದ ನಂತರ ನಮ್ಮನ್ನು ಮನೆಯ ಕೆಲವು ಭಾಗಗಳಿಗೆ ಕರೆದುಕೊಂಡು ಹೋಗಿ ತೋರಿಸಿದರು. ಶ್ರೀಮಂತಿಕೆ ತುಂಬಿ ತುಳುಕುತ್ತಿತ್ತು. ಅಲ್ಲಿದ್ದ ಮನೆಯ ಕಚೇರಿಯಲ್ಲಿ ಸ್ವಲ್ಪ ಹೊತ್ತು ಲೋಕಾಭಿರಾಮ ಹರಟೆ ನಡೆಯಿತು. ಅವರು ರಾಜಕೀಯವಾಗಿಯೂ ಬಲಿಷ್ಠ ಜನ ಎಂದು ಅರಿವಾಯ್ತು. ಅವರ ಭಾರತದ ಅನುಭವಗಳು, ಬಾಲಿವುಡ್ ಬಗ್ಗೆ, ರಾಜಕೀಯದ ಬಗ್ಗೆ ಒಂದಷ್ಟು ಮಾತಾಡಿದರು. ನಮ್ಮ ದೇಶ ಅಲ್ಲಿ ಮಾಡುತ್ತಿರುವ ಉತ್ತಮ ಕಾರ್ಯಗಳ ಬಗ್ಗೆ ಶ್ಲಾಘಿಸಿದರು. ಮಧ್ಯದಲ್ಲಿ ಇದ್ದಕ್ಕಿದ್ದ ಹಾಗೆ ಉರ್ದುವಿನಲ್ಲಿ ಮಾತಾಡುತ್ತಿದ್ದರು. ಇದನ್ನೆಲ್ಲ ನೋಡುತ್ತಾ ಕುಳಿತಿದ್ದ ಆ ಮೂರು ಜನ ಯುರೋಪಿಯನ್ನರು ಕಣ್ಕಣ್ ಬಿಡುತ್ತಾ ಆಶ್ಚರ್ಯದಿಂದ ನಮ್ಮ ಸಂಭಾಷಣೆಯನ್ನು ಕೇಳುತ್ತಿದ್ದರು. ನಿಮಗೆ ಇಲ್ಲಿ ಏನೇ ತೊಂದರೆ ಆದರೂ ನಮ್ಮನ್ನು ನೇರವಾಗಿ ಸಂಪರ್ಕಿಸಿ ಎಂದು ನಮ್ಮ ಧೈರ್ಯ ಹೆಚ್ಚಿಸುವ ಒಂದಷ್ಟು ಉಬ್ಬಿದ ಮಾತನ್ನೂ ಆಡಿದರು. ಅಲ್ಲಿ ಕಳೆದ ಅಷ್ಟೂ ಹೊತ್ತು ಯಾವೊಬ್ಬ ಹೆಂಗಸೂ ಕಾಣಲಿಲ್ಲವೆಂಬುದು ನನಗೆ ಆಶ್ಚರ್ಯವೇ? ಬಡಿಸಿದ ಎಲ್ಲರೂ ಗಂಡಾಳುಗಳೆ. ಹೊರಜನರು ಬಂದಾಗ

ಯಾವ ಹೆಂಗಸರೂ ಹೊರಗೆ ಬರುತ್ತಿರಲಿಲ್ಲ ಎಂಬುದು ನನಗೆ ಈ ಮೊದಲೇ ಅನುಭವವಾಗಿದ್ದ ಕಾರಣ ನಾನು ಇದರ ಬಗ್ಗೆ ಹೆಚ್ಚು ಯೋಚಿಸಲಿಲ್ಲ.

ಆ ಪಾಳುಬಿದ್ದ ಆಹಾರ ಉಗ್ರಾಣದ ವ್ಯವಹಾರ ಕುದುರಿದ್ದೇ ಆದರೆ ತಿಂಗಳಿಗೆ ಕನಿಷ್ಠ ಒಂದು ಲಕ್ಷ ಡಾಲರಿನ ಆದಾಯ ಅವರಿಗೆ ಸಿಗುವುದಿತ್ತು. ನಮಗೆ ಅಷ್ಟು ದೊಡ್ಡ ಉಗ್ರಾಣದ ಅವಶ್ಯಕತೆ ಇರಲಿಲ್ಲ. ಅದೂ ಅಲ್ಲದೆ ಅದನ್ನು ಮತ್ತೆ ಕಾರ್ಯನಿರ್ವಹಿಸುವಂತಹ ಸುಸ್ಥಿತಿಗೆ ತರಲು ಕೆಲವು ತಿಂಗಳು ಹರಸಾಹಸವೇ ಮಾಡಬೇಕಿತ್ತು. ಕೆಲವು ಮಿಲಿಯನ್ ಡಾಲರುಗಳ ಖರ್ಚಿತ್ತು ಕೂಡ. ಜಾಗ ಸುರಕ್ಷಾ ವಲಯದಿಂದ ಕೂಡ ದೂರವಿದೆ. ಇದೇಕೋ ಸರಿಬರುತ್ತಿಲ್ಲ ಎಂದು ನಾನು ಆರ್ಮಿನ್ ಬಳಿ ರಾಗವೆಳೆದೆ. ಆತ ಕಣ್ಣಿನಲ್ಲೇ ಏನೋ ಸನ್ನೆ ಮಾಡಿ ಆಮೇಲೆ ನೋಡೋಣವೆಂದ. ಎಲ್ಲರಿಗೂ ಕೃತಜ್ಞತೆ ತಿಳಿಸಿ ವಾಪಸ್ಸು ಬಂದಾಗ ಸಂಜೆ ನಾಲ್ಕರ ಸಮಯವಿರಬೇಕು. ನಮ್ಮ ಕಾಂಪೌಂಡಿನ ಗೇಟಿನ ಮುಂದೆ ಕಾರು ನಿಂತಾಗ ಆಫ್ಘಾನಿ ಭದ್ರತಾ ಸಿಬ್ಬಂದಿ ಬಂದು ನಮ್ಮ ಕಾರನ್ನೆಲ್ಲಾ ಎಂದಿನಂತೆ ತಪಾಸಣೆ ಮಾಡಿ ನಿಮ್ಮ ಹೆಸರೇನು ಎಂದು ಹರಕು ಇಂಗ್ಲಿಷಿನಲ್ಲಿ ಕೇಳಿದ. ಆಂಟೊನಿಯೋ ಆತನ ಮುಖವನ್ನು ತಿನ್ನುವವನ ಹಾಗೆ ನೋಡಿ 'ಪ್ಯಾಬ್ಲೋ ಎಸ್ಕೋಬಾರ್' ಎಂದ. ಆತನಿಗೆ ಆ ಹೆಸರು ಉಚ್ಚಾರ ಮಾಡಲು ಆಗದೆ 'ವ್ಹಾಟ್, ವ್ಹಾಟ್' ಎಂದ. ಅಂಟೊನಿಯೋ ಮತ್ತೆ ಮತ್ತೆ ವಿಚಿತ್ರ ದನಿಯಲ್ಲಿ ಪ್ಯಾಬ್ಲೋ ಎಸ್ಕೋಬಾರ್ ಎಂತಲೇ ಇದ್ದ. ನನಗೋ ನಗು ತಡೆಯಲಾಗುತ್ತಿಲ್ಲ. ಆ ಆಫ್ಘಾನಿ ಕೊನೆಗೆ ತನ್ನಲ್ಲಿದ್ದ ವಾಕಿಯಲ್ಲಿ ಅದೇನು ಮಾತನಾಡಿದನೋ ಗೇಟು ತೆರೆಯಿತು. ಅವನ ಬಾಯಲ್ಲಿ ದಿನಕ್ಕೆ ಹತ್ತು ಸಲವಾದರೂ 'ಪ್ಯಾಬ್ಲೋ ಎಸ್ಕೋಬಾರ್' ಎನ್ನುವ ಹೆಸರು ಬಂದುಹೋಗುತ್ತಿತ್ತು. 'ಅದ್ಯಾರು' ಎಂದು ನಾನು ಆಂಟೋನಿಯೋಗೆ ಕೇಳಿದಾಗ 'ಅವನ ಬಗ್ಗೆ ಗೊತ್ತಿಲ್ಲದ ನೀನು ಯಾಕಯ್ಯ ಇನ್ನೂ ಬದುಕಿದ್ದೀಯಾ?' ಎಂದೇ ಮೂದಲಿಸಿದ್ದ. ಆತ ಈ ಹಿಂದೆ ದಕ್ಷಿಣ ಅಮೇರಿಕಾದ ಕೊಲಂಬಿಯಾ ಮತ್ತು ಕೆಲವು ಕೆರಿಬಿಯನ್ ದೇಶಗಳಲ್ಲೂ ವಿಶ್ವಸಂಸ್ಥೆಯ ಕೆಲವು ಪ್ರಾಜೆಕ್ಟುಗಳಲ್ಲಿ ಕೆಲಸ ಮಾಡಿದ್ದರಿಂದ ಡ್ರಗ್ಸ್ ದೊರೆ ಪ್ಯಾಬ್ಲೋ ಬಗ್ಗೆ ಅವನಿಗೆ ವಿಪರೀತ ಅಭಿಮಾನವೆಂದು ಅರ್ಥವಾಯ್ತು. ಬದುಕಿದರೆ 'ಪ್ಯಾಬ್ಲೋ' ಹಾಗೆ ಬದುಕಬೇಕು ಎಂದು ಅವನ ಜೀವನ ಶೈಲಿಯನ್ನು ವಿಶದವಾಗಿ ವಿವರಿಸುತ್ತಾ ತನ್ನಷ್ಟಕ್ಕೆ ತಾನೇ ರೋಮಾಂಚನಗೊಳ್ಳುತ್ತಿದ್ದ. ಆಂಟೋನಿಯೋ ಚೇಷ್ಟೆ ನಿಲ್ಲುತ್ತಲೇ ಇರಲಿಲ್ಲ. ಪ್ರತಿ ಸಲವೂ ಗೇಟಿನ ಮುಂದೆ ಬಂದಾಗ ಹೆಸರು ಹೇಳಿ ಎಂದಾಗ ಬೇರೊಂದು ಕ್ಲಿಷ್ಟ ಉಚ್ಚಾರಣೆಯ ಹೆಸರನ್ನು ಹೇಳಿ ಎಲ್ಲರನ್ನೂ ತಬ್ಬಿಬ್ಬುಗೊಳಿಸುತ್ತಿದ್ದ. ಸಂಜೆ ಏಳರ ಹೊತ್ತಿಗೆ ಊಟ ಸಿದ್ಧವಾಗಿತ್ತು. ಅಲ್ಲಿ ಕಚೇರಿಯಲ್ಲಿ ಕೆಲಸ ಮಾಡುತ್ತಿದ್ದ ಶ್ರೀಕಾಂತ ಮೊಂಡಲ್ ಎನ್ನುವ ಬೆಂಗಾಲಿ

ಹುಡುಗ ಪರಿಚಯನಾದ. ಅಲ್ಲಿನ ವಿಚಿತ್ರ ವಿದ್ಯಮಾನಗಳನ್ನೆಲ್ಲಾ ನನಗೆ ಚಾಚೂ ತಪ್ಪದೆ ಒಪ್ಪಿಸುತ್ತಿದ್ದ. ಆಲ್ಬೇನಿಯ ಜನರ ಜೊತೆಗಿನ ಒದ್ದಾಟದ ಬಗ್ಗೆಯೂ ಹೇಳುತ್ತಿದ್ದ. ಅವನ ಹೊರತು ಒಂದಷ್ಟು ನಮ್ಮ ದೇಶದ ಕಾರ್ಮಿಕರು ನಮ್ಮ ಕಂಪನಿಯ ಕಾಂಪೌಂಡಿನಲ್ಲಿದ್ದರು. ಹಾಗಾಗಿ ಒಬ್ಬ ನೇಪಾಳಿ ಬಾಣಸಿಗ ನಮ್ಮ ಅಡುಗೆಯನ್ನು ಮಾಡುತ್ತಿದ್ದ. ಆತನ ಹೊರತಾಗಿ ಒಬ್ಬ ಆಫ್ಘಾನಿ ಮತ್ತು ಆಲ್ಬೇನಿಯದ ಬಾಣಸಿಗರಿದ್ದರು. ನೋಡಲು ಡಿಫ್ಯಾಕ್‌ನಂತೆ ಅಗಾಧ ವೈವಿಧ್ಯತೆ ಇಲ್ಲದಿದ್ದರೂ ಪರವಾಗಿಲ್ಲ ಎನ್ನುವ ಹಾಗಿತ್ತು. ಮಧ್ಯಾಹ್ನದ ಊಟ ಇನ್ನೂ ಕರಗಿರಲಿಲ್ಲವಾದ್ದರಿಂದ ಏನೋ ಸ್ವಲ್ಪ ತಿನ್ನುವ ನಾಟಕ ಮಾಡಿ ನನ್ನ ಕ್ಯಾಬಿನ್ನಿಗೆ ಬಂದೆ.

ಬೆಳಗ್ಗೆ 9ಕ್ಕೆ ಎಲ್ಲರೂ ಸಿದ್ಧರಾಗಿ ನಿಂತಿದ್ದರು. ಇಂದಿನ ಭೇಟಿ ಪೆಪ್ಸಿಕೋಲ ಕಾರ್ಖಾನೆ ಕಡೆ ಎಂದ ಆರ್ಮಿನ್. ನಾನು ಆಶ್ಚರ್ಯದಿಂದ ಏನು ಕೆಲಸ ಅಲ್ಲಿ ಎಂದೆ. ಇದೆ, ಬನ್ನಿ ಎಂದು ಗಾಡಿಯೇರಿ ಕುಳಿತ. ಮಿಕ್ಕ ನಾವು ಮೂರು ಜನರೂ ಕುಳಿತೆವು. ಗೇಟನ್ನು ದಾಟಿ ಮತ್ತೆ ಕಚ್ಚಾರಸ್ತೆಯನ್ನು ಹಿಡಿದು ಮುಖ್ಯರಸ್ತೆಗೆ ಬಂದು ನಗರದ ಮಧ್ಯ ಭಾಗಕ್ಕೆ ಹೊರಟಿದ್ದೆವು. 'ಪೆಪ್ಸಿಕೋಲ ಕಾರ್ಖಾನೆಯ ಮಾಲಿಕನ ಒಂದು ಉಗ್ರಾಣ ನಿರ್ಮಾಣ ಹಂತದಲ್ಲಿದೆ. ಅದು ಬಹುಶಃ ನಮ್ಮ ಅಗತ್ಯಕ್ಕೆ ಹೇಳಿಮಾಡಿಸಿದ ಹಾಗಿದೆ. ನಾನು ಸುಪ್ರೀಂ ಕಂಪನಿಯಲ್ಲಿದ್ದಾಗ ಅವ ನನಗೆ ಹಳೆ ಪರಿಚಯ. ನಿನ್ನೆ ಅವನನ್ನು ವಿಚಾರಿಸಲಾಗಿ ಇದರ ಬಗ್ಗೆ ವಿಷಯ ತಿಳಿಯಿತು' ಎಂದ. ನಗರ ಮಧ್ಯ ಭಾಗ ದಾಟಿ ಹೊರವಲಯ ಸಮೀಪಿಸಿದ್ದೆವು. ಎಲ್ಲೆಲ್ಲೂ ಮಣ್ಣಿನ ಮನೆಗಳು ಸಾಲುಸಾಲಾಗಿ ಜೋಡಿಸಿದಂತೆ ಕಾಣಿಸುತ್ತಿತ್ತು. ಹಿಮಗಟ್ಟಿದ್ದ ಪರ್ವತ ಶ್ರೇಣಿಗಳ ಬುಡದಿಂದ ಶುರುವಾಗಿ ಅದರೆತ್ತರಕ್ಕೂ ಮನೆಗಳನ್ನು ಒತ್ತೊತ್ತಾಗಿ ಕಟ್ಟಿದ್ದ ಪರಿ ನೋಡಿದಾಗಲೆಲ್ಲಾ ನನಗೆ ಆಶ್ಚರ್ಯವೇ. ಹಿಂದಿನ ದಿನ ಹೋದ ಜಾಗದ ವಿರುದ್ಧ ದಿಕ್ಕಿನಲ್ಲಿದ್ದೆವು ಅಂದು. ಅದೂ ಕೂಡ ಕೈಗಾರಿಕಾ ಪ್ರದೇಶವೇ. ಮತ್ತದೇ ಎತ್ತರದ ಕಬ್ಬಿಣದ ಬಾಗಿಲು, ತಪಾಸಣೆ, ವಿಚಾರಣೆ. ಆ ಮಾಲಿಕನೇ ಗೇಟಿನ ಹತ್ತಿರ ಬಂದು ನಮ್ಮನ್ನು ಒಳಗೆ ಕರೆದುಕೊಂಡು ಹೋದ. ಕುಶಲ ಸಮಾಚಾರವೆಲ್ಲಾ ಮುಗಿದು ಆತನ ಕಚೇರಿಯಲ್ಲಿ ಮಾತಿಗೆ ಕೂತೆವು. ನನ್ನ ಬಳಿ ಕೆಲವು ಡ್ರಾಯಿಂಗ್ ಕೊಟ್ಟು ಇದೇ ನೋಡಿ ನಮ್ಮ ಉಗ್ರಾಣದ ನೀಲನಕ್ಷೆ ಎಂದ. ನಾನು ಅದನ್ನು ಪರಿಶೀಲಿಸಿ ಆ ಜಾಗಕ್ಕೆ ಹೋಗೋಣವೇ ಎಂದೆ. ಆತ ನಮಗೆಲ್ಲಾ ಆಫ್ಘಾನಿ ಚಾಯ್ ಮತ್ತು ಒಣಹಣ್ಣುಗಳ ವ್ಯವಸ್ಥೆ ಮಾಡಿದ್ದ. ಆತನ ಕಚೇರಿಯಿಂದ ಪೆಪ್ಸಿ ಬಾಟಲುಗಳ ಪ್ಲಾಂಟ್ ಕಾಣುತ್ತಿತ್ತು. ಆದರೆ ಯಾರೊಬ್ಬರೂ ಅಲ್ಲಿರಲಿಲ್ಲ. ಕಾರ್ಖಾನೆ ಯಂತ್ರಗಳೂ ಶಬ್ದ ಮಾಡುತ್ತಿರಲಿಲ್ಲ. ಚಳಿಗಾಲದಲ್ಲಿ ವ್ಯಾಪಾರವಾಗುವುದಿಲ್ಲ ಹಾಗಾಗಿ ಕೆಲವು ತಿಂಗಳು ಕಾರ್ಖಾನೆ ನಡೆಸುವುದಿಲ್ಲ ಎಂದ. ಪೆಪ್ಸಿ ಕಂಪನಿಗೆ ಈತನ ಕಾರ್ಖಾನೆಯನ್ನು ಬಾಡಿಗೆಗೆ ಕೊಟ್ಟಿದ್ದ. ಸ್ವಲ್ಪ ಹೊತ್ತು ಮಾತಾಡಿದ

ಮೇಲೆ ಅಲ್ಲಿಂದ ಹೊರಟು ಪ್ರಾಜೆಕ್ಟ್ ಸೈಟಿನ ಹತ್ತಿರ ಬಂದೆವು. ನಾವು ಗಂಭೀರ ಕೆಲಸದಲ್ಲಿದ್ದಾಗ ಆಂಟೋನಿಯೋ ಎಂದೂ ಮಧ್ಯೆ ಬಾಯಿ ಹಾಕುತ್ತಿರಲಿಲ್ಲ. ಆ ಬ್ರಿಟಿಷ್ ಮತ್ತು ಇವ ನಮ್ಮನ್ನು ನಮ್ಮ ಪಾಡಿಗೆ ಬಿಟ್ಟು ಎಲ್ಲೋ ಒಂದು ಕಡೆ ಹರಟುತ್ತಾ ನಿಂತುಬಿಡುತ್ತಿದ್ದರು. ಆಗ ತಾನೇ ಫೌಂಡೇಶನ್ ಹಾಕಲು ಹಳ್ಳ ತೆಗೆಯುತ್ತಿದ್ದರು. ಇನ್ನೂ ನಾಲ್ಕೈದು ತಿಂಗಳು ಬೇಕು ಕೆಲಸ ಮುಗಿಯಲು. ನಮ್ಮ ಅಗತ್ಯಕ್ಕಿಂತ ಚಿಕ್ಕದಿದು ಎಂದು ನಾನು ರಾಗವೆಳೆದೆ. ಸರಿ, ಇಲ್ಲಿಂದ ಹೋದ ಮೇಲೆ ಮಾತಾಡುವ ಎಂದ ಆರ್ಮಿನ್. ಆತನಿಗೆ ಧನ್ಯವಾದ ಹೇಳಿ ಮತ್ತೆ ಬರುವೆವೆಂದು ವಾಪಸ್ಸು ಹೊರಟೆವು. ಆರ್ಮಿನ್ ತಲೆಯಲ್ಲಿ ಏನು ಓಡುತ್ತಿತ್ತೋ ಗೊತ್ತಿಲ್ಲ. ಕೆಲ ಹೊತ್ತು ನಿಶ್ಯಬ್ದನಾಗಿ ಕೂತಿದ್ದವ ಇದ್ದಕ್ಕಿದ್ದ ಹಾಗೆ ಸುಪ್ರೀಂ ಉಗ್ರಾಣದ ಕಡೆ ಹೋಗೋಣವೆಂದ. ಅವನಿಗೆ ಏನನ್ನೂ ನಿರ್ಧರಿಸಲಾಗದ ಸ್ಥಿತಿ ಎಂದು ಅರಿತು ಸುಮ್ಮನೆ ಕುಳಿತೆ.

ನಮ್ಮ ಕಾರು ಮತ್ತೆ ನಗರದ ಮಧ್ಯ ಭಾಗಕ್ಕೆ ಬಂದಿತ್ತು. ಕಾಬೂಲ್ ನದಿಯ ಪಕ್ಕದ ರಸ್ತೆಯಲ್ಲಿ ಹಾದುಹೋದೆವು. ನದಿ ಕೊಳಕಾಗಿತ್ತು. ಅದರಲ್ಲಿ ಊರಿನ ಕಸ ಮತ್ತು ಚರಂಡಿ ನೀರು ತುಂಬಿಹೋಗಿತ್ತು. ಕೆಲವೆಡೆ ಬೃಹತ್ ಚರಂಡಿಯಂತೆ ಕಂಡರೆ ಇನ್ನೂ ಕೆಲವೆಡೆ ನದಿಯ ಹರವು ದೊಡ್ಡದಿತ್ತು ಮತ್ತು ತಿಳಿನೀರು ಕಾಣುತ್ತಿತ್ತು. ನಾವು ಹೋದ ಹಾದಿಯಲ್ಲಿ ಕಂಡ ಮೈದಾನಗಳಲ್ಲೆಲ್ಲಾ ಹುಡುಗರು ಕ್ರಿಕೆಟ್ ಆಡುತ್ತಿದ್ದರು. ಸಣ್ಣ ಪುಟ್ಟ ಮೈದಾನಗಳಲ್ಲೂ ಅದೇ ಆಟ. ಬೀದಿಗಳಲ್ಲಿ, ಗಲ್ಲಿಗಳಲ್ಲಿ, ಸಂದು-ಗೊಂದುಗಳಲ್ಲೂ ಅದೇ. ಕ್ರಿಕೆಟ್ ಆ ಜನರನ್ನು ಸಂಪೂರ್ಣ ಆವರಿಸಿಕೊಂಡಿತ್ತು. ಊರಿನ ಜನರೆಲ್ಲಾ ಮನೆಬಿಟ್ಟು ಬೀದಿಯಲ್ಲೇ ಇದ್ದಾರೇನೋ ಎನ್ನುವಷ್ಟು ಜಂಗುಳಿ. ಕೆಲವು ಮಿಲಿಟರಿ ವಾಹನಗಳೂ ದಾರಿಯಲ್ಲಿ ಸಿಕ್ಕವು. ನಾವು ಸಂಪೂರ್ಣ ಗಾಜನ್ನೇರಿಸಿ ಕೂತದ್ದರಿಂದ ಆಕಾಶದಲ್ಲಿ ನಿಮಿಷಕ್ಕೊಮ್ಮೆ ಹಾರುವ ಮಿಲಿಟರಿ ಚಾಪರುಗಳು ಮತ್ತು ಫೈಟರ್ ಜೆಟ್ಟುಗಳ ಹೊರಗಿನ ತೀವ್ರ ಸದ್ದು ಒಳಗೆ ಸಣ್ಣಗೆ ಕೇಳಿಸುತ್ತಿತ್ತು. ನಮ್ಮನ್ನು ಗಮನಿಸಿದ ಮಂದಿ ಆಶ್ಚರ್ಯದಿಂದ ನಮ್ಮತ್ತ ನೋಡುತ್ತಿದ್ದರು. ಹಿಂದಿನ ದಿನದಂತೆಯೇ ಕೆಲ ಹುಡುಗರು ಮಧ್ಯದ ಬೆರಳನ್ನು ತೋರುತ್ತಿದ್ದರು ಕೂಡ. ನಗರ ಮಧ್ಯದಲ್ಲಿ ಗಾಡಿ ನಿಧಾನ ಚಲಿಸುವಾಗ ಆಂಟೋನಿಯೋ ಎಂದೂ ಪ್ರತಿಯಾಗಿ ಬೆರಳನ್ನು ತೋರಿಸುತ್ತಿರಲಿಲ್ಲ. ಅಷ್ಟು ಸೂಕ್ಷ್ಮತೆ ಅವನಲ್ಲಿತ್ತು. ಸುಪ್ರೀಂ ಉಗ್ರಾಣ ತಲುಪಿದಾಗ ಈ ಬಾರಿ ಕಾರಿನ ಒಂದೇ ಶಬ್ದಕ್ಕೆ ತಕ್ಷಣ ಬಾಗಿಲು ತೆರೆಯಿತು. ಮತ್ತೊಮ್ಮೆ ನಾವು ಬಂದರೆ ಹೀಗೆ ಮಾಡಬೇಕು ಎಂದು ಆಂಟೋನಿಯೋ ಅವರಿಗೆ ಸೂಚನೆ ನೀಡಿದ್ದನಂತೆ. ರಸ್ತೆಯ ಆ ಬದಿಯಿದ್ದ ಒಂದು ಆಫ್ಘಾನಿ ರೊಟ್ಟಿ ಅಂಗಡಿಯವ ನಮ್ಮನ್ನೇ ಹೇಗೆ ದುರುಗುಟ್ಟಿ ನೋಡುತ್ತಿದ್ದಾನೆ ನೋಡಿ ಎಂದ ಆಂಟೊನಿಯೋ. 'ಅವನು ನಮಗೆ ಏನು ತೊಂದರೆ ಮಾಡಿಯಾನು?' ಎಂದೆ. 'ತೊಂದರೆ ಮಾಡುವವರಿಗೆ

ಇವ ಸುದ್ದಿ ತಲುಪಿಸಬಲ್ಲ ಅಲ್ಲವೇ? ನಮ್ಮ ದಿನಚರಿ ಗಮನಿಸಿ ಸುದ್ದಿಯನ್ನು ಮುಟ್ಟಿಸುತ್ತಾರೆ. ಒಂದು ಶುಭದಿನ ನಾವೆಲ್ಲಾ ಅವರ ಪಾಲು. ಯಾರಾದರೂ ದುಡ್ಡು ಕೊಟ್ಟರೆ ಬದುಕಿದೆವು ಇಲ್ಲಾ ಸತ್ತ ಹಾಗೆ. ಒಮ್ಮೊಮ್ಮೆ ದುಡ್ಡು ಕೊಟ್ಟರೂ ಸಾವೇ' ಎಂದ. ಓಹ್, ಹೀಗೆಲ್ಲಾ ಇವರ ತಲೆ ಓಡುತ್ತದೆ ಎಂದು ಆಶ್ಚರ್ಯವಾಯ್ತು. ಅಲ್ಲಿನ ಪ್ರತಿ ಕ್ಷಣ ಪ್ರತೀ ಹೆಜ್ಜೆಯೂ ಅಪಾಯಕಾರಿಯೇ ನಿಜ. ನಾವು ಅಲ್ಲಿಗೆ ಹೋದಾಗ ಇಬ್ಬರು ಹುಡುಗರು ನಮ್ಮ ಬರುವಿಕೆಯನ್ನು ಕಾಯುತ್ತಿದ್ದರು. ಅವರೊಟ್ಟಿಗೆ ಮತ್ತೊಮ್ಮೆ ಆ ಬೃಹತ್ ಉಗ್ರಾಣವನ್ನು ಸುತ್ತಿ ನನಗೆ ಬೇಕಾದ ಮತ್ತಷ್ಟು ತಾಂತ್ರಿಕ ಮಾಹಿತಿ ಸಂಗ್ರಹಿಸಿದೆ. ಆಳಕ್ಕೆ ಹೋದಷ್ಟೂ ಕೆಲಸ ಜಟಿಲವಾಗ್ತಿದೆಯೇನೋ ಎನ್ನಿಸುತ್ತಿತ್ತು. ಎಲ್ಲ ಮುಗಿದು ಆಫ್ಘಾನಿ ಭದ್ರತಾ ಸಿಬ್ಬಂದಿಗಳ ಗೂಡಿನತ್ತ ಬಂದೆವು. ಅವರು ನಮಗೆ ಚಾಯ್ ಮತ್ತು ಒಣಹಣ್ಣುಗಳ ಸರಬರಾಜು ಮಾಡಿದರು. ಅಪ್ಪಣೆ ಪಡೆದು ಆ ಅಜ್ಜನ ಹೆಗಲಲ್ಲಿದ್ದ ಕಲಾಶ್ನಿಕೋವ್ ಬಂದೂಕನ್ನು ನಾನು ಎತ್ತಿಕೊಂಡು ಒಂದಷ್ಟು ಫೋಟೋ ತೆಗೆಸಿಕೊಂಡೆ. ಆ ಭರದಲ್ಲಿ ಆಂಟೋನಿಯೋ ತನ್ನ ಸೊಂಟದಲ್ಲಿ ಸಿಕ್ಕಿಸಿದ್ದ ಗನ್ ತೆಗೆದು ನನ್ನ ಕೈಗಿತ್ತ. ಜೀವನದಲ್ಲಿ ಮೊದಲ ಬಾರಿಗೆ ಇಂತಹ ಶಸ್ತ್ರಾಸ್ತ್ರವನ್ನು ಹಿಡಿದು ನೋಡುವ ಅವಕಾಶ ಸಿಕ್ಕಿತ್ತು. ಅಲ್ಲಿಂದ ಮತ್ತೆ ವಾಪಸ್ ನಮ್ಮ ಕಾಂಪೌಂಡ್ ಕಡೆ ಹೊರಟೆವು.

ಸಾಕಷ್ಟು ವಿಷಯ ಸಂಗ್ರಹಿಸಿದ್ದ ನಾವು ಅಂತಿಮ ವರದಿಯನ್ನು ನಮ್ಮ ಮೇಲಧಿಕಾರಿಗಳಿಗೆ ಕೊಡಬೇಕಿತ್ತು. ಮುಂದಿನ ದಿನ ಮಧ್ಯಾಹ್ನ ನಾವು ದುಬೈಗೆ ವಾಪಸ್ ಹೊರಡಲು ಸಿದ್ಧವಾದೆವು. ಅದೇ ಇಬ್ಬರು ಆಲ್ಬೇನಿಯನ್ ಹುಡುಗರು ನಮ್ಮನ್ನು ಏರ್‌ಪೋರ್ಟ್ ತಲುಪಿಸಿದರು. ಏರ್‌ಪೋರ್ಟ್ ಟರ್ಮಿನಲ್ ತಲುಪುವ ರಸ್ತೆಯ ಮಧ್ಯದಲ್ಲೇ ವಿಪರೀತ ತಪಾಸಣಾ ಕೇಂದ್ರಗಳು ನಮ್ಮ ಸಹನೆಯನ್ನು ಕೆಣಕುತ್ತಿದ್ದವು. ಮಿಲಿಟರಿಯ ಟರ್ಮಿನಲ್‌ಗಳಲ್ಲೂ ಇಂತಹ ವಿಪರೀತ ತಪಾಸಣೆ ನೋಡಿದ್ದಿಲ್ಲ. ಮತ್ತೆ ಟರ್ಮಿನಲ್ ಒಳಗೆ ಒಂದಷ್ಟು ತಪಾಸಣೆ. ಆದಾಗ್ಯೂ ವಿಮಾನ ನಿಲ್ದಾಣದಲ್ಲಿ ಬಹುತೇಕ ಎಲ್ಲಾ ಕೆಲಸಗಳೂ ಸಲೀಸಾದವು. ಅಂದು ಬಹುತೇಕ ಉತ್ಸಾಹಿ ಯುವ ಸಿಬ್ಬಂದಿಗಳಿದ್ದರು. ಭಾರತೀಯ ಎಂದು ತಿಳಿದು ನನ್ನನ್ನಂತೂ ಅತ್ಯಂತ ಪ್ರೀತಿಯಿಂದ ಮಾತನಾಡಿಸುತ್ತಿದ್ದರು. ಹಮೀದ್ ಕರ್ಜೈ ಅಂತಾರಾಷ್ಟ್ರೀಯ ವಿಮಾನ ನಿಲ್ದಾಣದಲ್ಲಿ ದೆಹಲಿಗೆ ಹೊರಡುವ ಏರ್ ಇಂಡಿಯ ವಿಮಾನವೊಂದು ನಿಂತದ್ದು ನೋಡಿ ನನಗೆ ರೋಮಾಂಚನವಾಯ್ತು. ಮತ್ತದೇ ಫ್ಲೈ-ದುಬೈ ವಿಮಾನದಲ್ಲಿ ದುಬೈಗೆ ವಾಪಸ್ಸಾದೆವು. ಕೆಲವೇ ತಿಂಗಳ ಅಂತರದಲ್ಲಿ ಇದೇ ವಿಷಯವಾಗಿ ನಾನು ಕಾಬೂಲಿಗೆ ಇನ್ನೆರಡು ಬಾರಿ ಬರಬೇಕಾಯ್ತು. ಆಗ ಕೂಡ ಹೆಚ್ಚು ಕಡಿಮೆ ಇಂಥದ್ದೇ ಅನುಭವವಷ್ಟೇ.

16

ಇರಾಕ್ ದೇಶದ ನರಕದಲ್ಲಿ...

ಈ ಮಧ್ಯೆ ನಾನು ಕೆಲಸದ ಸಲುವಾಗಿ ಯುರೋಪು, ಅಮೆರಿಕ ಮತ್ತು ಗಲ್ಫ್ ರಾಷ್ಟ್ರಗಳನ್ನು ಸುತ್ತುತ್ತಿದ್ದೆ. ಆಫ್ಘಾನಿಸ್ತಾನಕ್ಕೆ ಹೋಗಿ ಮತ್ತೆರಡು ವರ್ಷಗಳೇ ಸಂದಿದ್ದವು. ಆಫ್ಘಾನಿಸ್ತಾನದಲ್ಲಿನ ಮಿಲಿಟರಿ ಪಡೆ ನಿಧಾನವಾಗಿ ಕರಗುತ್ತಿತ್ತಾದ್ದರಿಂದ ನಮ್ಮ ಕಂಪನಿಗೆ ಕೆಲಸ ಕೂಡ ಕಡಿಮೆಯಾಗುತ್ತಿತ್ತು. ನಮ್ಮ ಇಂಜಿನಿಯರಿಂಗ್ ವಿಭಾಗವನ್ನು ಮೆಸಿಡೋನಿಯಾಕ್ಕೆ ಸ್ಥಳಾಂತರಿಸಿದರು. ನನ್ನ ಟೀಮಿನ ಯಾವೊಬ್ಬ ಹುಡುಗನೂ ದುಬೈ ಬಿಟ್ಟು ಅಲ್ಲಿಗೆ ಹೋಗಲು ಸಿದ್ಧನಿರಲಿಲ್ಲ. ಅದಾಗಲೇ ದುಬೈ ಜೀವನಕ್ಕೆ ರೋಸಿಹೋಗಿದ್ದ ನಾನು ಮತ್ತೊಂದು ವಿಭಿನ್ನ ಅನುಭವ ಸಿಗುತ್ತದೆಂಬ ಕುತೂಹಲಕ್ಕೆ ಹೊರಟು ನಿಂತೆ. ಅಲ್ಲಿದ್ದ ಇನ್ನೊಂದು ಇಂಜಿನಿಯರಿಂಗ್ ಟೀಮನ್ನು ಸೇರಿಕೊಂಡೆ. ಸುಮಾರು ಆರು ತಿಂಗಳ ದೀರ್ಘ ವಾಸದ ನಂತರ ನನಗೆ ಅಲ್ಲಿಯ ಆಹಾರ ಮತ್ತು ಅತಿಶೀತಲ ಪ್ರತಿಕೂಲ ವಾತಾವರಣ ದೇಹಕ್ಕೆ ಒಗ್ಗದೇ ರಾಜೀನಾಮೆ ಕೊಟ್ಟೆ. ಆ ಆರು ತಿಂಗಳಲ್ಲಿ ಆ ಪುಟ್ಟ ದೇಶದ ಮೂಲೆ ಮೂಲೆಯನ್ನೆಲ್ಲಾ ಸುತ್ತಾಡಿಬಿಟ್ಟಿದ್ದೆ. ಅದರ ಅನುಭವಗಳನ್ನು ಇನ್ನೊಂದು ಪುಸ್ತಕದಲ್ಲಿ ದಾಖಲಿಸುವಷ್ಟಿದೆ. ರಾಜೀನಾಮೆ ತಿರಸ್ಕರಿಸಿ ನನಗೆ ಭಾರತದಿಂದಲೇ ಕೆಲಸ ಮಾಡುವ ಅವಕಾಶ ಕೊಟ್ಟರು. 2017ರ ಮಧ್ಯಭಾಗದಿಂದ 2021ರವರೆಗೆ ನಾನು ಇಲ್ಲಿಂದಲೇ

ಸಲಹೆಗಾರ ಇಂಜಿನಿಯರ್ ಆಗಿ ಕೆಲಸ ಮಾಡಲಾರಂಭಿಸಿದೆ. ಇಲ್ಲಿಗೆ ಬಂದ ಮೇಲೂ ನಮ್ಮ ಯುರೋಪಿನ ಕಚೇರಿಗೆ ನಿರಂತರವಾಗಿ ಹೋಗಿಬರುವ ಪ್ರಕ್ರಿಯೆ ನಿಂತಿರಲಿಲ್ಲ. ಈ ಮಧ್ಯೆ ನನಗೆ ಮತ್ತೊಮ್ಮೆ ಅಮೆರಿಕಾಗೆ ಹೋಗುವ ಸಂದರ್ಭ ಒದಗಿಬಂತು. ದುಬೈ ಕಚೇರಿಯ ಆಡಳಿತ ಮುಖ್ಯಸ್ಥನಾಗಿದ್ದ 'ಫಾರೂಕ್ ಅಡೆಮಿ' ಮತ್ತು ನಾನು ಆಫ್ರಿಕಾ ದೇಶವೊಂದರ ಪ್ರಾಜೆಕ್ಟ್ ಸಲುವಾಗಿ ನಮ್ಮ ಕ್ಲೈಂಟ್ ಇಂಜಿನಿಯರುಗಳನ್ನು ಭೇಟಿ ಮಾಡಲು ಹೊರಟೆವು. ನಾನು ದುಬೈಗೆ ಹೋಗಿ ಫಾರೂಕ್ ಅನ್ನು ಸೇರಿಕೊಂಡು ಅಲ್ಲಿಂದ ಹೂಸ್ಟನ್ ನಗರಕ್ಕೆ ಹೋಗುವ ಯೋಜನೆ ತಯಾರಾಯ್ತು. ನಮ್ಮಿಬ್ಬರ ಹತ್ತಿರ ಅಮೆರಿಕಾದ 10 ವರ್ಷಗಳ ಅವಧಿಯ ಬಿಸಿನೆಸ್ ವೀಸಾ ಇದ್ದಿದ್ದರಿಂದ ನಾವು ತಕ್ಷಣ ಹೊರಡಲು ಯಾವುದೇ ಅಡ್ಡಿಯಿರಲಿಲ್ಲ. ಟರ್ಕಿಷ್ ಏರ್ಲೈನ್ಸ್ ವಿಮಾನದಲ್ಲಿ ಬಿಸಿನೆಸ್ ಸೀಟು ಸಿಕ್ಕಿತ್ತು. ದುಬೈನಿಂದ ಇಸ್ತಾನ್ಬುಲ್ ಹೋಗಿ ಅಲ್ಲಿಂದ ಮತ್ತೆ ಇನ್ನೊಂದು ವಿಮಾನ ಹಿಡಿದು ಹೂಸ್ಟನ್ ನಗರಕ್ಕೆ ಹೋಗಬೇಕಿತ್ತು. ಫಾರೂಕ್ ಅಡೆಮಿ ಮತ್ತು ನಾನು ದುಬೈನ ಕಚೇರಿಯಲ್ಲಿ ಹಲವಾರು ವರ್ಷಗಳಿಂದ ಕೆಲಸ ಮಾಡುತ್ತಿದ್ದರಿಂದ ನಮ್ಮಿಬ್ಬರ ಮಧ್ಯೆ ಉತ್ತಮ ಒಡನಾಟವಿದ್ದರೂ ಅಷ್ಟು ಸಲುಗೆ ಇರಲಿಲ್ಲ. ನಾವು ಸಮವಯಸ್ಕರಾದರೂ ಅವ ಬೇಗನೆ ಎತ್ತರದ ಸ್ಥಾನ ತಲುಪಿದ್ದ. ಅದಕ್ಕಾಗಿ ಕೊಂಚ ಬಿಗುಮಾನ ಕಾಪಾಡಿಕೊಳ್ಳುತ್ತಿದ್ದ. ಅವನಿಗೆ ಉನ್ನತ ಸ್ಥಾನ ದೊರೆತಿದ್ದರ ಹಿಂದೆ ಒಂದು ಅಪಹರಣದ ಕತೆಯಿದೆ ಎನ್ನುವುದು ವಿಲಕ್ಷಣ ಸತ್ಯ. ಅವರಿವರಿಂದ ಆತನ ಅಪಹರಣದ ಕಥೆ ಕೇಳಿದ್ದೇನೇ ಹೊರತು ಅದರ ಸ್ಪಷ್ಟ ಚಿತ್ರಣ ಸಿಕ್ಕಿರಲಿಲ್ಲ. ಸುಮಾರು ಹದಿನಾಲ್ಕು ತಾಸುಗಳ ಪ್ರಯಾಣದ ಜತೆಗಾರ ಪಕ್ಕದಲ್ಲೇ ಕೂತಿದ್ದಾಗ ಅವನ ಬಾಯಿಬಿಡಿಸುವುದು ನನಗೆ ಕಷ್ಟ ಎನಿಸಲಿಲ್ಲ.

ಬಹುಶಃ 2005–2006ನೇ ಇಸವಿ ಇರಬೇಕು. ಅಮೆರಿಕಾ ಇರಾಕಿನ ಮೇಲೆ ಸಾರಿದ್ದ ಯುದ್ಧ ತೀವ್ರಗತಿಯಲ್ಲಿದ್ದ ಕಾಲ. ಫಾರೂಕ್ ಇರಾಕಿನ ಬಸ್ರಾ ಪ್ರಾಂತ್ಯದಲ್ಲಿದ್ದ ಅಮೆರಿಕೆಯ ಮಿಲಿಟರಿ ಕ್ಯಾಂಪ್ ಒಂದರಲ್ಲಿ ಆಪರೇಷನ್ ಸೂಪರ್‌ವೈಸರ್ ಆಗಿ ಕೆಲಸ ಮಾಡುತ್ತಿದ್ದ. ಕ್ಯಾಂಪಿನಿಂದ ಆಗಾಗ ನಗರಕ್ಕೆ ಬರಬೇಕಾದ ಸನ್ನಿವೇಶಗಳು ಸಾಮಾನ್ಯ. ಎಲ್ಲಾ ಸಮಯದಲ್ಲೂ ಮಿಲಿಟರಿಯ ಎಸ್ಕಾರ್ಟ್ ಸಿಗುವುದಿಲ್ಲ. ಹೀಗೆ ಒಮ್ಮೆ ಫಾರೂಕ್ ಮತ್ತು ಇನ್ನೊಬ್ಬ ಆತನ ಸಹೋದ್ಯೋಗಿ ಬಸ್ರಾ ನಗರಕ್ಕೆ ಬಂದಿದ್ದಾಗ ಅಂದಿನ ಕುಪ್ರಸಿದ್ಧ ಉಗ್ರ ಸಂಘಟನೆಯೊಂದು ಇವರನ್ನು ಅಪಹರಿಸುತ್ತಾರೆ. ಇವರ ಜೊತೆ ವ್ಯವಹಾರ ಸಂಬಂಧ ಇಟ್ಟುಕೊಂಡಿದ್ದ ಸ್ಥಳೀಯ ಜನರೇ ಇವರ ಬರುವಿಕೆಯ ಮಾಹಿತಿಯನ್ನು ಉಗ್ರರಿಗೆ ಕೊಟ್ಟಿದ್ದರಂತೆ. ನಗರದ ಮಧ್ಯೆ ಯಾವುದೋ ಒಂದು ಮನೆಯಲ್ಲಿ ಇವರನ್ನು ಕೈಕಾಲು ಕಟ್ಟಿ ಕೂಡಿಹಾಕಲಾಗುತ್ತೆ. ಹಲವು

ಮಿಲಿಯನ್ನು ಡಾಲರುಗಳ ಬೇಡಿಕೆ ಇಡಲಾಗುತ್ತೆ. ಉಗ್ರಗಾಮಿಗಳ ಮಧ್ಯವರ್ತಿ ನಮ್ಮ ಕಂಪನಿಯ ಮೇಲಧಿಕಾರಿಗಳೊಂದಿಗೆ ಸಂಪರ್ಕ ಸಾಧಿಸುತ್ತಾನೆ. ಅದೇನು ಮಾತುಕತೆಯಾಯಿತೋ? ಅದೆಷ್ಟು ಮೊತ್ತಕ್ಕೆ ಒಪ್ಪಂದವಾಯಿತೋ? ಒಂದು ವಾರದ ನಂತರ ಇಬ್ಬರನ್ನೂ ಬಿಡುಗಡೆಗೊಳಿಸಲಾಗುತ್ತೆ. ಆ ಒಂದು ವಾರಗಳ ಕಾಲದ ನರಕವನ್ನು ಫಾರೂಕ್ ಭೀತಿಗಣ್ಣಿನಿಂದ ವಿವರಿಸುತ್ತಿದ್ದುದು ಹೀಗೆ...

'ಹತ್ತಾರು ಉಗ್ರಗಾಮಿಗಳು ಉಳಿದುಕೊಂಡಿದ್ದ ಹಳೆಯ ಬಂಗಲೆ. ದಿನಪೂರ್ತಿ ಯಾರ್ಯಾರೋ ಬಂದು ಒಂದಷ್ಟು ಮಾತನಾಡಿ ಹೋಗುತ್ತಿದ್ದರು. ಎಲ್ಲರ ಬಳಿಯೂ ದೊಡ್ಡ ಬಂದೂಕುಗಳಿರುತ್ತಿದ್ದವು. ನಮ್ಮ ಕೈಕಾಲುಗಳನ್ನು ಕಟ್ಟಿ ನೆಲದ ಮೇಲೆ ಹಾಸಿದ್ದ ಕಾರ್ಪೆಟ್ ಮೇಲೆ ಬಿಟ್ಟಿದ್ದರು. ಊಟದ ಸಮಯದಲ್ಲಿ ಕೈಕಟ್ಟು ಬಿಚ್ಚುತ್ತಿದ್ದುದು. ಶೌಚಕ್ಕೆ ಹೋಗಬೇಕೆಂದಾಗ ಮತ್ತು ನಮಾಜ್ ಮಾಡುವಾಗ ಎಲ್ಲಾ ಕಟ್ಟುಗಳನ್ನು ಬಿಚ್ಚುತ್ತಿದ್ದರು. ಪದೇ-ಪದೇ ಉಚ್ಚೆಗೆ ಹೋಗುವಿರೆಂದು ನೀರನ್ನು ಹೆಚ್ಚು ಕೊಡುತ್ತಿರಲಿಲ್ಲ. ಊಟವೂ ಮಿತಿಯಲ್ಲೇ. ಅವರು ತಿನ್ನುವಾಗ ನಮಗೊಂದಿಷ್ಟು ಕೊಡುತ್ತಿದ್ದರು. ನಮ್ಮ ಕಾವಲಿಗೆ ಇಬ್ಬರು ಪ್ರಾಯದ ಹುಡುಗರು ನಿಂತಿರುತ್ತಿದ್ದರು. ಅವರ ಬಳಿ ಎಕೆ47 ರೀತಿಯ ಬಂದೂಕು. ಇಬ್ಬರೂ ನಮ್ಮನ್ನು ಕುತೂಹಲದಿಂದ ವಿಚಿತ್ರವಾಗಿ ನೋಡುತ್ತಾ ನಿಂತುಬಿಡುತ್ತಿದ್ದರು. ಏನಾದರೂ ಮಾತಾಡುವ ಅಂದರೆ ನಮ್ಮ ಭಾಷೆಗಳು ಪರಸ್ಪರ ಅಪರಿಚಿತ. ಅವರಲ್ಲಿ ಒಬ್ಬ ಆಗಾಗ ಬಂದು ಹೋಗುತ್ತಿದ್ದ. ಅಸ್ಖಲಿತ ಇಂಗ್ಲಿಷ್ ಮಾತಾಡುತ್ತಿದ್ದ. ತುಂಬಾ ವಿದ್ಯಾವಂತನಂತೆ ಇತ್ತು ಅವನ ಮಾತು, ಆದರೆ ವೇಷದಿಂದಲ್ಲ. ನನ್ನ ಬಳಿ ನಮ್ಮ ಮೇಲಧಿಕಾರಿಗಳ ಸಂಪರ್ಕ ಮಾಹಿತಿ ಪಡೆದುಕೊಳ್ಳುತ್ತಿದ್ದ. ನಮಗೆ ಪ್ರಾಣ ಭಯವಿದ್ದದ್ದರಿಂದ ಅವನು ಕೇಳಿದ ಎಲ್ಲವನ್ನೂ ಹಿಂಜರಿಯದೆ ಹೇಳಿಬಿಡುತ್ತಿದ್ದೆವು. ಎಂದೂ ನಮ್ಮ ಮೇಲೆ ಅವರು ದೈಹಿಕ ಹಲ್ಲೆ ಮಾಡಲಿಲ್ಲ. ನಾವು ಕೂಡ ಮುಸಲ್ಮಾನರೆಂದು ತಿಳಿದು ತಾವು ನಮಾಜ್ ಮಾಡುವಾಗ ನಮ್ಮನ್ನೂ ಅವರ ಸಹಚರರಂತೆ ಗಮನಿಸುತ್ತಿದ್ದರು. ನಾವು ಬಿಳಿ ಚರ್ಮದ ಅಮೆರಿಕನ್ನರೆಂದು ಭಾವಿಸಿ ಮೊದಮೊದಲು ನಮ್ಮನ್ನು ಕೀಳಾಗಿ ನೋಡುತ್ತಿದ್ದರು. ಯಾವಾಗ ನಾವು ಟರ್ಕಿ ಮೂಲದ ಆಲ್ಬೇನಿಯನ್ ಮುಸ್ಲಿಂ ಜನ ಎಂದು ಅವರ ಗಮನಕ್ಕೆ ತಂದೆನೋ ಅಂದಿನಿಂದ ಅವರ ವರ್ತನೆ ಬದಲಾಯಿತು. ನೀವು ಇಲ್ಲಿ ಬಂದು ಅಮೆರಿಕ ದೇಶಕ್ಕೆ ಕೆಲಸ ಮಾಡುತ್ತಿರುವುದು ಧರ್ಮ ದ್ರೋಹ ಎಂದು ಗದರುತ್ತಿದ್ದರು. ನಾನು ಹೊಟ್ಟೆಪಾಡು, ಅದೂ, ಇದೂ ಎಂದು ಏನೇನೋ ನನ್ನ ಕಷ್ಟಗಳನ್ನು ಹೇಳಿಕೊಳ್ಳುತ್ತಿದ್ದೆ. ನಿಜ ಹೇಳಬೇಕೆಂದರೆ ನಮಗೆ ಇಲ್ಲಿಂದ ವಾಪಸ್ ಹೋಗುವ ಯಾವುದೇ ಭರವಸೆ ಇರಲಿಲ್ಲ. ಯಾಕೆಂದರೆ ನಮಗೆ ಈ ರೀತಿಯ ಅಪಹರಣ, ದುಡ್ಡಿನ ಬೇಡಿಕೆ, ಸಂದ ಮೇಲೂ ಕೊಲ್ಲುವ ಇವರ ಕಾರ್ಯಾಚರಣೆಯ

ಪರಿಚಯವಿತ್ತು. ಅಲ್ಲಿದ್ದ ಅಷ್ಟೂ ದಿನ ಕ್ಷಣಗಳನ್ನು ಯುಗಗಳಂತೆ ಭಾವಿಸಿ ಭೀತಿಯಿಂದಲೇ ಬದುಕಿದ್ದದ್ದು. ಇಲ್ಲಿಗೆ ನಮ್ಮ ಕಥೆ ಮುಗಿಯಿತು, ನಮ್ಮನ್ನು ನಂಬಿ ಬದುಕುತ್ತಿರುವ ನನ್ನ ಸಂಸಾರವನ್ನು ಕಾಪಾಡು ದೇವರೇ ಎಂದು ಪ್ರಾರ್ಥಿಸದ ಸಮಯವಿಲ್ಲ. ಅದೇನು ಪವಾಡ ಜರುಗಿತೋ ಗೊತ್ತಿಲ್ಲ ನಮ್ಮನ್ನು ಅಂದು ಬೆಳಗ್ಗೆ ಬಿಡುಗಡೆಗೊಳಿಸುವುದಾಗಿ ಹೇಳಿದರು. ಇನ್ನೆಂದೂ ಈ ನೆಲದಲ್ಲಿ ಇರುವ ಹಾಗಿಲ್ಲ. ನಿಮ್ಮ ದೇಶಕ್ಕೆ ಬೇಗನೆ ಹೊರಡಬೇಕು ಎಂದು ಎಚ್ಚರಿಕೆ ಕೊಟ್ಟರು. ಕಣ್ಣುಪಟ್ಟಿ ಕಟ್ಟಿ ಅದೆಲ್ಲಿ ತಂದುಬಿಟ್ಟರೋ ನಾನು ಕಾಣೆ. ಮತ್ತೊಂದು ವಾಹನ ಏರಿ ನಾವು ಕಣ್ಣುಬಿಟ್ಟಾಗ ಕ್ಯಾಂಪಿನೊಳಗಿದ್ದೆವು. ನನ್ನನ್ನು ಮಿಲಿಟರಿ ಕಚೇರಿಗೆ ಕರೆದುಕೊಂಡುಬಂದಿದ್ದರು. ನಮ್ಮ ದುಬೈ ಕಚೇರಿಯ ದೊಡ್ಡ ಅಧಿಕಾರಿಗಳೆಲ್ಲಾ ಅಲ್ಲಿದ್ದರು. ಅಮೆರಿಕೆಯ ಮಿಲಿಟರಿಯವರು ಎಲ್ಲರನ್ನೂ ಹೊರಗೆ ಕಳುಹಿಸಿ ಘಟನೆಯ ತೀಕ್ಷ್ಣ ವಿಚಾರಣೆ ಮಾಡಿದರು. ಉಗ್ರರ 'ಅತಾ–ಪತಾ' ವಿಷಯದಲ್ಲಿ ನಮಗೆ ಗೊತ್ತಿರುವ ಮಸುಕು ಮಾಹಿತಿ ನೀಡಿದರೂ ಅವರು ಸಮಾಧಾನವಾಗದೆ ಕೂಗಾಡುತ್ತಿದ್ದರು. ಎಲ್ಲಾ ಮುಗಿಸಿ ನಮ್ಮ ಕಂಪನಿ ಕಾಂಪೌಂಡ್ ಬಳಿ ಬಂದಾಗ ಇಷ್ಟು ದಿನ ನನ್ನೊಳಗೆ ಬಿಗಿಯಾಗಿ ಕಟ್ಟಿದ್ದ ಆತಂಕ ಭಾವವೆಲ್ಲಾ ಕಣ್ಣೀರಾಗಿ ಕರಗಿ ಒಮ್ಮೆಗೇ ಉಮ್ಮಳಿಸಿ ಬಂದಂತೆ ಬಿಕ್ಕಿ ಅತ್ತುಬಿಟ್ಟೆ. ದಯವಿಟ್ಟು ನಮ್ಮನ್ನು ಊರಿಗೆ ಕಳಿಸಿಬಿಡಿ, ಇಲ್ಲಾ ಅಂದರೆ ನಮ್ಮನ್ನು ಹುಡುಕಿ ಕೊಲ್ಲುತ್ತಾರೆ ಎಂದು ಗೋಗರೆದೆವು. ಮುಂದಿನ ದಿನ ಬಾಗ್ದಾದಿನ ಏರ್‌ಬೇಸಿಗೆ ಹೋಗಿ ಅಲ್ಲಿಂದ ಗಲ್ಫ್ ರಾಷ್ಟ್ರವೊಂದಕ್ಕೆ ಬಂದು ಊರಿಗೆ ವಾಪಸ್ಸಾದೆವು. ಕೆಲ ತಿಂಗಳು ಊರಿನಲ್ಲಿ ಉಳಿದು ವಿಶ್ರಾಂತಿ ಪಡೆದ ಮೇಲೆ ನನ್ನನ್ನು ದುಬೈ ಕಚೇರಿಗೆ ಬಡ್ತಿಯೊಂದಿಗೆ ವರ್ಗಾಯಿಸಿದ್ದರು. ನನ್ನ ಇನ್ನೊಬ್ಬ ಸಹೋದ್ಯೋಗಿ ಇನ್ನೆಂದೂ ಈ ರೀತಿಯ ಕೆಲಸ ಮಾಡುವುದಿಲ್ಲ ಎಂದು ಕೆಲಸ ತೊರೆದ. ನೆನೆಸಿಕೊಂಡರೆ ಮೈ ಝುಂ ಎನ್ನುತ್ತೆ. ಸಾವಿನ ದವಡೆಯಿಂದ ಜಾರಿಬಂದಿದ್ದ ನನಗೆ ಇದು ನಿಜವಾಗಿಯೂ ಬೋನಸ್ ಲೈಫ್' ಎಂದು ನಕ್ಕು ಹಗುರಾದ. ಸೋಜಿಗದಿಂದಲೇ ಅವನ ಕಣ್ಣುಗಳನ್ನು ದೀರ್ಘವಾಗಿ ನೋಡುತ್ತಾ, 'ಎಂತಹ ಅನುಭವ ಮಾರಾಯ ಎಂದು ಉದ್ಗರಿಸಿದೆ.

ನಾನೂ ಕೂಡ 2012–13ರಲ್ಲಿ ಇರಾಕಿನ ಬಸ್ರಾ ಪಟ್ಟಣಕ್ಕೆ ಹೋಗಬೇಕಾಗಿ ಬಂದಿತ್ತು. ಫಾರೂಕ್ ಹೇಳಿದ ಚಿತ್ರಣದ ಜಾಗಗಳನ್ನೆಲ್ಲಾ ನಾನು ಕಲ್ಪಿಸಿಕೊಳ್ಳುವಷ್ಟು ನನಗೆ ಬಸ್ರಾ ನಗರದ ಪರಿಚಯವಿತ್ತು. ಬಾಗ್ದಾದ್ ಏರ್‌ಬೇಸ್ ಮತ್ತು ಅದರ ಸುತ್ತ ಮುತ್ತ ಇದ್ದ 'ರೆಡ್ ಜೋನ್' ಮತ್ತು 'ಗ್ರೀನ್ ಜೋನ್' ಎಂಬ ಕ್ಯಾಂಪುಗಳಲ್ಲಿ ಮಾತ್ರ ಅಮೆರಿಕೆಯ ಸೈನಿಕ ಶಿಬಿರಗಳಿದ್ದವು. ಬಸ್ರಾ ಸೇರಿದಂತೆ ದೇಶದ ಬಹುತೇಕ ಇತರೆಡೆ ಅವರ ಬಿಡಾರವನ್ನು ಖಾಲಿ ಮಾಡಿದ್ದರು. ಬಾಗ್ದಾದಿನ ಏರ್‌ಬೇಸಿನಲ್ಲಿ ಮಿಲಿಟರಿಗೆ ನಾಲ್ಕು ಅಂತಸ್ತಿನ

ಬಂಕರಿನಂತಹ ಒಂದು ಬೃಹತ್ ಕಟ್ಟಡ ಕಟ್ಟುವ ಕಾಮಗಾರಿಯನ್ನು ನಮ್ಮ ಕಂಪನಿ ಮಾಡುತ್ತಿತ್ತು. ಜೊತೆಗೆ ಬಸ್ರಾ ನಗರದ ಹೊರವಲಯದಲ್ಲಿದ್ದ ವೆದರ್ಫೋರ್ಡ್ ಎನ್ನುವ ಪೆಟ್ರೋಲಿಯಮ್ ಕಂಪನಿಗೆ ಇನ್ನೂರು ಜನರ ಒಂದು ವಸತಿ ಕ್ಯಾಂಪನ್ನು ನಿರ್ಮಿಸುವ ಜವಾಬ್ದಾರಿ ಕೂಡ ಇತ್ತು. ನಾನು ಮೊದಲಿಗೆ ಬಸ್ರಾಗೆ ಹೋಗಿ ಅಲ್ಲಿ 2 ವಾರಗಳ ಕಾಲ ಇದ್ದು ನಂತರ ಬಾಗ್ದಾದ್ ಕಡೆ ಇನ್ನೊಂದು ವಾರಕ್ಕೆ ಹೋಗಬೇಕೆನ್ನುವುದು ಯೋಜನೆಯಾಗಿತ್ತು. ಫ್ಲೈ–ದುಬೈ ವಿಮಾನದಲ್ಲಿ ಬಸ್ರಾ ವಿಮಾನ ನಿಲ್ದಾಣಕ್ಕೆ ಹೋಗಿ ಅಲ್ಲಿ 'ಆನ್ ಅರೈವಲ್ ಎಂಟ್ರಿ' ವೀಸಾ ಪಡೆದೆ. ಅದು ಒಂದು ವಾರಕ್ಕಷ್ಟೇ ಸೀಮಿತ. ಬಸ್ರಾಗೆ ಹೋಗಿ ವೈದ್ಯಕೀಯ ತಪಾಸಣೆಯಾದ ನಂತರ ಒಂದು ತಿಂಗಳ ವಾಸದ ವೀಸಾ ಪಡೆಯಬೇಕಿತ್ತು. ಅಲ್ಲಿನ ಸಿಬ್ಬಂದಿ ತುಂಬಾ ಭ್ರಷ್ಟರು. ಎಂಟ್ರಿ ವೀಸಾಗೆ ತಗಲುವ ಬೆಲೆ ಕೊಟ್ಟಾದ ಮೇಲೂ ನೂರು ಧಿರ್ಹಂ ಕೊಡಬೇಕು ಎಂದು ದುಂಬಾಲು ಬಿದ್ದರು. ಸ್ಥಳೀಯ ಪ್ರಯಾಣಿಕರನ್ನು ಹೊರತುಪಡಿಸಿ ಅಲ್ಲಿದ್ದ ಬಹುತೇಕ ಮಂದಿ ಪೆಟ್ರೋಲಿಯಂ ಕಂಪನಿಯಲ್ಲಿ ಕೆಲಸ ಮಾಡಲೋಸುಗವೋ ಇಲ್ಲಾ ಅದರ ಸಂಬಂಧಿತ ಕೆಲಸಕ್ಕಾಗಿಯೋ ಬಂದವರು. ಹೆಚ್ಚು ವಾದಕ್ಕೆ ಇಳಿಯದೆ ಲಂಚ ಕೊಟ್ಟು ಮುಂದೆ ಹೋಗುತ್ತಿದ್ದರು. ನನಗೆ ಬೇರಿನ್ಯಾವ ದಾರಿ ಕಂಡೀತು? ಅವರ ಕೆಲಸ ತುಂಬಾ ನಿಧಾನ. ಕಾಲಕ್ಕೆ ತಕ್ಕ ಹಾಗೆ ಕಂಪ್ಯೂಟರ್ ಜ್ಞಾನದಲ್ಲಿ ನುರಿತವರಲ್ಲ. ಒಬ್ಬೊಬ್ಬ ಪ್ರಯಾಣಿಕನನ್ನು ಸಾಲಿನಿಂದ ಕರಗಿಸಲು ಹತ್ತು–ಹದಿನೈದು ನಿಮಿಷಗಳನ್ನು ತೆಗೆದುಕೊಳ್ಳುತ್ತಿದ್ದರು. ಬಹು ದೊಡ್ಡ ಯುದ್ಧಬಾಧಿತ ರಾಷ್ಟ್ರದ ಆಡಳಿತ ವ್ಯವಸ್ಥೆ ಇನ್ನೂ ಚಿಗಿತುಕೊಳ್ಳಲು ಸಮಯ ಬೇಕಿತ್ತು ಎಂದೆನಿಸುತ್ತಿತ್ತು. ಕನ್ವೇಯರ್ ಬೆಲ್ಟಿನಲ್ಲಿ ಜಾರಿ ಬಂದ ಲಗೇಜನ್ನು ಪಡೆದು ಹೊರಗೆ ಬಂದಾಗ ಇನ್ನೂ ಏನೆಲ್ಲಾ ಕಾದಿದೆಯೋ ಎಂದು ಅನಿಸದೆ ಇರಲಿಲ್ಲ. ಬಸ್ರಾ ವಿಮಾನ ನಿಲ್ದಾಣದಿಂದ ಕರೆದುಕೊಂಡು ಹೋಗಲು ಅಬ್ದುಲ್ ಎನ್ನುವ ನಡುಪ್ರಾಯದ ಸ್ಥಳೀಯನೊಬ್ಬ ಬಂದಿದ್ದ. ಆತನ ಪೂರ್ತಿ ಹೆಸರು ಮರೆತಿದ್ದೇನೆ. ಅಬ್ದುಲ್ ನಮ್ಮ ಕಂಪನಿಯ ಕೆಲಸಗಾರನೇ. ನನ್ನಂತೆ ಇಲ್ಲಿಗೆ ಬರುವ ಜನರನ್ನು ಕರೆದುಕೊಂಡು ಹೋಗುವ ಎಸ್ಕಾರ್ಟ್ ಕೆಲಸ, ವೈದ್ಯಕೀಯ ತಪಾಸಣೆ ಮತ್ತು ವೀಸಾ ಸಂಬಂಧಿತ ಕೆಲಸಗಳನ್ನು ಮಾಡಿಕೊಡುವುದು ಆತನ ಜವಾಬ್ದಾರಿ ಎಂದು ತಿಳಿಯಿತು. ಸಂವಹಿಸಲು ಸಾಕಿದ್ದ ಇಂಗ್ಲಿಷ್ ಮಾತಾಡಬಲ್ಲವನಾಗಿದ್ದ. ನನ್ನ ಲಗೇಜನ್ನು ಢಿಕ್ಕಿಗೆ ತುರುಕಿ ಹೊರಟೆವು.

ವಿಮಾನ ನಿಲ್ದಾಣದ ಸುತ್ತಲೂ ಹೆಚ್ಚಿನ ಇರಾಕಿ ಮಿಲಿಟರಿ ಪಡೆ ಬೀಡು ಬಿಟ್ಟಿತ್ತು. ಟರ್ಮಿನಲ್ ಮುಂದೆ ಅಗತ್ಯಕ್ಕಿಂತ ಹೆಚ್ಚು ಹೊತ್ತು ನಿಂತ ವಾಹನಗಳನ್ನು ಮುಂದೆ ಹೋಗಿರೆಂದು ಗದರುವುದು, ಸುಗಮ ಟ್ರಾಫಿಕ್ಕಿಗೆ ಅಡ್ಡ ಬರುವ ವಾಹನ ಚಾಲಕರ ಜೊತೆ ಜಗಳಕ್ಕೆ ಇಳಿಯುವುದು ನಡೆದಿತ್ತು.

ಅನತಿ ದೂರ ಹೋದ ಮೇಲೆ ನಿಲ್ದಾಣದ ಪೌಳಿಗೆ ಆತುಕೊಂಡಿದ್ದ ಬೃಹತ್ ಕಬ್ಬಿಣದ ತೊಲೆಗಳಿಂದ ಮಾಡಿದ್ದ ದ್ವಾರದಲ್ಲಿ ತಪಾಸಣೆ ನಡೆಯುತ್ತಿತ್ತು. ಅಲ್ಲಿ ವಾಹನಗಳ ದೀರ್ಘ ಸಾಲು ನಿಂತಿತ್ತು. ವಿಮಾನ ನಿಲ್ದಾಣದ ಒಳಗೆ ಬರಲು ಸುರಕ್ಷಾ ತಪಾಸಣೆಯ ಅಗತ್ಯ ಬಿದ್ದೀತು ಆದರೆ ಹೊರ ಹೋಗಲು? ನನಗೆ ಅರ್ಥವಾಗದ ವಿಷಯವದು. ಅಬ್ದುಲ್ ಕೂಡ ಹೆಚ್ಚು ವಿವರಿಸುವ ಗೋಜಿಗೆ ಹೋಗಲಿಲ್ಲ. ಪಾಸ್‌ಪೋರ್ಟ್ ತೆಗೆದು ಕೈನಲ್ಲಿಟ್ಟುಕೊ ಎಂದಷ್ಟೇ ಹೇಳುತ್ತಿದ್ದ. ನಮ್ಮ ಸರದಿ ಬಂದು ನನ್ನ ಲಗೇಜನ್ನೆಲ್ಲಾ ತಡಕಾಡಿದರು. ಒಬ್ಬ ಸೈನಿಕ ನನ್ನ ಪಾಸ್‌ಪೋರ್ಟನ್ನು ಇಸಿದುಕೊಂಡು ಹಿಂದು-ಮುಂದು ತಿರುಗಿಸಿ ಕೈನಲ್ಲಿಟ್ಟುಕೊಂಡು ಅವರ ಭದ್ರತಾ ಕಚೇರಿಯ ಕ್ಯಾಬಿನ್ ಒಳ ಹೋದ. ಅವನನ್ನು ಹಿಂಬಾಲಿಸಿದ ಅಬ್ದುಲ್ ವಿನಮ್ರವಾಗಿ ಏನನ್ನೋ ಬೇಡಿಕೊಳ್ಳುತ್ತಿರುವ ರೀತಿ ಕಾಣುತ್ತಿತ್ತು. ಅದೇನು ಅಪಚಾರವಾಯ್ತೋ ಎಂದು ನಾನು ಗಾಬರಿಗೆ ಬಿದ್ದೆ. ಅಬ್ದುಲ್ ಜೇಬನ್ನು ತಡಕಾಡಿ ಒಂದು ನೋಟನ್ನು ಅವನ ಕೈಗಿತ್ತದ್ದು ನನಗೆ ಸ್ಪಷ್ಟವಾಗಿ ಕಾಣಿಸುತ್ತಿತ್ತು. ಅಲ್ಲಿಗೆ ಎಲ್ಲವೂ ನನಗೆ ವೇದ್ಯವಾಗಿತ್ತು. ಬಸ್ರಾ ನಗರಕ್ಕೆ ಹೋಗುವ ದಾರಿಯಲ್ಲಿ ಅನೇಕ ಮಿಲಿಟರಿ ಚೆಕ್‌ಪೋಸ್ಟ್‌ಗಳು ಸಿಕ್ಕವು. ಬಹುತೇಕ ಎಲ್ಲಾ ಕಡೆ ಇದೇ ಪುನರಾವರ್ತನೆ ಆಗುತ್ತಿತ್ತು. ಮಿಲಿಟರಿಯೇ ಇಷ್ಟೊಂದು ಭ್ರಷ್ಟರಾದರೆ ದೇಶದ ಗತಿ ಏನು ಎಂದು ಯೋಚನೆ ಬರುತ್ತಿತ್ತು. ಯುದ್ಧದ ಜರ್ಜರತೆ ಎಲ್ಲರನ್ನೂ ಇಂತಹ ಕೆಟ್ಟ ಪರಿಸ್ಥಿತಿಗೆ ತಳ್ಳಿದೆಯೇನೋ ಎಂದು ಮರುಗಿದೆ ಕೂಡ. ಅಬ್ದುಲ್ ಮಾತ್ರ ಇದೆಲ್ಲಾ ಮಾಮೂಲಿ ಎಂಬಂತೆ ವರ್ತಿಸುತ್ತಿದ್ದ. ನಾನು ಏನು ಕೆದಕಿದರೂ ಹೆಚ್ಚು ಮಾಹಿತಿಯನ್ನು ನನಗೆ ಕೊಡುತ್ತಿರಲಿಲ್ಲ. ಬಸ್ರಾ ನಗರ ಸಮೀಪಿಸುತ್ತಿದ್ದೆವು. ಯುಫ್ರಟೀಸ್ ಮತ್ತು ಟೈಗ್ರೀಸ್ ನದಿಗಳಿಗೆ ಜೋಡಿಸಿದ ಅನೇಕ ನೀರಿನ ಕಾಲುವೆಗಳ ಜಾಲ ಮತ್ತು ಅದರ ಸುತ್ತ ಇದ್ದ ಹಸಿರಿನ ಬೆಳೆಯ ಹಾಸು ಎದ್ದು ಕಾಣುತ್ತಿತ್ತು. ಅಬ್ದುಲ್ ಆ ನದಿ ಪಾತ್ರವನ್ನು ತೋರಿಸುತ್ತಾ ಯುಫ್ರಟೀಸ್ ಮತ್ತು ಟೈಗ್ರೀಸ್ ನದಿಗಳ ಬೆರಕೆ ಹರಿವು ಎಂದೇ ನನಗೆ ಪರಿಚಯಿಸುತ್ತಿದ್ದ. ಚಿಕ್ಕಂದಿನಲ್ಲಿ ಮೆಸಪೊಟೋಮಿಯ ನಾಗರಿಕತೆ ಬಗ್ಗೆ ಓದುವಾಗ ಕೇಳಿದ್ದ ಪ್ರಸಿದ್ಧ ನದಿಗಳನ್ನು ಇಂದು ನೇರವಾಗಿ ನೋಡಿದ ಮಹದಾನಂದ! ನನ್ನೊಳಗೇ ಒಂದು ತೆರನಾದ ರೋಮಾಂಚನ ಆ ಕ್ಷಣ.

ಅದಾಗಲೇ ಅರ್ಧ ತಾಸಾಗಿರಬಹುದು ವಿಮಾನ ನಿಲ್ದಾಣದಿಂದ ಹೊರಟು. ಅಬ್ದುಲ್ ಹೇಳಿದ ಪ್ರಕಾರ ಇನ್ನೂ ಒಂದು ತಾಸು ಬೇಕು ನಾನು ಹೋಗಬೇಕಿದ್ದ 'ಜುಬೈರ್ ಹಮ್ಮರ್ ಕ್ಯಾಂಪ್' ತಲುಪಲು. ಬಸ್ರಾದಿಂದ ಆಚೆ ಕುವೈತ್ ಗಡಿಗೆ ಹೊಂದಿಕೊಂಡಿರುವ ಆ ಜುಬೈರ್ ಪ್ರಾಂತ್ಯ ಪೆಟ್ರೋಲಿಯಂ ಶ್ರೀಮಂತಿಕೆಯಿಂದ ಕೂಡಿತ್ತು. ಅನೇಕ ಪಾಶ್ಚಿಮಾತ್ಯ ರಾಷ್ಟ್ರಗಳ ಪ್ರತಿಷ್ಠಿತ

ಅಂತಾರಾಷ್ಟ್ರೀಯ ಕಂಪನಿಗಳು ಅಲ್ಲಿ ನೆಲವನ್ನು ಕೊರೆಯಲು ಆರಂಭಿಸಿದ್ದರು. ಕೆಲವು ಕಡೆ ಚೈನಾ ಮತ್ತು ದಕ್ಷಿಣ ಕೊರಿಯಾದ ಕಂಪನಿಗಳು ಕೂಡ ಸಕ್ರಿಯವಾಗಿದ್ದವು. ಇವರೆಲ್ಲಾ ಹೀಗೆ ಸ್ಪರ್ಧೆಗೆ ಬಿದ್ದವರಂತೆ ಪೆಟ್ರೋಲಿಯಂ ತೆಗೆಯುತ್ತಿದ್ದದ್ದನ್ನು ನೋಡಿ ಈ ಪೆಟ್ರೋಲಿಯಮ್ ಶ್ರೀಮಂತಿಕೆಯೇ ಯುದ್ಧದ ಹಿಂದಿನ ಕಾರಣ ಎಂದನಿಸಿದ್ದು ಸುಳ್ಳಲ್ಲ. ಬಸ್ರಾ ಪಟ್ಟಣ ಯುದ್ಧದ ಆಘಾತದಿಂದ ಆಗ ತಾನೇ ಚೇತರಿಸಿಕೊಳ್ಳುತ್ತಿತ್ತು. ಯುದ್ಧ ಕುರುಹುಗಳು ದಾರಿಯಲ್ಲಿ ಅನೇಕ ಸಿಕ್ಕವು. ಎಷ್ಟೋ ಕಟ್ಟಡಗಳಿಗೆ ತೀವ್ರ ಹಾನಿಯಾಗಿತ್ತು. ಈ ಬೃಹತ್ ನಗರ ಒಮ್ಮೊಮ್ಮೆ ಕಾಬೂಲ್-ಕಂದಹಾರ್ ನಗರಗಳ ಮಿಶ್ರಣ ಎಂದೆನಿಸಿದರೆ ಕೆಲವು ಕಡೆ ನಾನಿದ್ದ ಯುಎಇ ರಾಷ್ಟ್ರದಂತೆ ಕಾಣುತ್ತಿತ್ತು. ರಸ್ತೆಗಳ ನಿರ್ವಹಣೆ ಸಮರ್ಪಕವಾಗಿರಲಿಲ್ಲವಾದ್ದರಿಂದ ಹಳ್ಳ-ತಗ್ಗುಗಳು ಹೆಚ್ಚಿತ್ತು. ನಗರದೊಳಗೆ ಅರಬ್ ನಾಡಿನ ದೇಸೀ ಉಡುಗೆ 'ಅಬಾಯ' ಹೊದ್ದ ಕೆಲ ಜನರು ಮತ್ತು ಪಾಶ್ಚಿಮಾತ್ಯ ದಿರಿಸಿನ ಜನರೂ ಕಂಡರು. ಕತ್ತೆಯನ್ನು ಕಟ್ಟಿದ ಗಾಡಿಗಳನ್ನು ಮುಖ್ಯ ರಸ್ತೆಯಲ್ಲಿ ಓಡಿಸಿಕೊಂಡು ಹೋಗುತ್ತಿದ್ದ ದೃಶ್ಯ ನನಗೆ ಅದೇ ಮೊದಲು. ರಸ್ತೆಯ ಮಗ್ಗುಲಲ್ಲಿ ಹೆಜ್ಜೆಗೊಂದರಂತೆ ಕಲ್ಲಂಗಡಿ ಹಣ್ಣಿನ ಅಂಗಡಿಗಳು ಕಂಡವು. ಅಷ್ಟೊಂದು ಅಗಾಧ ಕಲ್ಲಂಗಡಿ ರಾಶಿ ನಾನು ಜೀವನದಲ್ಲಿ ಮೊದಲು ಕಂಡದ್ದು. ಅದು ಆಗಸ್ಟ್ ತಿಂಗಳ ಬಿರುಬೇಸಗೆ ಸಮಯ. ಗ್ರಾಹಕರು ಕೂಡ ಬಹುತೇಕ ಅಂಗಡಿಗಳನ್ನು ಮುತ್ತಿಗೆ ಹಾಕಿದಂತೆ ಖರೀದಿ ಮಾಡುತ್ತಿದ್ದರು. ನಗರದಲ್ಲೆಲ್ಲಾ ಮಿಲಿಟರಿ ಜನರ ಓಡಾಟ ಅವ್ಯಾಹತವಾಗಿ ನಡೆದೇ ಇತ್ತು. ನಗರ ವ್ಯಾಪ್ತಿಯಿಂದ ಹೊರಬಂದ ಮೇಲೂ ಒಂದೆರಡು ಮಿಲಿಟರಿ ಚೆಕ್‌ಪೋಸ್ಟ್‌ಗಳನ್ನು ಹಾಯ್ದು ಮುಂದೆ ಹೋಗಬೇಕಾಯ್ತು. ಎಲ್ಲರೂ ನನ್ನ ಪಾಸ್‌ಪೋರ್ಟ್ ಪರಿಶೀಲಿಸುವವರೇ! ಬಹುತೇಕ ಎಲ್ಲರಿಗೂ ಅಬ್ದುಲ್ ಚೌಕಾಸಿ ಮಾಡಿ ಒಂದಷ್ಟನ್ನು ಕೈಗೆ ಇಡುತ್ತಿದ್ದ. ಕುವೈತ್ ದೇಶಕ್ಕೆ ಸಂಪರ್ಕ ಕಲ್ಪಿಸುತ್ತಿದ್ದ ಆ ಹೆದ್ದಾರಿ ವಿಶಾಲವಾಗಿತ್ತು. ನಗರ ದಾಟಿ ಅರ್ಧ ತಾಸಿನ ನಂತರ ನಾವು ಪೆಟ್ರೋಲಿಯಂ ಬಾವಿಗಳಿದ್ದ ಪ್ರದೇಶ ತಲುಪಿದ್ದೆವು. ನೆಲದಿಂದ ಮೂರ್ನಾಲ್ಕು ಅಡಿ ಎತ್ತರ ಚಾಚಿದ್ದ ಕಬ್ಬಿಣದ ಪೈಪುಗಳಲ್ಲಿ ಬೆಂಕಿ ಹೊತ್ತಿಕೊಂಡು ನೇರವಾಗಿ ತನ್ನ ನಾಲಗೆ ಚಾಚಿರುತ್ತಿದ್ದ ದೃಶ್ಯವಂತೂ ನನಗೆ ಆಶ್ಚರ್ಯವೇ. ನಾವು ಇನ್ನಷ್ಟು ಒಳಗೆ ಹೋದಂತೆ ಇಂತಹ ದೃಶ್ಯಗಳು ಅನೇಕವು ಸಿಕ್ಕವು. ಅಲ್ಲೆಲ್ಲಾ ಪೆಟ್ರೋಲಿಯಂ ಅನಿಲ ಹೊರಬರುತ್ತಿತ್ತು ಮತ್ತು ಅದು ಹರಡದಂತೆ ಬೆಂಕಿ ತಾಗಿಸಲಾಗಿತ್ತು ಎಂದು ಅಬ್ದುಲ್ ಹೇಳಿದ. ಅದು ಬಹುಶಃ ಅನಿಲ ಬಾವಿಗಳ 'ಗ್ಯಾಸ್ ಫ್ಲೇರ್' ಎಂದು ಊಹಿಸಿದೆ. ಆ ಸುಡುತ್ತಿದ್ದ ಬಿಸಿಲಿನ ಝಳದ ಜೊತೆ ಇಂತಹ ಬೆಂಕಿಯ ಜ್ವಾಲೆಗಳ ಮಧ್ಯೆ ನಾವು ಹಾದುಹೋಗುತ್ತಿದ್ದೆವು. ಅಬ್ದುಲ್ ಕಾರಿನ ಹವಾನಿಯಂತ್ರಕ ಆ ಉಷ್ಣಕ್ಕೆ ಪ್ರತಿಯಾಗಿ ಸರಿಯಾಗಿ

ಕೆಲಸ ಮಾಡುತ್ತಿರಲಿಲ್ಲವಾದ್ದರಿಂದ ನಾನು ಬಿಸಿಬಾಣಲೆಯಲ್ಲಿ ಕೂತಂತೆ ಬೆಂದುಹೋಗುತ್ತಿದ್ದೆ.

ಹಮ್ಮರ್ ಕ್ಯಾಂಪ್ ತಲುಪಿದಾಗ ಸರಿಯಾಗಿ ನಡು ಮಧ್ಯಾಹ್ನದ ಹೊತ್ತು. ನನ್ನ ಲಗೇಜನ್ನು ಒಂದು ವಸತಿ ಕಂಟೈನರ್ ಕ್ಯಾಬಿನ್ ಒಳಗೆ ಬಿಸಾಕಿ ಸೀದಾ ಊಟಕ್ಕೆ ಕರೆದುಕೊಂಡು ಹೋದ. ಮಿಲಿಟರಿ ಡಿಫ್ಯಾಕಿನಷ್ಟು ಅಗಾಧತೆ ಮತ್ತು ವೈವಿಧ್ಯತೆ ಇಲ್ಲದಿದ್ದರೂ ಸಾಮಾನ್ಯ ಅಗತ್ಯಕ್ಕಿಂತ ಹೆಚ್ಚೇ ಭಕ್ಷ್ಯಗಳಿದ್ದವು. ಆ ಕ್ಯಾಂಪಿನ ಅಡುಗೆ ಕೆಲಸ ನಮ್ಮ ಕಂಪನಿಯದ್ದೇ. ಬಹುತೇಕ ಭಾರತೀಯ ಬಾಣಸಿಗರೇ ಇದ್ದ ಡಿಫ್ಯಾಕ್ ಅದು. ಮುಖ್ಯ ಬಾಣಸಿಗ ಸುಮಾರು ಐವತ್ತರ ಪ್ರಾಯದ ಬೆಂಗಾಲಿ. ಆತನಿಗೆ ಕೊಟ್ಟಿದ್ದ ವಸತಿ ಕ್ಯಾಬಿನ್ನಿನಲ್ಲಿ ನಾನು ಎರಡನೆಯವನಾಗಿ ಸೇರಿಕೊಂಡಿದ್ದೆ. ಪ್ರಯಾಣದ ದಣಿವು ಮತ್ತು ಅಲ್ಲಿನ ವಿಪರೀತ ಬೇಸಿಗೆ ಶಾಖಕ್ಕೆ ದೇಹ ಬಳಲಿದ್ದರಿಂದ ಸರಿಯಾಗಿ ಊಟ ಸೇರಲಿಲ್ಲ. ಸ್ವಲ್ಪ ವಿಶ್ರಾಂತಿ ತೆಗೆದುಕೊಂಡು ಸಂಜೆ ಐದರ ವೇಳೆಗೆ ನನ್ನ ಕ್ಯಾಬಿನ್ನಿನಿಂದ ಹೊರ ಬಂದೆ. ಕ್ಯಾಂಪಿನ ಒಳಗಿದ್ದ ಚಿಕ್ಕ ಮೈದಾನದಲ್ಲಿ ನನ್ನ ದೇಶದ ಕೆಲ ಹುಡುಗರು ಕ್ರಿಕೆಟ್ ಆಟ ಆಡುತ್ತಿದ್ದರು. ನೋಡಲು ಥೇಟ್ ಮಿಲಿಟರಿ ಕ್ಯಾಂಪಿನಂತೆ ಇದ್ದರೂ ಅಲ್ಲಿನಂತೆ ಬಿಗಿಯಾದ ಕಟ್ಟುನಿಟ್ಟುಗಳಿಲ್ಲ. ಸುಮಾರು 500 ಮಂದಿಯಿದ್ದ ಪುಟ್ಟ ಕ್ಯಾಂಪ್ ಅದು. ಬಹುತೇಕ ಎಲ್ಲಾ ಕಟ್ಟಡಗಳೂ ಮಾಡ್ಯುಲರ್ ಕಂಟೈನರ್‌ಗಳನ್ನು ಬಳಸಿ ಕಟ್ಟಿದ್ದವುಗಳೇ. ಅಲ್ಲಿನ ಎಲ್ಲರೂ ಪೆಟ್ರೋಲಿಯಮ್ ಬಾವಿಗಳಲ್ಲಿ ಕೆಲಸ ಮಾಡುವವರು. ವ್ಯವಸ್ಥಾಪಕ ಸಿಬ್ಬಂದಿ, ಇಂಜಿನಿಯರುಗಳು, ತಾಂತ್ರಿಕ ಸಿಬ್ಬಂದಿ, ಕಾರ್ಮಿಕ ವರ್ಗ ಹೀಗೆ ಎಲ್ಲಾ ರೀತಿಯ ವರ್ಗದ ಜನರಿದ್ದರು. ಅದೂ ಕೂಡ ಒಂದು ರೀತಿಯಲ್ಲಿ ಗ್ಲೋಬಲ್ ವಿಲೇಜ್ ಎನ್ನಲಡ್ಡಿಯಿಲ್ಲ. ಪ್ರಪಂಚದ ಅನೇಕ ದೇಶಗಳ ಜನರು ಒಟ್ಟಿಗೆ ಒಂದೇ ಜಾಗದಲ್ಲಿ ಇರುವ ಮತ್ತೊಂದು ಪ್ರದೇಶವದು. ಈ ಕ್ಯಾಂಪಿನ ಪಕ್ಕದಲ್ಲಿ ಮತ್ತೂ 250 ಮಂದಿಗೆ ಇನ್ನೊಂದು ಕ್ಯಾಂಪ್ ಕಟ್ಟುವ ಕೆಲಸ ನಮಗೆ ಸಿಕ್ಕಿತ್ತು. ಕೆಲವು ತಾಂತ್ರಿಕ ಗೊಂದಲಗಳ ನಿವಾರಣೆಗಾಗಿ ನಾನು ಅಲ್ಲಿಗೆ ಹೋಗಬೇಕಾಗಿ ಬಂದಿತ್ತು. ವೆದರ್ಫೋರ್ಡ್ ಕಂಪನಿಯ ಮುಖ್ಯ ವಿದ್ಯುತ್ ಇಂಜಿನಿಯರ್ ನಮ್ಮ ದೇಶದವ, ಪೂನಾ ಮೂಲದವ. ಕ್ಲೈಂಟ್ ಇಂಜಿನಿಯರ್ ಆದ ಅವನನ್ನು ನಿಭಾಯಿಸಲು ನನಗೆ ಸಾಕುಸಾಕಾಯ್ತು. 'ತಾನು ಮೇಲು' ಎಂದು ಸಾಬೀತು ಮಾಡಲು ಎಲ್ಲದರಲ್ಲೂ ತಗಾದೆ ತೆಗೆಯುತ್ತಿದ್ದ. ಯಾವುದೇ ಮಿಲಿಟರಿ ಕ್ಯಾಂಪಿನಲ್ಲಿ ಕೆಲಸ ಮಾಡುವಾಗ ಕ್ಲೈಂಟ್ ಇಂಜಿನಿಯರುಗಳ ಜೊತೆ ಇಂತಹ ಅನುಭವಗಳು ಆಗಿರಲಿಲ್ಲವಾದ್ದರಿಂದ ನನಗೆ ಈತನ ವರ್ತನೆ ಕಸಿವಿಸಿ ಎನಿಸಿತ್ತು.

ಬೆಳಗ್ಗೆ ಬೇಗ ಎದ್ದು ತಯಾರಾಗಿ ಪ್ರಾಜೆಕ್ಟ್ ಸೈಟಿನ ಹತ್ತಿರ ಹೋದೆ. ಬೆಳಗಿನ ಎಳೆ ಬಿಸಿಲು ಮಧ್ಯಾಹ್ನದ ಬಿರುಬಿಸಿಲಿನಂತೆ ತೀಕ್ಷ್ಣವಾಗಿ ಸುಡುತ್ತಿತ್ತು.

ನಾನಿದ್ದ ಸ್ಥಳದಿಂದ ಸುಮಾರು 10 ನಿಮಿಷಗಳ ನಡಿಗೆ ಅಷ್ಟೇ. ಬೆಳಗ್ಗೆ ಅಲ್ಲಿಗೆ ಹೋದಾಗ ನನಗೆ ಅಲ್ಲಿನ ಬಿಸಿಲಿನ ಅಪಾಯದ ನಿಖರ ಸುಳಿವು ಸಿಕ್ಕಿರಲಿಲ್ಲ. ಕೆಲಸ ಮುಗಿಸಿ ಸುಮಾರು ಹನ್ನೆರಡರ ಹೊತ್ತಿಗೆ ಅಲ್ಲಿಂದ ಮತ್ತೆ ವಾಪಸ್ಸು ನಡೆದು ಬರುವಾಗ ಆ ಚುಚ್ಚುವ ಬಿಸಿಲಿನ ಝಳಕ್ಕೆ ಮೈಕೈ ಊದಿಕೊಂಡುಬಿಟ್ಟಿತ್ತು. ಬೆಂದ ಗೆಣಸಿನ ಹಾಗೆ ಕಾಣುತ್ತಿದ್ದವು ಕೈಕಾಲುಗಳು. ಕೆಂಡದ ಮಳೆಯಾಗುತ್ತಿದೆಯೇನೋ ಎನ್ನುವಷ್ಟು ದೇಹವೆಲ್ಲಾ ಉರಿ. ತಲೆಯಂತೂ ಸಿಡಿದು ಹೋಗುತ್ತಿದ್ದ ಅನುಭವ. ತಲೆಯಿಂದ ಪಾದದವರೆಗೆ ನಾನು ಧರಿಸಿದ್ದ ಎಲ್ಲವೂ ಬೆವರಿಂದ ನೆಂದುಹೋಗಿ ವಿಪರೀತ ಕಸಿವಿಸಿ ಎನಿಸಲಾರಂಭಿಸಿತ್ತು. ಕ್ಯಾಬಿನ್ನಿನ ಒಳಗೆ ಬಂದು ಏದುಸಿರು ಬಿಡುತ್ತಾ ಒಮ್ಮೆಗೆ ಬಾಟಲಿನ ನೀರನ್ನು ಖಾಲಿ ಮಾಡಿ ಧೊಪ್ಪನೆ ಕೂತೆ. ಆ ದಿನದ ಉಷ್ಣಾಂಶ ಸುಮಾರು 53–54 ಡಿಗ್ರೀ ಸೆಲ್ಶಿಯಸ್ ಇತ್ತೆಂದು ತಿಳಿದು ಇನ್ನಷ್ಟು ಗಾಬರಿಯಾಯ್ತು. ಇದು ಎಷ್ಟು ತೀಕ್ಷ್ಣ ಝಳ ಎಂದು ನನಗೆ ಮನವರಿಕೆ ಮಾಡಿಸಲು ನನ್ನ ರೂಂ ಮೇಟ್ ಆಗಿದ್ದ ಬೆಂಗಾಲಿ ಚೆಫ್ ಮೊಟ್ಟೆಯೊಂದನ್ನು ಕಾದಿದ್ದ ಕಲ್ಲಿನ ಮೇಲೆ ಹಾಕಿ ಅದು ಆಮ್ಲೆಟ್ ಆಗುವ ಪರಿಯನ್ನು ತೋರಿಸುತ್ತಿದ್ದ. ಇನ್ನೂ ಎರಡು ವಾರಗಳ ಕಾಲ ಇಲ್ಲಿ ಹೇಗೆ ಸಮಯ ದೂಡುವುದು ಎಂದು ನನಗೆ ದಿಗಿಲಾಗಲು ಶುರುವಾಯ್ತು. ಬೆಂಗಾಲಿ ಚೆಫ್ ಒಳ್ಳೆಯ ಮಾತುಗಾರನಾದ್ದರಿಂದ ನನ್ನ ಪ್ರಕೃತಿಗೆ ಹೇಳಿ ಮಾಡಿಸಿದ್ದ ಹಾಗಾಯ್ತು. ಆತ ಕ್ರಿಶ್ಚಿಯನ್. ಅವನ ಧರ್ಮದ ಹಿರಿಮೆಯನ್ನು ಅವನ ತಿಳಿವಳಿಕೆಯ ಮಿತಿಯೊಳಗೆ ನನಗೆ ಸಾಕಷ್ಟು ಹೇಳುತ್ತಿದ್ದ. ನಾನೂ ಕೂಡ ಅವನಿಗೆ ನನ್ನ ಧರ್ಮದ ಬಗೆಗೆ ನನಗೆ ತಿಳಿದಷ್ಟು ಹೇಳುತ್ತಿದ್ದೆ. ಅಲ್ಲಿಂದ ರಾಜಕೀಯ, ಬಡತನ, ತನ್ನೂರು, ಮನೆ, ಮಕ್ಕಳು ಹೀಗೆ ನೂರಾರು ವಿಷಯಗಳು ಮಾತಿನಲ್ಲಿ ಹಾದು ಹೋಗುತ್ತಿದ್ದವು.

ಕೆಲವು ದಿನಗಳು ಹೀಗೆ ಹೇಗೋ ಕಳೆಯಿತು. ಒಂದು ದಿನ ಅಬ್ದುಲ್ ಪ್ರತ್ಯಕ್ಷನಾಗಿ ನನ್ನನ್ನು ಕಾರಿನಲ್ಲಿ ಕೂರಿಸಿಕೊಂಡು ಬಸ್ರಾ ನಗರಕ್ಕೆ ಕರೆದುತಂದ. ನಾವು ನಗರದ ಮಧ್ಯೆಯಿದ್ದ ಒಂದು ಸರಕಾರಿ ಆಸ್ಪತ್ರೆಗೆ ಬಂದಿದ್ದೆವು. ತಿಂಗಳ ಅವಧಿಯ ವೀಸಾ ಪಡೆಯಲು ಅಗತ್ಯವಿದ್ದ ವೈದ್ಯಕೀಯ ಪರೀಕ್ಷೆಗಾಗಿ ನನ್ನನ್ನು ಅಲ್ಲಿ ಕರೆತಂದಿದ್ದ. ಜನನಿಬಿಡ ಪ್ರದೇಶದಲ್ಲಿದ್ದ ಹತ್ತಾರು ವರ್ಷಗಳ ಹಳೆಯ ಆಸ್ಪತ್ರೆ. ಇತರೆ ಅರಬ್ ರಾಷ್ಟ್ರಗಳಲ್ಲಿನ ಹಳ್ಳಿಗಾಡು ಪ್ರದೇಶದಲ್ಲಿ ನೋಡಿದಂತಹುದೇ ಶೈಲಿಯ ಕಟ್ಟಡ. ಬಲು ಉದ್ದನೆಯ ಸರತಿ ಸಾಲು ನಿಂತಿತ್ತು. ನನ್ನನ್ನು ಅಲ್ಲಿ ನಿಲ್ಲುವಂತೆ ಹೇಳಿ ಅಬ್ದುಲ್ ಒಳಗೆ ಹೋದ. ಬಹುತೇಕ ಎಲ್ಲರೂ ವೈದ್ಯಕೀಯ ಪರೀಕ್ಷೆಗಾಗಿ ಸರತಿಯಲ್ಲಿ ನಿಂತವರೇ. ಕೆಲ ಭಾರತೀಯರೂ ಸೇರಿದಂತೆ ವಿವಿಧ ದೇಶಗಳ ಯುವಕರಿದ್ದರು. ನೀಳವಾದ ಅಬಾಯ ಧರಿಸಿದ ಸ್ಥಳೀಯರೂ ಕೆಲವರಿದ್ದರು. ಪರಸ್ಪರ ನೋಟ ಬೆರೆತಾಗ

ಸಣ್ಣ ನಗು ನಕ್ಕು, ಇನ್ನೂ ಹೆಚ್ಚು ಸ್ಪಂದನೆ ಸಿಕ್ಕಿತೆಂದೆನಿಸಿದರೆ ಮಾತಿಗಿಳಿದು 'ಏನು ಕೆಲಸ, ಎತ್ತ?' ಎಂಬ ಸಣ್ಣ ಸಂಭಾಷಣೆ ಸಾಧ್ಯವಾಗುತ್ತಿತ್ತು. ಅಲ್ಲಿದ್ದ ಎಲ್ಲರೂ 'ಆಯಿಲ್ ಅಂಡ್ ಗ್ಯಾಸ್' ಕಂಪೆನಿಗಳಲ್ಲಿ ಕೆಲಸಕ್ಕೆ ಬಂದವರೇ. ಸಾಲು ಕರಗಲು ಬಲು ನಿಧಾನವಾಗಿ ನಮ್ಮೆಲ್ಲರ ತಾಳ್ಮೆ ಪರೀಕ್ಷೆಯೂ ನಡೆಯುತ್ತಿತ್ತು. ಪ್ರತಿಯೊಬ್ಬರ ಮುಖದಲ್ಲೂ ಒಂದು ತೆರನಾದ ಆತಂಕದ ಛಾಯೆ ನನಗೆ ಕಾಣಿಸುತ್ತಿತ್ತು. ಅಥವಾ ಇಂತಹ ಪ್ರದೇಶಗಳು ಅಸುರಕ್ಷಿತ ಎಂಬ ನನ್ನ ಆತಂಕಭಾವವನ್ನು ಅವರೆಲ್ಲರ ಮುಖದಲ್ಲಿ ನೋಡುತ್ತಿದ್ದೇನೋ ತಿಳಿಯದು. ಹೊರಗೆ ತೀವ್ರವಾದ ಬಿಸಿಲು, ಶೆಖೆ. ಸರತಿ ನಿಂತ ಜಾಗದಲ್ಲಿ ಕನಿಷ್ಟ ಫ್ಯಾನ್ ಕೂಡ ಇರಲಿಲ್ಲ. ನಾವೆಲ್ಲರೂ ಬೆವೆತು ನೀರಾಗುತ್ತಿದ್ದೆವು. ನಮ್ಮ ಆತಂಕ, ಅಸಹನೆಗೆ ಆ ಶೆಖೆ ಕೂಡ ಸಾತ್ ನೀಡುತ್ತಿತ್ತು. ಈ ದೇಶದಲ್ಲಿ ಕತ್ತೆಗಳಿಗೂ ಮನುಷ್ಯರಿಗೂ ಒಂದೇ ಸೂಜಿ ಎಂದು ಕ್ಯಾಂಪಿನಲ್ಲಿ ಕೆಲ ಹುಡುಗರು ಗೇಲಿ ಮಾಡುತ್ತಿದ್ದುದು ಗೊತ್ತಿತ್ತು. ಸೂಜಿ ಚುಚ್ಚಿಸಿಕೊಂಡು ಹೊರಬರುತ್ತಿದ್ದವರ ಹಿಂಡಿದ ಮುಖ ನೋಡಿದಾಗ ಕತ್ತೆಯ ಸೂಜಿ ನೆನೆದು ನನಗೂ ಒಳಗೆಲ್ಲೋ ತಳಮಳ ಶುರುವಾಯ್ತು. ಇತ್ತ ಅಬ್ದುಲ್ ನನ್ನನ್ನು ಇಲ್ಲಿ ದೂಡಿ ಅದೆಲ್ಲಿ ತಲೆಮರೆಸಿಕೊಂಡು ಹೋದನೋ ಎಂಬ ಆತಂಕವೂ ಇತ್ತು. ನನ್ನ ಸರದಿ ಬಂದು ನನ್ನ ಹೆಸರನ್ನು ಅಲ್ಲಿನ ಮಹಿಳಾ ಸಿಬ್ಬಂದಿಗೆ ಹೇಳಿ ಸರಿಯಾಗಿ ಬರೆಸುವಲ್ಲಿ ಸಾಕು ಸಾಕಾಯ್ತು. ಅವರೇನಾದರೂ ಹೆಚ್ಚು ಕಡಿಮೆ ಬರೆದು ಪಾಸ್ಪೋರ್ಟಿನಲ್ಲಿದ್ದ ನನ್ನ ಹೆಸರಿಗೆ ಹೊಂದಿಕೆಯಾಗದಿದ್ದರೆ ನನಗೆ ವೀಸಾ ಸಿಗುವುದು ಇನ್ನಷ್ಟು ವಿಳಂಬವಾಗುವುದೇನೋ ಎಂಬ ಭಯ. ಮಹಿಳಾ ಸಿಬ್ಬಂದಿ ತಿಳಿ ನೀಲಿ ಬಣ್ಣದ ಅಬಾಯ ಮತ್ತು ಹಿಜಾಬ್ ಧರಿಸಿದ್ದರೂ ಪರದೆ ಮುಖ ಕಾಣುವಷ್ಟನ್ನು ಬಿಟ್ಟಿತ್ತು. ಮುಖದಲ್ಲಿ ಯಾವುದೇ ತೆರನಾದ ಭಾವವಿರಲಿಲ್ಲ. ಸ್ವಲ್ಪ ಗದರುತ್ತಾ, ಅವರ ಭಾಷೆಯಲ್ಲಿ ಏನೋ ಗುಣುಗುಟ್ಟುತ್ತಾ ಬರೆದು ಒಂದು ಚಿಕ್ಕ ರಸೀತಿ ಕೈಗಿತ್ತು ಪಕ್ಕದ ಕೋಣೆಗೆ ಹೋಗು ಎನ್ನುತ್ತಿದ್ದರು. ಎಲ್ಲರೂ ಐವತ್ತು ಆಸುಪಾಸಿನ ಹಿರಿಯರು. ಪಕ್ಕದ ರೂಮಿನಲ್ಲಿದ್ದ ನರ್ಸ್ ಸಿಬ್ಬಂದಿಗಳೆಲ್ಲರೂ ಗಂಡಸರು. ಸಹಜವಾದ ಪ್ಯಾಂಟು-ಶರ್ಟಿನ ಮೇಲೆ ತಿಳಿ ನೀಲಿ ಬಣ್ಣದ ಕೋಟು ಧರಿಸಿದ್ದರು. ಎದೆ ಭಾಗದ ಎಕ್ಸ್-ರೇ ತೆಗೆದು, ತೋಳಿನ ತುಸು ರಕ್ತ ಹೀರಿ, ಮುಗಿಯಿತು ಎಂದು ಕಳುಹಿಸಿದರು. ಉತ್ಪ್ರೇಕ್ಷೆ ಮಾಡುತ್ತಿದ್ದ ಹಾಗೆ ಕತ್ತೆ ಸೂಜಿಯೇನೂ ಬಳಸಲಿಲ್ಲವಾದರೂ ಸ್ವಲ್ಪ ದೊಡ್ಡ ಗಾತ್ರದ್ದಂತೂ ನಿಜ! ಕೋಣೆಯಿಂದ ಹೊರಬಂದು ಕಾರಿಡಾರ್‌ನಲ್ಲಿದ್ದ ಕುರ್ಚಿಯಲ್ಲಿ ಅಬ್ದುಲ್ ಬರುವಿಕೆಗಾಗಿ ಕಾದು ಕುಳಿತೆ. ಸಹಜವಾಗಿಯೇ ನಡೆಯುತ್ತಿದ್ದ ಅಲ್ಲಿನ ಪ್ರಕ್ರಿಯೆಗಳನ್ನು ಗಮನಿಸುತ್ತಾ ಇಲ್ಲಿರುವವರೆಲ್ಲರೂ ನನ್ನ ಹಾಗೆಯೇ ಮನುಷ್ಯರು ಎಂಬ ಸುರಕ್ಷಿತ ಭಾವ ಮೂಡಿಸಿಕೊಳ್ಳುತ್ತಾ ನನ್ನ ಒಳಗಿದ್ದ ಆತಂಕವನ್ನು ಸಾಧ್ಯವಾದಷ್ಟು ದೂಡುತ್ತಾ ಕೂತೆ. ಅದೆಲ್ಲಿಂದಲೋ

ಬಿರಬಿರನೆ ಬಂದ ಅಬ್ದುಲ್ ಒಳಗೆಲ್ಲೋ ಹೋಗಿ ಒಂದು ಫೈಲನ್ನು ಕೈನಲ್ಲಿ ಹಿಡಿದು ಎಲ್ಲ ಮುಗೀತು ನಡೆ ಹೋಗೋಣ ಎಂದ.

ಎರಡು ವಾರದ ಮಿತಿಯಷ್ಟೇ ಎಂಬ ಒಪ್ಪಂದಕ್ಕೆ ಒಪ್ಪಿ ಬಂದಿದ್ದೆ. ಆ ಸಮಯ ಕಳೆದಿತ್ತು. ನನ್ನ ಕೆಲಸವೂ ಮುಗಿದಿತ್ತು. ಆದರೆ ವೀಸಾ ನನ್ನ ಕೈಗೆ ಬಂದಿರಲಿಲ್ಲ. ವೀಸಾ ಕೈಗೆ ಸಿಗದ ಹೊರತು ಅಲ್ಲಿಂದ ಕದಲುವ ಮಾತೇ ಇರಲಿಲ್ಲ. ಬಾಗ್ದಾದ್ ಏರ್‌ಬೇಸಿನಲ್ಲಿದ್ದ ನಮ್ಮ ಎಂಜಿನಿಯರುಗಳು ನನ್ನ ಬರುವಿಕೆಯನ್ನು ನಿರೀಕ್ಷಿಸುತ್ತಿದ್ದರು. ಅಬ್ದುಲ್ ದಿನಾಲೂ ನಮ್ಮ ಕೈಗೆ ಸಿಗುವವನಲ್ಲ. ಅವನ ಕಾರ್ಯಕ್ಷೇತ್ರ ಕ್ಯಾಂಪಿನ ಹೊರಗೇ ಹೆಚ್ಚು. ಅವನಿಗೆ ಕರೆಮಾಡಿದಾಗಲೆಲ್ಲಾ 'ಹಬೀಬಿ, ಇವತ್ತು ವೀಸಾ ಸಿಕ್ಕೇ ಸಿಗುತ್ತೆ' ಎಂಬ ಸಾಂತ್ವನ ಸಬೂಬು ಹೇಳಿ ಜಾರಿಕೊಳ್ಳುತ್ತಿದ್ದ. ಅಲ್ಲಿನ ಬಿಸಿಲು ದಿನೇದಿನೇ ಏರುತ್ತಿತ್ತು, ನನ್ನ ಅಸಹನೆಯೂ ಕೂಡ. ಮಾಡಲು ಏನೊಂದು ಕೆಲಸವೂ ಇರಲಿಲ್ಲ. 20x8 ಅಡಿಯ ಕಂಟೈನರ್ ರೂಮು ಕಾರಾಗೃಹದ ಸೆಲ್‌ನಂತೆ ಭಾಸವಾಗ್ತಾ ಇತ್ತು. ಅದೇ ಚೆಫ್ ಮುಖ! ಹೋಗಿ ಬಂದು, ಅವನ ಧರ್ಮದ ಶ್ರೇಷ್ಠತೆಯ ಅವವೇ ಮಾತುಗಳ ಪುನರಾವರ್ತನೆ. ನಾನಂತೂ ಎಲ್ಲದಕ್ಕೂ ವಿಮುಖನಾದಂತೆ ಅಂತರ್ಮುಖಿಯಾದೆ. ಮಾತುಗಳು ಕಡಿಮೆಯಾಯ್ತು. ಇನ್ನಷ್ಟು ದಿನಗಳು ಕಳೆದರೆ ನನಗೆ ಹುಚ್ಚು ಹಿಡಿಯಬಹುದೇನೋ ಎಂದು ಗಾಬರಿ ಬೀಳುತ್ತಿದ್ದೆ. ಹೊರಗೆ ಹೋದರೆ ಬೆಂದು ಹೋಗುವ ಭಯ. ಅಲ್ಲಿನ ಕಾರ್ಮಿಕರೊಟ್ಟಿಗೆ ಬೆರೆಯಲು ಅಹಮ್ಮಿನ ಅಡ್ಡಿ. ಮರುಭೂಮಿ ಮಧ್ಯದ ಆ ಜಾಗ ವಿಶ್ವಯುದ್ಧಗಳಲ್ಲಿ ಸೆರೆ ಸಿಕ್ಕ ಶತ್ರುಸೈನಿಕರನ್ನು ಕೂಡಿಡುತ್ತಿದ್ದ 'ಗುಲಾಗ್'ನಂತೆ ಭಾಸವಾಗ್ತಾ ಇತ್ತು. ನನ್ನ ಮೇಲಧಿಕಾರಿಗೆ ಕರೆ ಮಾಡಿ ಇನ್ನು ಇಲ್ಲಿರಲು ನನ್ನಿಂದ ಸಾಧ್ಯವಿಲ್ಲ, ದಯವಿಟ್ಟು ವೀಸಾ ಕಥೆ ಏನೆಂದು ವಿಚಾರಿಸಿ ಹೇಳಿರೆಂದು ದುಂಬಾಲು ಬಿದ್ದೆ. ತಿಂಗಳ ನಂತರ ನನ್ನ ಕೈಗೆ ವೀಸಾ ಸಿಕ್ಕಿತ್ತು. ಅಲ್ಲಿನ ಸರಕಾರಿ ಯಂತ್ರವನ್ನು ದೂಷಿಸುತ್ತಾ ಅಬ್ದುಲ್ ನನ್ನ ಕೈನಲ್ಲಿ ಏನೂ ಇರಲಿಲ್ಲವೆಂದು ಸುಭಗನಾದ. ಆಗ ವೀಸಾ ಸಿಕ್ಕದ್ದು ನಾನು ಅಲ್ಲಿ ಮುಂದುವರೆಯಲು ಆಗಿರಲಿಲ್ಲ, ಬದಲು ಅಲ್ಲಿಂದ ಹೊರಗೆ ಹೋಗಲು ಎನ್ನುವುದು ವಿಪರ್ಯಾಸ! ಅಷ್ಟರಲ್ಲಿ ಬಾಗ್ದಾದ್ ಏರ್‌ಬೇಸ್ ಪ್ರಾಜೆಕ್ಟ್ ನೋಡಿಕೊಳ್ಳಲು ಇನ್ನೊಬ್ಬ ಇಂಜಿನಿಯರನ್ನು ನಿಯೋಜಿಸಲಾಗಿತ್ತು. ನನ್ನ ಅವಶ್ಯಕತೆ ಅಲ್ಲಿ ಇರಲಿಲ್ಲವಾದದ್ದು ಆ ದುರಿತ ಕ್ಷಣದಲ್ಲಿ ನನಗೆ ಒಳ್ಳೆಯದೇ ಆಗಿತ್ತು. ನೇರವಾಗಿ ದುಬೈಗೆ ಟಿಕೆಟ್ ಬುಕ್ ಮಾಡಿಸಿ ಹೊರಟೆ. ನರಕದಿಂದ ಹೊರಬಂದ ಅನುಭವವದು. ಎಷ್ಟೆಲ್ಲಾ ಮಿಲಿಟರಿ ಕ್ಯಾಂಪಿನಲ್ಲಿ ತಿಂಗಳುಗಟ್ಟಲೆ ಇದ್ದರೂ ಇಂತಹ ಕಹಿ ಅನುಭವ ಎಂದೂ ಆಗಿರಲಿಲ್ಲ. ಆಗಿನ ನನ್ನ ಪಾಡು ಕಿಡ್ನಾಪ್ ಆಗಿ ಅದ್ಯಾವುದೋ ಅಜ್ಞಾತ ಸ್ಥಳದಲ್ಲಿ ಕೂಡಿ ಹಾಕಿದ್ದ ಫಾರೂಕಿನಂತೆಯೇ ಇತ್ತಲ್ಲ ಎಂದು ನನಗೆ ನಾನೇ ಉತ್ಪ್ರೇಕ್ಷೆಯ ಭಾವ ತಾಳಿದ್ದಿದೆ!

17

ಸೌದಿ-ಅರೇಬಿಯಾದ ಯುದ್ಧಭೂಮಿಯೆಡೆಗೆ...

2014-15ರ ವರ್ಷ ಅದು. ಇನ್ನೊಂದು ವಿಶಿಷ್ಟ ಅನುಭವಕ್ಕೆ ನನ್ನನ್ನು ನಾನು ಒಡ್ಡಿಕೊಳ್ಳುವ ಪ್ರಸಂಗ ಬಂದಿತು. ಸೌದಿ ಅರೇಬಿಯಾ ಮತ್ತು ನೆರೆ ರಾಷ್ಟ್ರ ಯೆಮೆನ್ ನಡುವಿನ ಯುದ್ಧ ತೀವ್ರತೆ ಗರಿಷ್ಠ ಮಟ್ಟಕ್ಕಿದ್ದ ಕಾಲ. ಸೌದಿ ಅರೇಬಿಯಾದ ನೈಋತ್ಯಕ್ಕೆ ಯೆಮೆನ್ ಸರಹದ್ದಿಗೆ ಹತ್ತಿರವಿದ್ದ ಒಂದು ಸಣ್ಣ ನಗರ 'ಜಝುನ್'. ಸ್ಥಳೀಯರು 'ಜಿಝುನ್' ಎಂದೂ ಕರೆಯುತ್ತಿದ್ದರು. ನಗರದಿಂದ 60-70ಕಿ.ಮೀ ದೂರದಲ್ಲಿ ಮತ್ತೂ ದಕ್ಷಿಣಕ್ಕೆ ಯೆಮೆನ್ ಸರಹದ್ದಿನ ಸಮೀಪ ಸೌದಿ ರಾಷ್ಟ್ರ ಒಂದು ಮಿಲಿಟರಿ ನಗರವನ್ನು ನಿರ್ಮಿಸುವ ಬೃಹತ್ ಪ್ರಾಜೆಕ್ಟ್ ಒಂದನ್ನು ಯೋಜಿಸಿತ್ತು. ನಮ್ಮ ಕಂಪನಿ ಕೂಡ ಈ ಪ್ರಾಜೆಕ್ಟಿನ ಭಾಗವಾಗಲು ಇಚ್ಛಿಸಲಾಗಿ ಒಂದು ತಂಡವನ್ನು ಆ ಮರುಭೂಮಿಯ ಜಾಗಕ್ಕೆ ಕಳುಹಿಸಿ ಅಗತ್ಯ ಮಾಹಿತಿಗಳನ್ನು ಗ್ರಹಿಸಬೇಕೆಂದು ಸೂಚಿಸಲಾಯ್ತು. ನಾನೂ ಕೂಡ ಆ ಆರು ಜನರ ತಂಡ ಸೇರಿಕೊಂಡೆ. ನನ್ನ ಮೇಲಧಿಕಾರಿ ಸ್ಟೆಫನ್ ಬೈಯಸ್ ಮತ್ತು ಇನ್ನೊಬ್ಬ ಇಂಜಿನಿಯರ್ ಫಿಲಿಪೈನ್ಸ್ ದೇಶದ 'ಆಂಡಿ ಅರ್ಮಮೆಂಟೊ' ಕೂಡ ಇದ್ದ. ನಮ್ಮ ಹೊರತಾಗಿ ಇದ್ದದ್ದು ಒಬ್ಬ ಫ್ರೆಂಚ್, ಒಬ್ಬ ಬೊಸ್ನಿಯನ್,

ಮತ್ತೊಬ್ಬ ಅಮೇರಿಕನ್. ಇವರೆಲ್ಲ ಬಹುತೇಕ ಮುದುಕರೇ. ಇವರೆಲ್ಲಾ ಬಿಸಿನೆಸ್ ಡೆವಲಪ್‌ಮೆಂಟ್ ಅಧಿಕಾರಿಗಳು. ದುಬೈನಿಂದ ಸೌದಿಯ ರಿಯಾಧ್ ನಗರಕ್ಕೆ ಬಂದು ಒಂದು ಹೋಟೆಲಿನಲ್ಲಿ ಉಳಿದುಕೊಂಡೆವು.

ಜಝುನ್ ಪ್ರಾಂತ್ಯದ ಸೌದಿ ರಾಜಕುಮಾರನೊಬ್ಬನ ನೇರ ಅಧೀನದಲ್ಲಿ ಈ ಪ್ರಾಜೆಕ್ಟ್ ಇದ್ದದ್ದು. ಆ ರಾಜಕುಮಾರನ ಆಪ್ತ ಸಹಾಯಕ ಡೀಲ್ ಕುದುರಿಸಲು ತೊಡಗಿದ್ದ. ಅಂದಿಗೆ 130ಮಿಲಿಯನ್ ಅಮೇರಿಕನ್ ಡಾಲರುಗಳ ಪ್ರಾಜೆಕ್ಟ್ ಅದು. ಆ ಆಪ್ತ ಸಹಾಯಕನ ಪರಿಚಯಸ್ಥ ನಮ್ಮ ಕಂಪನಿಯ ಒಬ್ಬ ಪಾಲುದಾರ, ಬೋಸ್ನಿಯಾ ದೇಶದವನು. ಇಂತಿಷ್ಟು ಸಿಂಹಪಾಲು ನಮಗೆ ನೀಡಿದರೆ ಈ ಪ್ರಾಜೆಕ್ಟ್ ನಿಮಗೇ ಎಂದು ಒಪ್ಪಂದವಂತೆ ಎಂಬ ವಿಷಯ ನಮಗೆ ಗೋಜಲು ಗೋಜಲಾಗಿ ತಿಳಿದಿತ್ತು. ಅವರಿಗೊಂದಷ್ಟು ನೀಡಿ ನಮಗೊಂದಷ್ಟು ಲಾಭ ಹಿಡಿದು ಮಿಕ್ಕ ಹಣದಲ್ಲಿ ಈ ಪ್ರಾಜೆಕ್ಟನ್ನು ಮುಗಿಸಲಾದೀತೇ ಎಂಬ ವರದಿಯನ್ನೂ ನಾವು ಕೊಡಬೇಕಿತ್ತು. ಒಂದೆರಡು ದಿನಗಳು ನಾವು ರಿಯಾದ್ ನಗರದಲ್ಲೇ ಕಳೆದೆವು. ಹಲವಾರು ಸಬ್-ಕಾಂಟ್ರಾಕ್ಟರುಗಳನ್ನು, ಸಾಮಗ್ರಿ ಸರಬರಾಜುಗಾರರನ್ನು ಸಂದರ್ಶಿಸಲಾಯ್ತು. ಈ ಮಧ್ಯೆ ನಮ್ಮ ದೇಶದ ಒಂದು ಬೃಹತ್ ಕಂಪನಿಯೊಂದು ನಮ್ಮೊಡನೆ ವ್ಯವಹಾರಕ್ಕಿಳಿದಿತ್ತು. ನೀವು ನಮಗೆ ಈ ಪ್ರಾಜೆಕ್ಟನ್ನು ಸಬ್-ಕಾಂಟ್ರಾಕ್ಟ್ ನೀಡಿದರೆ ನಿಮಗೆ ನೇರವಾಗಿ ಇಂತಿಷ್ಟು ಪ್ರತಿಶತ ನೀಡುತ್ತೇವೆ, ಮಿಕ್ಕೆಲ್ಲಾ ಕೆಲಸವನ್ನು ನಾವೇ ನೋಡಿಕೊಳ್ಳುತ್ತೇವೆ. ನೀವು ಏನೊಂದೂ ಮಾಡದೇ ಲಾಭಗಳಿಸಿ ಎಂಬ ಕೃತ್ರಿಮ ವ್ಯವಹಾರ ನಿಪುಣತೆ ಮೆರೆಯಿತು. ಪಾರದರ್ಶಕ ಬಿಡ್ಡಿಂಗ್ ವ್ಯವಸ್ಥೆಯ ಅಡಿಯಲ್ಲಿ ಬರುವ ಇರಾದೆ ತೋರದೆ ನೇರವಾಗಿ ಅಡ್ಜಸ್ಟ್ ಮಾಡಿಕೊಳ್ಳುವ ತಂತ್ರವದು. ನಮ್ಮ ದೇಶದವನು ಎಂಬ ಕಾರಣಕ್ಕೆ ನನ್ನ ಹಿಂದೆ ಬೇತಾಳ ಬಿದ್ದಂತೆ ಬಿದ್ದರು. ನನಗೆ ಇದರ ಸಂಬಂಧವಿಲ್ಲ, ನೀವು ಬಿಸಿನೆಸ್ ಡೆವಲಪಮೆಂಟ್ ಅಧಿಕಾರಿಗಳನ್ನೇ ಕೇಳಿರೆಂದು ಜಾರಿಕೊಂಡೆ. ನಮ್ಮ ಕಂಪನಿಯ ಆ ಬೊಸ್ನಿಯನ್ ಸೇರಿದಂತೆ ಎಲ್ಲರೂ ಒಂದೇ ಶಾಲೆಯ ವಿದ್ಯಾರ್ಥಿಗಳಂತೆ ಕಂಡರು. ಈ ವ್ಯವಹಾರ ಮತ್ತಷ್ಟೂ ಅನೈತಿಕ ಮಟ್ಟದಾಳಕ್ಕೆ ಇಳಿಯುವ ಸೂಚನೆ ನನಗೆ ಸಿಕ್ಕಿಬಿಟ್ಟಿತ್ತು. ಮಿಲಿಟರಿ ಮತ್ತು ವಿಶ್ವಸಂಸ್ಥೆಯ ಪ್ರಾಜೆಕ್ಟುಗಳು ಪಾರದರ್ಶಕವೇ ಆದರೂ ನಗಣ್ಯ ಎನಿಸಬಹುದಾದಷ್ಟು ಕೆಲವೆಡೆ ತೆಳುವಾದ ಭ್ರಷ್ಟಾಚಾರ ಇದ್ದದ್ದನ್ನು ನಾನಾಗಲೇ ನೇರವಾಗಿಯೇ ನೋಡಿದ್ದೆ. ಆದರೆ ಇದು ಇನ್ನೊಂದು ಮಜಲಿನ ಅನುಭವ. 'ಇದು ಬಹಳಷ್ಟು ಸುಳಿಯನ್ನು ಒಳಗೊಂಡ ಸಾಗರ, ಆ ಸುಳಿಯಲ್ಲಿ ನಾವು ಯಾವಾಗ ಸಿಕ್ಕಿಕೊಳ್ಳುತ್ತೇವೆಯೋ ಗೊತ್ತಿಲ್ಲ, ಅಷ್ಟು ನೇರವಿಲ್ಲ ಈ ವ್ಯವಹಾರ, ಬಿಡಿಸಿದಷ್ಟೂ ಗಂಟುಗಳಾಗುವ ಸಾಧ್ಯತೆ, ಪಾರದರ್ಶಕತೆಯ ಕೊರತೆ ಢಾಳವಾಗಿದೆ, ಸಹವಾಸ ಬೇಡ' ಎಂದು ಸ್ಟೆಫನ್ ಬೈಯಸ್

ಕೂಡ ಅಸಮಾಧಾನಗೊಂಡಿದ್ದ. ಆದರೆ ತಾಂತ್ರಿಕ ವಿಭಾಗದವರಾದ ನಾವು ಆ ಪರಿಸ್ಥಿತಿಯಲ್ಲಿ ಏನೊಂದೂ ಮಾಡಲೂ ಬರುತ್ತಿರಲಿಲ್ಲ. ನಮ್ಮ ಕೆಲಸ ಎಷ್ಟಿದೆಯೋ ಅಷ್ಟು ನೋಡಿಕೊಂಡು ಹೋದರಾಯ್ತು ಎಂದು ಸುಮ್ಮನಾದೆವು.

'ಸೌದಿ ಅರೇಬಿಯಾ ದೇಶದಲ್ಲಿ ಭಯಂಕರ ಕಟ್ಟುನಿಟ್ಟು, ನೈತಿಕ ಪೋಲೀಸುಗಿರಿ ಹೆಚ್ಚು. ಹೇಗೆಂದರೆ ಹಾಗೆ ತಿರುಗುವ ಹಾಗಿಲ್ಲ, ಮದ್ಯಪಾನ-ಮನರಂಜನೆ ನಿಷಿದ್ಧ, ಹೆಂಗಸರನ್ನು ಕಣ್ಣೆತ್ತಿ ನೋಡುವ ಹಾಗೆಯೇ ಇಲ್ಲ, ದುಬೈನಂತೆ ಅಲ್ಲ ಇಲ್ಲಿ, ಸಣ್ಣದಕ್ಕೆಲ್ಲಾ ದೊಡ್ಡ ಶಿಕ್ಷೆ, ಹಾಗೆ-ಹೀಗೆ' ಎಂದು ಒಂದಷ್ಟು ಮಿತಿಗಳ ಪಟ್ಟಿಯನ್ನು ನಮ್ಮ ತಂಡದಲ್ಲಿ ಎಲ್ಲರೂ ಆಗಾಗ ಹೇಳಿ ಪರಸ್ಪರ ಎಚ್ಚರಿಸುತ್ತಿದ್ದರು. ಕೆಲವು ವಿಷಯಗಳು ಹೌದಾದರೂ ಎಲ್ಲವೂ ಹೇಳುತ್ತಿದ್ದಷ್ಟು ಕಠಿಣವಾಗಿತ್ತು ಎಂದು ನನಗನಿಸಲಿಲ್ಲ. ರಿಯಾಧ್ ನಗರದಲ್ಲಿದ್ದ ಆ ಎರಡು ದಿನ ರಾಜಕುಮಾರನ ಆಪ್ತ ಕಾರ್ಯದರ್ಶಿ ನಮ್ಮನ್ನು ತುಂಬಾ ಚೆನ್ನಾಗಿ ನೋಡಿಕೊಂಡ. ಆ ರಾಜಕುಮಾರನ ವೈಭವೋಪೇತ ಕಚೇರಿಯಲ್ಲೇ ಬಹಳ ಹೊತ್ತು ಕಳೆದ ನಮಗೆ ರಾಜಾತಿಥ್ಯ ದೊರಕಿತ್ತು. ರಾಜಕುಮಾರ ನಮಗೆ ಅಲ್ಲಿ ಕಾಣಸಿಗಲಿಲ್ಲ. ಮೂರನೆಯ ದಿನ ಮಿಲಿಟರಿ ನಗರದ ಸ್ಥಳವನ್ನು ನೋಡಲು ಹೊರಟೆವು. ರಿಯಾಧ್‌ನಿಂದ ಜಝುನ್ ನಗರಕ್ಕೆ ವಿಮಾನ ಸಂಪರ್ಕವಿತ್ತು. ನಮ್ಮ ತಂಡದ ಹೊರತಾಗಿ ವಿಮಾನದಲ್ಲಿದ್ದವರೆಲ್ಲಾ ಸ್ಥಳೀಯರೇ. ಅದು ಕೇವಲ ಎರಡು ಗಂಟೆಗಳ ಪ್ರಯಾಣ. ಸಣ್ಣ ತಾಂತ್ರಿಕ ದೋಷದಿಂದ ವಿಮಾನ ಹೊರಡಲು ಗಂಟೆಗೂ ಮೀರಿ ತಡವಾಯ್ತು. ಹವಾನಿಯಂತ್ರಣ ಕೂಡ ಕೈಕೊಟ್ಟಿತ್ತು. ನಿಧಾನಕ್ಕೆ ಶುರುವಾದ ಗೊಂದಲ ಗೋಜಲು ಕೆಲವೇ ಕ್ಷಣಗಳಲ್ಲಿ ತಾರಕಕ್ಕೆ ಮುಟ್ಟಿತ್ತು. ಹೆಂಗಸರು ಗಂಡಸರು ಭೇದವಿಲ್ಲದೆ ಎಲ್ಲರೂ ಒಂದೇ ಸಮನೆ ಬೈಗುಳ ಶುರುಹಚ್ಚಿಕೊಂಡು ಕಿರುಚುತ್ತಿದ್ದರು. ನಾನು ಇದ್ದ ಅರಬ್ ಎಮಿರೇಟ್ ದೇಶದ ಅರಬ್ಬರಿಗೂ ಇವರಿಗೂ ನಡವಳಿಕೆಯಲ್ಲಿ ಅಗಾಧ ವ್ಯತ್ಯಾಸದ ಪರಿಚಯವಾಗಿತ್ತು. ನಾವಂತೂ ಏನೊಂದೂ ಮಾತನಾಡದೆ ಪಿಳಿಪಿಳಿ ಕಣ್ಣು ಬಿಟ್ಟು ಅವರನ್ನು ನೋಡುತ್ತಿದ್ದೆವು. ಎಷ್ಟೆಲ್ಲಾ ವಿಮಾನ ಪ್ರಯಾಣ ಮಾಡಿದ್ದೆನಾದರೂ ಇಂತಹ ಒಂದು ಅಪರೂಪದ ಅನುಭವ ಮೊದಲು. ಕೊನೆಗೂ ನಾವು ಜಝುನ್ ಏರ್‌ಪೋರ್ಟ್ ತಲುಪಿದೆವು. ರಾಜಕುಮಾರನ ಆಪ್ತ ಸಹಾಯಕ ಹಿಂದಿನ ದಿನ ರಾತ್ರಿಯೇ ಇಲ್ಲಿ ಬಂದು ತಲುಪಿದ್ದನಂತೆ. ಲಿಮೊಸಿನ್ನಿನಂತಿದ್ದ ಕಾರುಗಳಲ್ಲಿ ನಮ್ಮನ್ನು ಏರ್‌ಪೋರ್ಟ್‌ನಿಂದ ನೇರವಾಗಿ ಜಝುನ್ ಮಿಲಿಟರಿ ಸಿಟಿ ಕಡೆಗೆ ಕರೆದುಕೊಂಡು ಹೋದರು. ಸುಮಾರು ಒಂದೂವರೆ ಗಂಟೆಗಳ ಪ್ರಯಾಣ. ರಸ್ತೆ ಅತ್ಯುತ್ತಮವಾಗಿತ್ತು. ದಾರಿಯುದ್ದಕ್ಕೂ ಅಲ್ಲಲ್ಲಿ ಸಣ್ಣ ಹಳ್ಳಿ ಪಟ್ಟಣಗಳು, ಬಿಟ್ಟರೆ ಮರುಭೂಮಿ. ನಗರದ ಹೊರಗಿನ ಜನರು ಅಷ್ಟು ಶ್ರೀಮಂತರಲ್ಲ

ಎಂದು ಕಾಣುತ್ತಿತ್ತು. ಅರಬ್ ಎಮಿರೇಟ್ ದೇಶಕ್ಕೂ ಇಲ್ಲಿಗೂ ಜನಜೀವನದಲ್ಲಿ ತುಂಬಾ ವ್ಯತ್ಯಾಸವಿತ್ತು. ವಾಹನ ಚಾಲನೆಯಲ್ಲಿ ಅಲ್ಲಿನಂತೆ ಅಷ್ಟೊಂದು ಶಿಸ್ತಿರಲಿಲ್ಲ. ಅನೇಕ ಕಡೆ ಅಪಘಾತಗಳಾದ ಕುರುಹುಗಳು ರಸ್ತೆ ಮಗ್ಗಲುಗಳಲ್ಲಿ ಕಾಣುತ್ತಿತ್ತು.

ಮಿಲಿಟರಿ ಕಾಂಪೌಂಡ್ ಗೇಟ್ ತಲುಪಿದಾಗ ಆ ಆಪ್ತ ಸಹಾಯಕ ಕೆಳಗಿಳಿದು ಭದ್ರತಾ ಸೈನಿಕರೊಡನೆ ಏನನ್ನೋ ಮಾತನಾಡಿ ನಮ್ಮನ್ನು ಒಳಗೆ ಕರೆದುಕೊಂಡು ಹೋದ. ಎಲ್ಲವೂ ಮೊದಲೇ ವ್ಯವಸ್ಥೆಯಾಗಿತ್ತು ಎಂದು ಕಾಣಿಸುತ್ತಿತ್ತು. ಮರುಭೂಮಿಯ ಮಧ್ಯೆ ಅಜ್ಞಾತ ಸ್ಥಳದಲ್ಲಿದ್ದ ಮಿಲಿಟರಿ ಕ್ಯಾಂಪ್ ಅದು. ಒಂದಷ್ಟು ಯುದ್ಧಟ್ಯಾಂಕುಗಳು, ಚಾಪರುಗಳು ಸಾಲಾಗಿ ನಿಂತಿದ್ದವು. ಸುತ್ತಲೂ ಸುರುಳಿ ತಂತಿ ಹೊದ್ದುಕೊಂಡ ಬೃಹದಾಕಾರದ ಎತ್ತರದ ಕಲ್ಲಿನ ಗೋಡೆ ಕೋಟೆಯಂತೆ ಕಾಣುತ್ತಿತ್ತು. ಕೆಲವು ದೊಡ್ಡ ಉಗ್ರಾಣದಂತಿದ್ದ ಕಟ್ಟಡಗಳು ಕಾಣಿಸಿದವು. ಅಲ್ಲಿ ಹೊರಗೆಲ್ಲ ಸುತ್ತಾಡಲು ಅನುಮತಿ ಇಲ್ಲದ್ದರಿಂದ ಅವರ ವಸತಿ, ಊಟದ ವ್ಯವಸ್ಥೆ, ಶಸ್ತ್ರಾಗಾರ ಹಾಗೂ ಇನ್ನಿತರ ವಿವರಗಳು ಲಭ್ಯವಾಗಲಿಲ್ಲ. ಶಸ್ತ್ರಸಜ್ಜಿತ ಸೈನಿಕರು ಅತ್ತಿಂದಿತ್ತ ಗಡಿಬಿಡಿಯಲ್ಲಿ ಓಡಾಡುತ್ತಿದ್ದರು. ನಮ್ಮನ್ನು ಒಂದು ಕೋಣೆಯಲ್ಲಿ ಕೂರಿಸಿದರು. ಆಜಾನುಬಾಹು ಸೈನಿಕ ಅಧಿಕಾರಿಯೊಬ್ಬ ಬಂದು ತನ್ನ ಪರಿಚಯ ಮಾಡಿಕೊಂಡು ಪ್ರಸ್ತಾವಿತ ಮಿಲಿಟರಿ ಸಿಟಿಯ ನಕ್ಷೆ ಹಿಡಿದು ನಮಗೆ ಅಗತ್ಯವಿದ್ದ ಎಲ್ಲ ತಾಂತ್ರಿಕ ಮಾಹಿತಿಗಳನ್ನು ಕೊಡುತ್ತಿದ್ದ ಮತ್ತು ಕೇಳಿದ ಪ್ರಶ್ನೆಗಳಿಗೆ ದೃಢವಾಗಿ ಉತ್ತರಿಸುತ್ತಿದ್ದ. ಆತ ಸ್ವತಃ ಮಿಲಿಟರಿ ಇಂಜಿನಿಯರ್ ಎಂದು ತಿಳಿಯಿತು. ಸದ್ಯ ನಡೆಯುತ್ತಿದ್ದ ಯೆಮೆನ್ ದೇಶದೊಟ್ಟಿಗಿನ ಯುದ್ಧದ ಪ್ರಸ್ತಾಪ ಮಾಡಿ ಈ ಪ್ರಾಜೆಕ್ಟಿನ ತುರ್ತು ಅಗತ್ಯದ ಬಗ್ಗೆ ಗಂಭೀರವಾಗಿ ಮಾತನಾಡುತ್ತಿದ್ದ. ಆಗ ಯೆಮೆನ್ ಬಾರ್ಡರಿನ ಕಡೆಯಿಂದ ಹಾರಿ ಬರುತ್ತಿದ್ದ ರಾಕೆಟ್ ದಾಳಿಯ ಬಗ್ಗೆಯೂ ಹೇಳಿದ. ನಾವು ಅಲ್ಲಿಗೆ ಹೋದಾಗ ಒಂದು ವೇಳೆ ಆಕ್ರಮಣವಾದರೆ ಹೇಗೆಲ್ಲ ನಡೆದುಕೊಳ್ಳಬೇಕೆಂಬ ಶಿಷ್ಟಾಚಾರವನ್ನೆಲ್ಲಾ ವಿವರಿಸಿದ. ಬಹುತೇಕ ನಾವೆಲ್ಲರೂ ಮಿಲಿಟರಿ ಕ್ಯಾಂಪುಗಳಲ್ಲಿ ಪಳಗಿದವರೇ ಆದ್ದರಿಂದ ಆತನಿಗೆ ಹೆಚ್ಚು ವಿವರ ನೀಡುವ ತ್ರಾಸಾಗಲಿಲ್ಲ. ಒಬ್ಬ ಸೈನಿಕನನ್ನು ಜೊತೆ ಮಾಡಿ ನಮ್ಮನ್ನು ಬೀಳ್ಕೊಟ್ಟ.

ಅಲ್ಲಿಂದ ಕೆಲವೇ ಕಿ.ಮೀ.ಗಳ ದೂರದಲ್ಲಿ ಹೊಸ ಮಿಲಿಟರಿ ಸಿಟಿಯ ಜಾಗವನ್ನು ಗುರುತಿಸಲಾಗಿತ್ತು. ಆಶ್ಚರ್ಯವೆಂದರೆ ಆ ಜಾಗದಲ್ಲಿ ನದಿಯ ಹರಿವಿದ್ದದ್ದು. 'ಇಲ್ಲಿಯೂ ಮಳೆ ಬರುತ್ತದೆ, ಆಗ ಈ ನದಿ ತುಂಬಿ ಹರಿಯುತ್ತದೆ, ಇಲ್ಲಿಂದಲೇ ನಿಮ್ಮ ಕೆಲಸಕ್ಕೆ ಬೇಕಾದ ಅಗತ್ಯ ನೀರು ಸಿಗುತ್ತದೆ' ಎಂದು ಹೇಳುತ್ತಿದ್ದಾಗ ಆಪ್ತ ಸಹಾಯಕನ ಮುಖ ಹೆಮ್ಮೆಯಿಂದ ಅಗಲವಾಗುತ್ತಿತ್ತು.

ಅಲ್ಲೊಂದಷ್ಟು ಹೊತ್ತು ಸುತ್ತಾಡಿ ಮತ್ತೆ ಜಝುನ್ ನಗರದ ಕಡೆ ಬಂದಾಗ ಊಟದ ಹೊತ್ತು. 'ಟರ್ಕ್ಸ್ ಕ್ಯಾಸಲ್' ಎನ್ನುವ ಐತಿಹಾಸಿಕ ಕೋಟೆಯ ಹತ್ತಿರವಿದ್ದ ಆ ರಾಜಕುಮಾರನ ಒಡೆತನದ ವಸತಿ ಗೃಹದಲ್ಲಿ ನಮಗೆ ಊಟ ಸಿದ್ಧವಾಗಿತ್ತು. ಅದು ನಿಜವಾಗಿಯೂ ರಾಜಾತಿಥ್ಯದ ಭೋಜನ ಕೂಟ. ಹೊಟ್ಟೆ ಬಿರಿಯುವ ತನಕ ಇಳಿಸಿದ್ದೆವು. ಆ ನಂತರ ಸಂಜೆಯವರೆಗೂ ಸಮುದ್ರ ತೀರದಲ್ಲಿ ಓಡಾಟ. ಕೆಲವರು ತಮಗೆ ನೀಡಿದ ರೂಮಿಗೆ ಹೋಗಿ ನಿದ್ದೆ ಮಾಡಿದರು. ಸಂಜೆ ಏಳಕ್ಕೆ ಅಲ್ಲೇ ಹತ್ತಿರದಲ್ಲಿದ್ದ ಫೆರ್ರಿ ನಿಲ್ದಾಣಕ್ಕೆ ಕರೆದೊಯ್ದರು. ರಾಜಕುಮಾರನ ಒಡೆತನದ ಫೆರ್ರಿಯೊಳಗೆ ಹೋದಾಗ ಸ್ವತಃ ಆ ರಾಜಕುಮಾರ ನಮ್ಮನ್ನು ಬರಮಾಡಿಕೊಂಡ. ನಮಗಿದರ ಸುಳಿವೇ ಇರಲಿಲ್ಲ. ಆಶ್ಚರ್ಯವಂತೂ ಆಗಿತ್ತು. ವೈಭವೋಪೇತದಿಂದ ಕೂಡಿದ ಸಣ್ಣ ಹಡಗು. ನಮ್ಮೆಲ್ಲರ ಪರಿಚಯ ಮಾಡಿಕೊಂಡ ಆತ ನಿರರ್ಗಳವಾಗಿ ಇಂಗ್ಲಿಷಲ್ಲಿ ಮಾತಾಡುತ್ತಾ ತನ್ನ ಹೊರದೇಶಗಳಲ್ಲಿನ ಅನುಭವಗಳನ್ನು ಹಂಚಿಕೊಂಡ. ತಾನೆಷ್ಟು ತಿಳಿವಳಿಕಸ್ಥ ಎಂದು ತೋರಿಸಲು ಸಾಕಷ್ಟು ಮಾತಾಡುತ್ತಿದ್ದ ಎನಿಸುತ್ತಿತ್ತು. ಒಮ್ಮೊಮ್ಮೆ ಆತನ ಮಾತುಗಳು ತುಂಬಾ ಆಪ್ಯಾಯವೆನಿಸುತ್ತಿತ್ತು ಕೂಡ. ಎಲ್ಲರಿಗೂ ಹುಕ್ಕಾಗಳು ಬಂದವು. ಜೊತೆಗೆ ದಪ್ಪ ಖರ್ಜೂರದ ಹರಿವಾಣ, ಹಣ್ಣಿನ ರಸ ಮತ್ತು ಒಂದಷ್ಟು ಚಾಕೊಲೇಟುಗಳು. ಸ್ವಲ್ಪ ಹೊತ್ತಿಗೆ ವೈಟರ್ ಒಬ್ಬ ಬಂದು ಊಟದ ಮೆನು ಕೈಗೆ ಕೊಟ್ಟ. ಮಧ್ಯಾಹ್ನದ ಊಟ ಇನ್ನೂ ಕರಗಿರಲಿಲ್ಲವಾದ್ದರಿಂದ, ನಾವೆಲ್ಲರೂ ಊಟ ಬೇಡವೆಂದೆವು. ನಮಗೆ ಆಶ್ಚರ್ಯವಾಗಿದ್ದು ರಾಜಕುಮಾರ ಪ್ರಾಜೆಕ್ಟಿನ ವಿಷಯವೇನನ್ನೂ ಮಾತನಾಡದ್ದು! ಅಲ್ಲಿಂದ ಮತ್ತೆ ರಿಯಾಧ್ ಏರ್‌ಪೋರ್ಟ್ ತಲುಪಿದಾಗ ಮಧ್ಯರಾತ್ರಿ. ಅಲ್ಲಿ ಮೂರ್ನಾಲ್ಕು ಘಂಟೆಗಳ ಕಾಯುವಿಕೆ ನಂತರ ದುಬೈ ಫ್ಲೈಟ್ ಹಿಡಿದು ಹಾರಿದ್ದೆವು. ಆಗಿನ ನಮ್ಮ ಕಂಪನಿಯ ಮುಖ್ಯ ಆಡಳಿತಾಧಿಕಾರಿಯಾಗಿದ್ದವ 'ಅಬ್ರಹಾಂ ಸಬಾಹ್' ಎನ್ನುವ ಲೆಬನೀಸ್ ಮೂಲದ ಅಮೇರಿಕನ್. ತುಂಬಾ ಬುದ್ಧಿವಂತ ಮತ್ತು ಸೂಕ್ಷ್ಮಗ್ರಾಹಿ. ಮೂರ್ನಾಲ್ಕು ದಿನದಲ್ಲಿ ತಯಾರಾದ ನಮ್ಮ ವರದಿ ನೋಡಿ ಈ ಪ್ರಾಜೆಕ್ಟಿನ ಕ್ಲಿಷ್ಟತೆ ಅರಿತ ಆತ ಇನ್ನು ಇಷ್ಟು ಸಾಕೆಂದು ಮುಂದುವರೆಯುವ ಅಗತ್ಯವಿಲ್ಲವೆಂದು ಪೂರ್ಣ ವಿರಾಮವನ್ನಿತ್ತ. ಅಲ್ಲಿ ಹೊತ್ತು ತಂದ ವಿಶಿಷ್ಟ ಅನುಭವವಷ್ಟೇ ನಮಗಾದ ಲಾಭ!

18

ಕೊನೆಯ ಬಾರಿ ಅಫ್ಘಾನಿಸ್ತಾನಕ್ಕೆ

ಇದು ಅಫ್ಘಾನಿಸ್ತಾನದ ನನ್ನ ಕೊನೆಯ ಭೇಟಿ ಎಂದು ನನಗೆ ಯಾವುದೇ ಸುಳಿವಿರಲಿಲ್ಲ. ಅದು 2019ರ ವರ್ಷ. ಅಮೆರಿಕೆಯ ಮತ್ತು ನ್ಯಾಟೋ ಮಿಲಿಟರಿ ತುಕಡಿಗಳು ನಿಧಾನವಾಗಿ ಅಲ್ಲಿಂದ ಕರಗುತ್ತಿದ್ದ ಕಾಲ. ಕಾಬೂಲ್ ಮತ್ತು ಇತರೆ ಜಾಗಗಳಿಗೆ ಆಗಾಗ್ಗೆ ಹೋಗುತ್ತಿದ್ದೆನಾದರೂ ಕಂದಹಾರ್ ಕ್ಯಾಂಪ್ ಕಡೆ ಹೋಗಿ ಕೆಲವು ವರ್ಷಗಳೇ ಕಳೆದಿದ್ದವು. ಹೇರತ್ ಏರ್‌ಬೇಸಿನಲ್ಲಿದ್ದ ನ್ಯಾಟೋ ಕ್ಯಾಂಪಿನ ತಾಂತ್ರಿಕ ನಿರ್ವಹಣೆ ನಮ್ಮದಾಗಿತ್ತು. ಅಲ್ಲಿನ ಕೆಲ ತಾಂತ್ರಿಕ ದೋಷಗಳ ಪಟ್ಟಿ ಮಾಡಿ ವರದಿ ಕೊಡಲು ನಾನು ಅಲ್ಲಿಗೆ ಹೋಗಬೇಕೆಂಬ ಅಪ್ಪಣೆ ಬಂದಿತ್ತು. ಅದರೊಟ್ಟಿಗೆಯೇ ಕಂದಹಾರ್ ಏರ್‌ಬೇಸ್ ಮತ್ತು ಕಾಬೂಲಿನಲ್ಲಿಯೂ ಕೆಲ ದಿನಗಳಿದ್ದು ಅಲ್ಲಿನ ಡಿ-ಮೊಬಿಲೈಸೇಶನ್ (ಕಂಪನಿಯ ಸ್ವತ್ತುಗಳ ಹಿಂತೆಗೆತ) ಕೆಲಸವನ್ನು ವೀಕ್ಷಿಸಿ ವರದಿ ನೀಡಬೇಕು ಎಂಬುದೂ ಕಾರ್ಯಸೂಚಿಯಲ್ಲಿತ್ತು. ಆ ಹೊತ್ತಿಗೆ ನಾನು ಮೈಸೂರಿನಲ್ಲಿ ನೆಲೆಸಿದ್ದೆ. ಅಲ್ಲಿಂದ ದುಬೈಗೆ ಹೋಗಿ, ನಮ್ಮ ಕಚೇರಿಗೆ ಭೇಟಿ ಕೊಟ್ಟು, ಅಲ್ಲಿನ ಅಫ್ಘಾನ್ ಕೌನ್ಸುಲೇಟ್ನಲ್ಲಿ ತಿಂಗಳ ಅವಧಿಗೆ ಭೇಟಿ ವೀಸಾ ಪಡೆದು ಅಲ್ಲಿಂದ ನೇರ ಕಾಬೂಲ್ ಕಡೆ ಪ್ರಯಾಣ.

ಸಾಮಾನ್ಯವಾಗಿ ಫ್ಲೈ ದುಬೈ ಅಥವಾ ಆಫ್ಘಾನ್ ಏರ್ಲೈನ್ ವಿಮಾನಗಳಲ್ಲಿ ಓಡಾಡುತ್ತಿದ್ದದ್ದು. ಈ ಬಾರಿಯ ವಿಶೇಷವೆಂದರೆ ಎಮಿರೇಟ್ಸ್ ಫ್ಲೈಟ್ ಕೂಡ ದುಬೈನಿಂದ ಕಾಬೂಲಿಗೆ ತನ್ನ ಕಾರ್ಯ ಶುರು ಹಚ್ಚಿಕೊಂಡಿತ್ತು. ನನಗೆ ಅದರಲ್ಲಿ ಟಿಕೆಟ್ ಬುಕ್ ಮಾಡಿದ್ದರು. ಅತಿ ಹೆಚ್ಚೇ ಎನ್ನುವಂತೆ ವಿಮಾನ ಪ್ರಯಾಣ ಮಾಡುತ್ತಿದ್ದ ನನ್ನಲ್ಲಿ ಸಾಕಷ್ಟು ಎಮಿರೇಟ್ಸ್ ಏರ್ ಮೈಲ್ಸ್ ಗಳೆಂಬ ರಿವಾರ್ಡ್ ಪಾಯಿಂಟ್ಸ್‌ಗಳಿರುತ್ತಿದ್ದವು. ಇವುಗಳಿಂದ ಆಗಾಗ್ಗೆ ಎಕಾನಮಿಯಿಂದ ಬಿಸಿನೆಸ್ ಶ್ರೇಣಿಗೆ ವರ್ಗಾಯಿಸಿಕೊಳ್ಳುತ್ತಿದ್ದೆ. ಈ ಬಾರಿಯೂ ಹಾಗೆ ಆಯಿತು. ಕಾಬೂಲಿನ ನಮ್ಮ ಕಾಂಪೌಂಡಿನಲ್ಲಿ ಎರಡು ದಿನ ಉಳಿದು ವಹಿಸಿದ್ದ ಕೆಲಸ ಮುಗಿಸಿಕೊಂಡು ಕಂದಹಾರ್ ಏರ್‌ಬೇಸ್ ಕಡೆ ಹೊರಟೆ. ಹಮೀದ್ ಕರ್ಝೈ ವಿಮಾನ ನಿಲ್ದಾಣದ ಅಂತಾರಾಷ್ಟ್ರೀಯ ಟರ್ಮಿನಲ್ ಕಟ್ಟಡದ ಮತ್ತೊಂದು ಮಗ್ಗುಲಿಗೆ ಇದ್ದದ್ದು ನ್ಯಾಟೋ ಮಿಲಿಟರಿ ವಿಮಾನಗಳ ಟರ್ಮಿನಲ್. ನ್ಯಾಟೋ ಸಿ–17 ವಿಮಾನದಲ್ಲಿ ನಾನು ಹೊರಟಿದ್ದೆ. ಮೊದಲಿಂದಲೂ ನನಗೆ ಈ ದೈತ್ಯ ವಿಮಾನದ ಪ್ರಯಾಣ ಆಯಾಸಕರ. ಕೇವಲ ಒಂದೆರಡು ಘಂಟೆಗಳ ಪ್ರಯಾಣವಾದರೂ ಹೊರಗೆ ಬಂದಾಗ ತಲೆ ಧಿಮ್ ಎಂದು ಹಿಡಿದರೆ ಸರಿಹೋಗುತ್ತಿದ್ದುದು ಮರುದಿನವೇ.

ನನ್ನ ಹೆಚ್ಚಿನ ಓಡಾಟ ಕಾಬೂಲ್ ಅಂತಾರಾಷ್ಟ್ರೀಯ ವಿಮಾನ ನಿಲ್ದಾಣದಿಂದಲೇ ಇದ್ದದ್ದರಿಂದ ಕೆಲವು ವರ್ಷಗಳಿಂದ ಮಿಲಿಟರಿ ವಿಮಾನ ನಿಲ್ದಾಣದ ಕಡೆ ಬಂದಿರಲಿಲ್ಲ. ಮಿಲಿಟರಿ ವಿಮಾನ ನಿಲ್ದಾಣದ ಸ್ವರೂಪ ಸಂಪೂರ್ಣ ಬದಲಾಗಿತ್ತು. ಮೊದಲಿನಂತೆ ಅಷ್ಟೊಂದು ಕಟ್ಟು-ಪಾಡುಗಳಿರಲಿಲ್ಲ. ಜನನಿಬಿಡತೆಯೂ ಅಷ್ಟಿಲ್ಲ. ಯುದ್ಧ ವಿಮಾನಗಳು, ಚಾಪರುಗಳ ಸಂಖ್ಯೆ ಕ್ಷೀಣಿಸಿತ್ತು. ಕೆಲವು ವಿಮಾನಗಳ ಬೃಹತ್ ಹ್ಯಾಂಗರುಗಳು ಕೂಡ ಮಾಯವಾದಂತಿತ್ತು. ನ್ಯಾಟೋ ಮುಂಚೂಣಿ ದೇಶಗಳು ಹೋಗಿ ಇದೀಗ ಎರಡನೇ ವರ್ಗದ ರಾಷ್ಟ್ರಗಳ ಸೈನಿಕರು ಅಲ್ಲಿದ್ದರು. ಬಹುತೇಕ ಟರ್ಕಿ, ಅಜರ್‌ಬೈಯಾನ್, ಆಲ್ಬೇನಿಯ ಮತ್ತು ಮಾಂಟೆನೆಗ್ರೊ ದೇಶದ ಸೈನಿಕರು. ಮೊದಲಿದ್ದ ಯುದ್ಧ ಗಂಭೀರತೆಯೂ ಇರಲಿಲ್ಲ. ಸ್ಮಶಾನ ಮೌನದಂತಹ ಪ್ರಶಾಂತತೆ ಆವರಿಸಿದ್ದುದು ನನಗೆ ಅರಗಿಸಿಕೊಳ್ಳಲಾಗದ ವಿಚಿತ್ರ ಅನಿಸುತ್ತಿತ್ತು. ಕಾಲ ಮತ್ತು ಅಗತ್ಯಕ್ಕೆ ತಕ್ಕಂತೆ ಅಲ್ಲಿನ ನಡಾವಳಿಗಳೂ ಬದಲಾಗಿದ್ದವು. ನಾನು ಇಲ್ಲಿಗೆ ಹೊಸಬನಂತೇನೋ ಎಂಬ ಭಾವ ಆವರಿಸಿತ್ತು. ಸಿ–17 ವಿಮಾನದ ಒಳಗೆ ಅಷ್ಟೇನೂ ಜನರಿರಲಿಲ್ಲ. ಮಿಲಿಟರಿಯವರೂ ಸೇರಿ 40ರಿಂದ 50 ಜನ ಅಷ್ಟೇ. ಮತ್ತೊಂದಷ್ಟು ಸಾಮಾನು ಸರಂಜಾಮು. ಎಂದಿನಂತೆ ಆ ದೈತ್ಯ ವಿಮಾನ ಕಿವಿ ಗಡಚಿಕ್ಕುವ ಸದ್ದು ಮಾಡುತ್ತಾ ಹಾರುತ್ತಿದ್ದರೂ ಅದೆಂತಹುದೋ ಶೂನ್ಯ ಭಾವ ಅಲ್ಲಿ. ಮೊದಲಿನಂತೆ ದೇಹಗವಸುಗಳನ್ನು, ಶಿರಸ್ತ್ರಾಣವನ್ನು

ಕಡ್ಡಾಯವಾಗಿ ಹೊದ್ದು ಕೂರಬೇಕೆಂದು ಗದರುವ ಸೈನಿಕರಿರಲಿಲ್ಲ. ಯುದ್ಧಭೂಮಿಯ ಜೀವಕಳೆ ಸದ್ದಿಲ್ಲದೇ ಕಳೆದುಹೋಗಿತ್ತು. ಬಹುತೇಕ ಯುದ್ಧ ಇಲ್ಲಿಗೆ ನಿಂತಂತೆ ಎಂಬ ಮನವರಿಕೆಯಾಗಿ, ಈ ದೇಶ ಸಾಮಾನ್ಯ ಸಾಮಾಜಿಕ ಸ್ಥಿತಿಗೆ ತಲುಪುವ ಮುನ್ಸೂಚನೆಗಳಿವು ಎಂಬಂತೆ ಆ ಕ್ಷಣ ಅನಿಸಿದ್ದು ಹೌದು. ಕಾಬೂಲಿನಿಂದ ಹೊರಟ ವಿಮಾನ 'ಮಝುರ್-ಇ-ಶರಿಫ್' ಏರ್‌ಬೇಸಿನಲ್ಲಿ ಬಂದು ನಿಂತಿತು. ಮಝುರ್-ಇ-ಶರಿಫ್ ಮತ್ತು ಕುಂದೂಜ್ ಆಫ್ಘಾನಿಸ್ತಾನದ ಉತ್ತರಕ್ಕೆ, ತಜಿಕಿಸ್ತಾನ್ ಮತ್ತು ಉಜ್ಬೆಕಿಸ್ತಾನ್ ಗಡಿಗೆ ಹೊಂದಿಕೊಂಡ ಪ್ರಾಂತ್ಯಗಳು. ನ್ಯಾಟೋ ವಿಭಾಗದ ಜರ್ಮನ್ ಸೈನ್ಯವೇ ಮೊದಲಿಂದ ಕೊನೆಯವರೆಗೂ ಅಲ್ಲಿದ್ದದ್ದು. ಅಲ್ಲಿನ ಜನರು ದೇಶದ ಇತರೆ ಭಾಗದ ಜನರಿಗಿಂತ ಸೌಮ್ಯ ಸ್ವಭಾದವರು ಮತ್ತು ಸಾಕಷ್ಟು ಸುರಕ್ಷಿತ ಪ್ರದೇಶ ಎಂದು ಮಾತಾಡಿಕೊಳ್ಳುತ್ತಿದ್ದುದನ್ನು ಕೇಳಿದ್ದೆ. ಆ ಕ್ಯಾಂಪುಗಳಲ್ಲಿ ಎಲ್ಲೋ ಅಪರೂಪಕ್ಕೊಮ್ಮೆ ರಾಕೆಟ್ ದಾಳಿಯಾಗೋದು ಎಂದೂ ಹೇಳಿದ್ದರು. ಅದಕ್ಕೋ ಏನೋ ಜರ್ಮನ್ ಸೇನೆ ಸುರಕ್ಷಿತ ಜಾಗ ಹುಡುಕಿಕೊಂಡು ನೆಮ್ಮದಿಯಾಗಿ ಇದ್ದುಬಿಟ್ಟಿದ್ದರು ಎನಿಸುತ್ತೆ. ನನಗೆ ಒಮ್ಮೆಯೂ ಈ ಎರಡು ಕ್ಯಾಂಪುಗಳಿಗೆ ಹೋಗುವ ಸುಯೋಗ ಕೂಡಿ ಬರಲಿಲ್ಲ. ಕೆಲವು ಕ್ಯಾಂಪುಗಳನ್ನು ಹೀಗೆ ವಿಮಾನದ ಒಳಗೆ ಕೂತು ನೋಡಿದ್ದೇನೇ ಹೊರತು ಅಂದು ಚಟುವಟಿಕೆಯಾಗಿದ್ದ ಅದೆಷ್ಟೋ ಸಣ್ಣ ಪುಟ್ಟ ಕ್ಯಾಂಪುಗಳಿಗೂ ನಾನು ಹೋಗುವ ಸಂದರ್ಭ ಒದಗಿ ಬರಲಿಲ್ಲ. ಅಲ್ಲಿ ಕೆಲವರು ಇಳಿದು ಮತ್ತೂ ಕೆಲವರನ್ನು ಹತ್ತಿಸಿಕೊಂಡು ಕಂದಹಾರ್ ಕಡೆಗೆ ಹೊರಟೆವು.

ಕಂದಹಾರ್ ಏರ್‌ಬೇಸ್ ತಲುಪಿದಾಗ ಮತ್ತಷ್ಟು ಆಶ್ಚರ್ಯಗಳ ಸಾಲು ಕಾದಿತ್ತು. ಮಿಲಿಟರಿ ವಿಮಾನ ನಿಲ್ದಾಣದಲ್ಲಿ ಆಫ್ಘಾನ್ ವೀಸಾ ಪರಿಶೀಲಿಸಿಯೇ ಒಳಗೆ ಬಿಡುತ್ತಿದ್ದುದು ಹೊಸ ನಿಯಮವಾಗಿತ್ತು. ಆ ದೇಶದ ಒಳಾಡಳಿತ ಆಗ ತನ್ನ ಹಕ್ಕನ್ನು ಹಂತ-ಹಂತವಾಗಿ ಪ್ರತಿಪಾದಿಸಲಿಕ್ಕೆ ಶುರು ಮಾಡಿದ ಎಲ್ಲ ಕುರುಹುಗಳು ಕಾಣಿಸಿದವು. ಇದಕ್ಕೆ ಹೊರ ದೇಶಗಳ ಮಿಲಿಟರಿಯೂ ಹೊರತಾಗಿರಲಿಲ್ಲ. ಕಾಬೂಲಿನಂತೆಯೇ ಇಲ್ಲಿಯ ಏರ್‌ಬೇಸ್ ರನ್‌ವೇ ಸುತ್ತಮುತ್ತ ಪ್ರೇತ ಕಳೆ ಆವರಿಸಿದಂತೆ ಕಂಡಿತು. ಇಲ್ಲಿಯೂ ಯುದ್ಧ ವಿಮಾನಗಳ, ಚಾಪರುಗಳ ಸಂಖ್ಯೆ ಮೊದಲಿನಷ್ಟಿರಲಿಲ್ಲ. ಬೃಹತ್ ವಿಮಾನ ಹ್ಯಾಂಗರ್‌ಗಳೂ ಸೇರಿದಂತೆ ಎಷ್ಟೋ ಕಟ್ಟಡಗಳು ಅಲ್ಲಿರಲಿಲ್ಲವೇನೋ ಎಂಬಂತೆ ಮಾಯವಾಗಿದ್ದವು. ಅಲ್ಲಿಂದ ಹೊರ ಬಂದು ನೇರ ನಮ್ಮ ಕಚೇರಿಗೆ ಹೋಗುವಾಗ ಇನ್ನಷ್ಟು ಬದಲಾವಣೆಗಳು ಕಂಡವು. ಒಮ್ಮೆಗೆ ನಲ್ವತ್ತರಿಂದ ಐವತ್ತು ಸಾವಿರ ಜನರಿರುತ್ತಿದ್ದ ಮಿಲಿಟರಿ ನಗರ ಅಂದು ಕೇವಲ ಮೂರ್ನಾಲ್ಕು ಸಾವಿರಕ್ಕಿಳಿದಿತ್ತು. ಅಷ್ಟೇ ಅಗಾಧ ಪ್ರಮಾಣದಲ್ಲಿ ಅಲ್ಲಿನ

ಕಟ್ಟಡಗಳೂ ಮರೆಯಾಗಿದ್ದವು. ಧೂಳೆಬ್ಬಿಸುತ್ತಾ ಮದಗಜಗಳಂತೆ ಓಡಾಡುತ್ತಿದ್ದ ಯುದ್ಧಟ್ಯಾಂಕುಗಳ ಸಂಖ್ಯೆ ಕಡಿಮೆಯಾಗಿತ್ತು. ಕ್ಷಣ-ಕ್ಷಣಕ್ಕೂ ಭೋರ್ಗರೆಯುತ್ತಾ ನಭ ಸೀಳಿ ಹಾರುತ್ತಿದ್ದ ವಿಮಾನಗಳ ಸಂಖ್ಯೆಯೂ ಘಂಟೆಗೆ ಒಂದೆರಡಾಗಿತ್ತು. ಹೊರಗೆ ಅಲ್ಲಲ್ಲಿ ಮಿಲಿಟರಿಯವರು ಅತ್ತಿಂದಿತ್ತ ಗಸ್ತು ತಿರುಗಿದಂತೆ ಓಡಾಡುತ್ತಿದ್ದರೂ ಮೊದಲಿನಂತೆನ ಯುದ್ಧಭೂಮಿಯ ಗಾಂಭೀರ್ಯದ ಲಕ್ಷಣಗಳು ಕಾಣಿಸುತ್ತಿರಲಿಲ್ಲ. ಯುದ್ಧನಗರಿ ಅಕ್ಷರಶಃ ಬರಡಾಗುತ್ತಿತ್ತು. ನಮ್ಮ ಕಂಪನಿಯ ಬಳಿಯಿದ್ದ ಮಿಲಿಯನ್ ಡಾಲರುಗಳ ಪ್ರಾಜೆಕ್ಟುಗಳು ಈಗ ಹತ್ತಾರು ಸಾವಿರದ ಮೊತ್ತಕ್ಕೆ ಜಾರಿದ್ದವು. ಅಲ್ಲಿದ್ದ ಮಿಲಿಯನ್ ಡಾಲರುಗಳಷ್ಟು ಬೆಲೆಬಾಳುವ ಸರಕನ್ನು ಸ್ಥಳೀಯ ಆಫ್ಘಾನ್ ವ್ಯಾಪಾರಸ್ಥರಿಗೆ ಗುಜರಿ ಬೆಲೆಯಲ್ಲಿ ಸೀದು ಕೈತೊಳೆದುಕೊಂಡು ಹೋದರೆ ಸಾಕು ಎಂಬ ಮನಸ್ಥಿತಿ ನಮ್ಮ ಮೇಲಧಿಕಾರಿಗಳದ್ದು. ಆ ಪ್ರಕ್ರಿಯೆಯ ಆಡಿಟಿಂಗ್ ವಿಷಯದಲ್ಲಿ ನನ್ನ ಇರುವಿಕೆ ಅಗತ್ಯವಿದೆಯೆಂದು ನಾನು ಅಲ್ಲಿದ್ದೆ. ನಮ್ಮಂತೆ ಅನೇಕ ಕಂಪನಿಗಳೂ ಅದೇ ಕೆಲಸದಲ್ಲಿದ್ದವು. ಮಿಲಿಟರಿ ಕ್ಯಾಂಪಿನ ಹೊರಗೆ ಯಾವುದೇ ಸರಕನ್ನು ಸಾಗಿಸುವುದು ಅಷ್ಟು ಸುಲಭವಿರಲಿಲ್ಲವಾದ್ದರಿಂದ ಎಷ್ಟೋ ಸಣ್ಣ ಕಂಪನಿಗಳು ಎಲ್ಲವನ್ನೂ ಹಾಗೆ ತೊರೆದು ಕೈತೊಳೆದುಕೊಂಡು ಹೋಗಿಯಾಗಿತ್ತು ಕೂಡ. ಇನ್ನೊಂದೆಡೆ ಸಾಗಿಸಲು ಬಾರದ ಮಿಲಿಟರಿ ಸ್ವತ್ತುಗಳು ಬೇರೆಯವರಿಗೆ ಸಿಕ್ಕಿ ದುರ್ಬಳಕೆಯಾದೀತು ಎಂದು ಬಾಂಬ್ ಇಟ್ಟು ಉಡಾಯಿಸುತ್ತಿದ್ದಾರೆ ಎಂಬ ಸಂಗತಿಯೂ ತಿಳಿಯಿತು. ರಾಕೆಟ್ ದಾಳಿಗಳು ಆಗಾಗ ಇನ್ನೂ ನಡೆಯುತ್ತಲೇ ಇದ್ದವಂತೆ. ಇವರು ಇಲ್ಲಿನಿಂದ ಹೊರಡಲು ತಯಾರಾಗುತ್ತಿದ್ದರೂ ಈ ದಾಳಿಯ ಅವಶ್ಯಕತೆ ಏನಿದೆ ಎನ್ನುವುದಕ್ಕೆ ಯಾರು ಉತ್ತರ ಹೇಳಿಯಾರು? ಯಾರ್‍ಯಾರು ಹೇಗೆ ಆಟ ಆಡುತ್ತಿದ್ದರೋ?

ಏಳೆಂಟು ಡಿಫ್ಯಾಕ್‌ಗಳಿದ್ದ ಬೃಹತ್ ಕ್ಯಾಂಪಿನಲ್ಲಿ ಅಂದು ಇದ್ದದ್ದು ಎರಡೇ. ಒಂದಷ್ಟೇ ಸಾಕಿತ್ತು ಎನಿಸಿದರೂ ಕ್ಯಾಂಪಿನ ನಾಲ್ಕು ಕಿ.ಮೀ.ಗಳ ಅಂತರದ ಇನ್ನೊಂದು ಬದಿಯಲ್ಲಿದ್ದ ಜನರ ಅನುಕೂಲಕ್ಕಾಗಿ ಎರಡು ಡಿಫ್ಯಾಕುಗಳು ತೆರೆದಿದ್ದವು. ಅಲ್ಲಿದ್ದ ನಮ್ಮ ಕಂಪನಿಯ ಕೆಲವೇ ಹುಡುಗರು ನನ್ನನ್ನು ಒಮ್ಮೊಮ್ಮೆ ಒಂದೊಂದು ಕಡೆ ಊಟಕ್ಕೆ ಕರೆದುಕೊಂಡು ಹೋಗುತ್ತಿದ್ದರು. ಎಷ್ಟೇ ಕಡಿಮೆ ಜನರಿದ್ದರೂ ಕೂಡ ಆ ಆಹಾರ ವೈವಿಧ್ಯ ಮತ್ತು ಅಗಾಧತೆಗೆ ಕಿಂಚಿತ್ತೂ ಚ್ಯುತಿ ಬಂದಿರಲಿಲ್ಲ ಎನ್ನುವುದೊಂದು ಸಮಾಧಾನಕರ ಸಂಗತಿ. ಇತರೆ ಕಂಪೆನಿಗಳಲ್ಲಿ ಕೆಲಸ ಮಾಡುತ್ತಿದ್ದ ಭಾರತೀಯ ಹುಡುಗರೆಲ್ಲರೂ ಒಂದೆಡೆ ಸೇರಿ ಹರಟುತ್ತಾ ಊಟ ಮಾಡುವುದು ಮತ್ತು ನಾಳಿನ ನಮ್ಮ ಭವಿಷ್ಯ ಹೇಗೆ ಏನು ಎಂದು ಚರ್ಚಿಸುವುದು ಪ್ರತಿನಿತ್ಯದ ಅಲ್ಲಿನ ಚಿತ್ರಣ. ಶೀಘ್ರದಲ್ಲಿ ಕ್ಯಾಂಪ್ ಮುಚ್ಚಲಿದೆ ಎಂದು ಅಲ್ಲಿನ ಎಲ್ಲರಿಗೂ ವೇದ್ಯವಾಗಿತ್ತು. ಇಲ್ಲಿ ಇನ್ನೊಂದು

ಮುಖ್ಯ ಸಂಗತಿ ಹೇಳಲೇಬೇಕು. 'ಶ್ರೀಕಾಂತ್ ಪೊಳಲಿ' ಎಂಬ ಮಂಗಳೂರಿನ ಕಡೆಯ ಹುಡುಗ ಮೊದಲು ಕಂದಹಾರ್ ಕ್ಯಾಂಪಿನ ನಮ್ಮ ಕಚೇರಿಯಲ್ಲಿ ಕಂಪ್ಯೂಟರ್ ನೆಟ್ವರ್ಕ್ ನಿರ್ವಹಣೆಯ ಕೆಲಸ ಮಾಡುತ್ತಿದ್ದ. ಕಾಲಾನಂತರ ನಮ್ಮ ಕಂಪನಿ ತೊರೆದು ಅಲ್ಲಿಯೇ ಬೇರೆಯ ಕಂಪೆನಿಗಳಲ್ಲಿ ಕೆಲಸ ಮಾಡುತ್ತಿದ್ದುದು ನನಗೆ ಗೊತ್ತಿತ್ತು. ನಾನು ಹೋದಾಗ ಅನೌಪಚಾರಿಕವಾಗಿ ಪರಸ್ಪರ ಭೇಟಿ ಆಗುತ್ತಿದ್ದುದೂ ಇದೆ. ಶ್ರೀಕಾಂತ್ ಆ ನನ್ನ ಕೊನೆಯ ಭೇಟಿಯ ದಿನಗಳಲ್ಲಿಯೂ ಸಿಕ್ಕ. ವಿಶೇಷವೆಂದರೆ ಆತ ಮದುವೆಯಾಗಿ ತನ್ನ ಮಡದಿಯನ್ನೂ ಇಲ್ಲಿಗೆ ಕರೆದುಕೊಂಡು ಬಂದಿದ್ದ. ಆಕೆ ಕೂಡ ಅವನೊಟ್ಟಿಗೆ ಕೆಲಸ ಮಾಡುತ್ತಿದ್ದುದು ನನಗೆ ವಿಶೇಷ ಆಶ್ಚರ್ಯವೆನಿಸಿತ್ತು ಮತ್ತು ಆತನ ಮೇಲಿದ್ದ ಗೌರವ ಭಾವನೆಗಳು ಹೆಚ್ಚಿದ್ದವು. ಆ ಯುದ್ಧನಗರಿಯನ್ನೇ ತನ್ನ ಜೀವನದ ಸುದೀರ್ಘ ಕಾರ್ಯಕ್ಷೇತ್ರ ಮಾಡಿಕೊಂಡಿದ್ದ ಕೆಲವೇ ವಿಶೇಷ ವ್ಯಕ್ತಿಗಳಲ್ಲಿ ಶ್ರೀಕಾಂತ್ ಒಬ್ಬ. ಅದೆಷ್ಟೇ ಸಾವಿರ ಡಾಲರುಗಳನ್ನು ಕೊಟ್ಟರೂ ಅಂತಹ ಜಾಗದಲ್ಲಿ ಇಷ್ಟು ದೀರ್ಘವಾಗಿ ದುಡಿಯುವ ಮನೋಸ್ಥೈರ್ಯ ಎಲ್ಲರಿಗೂ ಸಾಧ್ಯವಿಲ್ಲ. ಇದಕ್ಕೊಂದು ನಿದರ್ಶನಕ್ಕೂ ನಾನು ಸಾಕ್ಷಿಯಾಗಿದ್ದೆ. ಇದೊಂದು ಸಣ್ಣ ಪ್ರಸಂಗ. ನಾನು ಈ ಕಂಪನಿಯಲ್ಲಿ ಕೆಲಸಕ್ಕೆ ಸೇರಿದ ಹೊಸತರಲ್ಲಿ ನಡೆದ ಘಟನೆ. ನನ್ನೊಟ್ಟಿಗೆ ಇನ್ನಿಬ್ಬರು ಭಾರತೀಯ ಹುಡುಗರು ಕೆಲಸಕ್ಕೆ ಸೇರಿದ್ದರು. ನವೀದ್ ಮತ್ತು ಆಲಂ ಎಂಬ ಹೆಸರು ಎಂದು ನೆನಪು. ಇಬ್ಬರೂ ಉತ್ತರ ಪ್ರದೇಶ ರಾಜ್ಯದವರು. ನನಗಿಂತ ಅನುಭವಿಗಳು ಮತ್ತು ಒಳ್ಳೆಯ ಸಂಬಳಕ್ಕೆ ಸೇರಿದ್ದರು. ನವೀದ್ ಯುದ್ಧದ ಬಗ್ಗೆ, ಯುದ್ಧ ನೀತಿಗಳ ಬಗ್ಗೆ ಪುಂಖಾನುಪುಂಖವಾಗಿ ತನ್ನ ಅಭಿಪ್ರಾಯವನ್ನು ಮಂಡಿಸುತ್ತಿದ್ದ. ತಾಲಿಬಾನಿಗಳು ಮಾಡುತ್ತಿರುವುದು ಸರಿ ಎಂದೇ ಅವನ ವಾದ. ಯುದ್ಧ ಮಾಹಿತಿಗಳು ಹೊರಗಿನವರಿಗಿಂತ ನಮಗೆ ಸುಲಭಕ್ಕೆ ಸಿಗುತ್ತಿದ್ದ ಕಾರಣ ಇದ್ದಕ್ಕಿದ್ದ ಹಾಗೆ ಒಮ್ಮೊಮ್ಮೆ ತುಂಬಾ ಉದ್ವೇಗಗೊಂಡು ಏನೇನನ್ನೋ ತಡಬಡಾಯಿಸಿ ಹೇಳಿ ವಾಗ್ವಾದಕ್ಕೆ ನಿಂತುಬಿಡುತ್ತಿದ್ದ. ಆಲಂ ಅವನ ಪ್ರತಿ ಮಾತಿಗೂ ಸಮ್ಮತಿಸಿದಂತೆ ತಾಳ ಹಾಕುತ್ತಿದ್ದ. ಇವರ ಈ ಚಡಪಡಿಕೆ ನೋಡಿ ನನಗೆ ಒಳಗೊಳಗೇ ನಗುಬಂದರೂ ತೋರಿಸಿಕೊಂಡರೆ ನನ್ನ ಮೇಲೆ ಎರಗುವರೆಂದು ಸುಮ್ಮನಿರುತ್ತಿದ್ದೆ. ಕಚೇರಿಯಲ್ಲಿ ಕೆಲಸದ ಹೊರತಾಗಿ ಇವರು ಇನ್ನೇನನ್ನೋ ಮಾಡುತ್ತಿರುವ ವಿಷಯ ದೊಡ್ಡವರಿಗೆ ಹೇಗೋ ಸೋರಿಕೆಯಾಯ್ತು. ಒಂದು ದಿನ ಇಬ್ಬರಿಗೂ ಕಂದಹಾರ್ ಏರ್‌ಬೇಸಿಗೆ ಹೋಗಿ ಒಂದೆರಡು ವಾರವಿದ್ದು ಬರಲು ಸೂಚಿಸಲಾಯ್ತು. ಅಂದಿನಿಂದ ಯುದ್ಧದ ಭೀಕರತೆ, ಸಾವು, ನೋವು, ಅಹಿಂಸೆ, ಪ್ರೀತಿ, ಬಾಂಧವ್ಯ, ಕರುಣೆ ಹೀಗೆ ಅವರ ಮಾತುಗಳಲ್ಲಿನ ಪದಗಳು ತಾತ್ವಿಕ ಆಯಾಮ ಪಡೆದುಕೊಳ್ಳತೊಡಗಿದವು. ಇಬ್ಬರಿಗೂ ಅಲ್ಲಿಗೆ ಹೋಗಲು

ಇಷ್ಟವಿರಲಿಲ್ಲ, ತುಂಬಾ ಹೆದರುತ್ತಿದ್ದರು ಎಂದು ಅರ್ಥವಾಗಲು ಯಾವ ಮನಶ್ಶಾಸ್ತ್ರವನ್ನು ಅರಿಯುವ ಅವಶ್ಯಕತೆ ಇರಲಿಲ್ಲ. ಟಿಕೆಟ್ ಅವರ ಕೈಗೆ ಬಂತು. ಮರು ದಿನ ಬೆಳಗ್ಗೆಯೇ ಪ್ರಯಾಣ. ಆದರೆ ಅಲ್ಲೊಂದು ತಿರುವು. ಆ ದಿನ ಮಧ್ಯಾಹ್ನ ಅವರಿಬ್ಬರೂ ಕಚೇರಿಯಲ್ಲಿ ಪ್ರತ್ಯಕ್ಷರಾದರು. ನಮಗೆಲ್ಲ ಆಶ್ಚರ್ಯ! ಹೋಗಲಿಲ್ಲವೇ ಎಂದದ್ದಕ್ಕೆ ಅವರು 'ಕೆಲವೇ ನಿಮಿಷದಲ್ಲಿ ನಾವು ಫ್ಲೈಟ್ ಮಿಸ್ ಮಾಡಿಕೊಂಡೆವು' ಎಂದು ಉದ್ಗಾರ ತೆಗೆದರು. ಅದು ಉದ್ದೇಶಪೂರ್ವಕ ಕೆಲಸ ಎಂದು ತಿಳಿಯಲು ವಿಚಾರಣೆಯ ಅಗತ್ಯ ಇರಲಿಲ್ಲ. ಅವರನ್ನು ತಕ್ಷಣ ಕೆಲಸದಿಂದ ತೆಗೆಯಲಾಯ್ತು. ಮಿಲಿಟರಿ ಕ್ಯಾಂಪುಗಳಲ್ಲಿ ಕೆಲಸ ಮಾಡುವ ಶ್ರೀಕಾಂತನಂತಹ ಹುಡುಗರಿಗಿಂತ ನಾಲ್ಕೈದು ಪಟ್ಟು ಹೆಚ್ಚಿನ ಸಂಬಳವಿದ್ದರೂ ಕೆಲವೇ ದಿನಗಳ ಅಪಾಯ ಹೇರಿಕೊಳ್ಳಲು ಅಂಜುವ ಜನರು ಇನ್ನೊಂದು ಕಡೆ ಎನ್ನುವುದು ನನಗೆ ವಿಪರ್ಯಾಸದಂತೆ ತೋರುತ್ತಿತ್ತು. ಎಲ್ಲರ ಯೋಚನೆ, ಅಗತ್ಯ, ಆದ್ಯತೆ, ಜೀವನ ಮತ್ತು ಸನ್ನಿವೇಶಗಳು ಒಂದೇ ಇರುವುದಿಲ್ಲ ಎನ್ನುವುದೂ ಸತ್ಯವೇ.

ಮೂರ್ನಾಲ್ಕು ದಿನಗಳು ಅಲ್ಲಿದ್ದು ಆಲ್ಬೇನಿಯನ್ ಮ್ಯಾನೇಜರುಗಳೊಟ್ಟಿಗೆ ಇದ್ದ ಕೆಲಸವನ್ನೆಲ್ಲಾ ಆದಷ್ಟು ಮುಗಿಸಿ ಅಲ್ಲಿಂದ ಹೊರಡಲು ತಯಾರು ಮಾಡಿಕೊಳ್ಳುತ್ತಿದ್ದೆ. ಎಲ್ಲರಿಗೂ ಕೊನೆ ನಮಸ್ಕಾರ ಹೇಳಿ, ಮತ್ತೆಂದೂ ಇಲ್ಲಿಗೆ ನಾನು ಬರಲಾರೆನು ಎಂಬ ಅರಿವಿನೊಂದಿಗೆ ಆ ಮಹಾನ್ ಯುದ್ಧ ನಗರಿಯ ಕಡೆ ಒಂದು ಗಾಢ ಅವಲೋಕನದ ದೃಷ್ಟಿ ಹಾಯಿಸಿ ನಿಟ್ಟುಸಿರು ಬಿಟ್ಟು ಹೇರತ್ ಕ್ಯಾಂಪ್ ಕಡೆ ಪ್ರಯಾಣಕ್ಕೆ ಸಿದ್ಧನಾದೆ. ಯಾವುದೇ ಮಿಲಿಟರಿ ವಿಮಾನ ಸಿಗದ ಕಾರಣ ಖಾಸಗಿ ವಿಮಾನದಲ್ಲಿ ಅಲ್ಲಿಗೆ ಹೋಗಬೇಕಾಯ್ತು. ಅಲ್ಲಿನ ಇತರೆ ಏರ್‌ಬೇಸ್ ಕ್ಯಾಂಪುಗಳಿಗೆ ಹೋಲಿಸಿದರೆ ಹೇರತ್ ಕ್ಯಾಂಪ್ ತುಂಬಾ ಚಿಕ್ಕದೇ. ಆಗ ಆ ಕ್ಯಾಂಪ್ ಸಂಪೂರ್ಣ ಇಟಾಲಿಯನ್ನರ ಸುಪರ್ದಿಯಲ್ಲಿತ್ತು. ಈ ಮೊದಲು ಅಮೆರಿಕೆಯ ಕೆಲ ತುಕಡಿಗಳೂ ಇದ್ದವು.

ತುಂಬಾ ಅಚ್ಚುಕಟ್ಟಾದ ಸಣ್ಣ ಅಂತಾರಾಷ್ಟ್ರೀಯ ವಿಮಾನ ನಿಲ್ದಾಣ ಅದು. ಬಹುತೇಕ ಸ್ಥಳೀಯ ಶ್ರೀಮಂತರು ಉಪಯೋಗಿಸುತ್ತಿದ್ದ ಸೌಲಭ್ಯವದು. ಮಿಲಿಟರಿ ಕ್ಯಾಂಪ್ ವಿಮಾನ ನಿಲ್ದಾಣಕ್ಕೆ ಹೊಂದಿಕೊಂಡೇ ಇದೆ. ನೆಜಮುದ್ದೀನ್ ಎಂಬ ಆಲ್ಬೇನಿಯನ್ ಮ್ಯಾನೇಜರ್ ನನ್ನನ್ನು ಕರೆದುಕೊಂಡು ಹೋದ. ನೂರಾರು ಮೀಟರುಗಳ ಅಂತರ. ನಡೆದೇ ಹೋದೆವು. ಮಿಲಿಟರಿ ಸುರಕ್ಷಾ ವಲಯದ ಹೊರಗೆ ತುಸು ಹೊತ್ತು ಕಳೆಯುವುದೂ ನನಗೆ ಎಂದಿಗೂ ಆತಂಕವೇ! ನೆಜಮುದ್ದೀನ್ ನನ್ನ ಆತಂಕ ಗಮನಿಸಿ ಇಲ್ಲಿ ಬೇರೆಯ ಕಡೆಯಷ್ಟು ಸಮಸ್ಯೆ ಇಲ್ಲ ಎಂದು ಸಮಾಧಾನಪಡಿಸಿದ. ಚಕ್ರವ್ಯೂಹದಂತಿದ್ದ ಪ್ರವೇಶ ದ್ವಾರದಲ್ಲಿ ಭದ್ರತಾ ಶಿಷ್ಟಾಚಾರಗಳನ್ನೆಲ್ಲ ಮುಗಿಸಿ ಒಳಗೆ ಹೋಗಲು ನಮ್ಮ

ತಾಳ್ಮೆ ಪರೀಕ್ಷೆಯಾಗುವಷ್ಟು ಸಮಯ ಹಿಡಿದಿತ್ತು. ನಡೆಯುತ್ತಾ ದಾರಿಯಲ್ಲಿ ಮೊದಲಿದ್ದ ಕ್ಯಾಂಪಿನ ಗಡಿ, ಈಗಿನ ಚಿಕ್ಕದಾದ ವಿಸ್ತೀರ್ಣ ಮತ್ತು ನಮ್ಮ ಕಾರ್ಯ ನಿರ್ವಹಣೆಯ ಪರಿಧಿ ಸೇರಿದಂತೆ ಎಲ್ಲವನ್ನೂ ನನಗೆ ನೆಜಮುದ್ದೀನ್ ವಿವರಿಸಿದ. ಇಲ್ಲಿಯೂ ಕೂಡ ಸೈನ್ಯದ ಹಿಂತೆಗೆತ ನಡೆದಿತ್ತು ಎನ್ನುವ ಸಂಗತಿ ಅರಿವಾಯ್ತು. ಅಲ್ಲಲ್ಲಿ ಇಟಾಲಿಯನ್ ಸೈನಿಕರು ಓಡಾಡುತ್ತಿದ್ದರು. ಸಾಕಷ್ಟು ಮಿಲಿಟರಿ ವಾಹನಗಳ ಓಡಾಟವೂ ಇದ್ದಿತು. ನೆಜಮುದ್ದೀನ್ ಅಲ್ಲಿನೆಲ್ಲರಿಗೂ ಪರಿಚಿತ ಎನ್ನುವುದು ಅವರ ನಡವಳಿಕೆಯಲ್ಲಿ ಅರ್ಥವಾಗಿತ್ತು. ಈ ಕ್ಯಾಂಪಿನಲ್ಲಿ ಇನ್ನೂ ಜೀವಕಳೆಯಿದ್ದ ಹಾಗೆ ತೋರುತ್ತಿತ್ತು. ನೆಜಮುದ್ದೀನ್ ನನ್ನನ್ನು ತುಂಬಾ ಗೌರವಯುತವಾಗಿ ನಡೆಸಿಕೊಳ್ಳುತ್ತಿದ್ದ. ನಾನೇ ಎಷ್ಟೋ ಸಾರಿ 'ಯಾಕಿಷ್ಟು ಅತೀವ ಗೌರವ?' ಎಂದದ್ದೂ ಇದೆ. ಆತ ಕ್ಯಾಂಪ್ ಶಿಂದಾಂದ್‌ನಲ್ಲಿ ನಮ್ಮ ಟೀಮ್‌ನಲ್ಲಿ ಕೆಲಸ ಮಾಡಿದ್ದನಂತೆ. ಆಗ ಅವನಿಗೆ ಇಲ್ಲಿ ಎಲ್ಲಾ ಹೊಸದು. ನನಗೆ ಅವನ ಮುಖ ಪರಿಚಯ ಅಷ್ಟಿರಲಿಲ್ಲ. ಆತ ಎಂದೂ ಮುನ್ನೆಲೆಗೆ ಬಂದು ಕೆಲಸ ಮಾಡಿದ ನೆನಪಿರಲಿಲ್ಲ. ಎಮಿರ್ ಡುಕೊನೊವಿಚ್ ಮತ್ತು ನಾನು ಆ ಪ್ರಾಜೆಕ್ಟಿನ ಉಸ್ತುವಾರಿ ವಹಿಸಿಕೊಂಡದ್ದರಿಂದ ನನ್ನ ಮೇಲೆ ಅವನಿಗೆ ಬಾಸ್ ಎನ್ನುವ ವಿಶೇಷ ಗೌರವ ಎಂದು ತಿಳಿದು ನನಗೆ ಆಶ್ಚರ್ಯ ಆಗಿದ್ದು ಹೌದು. ಇದುವರೆಗೂ ಯಾವೊಬ್ಬ ಆಲ್ಬೇನಿಯನ್ ಕೆಲಸಗಾರನೂ ಅಷ್ಟು ಗೌರವಾದರ ತೋರಿರಲಿಲ್ಲ. ಮೂರು ವರ್ಷಗಳ ಹಿಂದೆ ಅಲ್ಲಿಂದ ಇಲ್ಲಿಗೆ ಮ್ಯಾನೇಜರ್ ಆಗಿ ವರ್ಗವಾದನಂತೆ. ಅಲ್ಲಿದ್ದ ನಾಲ್ಕೈದು ದಿನಗಳು ತುಂಬಾ ಆಪ್ಯಾಯವಾಗಿ ನೋಡಿಕೊಂಡ.

ಅಲ್ಲಿನ ಮಿಲಿಟರಿ ಡಿಫ್ಯಾಕಿನಲ್ಲಿ ಊಟ ಮಾಡಲು ಇತರೆ ನಾಗರಿಕರಿಗೆ ಅನುಮತಿ ಇರಲಿಲ್ಲ. ಕೆಲವು ಕ್ಯಾಂಪುಗಳಲ್ಲಿ ಈ ರೀತಿ ಇದ್ದದ್ದು ನನಗೆ ಗೊತ್ತಿತ್ತು. ಸುಮಾರು ಇಪ್ಪತ್ತೈದು ಜನರಿದ್ದ ನಮ್ಮ ಕಂಪನಿಯ ಕಾಂಪೌಂಡಿನ ಒಂದು ಸಣ್ಣ ರೂಮಿನಲ್ಲಿ ಅಡುಗೆ ತಯಾರಿಸಲಾಗುತ್ತಿತ್ತು. ಒಬ್ಬ ಬಂಗಾಳಿ ಮತ್ತು ಇನ್ನೊಬ್ಬ ಆಫ್ಘಾನಿ ಅಡುಗೆಯವನು. ಬೆಂಗಾಲಿ ಅಡುಗೆಯವ ನಿಮಗಿಂದು ಏನು ಬೇಕು ಎಂದು ದುಂಬಾಲು ಬೀಳುವ. ಎಲ್ಲರಿಗೂ ಏನು ಮಾಡ್ತೀಯೋ ನನಗೂ ಅದೇ ಎಂದು ಹೇಳಿ ಅವನಿಗೆ ಸಮಾಧಾನ ಮಾಡಿದರೂ ಏನಾದರೊಂದು ವಿಶೇಷ ಮಾಡಿ ಬಡಿಸುತ್ತಿದ್ದ. ಅವನಿಗೆ ಸಂಬಳ ಕೊಂಚ ಹೆಚ್ಚು ಮಾಡಿರೆಂದು ನಾನು ಶಿಫಾರಸ್ಸು ಮಾಡಬೇಕು ಎನ್ನುವುದು ಅವನ ಬೇಡಿಕೆ ಎಂದು ಆ ನಂತರ ತಿಳಿದದ್ದು. ಆ ನಾಲ್ಕೈದು ದಿನಗಳಲ್ಲಿ ಪ್ರತಿ ಮುಖ್ಯ ಕಟ್ಟಡಗಳಿಗೆ ಭೇಟಿ ಇತ್ತು ತಾಂತ್ರಿಕ ತೊಂದರೆಗಳ ಪಟ್ಟಿ ಮಾಡುತ್ತಿದ್ದಾಗ ಒಂದು ವಿಷಯ ತಿಳಿಯಿತು. ಹೆರಾತ್ ವಿಮಾನ ನಿಲ್ದಾಣದ ನಿರ್ವಹಣೆ ನ್ಯಾಟೋ ಅಧೀನದಲ್ಲಿತ್ತು. ಅದರ ಕಾಂಟ್ರಾಕ್ಟ್ ಕೆನಡಾದ ಒಂದು ಕಂಪನಿಗೆ ಸಿಕ್ಕಿತ್ತು. ಆ ಕಂಪನಿಯ ಬಹುತೇಕ

ತಾಂತ್ರಿಕ ಕೆಲಸಗಾರರು ಭಾರತೀಯರೇ ಎಂದು ತಿಳಿದು ನನಗೆ ಖುಷಿಯಾಯ್ತು. ಅದರಲ್ಲಿ ನಮ್ಮ ಕನ್ನಡಿಗರೂ ಇಬ್ಬರಿದ್ದರು! ಬೆಂಗಳೂರು ವಿಮಾನ ನಿಲ್ದಾಣದಲ್ಲಿ ಮತ್ತು ಕಂದಹಾರ್ ಏರ್‌ಬೇಸಿನಲ್ಲಿ ಕೂಡ ಅವರು ಕೆಲಸ ಮಾಡಿದ್ದರಂತೆ. ಅಲ್ಲಿ ಅಮೇರಿಕೆಯ ಒಂದು ಜೋಡಿ ಸಣ್ಣ ಕಂಟೇನರ್ ಕ್ಯಾಬಿನ್ನನ್ನು ತಮ್ಮ ಮನೆಯನ್ನಾಗಿ ಮಾಡಿಕೊಂಡಿದ್ದರು. ಆ ಇಬ್ಬರೂ ಏರ್‌ಬೇಸಿನ ತಾಂತ್ರಿಕ ಅಧಿಕಾರಿಗಳೇ. ಇಂತಹ ಯುದ್ಧಭೂಮಿಗಳಲ್ಲಿ ಶ್ರೀಕಾಂತ್ ಸೇರಿದಂತೆ ಈ ರೀತಿ ಒಟ್ಟಿಗೇ ಬದುಕುತ್ತಿದ್ದ ದಂಪತಿಗಳ ಉದಾಹರಣೆ ತುಂಬಾ ಕಡಿಮೆ.

ಇಲ್ಲಿನ ಇನ್ನೊಂದು ವಿಶೇಷವೆಂದರೆ ಬಹುಪಾಲು ಆಫ್ಘಾನ್ ಕೆಲಸಗಾರರು ಕೆಂಪು ಬಣ್ಣದ ಚಪ್ಪಟೆ ಮುಖದವರೆನ್ನುವುದು. ಹೇರತ್ ಪ್ರಾಂತ್ಯ ಟುರ್ಕಿಮೆನಿಸ್ತಾನ್ ದೇಶದ ಗಡಿಗೆ ಹೊಂದಿಕೊಂಡಿರುವದರಿಂದಲೋ ಏನೋ ಅಲ್ಲಿನ ಜನರು ಕಂದಹಾರ್, ಕಾಬೂಲಿನಲ್ಲಿ ಇದ್ದ ಎತ್ತರ ದೇಹದ ಮನುಷ್ಯರಂತಲ್ಲ. ಸಾಧಾರಣ ದೇಹ, ನಾಚಿಕೆ ಸ್ವಭಾವದವರು ಮತ್ತು ಸಾಧು ಜನ ಎಂದು ಅವರ ನಡವಳಿಕೆಯಲ್ಲಿ ತಿಳಿಯುತ್ತಿತ್ತು. ಸಂವಹನ ಕೊರತೆ ದೊಡ್ಡ ಸಮಸ್ಯೆಯಾಗಿತ್ತು. ಅವರ‍್ಯಾರಿಗೂ ಉರ್ದುವಿನ ಕೊಂಚ ಪರಿಚಯವೂ ಇರಲಿಲ್ಲ. ಒಬ್ಬ ಮಾತ್ರ ತೇಲಿಸಿದಂತೆ ಕೊಂಚ ಇಂಗ್ಲಿಷ್ ಪದಗಳನ್ನು ತನ್ನ ದೇಹ ಭಾಷೆಯ ಜೊತೆಗೆ ಉಪಯೋಗಿಸುತ್ತಿದ್ದ. ಅದು ನನಗೆಷ್ಟು ಅರ್ಥವಾಯಿತೋ ಅಥವಾ ನಾನು ಮಾತನಾಡಿಸುತ್ತಿದ್ದುದು ಅವನಿಗೆಷ್ಟು ಅರ್ಥವಾಯಿತೋ ನಾನು ಕಾಣೆ. ಒಂದು ದಿನ ಇದಕ್ಕಿದ್ದ ಹಾಗೆ ಕೇಸರಿಯ ಒಂದು ಸಣ್ಣ ಡಬ್ಬವನ್ನು ತಂದು ಕೈಗಿತ್ತ. ಆ ಪ್ರಾಂತ್ಯದಲ್ಲಿ ಬೆಳೆಯುತ್ತಿದ್ದರಂತೆ. ನಾನು ನಿರಾಕರಿಸಿದೆ, ಮಿಲಿಟರಿ ಕ್ಯಾಂಪಿನಿಂದ ಹೊರಹೋಗುವಾಗ ಭದ್ರತಾ ತಪಾಸಣೆಯಲ್ಲಿ ಸಿಕ್ಕಿಬಿದ್ದರೆ ಮತ್ತೊಂದು ತಲೆನೋವು ಎಂದು. ಆತ ಒಳಗೆ ಹೇಗೆ ತಂದ? ನನಗೆ ಪ್ರಶ್ನೆ. 'ಇಷ್ಟು ಸಣ್ಣ ಡಬ್ಬಿಯನ್ನು ತರಲು ಇಲ್ಲಿ ಯಾವುದೇ ಅಡ್ಡಿಯಿಲ್ಲ, ಇಲ್ಲಿನ ಬಹುತೇಕ ಜನರಿಗೆ ಇದು ಒಂದು ಸಂಪ್ರದಾಯದಂತೆಯೇ ಆಗಿಬಿಟ್ಟಿದೆ, ನೀನು ತೆಗೆದುಕೋ' ಎಂದ ನೆಜಮುದ್ದೀನ್.

ನನ್ನ ಕೆಲಸ ಅಲ್ಲಿ ಅಪೂರ್ಣವಾಯ್ತು. ನಾನು ಕೊಟ್ಟ ವರದಿಯನ್ನು ಅಲ್ಲಿನ ಒಬ್ಬ ಬ್ರಿಟಿಷ್ ತಾಂತ್ರಿಕ ಅಧಿಕಾರಿ ಒಪ್ಪಲಿಲ್ಲ. ಅದೊಂದು ದೊಡ್ಡ ವಿಷಯವೆಂಬಂತೆ ಆ ಅಧಿಕಾರಿ ನಮ್ಮ ದುಬೈ ಕಚೇರಿಗೆ ದೂರು ಕೊಟ್ಟ. ಅಲ್ಲಿದ್ದಷ್ಟೂ ದಿನ ಅವನಿಂದ ನನಗೆ ಧನಾತ್ಮಕ ಸಹಕಾರ ಸಿಕ್ಕದ್ದು ಕಡಿಮೆಯೇ. ಅವನಿಗೆ ಅದ್ಯಾವ ಅಹಂ ಕಾಡುತ್ತಿತ್ತೋ ಗೊತ್ತಾಗಲಿಲ್ಲ. ನೆಜಮುದ್ದೀನ್ ಹೇಳಿದ ಪ್ರಕಾರ ಈ ರೀತಿ ಅವನು ತಿರಸ್ಕರಿಸುತ್ತಿರುವ ಉದ್ದೇಶ ಬೇರೆಯೇ ಇತ್ತೆಂಬುದು! ಅವರಿಬ್ಬರ ಒಳ ಒಪ್ಪಂದಗಳು ನನಗೆ ಅರ್ಥವಾಗದೇ ಗೊಂದಲಕ್ಕೆ ಬಿದ್ದೆ. ದುಬೈನಲ್ಲಿದ್ದ ಮೇಲಧಿಕಾರಿಗಳು ನನ್ನ ಮೇಲೆ ಸಿಟ್ಟಾದರು. ನಾನು ತಯಾರಿಸಿದ

ವಿಸ್ತೃತ ವರದಿಯನ್ನು ಅವರಿಗೆ ಕಳಿಸಿ ಎಷ್ಟೆಲ್ಲಾ ವಿವರಣೆಗಳನ್ನು ಕೊಟ್ಟರೂ ಸೋಲು ಸೋಲೇ ಎಂದು ತಿರುಗಿಬಿದ್ದರು. ಇದೇ ಮೊದಲು ಈ ರೀತಿಯ ಅನುಭವವಾಗಿದ್ದದ್ದು ನನಗೆ. ಸಾಮಾನ್ಯವಾಗಿ ಮಿಲಿಟರಿ ಕ್ಯಾಂಪುಗಳಂತಹ ಗಂಭೀರ ಅಪಾಯಕಾರಿ ಸ್ಥಳಗಳಲ್ಲಿ ಪರಿಸ್ಥಿತಿಯ ಅರಿವಿನೊಂದಿಗೆ ಕ್ಲೈಂಟ್ ಅಧಿಕಾರಿಗಳು ಅನಗತ್ಯ ತರಲೆ ಮಾಡದೇ ಸಂಪೂರ್ಣ ಸಹಕಾರ ಕೊಡುತ್ತಿದ್ದುದು ನನ್ನ ಇದುವರೆಗಿನ ಅನುಭವ. ಇದೀಗ ಇಲ್ಲಿನ ಚಿತ್ರಣ ಬದಲಾಗುತ್ತಿರುವಂತೆ ಕಾಣಿಸಿತು. ನೀನು ಇನ್ನು ಹೊರಡು ನಾನು ಅವನನ್ನು ಸಂಭಾಳಿಸುತ್ತೇನೆ ಎಂದ ನೆಜಮುದ್ದೀನ್. ಆ ಅಧಿಕಾರಿಗೆ ಯಾವುದಾದರೂ ರೂಪದ ಲಂಚದ ನಿರೀಕ್ಷೆ ಇತ್ತೋ ಏನೋ ಸರಿಯಾಗಿ ತಿಳಿಯಲಿಲ್ಲ. ತುಂಬಾ ಗೊಂದಲದಲ್ಲಿದ್ದ ನನಗೂ ಕೂಡ ಅಲ್ಲಿಂದ ಹೊರಟರೆ ಸಾಕಿತ್ತು. ಅಂದು ಬೆಳಗ್ಗೆ ನೆಜಮುದ್ದೀನ್ ನನ್ನನ್ನು ಬೀಳ್ಕೊಟ್ಟ. ಹೇರತ್‌ನಿಂದ ಕಾಬೂಲ್ ವಿಮಾನ ಹಿಡಿದು ಅಲ್ಲಿಂದ ದುಬೈಗೆ ಮತ್ತಲ್ಲಿಂದ ಬೆಂಗಳೂರು ನಂತರ ಮೈಸೂರಿಗೆ ಬರುವ ಪ್ರಯಾಣ ಪಟ್ಟಿ ಅದು. ವಿಮಾನ ತಡವಾಗಿ ಹೇರತ್ ಏರ್ಪೋರ್ಟಿನಲ್ಲಿ ತುಸು ಕಾಯ್ದಿದ್ದರ ಹೊರತಾಗಿ ಪ್ರಯಾಣ ಸಲೀಸಾಗೆ ಇತ್ತು. ಕಾಬೂಲ್ ಏರ್‌ಪೋರ್ಟ್ ಜನರಿಂದ ತುಂಬಿ ತುಳುಕುತ್ತಿತ್ತು. ಹಿಂದಿಗಿಂತ ಈಗ ವಿಮಾನಗಳ ಓಡಾಟ ಹೆಚ್ಚಿತ್ತು. ಮಂದಸ್ಮಿತ ಯುವಪಡೆ ಏರ್ಪೋರ್ಟಿನ ಬಹುಪಾಲು ಕೆಲಸವನ್ನು ನೋಡಿಕೊಳ್ಳುತ್ತಾ ಲವಲವಿಕೆಯಿಂದ ಓಡಾಡುತ್ತಿದ್ದರು. ಪ್ರಯಾಣಿಕರೂ ಸಂತೃಪ್ತಿಯಿಂದಿದ್ದ ಸಂತೋಷದ ಕ್ಷಣಗಳವು. ಸುದೀರ್ಘ ಕಾಲ ಇಲ್ಲಿದ್ದ ವಿದೇಶಿ ಮಿಲಿಟರಿ ಪಡೆ ಈ ದೇಶದಲ್ಲಿ ಮರು ಶಾಂತಿ ಸ್ಥಾಪನೆ ಮಾಡುವಲ್ಲಿ ಯಶಸ್ವಿಯಾಗಿದ್ದಾರೆ ಎನ್ನುವ ಎಲ್ಲ ಕುರುಹುಗಳು ಪ್ರತ್ಯಕ್ಷವಾಗಿ ಕಾಣಿಸುತ್ತಿತ್ತು. ಕಾಬೂಲ್ ಏರ್‌ಪೋರ್ಟ್ ನೋಡಿದ್ದು ಅದೇ ಕೊನೆ ಬಾರಿ! ನೇರವಾಗಿ ಕಾಬೂಲಿನಿಂದ ದೆಹಲಿಗೆ ವಿಮಾನವಿದ್ದರೂ ನಾನೆಂದೂ ಹಾಗೆ ಪ್ರಯಾಣಿಸಿಲ್ಲ ಎಂಬ ಸಣ್ಣ ಕೊರತೆ ನನ್ನೊಳಗೆ ಉಳಿದುಕೊಂಡಿದೆ.

ಆಫ್ಘಾನಿಸ್ತಾನದ ಮಿಲಿಟರಿ ಕ್ಯಾಂಪುಗಳಲ್ಲಿ ನಮಗೆ ಕೆಲಸ ಖಾಲಿಯಾದರೂ ದೇಶದ ಇತರ ಭಾಗಗಳಲ್ಲಿ ವಿಶ್ವಸಂಸ್ಥೆ ಕೈಗೊಂಡಿದ್ದ ಶಾಲೆ, ಆಸ್ಪತ್ರೆ, ರಸ್ತೆಗಳು ಮತ್ತಿತರೆ ಮೂಲ ಸೌಕರ್ಯಗಳಂತಹ ಪುನರುತ್ಥಾನ ಪ್ರಾಜೆಕ್ಟುಗಳಲ್ಲಿ ನಾವು ಕೆಲಸ ಮಾಡುತ್ತಿದ್ದೆವು. ಆಫ್ರಿಕಾ ದೇಶದಲ್ಲಿಯೂ ಕೂಡ ವಿಶ್ವಸಂಸ್ಥೆಗೆ ಮತ್ತು ಆಯಿಲ್ ಅಂಡ್ ಗ್ಯಾಸ್ ಕಂಪನಿಗಳಿಗೆ ಕೆಲ ಪ್ರಾಜೆಕ್ಟುಗಳನ್ನು ಮಾಡುತ್ತಿದ್ದೆವು. ಫೆಬ್ರುವರಿ 2020ರ ವರೆಗೂ ದುಬೈ ಮತ್ತು ಯುರೋಪ್ ಕಚೇರಿಗಳಿಗೆ ನನ್ನ ಓಡಾಟ ನಡೆದೇ ಇತ್ತು. 2019–2020ರ ಮಧ್ಯೆ ಆಫ್ಘಾನಿಸ್ತಾನಕ್ಕೆ ಹೋಗಿದ್ದಿಲ್ಲ. 2020ರ ಆರಂಭದಲ್ಲಿ ವಕ್ಕರಿಸಿದ ಕೋವಿಡ್ ಮಹಾಮಾರಿ ನನ್ನ ಓಡಾಟಕ್ಕೆ ಪೂರ್ಣ ವಿರಾಮವನ್ನು ಇಟ್ಟಿತು. ನಮ್ಮ ಕಂಪನಿಯ ಕೆಲಸಗಳಿಗೆ ಒದಗಿದ

ದೊಡ್ಡ ಅಡಚಣೆ ಕೂಡ ಅದು. 2021ರ ಮಧ್ಯದಲ್ಲಿ ಅಫ್ಘಾನಿಸ್ತಾನದಿಂದ ಮಿಲಿಟರಿ ಪಡೆ ಸಂಪೂರ್ಣ ಹೊರನಡೆದು ನಮಗಿದ್ದ ಅಲ್ಪಸ್ವಲ್ಪ ಕೆಲಸಕ್ಕೂ ಕುತ್ತು ಬಂತು. ವಿಶ್ವಸಂಸ್ಥೆ ನಡೆಸುತ್ತಿದ್ದ ಪುನರುತ್ಥಾನ ಪ್ರಾಜೆಕ್ಟುಗಳೂ ಅಲ್ಲಿಗೆ ನಿಂತವು. ಸರಿಯಾದ ಮಿಲಿಟರಿ ಸುರಕ್ಷಾ ಕವಚವಿಲ್ಲದೆ ವಿದೇಶಿ ಜನರ್‍ಯಾರೂ ಕೆಲಸ ಮಾಡುವುದಿಲ್ಲವೆಂದು ಹಿಂದೇಟು ಹಾಕಿದರು. ಆಫ್ಘಾನ್ ಮಿಲಿಟರಿ ಸಹಕಾರ ನೀಡುತ್ತದೆಯೆಂದಾದರೂ ಅವರ ಮೇಲೆ ಯಾರಿಗೂ ಸಂಪೂರ್ಣ ಭರವಸೆ ಇರದೇ ಎಲ್ಲರೂ ಅಲ್ಲಿಂದ ಜಾಗ ಖಾಲಿ ಮಾಡಿದರು. ಇತ್ತ ಆಫ್ರಿಕಾದ ಪ್ರಾಜೆಕ್ಟುಗಳೂ ಅರ್ಧಕ್ಕೆ ನಿಂತವು. ಇನ್ನೂ ಕೆಲವನ್ನು ಪೂರ್ಣ ರದ್ದುಮಾಡಲಾಯ್ತು. ಅಲ್ಲಿಗೆ ನಮ್ಮ ಕಂಪನಿಯ ಬಳಿ ಯಾವುದೇ ಪ್ರಾಜೆಕ್ಟುಗಳು ಇರದೇ ನಮ್ಮ ಇಡೀ ತಂಡವನ್ನು ಕೆಲಸದಿಂದ ತೆಗೆಯಲಾಯ್ತು. ಅಗತ್ಯವಿದ್ದ ಕೆಲವರನ್ನು ಇನ್ನಿತರೆ ವಿಭಾಗಗಳಿಗೆ ವರ್ಗಾಯಿಸಿದರು. ನಾನು ಮೊದಲ ಬಾರಿಗೆ ನಿರುದ್ಯೋಗಿಯಾದೆ. ಈ ಮಧ್ಯೆ ಕೋವಿಡ್ ಆತಂಕ ಕಡಿಮೆಯಾಯ್ತು. ಕೆಲವೇ ತಿಂಗಳ ಅಂತರದಲ್ಲಿ ಸಿಂಗಪೂರಿನ ಕಂಪನಿಯೊಂದರಲ್ಲಿ ಕೆಲಸವಾಯ್ತು. ಹಿಂದಿನ ಕಂಪನಿಯಂತಹುದೇ ಕೆಲಸ. ಹೆಚ್ಚಿನ ಪ್ರಾಜೆಕ್ಟುಗಳು ಉತ್ತರ ಮತ್ತು ಮಧ್ಯ ಆಫ್ರಿಕಾ ದೇಶಗಳಾದ ಮಾಲಿ, ಸೆಂಟ್ರಲ್ ರಿಪಬ್ಲಿಕ್ ಆಫ್ ಆಫ್ರಿಕಾ, ಉಗಾಂಡ, ಸುಡಾನ್, ನೈಗೆರ್ ಮತ್ತಿತರೆಡೆ. ಹೆಚ್ಚಿನ ದೇಶಗಳ ಸಾಮಾಜಿಕ ಪರಿಸ್ಥಿತಿ ಬಂಡುಕೋರರ ವಿಪರೀತ ಹಾವಳಿಯಿಂದ ನಲುಗಿದೆ. ವಿಶ್ವಸಂಸ್ಥೆ ಅಲ್ಲಿ ಶಾಂತಿ ಕಾಪಾಡುವ ನಿಟ್ಟಿನಲ್ಲಿ ತನ್ನ ಹಲವು ಸದಸ್ಯ ರಾಷ್ಟ್ರಗಳ ಮಿಲಿಟರಿ ಪಡೆಯನ್ನು ನಿಯೋಜಿಸಿ ಕಾಯುತ್ತಲಿದೆ. ಉತ್ತರ ಆಫ್ರಿಕಾದಿಂದ ಯುರೋಪಿಗೆ ನುಗ್ಗುವ ವಲಸಿಗರನ್ನೂ, ದಾಳಿಕೋರರನ್ನೂ ತಡೆಯುವ ಜವಾಬ್ದಾರಿ ನ್ಯಾಟೋ ರಾಷ್ಟ್ರಗಳಿಗಿದೆ. ಹೀಗಾಗಿ ಅಲ್ಲಿ ನಮಗೆ ಸಾಕಷ್ಟು ಕೆಲಸಗಳಿವೆ. ಇಷ್ಟರಲ್ಲೇ ನಾನು ಆ ದೇಶಗಳಿಗೆ ಭೇಟಿ ಕೊಡುವ ಮಾತುಕತೆಗಳು ನಡೆಯುತ್ತಿವೆ. ಅಲ್ಲಿ ಇನ್ನೆಷ್ಟು ವಿಶಿಷ್ಟ ಅನುಭವಗಳು ನನಗೆ ಕಾದಿವೆಯೋ ನೋಡೋಣ!

19

ಚಿತ್ರ ಮಾಹಿತಿ

ಸಾಮಾನ್ಯವಾಗಿ ಮಿಲಿಟರಿ ಕ್ಯಾಂಪುಗಳಲ್ಲಿ ಫೋಟೋ ತೆಗೆಯುವುದು ನಿಷಿದ್ಧವಾಗಿತ್ತು. ಎಷ್ಟೋ ಬಾರಿ ಕ್ಯಾಮೆರಾ ಇರುವ ಮೊಬೈಲ್ ಫೋನನ್ನು ಕ್ಯಾಂಪಿನ ದ್ವಾರದಲ್ಲೇ ಕಸಿದುಕೊಂಡು ಕಳಿಸುತ್ತಿದ್ದರು. ಆ ಕಾನೂನು ಕ್ರಮೇಣ ಸಡಿಲವಾಗುತ್ತಾ ಬಂತು. ಕೆಲಸಕ್ಕೆ ಅಗತ್ಯವಿದೆ ಎಂದು ಪ್ರಮಾಣ ಪತ್ರ ನೀಡಿದರೆ ಮೊಬೈಲ್ ಫೋನನ್ನು ಒಳಗೆ ತರುವ ಅನುಮತಿ ಕೊಡಲಾಯ್ತು. ಕೆಲವು ನಿಬಂಧನೆಗಳೊಂದಿಗೆ ಕೆಲಸದ ಸ್ಥಳಗಳಲ್ಲಿ ಫೋಟೋ ತೆಗೆಯುವ ಅನುಮತಿ ಕೂಡ ಕೊಟ್ಟರು. ಅವಕಾಶ ಸಿಕ್ಕಾಗ ತೆಗೆದ ಕೆಲವು ಚಿತ್ರಗಳನ್ನು ಇಲ್ಲಿ ಲಗತ್ತಿಸಿದ್ದೇನೆ. ಬಹುಪಾಲು ಚಿತ್ರಗಳು ನಾನು ನನ್ನ ಮೊಬೈಲ್ ಕ್ಯಾಮೆರಾದಲ್ಲಿ ಸೆರೆಹಿಡಿದದ್ದು, ಇನ್ನೂ ಕೆಲವು ನನ್ನ ಸಹೋದ್ಯೋಗಿಗಳು ತೆಗೆದಿದ್ದು.

ಕಂದಹಾರ್ ಕ್ಯಾಂಪಿನ ಒಂದು ಪಾರ್ಶ್ವ, ಮಿಲಿಟರಿ ವಸತಿ ಸಮುಚ್ಚಯ

ಕಂದಹಾರ ಕ್ಯಾಂಪಿನ ರಸ್ತೆಯಲ್ಲಿ ಕಂಡ ಮಿಲಿಟರಿ ವಾಹನ

ಕಂದಹಾರ್ ಕ್ಯಾಂಪಿನಲ್ಲಿ ಕಾಣುತ್ತಿದ್ದ ಸಾಮಾನ್ಯ ದೃಶ್ಯ

ಕಂದಹಾರ್ ಮಿಲಿಟರಿ ವಿಮಾನ ನಿಲ್ದಾಣದ ಚೆಕ್-ಇನ್ ಸ್ಥಳ

ಕಂದಹಾರ್ ಏರ್‌ಬೇಸಿನ ಒಂದು ಪಾರ್ಶ್ವ ನೋಟ

ಕಾಬೂಲ್ ಏರ್‌ಬೇಸಿನ ಒಂದು ಪಾರ್ಶ್ವ ನೋಟ

ಕಾಬೂಲ್ ಏರ್ಪೋರ್ಟಿನಲ್ಲಿ ಏರ್‌ಇಂಡಿಯಾ ವಿಮಾನ

ಕ್ಯಾಂಪ್ ಬ್ಯಾಷನ್/ಲೆದರ್ನೆಕ್
ನಿಂತವರು ಎಡದಿಂದ: ಮಂಜುನಾಥ್ ಕುಣಿಗಲ್, ಅವ್ನಿ ಅಮೆತಿ, ಮಾರ್ಕ್ ಬ್ರೌನ್
ಕುಳಿತವರು ಎಡದಿಂದ: ಫ್ಲೇಮುರ್ ರೆಜೆಪಿ, ಎರಿಕ್ ನೆಲ್ಸನ್, ಜೆಫ್ ವ್ರೈಟ್

ಕ್ಯಾಂಪ್ ಬ್ಯಾಷನ್/ಲೆದರ್ನೆಕ್
ಎಡಗಡೆ: ಅಮೇತಿ ಅವ್ನಿ ಆತನ ಹಿಂದೆ ಮೈಂಟೆನನ್ಸ್ ಮ್ಯಾನೇಜರ್
ಬಲಗಡೆ: ತೆರೇಸಾ ಹುಬ್ನರ್ ಮತ್ತು ಆಕೆ ಹಿಂದೆ ಸ್ಟೆಫನ್ ಬೈಯಸ್

10. ಕ್ಯಾಂಪ್ ಲೆದರ್ನೆಕ್
ನಮ್ಮ ಪ್ರಾಜೆಕ್ಟ್ ಹಿನ್ನೆಲೆಯಲ್ಲಿ ಮಾರ್ಕ್ ಬ್ರೌನ್‌ನೊಂದಿಗೆ

ಕ್ಯಾಂಪ್ ಲೆದರ್ನೆಕ್
ನಮ್ಮ ಪ್ರಾಜೆಕ್ಟ್ ಹಿನ್ನೆಲೆಯಲ್ಲಿ ಜೆಫ್ ವೈಟ್‌ನೊಂದಿಗೆ

ಕ್ಯಾಂಪ್ ಬ್ಯಾಶನ್‌ನಿಂದ ಕ್ಯಾಂಪ್ ಶಿಂದಾಂದ್ ಹೋಗಲು
ಚಾರ್ಟರ್ಡ್ ಫ್ಲೈಟ್ ಹತ್ತುವ ಮುನ್ನ

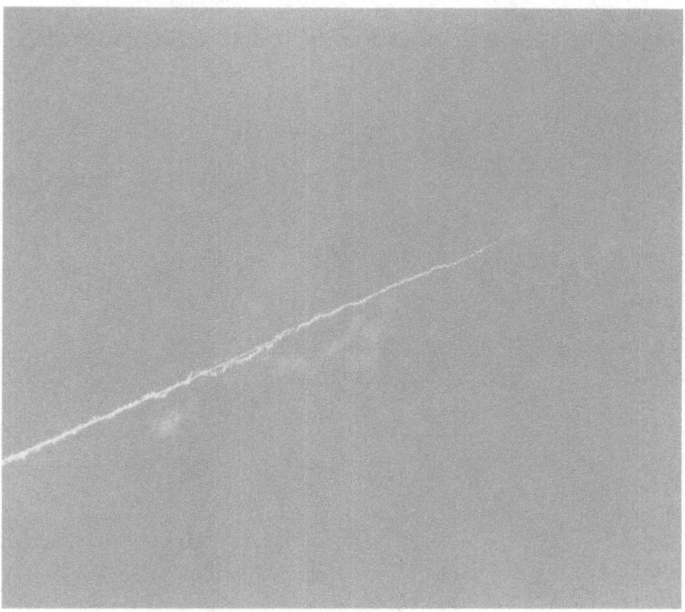

ಕ್ಯಾಂಪ್ ಲೆದರ್ನೆಕ್‌ನಲ್ಲಿ ಕಂಡ ರಾಕೆಟ್ ಲಾಂಚ್ ದೃಶ್ಯ

ಕಾಬೂಲಿನ ಹೊರವಲಯದಲ್ಲಿದ್ದ ಸುಪ್ರೀಂ ಆಹಾರ ಉಗ್ರಾಣದ ಕಾಂಪೌಂಡಿನಲ್ಲಿ ಎಡದಿಂದ: ಕಿಕು ಮೆಫೈಲ್, ಆಫ್ಘಾನಿ ಎಲೆಕ್ಟ್ರಿಷಿಯನ್, ಆಂಟೋನಿಯೋ ಸ್ಯಾಂಟೋಸ್, ಆಫ್ಘಾನಿ ಸೆಕ್ಯೂರಿಟಿ ಅಜ್ಜ, ಮತ್ತಿತರೆ ಆಫ್ಘಾನಿ ಭದ್ರತಾ ಸಿಬ್ಬಂದಿ ಮತ್ತು ನಾನು

ಆಂಟೋನಿಯೋ ಸ್ಯಾಂಟೊಸ್ ಮತ್ತು ಆಫ್ಘಾನಿ ಟೆಕ್ನಿಷಿಯನ್ಸ್ ಒಟ್ಟಿಗೆ

ಆಂಟೋನಿಯೋ ಪಿಸ್ತೂಲಿನೊಂದಿಗೆ ಆಫ್ಘಾನಿ ಅಜ್ಜನೊಂದಿಗೆ

ಆಫ್ಘಾನಿ ಅಜ್ಜನ ಬಂದೂಕಿನೊಂದಿಗೆ

ಕಾಬೂಲಿನ ಹೊರವಲಯದಲ್ಲಿ

ಹೇರತ್ ಇಂಟರ್‌ನ್ಯಾಷನಲ್ ಏರ್‌ಪೋರ್ಟ್ ಮುಂದೆ ನೆಜಮುದ್ದೀನ್‌ನೊಂದಿಗೆ

ಸೌದಿ-ಯೆಮೆನ್ ಗಡಿಯ ಬಳಿ ನಮ್ಮ ತಂಡ

ಸೌದಿಯ ಅಲ್-ಜರ್ಝುನ್ ಫೆರ್ರಿ ನಿಲ್ದಾಣದಲ್ಲಿ ಒಂದು ಸಂಜೆ

ವೀರಲೋಕದ ಪ್ರಕಟಣೆಗಳು

1. ಕೈ ಹಿಡಿದು ನೀ ನಡೆಸು ತಂದೆ
2. ವಿಶ್ವಸುಂದರಿ
3. ಇವರು ಅವರು ದೇವರು
4. ಒಳ್ಳೆಯ ಬದುಕಿನ ಸೂತ್ರಗಳು
5. ಬೆಳ್ಳಿತೆರೆಯ ಬಂಗಾರದ ಗೆರೆ
6. ಸೋಲೆಂಬ ಗೆಲುವು
7. ಲಾಸ್ಟ್ ಡೇಸ್ ಆಫ್ ಲೆಜೆಂಡ್ಸ್
8. ಮನಿ ಮನಿ ಎಕಾನಮಿ
9. ನಿಮಗೆಷ್ಟು ಹಣ ಬೇಕು?
10. ಆರ್ಟ್ ಆಫ್ ಸಕ್ಸಸ್
11. ಮಾದಕ ದೊರೆ
12. ನಟನ ಕಥೆ–ಮಂಡ್ಯ ರಮೇಶ್
13. ಬದುಕೇ ಭಗವಂತ
14. ತ್ಯಾಗಕ್ಕಿಲ್ಲ ನೂಕುನುಗ್ಗಲು
15. ಕೃಷಿ ಯಾಕೆ ಖುಷಿ?
16. ಮೆಮರೀಸ್ ಆಫ್ ಬಾರ್ಸಾ
17. ಹಿಂದಿನ ನಿಲ್ದಾಣ
18. ಪ್ರೀತ್‌ಸು
19. ಕಥಾ ಸಾಗರಿ
20. ಹೃದಯದ ಮಾತು ಕೇಳಿ
21. ದ್ವೈತ
22. ಕ್ಷಯ
23. ಯಾರೂ ಹೇಳದ ಕಥೆಗಳು
24. ಅರ್ಧ ಬಿಸಿಲು ಅರ್ಧ ಮಳೆ...
25. ಗದಾಯುದ್ಧಂ
26. ಫಾರೆಸ್ಟರ್ ಪೊನ್ನಪ್ಪ
27. ನಾ ಸೆರೆಹಿಡಿದ ಕನ್ಯಾಸ್ತ್ರೀ
28. ವಿಶ್ವಯಾನಕ್ಕೆ ಗಣಿತವಾಹನ
29. ಮೇರುನಟ
30. ಟ್ರಾಯ್
31. ಕುಣಿಗಲ್ ಟು ಕಂದಹಾರ್
32. ಲೆಟ್ಸ್ ಮೇಕ್ ಎ ಶಾರ್ಟ್ ಫಿಲಂ

www.ingramcontent.com/pod-product-compliance
Lightning Source LLC
LaVergne TN
LVHW100224051026
849517LV00006B/1799